અભિમાન અને પૂર્વગ્રહ

પ્રકરણ હું.

તે એક સત્ય છે જે સર્વવ્યાપી સ્વીકારે છે, એક સારા નસીબના કબજામાં એક વ્યક્તિ, પત્નીની ઇચ્છા હોવી આવશ્યક છે.

જો કે આવા માણસની લાગણીઓ અથવા દ્રષ્ટિકોણ ઓછી જાણતા પહેલા તેના પડોશમાં દાખલ થઈ શકે છે, આ સત્ય આસપાસના પરિવારોના મનમાં ખૂબ જ સારી રીતે નિશ્ચિત છે, તે તેમને કોઈ એક અથવા અન્ય પુત્રીઓની સાચી મિલકત માનવામાં આવે છે. .

"મારા પ્રિય મિ. બેનનેટ," એક દિવસ તેની સ્ત્રીને તેણીએ કહ્યું, "શું તમે સાંભળ્યું છે કે નેધરફિલ્ડ પાર્ક છેલ્લે રહેવાનું છે?"

શ્રીમાન. બેનેટ જવાબ આપ્યો કે તે નથી.

"પરંતુ તે છે," તેણીએ પરત ફર્યા; "મિસ્ટર માટે લાંબો સમય અહીં આવ્યો છે, અને તેણે મને તે બધું કહ્યું."

શ્રીમાન. બેનેટ કોઈ જવાબ આપ્યો.

"તમે તે જાણતા નથી કે તે કોણ લે છે?" ઉત્સાહથી તેની પત્નીને રડ્યા.

"તમે મને કહો છો, અને મને તે સાંભળવા માટે કોઈ વાંધો નથી."

આ પૂરતું આમંત્રણ હતું.

"શા માટે, મારા પ્રિય, તમારે જાણવું જ જોઈએ, મિસ્ટર લાંબા કહે છે કે નેધરફિલ્ડ ઇંગ્લેંડના ઉત્તરથી મોટા સંપત્તિના યુવાન માણસ દ્વારા લેવામાં આવે છે ; તે સોમવારે સોમવારે નીચે આવે છે અને સ્થળ જોવા માટે ચાર, અને આમ હતું તેનાથી ખૂબ જ આનંદ થયો કે તે તરત જ શ્રી મોરિસ સાથે સંમત થયા, કે તે માઇકલમાસ પાસે કબજો લેશે અને તેના કેટલાક સેવકો આગામી અઠવાડિયાના અંત સુધીમાં ઘરમાં રહેશે. "

"તેનું નામ શું છે?"

"બિંગલી."

"શું તે લગ્ન કરે છે કે સિંગલ?"

"ઓહ! સિંગલ, મારા પ્રિય, ખાતરી કરો કે! એક મોટી સંપત્તિનો એક માણસ; એક વર્ષમાં ચાર કે પાંચ હજાર, અમારી છોકરીઓ માટે સરસ વસ્તુ!"

"કેવી રીતે? તે તેને કેવી રીતે અસર કરી શકે છે?"

"મારા પ્રિય મિ. બેનનેટ," તેની પત્નીએ જવાબ આપ્યો, "તમે કેવી રીતે થાકી શકો છો! તમારે જાણવું જોઈએ કે હું તેનામાંના એક સાથે લગ્ન કરવાનો વિચાર કરું છું."

"શું તે અહીં સ્થાયી થવાની ડિઝાઇન છે?"

"ડિઝાઇન! નોનસેન્સ, તમે આ રીતે કેવી રીતે વાત કરી શકો છો! પરંતુ તે સંભવ છે કે તે તેનામાંના એકમાં પ્રેમમાં પડી શકે છે, અને તેથી જ તે આવું જલ્દી જ તમારે તેની મુલાકાત લેવી જોઈએ."

"હું તેના માટે કોઈ પ્રસંગ જોતો નથી. તમે અને છોકરીઓ જઇ શકો છો, અથવા તમે તેમને પોતાને મોકલી શકો છો, જે કદાચ વધુ સારી રહેશે, કારણ કે તમે તેમાંના કોઈપણ તરીકે સુખી છો, મિસ્ટર બિંગલી તમને શ્રેષ્ઠ ગમશે. પક્ષ."

"મારા પ્રિય, તમે મને ચાહતા હોવ, હું ચોક્કસપણે મારા સૌંદર્યનો ભાગ ધરાવતો હતો, પરંતુ હવે હું કોઈ અસાધારણ વસ્તુ હોવાનો ઢોંગ કરતી નથી. જ્યારે કોઈ સ્ત્રીમાં પાંચ મોટી પુત્રીઓ હોય, ત્યારે તેણે પોતાની સુંદરતા વિશે વિચારવું જોઈએ."

"આવા કિસ્સાઓમાં, એક સ્ત્રીને ઘણી વખત વિચારવાની ઘણી સુંદરતા હોતી નથી."

"પરંતુ, મારા પ્રિય, જ્યારે તમે પડોશમાં આવો ત્યારે તમારે ખરેખર જવું પડશે અને મિસ્ટર બિન્ગલીને જોવું જોઈએ."

"હું તેના માટે સંલગ્ન છું તે કરતાં તે વધારે છે, હું તમને ખાતરી આપીશ."

"પરંતુ તમારી દીકરીઓનો વિચાર કરો, માત્ર તે વિચારો કે તેમાંના કોઈ માટે કેવી સ્થાપના થશે. શ્રી વિલિયમ અને લેડી લુકાસ માત્ર તે ખાતામાં જ જવાનું નક્કી કરે છે, સામાન્ય રીતે તમે જાણો છો કે તેઓ કોઈ નવા કોમેર્સની મુલાકાત લેતા નથી. ખરેખર તમારે જવું પડશે, જો તમે ન કરો તો તેના માટે તેને મળવું અશક્ય હશે. "

"તમે નિશ્ચિતપણે શાંત થઈ ગયા છો. હું હિંમત કરું છું કે મિસ્ટર બિન્ગલી તમને જોઈને ખૂબ જ ખુશ થશે અને હું તમારી સાથે કેટલીક લાઇનો મોકલીશ જેનાથી તેણીએ લગ્ન કરવા માટે મારી હાર્દિક સંમતિ આપી શકશો, જે તેણીએ છોકરીઓની ચુકાદો આપી હતી; મારા નાના ઝાંખા માટે એક સારા શબ્દ માં ફેંકવું જ જોઈએ. "

"હું ઇચ્છું છું કે તમે આ પ્રકારની કોઈ વસ્તુ કરશો નહીં. લિઝ્ઝી બીજા કરતા થોડી વધુ સારી નથી અને મને ખાતરી છે કે તે અડધા જેટલા સુંદર નથી, અને અડધા જેટલા સારા નથી, પરંતુ તમે હંમેશાં તેણીને પસંદગી આપી રહ્યા છો. "

"તેઓની ભલામણ કરવા માટે તેઓમાંના કોઇ પણ પાસે નથી," તેમણે જવાબ આપ્યો; "તેઓ બધાં છોકરીઓની જેમ મૂર્ખ અને અજાણ છે, પરંતુ તેમની બહેનો કરતા ઝાંખું કંઈક વધારે ઝડપી છે."

"મિસ્ટર બેનેટ, તમે તમારા બાળકોને આ રીતે કેવી રીતે દુરૂપયોગ કરી શકો છો? તમે મને વેદનામાં આનંદ માણો છો. મારા ગરીબ ચેતા પર તમને કોઈ દયા નથી."

"તમે મને ભૂલ કરો છો, મારા પ્રિય. મને તમારા ચેતા માટે ખૂબ સન્માન છે. તેઓ મારા જૂના મિત્રો છે. મેં સાંભળ્યું છે કે તમે ઓછામાં ઓછા આ વીસ વર્ષનો વિચાર કરો છો."

"અરે! તમે નથી જાણતા કે હું શું પીડાય છું."

"પરંતુ હું આશા રાખું છું કે તમે તેના ઉપર હશો, અને એક વર્ષમાં ચાર હજાર લોકોના ઘણા યુવાન માણસો પડોશમાં આવે."

"તે આપણા માટે કોઈ ઉપયોગ કરશે નહીં, જો વીસ આવા આવવા જોઈએ કારણ કે તમે તેમની મુલાકાત નહીં લો."

"તેના પર આધાર રાખજો, મારા પ્રિય, કે જ્યારે વીસ હોય, હું તેમને બધાની મુલાકાત લઈશ."

શ્રીમાન. બેનેટ એટલા ઝડપી હતા કે ઝડપી ભાગો, વ્યભિચાર, રમૂજ, અનામત અને મૂર્ખાઈનું મિશ્રણ, કે ત્રણ અને વીસ વર્ષનો

અનુભવ તેની પત્નીને તેના પાત્રને સમજવા માટે અપર્યાપ્ત રહ્યો હતો. તેના મન વિકાસ માટે ઓછી મુશ્કેલ હતી. તે અર્થપૂર્ણ સમજણ, ઓછી માહિતી અને અનિશ્ચિત ગુસ્સે સ્ત્રી હતી. જ્યારે તેણી અસંતોષિત થઈ હતી ત્યારે તેણીએ પોતાને નર્વસની કલ્પના કરી હતી. તેમના જીવનનો વ્યવસાય તેમની દીકરીઓ સાથે લગ્ન કરવાનો હતો; તેની રાહત મુલાકાત અને સમાચાર હતી.

પ્રકરણ .

શ્રીમાન. મિસ્ટર પર રાહ જોતા લોકોમાંના પ્રારંભિકમાં બેનેટ હતું. બિંગલી. તે હંમેશાં તેમની મુલાકાત લેવાનો ઇરાદો ધરાવતો હતો, તેમ છતાં તેણે હંમેશાં તેની પત્નીને ખાતરી આપી કે તેને ન જવું જોઈએ; અને મુલાકાતની ચૂકવણી પછી સાંજ સુધી, તેણીને કોઈ જાણકારી ન હતી. તે પછી નીચે મુજબ જાહેર કરવામાં આવી હતી. ટોપીને કાપી નાખવામાં તેમની બીજી પુત્રીને નિરીક્ષણ કરતા, તેમણે અચાનક તેણીને સંબોધિત કર્યા,

"હું આશા રાખું છું કે મિસ્ટર. બિન્ગલી તેને લિઝી ગમશે."

"અમે જાણીએ છીએ કે મિસ્ટર બિંગલી ગમે છે તે જાણવાના માર્ગમાં નથી," તેણીની માતા રાજીખુશીથી કહ્યું, "કારણ કે આપણે મુલાકાત લેવા નથી."

"પરંતુ તમે ભૂલી જાઓ, મામા," એલિઝાબેથએ કહ્યું, "અમે તેમને સંમેલનોમાં મળશું, અને તે લાંબા સમયથી મિસ્ટર લાંબા સમયથી તેમને પરિચય આપવાનું વચન આપે છે."

"હું એમ માનતો નથી, લાંબા સમય સુધી આવી કોઈ વસ્તુ કરશે. તેણીની પોતાની બે ભત્રીજી છે. તે સ્વાર્થી, પાપી સ્ત્રી છે અને મારી પાસે તેની કોઈ અભિપ્રાય નથી."

"હું વધુ નથી," મિસ્ટર જણાવ્યું હતું. બેનેટ; "અને મને શોધવામાં ખુશી થાય છે કે તમે તેની સેવા કરવા પર આધાર રાખતા નથી."

શ્રીમતી. બેનેટને કોઈ જવાબ આપવાનો અધિકાર નથી; પરંતુ પોતાને સમાવવા માટે અસમર્થ, તેણીની પુત્રીઓમાંની એકને દગાબાજી કરવાનું શરૂ કર્યું.

"સ્વર્ગની ખામી માટે, કિટ્ટી, કંટાળો ન રાખો! મારા ચેતા પર થોડો કરુણા કરો, તમે તેમને ટુકડાઓથી ફાડી નાખો."

તેના પિતાએ કહ્યું, "કિટ્ટીને તેની ઉધરસમાં કોઈ વિવેક નથી." "તેણી તેમને બીમાર છે."

"હું મારા પોતાના મનોરંજન માટે ખાંસી નથી," કિટ્ટી જવાબ આપ્યો.

"તમારી આગામી બોલ ક્યારે છે, ઝાંખી?"

"ટુ-ફોર પખવાડિયા."

"હા, તો તે છે," તેણીએ તેની માતાને રડતાં કહ્યું, "અને મિસ્ટર લાંબા સમય પહેલાં સુધી પાછા આવતાં નથી; તેથી, તેણીને પરિચય આપવા માટે તે અશક્ય હશે, કારણ કે તે પોતાને ઓળખશે નહીં."

"તો, મારા પ્રિય, તમારી પાસે તમારા મિત્રનો ફાયદો હોઈ શકે છે, અને તેના માટે મિ. બિન્લીને રજૂ કરો."

"અશક્ય, મિ. બેનેટ, અશક્ય, જ્યારે હું તેની સાથે પરિચિત નથી હોઉં છું; તમે કેવી રીતે આકર્ષક છો?"

"હું તમારા વર્તુળનું સન્માન કરું છું. પખવાડિયાના પરિચયમાં ખૂબ જ ઓછું છે. એક પખવાડિયાના અંત સુધીમાં માણસ ખરેખર શું છે તે જાણી શકતા નથી. પરંતુ જો આપણે સાહસ નહીં કરીએ, તો બીજું કોઈ કરશે; અને પછી, મિસ્ટર લાંબા અને તેના ભાઇઓ તેમની તક ઊભી કરવી જ જોઇએ; અને તેથી, જો તે ઑફિસને નકારી કાઢે તો તે દયાળુ વર્તન કરશે, હું તેને મારી પર લઈ જઈશ. "

છોકરીઓ તેમના પિતાને જોઈ શકતા હતા. શ્રીમતી. બેનેટ ફક્ત કહ્યું, "નોનસેન્સ, નોનસેન્સ!"

"તે તીવ્ર ઉદ્ગાર અર્થ શું છે?" તેણે રડ્યા. "શું તમે પરિચયના સ્વરૂપો અને તેમના ઉપર મૂકેલી તાણ, નોનસેન્સ તરીકે વિચારો છો? હું ત્યાં તમારી સાથે સંમત થઈ શકતો નથી. તમે શું કહો છો, મેરી? કેમ કે તમે મને ઊંડા પ્રતિબિંબની એક યુવાન સ્ત્રી છો અને હું મહાન વાંચી શકું છું. પુસ્તકો, અને અર્ક બનાવે છે. "

મેરી ખૂબ જ સમજદાર કંઈક કહેવા માંગતો હતો, પરંતુ તે કેવી રીતે જાણતી ન હતી.

"જ્યારે મેરી તેના વિચારોને સમાયોજિત કરી રહી છે," તેણે ચાલુ રાખ્યું, "ચાલો આપણે મિ. બિન્ગલે પાછા ફરો."

"હું મિ. બિન્ગલી બીમાર છું," તેની પત્નીએ રડ્યા.

"મને તે સાંભળવા માટે ખેદ છે; પરંતુ તમે મને પહેલાં કેમ કેમ કહ્યું ન હતું? જો હું આજની સવારે જેટલી જાણતો હોત, તો હું ચોક્કસપણે તેના પર બોલાતો હોત નહીં. તે ખૂબ જ કમનસીબ છે; પરંતુ મેં ખરેખર મુલાકાત લીધી છે, હવે આપણે પરિચિતતાથી ભાગી શકતા નથી. "

સ્ત્રીઓની આશ્ચર્યજનક વાત એ હતી કે તેઓ જે ઇચ્છે છે તે જ હતું; મિ. બેનેટ કદાચ બાકીના કરતા વધારે છે; જોકે, જયારે આનંદની પ્રથમ ક્ષણભંગ થઈ ગઈ, ત્યારે તેણીએ જાહેર કરવાનું શરૂ કર્યું કે તે હંમેશાં જે અપેક્ષા રાખતી હતી.

"મારા પ્રિય મિ. બેનેટ! તમારામાં કેટલું સારું હતું! પરંતુ મને ખબર હતી કે તમારે છેલ્લે મને સમજાવવું જોઈએ. મને ખાતરી છે કે તમે તમારી છોકરીઓને આવા પરિચિતોને અવગણવા માટે ખૂબ જ સારી રીતે પ્રેમ કરો છો. હું કેટલો ખુશ છું! એક સારો મજાક પણ, કે તમે આજ સવારે ગયા હોવ, અને અત્યાર સુધી તે વિશે ક્યારેય કોઈ વાતો નહી કહ્યું. "

"હવે, કિટ્ટી, તમે જેટલું ચોઝ કરો છો તેટલું ખાંસી શકો છો," એમ મિસ્ટરએ કહ્યું. બેનેટ; અને, જેમ તેમણે બોલ્યું તેમ, તેણે રૂમ છોડી દીધી, તેની પત્નીના અત્યાનંદથી થાકી ગઈ.

તેણીએ કહ્યું, "તને કેવું ઉત્તમ પિતા છે, છોકરીઓ," જ્યારે બારણું બંધ થયું. "મને ખબર નથી કે તમે તેને કેવી રીતે ક્યારેય તેના દયા માટે સુધારી શકો છો; અથવા હું તો, તે બાબત માટે, મારા જીવનના સમયે, હું તમને કહી શકું છું કે હું દરરોજ નવો પરિચય કરવા માટે, પરંતુ તે માટે ખુબ જ સુખદ નથી તમારી સેક્સ, અમે કોઈ વસ્તુ કરીશું. લીડિયા, મારો પ્રેમ, જો કે તું સૌથી નાનો છે, હું કહીશ કે મિસ્ટર બિંગલી આગામી બોલ પર તમારી સાથે નૃત્ય કરશે. "

"ઓહ!" જણાવ્યું હતું કે ,, "હું ભયભીત નથી, કારણ કે હું સૌથી નાનો છું, હું સૌથી ઊંચું છું."

બાકીની સાંજે આ અનુમાનમાં ખર્ચ કર્યો કે તે ટૂંક સમયમાં જ મિ. બેનેટની મુલાકાત, અને તેમને રાત્રિભોજન માટે ક્યારે પૂછવું જોઈએ તે નક્કી કરવું.

પ્રકરણ .

તે બધું જ નહીં. બેનેટ, જો કે, તેણીની પાંચ પુત્રીઓની સહાયથી, આ વિષય પર પૂછી શકે છે કે તેના પતિ પાસેથી કોઈ પણ સંતોષકારક વર્ણન કરવામાં આવશે. બિંગલી. તેઓએ તેને વિવિધ રીતે હુમલો કર્યો; નબળા પ્રશ્નો, કુશળ સંભાવનાઓ, અને દૂરના સર્જનો સાથે; પરંતુ તેણે તે બધાની કુશળતાને છૂટી કરી હતી; અને છેલ્લે તેઓ તેમના પાડોશી મહિલા લુકાસની બીજી બાજુની ગુપ્ત માહિતી સ્વીકારવા માટે બંધાયેલા હતા. તેણીની રિપોર્ટ ખૂબ અનુકૂળ હતી. શ્રી વિલિયમ તેમની સાથે ખુશી થઈ ગયા હતા. તે ખૂબ જુવાન, અદ્ભુત, સુંદર, ખૂબ સંમત, અને સંપૂર્ણ તાજગી ધરાવતો હતો, તે પછી મોટી પાર્ટી સાથેની આગલી સંમેલનમાં હોવાનો હતો. કંઇક વધુ આનંદદાયક હોઈ શકે નહીં! નૃત્યનો શોખ પ્રેમમાં પડવાની તરફ એક ચોક્કસ પગલું છે; અને મિસ્ટર ખૂબ જ જીવંત આશા. બિંગલીનું હૃદય મનોરંજન કરાયું હતું.

"જો હું કરી શકું પરંતુ મારી દીકરીઓમાંથી એકને ખુશીથી નેધરફિલ્ડમાં સ્થાયી થઈ ગઈ," એમ મિસ્ટરે કહ્યું. તેના પતિને બેનેટ, "અને અન્ય બધા સમાન રીતે સારી રીતે લગ્ન કર્યા છે, મારી પાસે ઇચ્છા રાખવાની કશું નથી."

થોડા દિવસોમાં મિ. બિંગલી મિસ્ટર પરત ફર્યા. બેનેટની મુલાકાત, અને તેમની લાઇબ્રેરીમાં તેમની સાથે આશરે દસ મિનિટ બેઠા. તેણે યુવાન મહિલાઓની દૃષ્ટિમાં પ્રવેશી લેવાની આશાઓનો આનંદ માણ્યો હતો, જેની સૌંદર્ય તેમણે ઘણી સાંભળી હતી; પરંતુ તેણે માત્ર પિતાને જોયા. સ્ત્રીઓ થોડી વધુ નસીબદાર હતી, કારણ કે તેઓને ઉપલા વિંડોમાંથી નિશ્ચિત કરવાનો ફાયદો હતો, તેમણે વાદળી કોટ પહેર્યો હતો અને કાળો ઘોડો સવારી કર્યો હતો.

રાત્રિભોજન માટેનું આમંત્રણ ટૂંક સમયમાં જ મોકલવામાં આવ્યું; અને પહેલેથી જ મિસ્ટર હતા. બેનેટે તેમના ઘરની સંભાળ માટે ક્રેડિટ કરવા માટેના અભ્યાસક્રમોની યોજના બનાવી હતી, જ્યારે એક જવાબ આવ્યો જેણે તે બધાને સ્થગિત કરી દીધું. શ્રીમાન. બીંગલીને પછીના દિવસે શહેરમાં રહેવાની ફરજ પડી હતી, અને તેના પરિણામે તેમના આમંત્રણનો સન્માન સ્વીકારવામાં અસમર્થ, અને સી. શ્રીમતી. બેનેટ તદ્દન હતી. હર્ટફોર્ડશાયરમાં આગમન પછી તરત જ તેણી કલ્પના કરી શક્યો કે શહેરમાં તે કયા વ્યવસાયમાં હોઈ શકે છે; અને તે ડરવાની શરૂઆત કરી કે તે હંમેશાં એક સ્થળથી બીજા સ્થળે ઉડતી રહી શકે છે, અને તે હંમેશાં જેમ કે તે હોવું જોઈએ તેવું નેટફિલ્ડમાં સ્થાયી થવું જોઈએ નહીં. લેડી લુકાસે બોલ માટે મોટી પાર્ટી મેળવવા માટે માત્ર લંડન જતા હોવાનો વિચાર શરૂ કરીને તેના ડરને થોડું શાંત કર્યું; અને ટૂંક સમયમાં જ એક અહેવાલમાં એમ.આર. બિન્ગલીને તેમની સાથે બાર મહિલા અને સાત સજ્જનઓને તેમની સાથે લાવવાનું હતું. ઘણી બધી મહિલાઓને છોકરીઓ પર દુઃખ થયું; પરંતુ સુનાવણી દ્વારા બોલના એક દિવસ પહેલાં તેને દિલાસો મળ્યો કે, બારની જગ્યાએ તેણે લંડન, તેની પાંચ બહેનો અને એક પિતરાઈ પાસેથી ફક્ત છ જ લાવ્યા હતા. અને જ્યારે પાર્ટીએ એસેમ્બલી રૂમમાં પ્રવેશ કર્યો ત્યારે તેમાં ફક્ત પાંચ જ સમાવેશ થયા; શ્રીમાન. બિંગલી, તેની બે બહેનો, સૌથી મોટા પતિ, અને અન્ય યુવાન માણસ.

શ્રીમાન. બિંગલી સારી દેખાતી અને સજ્જન જેવી હતી; તે એક સુખદ ચહેરો અને સરળ, બિનઅસરકારક રીતભાત ધરાવતો હતો. તેની બહેનો સુંદર ફેશનની હવા સાથે, સુંદર સ્ત્રીઓ હતી. તેમના ભાઇ ઈન-કાયદો, મિ. હર્સ્ટ, માત્ર સજ્જન જોવામાં; પરંતુ તેના મિત્ર શ્રી. ડેર્સીએ ટૂંક સમયમાં રૂમના ધ્યાન તેના દંડ, ઊંચા વ્યક્તિ, સુંદર લક્ષણો, ઉમદા મિઅન દ્વારા ખેંચ્યું; અને તેના પ્રવેશ પછી પાંચ મિનિટની અંદર સામાન્ય રુધિરાભિસરણમાં જે અહેવાલ હતો તેનામાં દસ હજાર વર્ષનો અહેવાલ હતો.

માણસોએ તેમને એક માણસની સારી વ્યક્તિ તરીકે જાહેર કર્યા, સ્ત્રીઓએ જાહેર કર્યું કે તેઓ મિસ્ટર કરતાં વધુ હાથમાં હતા. બિંગલી, અને તેમને લગભગ અડધા સાંજે સુધી ખૂબ પ્રશંસા મળી હતી, ત્યાં સુધી તેમના શિષ્ટાચારને નફરત આપવામાં આવી હતી જેણે તેમની લોકપ્રિયતાની ભરતી કરી હતી; કારણ કે તે ગૌરવ પામ્યો હતો, તેની કંપની ઉપર હોવાનો અને ઉપરથી ખુશ થવાનો હતો; અને ડર્બીશાયરમાં તેની બધી મોટી સંપત્તિ તે પછી તેને સૌથી મનાઈ ફરમાવતા અસંમત ચહેરાથી, અને તેના મિત્ર સાથે તુલના કરવા માટે લાયક હોવાને કારણે બચાવી શક્યો નહીં.

શ્રીમાન. બિંગલીએ તરત જ રૂમના તમામ મુખ્ય લોકો સાથે પરિચિત થયા હતા; તે જીવંત અને અનાવશ્યક હતો, દરેક નૃત્યને નૃત્ય કરતો હતો, ગુસ્સે થઈ ગયો હતો કે બોલ એટલી વહેલી બંધ થઇ ગઇ હતી અને તેણે પોતાને નેથરફિલ્ડમાં આપવાનું કહ્યું હતું. આવા અનુકૂળ ગુણો પોતાને માટે બોલવું જ જોઈએ. તેના અને તેના મિત્ર વચ્ચે શું વિપરીત! શ્રીમાન. મિર્ઝ સાથે એકવાર નૃત્ય નૃત્ય. હસ્ટ અને એક વખત મિસ બિંગલી સાથે, કોઈ અન્ય મહિલા સાથે પરિચય આપવાનો ઇનકાર કર્યો હતો, અને સાંજે બાકીના સમય દરમિયાન ઓરડામાં વૉકિંગમાં વિતાવ્યો હતો, ક્યારેક તેણીની એક પાર્ટીમાં બોલતો હતો. તેમના પાત્ર નક્કી કરવામાં આવ્યું હતું. તે વિશ્વના સૌથી ગૌરવપૂર્ણ, અસહ્ય માણસ હતા અને દરેક શરીરને આશા હતી કે તે ફરીથી ત્યાં ક્યારેય આવશે નહીં. તેમની વિરુદ્ધના સૌથી હિંસક લોકોમાં મિસ્ટર હતા. બેનેટ, જેને તેના સામાન્ય વર્તનથી નાપસંદ કરવામાં આવ્યો હતો, તેને ખાસ કરીને અસંતોષમાં તીક્ષ્ણ કરવામાં આવ્યો હતો,

એલિઝાબેથ બેનેટને બે નૃત્યો માટે બેસવા માટે, સજ્જનોની અછત દ્વારા ફરજ પાડવામાં આવી હતી; અને તે સમયના ભાગરૂપે, મિ. તેણી અને એમ.આર. વચ્ચેની વાતચીતને

ઉથલાવી દેવા માટે ડેરી પૂરતી નજીક ઊભા રહી હતી. બિંગલી, જે થોડીવારથી નૃત્યમાંથી આવ્યો, તેના મિત્રને તેમાં જોડાવા માટે દબાવવા માટે.

"આવો, ડરસી," તેણે કહ્યું, "હું તને નૃત્ય કરું છું. હું તમને આ મૂર્ખ રીતે તમારા વિશે ઉભા રહેવાની નફરત કરું છું. તમારી પાસે વધુ સારું નૃત્ય હતું."

"હું ચોક્કસપણે નહીં કરું. તમે જાણો છો કે હું કેવી રીતે તેને ધિક્કારું છું, સિવાય કે હું ખાસ કરીને મારા સાથી સાથે પરિચિત છું. આ પ્રકારની એસેમ્બલીમાં તે અસમર્થ હશે. તમારી બહેનો રોકાયેલી છે અને રૂમમાં બીજી કોઈ સ્ત્રી નથી તે સાથે ઊભા રહેવા માટે મને સજા થશે નહીં. "

બિંગલીએ રડતાં કહ્યું, "હું તમારી જેમ એટલા જ અસ્વસ્થ હોઈશ નહિ," એક સામ્રાજ્ય માટે! મારા સન્માન પર, મેં આજની સાંજ સુધી મારી સાથે ઘણી બધી સુખદ છોકરીઓ સાથે ક્યારેય મુલાકાત લીધી નથી; અને તેમાંના કેટલાક તમે જુઓ છો અસામાન્ય સુંદર. "

"તમે ઓરડામાં એકમાત્ર સુંદર છોકરી સાથે નૃત્ય કરી રહ્યા છો," મિસ્ટર જણાવ્યું હતું. ડર્સી, સૌથી મોટી મિસ બેનેટ જોઈ.

"ઓહ! તે સૌથી સુંદર પ્રાણી છે જે મેં ક્યારેય જોયેલી છે! પરંતુ તેની બહેનોમાંની એક બહેન તમારી પાછળ બેઠેલી છે, જે ખૂબ જ સુંદર છે, અને હું ખૂબ જ સંમત છું, હું ખૂબ જ સંમત છું. મને મારા પાર્ટનરને તમને પરિચય આપવા દો."

"તમે જેનો અર્થ કરો છો?" અને વળાંક તરફ વળ્યા, તેણે એલિઝાબેથમાં એક ક્ષણ શોધી, તેની આંખને પકડી ત્યાં સુધી, તેણે પોતાની જાતને પાછો ખેંચી લીધો અને ઠંડકથી કહ્યું, "તેણી સહનશીલ છે, પરંતુ મને આકર્ષિત કરવા માટે પૂરતી ઉદાર નથી;

અને હાલમાં હું કોઈ હાસ્યાસ્પદ નથી યુવાન સ્ત્રીઓ જે બીજા પુરૂષો દ્વારા અપમાનિત છે. તમે તમારા જીવનસાથી પર પાછા ફરો છો અને તેના સ્મિતનો આનંદ માણો છો, કારણ કે તમે મારી સાથે સમય બગાડો છો. "

શ્રીમાન. બિન્લીએ તેની સલાહને અનુસર્યા. શ્રીમાન. ચાલ્યા ગયા; અને એલિઝાબેથ તેના પ્રત્યે કોઈ નકામી લાગણીઓ ધરાવતો નહોતો. તેણીએ તેના મિત્રો વચ્ચે મોટી ભાવના હોવા છતાં વાર્તા કહ્યું; કારણ કે તેણી પાસે એક જીવંત, રમતિયાળ સ્વભાવ હતું, જે હાસ્યજનક બાબતમાં આનંદિત હતો.

સાંજે સંપૂર્ણપણે આખા પરિવારને ખુશીથી પસાર થઈ. શ્રીમતી. બેનેટે તેની મોટા પુત્રીને નેધરફિલ્ડ પાર્ટી દ્વારા પ્રશંસા કરી હતી. શ્રીમાન. બિંગલી તેની સાથે બે વાર નૃત્ય કરતી હતી, અને તેણીને તેની બહેનો દ્વારા અલગ પાડવામાં આવી હતી. જેન તેના દ્વારા ખૂબ ગ્રહણ કરે છે, કારણ કે તેની માતા શાંત રીતે હોઈ શકે છે. એલિઝાબેથે જેનની ખુશી અનુભવી. મેરીએ બિંગલીને પડોશમાં સૌથી વધુ પરિપૂર્ણ છોકરી તરીકે ચૂકી જવાનો ઉલ્લેખ કર્યો હતો; અને કેથરિન અને લિડિયા નસીબદાર હતા જે ક્યારેય ભાગીદારો વિના ક્યારેય નહોતા, જે બધુ તેઓ બૉલ પર ધ્યાન રાખવાનું શીખ્યા હતા. તેથી તેઓ સારી આત્માઓમાં લાંબુ થઈ ગયું, તે ગામ જ્યાં રહેતા હતા, અને તેમાંથી તેઓ મુખ્ય રહેવાસીઓ હતા. તેઓ મિસ્ટર મળી. બેનેટ હજુ પણ. એક પુસ્તક સાથે તે સમયને અનુલક્ષીને હતો; અને આજની પ્રસંગે સાંજની ઘટનાની જેમ જ તે જિજ્ઞાસા સારી હતી, જેમણે આવી ભવ્ય અપેક્ષાઓ ઉભા કરી હતી. તેને બદલે આશા હતી કે અજાણ્યા પરની તેની બધી પત્નીના વિચારો નિરાશ થશે; પરંતુ તેમણે તરત જ જોયું કે તેમની પાસે સાંભળવા માટે એકદમ અલગ વાર્તા હતી.

"ઓહ! મારા પ્રિય મિ. બેનેટ," તેણીએ રૂમમાં પ્રવેશ કર્યો ત્યારે, "અમારી પાસે ખૂબ જ આનંદદાયક સાંજ છે, એક ઉત્તમ બોલ છે." હું ઇચ્છું છું કે તમે ત્યાં હોવ. "જેન ખૂબ પ્રશંસાપાત્ર હતું, એવું કંઇ પણ હોઈ શકે નહીં. જણાવ્યું હતું કે તેણી કેટલી સારી લાગતી હતી; અને મિસ્ટર બિંગલીએ તેને ખૂબ સુંદર ગણાવ્યું અને તેનાથી બે વાર નૃત્ય કર્યું. ફક્ત તે જ મારા પ્રિય વિશે વિચારો; તે વાસ્તવમાં તેણીની સાથે બે વાર નૃત્ય કરે છે; અને તે રૂમમાં એકમાત્ર પ્રાણી છે જે તેણે બીજી વાર પૂછ્યું સૌ પ્રથમ, તેણે મિસ લુકાસને પૂછ્યું હતું. હું તેને તેના સાથે ઊભા રહેવા માટે ખૂબ જ અસ્વસ્થ હતો; પરંતુ, તેણીએ તેણીની પ્રશંસા કરી નહોતી: ખરેખર, કોઈ પણ તમને ખબર નથી શકે, અને તે જેન સાથે ખૂબ જ ત્રાટક્યું. તેણી નૃત્ય નીચે જઇ રહી હતી. તેથી, તેણે પૂછ્યું કે તેણી કોણ છે, અને તેને રજૂ કરી, અને તેને આગળના બે માટે પૂછ્યું. પછી, બે તૃતીયાંશ તેમણે ચૂકી રાજા સાથે નૃત્ય કર્યું, અને મારિયા લુકાસ સાથે બે ચોથા,અને જેન સાથે ફરીથી પાંચમો, અને બે છઠ્ઠા સાથે, અને બૌલેન્જર - "

"જો તે મારા પ્રત્યે દયા કરતો હતો," તેણીના પતિને ધીરજથી કહ્યું, "તે અડધાથી વધારે નૃત્ય કરતો ન હોત! ભગવાન માટે, તેના ભાગીદારોને વધુ કહો નહીં. ઓહ! તેણે તેના પગની ચામડી પહેલી ડાન્સમાં ફેલાવી હતી! "

"ઓહ! મારા પ્રિય," મિસ્ટર ચાલુ રાખ્યું. બેનેટ, "હું તેનાથી ખૂબ જ ખુશ છું. તે ખૂબ જ સુંદર છે! અને તેની બહેનો મોહક સ્ત્રીઓ છે. મેં મારા જીવનમાં ક્યારેય તેમના કપડાં કરતાં વધુ સુંદર દેખાતું નથી."

અહીં તેણી ફરીથી વિક્ષેપ થયો હતો. શ્રીમાન. બેનેટે ફાઇનારીના કોઈપણ વર્ણન સામે વિરોધ કર્યો હતો. તેથી તે વિષયની બીજી શાખા શોધવા માટે જવાબદાર હતી, અને સંબંધિત, ખૂબ જ

કડવી ભાવના અને કેટલાક અતિશયોક્તિ સાથે, એમ.આર.ની આઘાતજનક નમ્રતા. ડરસી

"પરંતુ હું તમને ખાતરી આપી શકું છું," તેણીએ ઉમેર્યું, "તે ઝાંખું તેની ફેન્સીને અનુકૂળ ન થવાથી ઘણું ગુમાવતું નથી; કારણ કે તે ખૂબ અસહ્ય, ભયંકર માણસ છે, તે આનંદદાયક રૂપે નથી. એટલા ઊંચા અને ખૂબ ગૌરવપૂર્ણ કે ત્યાં કોઈ સહન નથી તેને! તે અહીં ચાલ્યો ગયો, અને તે ત્યાં ચાલ્યો ગયો, પોતાને ખૂબ જ આકર્ષક બનાવ્યું! સાથે નૃત્ય કરવા માટે પૂરતી ઉમદા નથી! હું ઇચ્છું છું કે તમે ત્યાં હતા, મારા પ્રિય, તેને તમારા સેટ્સમાંથી એક આપવા માટે. "

પ્રકરણ .

જ્યારે જેન અને એલિઝાબેથ એકલા હતા, ભૂતપૂર્વ, જે શ્રીની પ્રશંસામાં સાવચેત હતા. અગાઉ તેણીએ બહેનને અભિનય આપ્યો કે તેણીએ કેટલી પ્રશંસા કરી.

"તે એક યુવાન માણસ હોવા જ જોઈએ," તે કહે છે, "સમજદાર, સારી રમૂજ, જીવંત; અને મેં ક્યારેય આટલું સુખદ વર્તન જોયું નથી!

એલિઝાબેથે જવાબ આપ્યો કે, "તે પણ ઉદાર છે," જે એક યુવાન માણસ પણ હોઈ શકે છે, જો તે સંભવતઃ કરી શકે છે. તેમનો પાત્ર આમ સંપૂર્ણ છે. "

"મને બીજી વાર નૃત્ય કરવા માટે પૂછતા મને ખૂબ જ આનંદ થયો હતો. મને આ ખુશામતની અપેક્ષા નહોતી."

"શું તમે નથી? મેં તમારા માટે કર્યું છે, પરંતુ તે આપણા વચ્ચે એક મોટો તફાવત છે. સન્માન હંમેશાં આશ્ચર્યથી લે છે, અને હું ક્યારેય નહીં. ફરી પૂછવા કરતાં તે વધુ કુદરતી હોઈ શકે છે? તે

જોઈને તે તમને મદદ કરી શક્યો નહીં ઓરડામાં દરેક અન્ય સ્ત્રી જેટલી સુંદર પાંચ વખત. તેના માટે તેના બહાદુરીનો કોઈ આભાર નથી , સારું, તે ચોક્કસપણે ખૂબ જ સંમત છે, અને હું તમને તેને પસંદ કરવા માટે છોડી દઉં છું. તમને ઘણા મૂર્ખ વ્યક્તિ ગમ્યા છે. "

"પ્રિય લિઝી!"

"ઓહ! તમે ખૂબ જ સારી રીતે જાણો છો કે તમે સામાન્ય રીતે લોકોને પસંદ કરો છો. તમે કોઈ પણ શરીરમાં દોષ ક્યારેય જોશો નહીં. સમગ્ર વિશ્વ સારા છે અને તમારી આંખોમાં સંમત છે. મેં ક્યારેય સાંભળ્યું નથી કે તમે મનુષ્યોમાં બીમાર છો મારી જીંદગી."

"હું કોઈને પણ સંવેદનશીલતામાં ઉતાવળમાં રહેવાની ઇચ્છા રાખું છું, પરંતુ હું હંમેશાં જે વિચારે છું તે બોલું છું."

"હું જાણું છું કે તમે કરો છો; અને તે જ છે જે આશ્ચર્યકારક બનાવે છે. તમારા સારા અર્થ સાથે, ફોલ્સીઓને પ્રમાણિકપણે અંધ અને બીજાઓના અપ્રમાણિકતા હોવાનું! કૉન્ડોરની અસર પૂરતા પ્રમાણમાં સામાન્ય છે; - તે દરેક જગ્યાએ મળે છે. અભિવ્યક્તિ અથવા ડિઝાઇન વગર સ્પષ્ટ, દરેક શરીરના પાત્રને સારી રીતે લેવા અને તેને વધુ સારું બનાવવા માટે, અને ખરાબ કંઇ પણ કશું જ કહેવું જ નહીં. અને તેથી, તમે આ માણસની બહેનોને પણ પસંદ કરો છો, શું તમે તેમ કરો છો? તેમનો શિષ્ટાચાર સમાન નથી તેના માટે. "

"નિશ્ચિતપણે નહીં; પ્રથમ તો પણ તેઓ ખૂબ જ આનંદદાયક સ્ત્રીઓ છે જ્યારે તમે તેમની સાથે વાત કરો છો. મિસ બિન્ગલી તેના ભાઈ સાથે રહેવાનું અને તેનું ઘર રાખવાનું છે; અને જો આપણે તેનામાં ખૂબ જ મોહક પાડોશી શોધીશું નહીં તો હું ખૂબ ભૂલ કરીશ."

એલિઝાબેથે મૌન સાંભળ્યું, પરંતુ ખાતરી ન હતી; એસેમ્બલીમાં તેમના વર્તનની ગણતરી સામાન્ય રીતે કરવામાં આવી નહોતી; અને તેણીની બહેન કરતાં નિરીક્ષણની વધુ તીવ્રતા અને ગુસ્સો ઓછો હોવાને લીધે, અને ચુકાદાથી પણ પોતાને કોઈ ધ્યાન ન મળ્યું, તે ખૂબ ઓછી હતીતેમને મંજૂર નિકાલ. તેઓ ખરેખર સુંદર સ્ત્રીઓ હતા; જ્યારે તેઓ ખુશ થયા હતા ત્યારે સારા હાસ્યમાં અભાવ ન હતી, અને તેઓ જ્યાં તે પસંદ કરી શકતા ન હતા તેવી સંમતિની શક્તિમાં; પરંતુ ગર્વ અને કલ્પના. તેઓ વધારે સુસંસ્કૃત હતા, નગરના પ્રથમ ખાનગી સેમિનારમાંથી એકમાં શિક્ષિત થયા હતા, તેમની પાસે વીસ હજાર પાઉન્ડની સંપત્તિ હતી, તેઓની જરૂરિયાત કરતાં વધુ ખર્ચ કરવાની આદત હતી અને લોકોના રેન્ક સાથે જોડાઈ હતી; અને તેથી તેઓ પોતાને, અને અન્ય લોકોના અર્થમાં સારી રીતે વિચારવાનો અધિકાર ધરાવતા હતા. તેઓ ઇંગ્લેંડના ઉત્તરમાં એક માનનીય કુટુંબ હતા; તેમના ભાઇની સંપત્તિ અને તેમનો પોતાનો વેપાર વેપાર દ્વારા મેળવવામાં આવ્યો તેના કરતાં તેમની સંજોગોમાં એક સંજોગો વધુ પ્રભાવિત થયો.

શ્રીમાન. બિંગલીને તેના પિતા પાસેથી આશરે એક હજાર પાઉન્ડની સંપત્તિ મળી હતી, જેમણે એસ્ટેટ ખરીદવાની ઇચ્છા રાખી હતી, પરંતુ તે કરવા માટે જીવતો નહોતો.-મિ. બિંગલીએ પણ તેવી જ રીતે ઇરાદો કર્યો હતો, અને કેટલીક વખત તેની કાઉન્ટીની પસંદગી પણ કરી હતી; પરંતુ હવે તેને એક સારા ઘર અને માનવરની સ્વતંત્રતા આપવામાં આવી હતી, તે ઘણા લોકો માટે શંકાસ્પદ હતા જેઓ તેમના ગુસ્સાની સરળતાને સારી રીતે જાણતા હતા, પછી ભલે તેઓ તેમના બાકીના દિવસો નેધરફિલ્ડમાં વિતાવી ન શકે અને પછીથી ખરીદી માટે પેઢી.

તેમની બહેનો તેમની પોતાની મિલકત ધરાવવા માટે ખૂબ જ ચિંતિત હતા; પરંતુ તેમ છતાં તે હવે ભાડૂત તરીકે સ્થપાયો હતો,

તેમ છતાં મિસ બિંગલી તેના ટેબલ પર અધ્યક્ષપદ કરવા માટે તૈયાર ન હતો અને ન તો મિસ્ટર હતા. હર્સ્ટ, જેણે નસીબ કરતાં વધુ ફેશનના પુરૂષ સાથે લગ્ન કર્યા હતા, તે તેના અનુરૂપ હોવા પર તેના ઘરને તેના ઘર તરીકે ગણવામાં ઓછો નિકાલ કર્યો હતો. શ્રીમાન. બેન્લીએ બે વર્ષથી નીકળ્યા ન હતા, જ્યારે તેઓ નેધરફિલ્ડ હાઉસ જોવા માટે અકસ્માતે ભલામણ દ્વારા આકર્ષાયા હતા. તેણે અડધા કલાક સુધી તેને અને તેમાં જોયું, પરિસ્થિતિ અને મુખ્ય ઓરડાઓથી ખુશ હતા, માલિકે તેની પ્રશંસામાં જે જણાવ્યું હતું તેનાથી સંતુષ્ટ અને તેને તરત જ લીધો.

ચરિત્રના મહાન વિરોધ હોવા છતાં, તેમની અને દ્વેષી વચ્ચે એક ખૂબ જ સ્થિર મિત્રતા હતી. - બિંગલી સરળતા, ખુલ્લાપણું, તેમના ગુસ્સાના ડિસ્લેટીલીટીથી ડરસી ગયા હતા, તેમ છતાં કોઈ સ્વભાવ તેમના પોતાના માટે વધુ વિરોધાભાસ પ્રદાન કરી શકતો નહોતો, અને તેમ છતાં તે પોતાની સાથે અસંતોષ ન હતો. બહાદુરીના સંદર્ભમાં બિંગ્લીએ દૃઢ વિશ્વાસ રાખ્યો હતો, અને તેના ચુકાદામાં સૌથી વધુ અભિપ્રાય હતો. સમજણ માં શ્રેષ્ઠ હતી. બિન્ગલી કોઈ અપૂરતી ન હતી, પરંતુ ડરસી હોંશિયાર હતી. તે જ સમયે ગૌરવપૂર્ણ, અનામત અને દગાબાજ હતો, અને તેના શિષ્ટાચાર, જોકે સારી રીતે ઉછેર, આમંત્રણ આપતા નહોતા. તે સંદર્ભમાં તેના મિત્રને ફાયદો થયો હતો. બિંગલી જ્યાં પણ દેખાયા ત્યાં તેને ગમ્યું તેની ખાતરી હતી, ડેર્સી સતત અપરાધ આપી રહી હતી.

મેરિટોન એસેમ્બલી વિશે તેમણે જે રીતે વાત કરી હતી તે પર્યાપ્ત લાક્ષણિકતા હતી. તેમના જીવનમાં બિન્ગલી ક્યારેય સુખી લોકો અથવા સુંદર છોકરીઓ સાથે મળ્યા નહોતા; દરેક શરીર તેના માટે ખૂબ જ પ્રેમાળ અને સચેત હતું, ત્યાં કોઈ ઔપચારિકતા, કોઈ કઠોરતા ન હતી, તે ટૂંક સમયમાં જ તમામ રૂમથી પરિચિત લાગ્યો હતો; અને બેનેટને ચૂકી જવા માટે, તે એક દેવદૂતને વધુ સુંદર કલ્પના કરી શક્યો નહીં. દાર્સી, તેનાથી વિપરીત, એવા

લોકોનો સંગ્રહ જોવા મળ્યો હતો જેમાં થોડી સુંદરતા અને કોઈ ફેશન નહોતું, કેમ કે તેમાંના કોઈપણને તે સૌથી નાનો રસ લાગ્યો હતો, અને કોઈએ પણ ધ્યાન અથવા આનંદ પ્રાપ્ત કર્યો ન હતો. મિસ બેનેટ તેમણે ખૂબ સુંદર હોવાનું સ્વીકાર્યું, પરંતુ તે ખૂબ જ સ્મિત.

શ્રીમતી. હર્સ્ટ અને તેની બહેને તેને આમ કરવાની મંજૂરી આપી - પરંતુ હજી પણ તેઓ તેની પ્રશંસા કરી અને તેને ગમ્યા, અને તેણીને એક મીઠી છોકરી તરીકે જાહેર કરી, અને જેને તેઓ વધુ જાણવાની વાંધો નહીં. તેથી મિસ બેનેટને એક મીઠી છોકરી તરીકે સ્થાપિત કરવામાં આવી હતી, અને તેમના ભાઈએ તેમને પસંદ કરેલા પ્રશંસા દ્વારા અધિકૃત માન્યું હતું.

પ્રકરણ વી.

લોન્ગબોર્નની ટૂંકા ચાલમાં એક કુટુંબ રહેતા હતા જેની સાથે બેનેટ ખાસ કરીને ઘનિષ્ઠ હતા. સર વિલિયમ લુકાસ અગાઉ મેરિટોનમાં વેપારમાં હતા, જ્યાં તેમણે સહનશીલ સંપત્તિ કરી હતી અને રાજાને તેમના મેયરલ્ટી દરમિયાન તેમના સરનામા દ્વારા નાઈટહુડના સન્માનમાં વધારો થયો હતો. તફાવત કદાચ ખૂબ જ મજબૂત લાગ્યું હતું. તેણે તેને તેના વ્યવસાય અને નાના બજારના નગરમાં તેના નિવાસને ધૃણા કરી હતી; અને બંનેને છોડી દીધાં, તેણે મર્ટનથી એક માઇલની આસપાસ એક મકાનમાં તેના પરિવાર સાથે હટાવી દીધી, તે સમયગાળા દરમિયાન લુકાસ લોજથી નામાંકિત થઈ, જ્યાં તે પોતાના મહત્વની આનંદ સાથે વિચાર કરી શકે છે અને વ્યવસાય દ્વારા છૂટા પડી શકે છે, તેને સંપૂર્ણપણે નાગરિક તરીકે કબજે કરી શકે છે. આખી દુનિયા. જો કે તેના રેન્ક દ્વારા પ્રસિદ્ધ હોવા છતાં, તે તેને અતિશયોક્તિયુક્ત કરતું નહોતું; તેનાથી વિપરીત, તે દરેક શરીર પર ધ્યાન કેન્દ્રિત કરે છે. કુદરત દ્વારા અપમાનજનક,

મૈત્રીપૂર્ણ અને ફરજિયાત, તેની રજૂઆત સેન્ટ. જેમ્સે તેને વિનમ્ર બનાવ્યું હતું.

સ્ત્રી લુકાસ એક ખૂબ જ સારી સ્ત્રી હતી, મિસ્ટર માટે મૂલ્યવાન પાડોશી બનવા માટે ખૂબ હોંશિયાર ન હતી. બેનેટ. - તેઓ ઘણા બાળકો હતા. તેમની સૌથી મોટી, એક સમજદાર, બુદ્ધિશાળી યુવાન સ્ત્રી, લગભગ સિત્તેર, એલિઝાબેથના ઘનિષ્ઠ મિત્ર હતા.

કે મિસ લ્યુસેસ અને મિસ બેનેટ્સ બોલ પર બોલવા માટે મળવા જોઈએ, તે એકદમ જરૂરી હતું; અને સભા પછી સભાને સાંભળવા અને સંદેશાવ્યવહાર કરવા માટે ભૂતપૂર્વ લાંબો સમય લાવવામાં આવ્યો.

"તમે સાંજે સારી રીતે શરૂ કર્યું, ચાર્લોટ," મિસ્ટર જણાવ્યું હતું. લ્યુકા ચૂકી જવા માટે નાગરિક સ્વ-આદેશ સાથે બેનેટ. "તમે મિસ્ટર બિન્ગલીની પ્રથમ પસંદગી હતી."

"હા; -પરંતુ તે તેના બીજા સારાને ગમતો લાગ્યો."

"ઓહ! -તમે જેનનો અર્થ કરો છો, મને લાગે છે - કારણ કે તે તેની સાથે બે વાર નૃત્ય કરે છે, ખાતરી કરો કે એવું લાગે છે કે તે તેની પ્રશંસા કરે છે - ખરેખર હું તેના બદલે માનતો હતો કે તેણે કર્યું - મેં તેના વિશે કંઇક સાંભળ્યું - પણ મને ભાગ્યે જ ખબર છે કે કંઇક મિ. રોબિન્સન વિશે. "

"કદાચ તમે અને એમ.આર. રોબિન્સન વચ્ચે મેં જે સાંભળ્યું છે તેનો અર્થ એ છે કે, મેં તમને તેનો ઉલ્લેખ કર્યો નથી? મિ. રોબિન્સન તેને પૂછે છે કે તેણે અમારા મેરિટોન એસેમ્બ્લીઝને કેવી રીતે ગમ્યું છે, અને શું તે નથી લાગતું કે રૂમમાં ઘણી સુંદર મહિલા હતી , અને જે તેણે સૌથી સુંદર માન્યું હતું? અને તે તરત જ છેલ્લા પ્રશ્નનો જવાબ આપી રહ્યો છે - ઓહ! શંકા સિવાય

સૌથી મોટી ભૂલ બેનેટ, તે મુદ્દા પર બે મંતવ્યો હોઈ શકતા નથી.
"

"મારા શબ્દ પર! -અહીં, તે ખરેખર ઘણું નક્કી થયું હતું - તે એવું લાગે છે - પરંતુ, તે બધું જ તમે જાણતા નથી."

ચાર્લોટ કહે છે, "મારો ઉદ્દેશ્ય તમારા કરતાં વધુ હેતુ માટે હતો, ઇલીઝા." "મિસ્ટર ડેર્સી તેના મિત્ર તરીકે સાંભળીને એટલી સારી રીતે યોગ્ય નથી, શું તે છે? -લોર એલીઝા! - ફક્ત સહન કરવા માટે."

"હું તમને વિનંતી કરું છું કે તમે તેની બિમારીથી દુઃખી થશો નહીં, કારણ કે તે અસહ્ય વ્યક્તિ છે કે તે તેનાથી ગમશે તે ખૂબ દુઃખદાયક હશે." મિસ્ટર લાંબા સમયથી મને કહ્યું કે તે બેઠો છે તેના હોઠ ખોલ્યા વગર અડધા કલાક સુધી તેની નજીક. "

"તમે ખૂબ ખાતરી કરો છો, '? -શું ત્યાં થોડી ભૂલ નથી?" જેનને કહ્યું .- "મેં ચોક્કસપણે મિ. ડેર્સીને તેની સાથે વાત કરી."

"કેમ કે તેણીએ છેલ્લે તેમને પૂછ્યું કે તેને નેધરફિલ્ડને કેવી રીતે ગમ્યું, અને તે તેનો જવાબ આપવા માટે મદદ કરી શક્યો નહીં; - પરંતુ તેણીએ કહ્યું કે તે વાતથી ખૂબ ગુસ્સે લાગ્યો હતો."

"મિસ બિંગલીએ મને કહ્યું," જેન કહે છે, "તેઓ તેમના ઘનિષ્ઠ પરિચિતતા સિવાય ક્યારેય વધારે બોલતા નથી. તેમની સાથે તેઓ નોંધપાત્ર રીતે સંમત છે."

"હું તેના પર વિશ્વાસ કરતો નથી, મારા પ્રિય. જો તે ખૂબ જ સંમત હોત તો તે લાંબા સમય સુધી એમ.એસ. સાથે વાત કરશે. પણ હું અનુમાન કરી શકું છું કે તે કેવી રીતે હતું; દરેક શરીર કહે છે કે તે ગૌરવ પામ્યો છે, અને હું હિંમત કરો કે તેણે કોઈ પણ રીતે

એમ સાંભળ્યું છે કે લાંબા સમય સુધી તે વાહન ચલાવતું નથી, અને હેક ચાઇઝમાં બોલ પર આવ્યો હતો. "

મિસ લુકાસે કહ્યું, "હું લાંબા સમય સુધી તેમની સાથે વાત ન કરું તે ધ્યાનમાં રાખતો નથી," પરંતુ મારી ઈચ્છા છે કે તેણે એલીઝા સાથે નૃત્ય કર્યું છે. "

"બીજી વાર, ઝાંખું," તેણીની માતાએ કહ્યું, "જો હું તમને હોઉં તો હું તેની સાથે ડાન્સ નહીં કરું."

"હું માનું છું, મા, હું સલામત રીતે વચન આપી શકું છું કે તમે તેની સાથે ડાન્સ નહીં કરો."

મિસ લુકાસે કહ્યું, "તેના ગૌરવ," મને ગૌરવ નથી કરતું, કારણ કે ગૌરવ ઘણીવાર કરે છે, કારણ કે ત્યાં તેના માટે બહાનું છે. કોઈએ આશ્ચર્ય કરી શક્યું નથી કે એક યુવાન માણસ, કુટુંબ, સંપત્તિ, તેના પક્ષમાં દરેક વસ્તુ , પોતાને વધારે વિચારવું જોઈએ. જો હું તેને વ્યક્ત કરી શકું તો તેને ગૌરવ કરવાનો અધિકાર છે. "

"તે ખૂબ જ સાચું છે," એલિઝાબેથએ જવાબ આપ્યો, "અને જો તે મારો વિશ્વાસ ન રાખતો હોય તો હું તેના ગૌરવને સરળતાથી માફ કરી શકું છું."

"ગૌરવ," મેરીએ નિરીક્ષણ કર્યું હતું, જેણે તેણીના પ્રતિબિંબની સખતતા પર પોતાની જાતને છલકાવી હતી, "હું વિશ્વાસ કરું છું તે ખૂબ સામાન્ય છે. મેં જે કંઇ વાંચ્યું છે તે બધું જ હું સહમત છું કે તે ખરેખર ખૂબ જ સામાન્ય છે, માનવ સ્વભાવ ખાસ કરીને પ્રાણ તે માટે, અને તેમાંના ઘણા એવા છે કે જે કેટલાક ગુણવત્તા અથવા અન્યના વાસ્તવિક અથવા કાલ્પનિક ગુણના આધારે આત્મ-સંતુષ્ટતાની લાગણીને અનુસરતા નથી. વ્યર્થતા અને ગૌરવ એ વિવિધ વસ્તુઓ છે, જો કે શબ્દોનો વારંવાર એકરૂપ થાય છે. વ્યર્થતા વગર વ્યભિચારી ગૌરવ હોઈ શકે છે. ગૌરવ

આપણા વિશેની અમારી અભિપ્રાયથી વધુ સંબંધિત છે, જેનો આપણે બીજાઓનો વિચાર કરી શકીએ છીએ તે વિશેની વ્યર્થતા. "

"જો હું મિસ્ટર ડેર્સી તરીકે સમૃધ્ધ હતો," તેણીના બહેનો સાથે આવનારા એક યુવાન લુકાસે રડતાં કહ્યું, "મને ગર્વ હોવો જોઇએ કે હું કેટલો ગર્વ અનુભવું છું. હું ફોક્સહોઉન્ડ્સનો એક પેક રાખું છું અને દરરોજ એક બોટલ પીવું છું."

"તમે તમારા કરતા વધારે મોટો દ્રાક્ષારસ પીશો," એમ મિસ્ટરે કહ્યું. બેનેટ; "અને જો હું તમને તેના પર જોઉં તો હું તમારી બોટલને સીધી દૂર લઈ જઇશ."

છોકરાએ વિરોધ કર્યો કે તેણીએ ન જોઈએ; તેણીએ જાહેરાત કરવાનું ચાલુ રાખ્યું કે તે કરશે, અને આ દલીલ માત્ર મુલાકાત સાથે જ સમાપ્ત થઈ.

પ્રકરણ વી.

લાંબી પડોશીઓની સ્ત્રીઓ ટૂંક સમયમાં નેથરફિલ્ડની રાહ જોતી હતી. મુલાકાત યોગ્ય સ્વરૂપમાં પરત કરવામાં આવી હતી. મિસ બેનેટનો આનંદદાયક રીત મિસ્ટરની સારી ઇચ્છા પર થયો. હર્સ્ટ અને મિસ બિંગલી; અને તેમ છતાં માતા અસહિષ્ણુ અને નાની હતીબહેનો સાથે બોલવાની વાત નથી, તેમની સાથે વધુ સારી રીતે પરિચિત થવા માટેની ઇચ્છા, બે મોટા પ્રત્યે વ્યક્ત કરવામાં આવી હતી. જેન દ્વારા આ ધ્યાન સૌથી મહાન આનંદથી પ્રાપ્ત થયું હતું; પરંતુ એલિઝાબેથએ હજી પણ તેની બહેનને છોડીને ભાગ્યે જ તેના શરીરના ઉપચારમાં અતિશયોક્તિયું જોયું, અને તેમને ગમ્યું નહી; જોકે જેનની તેમની દયા, જેમ કે તે હતી, તેમના ભાઇની પ્રશંસાના પ્રભાવથી તમામ સંભાવનાઓમાં ઉદ્ભવતા મૂલ્યની હતી. જ્યારે પણ તેઓ મળ્યા ત્યારે તે સામાન્ય રીતે સ્પષ્ટ હતું, તેમણે તેણીની પ્રશંસા કરી હતી;

અને તેના માટે તે પણ એટલું જ સ્પષ્ટ હતું કે જેન તેની પસંદગીની પસંદગી કરી રહ્યો હતો જે તેણે તેના માટે પ્રથમથી મનોરંજન કરવાનું શરૂ કર્યું હતું, અને પ્રેમમાં ખૂબ જ રસ ધરાવતો હતો; પરંતુ તે આનંદથી માનતી હતી કે તે સામાન્ય રીતે વિશ્વ દ્વારા શોધી શકાય તેવી શક્યતા નહોતી, કારણ કે જેનની લાગણી મોટી તાકાત સાથે મળી હતી, ગુસ્સા અને એક સમાન ખુશખુશાલતા, જે અપૂર્ણતાના શંકાથી તેની સંભાળ રાખે છે. તેણીએ તેના મિત્રને ગુમ થયેલા લુકાસને આનો ઉલ્લેખ કર્યો.

ચાર્લોટે જવાબ આપ્યો કે, "કદાચ તે સુખદ હોઈ શકે છે," આવા કિસ્સામાં જાહેરમાં લાદવામાં સક્ષમ બનવું; પરંતુ ક્યારેક તે ખૂબ જ સાવચેત રહેવાનું ગેરલાભ છે. જો કોઈ મહિલા તેના પદાર્થની સમાન કુશળતાથી છુપાવે છે. તેનાથી, તેણી તેને ઠીક કરવાની તક ગુમાવી શકે છે અને તે પછી પણ અંધકારમાં સમાન રીતે વિશ્વ પર વિશ્વાસ કરવા માટે ગરીબ દિલાસો રહેશે. લગભગ દરેક જોડાણમાં ખૂબ કૃતજ્ઞતા અથવા વેનિટી છે, તે કોઈપણને છોડવાનું સલામત નથી આપણે બધા મુક્ત રીતે પ્રારંભ કરી શકીએ છીએ-થોડી પસંદગી પ્રાકૃતિક છે; પરંતુ આપણામાંના ઘણા એવા છે કે જે ખરેખર પ્રેમ વગર પ્રેમમાં રહેવા માટે પૂરતા હોય છે. દસમાંથી નવ કિસ્સાઓમાં, એક મહિલા વધુ સારી રીતે વધુ પ્રેમ બતાવતી હતી. તેણી માને છે. બિન્ગ્લી નિઃસ્વાર્થપણે તમારી બહેનને પસંદ કરે છે, પરંતુ જો તેણી તેને મદદ ન કરે તો તે તેના કરતાં વધુ ક્યારેય કરી શકે નહીં. "

"પરંતુ તેણી તેને મદદ કરશે, તેના સ્વભાવની જેમ તેટલું જ મંજૂર કરશે. જો હું તેના માટે તેમનો અભિપ્રાય સમજી શકું, તો તે ખરેખર શોધવું નહી તે માટે તે સરળ હોવા જ જોઈએ."

"યાદ રાખો, એલિઝા, કે તે જેનની સ્વભાવ જાણે છે તે તમે જાણતા નથી."

"પરંતુ જો સ્ત્રી કોઈ માણસની આંશિક હોય અને તેને છુપાવી લેતી નથી, તો તે તેને શોધી કાઢશે."

"જો તે તેના માટે પૂરતું જુએ તો કદાચ તેને આવશ્યક છે, પરંતુ જો બિન્ગલી અને જેન સહનશીલતાપૂર્વક વારંવાર મળતા હોય, તો તે એક સાથે ઘણા કલાકો સુધી ક્યારેય નહી મળે અને તેઓ હંમેશા એકબીજાને મોટા મિશ્ર પક્ષોમાં જુએ છે, તે અશક્ય છે કે દરેક ક્ષણને રોજગારી આપવી જોઇએ જેણે એક સાથે વાતચીત કરી હતી. તેથી જેનને અડધા કલાકનો મોટાભાગનો ભાગ લેવો જોઈએ, જેમાં તેણી ધ્યાન આપી શકે છે. જ્યારે તેણી તેની સલામત છે, ત્યારે તેણીએ પ્રેમમાં પડતા પ્રેમમાં પડવાની મુક્તિ મળશે. "

એલિઝાબેથે જવાબ આપ્યો, "તમારી યોજના સારી છે," જ્યાં કશું જ નથી પરંતુ સારી રીતે લગ્ન કરવાની ઇચ્છા છે; અને જો હું ધનવાન પતિ અથવા કોઇ પતિ મેળવવાનું નક્કી કરું તો હું હિંમત લઉં છું કે મારે તેને અપનાવવું જોઈએ. આ જેનની ભાવના નથી; તે ડિઝાઇન દ્વારા અભિનય કરી રહી નથી. હજુ સુધી, તેણી પોતાની જાતની કોઇ પણ ડિગ્રી અથવા તેના તર્કસંગતતાને પણ નિશ્ચિત કરી શકતી નથી. તેણીએ તેને ફક્ત એક પખવાડિયા જ ઓળખી છે. તેણીએ ચાર નૃત્યોને મેરિટોનમાં નૃત્ય કર્યું હતું. ; તેણીએ તેને એક જ સવારે પોતાના ઘર પર જોયો, અને ત્યારથી ચાર વખત તેની સાથે કંપનીમાં ભોજન કર્યું છે. તે તેના પાત્રને સમજવા માટે પૂરતી નથી. "

"તમે તેના પ્રતિનિધિત્વ કરતા નથી, તે માત્ર તેમની સાથે જમવાઇ ગઇ છે, તેણીએ માત્ર તે જ શોધ્યું હશે કે તેની પાસે સારી ભૂખ છે કે નહીં, પરંતુ તમારે યાદ રાખવું જોઈએ કે ચાર સાંજ પણ એકસાથે ખર્ચવામાં આવ્યા છે અને ચાર સાંજ એક મોટો સોદો કરી શકે છે."

"હા; આ ચાર સાંજે તેમને ખાતરી કરવા સક્ષમ કર્યું છે કે તેઓ બંને વાણિજ્ય કરતાં વધુ સારી રીતે કામ કરે છે, પરંતુ અન્ય મુખ્ય લાક્ષણિકતાઓના સંદર્ભમાં, હું કલ્પના કરતો નથી કે ઘણું બધું પ્રગટ થયું છે."

ચાર્લોટ કહે છે, "સારું, હું મારા બધા હૃદય સાથે જેનની સફળતાની ઇચ્છા રાખું છું; અને જો તેણી સાથે તેની સાથે લગ્ન થઈ ગઈ હોય, તો મને લાગે છે કે તેણીએ ખુશીની સારી તક હતી, જેમ કે તેણી તેના પાત્રનો અભ્યાસ કરી રહી છે બારમોમું, લગ્નમાં સુખ એ સંપૂર્ણપણે તકની બાબત છે.જો પક્ષોના સ્વભાવ એકબીજાથી સારી રીતે જાણીતા હોય, અથવા તો પહેલાંથી સમાન હોય, તો તે ઓછામાં ઓછું તેમની ફેલિસિટીને આગળ વધતું નથી. તેમના વેદનાની વહેંચણી કરવા માટે પછીથી વિપરીત ઉન્નત થાઓ; અને તે વ્યક્તિના ખામીઓ જેટલી શક્ય હોય તેટલું ઓછું જાણવું વધુ સારું છે, જેની સાથે તમે તમારા જીવન પસાર કરવા માંગો છો. "

"તમે મને હસવું, ચાર્લોટ; પરંતુ તે અવાજ નથી. તમે જાણો છો કે તે અવાજ નથી, અને તમે ક્યારેય આ રીતે વર્તશો નહીં."

એમ.આર. અવલોકન માં કબજો. બિંગલીની તેની બહેન એલિઝાબેથની ઇચ્છાઓ એ શંકાથી દૂર હતી કે તે પોતે તેના મિત્રની આંખોમાં રસ ધરાવતી હતી. શ્રીમાન. ડેર્સીએ પહેલા ભાગ્યે જ તેણીને સુંદર રહેવાની મંજૂરી આપી હતી; તેમણે બોલ પર પ્રશંસા કર્યા વગર તેના પર જોવામાં આવી હતી; અને જ્યારે તેઓ ફરીથી મળ્યા, ત્યારે તેણે તેની ટીકા કરવા તરફ ધ્યાન આપ્યું. પરંતુ તેણે પોતાને અને તેના મિત્રોને તે સ્પષ્ટ કરી દીધું કે તે તેના ચહેરામાં ભાગ્યે જ સારી સુવિધા ધરાવતી હતી, તેને શોધવાનું શરૂ થયું કે તે રેન્ડર થયુંતેના ઘેરા આંખોની સુંદર અભિવ્યક્તિ દ્વારા અસાધારણ રીતે બુદ્ધિશાળી. આ શોધમાં કેટલાક અન્ય સમાન રીતે માતૃત્વ પામ્યા. જો કે તેણીએ તેમના

સ્વરૂપમાં સંપૂર્ણ સમપ્રમાણતામાં એક કરતા વધુ નિષ્ફળતા સાથે એક ગંભીર આંખથી શોધ્યું હોવા છતાં, તેણીને તેના આકૃતિને પ્રકાશ અને આનંદદાયક હોવાનું સ્વીકારવા માટે દબાણ કરવામાં આવ્યું હતું; અને તેણીના દિલને ફેશનેબલ વિશ્વની જેમ ન માનતા હોવા છતાં, તેઓ તેમની સરળ રમતિયાળતા દ્વારા પકડાયા હતા. તેનાથી તે સંપૂર્ણ રીતે અજાણ હતી; તેના માટે તે માત્ર એક જ માણસ હતો જેણે પોતે ક્યાંય સંમતિ આપી નહોતી, અને જેણે નૃત્ય કરવા માટે પૂરતી ઉદારતાથી વિચાર્યું નહોતું.

તે તેનાથી વધુ જાણવા માંગતો હતો, અને પોતાની સાથે વાતચીત તરફ એક પગલું તરીકે, બીજાઓ સાથે વાતચીતમાં હાજરી આપી. તેના આમ કરવાથી તેણીની નોટિસ આવી ગઈ. તે શ્રી વિલિયમ લુકાસની હતી, જ્યાં એક મોટી પાર્ટી ભેગા થઈ હતી.

"શ્રી ડર્સીનો અર્થ શું છે," તેણે ચાર્લોટને કહ્યું, "કર્નલ ફોસ્ટર સાથેની વાતચીત સાંભળીને?"

"તે એક પ્રશ્ન છે જે મિસ્ટર ડેર્સી ફક્ત જવાબ આપી શકે છે."

"પરંતુ જો તે એમ કરે તો હું ચોક્કસપણે તેમને જણાવીશ કે તે શું છે તે હું જોઈ શકું છું. તે ખૂબ વ્યભિચારિક આંખ ધરાવે છે, અને જો હું મારી જાતને અવિચારી હોવાનું શરૂ કરતો નથી, તો હું ટૂંક સમયમાં તેનાથી ડરશે."

થોડા સમય પછી તેમની પાસે પહોંચ્યા પછી, તેમ છતાં બોલવાનું કોઈ ઇરાદો ન હોવા છતાં, ગુમ લુકાસે તેમના મિત્રને આવા વિષયનો ઉલ્લેખ કરવા માટે અવરોધ આપ્યો હતો, જેણે તરત જ એલિઝાબેથને તે કરવા માટે પ્રોત્સાહન આપ્યું હતું, તે તેણી તરફ વળ્યા અને કહ્યું,

"તમે નથી માનતા, મિસ્ટર ડેર્સી, મેં હમણાં જ અસામાન્ય રીતે વ્યક્ત કર્યું હતું, જ્યારે હું કર્નલ ફોસ્ટરને મેરિટોન પર બોલ આપવાનો ટેકો આપતો હતો?"

"ખૂબ શક્તિ સાથે; -પરંતુ તે એક વિષય છે જે હંમેશા મહિલાને મહેનતુ બનાવે છે."

"તમે અમારા પર ગંભીર છો."

મિસ લુકાસે કહ્યું, "તે ટૂંક સમયમાં જ ટર્ન થઈ જશે." "હું સાધન ખોલવા જઈ રહ્યો છું, એલીઝા, અને તમે જાણો છો કે શું ચાલે છે."

"તમે એક મિત્રની જેમ એક ખૂબ જ વિચિત્ર પ્રાણી છો! - હંમેશા મને કોઈ પણ દેહ અને દરેક દેહ પહેલાં રમવા અને ગાવા માટે ઈચ્છતા હોય છે! - જો મારી વ્યર્થતાએ મ્યુઝિકલ ટર્ન લીધી હોય, તો તમે અમૂલ્ય હોત, પણ તે જ રીતે, હું જે ખરેખર શ્રેષ્ઠ પ્રદર્શનકારોની ટેવની ટેવમાં હોવું જોઈએ તે પહેલાં ખરેખર બેસીને નહીં. " મિસ લુકાસની નિષ્ઠા પર, તેમ છતાં, તેણીએ ઉમેર્યું, "ખૂબ સારું; જો તે આવું જ હોવું જોઈએ, તો તે આવશ્યક છે." અને મિસ્ટર પર ચપળતાપૂર્વક . , "ત્યાં એક સરસ જૂની કહેવત છે, જે અહીં દરેક શરીર ચોક્કસપણે પરિચિત છે - 'તમારા શ્વાસને તમારા પૉરીજને ઠંડુ રાખવા માટે રાખો' - અને હું મારું ગીત સુગંધી રાખવા માટે રાખીશ."

તેણીનું પ્રદર્શન આનંદદાયક હતું, જોકે, કોઈ પણ રીતે મૂડી નહીં. એક અથવા બે ગીતો પછી, અને તે ફરીથી તેણીને ગાવા માટે અનેક વિનંતીઓનો જવાબ આપી શકે તે પહેલાં, તેણી તેના બહેન મેરી દ્વારા ઇન્સ્ટ્રુમેન્ટમાં આતુરતાથી સફળ થઈ હતી, જેમણે પરિવારમાં એકમાત્ર સાદા હોવાના પરિણામે, કામ કર્યું હતું જ્ઞાન અને સિદ્ધિઓ માટે સખત, પ્રદર્શન માટે હંમેશાં અસ્પષ્ટ હતું.

મેરીમાં ન તો પ્રતિભાશાળી અને સ્વાદ હતો; અને વેનિટીએ તેણીની અરજી આપી હોવા છતાં, તેણીએ તેને સમાન રીતે એક પેન્ટેન્ટિક એર અને કલ્પિત રીત આપી હતી, જે તેણીએ પહોંચ્યા તેના કરતા ઉચ્ચ ગુણવત્તાની ઘાયલ કરી હશે. એલિઝાબેથ, સરળ અને અસરગ્રસ્ત, વધુ આનંદ સાથે સાંભળવામાં આવ્યો હતો, જોકે અડધાથી સારી રીતે રમી ન હતી; અને મેરી, લાંબા સમય સુધી સમાપ્ત થયા પછી સ્કોટચ અને આઇરીશ એર દ્વારા પ્રશંસા અને કૃતજ્ઞતા ખરીદવા માટે ખુશી થઈ હતી, તેણીની નાની બહેનોની વિનંતી પર, કેટલાક લ્યુકેસ અને બે કે ત્રણ અધિકારીઓ સાથે એક અંતમાં નૃત્યમાં જોડાયા રૂમની.

શ્રીમાન. સાંજે પસાર થવાની આ રીત પર, તેમની સાથે વાતચીતને બાકાત રાખવા માટે, તેમની સાથે તેમના પ્રત્યે ઉત્સાહયુક્ત વલણ હતું, અને સર વિલીયમ લુકાસ તેમના પાડોશી હતા તે જોવા માટે તેમના પોતાના વિચારોથી ખૂબ વ્યગ્ર હતા.

"યુવાન લોકો માટે આ એક મોહક મનોરંજન છે, મિ. ડેર્સી! ત્યાં પછી નૃત્ય જેવું કંઇ નથી. - હું તેને સૌમ્ય સમાજોની પહેલી સુધારણા તરીકે ગણું છું."

"ચોક્કસપણે, શ્રી; -અને તેનો લાભ વિશ્વના ઓછા પાશ્ચાત્ય સમાજોમાં પ્રચલિત હોવાનો પણ ફાયદો છે. - દરેક વ્યભિચારી નૃત્ય કરી શકે છે."

શ્રી વિલિયમ માત્ર હસતાં. "તમારા મિત્ર આનંદપૂર્વક કરે છે;" તેમણે વિરામ પછી ચાલુ રાખ્યું, બિંગલી જૂથમાં જોડાતા જોયા; - "અને મને નથી લાગતું કે તમે પોતે જ વિજ્ઞાનમાં અનુકૂળ છો, મિ. ડેર્સી."

"તમે મને મેરિટોન ખાતે નૃત્ય જોયું, હું માનું છું, સાહેબ."

"હા, ખરેખર, અને દૃષ્ટિથી અવિશ્વસનીય આનંદ પ્રાપ્ત થયો નથી. શું તમે ઘણી વખત સેન્ટ. જેમ્સ પર નૃત્ય કરો છો?"

"ક્યારેય નહીં, સર."

"તમને નથી લાગતું કે તે સ્થળની યોગ્ય પ્રશંસા કરશે?"

"તે એક ખુશામત છે જે હું તેને ટાળવા માટે ક્યારેય ચૂકવણી કરી શકું નહીં."

"તમારી પાસે નગરમાં એક ઘર છે, હું તારણ કાઢું છું?"

શ્રીમાન. ડર્સી .

"મેં એક વખત શહેરમાં ફિક્સિંગના કેટલાક વિચારો કર્યા હતા - કારણ કે હું શ્રેષ્ઠ સમાજનો શોખીન છું, પરંતુ લંડનની હવા સ્ત્રી લુકાસ સાથે સંમત થવાની મને ખાતરી ન હતી."

તેમણે જવાબની આશામાં થોભ્યો; પરંતુ તેના સાથીને કોઈ પણ બનાવવાની ના પાડી હતી; અને તે જ સમયે એલિઝાબેથ તેમના તરફ આગળ વધી રહ્યો હતો, તે ખૂબ જ બહાદુર વસ્તુ કરવાની કલ્પના સાથે અથડાઈ હતી, અને તેણીને બોલાવ્યો હતો,

"માય ડિયર મિસ એલીઝા, તમે નૃત્ય કેમ નથી કરી રહ્યા છો? - મિસ્ટર ડેર્સી, તમારે મને આ યુવાન સ્ત્રીને તમારા માટે ખૂબ જ ઇચ્છનીય સાથી તરીકે રજૂ કરવાની પરવાનગી આપવી જોઈએ. -તમે નૃત્ય કરવાનો ઇન્કાર કરી શકતા નથી, મને ખાતરી છે કે, જ્યારે ઘણી બધી સુંદરતા હોય તમારા પહેલા." અને તેનો હાથ લઈને, તે તેને મિ. ડેર્સી, જે અત્યંત આશ્ચર્યકારક હોવા છતાં, તે પ્રાપ્ત કરવા માટે તૈયાર ન હતી, જ્યારે તેણી તરત જ પાછો ફર્યો, અને સર વિલિયમને કેટલાક વિવાદ સાથે કહ્યું,

"ખરેખર, સાહેબ, મને નૃત્યનો ઓછામાં ઓછો ઇરાદો નથી. -હું એવું નથી માનતો કે હું ભાગીદારની વિનંતી કરવા માટે આ રીતે ગયો છું."

શ્રીમાન. ગંભીર કબૂલાત સાથે ડરસીએ તેના હાથની સન્માનની વિનંતી કરી. પરંતુ નિરર્થક છે. એલિઝાબેથ નક્કી કરવામાં આવી હતી; સાહેબ વિલિયમ પણ તેના હેતુને સમજાવવા માટે તેમના પ્રયાસને હલાવી શક્યા નહીં.

"તમે નૃત્યમાં એટલું બધું કરો છો, મિલી ઇલીઝા, કે મને જોઈને તમને ખુશીથી ના પાડવાનું ક્રૂર છે; અને જો આ સજ્જન સામાન્ય રીતે મનોરંજનને નાપસંદ કરે છે, તો તેને કોઈ વાંધો નથી, મને ખાતરી છે કે એક અડધો કલાક."

એલિઝાબેથે હસતાં કહ્યું, "મિ. ડેર્સી બધા સૌમ્યતા છે."

"તે ખરેખર છે - પરંતુ પ્રેરણાને ધ્યાનમાં રાખીને, મારા પ્રિય મિસ એલિઝા, આપણે તેના અનુયાયીથી આશ્ચર્ય પામી શકતા નથી; કેમ કે આવા સાથી પર કોણ વાંધો ઉઠાવશે?"

એલિઝાબેથ આર્કાઇવ જોવામાં, અને દૂર ચાલુ. તેણીના પ્રતિકારથી તે સજ્જન સાથે ઘાયલ થયો નહોતો, અને તે તેના વિશે કેટલીક વિચારશીલતા સાથે વિચારતી હતી, જ્યારે આ રીતે મિસ બિન્ગલી દ્વારા સંમિશ્રિત,

"હું તમારા વિષય અનુમાન કરી શકો છો."

"હું કલ્પના કરવી જોઈએ."

"તમે વિચારી રહ્યા છો કે આ રીતે ઘણા સાંજે પસાર થવું કેટલું અશક્ય છે - આવા સમાજમાં; અને ખરેખર હું તમારો અભિપ્રાય

ધરાવો છું. હું ક્યારેય વધુ ત્રાસદાયક ન હતો! અસ્પષ્ટતા અને હજુ સુધી અવાજ; આ બધા લોકોનો મહત્વ ! -તેમના પર તમારી કડક વાતો સાંભળવા હું શું આપીશ! "

"તમારો અંદાજ તદ્દન ખોટો છે, હું તમને ખાતરી આપું છું. મારું મન વધુ સંયમપૂર્વક સંલગ્ન હતું. હું ખૂબ જ આનંદથી મનન કરું છું જે એક સુંદર સ્ત્રીના ચહેરામાં સુંદર આંખો જોડી શકે છે."

મિસ બિંગલીએ તરત જ તેના ચહેરા પર તેની આંખો સુધારાઈ, અને ઇચ્છતા હતા કે તે તેને કહેશે કે સ્ત્રીને આવા પ્રતિબિંબને પ્રેરણા આપવાનું શા માટે ધિરાણ છે. શ્રીમાન. મહાન નિષ્ઠા સાથે જવાબ આપ્યો,

"એલિઝાબેથ બેનેટ ચૂકી."

"એલિઝાબેથ બેનેટ ચૂકી!" વારંવાર ચૂકી બેંગલી. "હું આશ્ચર્યચકિત છું. તેણી કેટલો સમય પ્રિય છે? - અને જ્યારે હું તમારી ખુશીની ઇચ્છા કરું ત્યારે પ્રાર્થના કરું?"

"તે જ પ્રશ્ન છે જે હું તમને પૂછી શકું છું. એક મહિલાની કલ્પના ખૂબ જ ઝડપી છે, તે એક ક્ષણથી પ્રેમથી લગ્નમાં પ્રેમ, પ્રેમથી કૂદકા મારતી જાય છે. મને ખબર છે કે તમે મને આનંદ માણી શકો છો."

"ના, જો તમે તેના વિશે ગંભીર છો, તો હું આ બાબતને સંપૂર્ણપણે સમાધાન તરીકે ધ્યાનમાં લઈશ. તમારી પાસે એક મોહક સાસુ હશે, અને ખરેખર તે તમારી સાથે પેમરેલીમાં રહેશે."

તેણીએ તેણીને સંપૂર્ણ ઉદાસીનતા સાથે સાંભળ્યું, જ્યારે તેણીએ આ રીતે પોતાની જાતને મનોરંજન કરવાનું પસંદ કર્યું, અને તેના સંમિશ્રણથી તેણીને ખાતરી થઈ કે બધું સુરક્ષિત છે, તેમનો બુદ્ધિ લાંબો સમય પસાર થયો છે.

પ્રકરણ .

શ્રીમાન. બેનેટની મિલકત લગભગ એક વર્ષમાં બે હજારની સંપત્તિમાં પૂર્ણપણે સમાયેલી હતી, જે કમનસીબે તેમની પુત્રીઓ માટે, દૂરના સંબંધ પર પુરુષના વારસદારના મૂળમાં જોડાઈ હતી; અને તેમની માતાના સંપત્તિ, જોકે તેમના જીવનની પરિસ્થિતિ માટે પૂરતા હતા, પરંતુ તેમની ખામીને ઓછી કરી શકે છે. તેણીના પિતા મેરિટોનમાં એટર્ની હતા અને તેમના ચાર હજાર પાઉન્ડ છોડી દીધા હતા.

તેણીએ એક બહેન સાથે મિ. ફિલીપ્સ, જે તેમના પિતા માટે કારકુન હતા, અને તેમની કારકિર્દીમાં સફળ થયા હતા, અને એક ભાઈ લંડનમાં સ્થાયી વેપારમાં સ્થાયી થયા હતા.

લોંગબોર્નનો ગામ મેરીટનથી માત્ર એક માઇલ હતો; યુવાન મહિલાઓને સૌથી અનુકૂળ અંતર, જે સામાન્ય રીતે અઠવાડિયામાં ત્રણ અથવા ચાર વખત લલચાવે છે, તેમના કાકીને અને મિલીનરની દુકાન પર તેમની ફરજ ચૂકવવા માટે. પરિવારના બે સૌથી નાના, કેથરિન અને લીડિયા, આ ધ્યાનમાં ખાસ કરીને વારંવાર હતા; તેમના મગજ તેમની બહેનો કરતાં વધુ ખાલી હતા ', અને જ્યારે કંઇક વધુ સારું ઓફર કરતું ન હતું, ત્યારે મેરિટોન જવાનું તેમની સવારના સમયની મજાક કરવા અને સાંજે વાતચીત કરવા માટે આવશ્યક હતું; અને જો કે સામાન્ય રીતે તે દેશની સામાન્ય સમાચાર હોઈ શકે છે, તો તેઓ હંમેશાં તેમની કાકીમાંથી કેટલાકને શીખવા માટે કન્વર્ટ થાય છે. હાલમાં, ખરેખર, પડોશીમાં મિલિટીયા રેજિમેન્ટના તાજેતરના આગમનથી સમાચાર અને સુખ સાથે બંનેને સારી રીતે પૂરી પાડવામાં આવી હતી; તે સમગ્ર શિયાળામાં રહેવાનું હતું, અને મેરીટન વડા ક્વાર્ટર હતા.

મિસ્ટર તેમની મુલાકાત. ફિલીપ્સ હવે સૌથી રસપ્રદ બુદ્ધિના ઉત્પાદક હતા. દરરોજ અધિકારીઓના નામો અને કનેક્શન્સના તેમના જ્ઞાનમાં કંઈક ઉમેરે છે. તેમના નિવાસીઓ લાંબા સમય સુધી રહસ્યમય ન હતા, અને લાંબા સમય સુધી તેઓએ અધિકારીઓને પોતાને જાણવાનું શરૂ કર્યું . શ્રીમાન. ફિલીપ્સે તેમને બધાની મુલાકાત લીધી, અને તે તેની ભત્રીજાઓને ખુલ્લી અજાણતા સ્ત્રોત માટે ખુલ્લી મુકવામાં આવી. તેઓ કશું જ બોલ્યા નહીં પરંતુ અધિકારીઓ; અને મિસ્ટર. બિંગલીની વિશાળ સંપત્તિ, જેનો ઉલ્લેખ તેના માતાને એનિમેશન આપે છે, જ્યારે તે એક નિશાનીની રેજિમેન્ટલ્સનો વિરોધ કરે ત્યારે તેની આંખોમાં નકામું હતું.

આ વિષય પર એક સવારે સાંભળ્યા પછી, શ્રી. બેનેટ ઠીકથી અવલોકન,

"હું જે રીતે તમારી વાતચીત દ્વારા એકત્રિત કરી શકું છું તેમાંથી, તમારે દેશની બે સૌથી ખીલી છોકરીઓ હોવી આવશ્યક છે. મને આને થોડો સમય લાગે છે, પરંતુ હવે હું સંમત છું."

કેથરિન તૂટી ગયું, અને કોઈ જવાબ આપ્યો નહીં; પરંતુ લીડિયાએ સંપૂર્ણ ઉદાસીનતા સાથે, કેપ્ટન કાર્ટરની પ્રશંસા વ્યક્ત કરવાનું ચાલુ રાખ્યું, અને દિવસની અંદર તેને જોવાની તેમની આશા વ્યક્ત કરી હતી, કારણ કે તે આગલી સવારે લંડન જવાનું હતું.

"હું આશ્ચર્ય પામું છું, મારા પ્રિય," મિસ્ટર જણાવ્યું હતું. બેનેટ, "કે તમે તમારા પોતાના બાળકોને મૂર્ખ લાગે તેટલું તૈયાર થવું જોઈએ. જો હું કોઈ પણ શરીરના બાળકોની સહેજ વિચારવાની ઇચ્છા રાખું છું, તો તે મારા પોતાના હોવું જોઈએ નહીં."

"જો મારા બાળકો મૂર્ખ હોય તો હું હંમેશાં તેની સમજશક્તિ રાખવાની આશા રાખું છું."

"હા - પણ તે થાય છે, તેઓ બધા ખૂબ હોંશિયાર છે."

"આ એકમાત્ર મુદ્દો છે, હું મારી જાતને ચાહું છું, જેના પર અમે સહમત નથી. હું આશા રાખું છું કે આપણી ભાવનાઓ દરેકમાં એકબીજા સાથે સંકળાયેલી હોય, પણ તમારે અમારી બે નાની દીકરીઓ અસાધારણ રીતે મૂર્ખની જેમ વિચારીને તમારાથી અલગ હોવું જોઈએ."

"મારા પ્રિય મિ. બેનેટ, તમારે એવી અપેક્ષા રાખવી જોઈએ નહીં કે આ છોકરીઓ તેમના પિતા અને માતાની લાગણી સમજાવશે.-જ્યારે તેઓ અમારી ઉંમરમાં આવશે ત્યારે હું હિંમત આપીશ કે તેઓ અમારા કરતા વધુ અધિકારીઓ વિશે વિચારશે નહીં. મને તે સમય યાદ છે જ્યારે મને એક લાલ કોટ ખૂબ જ સારી રીતે ગમ્યો - અને ખરેખર તો હું હજી પણ મારા હૃદય પર કરું છું; અને જો એક યુવાન યુવાન કર્નલને પાંચ કે છ હજાર વર્ષ સાથે મારી છોકરીઓમાંની એક જોઈએ, તો હું તેને નહીં કહું; અને મેં વિચાર્યું કે કર્નલ ફોસ્ટર બીજા રાતમાં સર વિલિયમ્સના તેના રેજિમેન્ટલ્સમાં દેખાતો હતો. "

"મામા," લીડિયાએ કહ્યું, "મારી માસી કહે છે કે કર્નલ ફોસ્ટર અને કપ્તાન કાર્ટર વારંવાર વોટસનની જેમ તેઓની જેમ આવતી હતી તેટલું જતું નથી, તેઓ હવે તેમને ક્લાર્કની લાઇબ્રેરીમાં ઊભી રહે છે."

શ્રીમતી. બેનેટને પટ્ટાના પ્રવેશદ્વાર દ્વારા મિસ બેનેટની નોંધ સાથે જવાબ આપવાનું અટકાવવામાં આવ્યું હતું; તે નેધરફિલ્ડમાંથી આવ્યું, અને નોકર જવાબ માટે રાહ જોઈ. શ્રીમતી. બેનેટની આંખો આનંદથી ચમકતી હતી, અને તેણી આતુરતાથી બોલાવતી હતી, જ્યારે તેની પુત્રી વાંચતી હતી,

"સારું, જેન, તે કોણ છે? તે શું છે? તે શું કહે છે? સારું, જેન, ઉતાવળ કરો અને અમને કહો; ઉતાવળ કરો, મારા પ્રેમ કરો."

જેન કહે છે, "તે મિસ બિંગલીથી છે, અને પછી તેને મોટેથી વાંચો.

"માય ડિયર મિત્ર,

"જો તું આજે અને લુઇસા સાથે મને જમવા માટે દયાળુ ન હોત, તો આપણી બાકીની જીંદગી માટે એકબીજાને ધિક્કારવાના ભયમાં હોઈશું, કારણ કે આખા દિવસની બે મહિલાઓ વચ્ચેનો વિનાશ ક્યારેય વિના થઇ શકે છે ઝઘડો આવે છે, જેમ તમે આ મેળવી શકો છો તેટલી જલ્દી આવે છે. મારા ભાઈ અને સજ્જન અધિકારીઓ સાથે ભોજન કરે છે. તમારી ક્યારેય,

"કેરોલાઇન બિંગલી."

"અધિકારીઓ સાથે!" રડે. "મને આશ્ચર્ય છે કે મારા કાકીએ અમને તે વિશે જણાવ્યું નથી."

"ડાઇનિંગ આઉટ," મિસ્ટર જણાવ્યું હતું. બેનેટ, "તે ખૂબ જ કમનસીબ છે."

"શું હું વાહન ચલાવી શકું?" જેન કહ્યું.

"ના, મારા પ્રિય, તમે ઘોડાઓ પર સારી રીતે જાઓ છો, કારણ કે તે વરસાદની શક્યતા લાગે છે અને પછી તમારે બધી રાત રહેવાની રહેશે."

એલિઝાબેથએ કહ્યું, "તે એક સારી યોજના હશે," જો તમને ખાતરી હોત કે તેઓ તેમના ઘરે મોકલવાની ઓફર કરશે નહીં. "

"ઓહ! પણ સજ્જન માણસો મિસ્ટર બિંગલીની મેરિટન પર ચઢી આવશે અને વાવાઝોડાઓ પાસે તેમના માટે કોઈ ઘોડો નથી."

"હું કોચમાં ઘણી જગ્યાએ ગયો હતો."

"પણ, મારા પ્રિય, તમારા પિતા ઘોડાઓને છૂટા કરી શકતા નથી, મને ખાતરી છે કે તેઓ ફાર્મમાં માગે છે, મિસ્ટર બેનેટ, તેઓ નથી?"

"તેઓ ખેતરમાં મારે વધારે ઇચ્છતા હોય તે કરતાં હું ઇચ્છું છું."

એલિઝાબેથએ કહ્યું, "પરંતુ જો તમે તેમને આજે મળી ગયા હોવ તો," મારા માતાના હેતુનો જવાબ આપવામાં આવશે. "

તેણીએ તેના પિતા પાસેથી છેલ્લા વિખેરાઈને ઘોડા કબજે કરવામાં આવી હતી તે સ્વીકૃતિ આપી હતી. તેથી જેનને ઘોડા પર જવાનું દબાણ કરવામાં આવ્યું હતું, અને તેની માતા તેને ખરાબ દિવસના ઘણાં ખુશખુશાલ પ્રોગ્નોસ્ટિક સાથે દરવાજામાં હાજરી આપી હતી. તેણીની આશાઓનો જવાબ આપવામાં આવ્યો હતો; ભારે વરસાદ પડ્યો તે પહેલાં જેન લાંબા સમય સુધી ચાલ્યો ન હતો. તેણીની બહેનો તેણી માટે અસ્વસ્થ હતી, પરંતુ તેની માતા ખુશ હતી. વરસાદ વગર સમગ્ર સાંજે ચાલુ રાખ્યું; જેન ચોક્કસપણે પાછા આવી શક્યો નથી.

"આ મારું નસીબદાર ખ્યાલ હતું, ખરેખર!" એમ કહ્યું. બેનેટ, એક કરતાં વધુ વખત, જેમ કે વરસાદ બનાવવાનું ક્રેડિટ તે બધું જ હતું. પછીની સવારે સુધી, તેણીને તેની કુશળતાના તમામ સૌમ્યતા વિશે ખબર ન હતી. નાલ્થફિલ્ડના એક નોકરએ એલિઝાબેથ માટે નીચે આપેલા નોટ લાવ્યા ત્યારે નાસ્તામાં ભાગ્યે જ ન હતો:

"મારા દિમાગમાં ચપળ,

"આજે હું મારી જાતને ખૂબ અસ્વસ્થ અનુભવું છું, જે મને લાગે છે કે, ગઈકાલે ભીનાશ થવા માટે મને પ્રતિબંધિત કરવામાં આવે છે. મારા સારા મિત્રો મને મારા પાછલા ઘરની વાત સાંભળશે નહીં જ્યાં સુધી હું વધારે સારી ન હોઉં. તેઓ મારા જોહ્ન જોન્સ-તેથી, જો તમે મારી પાસે હોવ તે વિશે સાંભળવું જોઈએ અને ગભરાટ અને માથાનો દુખાવો સિવાય મને ચિંતા ન થાય તો મારી સાથે આટલું બધું જ નથી.

"તમારું, અને સી."

"સારું, મારા પ્રિય," મિસ્ટર જણાવ્યું હતું. બેનેટ, જ્યારે એલિઝાબેથે મોટેથી આ નોંધ વાંચી હતી, "જો તમારી દીકરીને બીમારીનો ખતરનાક ફિટ હોવો જોઈએ, જો તેણી મૃત્યુ પામે તો, તે જાણવું એ એક દિલાસો હશે કે તે મિસ્ટર બિન્ગલીના અનુસરણમાં અને તમારા ઓર્ડર હેઠળ હતું. "

"ઓહ! હું તેના મરી જવાથી ડરતો નથી. લોકો સહેજ ઠંડકથી મૃત્યુ પામે છે. તેણીની સારી કાળજી લેવામાં આવશે. જ્યાં સુધી તે ત્યાં રહે ત્યાં સુધી તે ખૂબ સારી છે. હું જઈશ અને તેને જોઈશ, જો હું વાહન ચલાવી શકું. "

એલિઝાબેથ, ખરેખર ચિંતા કરતી હતી, તેણી પાસે જવાનું નક્કી થયું હતું, તેમ છતાં વાહન ચલાવવું ન હતું; અને તે કોઈ ઘોડાની સ્ત્રી ન હતી, વૉકિંગ એ તેનો એક માત્ર વિકલ્પ હતો. તેણીએ તેનું રિઝોલ્યુશન જાહેર કર્યું.

"તમે કેવી રીતે મૂર્ખ બની શકો છો," એમની માતાએ કહ્યું, "આટલું બધું વિચારીને, આ બધી ધૂળમાં! જ્યારે તમે ત્યાં પહોંચો ત્યારે તમે જોશો નહીં."

"હું જેનને જોવા માટે ખૂબ જ યોગ્ય છું-જે મને જોઈતું છે."

"શું તે મારા માટે સંકેત છે, લિઝી," તેના પિતાએ કહ્યું, "ઘોડા માટે મોકલવા?"

"ના, ખરેખર, હું ચાલવાનું ટાળવા માંગતો નથી. અંતર કંઈ નથી, જ્યારે કોઈ હેતુ હોય છે, માત્ર ત્રણ માઇલ. હું ડિનર દ્વારા પાછો આવીશ."

મેરીએ જણાવ્યું હતું કે, "હું તમારી કૃપાની પ્રવૃત્તિ પ્રશંસા કરું છું," પરંતુ લાગણી પ્રત્યેની પ્રત્યેક ઇચ્છાને કારણો દ્વારા માર્ગદર્શન આપવું જોઈએ; અને મારા મતે, મહેનત હંમેશા જરૂરી હોય તેના પ્રમાણમાં હોવી જોઈએ. "

કેથરિન અને લીડિયાએ કહ્યું - "અમે તમારી સાથે મર્ટન સુધી જઈશું." - એલિઝાબેથે તેમની કંપની સ્વીકારી, અને ત્રણ યુવાન મહિલાઓ એકસાથે બંધ થઈ ગઈ.

જણાવ્યું હતું કે, "જો આપણે ઉતાવળ કરીએ તો," તેઓ સાથે ચાલતા હતા, "કદાચ આપણે તે પહેલાં કેપ્ટન કાર્ટરમાં કંઈક જોશું."

મેરિટોન માં તેઓ ભાગ લીધો; બે અધિકારીઓએ એક અધિકારીઓની પત્નીઓની નિવાસસ્થાનની મરામત કરી, અને એલિઝાબેથે એકલા ચાલવાનું ચાલુ રાખ્યું, ઝડપથી ગતિ પછી મેદાન પાર કરી, સ્ટેલ્સ પર કૂદકા અને ઉત્સાહપૂર્ણ પ્રવૃત્તિ સાથે ઝૂંપડપટ્ટીઓ ઉપર ઉછેર કરીને, અને છેલ્લે તેને ધ્યાનમાં લીધા ઘર, થાકેલા સ્નાયુઓ, ગંદા સ્ટોકિંગ અને કસરતની ગરમીથી ઝળહળતો ચહેરો.

તેણીને નાસ્તો-પાર્લરમાં બતાવવામાં આવી હતી, જ્યાં જેન સિવાય બધા જ ભેગા થયા હતા, અને જ્યાં તેણીના દેખાવથી

આશ્ચર્યજનક આશ્ચર્ય થયું હતું. -તેણે દિવસમાં વહેલી સવારે ત્રણ માઇલ ચાલ્યા હોવી જોઈએ, આ ગંદા હવામાનમાં અને પોતાને દ્વારા, મિસ્ટર માટે લગભગ અકલ્પનીય હતી. હર્સ્ટ અને મિસ બિંગલી; અને એલિઝાબેથને ખાતરી થઈ હતી કે તેને તેના માટે અવગણના કરવામાં આવી હતી. તેણીએ, તેમ છતાં, તેમના દ્વારા ખૂબ જ નમ્રતા પ્રાપ્ત થઈ હતી; અને તેમના ભાઈના રીતભાતમાં નમ્રતા કરતા કંઈક વધારે સારું હતું; ત્યાં સારું રમૂજ અને દયા હતી.-મિસ્ટર. ડેર્સીએ ખૂબ જ ઓછું કહ્યું, અને મિ. કશું જ નહીં. ભૂતપૂર્વને તેજસ્વીતાની પ્રશંસા વચ્ચે વિભાજિત કરવામાં આવ્યું હતું, જેણે તેણીના રંગને કસરત આપી હતી, અને આ પ્રસંગે તેના પ્રસંગે શંકા વ્યક્ત કરી હતી કે તેને અત્યાર સુધી એકલા આવે છે. બાદમાં માત્ર તેના નાસ્તો વિશે વિચારી રહ્યો હતો.

તેણીની બહેન પછીની તેની પૂછપરછને ખૂબ અનુકૂળ જવાબ આપતા નહોતા. મિસ બેનેટ બીમાર સૂઈ ગયો હતો, અને તેમ છતાં, તે ખૂબ જ ખીજવંત હતો અને તેણીના રૂમ છોડવા માટે પૂરતો નહોતો. એલિઝાબેથને તાત્કાલિક લઈ જવામાં ખુશી થઈ હતી; અને જેન, જેણે એલાર્મ અથવા અસુવિધા આપવાના ડરથી બચાવી દીધી હતી, તેણીના નોંધમાં વ્યક્ત કરતા તેણીએ તેણીની મુલાકાતમાં ખુશી વ્યક્ત કરી હતી તેવું તેમણે નોંધ્યું હતું. તેણી ઘણી સમાન વાતચીતમાં સમાન નહોતી, અને જ્યારે બિંગલીએ તેમને એકસાથે છોડી દીધો ત્યારે, તેણીની સાથે જે અસાધારણ દયા કરવામાં આવી હતી તેના માટે કૃતજ્ઞતાના અભિવ્યક્તિની થોડી બાજુએ પ્રયાસ કરી શક્યો. એલિઝાબેથ શાંતિથી તેણીને હાજરી આપી.

જ્યારે નાસ્તો સમાપ્ત થયો, તેઓ બહેનો દ્વારા જોડાયા હતા; અને જ્યારે એલિઝાબેથે જેનને બતાવ્યું કે તેમની કેટલી પ્રેમાળ અને ભાવનાત્મકતા હતી, ત્યારે તેમને પોતાને પસંદ કરવાનું શરૂ થયું. એપોથકેરી આવી, અને તેના દર્દીની ચકાસણી કરી, કહ્યું કે,

એવું માનવામાં આવે છે કે તેણે હિંસક ઠંડુ પકડ્યું છે, અને તેને વધુ સારું મેળવવાનો પ્રયત્ન કરવો જ જોઇએ; તેણીને બેડ પર પાછા આવવાની સલાહ આપી, અને તેણીને કેટલાક ડ્રાફ્ટ્સ આપવાનું વચન આપ્યું. સલાહ તરત જ અનુસરવામાં આવી હતી, કારણ કે તાવના લક્ષણોમાં વધારો થયો હતો, અને તેના માથામાં તીવ્રતા હતી. એલિઝાબેથે એક ક્ષણ માટે તેણીની રૂમ છોડી દીધી ન હતી, અને અન્ય મહિલાઓ ઘણીવાર ગેરહાજર હતી; સજ્જન લોકો બહાર જતા હતા, વાસ્તવમાં તેઓ બીજાત્ર કંઇક કરવાનું જ નહોતું કરતા.

જ્યારે ઘડિયાળ ત્રણ ત્રાટક્યું ત્યારે એલિઝાબેથને લાગ્યું કે તેણીને જવું પડશે; અને ખૂબ જ આમ કહ્યું. મિસ બિંગલીએ તેને કેરેજ આપી હતી, અને તે માત્ર તેને સ્વીકારીને થોડો દબાવી લેતી હતી, જ્યારે જેણે તેની સાથે ભાગ લેવાની આ પ્રકારની ચિંતાને સાબિત કરી હતી, તે ચૂકી ગયું હતું કે બિંગલીને ચાઇઝની ઓફરને કન્વર્ટરમાં આમંત્રિત કરવા માટે આમંત્રણ આપવામાં આવ્યું હતું. . એલિઝાબેથ મોટાભાગના આભારી છે, અને એક નોકર લાંબા સમયથી તેના ઘરની સાથે પરિવારોને પરિચિત કરવા માટે મોકલવામાં આવ્યો હતો, અને કપડાંની સપ્લાય પરત લાવ્યો હતો.

પ્રકરણ .

પાંચ વાગ્યે બે મહિલાઓ ડ્રેસ કરવા માટે નિવૃત્ત થયા, અને અડધી છ એલિઝાબેથને રાત્રિભોજન માટે બોલાવવામાં આવ્યો. ત્યારબાદ જે નાગરિક પૂછપરછ કરવામાં આવી હતી, અને તેમાંથી તે એમ.આર.ની શ્રેષ્ઠ ઉપાસનાને અલગ કરવાનો આનંદ ધરાવતી હતી. બિંગલીની, તે ખૂબ અનુકૂળ જવાબ આપી શક્યા નહીં. જેન વધુ સારી રીતે ન હતી. બહેનોએ આ સાંભળ્યા પછી, ત્રણથી ચાર વખત તેઓ કેટલી દુ: ખી થયા હતા, ખરાબ ઠંડુ હતું તે કેટલું આઘાતજનક હતું, અને કેટલું અતિશય તેઓ પોતાને

બીમાર હોવાને નાપસંદ કરતા હતા; અને પછી આ બાબતે કોઈ વધુ વિચાર્યું ન હતું: અને જેનની તરફ તેમની ઉદાસીનતા જ્યારે તેની સામે તરત જ ન હતી, ત્યારે તેણે એલિઝાબેથને તેના મૂળ નાપસંદગીના આનંદ માટે પુનઃસ્થાપિત કરી.

તેમના ભાઇ, ખરેખર, પાર્ટીના એકમાત્ર હતા, જેમને તેઓ કોઈપણ સંતુષ્ટતા સાથે માનતા હતા. જેનની તેમની ચિંતા અસ્પષ્ટ હતી, અને તેની તરફેણમાં તેણીને ખૂબ આનંદદાયક લાગ્યો હતો, અને તેમણે તેણીને પોતાને ઘોંઘાટ કરનારાને ઘણું લાગ્યું કારણ કે તેણી માનતી હતી કે તેણી બીજાઓ દ્વારા માનવામાં આવે છે. તેણીને તેના સિવાયની કોઈ ઓછી સૂચના હતી. મિસ મિસ્ટર દ્વારા હતી. ડેર્સી, તેની બહેન ભાગ્યેજ ઓછી તેથી; અને એમ.આર. હર્સ્ટ, જેના દ્વારા એલિઝાબેથ બેઠેલો હતો, તે એક નિષ્ઠુર માણસ હતો, જે ફક્ત ખાવા, પીવા અને કાર્ડ પર રમવા માટે જીવતો હતો, જેણે તેને જ્યારે રાગઆઉટમાં સાદા વાનગીને પસંદ કર્યું ત્યારે તેને કશું કહેવાનું નહોતું.

રાત્રિભોજન પૂરું થયું ત્યારે, તેણી સીધા જેન તરફ પાછો ફર્યો, અને ચૂકી ગયો કે તેણી રૂમમાંથી બહાર જતા બિંગલીએ તેણીનો દુરુપયોગ કરવાનું શરૂ કર્યું. તેના શિષ્ટાચાર ખરેખર ઘણું ખરાબ હોવાનું કહેવાય છે, ગૌરવ અને અપૂર્ણતાનું મિશ્રણ; તેણી પાસે કોઈ વાતચીત ન હતી, કોઈ શૈલી, કોઈ સ્વાદ, કોઈ સુંદરતા નહોતી. શ્રીમતી. હર્સ્ટ એ જ વિચાર્યું, અને ઉમેર્યું,

"તેણી પાસે કશું જ નથી, ટૂંકમાં, તેણીની ભલામણ કરવા માટે, પરંતુ એક ઉત્તમ ફરવા જનાર હોવાનું હું આજે સવારે તેના દેખાવને ક્યારેય ભૂલી શકતો નથી. તે ખરેખર લગભગ જંગલી દેખાતી હતી."

"તેણીએ ખરેખર કર્યું, લૌઇસા. હું ભાગ્યે જ મારા ચહેરાને રાખી શકું છું. તે ખૂબ જ અસ્વસ્થપણે આવે છે! તે દેશ વિશે કૌભાંડ

કેમ કરે છે, કારણ કે તેની બહેન ઠંડીમાં હતી? તેના વાળ એટલા અસ્પષ્ટ, હળવા છે!"

"હા, અને તેના પેટટોકોટ; હું આશા રાખું છું કે તમે તેના પેટટોકોટને જોયું છે, કાદવમાં છ ઇંચ ઊંડા છે, હું ચોક્કસપણે ચોક્કસ છું; અને તે ઝભ્ભો જે તેને છુપાવી દેવામાં આવી છે, તેના ઓફિસમાં નથી."

"તમારા ચિત્ર ખૂબ ચોક્કસ હોઈ શકે છે, લૌઇસા," જણાવ્યું હતું કે; "પરંતુ આ બધું મારા પર હારી ગયું. મને લાગ્યું કે મિસ એલિઝાબેથ બેનેટ ખૂબ સારી રીતે જોતી હતી, જ્યારે તે આજે સવારે રૂમમાં આવી હતી. તેણીના ગંદા પેટ્ટીકોટ તદ્દન મારી નોટિસથી બચી ગયા હતા."

"તમે તેને જોયું, મિસ્ટર ડેર્સી, મને ખાતરી છે," મિસ બિંગલીએ કહ્યું; "અને હું એવું વિચારી રહ્યો છું કે તમે તમારી બહેનને આવી પ્રદર્શન કરવા ન ઇચ્છો."

"ચોક્કસપણે નથી."

"ત્રણ માઇલ, અથવા ચાર માઇલ, અથવા પાંચ માઇલ, અથવા તે જે કાંઈ છે તે તેના માથી ઉપરની માટી ઉપર, અને એકલા, એકલા ચાલવા માટે! તેના દ્વારા તેનો અર્થ શું હોઈ શકે છે? એવું લાગે છે કે મને ધૃણાસ્પદ સ્વતંત્રતા , મોટાભાગના દેશના શહેરમાં સુશોભન માટે ઉદાસીનતા છે. "

"તેણી તેના બહેન માટે એક સ્નેહ દર્શાવે છે જે ખૂબ જ આનંદદાયક છે," બિંગલીએ જણાવ્યું હતું.

"હું ભયભીત છું, મિ. ડેર્સી," અર્ધ કિશોરીમાં, મિસ બિંગલીએ જણાવ્યું હતું કે, "આ સાહસથી તેના દંડ આંખોની તમારી પ્રશંસાને અસર થઇ છે."

"બિલકુલ નહિ," તેમણે જવાબ આપ્યો; "તેઓ કસરત દ્વારા તેજસ્વી હતા." - એક ટૂંકા વિરામ આ ભાષણ અને મિસ્ટર. હર્સ્ટ ફરીથી શરૂ કર્યું.

"મને જેન બેનેટ માટે ખૂબ જ માન છે, તે ખરેખર એક ખૂબ જ મીઠી છોકરી છે, અને મારા હૃદયથી તે ઇચ્છે છે કે તેણી સારી રીતે સ્થાયી થઈ ગઈ. પરંતુ આવા પિતા અને માતા સાથે, અને આવા ઓછા કનેક્શન્સથી, મને ભય છે કે કોઈ તક નથી તે. "

"મને લાગે છે કે મેં તમને કહેલું સાંભળ્યું છે, કે તેમના કાકા મેરિટોનમાં એટર્ની છે."

"હા; અને તેઓ બીજું છે, જે ચેપ્સાઇડ નજીક ક્યાંક રહે છે."

"તે રાજધાની છે," તેણીની બહેન ઉમેરે છે, અને તેઓ બંને હૃદયપૂર્વક હાંસી ઉડાવે છે.

"જો તેઓ બધાં ચેપ્સાઇડને ભરવા માટે પૂરતી કાકાઓ ધરાવતા હોય," તો બિંગલીએ બૂમ પાડી, "તે તેમને એક જુટ ઓછું સ્વીકાર્ય બનાવશે નહીં."

"પરંતુ તે દુનિયામાં કોઈપણ વિચારણાના પુરૂષો સાથે લગ્ન કરવાની તેમની તકને ખૂબ જ ભૌતિક રીતે ઘટાડે છે," ડેર્સીએ જવાબ આપ્યો.

આ ભાષણ માટે બિંગલીએ કોઈ જવાબ આપ્યો નહીં; પરંતુ તેની બહેનોએ તેને તેમની હાર્દિક માન્યતા આપી, અને તેમના પ્રિય મિત્રના અશ્લીલ સંબંધોના ખર્ચ પર કેટલાક સમય માટે તેમનો આનંદ વ્યક્ત કર્યો.

નમ્રતાની નવીકરણ સાથે, તેમ છતાં, તેઓએ ડાઇનિંગ-પાર્લર છોડવા માટે તેના રૂમમાં સમારકામ કર્યું અને કોફીમાં બોલાવ્યા ત્યાં સુધી તેની સાથે બેઠો. તેણી હજી પણ ખૂબ જ નબળી હતી, અને એલિઝાબેથે તેને ઊંઘી ન હતી, સાંજે મોડી સુધી, જ્યારે તેણીને ઊંઘી જવાનું દિલાસો મળ્યું, અને જ્યારે તેણીને આનંદદાયક કરતાં તેના બદલે તેને દેખાયો ત્યારે તેણીએ સીડી નીચે જવું જોઈએ. ડ્રોઇંગ રૂમમાં પ્રવેશીને તેણીએ આખી પાર્ટીને જોરથી જોવી, અને તરત જ તેમને જોડાવા માટે આમંત્રણ આપવામાં આવ્યું; પરંતુ તેમને ઉચ્ચ રમવાની શંકા હતી, તેણીએ તેનો ઇનકાર કર્યો હતો, અને તેણીની બહેનને બહાનું બનાવ્યું હતું, તેણીએ કહ્યું હતું કે તે પોતાને ટૂંકા સમય માટે એક પુસ્તક સાથે રહેવાની મજા માણશે. શ્રીમાન. હર્સ્ટ તેના આશ્ચર્ય સાથે જોવામાં.

"શું તમે કાર્ડ્સ વાંચવાનું પસંદ કરો છો?" તેણે કહ્યું; "તે બદલે એકવચન છે."

મિસ બિંગલીએ કહ્યું, "મિસ એલીઝા બેનેટ," કાર્ડ્સને તુચ્છ કરે છે. તે એક મહાન વાચક છે અને તેને બીજી કોઈ પણ વસ્તુમાં આનંદ નથી. "

એલિઝાબેથને બૂમ પાડીને, "હું આ પ્રકારની પ્રશંસા કે આલોચના માટે લાયક નથી." "હું એક મહાન વાચક નથી, અને મને ઘણી વસ્તુઓમાં આનંદ છે."

"તમારી બહેનની નર્સિંગમાં મને ખાતરી છે કે તમારી પાસે આનંદ છે," બિન્ગલીએ કહ્યું; "અને હું આશા રાખું છું કે તે ખૂબ જ સારી રીતે જોઈને ટૂંક સમયમાં વધશે."

એલિઝાબેથે તેને તેના હૃદયથી આભાર માન્યો, અને પછી તે ટેબલ તરફ ગયો જ્યાં કેટલીક પુસ્તકો ખોટી હતી. તેમણે તરત જ

તેના અન્ય લોકોને લાવવાની ઓફર કરી; તેના પુસ્તકાલયને તે બધું જ હતું.

"અને હું ઇચ્છું છું કે મારું ભંડોળ તમારા ફાયદા માટે અને મારા પોતાના ધિરાણ માટે મોટું હતું; પરંતુ હું નિષ્ક્રિય સાથી છું, અને મારી પાસે ઘણા નથી, તેમ છતાં મારી પાસે જે છે તે કરતાં વધુ છે."

એલિઝાબેથે તેમને ખાતરી આપી કે તે રૂમમાં રહેલા લોકો સાથે પોતાની જાતને સંપૂર્ણ રીતે બંધબેસશે.

મિસ બિંગલીએ કહ્યું, "હું આશ્ચર્ય પામું છું," મારા પિતાએ પુસ્તકોનું સંગ્રહ એટલું નાનું રાખવું જોઈએ. પેમબેરિમાં તમારી પાસે કેટલી આનંદદાયક લાઇબ્રેરી છે, મિ. ડેર્સી! "

"તે સારું હોવું જોઈએ," તેમણે જવાબ આપ્યો, "તે ઘણી પેઢીઓનું કામ છે."

"અને પછી તમે તેને એટલું બધું ઉમેરી દીધું છે, તમે હંમેશાં પુસ્તકો ખરીદી રહ્યા છો."

"હું આવા દિવસોમાં કુટુંબ લાઇબ્રેરીની ઉપેક્ષાને સમજી શકતો નથી."

"અવગણના કરો! મને ખાતરી છે કે તમે તે ઉમદા સ્થળની સુંદરતાઓમાં ઉમેરી શકો છો. ચાર્લ્સ, જ્યારે તમે તમારું ઘર બનાવતા હો, તો હું ઈચ્છું છું કે પેમેમ્બરની જેમ તે અડધા જેટલું આનંદપ્રદ હશે."

"હું ઈચ્છું છું."

"પરંતુ હું ખરેખર તમને તે પડોશમાં તમારી ખરીદી કરવા સલાહ આપીશ અને પેમ્બલલીને એક પ્રકારનાં મોડલ માટે લઈશ. ડર્બીશાયર કરતાં ઇંગ્લેન્ડમાં એક સારી કાઉન્ટી નથી."

"મારા બધા હૃદય સાથે; જો ડેર્સી તેને વેચશે તો હું પોતે પેમર્લીને ખરીદીશ."

"હું શક્યતાઓ, ચાર્લ્સની વાત કરી રહ્યો છું."

"મારા શબ્દ, કેરોલિન પર, મને નકલ દ્વારા પેમેરેલી ખરીદવા માટે વધુ શક્ય લાગે છે."

એલિઝાબેથ તેના પુસ્તક માટે ખૂબ જ ઓછું ધ્યાન છોડવા માટે જે પસાર થયું તેનાથી ખૂબ જ પકડ્યો હતો; અને તરત જ તેને એકદમ મૂકીને, તેણીએ કાર્ડ-ટેબલની નજીક ખેંચી, અને મિ. બિન્ગલી અને તેની મોટી બહેન, આ રમતનું અવલોકન કરવા.

"વસંત પછી ખૂબ ઉગાડવામાં આવે છે?" મિસ બિંગલીએ કહ્યું; "શું હું તેટલી ઊંચી હશે?"

"મને લાગે છે કે તે કરશે. તેણી હવે એલિઝાબેથ બેનેટની ઊંચાઇ, અથવા તેના કરતા વધારે ચૂકી જવાની છે."

"હું ફરીથી તેને કેવી રીતે જોવાનું પસંદ કરું છું! મને કોઈએ ક્યારેય આનંદ કર્યો ન હતો જેણે મને ખુશી કરી હતી. આવા ચહેરા, આવડત! અને તેની ઉંમર માટે ખૂબ જ સિદ્ધિપૂર્ણ! પિયાનો-ફોર્ટે પર તેની કામગીરી ઉત્કૃષ્ટ છે."

"તે મારા માટે આશ્ચર્યજનક છે," બિંગલીએ કહ્યું, "કેવી રીતે યુવાન મહિલાઓ ખૂબ ધીરજવાન હોઈ શકે છે, કેમ કે તે બધા જ છે."

"બધા યુવાન મહિલાઓ પરિપૂર્ણ! મારા પ્રિય ચાર્લ્સ, તમે શું અર્થ છે?"

"હા, તે બધા, મને લાગે છે કે તેઓ બધા ટેબલ, કવર સ્ક્રિન્સ અને ચોખ્ખા પર્સને પેઇન્ટ કરે છે. હું ભાગ્યે જ જાણું છું કે આ બધું કરી શકતું નથી, અને મને ખાતરી છે કે મેં ક્યારેય પહેલી વાર કોઈ યુવાન સ્ત્રી બોલાવી નથી જાણ કરવામાં આવી હતી કે તે ખૂબ જ પરિપૂર્ણ છે. "

ડેર્સીએ કહ્યું, "તમારી સિદ્ધિઓની સામાન્ય મર્યાદાની સૂચિ," ખૂબ જ સત્ય છે. આ શબ્દનો ઉપયોગ ઘણા સ્ત્રીઓને લાગુ પડે છે, જેણે તેને પર્સનો ઉપયોગ કરીને અથવા હાડપિંજરને ઢાંકવા સિવાય અન્યથા લાયક નથી. પરંતુ હું ખૂબ દૂર છું સામાન્ય રીતે મહિલાઓની અંદાજ પ્રમાણે તમારી સાથે સંમત થવું . મારા પરિચયની સંપૂર્ણ શ્રેણીમાં અડધા ડઝનથી વધુ જાણીને હું બડાઈ કરી શકતો નથી, જે ખરેખર પૂર્ણ થાય છે. "

"ન તો હું, મને ખાતરી છે," મિસ બિંગલીએ કહ્યું.

"પછી," એલિઝાબેથને નિહાળ્યું, "તમારે એક પરિપૂર્ણ સ્ત્રીના વિચારમાં એક મોટો સોદો સમજવો આવશ્યક છે."

"હા; હું તેમાં એક મોટો સોદો સમજું છું."

"ઓહ! ચોક્કસપણે," તેમના વફાદાર મદદનીશને રડે છે, "કોઈ પણ ખરેખર માનનીય પરિપૂર્ણ થઈ શકશે નહીં, જે સામાન્ય રીતે જે મળ્યું છે તેને પાર કરતા નથી. એક સ્ત્રી પાસે સંગીત, ગાયન, ચિત્રકામ, નૃત્ય અને આધુનિકનો સંપૂર્ણ જ્ઞાન હોવો આવશ્યક છે ભાષાઓને પાત્ર હોવા જોઈએ; અને આ ઉપરાંત, તેણીની વાયુ અને ચાલવાની રીત, તેની વાણીનો અવાજ, તેનું સરનામું અને અભિવ્યક્તિ, અથવા શબ્દ અડધા હકદાર રહેશે.

"આ બધું તેણી પાસે હોવી જોઈએ," ડેર્સીએ ઉમેર્યું, "અને આ બધી બાબતો માટે તેણીએ વધુ વાંચન કરીને, તેના મનમાં વ્યાપક વાંચન કરીને, વધુ નોંધપાત્ર ઉમેરવું જોઈએ."

"હું હવે ફક્ત છ પરિપૂર્ણ સ્ત્રીઓને જાણતી વખતે આશ્ચર્ય પામતો નથી. હવે તમારા જાણીને મને આશ્ચર્ય થાય છે."

"શું તમે તમારા પોતાના સંભોગ પર એટલા ગંભીર છો કે આ બધી સંભાવનાઓ શંકા છે?"

"મેં ક્યારેય આવી સ્ત્રીને જોયું નથી, તમે જેમ કે, ક્ષમતા, અને સ્વાદ, અને એપ્લિકેશન અને લાવણ્ય ક્યારેય જોયેલી નથી, તમે યુનાઈટેડ વર્ણન કર્યું છે."

શ્રીમતી. હર્સ્ટ અને મિસ બિંગલી બંનેએ તેના ગર્ભિત શંકાના અન્યાય સામે બૂમ પાડી અને બંને વિરોધ કરતા હતા કે તેઓ ઘણી સ્ત્રીઓને જાણતા હતા જેમણે આ વર્ણનનો જવાબ આપ્યો હતો, જ્યારે મિ. હર્સ્ટે તેમને આગળ વધવા માટે શું કહેવાયું તે અંગેની કડવી ફરિયાદો સાથે, તેમને ઓર્ડર કરવા બોલાવ્યા. જેમ કે બધી વાતચીતો અંતમાં આવી હતી, એલિઝાબેથે તરત જ રૂમ છોડી દીધું.

મિસ બિંગલીએ કહ્યું, "એલિઝા બેનેટ," જ્યારે તેના પર બારણું બંધ કરાયું હતું, ત્યારે "તે યુવાન મહિલાઓમાંની એક છે જે પોતાની જાતનું ઓછું મૂલ્યાંકન કરીને પોતાની જાતની ભલામણ કરવા માંગે છે; અને ઘણા માણસો સાથે, હું કહું છું કે તે સફળ થાય છે પરંતુ, મારા મતે, તે એક વિલંબિત ઉપકરણ છે, ખૂબ જ મધ્યમ કલા છે. "

"નિઃસ્વાર્થપણે," ડેર્સીએ જવાબ આપ્યો કે, આ ટિપ્પણીને મુખ્યત્વે સંબોધિત કરવામાં આવી હતી, "આ બધી કળાઓમાં મધ્યસ્થી છે જે કેટલીકવાર સ્ત્રીઓ આકર્ષણ માટે કામ કરે છે."

વિષય ચાલુ રાખવા માટે આ જવાબ સાથે મિસ બિંગલી એટલી સંતુષ્ટ ન હતી.

એલિઝાબેથ તેમને ફરીથી કહે છે કે તેની બહેન ખરાબ છે, અને તે તેણીને છોડી શક્યો નથી. બિંગલીએ વિનંતી કરી. જોન્સને તરત જ મોકલવામાં આવશે; જ્યારે તેની બહેનોએ ખાતરી આપી કે કોઈ પણ દેશની સલાહ કોઈ પણ સેવાની હોઈ શકે નહીં, તેણે સૌથી જાણીતા ચિકિત્સકોમાંના એકને શહેરમાં વ્યક્ત કરવાની ભલામણ કરી હતી. આ, તે સાંભળશે નહીં; પરંતુ તે તેમના ભાઇના દરખાસ્તનું પાલન કરવા એટલી અનિચ્છા ન હતી; અને તે મિ. જો જોન્સ બેન્ડે નિશ્ચિત રીતે વધુ સારા ન હોત તો વહેલી સવારે જોન્સ મોકલવામાં આવે છે. બિંગલી ખૂબ અસ્વસ્થતા હતી; તેની બહેનોએ જાહેર કર્યું કે તેઓ દુઃખી હતા. તેઓએ તેમનો ઉકેલ લાવ્યોજોકે, સખત મહેનત પછી યુગલ દ્વારા, જ્યારે તેણીને તેમના ઘરના નિર્દેશક નિર્દેશો આપીને તેના લાગણીઓને વધુ સારી રીતે રાહત મળી ન હતી, જેથી બીમાર મહિલા અને તેની બહેનને પ્રત્યેક સંભવિત ધ્યાન આપી શકાય.

પ્રકરણ .

એલિઝાબેથે તેની બહેનની ઓરડીમાં રાતના વડાને પસાર કર્યો અને સવારે વહેલી સવારે પૂછપરછ માટે સહિષ્ણુ જવાબ મોકલવામાં આનંદ થયો. બિંગલી એક ગૃહિણી દ્વારા, અને થોડા સમય પછી તેમની બે બહેનો પર રાહ જોતા બે ભવ્ય મહિલાઓ પાસેથી. જો કે, આ સુધારા છતાં, તેણે લાંબા સમય સુધી મોકલાયેલી નોંધ મોકલવાની વિનંતી કરી, તેણીની માતાને જેનની મુલાકાત લેવાની ઇચ્છા હતી, અને તેણીની પરિસ્થિતિ અંગેનો પોતાના નિર્ણયની રચના કરી. નોંધ તરત જ મોકલવામાં આવી હતી, અને તેની સામગ્રીઓનું ઝડપથી પાલન કરવામાં આવ્યું હતું. શ્રીમતી. બેનેટ, તેણીની બે નાની છોકરીઓ સાથે, પરિવાર નાસ્તો પછી તરત જ નેધરફિલ્ડ પહોંચી.

તેણીએ જેનને કોઈ દેખીતા જોખમમાં જોયો, મિસ્ટર. બેનેટ ખૂબ દુ: ખી હોત; પરંતુ તેણીને જોઈને સંતુષ્ટ થયા કે તેની માંદગી ભયજનક નથી, તેણીને તાત્કાલિક પુનઃપ્રાપ્તિની કોઈ ઇચ્છા નહોતી, કારણ કે તેના આરોગ્યને પુનઃસ્થાપિત કરવાથી કદાચ તેણી તેને નેટહેફિલ્ડમાંથી દૂર કરશે. તેણીએ તેણીની પુત્રીની ઘરે લઈ જવાના પ્રસ્તાવને સાંભળ્યા નહીં; એપોથકેરી પણ નહોતી, જે એક જ સમયે આવી હતી, તે બધા સલાહદાયક છે. જેન સાથે થોડી વાર પછી, મિસ બિંગલીની હાજરી અને આમંત્રણ પર, માતા અને ત્રણ પુત્રીઓએ તેમને નાસ્તો પાર્લરમાં હાજરી આપી. બિંગલીએ તેમને આશા સાથે મળ્યા કે મિસ્ટર. બેનેટને અપેક્ષિત કરતા ખરાબ બેનેટ ખરાબ મળ્યું ન હતું.

"ખરેખર મારી પાસે, સાહેબ," તેનો જવાબ હતો. "તે ખૂબ જ બીમાર છે." મિ. જોન્સ જણાવે છે કે આપણે તેને ખસેડવા વિશે વિચારવું જોઈએ નહીં. તમારે તમારી દયા પર થોડો લાંબી અપરાધ કરવો જોઈએ. "

"દૂર!" બિંગલી રડે. "તે વિશે વિચારવું જ જોઈએ નહીં. મારી બહેન, મને ખાતરી છે કે, તેણીને દૂર કરવા વિશે સાંભળશે નહીં."

"તમે તેના ઉપર આધાર રાખી શકો છો," મેસ બિંગલીએ, ઠંડા સિવિલિટી સાથે, "તે અમારી સાથે રહેતી વખતે ચૂકી જવાનું શક્ય ધ્યાન આપશે."

શ્રીમતી. બેનેટ તેના સ્વીકારમાં વ્યસ્ત હતા.

તેણીએ ઉમેર્યું, "મને ખાતરી છે કે," જો તે આવા સારા મિત્રો માટે ન હોત તો હું જાણતો નથી કે તેનાથી શું બનશે, કેમ કે તે ખરેખર ખૂબ જ બિમાર છે અને તે એક મોટો સોદો ભોગવે છે, જો કે વિશ્વમાં સૌથી મહાન ધૈર્યથી, જે હંમેશાં તેમની સાથે હોય છે, કારણ કે તેણી પાસે અપવાદ સિવાય, હું ક્યારેય મળતો

મીઠાઈનો ગુસ્સો કરું છું. હું ઘણી વાર મારી અન્ય છોકરીઓને કહું છું કે તેઓ તેના માટે કંઈ નથી. તમારી પાસે અહીં એક મીઠી ઓરડો છે, મિસ્ટર બિન્ગલી, અને મોહક ભાવિ તે કબ્રસ્તાન ચાલે છે. મને એવા દેશની ખબર નથી જે નેથરફિલ્ડની સમકક્ષ છે. તમે આશા રાખતા હો તે ઉતાવળમાં તમે તેને છોડી દેવાનો વિચાર કરશો નહીં, જો કે તમારી પાસે ટૂંકા ભાડા પણ છે. "

"હું જે કરું છું તે ઉતાવળમાં થાય છે," તેણે જવાબ આપ્યો; "અને તેથી જો મારે નેધરફિલ્ડ છોડી દેવાનું સમાધાન કરવું જોઈએ, તો મને કદાચ પાંચ મિનિટમાં બંધ થવું જોઈએ. હાલમાં, જોકે, હું મારી જાતે અહીં ખૂબ સ્થિર છું."

એલિઝાબેથએ કહ્યું, "તે જ હું તને જે માનવું જોઈએ તેવું જ હોવું જોઈએ."

"તમે મને સમજી શકો છો, તમે કરો છો?" તેણે રડ્યા, તેણી તરફ વળ્યા.

"ઓહ! હા - હું તમને સંપૂર્ણપણે સમજું છું."

"હું ઈચ્છું છું કે હું આને પ્રશંસા માટે લઈ શકું, પરંતુ તેમાંથી સરળતાથી જોવાનું હું ભયભીત છું."

"તે જે થાય છે તે છે. તે જરૂરી નથી કે તે ઊંડા, જટિલ પાત્ર તમારા જેવા કોઈ કરતાં ઓછું અનુમાનિત પાત્ર છે."

"લિઝી," તેણીની માતાને રડતી, "તમે ક્યાં છો તે યાદ રાખો, અને જંગલી રીતે ચલાવો નહીં કે તમને ઘરે જવું પડ્યું છે."

"હું પહેલાં જાણતો નહોતો," બિંગલીએ તુરંત જ ચાલુ રાખ્યું, "તમે પાત્રનું સ્ટુઅર હતા. તે એક મનોરંજક અભ્યાસ હોવું આવશ્યક છે."

"હા; પરંતુ જટિલ અક્ષરો સૌથી મનોરંજક છે. તેઓ ઓછામાં ઓછા તે ફાયદો ધરાવે છે."

"દેશ," ડેર્સીએ કહ્યું, "સામાન્ય પુરવઠો આપી શકે છે, પરંતુ આવા અભ્યાસ માટેના કેટલાક વિષયો. એક દેશના પડોશમાં તમે ખૂબ જ મર્યાદિત અને અવિશ્વસનીય સમાજમાં જતા રહેશો."

"પરંતુ લોકો પોતાને એટલા બધા બદલાવે છે કે, તેમાં હંમેશાં જોવા માટે કંઈક નવું છે."

"હા, ખરેખર," રડ્યા મિસ્ટર. બેનેટ, એક દેશ પડોશી ઉલ્લેખ તેમના રીતે દ્વારા નારાજગી. "હું તમને ખાતરી આપું છું કે શહેરમાં જેટલું બધું ચાલે છે તે શહેરમાં છે."

દરેક શરીરને આશ્ચર્ય થયું હતું; અને એક ક્ષણ માટે તેણીને જોઇને ડરસી, ચૂપચાપથી દૂર થઇ ગઇ. શ્રીમતી. બેનેટ, જેમણે ચાહ્યું કે તેણીએ તેના પર સંપૂર્ણ વિજય મેળવ્યો હતો, તેણીએ વિજય ચાલુ રાખ્યો.

"હું જોઇ શકતો નથી કે દુકાનો અને સાર્વજનિક સ્થળો સિવાય, મારા ભાગ માટે લંડનને કોઈ મોટો ફાયદો થયો છે. દેશ એક મોટો સોદો છે, તે મિસ્ટર બિન્ગલી છે?"

"જ્યારે હું દેશમાં છું ત્યારે," હું જવાબ આપ્યો, "હું ક્યારેય તેને છોડી દેવા માંગતો નથી અને જ્યારે હું નગરમાં છું ત્યારે તે ખૂબ જ સમાન છે. તેઓના દરેક ફાયદા છે અને હું કાં તો પણ સમાન ખુશ હોઈશ."

"હા, તે એટલા માટે છે કે તમારી પાસે સાચો સ્વભાવ છે." પરંતુ તે સજ્જન, "ડરસી તરફ જોતાં," એવું લાગતું હતું કે દેશ કાંઈ જ નથી. "

"ખરેખર, મામા, તમે ભૂલથી છો," એલિઝાબેથએ કહ્યું, તેણીની માતા માટે દિલગીર. "તમે મિસ્ટર ડેર્સીને ખૂબ ખોટી રીતે માનો છો. તે માત્ર એટલું જ કહેવામાં આવ્યું હતું કે દેશમાં આવા વિવિધ લોકો સાથે નગરમાં મળવા ન હતા, જે તમારે સાચું હોવાનું માનવું જોઈએ."

"ચોક્કસ, મારા પ્રિય, કોઈએ કહ્યું ન હતું, પરંતુ આ પડોશમાં ઘણા લોકો સાથે મળવા માટે, મને લાગે છે કે ત્યાં થોડા પડોશ મોટા છે. મને ખબર છે કે અમે ચાર અને વીસ કુટુંબો સાથે ભોજન કરીએ છીએ."

એલિઝાબેથની ચિંતા સિવાય બીંગલી તેના ચહેરાને જાળવી શકશે નહીં. તેની બહેન ઓછી નાજુક હતી, અને તેની આંખને એમ.આર. ખૂબ જ અર્થપૂર્ણ સ્મિત સાથે ડાર્સી. એલિઝાબેથ, કંઈક કે જે તેણીની માતાના વિચારોને ફેરવી શકે છે તે કહેવા માટે, હવે તેને પૂછવામાં આવ્યું કે જો ચાર્લોટ લુકાસ તેના આવવાના સમયથી લાંબા સમયથી રહી હતી.

"હા, તેણીએ ગઈકાલે તેના પિતા સાથે બોલાવ્યું હતું. એક સંમતિશીલ માણસ શ્રી વિલિયમ શું છે, મિ. બિન્લી- તે નથી? ફેશનના માણસ! આટલું નમ્ર અને સરળ છે! - તે દરેક શરીરને હંમેશા કંઈક કહે છે. - તે સારો પ્રજનનનો મારો વિચાર છે અને તે લોકો જે પોતાને ખૂબ જ મહત્વપૂર્ણ લાગે છે અને ક્યારેય તેમના મુખ ખોલતા નથી, આ બાબતમાં ઘણી ભૂલ થાય છે. "

"ચાર્લોટ તમારી સાથે ભોજન કરે છે?"

"ના, તે ઘરે જશે. મને લાગે છે કે તે નાની મરઘીઓ વિશે માગે છે. મારા ભાગ માટે, મિ. બિન્ગલી, હું હંમેશાં સેવકો રાખું છું કે તેઓ પોતાનું કામ કરી શકે છે; મારી પુત્રીઓ જુદી જુદી રીતે લાવવામાં આવે છે. પોતાને માટે, અને લ્યુકેસ છોકરીઓની ખૂબ સારી પ્રકાર છે, હું તમને ખાતરી આપું છું. તે દયા છે કે તેઓ સુંદર નથી! મને લાગે છે કે ચાર્લોટ એટલો સાદો નથી-પરંતુ તે અમારી ખાસ મિત્ર છે. "

"તેણી ખૂબ સુખદ યુવાન સ્ત્રી લાગે છે," બિન્ગલીએ કહ્યું.

"ઓહ! પ્રિય, હા; -પરંતુ તમારે તેની માલિકી હોવી જોઇએ તે ખૂબ જ સાદી છે. લેડી લુકાસે ઘણીવાર આમ કહ્યું છે, અને મને જેનની સુંદરતાનો ઇર્ષ્યા કર્યો છે. મને મારા પોતાના બાળકનો બડાઈ મારવાની ગમતી નથી, પણ ખાતરી કરવા માટે, જેન-વન કોઈ પણ શરીરને વધુ સારું દેખાતું નથી. તે દરેક શરીર જે કહે છે તે જ નથી. હું મારી અંગતતા પર વિશ્વાસ કરતો નથી. જ્યારે તે ફક્ત પંદર વર્ષની હતી ત્યારે મારા ભાઇ ગાર્ડિનર શહેરમાં એક સજ્જન હતો, તેનાથી ખૂબ જ પ્રેમ, તે મારા સાસુએ ખાતરી કરી હતી કે અમે તેના ઘરે આવ્યા તે પહેલાં તેને એક તક આપશે, પણ તેમ છતાં તેણે ન કર્યું.તે કદાચ તેણીને ખૂબ જ યુવાન ગણે છે.જો કે, તેણે તેના પર કેટલીક છંદો લખી હતી અને તે ખૂબ જ સુંદર હતી. "

"અને તેથી તેની લાગણીનો અંત આવ્યો," એલિઝાબેથે નિરંતર કહ્યું. "ત્યાં ઘણા હતા, હું ફેન્સી, એ જ રીતે કાબુ. મને આશ્ચર્ય છે કે પ્રેમ દૂર ડ્રાઇવિંગ કવિતા અસરકારકતા પ્રથમ કેવી શોધ્યું!"

"હું પ્રેમના ભોજન તરીકે કવિતાને ધ્યાનમાં લેવા માટે ઉપયોગ કરું છું," ડેર્સીએ કહ્યું.

"સારું, ચક્કર, તંદુરસ્ત પ્રેમ. દરેક વસ્તુ પહેલેથી જ મજબૂત છે તે પોષણ કરે છે, પરંતુ જો તે માત્ર સહેજ, પાતળા પ્રકારની ઝંખના

હોય, તો મને ખાતરી છે કે એક સારો સોનેટ તેને સંપૂર્ણપણે ભૂખે ભૂખશે."

ડરસી માત્ર હસતાં; અને સામાન્ય થોભો જેણે એલિઝાબેથને ધ્રુજારી કરી દીધી, જેથી તેની માતા ફરીથી પોતાની જાતને ખુલ્લી કરી દે. તેણી બોલવા માટે ઉત્સુક હતી, પરંતુ કહેવાનો કંઇક વિચાર કરી શક્યો હતો; અને ટૂંકા મૌન મિસ્ટર પછી. બેનેટએ શ્રીનો આભાર માનવાનું શરૂ કર્યું. જેનને તેમની દયા માટે, બિન્ગીએ તેમને ઝાંખા સાથે મુશ્કેલીમાં મૂકવાની ક્ષમા સાથે. શ્રીમાન. બિંગલી તેના જવાબમાં બિનઅસરકારક રીતે નાગરિક હતા, અને તેમની નાની બહેનને નાગરિક તરીકે ફરજ પાડવાની ફરજ પડી હતી, અને પ્રસંગે શું જરૂરી હતું તે જણાવ્યું હતું. તેણીએ ખૂબ જ કૃતજ્ઞતા વગર ખરેખર ભાગ ભજવ્યો, પણ મિસ્ટર. બેનેટ સંતુષ્ટ થઇ ગયો હતો અને ટૂંક સમયમાં જ તેણીએ તેના વાહનને આદેશ આપ્યો હતો. આ સિગ્નલ પર, તેણીના સૌથી નાની દીકરીઓ પોતાને આગળ ધકેલે છે. આખી છોકરીઓ સમગ્ર મુલાકાત દરમિયાન એકબીજા સાથે વાતચીત કરી રહી હતી, અને તેનું પરિણામ એ હતું કે, સૌથી નાનો કર કરનારી કરજ કરાવવી જોઇએ.

એક સુંદર, સારી રીતે વિકસિત છોકરી પંદર હતી, સુંદર રંગ અને સારી રમૂજ ચહેરો સાથે; તેની માતા સાથે પ્રિય, જેની સ્નેહ તેને પ્રારંભિક ઉંમરે જાહેરમાં લાવ્યો હતો . તેણીમાં ઉચ્ચ પ્રાણીના આત્માઓ અને કુદરતી સ્વતઃ પરિણામ હતા, જે અધિકારીઓના ધ્યાન, જેમને તેમના કાકાના સારા રાત્રિભોજન અને તેણીની પોતાની સરળ રીતની ભલામણ કરવામાં આવી હતી, તેમણે ખાતરીમાં વધારો કર્યો હતો. તેથી તે એમ.આર. સંબોધવા માટે ખૂબ સમાન હતી. બિંગલીએ બોલના વિષય પર, અને અચાનક તેને તેના વચનની યાદ અપાવી; ઉમેર્યું હતું કે, જો તે તેને ન રાખે તો તે વિશ્વમાં સૌથી શરમજનક વસ્તુ હશે. આ

અચાનક હુમલોનો જવાબ તેમના માતાના કાનમાં આનંદદાયક હતો.

"હું સંપૂર્ણ રીતે તૈયાર છું, હું તમને ખાતરી આપું છું કે, મારી સગાઈ રાખવા માટે અને જ્યારે તમારી બહેન બચી જાય છે, તો તમે બોલના દિવસે જ નામ આપો, પણ તમે બીમાર હોવા છતાં નૃત્ય કરવા માંગતા નથી."

પોતાને સંતુષ્ટ જાહેર. "ઓહ! હા - જેન સારી હતી ત્યાં સુધી રાહ જોવી વધુ સારું રહેશે, અને તે સમયે મોટાભાગે સંભવતઃ કેપ્ટન કાર્ટર ફરીથી મેરિટોનમાં હશે અને જ્યારે તમે બોલ આપી હોવ ત્યારે તેણે ઉમેર્યું હતું કે," હું તેમની દલીલ પર આગ્રહ રાખું છું એક પણ. હું કર્નલ ફોસ્ટરને જણાવું છું જો તે ન કરે તો તે શરમજનક રહેશે. "

શ્રીમતી. બેનેટ અને તેની પુત્રીઓ પછી વિદાય થઈ, અને એલિઝાબેથ તરત જ જેન પરત ફર્યા, અને તેણી અને તેણીના સંબંધોનું વર્તન બે મહિલા અને મિસ્ટરની ટિપ્પણીને છોડી દીધી. ડાર્સી; જોકે, તેના પછીના, દંડ આંખો પરની તમામ મિસ બિંગલીની વિટિસિઝમ હોવા છતાં, તેના નિંદામાં જોડાવા માટે તેના પર જીત મેળવી શકાતી નથી.

પ્રકરણ એક્સ.

દિવસ પૂરો થયો તે દિવસ જેટલો પસાર થયો. શ્રીમતી. હર્સ્ટ અને મિસ બિંગલીએ અવારનવાર સવારે કેટલાક કલાકો અમાન્ય સાથે પસાર કર્યા હતા , જે ધીરે ધીરે ચાલુ રાખતા હતા; અને સાંજે એલિઝાબેથ તેમની પાર્ટીમાં ડ્રોઇંગ રૂમમાં જોડાયા. જો કે, લીઓ ટેબલ દેખાતું નથી. શ્રીમાન. ડેર્સી લખી રહ્યો હતો, અને તેની નજીક બેંગલી ચૂકી ગયો હતો, તેના પત્રની પ્રગતિ જોઈ રહ્યો હતો અને વારંવાર તેના બહેનને સંદેશાઓ દ્વારા તેનું ધ્યાન

ખેંચતો હતો. શ્રીમાન. હર્સ્ટ અને મિસ્ટર. બિંગલી પીકટ અને મિસ્ટર હતા. હર્સ્ટ તેમની રમત નિરીક્ષણ કરી રહ્યો હતો.

એલિઝાબેથે કેટલાક સુવ્યવસ્થિત કાર્યો કર્યા, અને ડેર્સી અને તેના સાથી વચ્ચે જે પાસ થયું તેમાં ભાગ લેવા માટે પૂરતા પ્રમાણમાં આનંદ થયો. તેણીની હાથ-લેખન, અથવા તેની રેખાઓની શાખ પર, અથવા તેના પત્રની લંબાઇ પર, તેણીની પ્રશંસા પ્રાપ્ત થયેલી સંપૂર્ણ અનિશ્ચિતતા સાથે, સ્ત્રીની સતત પ્રશંસા, એક વિચિત્ર સંવાદની રચના કરવામાં આવી હતી, અને તે એકરૂપ હતું દરેક તેના અભિપ્રાય સાથે.

"આવી પત્ર પ્રાપ્ત કરવા માટે કેટલી ખુશી થશે, એનો આનંદ છે!"

તેણે કોઈ જવાબ આપ્યો નહીં.

"તમે અસાધારણ રીતે ઝડપી લખો છો."

"તમે ભૂલથી છો. હું ધીમે ધીમે લખું છું."

"વર્ષના કોર્સમાં લખવા માટે તમારે કેટલા અક્ષરો હોવા જોઈએ! ધંધાના પત્રો પણ! હું તેમને કેવી રીતે વિચારી શકું!"

"તે નસીબદાર છે, તે પછી, તેઓ તમારા બદલે તમારી જગ્યાએ ઘટે છે."

"તમારી બહેનને પ્રાર્થના કરો કે હું તેને જોઈ શકું છું."

"મેં તમારી ઇચ્છાથી તેને એક વખત એક વાર કહ્યું છે."

"મને ડર છે કે તમને તમારી પેન પસંદ નથી. હું તેને તમારા માટે સુધારી શકું છું. હું પેન નોંધપાત્ર રીતે સુધારી શકું છું."

"આભાર - પરંતુ હું હંમેશાં મારું પોતાનું સમાધાન કરું છું."

"તમે પણ લખવા માટે કેવી રીતે સંઘર્ષ કરી શકો છો?"

તે મૌન હતો.

"તમારી બહેનને કહો કે હું વીણા પરના તેના સુધારણાને સાંભળીને ખુશી અનુભવું છું, અને પ્રાર્થના કરું છું કે હું ટેબલ માટે તેણીની સુંદર થોડી ડિઝાઇન સાથે આનંદમાં છું, અને મને લાગે છે કે તે ગ્રાન્ટલીની યાદમાં અનંત ચઢિયાતી છે."

"શું તમે મને ફરીથી તમારા લખાણોને સ્થગિત કરવા માટે છોડી દો છો? - હાજર રહેવા માટે મારી પાસે ન્યાય કરવા માટે જગ્યા નથી."

"ઓહ! તે કોઈ પરિણામ નથી. હું તેને જાન્યુઆરીમાં જોઉં છું, પણ શું તમે હંમેશા તેના માટે મોહક લાંબા અક્ષરો લખો છો, મિ. ડેર્સી?"

"તેઓ સામાન્ય રીતે લાંબા હોય છે, પરંતુ હંમેશાં મોહક હોય છે, તે નક્કી કરવું મારા માટે નથી."

"તે મારા માટે એક નિયમ છે, જે વ્યક્તિ લાંબા સમય સુધી લખી શકે છે, તે સરળતા સાથે બીમાર લખી શકતું નથી."

"તેના ભાઇને રડતાં કહ્યું કે," ડર્સી, કેરોલિનની પ્રશંસા માટે તે કરશે નહીં, "કારણ કે તે સરળતા સાથે લખતો નથી. તે ચાર સિલેબલ્સના શબ્દો માટે ખૂબ જ વધારે અભ્યાસ કરે છે. -શું, ડારસી?"

"મારી લેખનની શૈલી તમારાથી ઘણી અલગ છે."

"ઓહ!" રડવું મિસ બિન્ગલી, "ચાર્લ્સ કલ્પનાપાત્ર સૌથી અવિચારી રીતે લખે છે. તે અડધા શબ્દો છોડી દે છે, અને બાકીનાને ફટકો પાડે છે."

"મારા વિચારો એટલી ઝડપથી વહે છે કે મારી પાસે તેનો અભિવ્યક્ત કરવાનો સમય નથી-જેનો અર્થ છે કે મારા પત્રો ક્યારેક મારા પત્રકારોને કોઈ ખ્યાલ નથી આપતા."

એલિઝાબેથએ કહ્યું, "તમારી નમ્રતા, મિ. બિન્ગલી," ઠપકો આપવો જ જોઈએ. "

"નમ્રતાના દેખાવ કરતાં," ડેર્સીએ કહ્યું, "કંઇક વધુ કપટકારક નથી. તે ઘણીવાર અભિપ્રાયની નિરાશા અને કેટલીકવાર પરોક્ષ ગૌરવ છે."

"અને તમે બન્નેમાંથી કયો નમ્રતાનો મારો તાજેતરનો ભાગ કૉલ કરો છો?"

"પરોક્ષ ગૌરવ; -તમે ખરેખર લેખિતમાં તમારા ખામીઓ પર ગર્વ અનુભવો છો, કારણ કે તમે તેમને વિચારધારાના અભેદ્યતા અને અમલની અનૈતિકતામાંથી આગળ વધતા હોવાનું માનતા હશો, જે અનુમાન ન હોવા છતાં, તમે ઓછામાં ઓછા અત્યંત રસપ્રદ વિચારો છો. ઝડપીતા સાથેની વસ્તુ હંમેશાં માલિક દ્વારા અપનાવવામાં આવે છે, અને ઘણીવાર કામગીરીની અપૂર્ણતા તરફ ધ્યાન આપ્યા વિના. જ્યારે તમે સવારે મિસ્ટરને કહ્યું કે તમે નેધરફિલ્ડ છોડવાનું નક્કી કર્યું હોય તો તમારે પાંચ મિનિટમાં જવું જોઈએ, તમે તેનો અર્થ કરો છો તમારી જાતને પ્રશંસા કરવા માટે, તમારા માટે પ્રશંસા કરવા માટે, એક ખૂબ જ આવશ્યક વ્યવસાયમાં જે ખૂબ જરૂરી છે તેને છોડીને જવું જોઈએ અને તમારા માટે અથવા બીજા કોઈ માટે કોઈ વાસ્તવિક ફાયદો નહીં હોઈ શકે? "

"ના," બિંગલીએ બૂમ પાડી, "આ ખૂબ જ વધારે છે, રાત્રે યાદ રાખવાની બધી મૂર્ખ વસ્તુઓ જે સવારમાં કહેવામાં આવતી હતી. અને હજુ સુધી, મારા સન્માન પર, મેં વિશ્વાસ કર્યો કે મેં મારા વિશે જે કહ્યું તે સાચું છે અને હું માનું છું આ ક્ષણે, ઓછામાં ઓછું, તેથી, મેં સ્ત્રીઓની સામે દર્શાવવા માટે માત્ર અનિચ્છનીય ઉપાસનાના પાત્રને ન ધારણ કર્યું. "

"હું હિમત આપું છું કે તમે માનતા હતા; પણ હું કોઈ રીતે ખાતરીપૂર્વક નથી માનતો કે તમે આવી તીવ્રતા સાથે ચાલશો. તમારું વર્તન તકો પર આધાર રાખીને હું જે જાણું છું તેના પર નિર્ભર રહેશે; અને જો તમે તમારા ઘોડાઓને માઉન્ટ કરતા હોવ , એક મિત્ર કહે છે, 'બિન્ગલી, તમે આગલા અઠવાડિયા સુધી વધુ સારી રીતે રહો છો,' તો તમે કદાચ તે કરો છો, તમે કદાચ નહીં જાઓ-અને, બીજા શબ્દોમાં, એક મહિના રહી શકે છે. "

એલિઝાબેથને બૂમ પાડીને, "તમે ફક્ત આ જ સાબિત કર્યું છે," મિ. બિન્લીએ પોતાના સ્વભાવને ન્યાય આપ્યો ન હતો. તમે તેને પોતાને કરતાં વધુ હવે તેને બંધ કરી દીધા છે. "

બિંગલીએ કહ્યું, "મને ખૂબ આનંદ થયો છે," મારા મિત્ર મારા ગુસ્સાના મીઠાશની પ્રશંસામાં શું કહે છે તે બદલ્યા પછી પણ હું ડરતો છું કે તમે તેને વળતર આપી રહ્યા છો, જે તે સજ્જનનો કોઈ હેતુ નથી, કારણ કે તે ચોક્કસપણે મારા કરતાં વધુ સારું લાગે છે, જો આવા સંજોગોમાં હું સપાટ ઇનકાર આપવા માગું છું, અને શક્ય તેટલી ઝડપે સવારી કરી શકું છું. "

"શું મિસ્ટર ડેર્સી તમારા મૂળ ઇરાદાના અસ્વસ્થતાને ધ્યાનમાં રાખીને તમારા અંતરાત્માને ધ્યાનમાં લેશે?"

"મારા શબ્દ પર હું આ બાબતને બરાબર સમજાવી શકતો નથી, દ્વેષીને પોતાને માટે બોલવું આવશ્યક છે."

"તમે મારા મંતવ્ય માટે તમે જે અભિપ્રાયો માગતા હો તે માટે હું અપેક્ષા રાખું છું, પરંતુ જે મેં ક્યારેય સ્વીકાર્યું નથી. કેસને મંજૂરી આપવાની સાથે, તમારી પ્રતિનિધિત્વ અનુસાર, તમારે યાદ રાખવું જોઈએ, યાદ રાખવું જોઈએ કે, જે મિત્ર ઇચ્છે છે તે મિત્ર ઘરે પરત ફર્યા, અને તેમની યોજનાના વિલંબમાં, તે માત્ર ઇચ્છિત છે, તેણે તેની તરફેણમાં એક દલીલ કર્યા વિના પૂછ્યું. "

"મિત્રની સમજાવટથી સહેલાઇથી સહેલાઇથી ઉપજાવી કાઢવું એ તમારી સાથે કોઈ યોગ્યતા નથી."

"નિશ્ચિતતા વગર ઉપજ કરવા માટે ક્યાં તો સમજણ માટે કોઈ પ્રશંસા નથી."

"મિસ્ટર ડેર્સી, તમે મારી સાથે મિત્રતા અને લાગણીના પ્રભાવ માટે કંઇ પણ મંજૂરી આપશો નહીં. વિનંતી કરનારનો સબંધ ઘણી વખત વિનંતીમાં એકને સરળતાથી ઉપજાવે છે, તેમાં દલીલોની રાહ જોયા વગર તેમાં કોઈ કારણ નથી. જેમ કે તમે મિસ્ટર બિન્ગલી વિશે માનતા હતા તે કિસ્સામાં બોલતા હોઈએ છીએ. કદાચ આપણે રાહ જોવી જોઈએ, કદાચ ત્યાં સુધી સંજોગો આવે ત્યાં સુધી, આપણે તેના વર્તનની વિવેકબુદ્ધિ અંગે ચર્ચા કરીએ તે પહેલા. પરંતુ મિત્ર અને મિત્ર વચ્ચે સામાન્ય અને સામાન્ય કિસ્સાઓમાં, જ્યાં એક તેમાંના કોઈ બીજા દ્વારા કોઈ મહાન ક્ષણનું રિઝોલ્યુશન બદલવાની ઇચ્છા નથી, શું તમે તે વ્યક્તિની ઇચ્છાને અનુસરવા માટે બીમાર છો, તેનામાં દલીલ થવાની રાહ જોયા વિના? "

"શું આપણે આ વિષય પર આગળ વધતા પહેલા, આ વિનંતીને આગળ વધારવા માટે, વધુ મહત્ત્વની ગોઠવણ કરવાની સાથે સાથે પક્ષકારો વચ્ચે રહેલી આત્મવિશ્વાસની ડિગ્રીને ધ્યાનમાં રાખીને સલાહ આપીશું?"

"બધા અર્થ દ્વારા," બિંગલી રડે; "ચાલો આપણે બધી વિગતો સાંભળીએ, તેમની તુલનાત્મક ઊંચાઈ અને કદને ભૂલીએ નહીં; તેના માટે દલીલ, ચૂકી ગયેલી મિજાજમાં વધુ ભાર હશે, તેનાથી તમે પરિચિત થશો. હું તમને ખાતરી આપું છું કે જો ડાર્સી આવા લાંબા ઊંચા સાથી ન હોત, મારી તુલનામાં, હું તેને અડધા જેટલા ડહાપણની ચૂકવણી કરતો નથી. હું જાહેર કરું છું કે મને ડરસી, ખાસ પ્રસંગો અને ખાસ સ્થાનો કરતા વધુ ભયંકર વસ્તુ ખબર નથી; તેના પોતાના ઘરે ખાસ કરીને અને રવિવારની સાંજ ત્યારે કશું કરવાનું નથી. "

શ્રીમાન. ડરસી હસતાં; પરંતુ એલિઝાબેથને લાગ્યું કે તે સમજી શકે છે કે તેને બદલે નારાજગી હતી; અને તેથી તેણીને હસાવ્યો. મિસ બિંગલીએ તેના ભાઈ સાથે આવા અપ્રમાણિક વાતો કરવા માટે, તેના દ્વારા મળેલા અપમાનને ઉત્સાહપૂર્વક ગર્વ આપ્યો હતો.

"હું તમારી ડિઝાઇન, બિંગલીને જોઉં છું," તેના મિત્રે કહ્યું. "તમે દલીલને નાપસંદ કરો છો અને આને ચૂપ કરવા માંગો છો."

"કદાચ હું કરું છું. દલીલો વિવાદો જેવી ઘણી છે. જો તમે રૂમમાંથી બહાર ન જાઓ ત્યાં સુધી તમે અને મિસ બેનેટ તમારી અટકાયત કરશે, હું ખૂબ આભારી છું અને પછી તમે મને જે ગમે તે કહો."

એલિઝાબેથએ કહ્યું, "તમે જે પૂછો છો તે મારી બાજુ પર કોઈ બલિદાન નથી; અને મિ. ડેર્સીએ તેના પત્રને વધુ સારી રીતે સમાપ્ત કર્યું હતું."

શ્રીમાન. ડેર્સીએ તેણીની સલાહ લીધી અને તેણે તેનો પત્ર પૂરો કર્યો.

જ્યારે તે વ્યવસાય સમાપ્ત થયો ત્યારે, તેણે કેટલાક સંગીતના પ્રસન્નતા માટે બિંગલી અને એલિઝાબેથને ચૂકી જવા માટે અરજી કરી. મિસ બિંગલીએ પિયાનો- ફોર્ટને અલાજકતા સાથે ખસેડ્યું હતું , અને વિનમ્ર વિનંતી પછી એલિઝાબેથ માર્ગ તરફ દોરી જશે, જે બીજાને નમ્રતાપૂર્વક અને વધુ નિષ્ઠાપૂર્વક નકારાત્મક ગણાવીને, તેણીએ પોતાની જાતને બેઠી કરી હતી.

શ્રીમતી. હર્સ્ટ તેની બહેન સાથે ગાયું હતું, અને જ્યારે તેઓ આ રીતે નોકરી કરતા હતા ત્યારે એલિઝાબેથ નિરીક્ષણ કરવામાં મદદ કરી શક્યો ન હતો કારણ કે તેણે સાધન પર મૂકેલા કેટલાક સંગીત પુસ્તકો ચાલુ કર્યા હતા, વારંવાર મિ. તેના પર ડેર્સીની આંખો ઠીક થઈ ગઈ હતી. તે ખૂબ જ સારી રીતે જાણતી હતી કે તે કેવી રીતે માનવીની પ્રશંસા કરી શકે છે; અને હજી પણ તેને તેના પર નજર રાખવી જોઈએ કારણ કે તેણીએ તેને નાપસંદ કર્યો હતો, તે હજુ પણ વધુ વિચિત્ર હતું. તેણી માત્ર કલ્પના કરી શકે છે, જો કે, તે છેલ્લે તેણીની નોટિસ દોરી હતી કારણ કે તેના વિશેના અન્ય વિચારો કરતાં, તેના વિચારોના આધારે, તેણી તેના વધુ ખોટા અને ગુસ્સે થઈ શકે છે. સુસ્પષ્ટતા તેને પીડાતી ન હતી. તેણીને તેમની મંજૂરી માટે કાળજી લેવા માટે ખૂબ જ ઓછું ગમ્યું.

કેટલાક ઇટાલિયન ગીતો વગાડતા, મિસ બિંગલીએ લાઇવલી સ્કોચ એર દ્વારા વશીકરણને અલગ કર્યું; અને ટૂંક સમયમાં પછી શ્રી. , એલિઝાબેથ નજીક ચિત્રકામ, તેમને કહ્યું-

"શું તમે એક મહાન વલણ, મિસ બેનેટ, એક રીલ નૃત્ય કરવાની તક ઝડપી લેવા નથી?"

તેણી સ્મિત, પરંતુ કોઈ જવાબ આપ્યો. તેણીએ તેની મૌન પર કેટલાક આશ્ચર્ય સાથે પ્રશ્નનો પુનરાવર્તન કર્યો.

"ઓહ!" તેણીએ કહ્યું, "મેં તને પહેલાં સાંભળ્યું હતું, પરંતુ જવાબમાં હું શું કહેવા માંગું તે તુરંત જ નક્કી કરી શક્યો ન હતો.

તમે મને ઇચ્છતા હોવ, હું જાણું છું કે 'હા' કહી શકું છું કે તમને મારા સ્વાદને નાપસંદ કરવાની ખુશી થશે; પણ હું હંમેશાં આનંદ કરું છું તે પ્રકારની યોજનાઓને ઉથલાવી દેવું, અને તેમની પૂર્વ નિર્મિત તિરસ્કારના વ્યક્તિને છેતરે છે. તેથી મેં તમને કહેવા માટે મારું મગજ ઉભું કર્યું છે કે, હું એક રીલ નૃત્ય કરવા માંગતો નથી - અને જો તમે ડરશો તો હવે મને તુચ્છ ગણાવશો. "

"ખરેખર હું હિંમત નથી."

એલિઝાબેથ, તેના બદલે તેમને પકડવાની અપેક્ષા રાખવામાં આવે છે, તેમના બહાદુરીથી આશ્ચર્ય થયું હતું; પરંતુ તેની રીતમાં મીઠાશ અને કમાનશાનો મિશ્રણ હતો જેણે તેને કોઈની સામે લડવું મુશ્કેલ બનાવ્યું; અને કોઈ પણ મહિલાએ તેની સાથે હતા તેવો ડર્સી ક્યારેય આંચકી ન ગયો. તે ખરેખર માનતો હતો કે, તે તેના જોડાણોની નીચીતા માટે ન હતી, તે કેટલાક જોખમમાં હોવા જોઈએ.

મિસ બિંગલી જોયું, અથવા ઇર્ષ્યા કરવા માટે પૂરતી શંકાસ્પદ; અને તેના પ્રિય મિત્ર જેનની પુનઃપ્રાપ્તિ માટે તેણીની મોટી ચિંતા, એલિઝાબેથથી છુટકારો મેળવવાની તેમની ઇચ્છાથી કેટલીક સહાય પ્રાપ્ત કરી.

તેણી ઘણી વાર તેણીના મહેમાનને નાપસંદ કરવા, તેમના માનવામાં આવેલા લગ્નની વાત કરીને, અને આવા જોડાણમાં તેમની ખુશીની યોજના દ્વારા ડરસીને ઉશ્કેરવાની કોશિશ કરે છે.

"હું આશા રાખું છું," તેણીએ કહ્યું, કારણ કે તેઓ આગામી દિવસે ઝાડવાની સાથે એક સાથે ચાલતા હતા, "તમે તમારી સાસુને થોડી સંકેત આપી શકો છો, જ્યારે આ ઇચ્છનીય ઘટના થાય છે, તેમની જીભ પકડવાના ફાયદા માટે; અને જો તમે તેને સંકુચિત કરી શકો છો, તો અધિકારીઓ પછી ચાલી રહેલી નાની

છોકરીઓને ઉપચાર કરો. - અને, જો હું કોઇ વિષયને નાજુક કહી શકું, તો તે ઓછી વસ્તુને તપાસવાનો પ્રયાસ કરો, જે તમારી સ્ત્રીની કલ્પના અને અપૂર્ણતા પર સરહદ કરે છે. "

"શું તમારી પાસે મારા ઘરેલું ફેલિસિટી માટે પ્રસ્તાવ મૂકવા માટે બીજું કંઇ છે?"

"ઓહ! હા.-તમારા કાકા અને કાકી ફિલીપ્સના ચિત્રો પેમેમ્બરમાં ગેલેરીમાં મૂકવા દો. તેમને તમારા મહાન કાકાના ન્યાયાધીશની બાજુમાં મૂકો. તેઓ એક જ વ્યવસાયમાં છે, તમે જાણો છો; ફક્ત અલગ અલગ રીતે. તમારા એલિઝાબેથના ચિત્ર માટે, તમારે તેને લેવાનો પ્રયત્ન કરવો જોઈએ નહીં, કેમ કે તે સુંદર આંખો માટે ચિત્રકાર શું કરી શકે છે? "

"ખરેખર, તેમના અભિવ્યક્તિને પકડી રાખવું સહેલું નથી, પરંતુ તેમનો રંગ અને આકાર, અને આંખની ધૂળ, તેથી નોંધપાત્ર રીતે સુંદર, નકલ થઈ શકે છે."

તે ક્ષણે તેઓ અન્ય ચાલે, મિસ્ટર દ્વારા મળ્યા હતા. હર્સ્ટ અને એલિઝાબેથ પોતે.

"હું જાણતો નહોતો કે તમે ચાલવાનો ઇરાદો ધરાવતા હતા," એમ મિસ બિંગલીએ કેટલાક મૂંઝવણમાં જણાવ્યું હતું કે, તેઓ જોરથી સાંભળી શક્યા ન હતા.

"તમે અમને અયોગ્ય બીમાર ઉપયોગ કર્યો," એમએસએ જવાબ આપ્યો. હર્સ્ટ, "તમે અમને બહાર આવી રહ્યા હતા તે કહીને વગર ચાલી રહેલ."

પછી મિ. ડરસી, તેણીએ પોતે જ ચાલવા એલિઝાબેથ છોડી દીધી. પાથ માત્ર ત્રણ સ્વીકાર્યું. શ્રીમાન. તેમના લાગ્યું અને તરત જ કહ્યું, -

"આ વૉક અમારી પાર્ટી માટે પૂરતું નથી. અમે એવન્યુમાં વધુ સારી રીતે ગયા હતા."

પરંતુ એલિઝાબેથ, જે તેમની સાથે રહેવાની ઓછામાં ઓછી ઝંખના ન હતી, હાસ્યપૂર્વક જવાબ આપ્યો,

"ના, ના, જ્યાં રહો છો ત્યાં રહો. - તમે મોહક જૂથમાં છો, અને અસાધારણ લાભમાં દેખાય છે. ચોથું સ્વીકારીને મનોહર બગડી જશે."

તેણીએ પછી એક અથવા બે દિવસમાં ફરીથી ઘરે રહેવાની આશામાં આનંદ માણ્યો. સાંજે સાંજે બે કલાક તેમના રૂમ છોડીને જવાનો ઇરાદો હોવાથી જેન પહેલેથી જ બચાવી લેવામાં આવી હતી.

પ્રકરણ .

જ્યારે ડિનર પછી મહિલાઓને કાઢી નાંખવામાં આવે ત્યારે, એલિઝાબેથ તેની બહેન તરફ દોડતી હતી અને તેને ઠંડાથી સાવચેતીથી જોતા, તેણીએ ચિત્રકામ ખંડમાં હાજરી આપી હતી; જ્યાં તેણીના બે મિત્રો દ્વારા ખુશીના ઘણા વ્યવસાયો સાથે સ્વાગત કરવામાં આવ્યું; અને એલિઝાબેથે ક્યારેય તેમને એટલા સંમત જોયું ન હતું કેમ કે તે માણસો સમક્ષ હાજર થયા તે સમય દરમિયાન હતા. તેમની વાતચીતની શક્તિ નોંધપાત્ર હતી. તેઓ ચોકસાઈ સાથેના મનોરંજનનું વર્ણન કરી શકે છે, રમૂજ સાથેનો ઉપહાસ, અને આત્મા સાથેના તેમના પરિચય પર હસશે.

પરંતુ જ્યારે સજ્જન લોકોએ પ્રવેશ કર્યો ત્યારે, જેન હવે પ્રથમ વસ્તુ ન હતી. મિસ બિંગલીની આંખો તાત્કાલિક ડરસી તરફ વળેલી હતી, અને તેણે ઘણાં પગલાઓ આગળ ધપાવતા પહેલાં તેને કંઈક કહેવાનું હતું. તેમણે વિનમ્ર અભિનંદન સાથે બેનેટને

ચૂકી જવા માટે સીધી રીતે સંબોધ્યા; શ્રીમાન. હર્સ્ટે તેને થોડો ધનુષ પણ બનાવ્યો, અને કહ્યું કે તે "ખુબ ખુશ હતો"; પરંતુ વિસર્જન અને ઉષ્ણતાને બેંગ્લીના અભિનંદન માટે રાખવામાં આવ્યું. તે આનંદ અને ધ્યાનથી ભરેલો હતો. પહેલો અડધો કલાક આગને ઢાંકવા માટે વિતાવ્યો હતો, જેથી તેણી રૂમના પરિવર્તનથી પીડાય નહીં; અને તેણે અગ્નિની બીજી બાજુ તેની ઇચ્છાને દૂર કરી દીધી, જેથી તે દરવાજાથી દૂર થઈ શકે. તે પછી તેણી તેના દ્વારા બેઠા, અને ભાગ્યે જ કોઈ અન્ય સાથે વાત કરી . એલિઝાબેથ, વિપરીત ખૂણામાં કામ પર, તે બધાને ખૂબ આનંદ સાથે જોયું.

જ્યારે ચા વધારે હતી, મિ. હર્સ્ટે કાર્ડ-ટેબલની તેમની સાસુને યાદ કરાવ્યું- પણ નિરર્થક. તેણીએ ખાનગી ગુપ્ત માહિતી મેળવી હતી જે શ્રી. ડેર્સી કાર્ડ માટે ઇચ્છા નહોતી; અને મિસ્ટર. ટૂંક સમયમાં જ હર્સ્ટ મળ્યું પણ તેમની ખુલ્લી અરજી નકારાઈ. તેણીએ તેમને ખાતરી આપી કે કોઈ પણ રમત રમવાનો ઇરાદો ધરાવતો નથી અને આ વિષય પરની સમગ્ર પાર્ટીની મૌન, તેણીને ન્યાયી ઠેરવે છે. શ્રીમાન. તેથી હર્સ્ટને કાંઈ કરવાનું કંઈ ન હતું, પરંતુ પોતાને સોફાસ પર ઉભો કરવા અને ઊંઘમાં જવાનું હતું. એક પુસ્તક લીધો; મિસ બિંગલી એ જ કર્યું; અને મિસ્ટર. હર્સ્ટ, મુખ્યત્વે તેના કડા અને રિંગ્સ સાથે રમવા માટે કબજો મેળવ્યો હતો, હવે તેના જોડે મિસ બેનેટ સાથેના સંબંધમાં જોડાયો હતો.

મિસ બિંગલીનું ધ્યાન મિસ્ટર જોવામાં ખૂબ રોકાયું હતું. પોતાની પુસ્તક વાંચીને, ડેર્સીની પ્રગતિની જેમ; અને તે હંમેશાં કેટલીક પૂછપરછ કરી રહી હતી, અથવા તેના પૃષ્ઠને જોઈ રહી હતી. તેણી કોઈ પણ વાતચીતમાં તેને જીતી શક્યો નહીં; તેણે ફક્ત તેના પ્રશ્નનો જવાબ આપ્યો અને વાંચ્યું. તેના પુસ્તક સાથે ખૂબ આનંદિત થવાનો પ્રયત્ન કરીને ખૂબ થાકેલા, જે તેણે માત્ર પસંદ કર્યું હતું કારણ કે તે તેની બીજી આવૃત્તિ હતી, તેણે એક મોટું યોન આપ્યું અને કહ્યું, "આ રીતે સાંજે ગાળવું કેટલું આનંદકારક

છે!" ! પછી હું જાહેર કરું છું કે વાંચવા જેવું કોઈ આનંદ નથી! પુસ્તક કરતાં કેટલું વધારે એક ટાયર્સ! - જ્યારે મારી પાસે મારું પોતાનું ઘર હોય, તો મારી પાસે ઉત્તમ લાયબ્રેરી ન હોય તો હું દુઃખી થઈશ. "

કોઈએ કોઈ જવાબ આપ્યો નથી. તેણીએ પછી ફરીથી ઝભ્ભો કર્યો, તેના પુસ્તકને એક બાજુથી ફેંકી દીધી, અને કેટલાક આનંદની શોધમાં ઓરડામાં તેની આંખો ફેંકી દીધી; જ્યારે તેના ભાઈને બેનેટને ચૂકી જવા માટે બોલનો ઉલ્લેખ કરતા સાંભળવામાં આવે ત્યારે તેણી અચાનક તેની તરફ વળ્યો અને કહ્યું,

"બાય, ચાર્લ્સ દ્વારા, શું તમે ખરેખર નેધરફિલ્ડમાં નૃત્ય કરવા માટે ખરેખર ગંભીર છો? - હું તમને સલાહ આપીશ કે, તમે તે નક્કી કરો તે પહેલાં, વર્તમાન પક્ષની ઇચ્છાઓનો સંપર્ક કરવા માટે; હું ખૂબ ભૂલ કરું છું કે જો આપણામાંના કેટલાક નથી જેના માટે બોલ આનંદની જગ્યાએ સજા થશે. "

"જો તમે ડરસીનો અર્થ કરો છો," તો તેના ભાઈએ રડતાં કહ્યું, "તે સૂઈ જાય તે પહેલાં, તે સૂઈ જાય છે, જો તે શરૂ થાય તે પહેલાં, પરંતુ બોલ માટે, તે ખૂબ જ સ્થાયી વસ્તુ છે; અને જલદી નિકોલ્સે સફેદ સૂપ બનાવ્યું છે. મારા કાર્ડ્સ રાઉન્ડ મોકલશે. "

તેણીએ જવાબ આપ્યો, "જો મને જુદી જુદી રીતે આગળ ધકેલવામાં આવે તો તે મને અનિશ્ચિત રીતે વધુ સારી રીતે ગમશે, પરંતુ આવા મીટિંગની સામાન્ય પ્રક્રિયામાં કંટાળાજનક રીતે કંટાળાજનક કંઈક છે. જો નૃત્યને બદલે વાતચીત કરવી વધુ નિશ્ચિત હશે દિવસનો આદેશ આપ્યો. "

"વધુ ડહાપણભર્યું, મારા પ્રિય કેરોલાઇન, હું કહું છું, પરંતુ તે એક બોલની જેમ નજીક નહીં હોય."

મિસ બિંગલીએ કોઈ જવાબ આપ્યો નહીં; અને ટૂંક સમયમાં જ ઊભો થયો અને ઓરડામાં ચાલ્યો ગયો. તેણીની આકૃતિ ભવ્ય હતી, અને તે સારી રીતે ચાલતી હતી; -પરંતુ, ડર્સી, જેના પર તેનો લક્ષ્યાંક હતો, તે હજી પણ અવિચારી રીતે અભ્યાસમાં હતો. તેણીની લાગણીઓના નિરાશામાં તેણીએ એક પ્રયાસ પર વધુ નિરાકરણ કર્યું; અને, એલિઝાબેથ તરફ વળ્યા, કહ્યું,

"એલિઝા બેનેટ ચૂકી જાઓ, ચાલો હું તમને મારા ઉદાહરણને અનુસરવા માટે સમજાવું, અને રૂમ વિશે વળતર લેવાનું. - હું તમને ખાતરી આપું છું કે એક વલણમાં આટલા લાંબા સમય સુધી બેસીને ખૂબ તાજગી આપવી."

એલિઝાબેથને આશ્ચર્ય થયું હતું, પરંતુ તરત જ તે માટે સંમત થયા હતા. મિસ બિંગલી તેની સિવિલિટીની વાસ્તવિક વસ્તુમાં ઓછા સફળ થયા હતા; શ્રીમાન. જોવામાં. તે ક્વાર્ટરમાં ધ્યાનની નવીનતા જેટલી જાગૃત હતી કે એલિઝાબેથ પોતે હોઈ શકે છે, અને અજાણતા તેની પુસ્તક બંધ કરી દીધી હતી. તેમને સીધા જ તેમની પાર્ટીમાં જોડાવા માટે આમંત્રણ આપવામાં આવ્યું હતું, પરંતુ તેમણે તેને અવગણ્યું, તે કલ્પના કરી શકે છે કે તેઓ કલ્પના કરી શકે છે, પરંતુ તેમના હેતુ સાથે મળીને ઓરડામાં નીચે ચાલવા માટેના બે હેતુઓ, જેમાંના કોઈપણ હેતુથી તેમાં જોડાવાથી તે દખલ કરશે. "તેનો અર્થ શું હોઈ શકે? તેણી જાણતા હતા કે તેનો અર્થ શું હોઈ શકે છે" - અને એલિઝાબેથને પૂછ્યું કે શું તે તેને સમજી શકે છે?

"બિલકુલ નહિ," તેનો જવાબ હતો; "પરંતુ તેના પર આધાર રાખે છે, તે આપણા પર ગંભીર હોવાનો અર્થ છે, અને તેના નિરાશાજનક રસ્તાની રીત, તેના વિશે કંઇ પણ પૂછવું નહીં."

મિસ બિંગલી, જોકે, નિરાશાજનક મિસ્ટર અક્ષમ હતી. કોઈ પણ વસ્તુમાં ડરસી, અને તેથી તેણે તેના બે હેતુઓની સમજણની જરૂર પડે છે.

"મને સમજાવવા માટે તેમને સૌથી નાનો વાંધો નથી," તેમણે કહ્યું કે, તેમણે તેમને બોલવાની પરવાનગી આપી. "તમે ક્યાં તો સાંજે પસાર કરવાની આ પદ્ધતિને ચુસ્ત કરો છો કારણ કે તમે એકબીજાના આત્મવિશ્વાસમાં છો અને ચર્ચા કરવા માટે ગુપ્ત બાબતો ધરાવો છો, અથવા તમે સભાન છો કે કેમ તે જાણતા હોય છે કે તમારા આંકડા વૉકિંગમાં સૌથી વધુ ફાયદાકારક લાગે છે; -પ્રથમ તો, હું સંપૂર્ણપણે તમારી રીત; - અને બીજું જો, હું આગથી બેસીને તમારી પ્રશંસા કરી શકું છું. "

"ઓહ! આઘાતજનક!" ચૂકી ચૂકી બેંગલી. "મેં કદી આટલું કંટાળાજનક સાંભળ્યું નથી. આવા ભાષણ માટે આપણે તેને કેવી સજા કરીશું?"

એલિઝાબેથ કહે છે કે, "જો તમારી પાસે વલણ હોય તો તેટલું સરળ નથી." "આપણે બધા એકબીજાને પીડા આપી શકીએ અને સજા કરી શકીએ. તેના પર હસવું-હસવું. -તમે જેમ ઘનિષ્ઠ છો, તમારે જાણવું જોઈએ કે તે કેવી રીતે કરવું તે છે."

"પરંતુ મારા સન્માન પર હું નથી કરતો. હું તમને ખાતરી આપું છું કે મારી આત્મવિશ્વાસએ મને તે શીખવ્યું નથી. ગુસ્સાની શાંતિ અને મનની હાજરીને ઉત્તેજિત કરો! ના, ના-મને લાગે છે કે તે ત્યાં અમને બદનામ કરી શકે છે. અને હાસ્ય તરીકે, અમે જો તમે કૃપા કરી, કોઈ વિષય વગર હાસ્ય કરવાનો પ્રયાસ કરીને જાતને ખુલ્લા પાડશો નહીં. મિસ્ટર ડેર્સી પોતાને ગુંજાવશે. "

"મિસ્ટર ડેર્સીએ હસવું નથી!" એલિઝાબેથ રડે. "તે એક અસાધારણ ફાયદો છે, અને અસામાન્ય હું આશા રાખું છું કે તે ચાલુ રહેશે, કેમ કે તે ઘણા પરિચિતોને મારા માટે એક મોટી ખોટ છે. મને ખૂબ આનંદ થાય છે."

"મિસ બિંગલી," તેમણે જણાવ્યું હતું કે, "મને હોઈ શકે તે કરતાં વધુ માટે ક્રેડિટ આપવામાં આવ્યું છે. સૌથી બુદ્ધિશાળી અને શ્રેષ્ઠ પુરુષો, ના, તેમના શ્રેષ્ઠ અને શ્રેષ્ઠ કાર્યો, જે વ્યક્તિના જીવનમાં પ્રથમ વસ્તુ હાસ્યાસ્પદ બની શકે છે રમુજ."

"ચોક્કસપણે," એલિઝાબેથએ જવાબ આપ્યો - "આવા લોકો છે, પણ હું આશા રાખું છું કે હું તેમાંનો એક નથી. હું આશા રાખું છું કે હું કદીયે સારી અથવા સારી વસ્તુની મજાક કરું છું. ફોલ્સ અને નકામું, ધૂમ્રપાન અને અસંગતતા મને દુર કરે છે, હું માલિક છું, અને હું જ્યારે પણ હું કરીશ ત્યારે તેમને હસવું. પરંતુ આ, હું ધારું છું, તમે જે વિના છો તે બરાબર છે. "

"કદાચ તે કોઈ પણ માટે શક્ય નથી. પણ તે મારા નબળાઇને ટાળવા માટે મારા જીવનનો અભ્યાસ રહ્યો છે જે ઘણીવાર ઉપહાસ માટે મજબૂત સમજણનો ખુલાસો કરે છે."

"જેમ કે વેનિટી અને ગૌરવ."

"હા, વેનિટી ખરેખર એક નબળાઇ છે. પરંતુ ગૌરવ કે જ્યાં મનની વાસ્તવિક શ્રેષ્ઠતા છે, ગૌરવ હંમેશા સારા નિયમન હેઠળ રહેશે."

એલિઝાબેથ એક સ્મિત છુપાવવા માટે ચાલુ.

"મિસ્ટર ડર્સીની તમારી પરીક્ષા પૂરી થઇ ગઈ છે, હું ધારું છું," મિસ બિંગલીએ કહ્યું - "અને પ્રાર્થના પરિણામ શું છે?"

"મને ખાતરી છે કે મિ. ડેર્સી પાસે કોઈ ખામી નથી. તે પોતે છુપાવેલા વગર પોતાની માલિકી ધરાવે છે."

"ના," "હું" એવું બોલું છું કે, મેં કોઈ આ પ્રકારના પ્રત્યાઘાત કર્યા નથી. મારી પાસે પૂરતા ખામી છે, પરંતુ તે નથી, હું આશા રાખું

છું, સમજશક્તિની છે. મારો ગુસ્સો મને હિંમત નથી કરતો. વિશ્વમાં અનુકૂળતા માટે થોડું. હું બીજાઓની ભૂલો અને દુર્ઘટનાને એટલી જલ્દી ભૂલી શકતો નથી કે મારી વિરુદ્ધના અપરાધો. મારી લાગણીઓ તેમને ખસેડવાના દરેક પ્રયાસ સાથે કંટાળી ગયેલી નથી. મારો ગુસ્સો સંભવતઃ રાજીનામું કહેવાશે. - એકવાર ગુમાવ્યું મારી સારી અભિપ્રાય હંમેશ માટે ખોવાયેલો છે. "

"તે ખરેખર નિષ્ફળ રહ્યું છે!" - એલિઝાબેથ રડે. "અસ્પષ્ટ અસંતોષ એક પાત્રમાં છાંયો છે પણ તમે તમારી ભૂલને સારી રીતે પસંદ કરી છે. - હું ખરેખર તેના પર હસવું નહીં. તમે મારાથી સુરક્ષિત છો."

"હું માનું છું કે, દરેક સ્વભાવમાં કોઈ ચોક્કસ દુષ્ટ વલણ છે, કુદરતી ખામી છે, જે શ્રેષ્ઠ શિક્ષણ પણ દૂર કરી શકે છે."

"અને તમારા ખામી એ દરેક શરીરને ધિક્કારવાની વલણ છે."

"અને તમારું," તેમણે સ્મિત સાથે જવાબ આપ્યો, "ઇરાદાપૂર્વક તેમને ગેરસમજ કરવા માટે છે."

"ચાલો આપણે થોડો સંગીત લઈએ," - રૉસ મિસ બિન્ગલી, એક વાતચીતથી કંટાળી ગઇ હતી જેમાં તેણીનો કોઈ ભાગ નથી .-- "લૌઇસા, તમે મારા જાગતા મિસ્ટર હર્સ્ટને ધ્યાનમાં રાખશો નહીં."

તેણીની બહેનએ સૌથી નાનો વાંધો ના કર્યો, અને પિયાનો-ફ્રોર્ટે ખુલ્લો મુક્યો, અને થોડી ક્ષણો યાદ કર્યા પછી, ડરસી, તેના માટે દિલગીર ન હતી. તેણે એલિઝાબેથને ખૂબ ધ્યાન આપવાનું જોખમ અનુભવવાનું શરૂ કર્યું.

પ્રકરણ .

બહેનો વચ્ચેના કરારના પરિણામે, એલિઝાબેથે બીજી સવારે તેની માતાને લખ્યું કે, આ દિવસ દરમિયાન ગાડી મોકલવામાં આવી શકે છે. પરંતુ મિસ્ટર. બેનેટ, જેણે તેની પુત્રીઓને નીચેના મંગળવાર સુધી નેટહેલ્ડફિલ્ડ પર રાખ્યા હતા, જેણે જેનનું અઠવાડિયું પૂરું કર્યું હતું, તે પહેલાં તેમને આનંદ પ્રાપ્ત કરવા માટે પોતાને લાવી શક્યા નહીં. તેથી, તેણીનો જવાબ, ઓછામાં ઓછું એલિઝાબેથની ઇચ્છાઓને ન હતી, કારણ કે તે ઘરે જવા માટે અશક્ય હતી. શ્રીમતી. બેનેટે તેમને શબ્દ મોકલ્યો કે તેઓ કદાચ મંગળવાર પહેલાં વાહન સંભાળી શકે નહીં; અને તેના પોસ્ટસ્ક્રીપ્ટમાં તે ઉમેરવામાં આવ્યું હતું, જો એમ.આર. બિંગલી અને તેની બહેને તેમને લાંબા સમય સુધી રહેવા માટે દબાણ કર્યું હતું, તે તેમને ખૂબ જ સારી રીતે છોડી શકે છે. - લાંબા સમય સુધી રહેવાની વિરુદ્ધમાં, એલિઝાબેથને હકારાત્મક રીતે ઉકેલી દેવામાં આવી હતી-અને તે અપેક્ષા પણ નહોતી કરતી કે તેણી પૂછશે; અને ભયભીત, તેનાથી વિપરીત, પોતાને અનિયંત્રિત લાંબા સમય સુધી ઘૂસણખોરી તરીકે ગણવામાં આવે તે રીતે, તેણે જેનને મિસ્ટરને ઉધાર લેવા વિનંતી કરી. બિંગલીની ગાડી તાત્કાલિક, અને લંબાઈથી તે સ્થાયી થઇ ગઈ કે સવારે સવારે નેધરફિલ્ડ છોડવાની તેમની મૂળ રચનાનો ઉલ્લેખ કરવો જોઈએ અને વિનંતી કરવામાં આવી હતી.

સંચારમાં ચિંતાના ઘણા વ્યવસાયો ઉત્સાહિત થયા; અને તેમને પછીના દિવસે જેન પર કામ કરવા માટે ઓછામાં ઓછા સુધી રહેવાની ઇચ્છા હોવાનું કહેવાતું હતું; અને આવતીકાલે, તેમના જવાનું સ્થગિત થયું હતું. મિસ બિંગલીને માફ કરવામાં આવી હતી કે તેણે વિલંબની દરખાસ્ત કરી હતી, કારણ કે તેના એક બહેનની ઇર્ષ્યા અને નાપસંદ થવાથી તે બીજા માટે તેના પ્રેમને વધારે પડતો હતો.

ઘરના માલિકે વાસ્તવિક દુઃખ સાથે સાંભળ્યું કે તેઓ ખૂબ જ ઝડપથી જતા હતા, અને વારંવાર મિસ બેનેટને સમજાવવાનો પ્રયાસ કર્યો કે તે તેના માટે સલામત નહીં હોય-તે પુરવાર થઇ શક્યું નહીં; પરંતુ જેન તે સ્થાયી હતી જ્યાં તેણી પોતાને યોગ્ય હોવાનું લાગતું હતું.

મિ. તે સ્વાગત બુદ્ધિ હતી-એલિઝાબેથ પૂરતી લાંબા સમય સુધી કરવામાં આવી હતી. તેણીએ તેને પસંદ કરતાં વધુ આકર્ષે છે- અને ચૂકી ચૂકી તેના માટે બિન્ગલી અનિશિષ્ટ હતી, અને પોતાને કરતાં વધુ આકર્ષક. તેમણે ખાસ કરીને સાવચેત રહેવાનું નિશ્ચયપૂર્વક નિશ્ચયપૂર્વક નિશ્ચિત કર્યું કે પ્રશંસાની કોઇ નિશાની હવે તેને છટકી લેવી જોઇએ નહીં, તેનાથી તેણીને તેના પરિશ્રમને પ્રભાવિત કરવાની આશા સાથે તેને ઉન્નત કરી શકતા નથી; સમજદાર છે કે જો આવી કોઇ વિચાર સૂચવવામાં આવી હોય, તો છેલ્લા દિવસ દરમિયાન તેના વર્તનને તેની પુષ્ટિ અથવા કચરામાં ભૌતિક વજન હોવું આવશ્યક છે. તેમના હેતુઓ માટે સતત, તેમણે ભાગ્યે જ સંપૂર્ણ શનિવાર દ્વારા દસ શબ્દો બોલ્યા, અને તેઓ એક સમયે પોતાની જાતને અડધા કલાક સુધી છોડી ગયા હોવા છતાં, તેમણે તેમના પુસ્તકમાં સૌથી વધુ પ્રામાણિકપણે પાલન કર્યું હતું, અને તેના પર પણ નજર રાખ્યા હતા.

રવિવારના રોજ, સવારની સેવા પછી, જુદું જુદું, લગભગ બધાને સ્વીકાર્ય, થયું. એલિઝાબેથને ચૂકી ગયેલી મિસ બિંગલીની સગવડતા ઝડપથી ખૂબ જ ઝડપથી વધી, તેમજ જેન માટે તેના પ્રેમમાં; અને જ્યારે તેઓ ભાગ લેતા, આનંદ પછીના સમયે ખાતરી આપ્યા બાદ તે હંમેશા તેને લાંબા ગાળાના અથવા નેટહેરફિલ્ડ પર જોવા માટે આપે છે , અને તેણીને ખૂબ જ નમ્રતાપૂર્વક સ્વીકારે છે, તેણીએ પણ ભૂતપૂર્વ સાથે હાથ પકડ્યો. -લીઝાબેથે સમગ્ર પક્ષની રજા લીધી જીવંત આત્માઓ.

તેઓ તેમના માતા દ્વારા ખૂબ જ હોશિયાર રીતે ઘરનું સ્વાગત કરતા નહોતા. શ્રીમતી. બેનેટ તેમના આવતા સમયે આશ્ચર્ય વ્યક્ત કરે છે, અને તેમને ખૂબ જ તકલીફ આપવા માટે ખૂબ જ ખોટું માનવામાં આવે છે, અને ખાતરી કરો કે જેન ફરીથી ઠંડુ પકડશે. -પરંતુ તેમના પિતા, તેમના આનંદના અભિવ્યક્તિમાં ખૂબ જ લાક્ષણિક હોવા છતાં, તેમને જોવાથી ખરેખર આનંદ થયો હતો; તેમણે કુટુંબ વર્તુળમાં તેમનો મહત્વ અનુભવ્યો હતો. સાંજે વાતચીત, જ્યારે તેઓ બધા ભેગા થઈ ગયા, જેન અને એલિઝાબેથની ગેરહાજરી દ્વારા, તેના મોટાભાગના એનિમેશન ગુમાવ્યાં, અને લગભગ તમામ અર્થઘટન ગુમાવી દીધું.

તેઓ સામાન્ય બાસ અને માનવીય સ્વભાવના અભ્યાસમાં ઊંડા, હંમેશની જેમ મેરીને મળ્યા; અને પ્રશંસકો માટે કેટલાક નવા અર્ક હતા, અને કેટલાક નવા અવલોકનો થ્રેડ-બેર નૈતિકતા સાંભળવા માટે. કેથરિન અને લીડિયા પાસે તેમની અલગ અલગ પ્રકારની માહિતી હતી. ઘણું કરવામાં આવ્યું હતું, અને અગાઉના બુધવારથી રેજિમેન્ટમાં ઘણું કહેવામાં આવ્યું હતું; ઘણા અધિકારીઓએ તેમના કાકા સાથે તાજેતરમાં જ ભોજન કર્યું હતું, ખાનગીમાં ફસાઈ ગઇ હતી, અને તે વાસ્તવમાં સંકેત આપવામાં આવ્યું હતું કે કર્નલ ફોસ્ટરનું લગ્ન થવાનું હતું.

પ્રકરણ .

"હું આશા રાખું છું, મારા પ્રિય," મિસ્ટર જણાવ્યું હતું. તેમની પત્નીને બેનેટ, કારણ કે તેઓ સવારના નાસ્તામાં હતા, "તમે આજે સારા રાત્રિભોજનનો ઓર્ડર આપ્યો છે, કારણ કે મારી પાસે અમારી પારિવારિક પાર્ટીનો ઉમેરો કરવાની અપેક્ષા છે."

"તમે કોણ છો તેનો અર્થ શું છે, મારા પ્રિય? હું જાણું છું કે આવનાર કોઈ પણ મને ખાતરી નથી, સિવાય કે ચાર્લોટ લુકાસને કૉલ કરવો જોઈએ અને હું આશા રાખું છું કે મારા રાત્રિભોજન

તેના માટે પૂરતા હોય. હું માનું છું કે તે ઘણીવાર ઘરે આવવા જુએ છે . "

"જે વ્યક્તિ હું બોલું છું તે એક સજ્જન અને અજાણી વ્યક્તિ છે." શ્રીમતી. બેનેટની આંખો ચમકતી હતી .-- "એક સજ્જન અને અજાણી વ્યક્તિ! તે મિસ્ટર બિન્ગલી છે, મને ખાતરી છે. શા માટે તમે ક્યારેય આ શબ્દ છોડી નથી શકતા; તમે વાંધો છો! સારું, મને ખાતરી છે કે હું મિ. .-પરંતુ-સારા ભગવાન! કેવી રીતે કમનસીબ! દિવસ માટે મળી થોડી માછલી નથી. , મારા પ્રેમ, ઘંટડી રિંગ. મને આ ક્ષણે, હિલ સાથે વાત કરવી જ પડશે. "

"તે મિસ્ટર નથી," તેના પતિ જણાવ્યું હતું કે; "તે તે વ્યક્તિ છે જેને મેં મારા જીવનના સમગ્ર અભ્યાસમાં ક્યારેય જોયો નથી."

આ એક સામાન્ય આશ્ચર્ય આશ્ચર્ય પામી; અને તેની પત્ની અને પાંચ દીકરીઓએ એક જ સમયે આતુરતાથી પૂછપરછ કરી હતી.

પોતાની જિજ્ઞાસા સાથે થોડો સમય પોતાને આનંદિત કર્યા પછી, તેમણે આમ સમજાવ્યું. "લગભગ એક મહિના પહેલા મને આ પત્ર મળ્યો હતો, અને લગભગ એક પખવાડિયા પહેલા મેં તેનો જવાબ આપ્યો હતો, કારણ કે મેં વિચાર્યું કે તે કેટલાક સ્વાદિષ્ટ વસ્તુનો કેસ છે અને પ્રારંભિક ધ્યાનની જરૂર છે. તે મારા પિતરાઈ ભાઈ, કોલિન્સ, કે જે જ્યારે હું મરી ગયો છું , આ ઘરમાંથી તમને જે ગમે તેટલું જલદી જ તપાસી શકે છે. "

"ઓહ, મારા પ્રિય," તેની પત્નીએ કહ્યું, "હું તે ઉલ્લેખ સાંભળવા સહન કરી શકતો નથી. તે અપવિત્ર માણસની પ્રાર્થના ન કરો. મને લાગે છે કે આ દુનિયામાં સૌથી મુશ્કેલ વસ્તુ છે, તમારી મિલકત તમારી પાસેથી દૂર થવી જોઈએ પોતાના બાળકો; અને મને ખાતરી છે કે જો હું તમારો હોત, તો મને પહેલા કંઈક કરવા અથવા તેના વિશે બીજું કરવાનો પ્રયત્ન કરવો જોઈએ. "

જેન અને એલિઝાબેથએ તેણીને તેના અસ્તિત્વની પ્રકૃતિ સમજાવી કરવાનો પ્રયાસ કર્યો. તેઓ વારંવાર તે પહેલાં પ્રયત્ન કરતા હતા, પરંતુ તે એક વિષય હતો જેના પર મિસ્ટર. બેનેટ કારણોસર પહોંચવાની બહાર હતો; અને તે પાંચ પુત્રીઓના પરિવારમાંથી એક એસ્ટેટમાંથી વસાહત સ્થાયી કરવાના ક્રૂરતા વિરુદ્ધ કઠોરતાથી રેલ ચાલુ રાખતી હતી, જે માણસની તરફેણમાં કોઈની કાળજી લેતી ન હતી.

"તે ચોક્કસપણે સૌથી અન્યાયી પ્રણય છે," એમ મિસ્ટર જણાવ્યું હતું. બેનેટ, "અને લાંબા સમયથી વારસાગત વારસાના અપરાધમાંથી શ્રી કોલિન્સને કશું પણ સ્પષ્ટ કરી શકશે નહીં, પરંતુ જો તમે તેના પત્રને સાંભળો છો, તો કદાચ તમે પોતાને વ્યક્ત કરવાના તેના રીતથી થોડું નરમ થઈ શકો છો."

"ના, મને ખાતરી છે કે હું નહીં હોઉં; અને મને લાગે છે કે તે તમારા માટે ખૂબ જ અગત્યનું હતું અને તે ખૂબ જ ઢોંગભર્યું હતું. હું આવા ખોટા મિત્રોને ધિક્કારું છું. શા માટે તે તમારા પિતા સાથે ઝઘડવાનું ચાલુ રાખી શકતો નથી? તેની આગળ શું કર્યું? "

"તમે શા માટે સાંભળી શકો છો, તે ખરેખર, તે માથા પર કેટલાક ફીલિયલ સ્ક્રેપલ્સ હોવાનું જણાય છે."

હંસફોર્ડ, વેસ્ટરહામ નજીક, કેન્ટ,
15 ઑક્ટોબર.

પ્રિય સાહેબ,

તમારા અને મારા અંતમાં સન્માનિત પિતા વચ્ચેની મતભેદ હંમેશાં મને ખૂબ અસ્વસ્થતા આપે છે, અને કારણ કે મારી પાસે તેને ગુમાવવાનું દુર્ઘટના છે, હું વારંવાર ઉલ્લંઘનને સાજા કરવાની ઇચ્છા રાખું છું; પરંતુ કેટલાક સમય માટે મને મારા પોતાના શંકાઓ દ્વારા પાછો રાખવામાં આવ્યો હતો, કારણકે તે કોઈ

પણ સાથે સારી શરતો પર તેની યાદશક્તિ માટે અસ્વસ્થ લાગતું હોઈ શકે છે, જેની સાથે તે હંમેશાં તેના બદલામાં હોવાને કારણે ખુશ થયા હતા .- "ત્યાં, મિસ્ટર .તમારી બાજુ પર કૃપા કરીને અવગણવામાં આવશે, અને તમે ઑલિવે શાખાને નકારી કાઢશો નહીં. તમારી યોગ્ય દીકરીઓને ઇજા પહોંચાડવાના સાધન હોવા પર હું ચિંતા કરતાં અન્યથા હોઈ શકતો નથી, અને તેના માટે માફી માગી લેવા વિનંતી કરું છું, તેમજ તે દરેક શક્ય સુધારણા કરવા માટે મારી તૈયારીની ખાતરી આપું છું, પણ આ પછીથી. જો તમને તમારા ઘરે આવવા માટે કોઈ વાંધો ન હોવો જોઇએ, તો હું તમને અને તમારા પરિવાર, સોમવાર, 18 મી નવેમ્બર, ચાર વાગ્યે રાહ જોવાની સંતોષ પ્રસ્તુત કરું છું, અને કદાચ શનિવારની સાંજે સુધી તમારી હોસ્પિટાલિટી પર તિરસ્કાર કરું છું નીચેની બાબતો, જે હું કોઈપણ અસુવિધા વિના કરી શકું છું, કારણ કે લેડી કેથરિન રવિવારના રોજ મારી પ્રાસંગિક ગેરહાજરીને અવરોધે છે, સિવાય કે કેટલાક પાદરીઓ દિવસની ફરજ બજાવવા માટે રોકાયેલા હોય છે. હું રહીશ, પ્રિય શ્રી, તમારી સ્ત્રી અને પુત્રીઓ પ્રત્યે સન્માન સાથે,

વિલિયમ કોલિન્સ. "

"ચાર વાગ્યે, તેથી, અમે આ શાંતિ-નિર્માણ કરનાર સજ્જનની અપેક્ષા રાખી શકીએ છીએ," એમ મિ. બેનેટ, કારણ કે તેણે પત્રને ફોલ્ડ કર્યો છે. "તે મારા શબ્દ પર સૌથી વધુ પ્રામાણિક અને નમ્ર યુવાન હોવાનું જણાય છે; અને મને શંકા છે કે તે મૂલ્યવાન પરિચય સાબિત કરશે નહીં, ખાસ કરીને જો કે મહિલા કેથરિન એટલી સંવેદનશીલ હોવી જોઈએ કે તે ફરીથી અમને આવવા દે."

"જોકે છોકરીઓ વિશે જે કહે છે તેમાં થોડો સંભાવના છે અને જો તેને કોઈ ફેરફાર કરવા માટે નિકાલ કરવામાં આવે છે, તો હું તેને નિરાશ કરવા માટે વ્યક્તિ નહીં બનીશ."

જેન કહે છે કે, "તે મુશ્કેલ છે, તેમ છતાં તે આપણા ધ્યેયને ધ્યાનાકર્ષક બનાવવાનો અર્થ શું છે તેનો અંદાજ કાઢવા માટે, તેની ઇચ્છા ચોક્કસપણે તેના ઘિરાણ માટે છે."

એલિઝાબેથ મુખ્યત્વે લેડી કેથરિન માટે અસાધારણ પ્રતિષ્ઠા સાથે, અને જ્યારે પણ જરૂરી હોય ત્યારે નામકરણ, લગ્ન કરવા અને તેના પરિષદને દફનાવવાની તેમની ઇરાદાપૂર્વક ઇરાદાપૂર્વક ત્રાટકી હતી.

"તેણી એક વિચિત્રતા હોવા જ જોઈએ, મને લાગે છે," તેણીએ કહ્યું. "હું તેને બહાર કાઢી શકતો નથી. -તેની શૈલીમાં કંઇક અતિશય કંટાળાજનક છે.-અને તે પછી શું બનશે તે માફી માંગવાથી તેનો અર્થ શું હોઈ શકે? -અમે ધારવું જોઈએ કે જો તે શક્ય હોય તો તે મદદ કરશે. -તે એક હોઈ શકે છે સમજદાર માણસ, શ્રી? "

"ના, મારા પ્રિય, મને નથી લાગતું. મને તેની પાછળની તરફ ખૂબ આશા છે. તેના પત્રમાં સર્વોપરીતા અને આત્મવિશ્વાસનું મિશ્રણ છે, જે સારી રીતે વચન આપે છે. હું તેને જોવા માટે ઉત્સાહિત છું."

મેરીએ કહ્યું, "રચનાના નિર્દેશમાં," તેના પત્રમાં ખામીયુક્ત લાગતું નથી. ઓલિવ શાખાનો વિચાર કદાચ સંપૂર્ણ નવો નથી, પરંતુ મને લાગે છે કે તે સારી રીતે વ્યક્ત છે. "

કેથરિન અને લીડિયા, કે પછી પત્ર અથવા તેના લેખક કોઈ પણ ડિગ્રીમાં રસપ્રદ નહોતા. તે અશક્ય પછી હતું કે તેમના પિતરાઇને લાલ રંગના કોટમાં આવવું જોઈએ, અને તે હવે કેટલાક અઠવાડિયા હતા કારણ કે તેમને કોઈ બીજા રંગમાં માણસના સમાજ તરફથી આનંદ મળ્યો હતો. તેમની માતા માટે, મિ. કોલિન્સના પત્રથી તેણીની મોટાભાગની બિમારીઓ દૂર થઇ

ગઈ હતી, અને તેણી તેને ડિપોઝરની ડિગ્રી સાથે જોવાની તૈયારી કરી રહી હતી, જે તેના પતિ અને પુત્રીઓને આશ્ચર્ય પામી હતી.

શ્રીમાન. કોલિન્સ તેમના સમય માટે સમયાંતરે હતો, અને સમગ્ર પરિવાર દ્વારા મહાન વિનમ્રતા સાથે પ્રાપ્ત થઈ હતી. શ્રીમાન. બેનેટ ખરેખર જણાવ્યું હતું કે; પરંતુ સ્ત્રીઓ વાત કરવા તૈયાર હતી, અને મિસ્ટર. કોલિન્સને પ્રોત્સાહનની જરૂર ન હતી, અથવા પોતાને શાંત રહેવાની ઇચ્છા નહોતી. તે પાંચ અને વીસની ઊંચી, ભારે દેખાતી યુવાન વ્યક્તિ હતી. તેની વાયુ કબર અને શાંત હતી, અને તેના શિષ્ટાચાર ખૂબ ઔપચારિક હતા. તેમણે એમ.આર.એસ.ની પ્રશંસા કરતા પહેલાં લાંબા સમય સુધી બેઠા ન હતા. દીકરીઓના કુટુંબીજનોને આટલું સારું બનાવવા પર બેનેટએ કહ્યું હતું કે તેણે તેમની સુંદરતા અંગે સાંભળ્યું છે, પરંતુ આ કિસ્સામાં, ખ્યાતિ સત્યથી ઓછી થઈ ગઈ છે; અને ઉમેર્યું હતું કે, તેણીએ લગ્નમાં સારી રીતે નિશ્ચિત સમયસર તેમને જોઈને શંકા નહોતી કરી. આ બહાદુરી તેના કેટલાક સાંભળનારાઓના સ્વાદ માટે ઘણી નહોતી, પરંતુ મિસ્ટર. બેનેટ, જેણે કોઈ પ્રશંસા કર્યા વિના ઝઘડો કર્યો, તેણે જવાબ આપ્યો કે,

"તમે ખૂબ દયાળુ છો, સાહેબ, મને ખાતરી છે; અને મારા હૃદયથી હું ઈચ્છું છું તે સાબિત કરી શકે છે; અન્યથા તેઓ પૂરતી નિરાશ થશે. વસ્તુઓ વિચિત્ર રીતે સ્થાયી થઈ છે."

"તમે કદાચ આ એસ્ટેટની સંભાવના તરફ દોરી જશો."

"અરે! સાહેબ, હું ખરેખર છું. મારી ગરીબ છોકરીઓ માટે આ એક ગંભીર બાબત છે, તમારે કબૂલ કરવું જ જોઈએ. હું તમારી સાથે દોષ શોધવાનો અર્થ નથી, એવી વસ્તુઓ માટે હું જાણું છું કે આ દુનિયામાં બધી તક છે. ત્યાં કોઈ જાણ નથી કે કેવી રીતે જ્યારે એકવાર તેઓ આવવા આવે ત્યારે વસાહતો જશે. "

"હું મારા ઉમદા પિતરાઇઓને મુશ્કેલીઓનો ખૂબ જ સમજદાર છું, અને તે વિષય પર ઘણું કહી શકું છું, પરંતુ હું આગળ વધવા અને સાવચેત રહેવાની સાવચેતી રાખું છું. પરંતુ હું યુવાન મહિલાઓને ખાતરી આપી શકું છું કે હું તેમને પ્રશંસક બનાવવા તૈયાર છું હાલમાં હું વધુ નહીં કહું, પરંતુ કદાચ જ્યારે આપણે સારી રીતે જાણીએ છીએ - "

રાત્રિભોજન માટે સમન્સ દ્વારા તેમને અવરોધ મળ્યો; અને છોકરીઓ એકબીજા પર હસતાં. તેઓ મિ. કોલિન્સની પ્રશંસા. હોલ, ડાઇનિંગ રૂમ, અને તેના બધા ફર્નિચરની તપાસ કરવામાં આવી અને પ્રશંસા કરવામાં આવી; અને દરેક બાબતની તેમની પ્રશંસા મિસ્ટરને સ્પર્શી હોત. બેનેટનું હૃદય, પરંતુ તેને તેની પોતાની ભાવિ મિલકત તરીકે જોતા તેને જોવાનું નિશ્ચિત વલણ માટે. તેના બદલામાં પણ ડિનર ખૂબ વખાણાયેલો હતો; અને તે જાણતા હતા કે તેમના કયા ઉમદા પિતરાઇઓ, તેના રસોઈના શ્રેષ્ઠતાને કારણે. પરંતુ અહીં તેઓ મિસ્ટર દ્વારા અધિકાર સુયોજિત કરવામાં આવી હતી. બેનેટ, જેમણે તેમને કેટલાક અસ્વસ્થતા સાથે ખાતરી આપી કે તેઓ સારી રસોઈ રાખવા માટે સક્ષમ છે, અને તેમની પુત્રીઓને રસોડામાં કરવાનું કંઈ નથી. તેણીને નારાજ થવા બદલ માફી માંગી. એક નરમ અવાજમાં તેણે પોતાની જાતને નારાજગીથી જાહેર કરી નહોતી;

પ્રકરણ .

રાત્રિભોજન દરમિયાન, મિ. બેનેટ ભાગ્યે જ બોલ્યા; પરંતુ જ્યારે નોકરો પાછી ખેંચી લેવામાં આવ્યા ત્યારે, તેમણે વિચાર્યું કે તે તેના મહેમાન સાથે થોડી વાતચીત કરવાનો સમય ધરાવે છે, અને તેથી તેણે વિષય શરૂ કર્યુંજે તેમને આશા હતી કે તે તેમને ચમકશે, તે અવલોકન કરશે કે તેઓ તેમના આશ્રયસ્થાનમાં ખૂબ નસીબદાર હતા. લેડી કેથરિન ડી બોર્ગની ઇચ્છાઓ પર ધ્યાન, અને તેના દિલાસા માટે વિચારણા, ખૂબ જ નોંધપાત્ર દેખાઇ.

શ્રીમાન. બેનેટ વધુ પસંદ ન કરી શકે. શ્રીમાન. કોલિન્સ તેની પ્રશંસામાં બોલી હતી. આ વિષયે તેને સામાન્ય રીતે સામાન્ય રીતે વધુ ગંભીરતાપૂર્વક અપનાવ્યો અને સૌથી મહત્ત્વના પાસાં સાથે તેણે વિરોધ કર્યો કે તેણે ક્યારેય તેના જીવનમાં કોઈ વ્યક્તિની જેમ વર્તન અને સંવેદનામાં વર્તન જોયું ન હતું, કેમ કે તે પોતે લેડી કેથરિનથી અનુભવી હતી. તેણીએ બંને પ્રવચનોને મંજૂર કરવા માટે ખુશીથી પ્રસન્ન થયા હતા, જે તેમને પહેલાં પ્રચાર કરવાનો સન્માન મળ્યો હતો. તેણીએ તેને બે વાર રોઝિંગમાં ભોજન કરવા માટે કહ્યું હતું, અને સાંજે તેની ક્વોડ્રિલ બનાવવા માટે તેને ફક્ત શનિવારે જ મોકલ્યો હતો. મહિલા કેથરિનને ઘણા લોકો ગૌરવ માનતા હતા, પરંતુ તેમણે કદી પણ કશું જોઇ નહોતું પરંતુ તેનામાં ક્ષમતાની હતી. તેણીએ હંમેશાં તેમની સાથે બોલાવ્યું હતું કારણ કે તે અન્ય કોઈ સજ્જન માટે કરશે; તેણીએ પડોશના સમાજમાં જોડાવા માટે નાનો વાંધો નહીં, અને તેના સંબંધોને જોવા માટે ક્યારેક એક કે બે અઠવાડિયા સુધી પોતાના પેરિશ છોડી દીધો નહીં. તેણીએ શક્ય તેટલી વહેલી તકે લગ્ન કરવા સલાહ આપવા માટે પણ સંમિશ્રણ કર્યું હતું, જો કે તેણે વિવેકબુદ્ધિથી પસંદ કર્યું; અને એક વાર તેને તેમના નમ્ર પાર્સનજની મુલાકાત લીધી હતી; જ્યાં તેણીએ બનાવેલી તમામ ફેરફારોને સંપૂર્ણપણે મંજૂર કરી હતી, અને સીડી ઉપરના કબાટમાં થોડાક છાજલીઓ, પોતાને સૂચવવા માટે પણ ઉત્સાહભર્યો હતો. તેણીએ પડોશના સમાજમાં જોડાવા માટે નાનો વાંધો નહીં, અને તેના સંબંધોને જોવા માટે ક્યારેક એક કે બે અઠવાડિયા સુધી પોતાના પેરિશ છોડી દીધો નહીં. તેણીએ શક્ય તેટલી વહેલી તકે લગ્ન કરવા સલાહ આપવા માટે પણ સંમિશ્રણ કર્યું હતું, જો કે તેણે વિવેકબુદ્ધિથી પસંદ કર્યું; અને એક વાર તેને તેમના નમ્ર પાર્સનજની મુલાકાત લીધી હતી; જ્યાં તેણીએ બનાવેલી તમામ ફેરફારોને સંપૂર્ણપણે મંજૂર કરી હતી, અને સીડી ઉપરના કબાટમાં થોડાક છાજલીઓ, પોતાને સૂચવવા માટે પણ ઉત્સાહભર્યો હતો. તેણીએ પડોશના સમાજમાં જોડાવા માટે નાનો વાંધો નહીં, અને તેના સંબંધોને

જોવા માટે ક્યારેક એક કે બે અઠવાડિયા સુધી પોતાના પેરિશ છોડી દીધો નહીં. તેણીએ શક્ય તેટલી વહેલી તકે લગ્ન કરવા સલાહ આપવા માટે પણ સંમિશ્રણ કર્યું હતું, જો કે તેણે વિવેકબુદ્ધિથી પસંદ કર્યું; અને એક વાર તેને તેમના નમ્ર પાર્સનજની મુલાકાત લીધી હતી; જ્યાં તેણીએ બનાવેલી તમામ ફેરફારોને સંપૂર્ણપણે મંજૂર કરી હતી, અને સીડી ઉપરના કબાટમાં થોડાક છાજલીઓ, પોતાને સૂચવવા માટે પણ ઉત્સાહભર્યો હતો.

"તે બધા ખૂબ જ યોગ્ય અને સિવિલ છે, મને ખાતરી છે," મિસ્ટર જણાવ્યું હતું. બેનેટ, "અને હું હિંમત કરું છું કે તે ખૂબ સંમત સ્ત્રી છે. તે દયા છે કે સામાન્ય રીતે મહાન મહિલા તેના જેવા નથી. શું તે તમારી નજીક રહે છે, સર?"

"જે બગીચો મારા નમ્ર નિવાસસ્થાનમાં રહે છે, તે ફક્ત લેસશીપના નિવાસસ્થાન, રોસિંગ પાર્કમાંથી એક લેનથી અલગ પડે છે."

"મને લાગે છે કે તમે કહ્યું છો કે તે વિધવા હતી, સાહેબ? શું તેણી કોઈ પરિવાર છે?"

"તેણીની એકમાત્ર પુત્રી છે, રોઝિંગનો વારસદાર અને ખૂબ જ વિશાળ સંપત્તિ છે."

"અરે!" રડ્યા મિસ્ટર. બેનેટ, તેના માથાને ધ્રુજાવતાં, "પછી તે ઘણી છોકરીઓ કરતા વધુ સારી છે અને તે કઈ પ્રકારની યુવતી છે? તે સુંદર છે?"

"તે ખરેખર સૌથી મોહક યુવાન સ્ત્રી છે. લેડી કેથરિન પોતે કહે છે કે સાચા સૌંદર્યના સ્થાને, મિસ ડી બૌરગ તેના સેક્સમાં સૌથી સુંદર છે, કારણ કે ત્યાં તેની વિશેષતાઓ છે જે જુવાન સ્ત્રીની પ્રતિષ્ઠિત જન્મને દર્શાવે છે. તેણી કમનસીબે એક બીમાર

સંવિધાનની છે, જેણે તેણીને ઘણી સિદ્ધિઓમાં તે પ્રગતિ અટકાવી દીધી છે, જે તેણી અન્યથા નિષ્ફળ થઈ શકતી નથી; કારણ કે મને તે સ્ત્રી દ્વારા જાણ કરવામાં આવી છે કે જેણે તેણીની શિક્ષણ પર ભાર મૂક્યો છે અને તે હજી પણ તેમની સાથે રહે છે. સંપૂર્ણપણે સંમિશ્રિત, અને ઘણીવાર તે મારા નાનકડું ફાઇટન અને ટટ્ટુમાં મારા નમ્ર નિવાસથી વાહન ચલાવે છે. "

"તેણીને રજૂ કરવામાં આવી છે? મને કોર્ટમાં મહિલાઓમાં તેનું નામ યાદ નથી."

"તેણીના ઉદાસીન સ્વાસ્થ્યની સ્થિતિએ ખુશીથી તેણીને નગરમાં અટકાવ્યું છે અને તે રીતે, જેમ કે મેં એક દિવસ મહિલા લેધર કેથરિનને કહ્યું હતું, તેણે બ્રિટીશ કોર્ટને તેના તેજસ્વી આભૂષણથી વંચિત કરી દીધો છે. તેણીની મહિલાશ્રી વિચારથી ખુશ થયા અને તમે કલ્પના કરી શકો છો કે હું દરેક પ્રસંગે ખુશ છું કે તે નાજુક શુભકામનાઓ જે સ્ત્રીઓને હંમેશાં સ્વીકાર્ય છે. મને એક વખત મહિલા કેથરિનને જોવા મળ્યું છે, તેણીની મોહક પુત્રી એક દ્વેષ તરીકે જન્મે છે, અને તે સૌથી વધારે ઉંચા ક્રમ આપવામાં આવે છે તેના પરિણામ, તેણી દ્વારા શણગારવામાં આવશે. -આ પ્રકારની નાની વસ્તુઓ છે જે તેણીના મહિલાશ્રીને ખુશ કરે છે, અને તે એક પ્રકારનું ધ્યાન છે જે હું પોતાને ચૂકવવા માટે ચોક્કસપણે બંધન કરું છું. "

"તમે ખૂબ જ યોગ્ય રીતે ન્યાયાધીશ છો," એમ મિસ્ટર જણાવ્યું હતું. બેનેટ, "અને તે તમારા માટે ખુશ છે કે તમારી પાસે સ્વાદિષ્ટતાની ચાતુર્યની પ્રતિભા છે. શું હું આ પૂછપરછની ક્ષણો આ ક્ષણની પ્રેમાળતાથી આગળ વધું છું કે પછી પાછલા અભ્યાસના પરિણામ છે?"

"તે સમયે તે શું પસાર થઈ રહ્યું છે તેનાથી મુખ્યત્વે ઉદ્ભવે છે, અને હું કેટલીકવાર સામાન્ય પ્રસંગોને અપનાવી શકાય તેવી થોડી ભવ્ય શુભકામનાઓ સૂચવીને અને ગોઠવણી કરીને જાતે

આનંદ કરું છું, તેમ છતાં હું હંમેશાં શક્ય તેટલું હવામાં અવિચારી તરીકે આપવા માંગું છું."

શ્રીમાન. બેનેટની અપેક્ષાઓનો સંપૂર્ણ જવાબ આપ્યો. તેમના પિતરાઈની જેમ તેઓ આશા રાખતા હતા તેટલું વાહિયાત હતું, અને તેમણે ખૂબ જ આનંદ સાથે તેમની વાત સાંભળી હતી, તે જ સમયે ચહેરાના સૌથી નિશ્ચિત સંમિશ્રણને જાળવી રાખ્યું હતું અને એલિઝાબેથમાં પ્રસંગોપાત નજરે જોયા વિના, તેમના આનંદમાં ભાગીદારની જરૂર ન હતી.

ચા-ટાઇમ દ્વારા ડોઝ પૂરતો હતો, અને મિ. બેનેટ તેના મહેમાનને ફરીથી ડ્રોઇંગ રૂમમાં લઈને ખુશી થયો હતો, અને જ્યારે ચા પૂરી થઇ હતી, ત્યારે તેમને ખુશીથી સ્ત્રીઓને વાંચવા આમંત્રણ મળ્યું. શ્રીમાન. કોલિન્સે તરત જ સહમત થઈ, અને એક પુસ્તક બનાવવામાં આવ્યું; પરંતુ તે જોઈને, (દરેક વસ્તુએ તેને ફરતું પુસ્તકાલયમાંથી જાહેર કર્યું હતું), તેણે પાછા ફરવાનું શરૂ કર્યું અને માફી માગવાની વિનંતી કરી, તેણે વિરોધ કર્યો કે તેણે નવલકથાઓ ક્યારેય વાંચી ન હતી. -કિટ્ટીએ તેના પર જોરથી જોયું, અને લીડિયાએ કહ્યું.-અન્ય પુસ્તકો બનાવવામાં આવી હતી, અને કેટલાક ચર્ચા પછી તેમણે ફોડીસના ઉપદેશો પસંદ કર્યા. લાઇડીયાએ જમણા ખૂણાને ખોલી દીધો, અને તે પહેલાં, ખૂબ જ નિષ્ઠાવાન સન્માન સાથે, તેણે ત્રણ પૃષ્ઠો વાંચ્યા, તેણીએ તેને અટકાવ્યો,

"મામા, તમે જાણો છો કે મારા કાકા ફિલીપ્સ રિચાર્ડને દૂર કરવાની વાતો કરે છે અને જો તે કરે છે, તો કોલનલ ફોસ્ટર તેને ભાડે લેશે .મારા કાકીએ મને શનિવારે કહ્યું હતું. અને જ્યારે મિ. ડેની નગરથી પાછા આવે ત્યારે પૂછો. "

તેની જીભને પકડી રાખવા માટે બે મોટી બહેનોએ લીડિયાને બિડિંગ કરી હતી; પરંતુ મિસ્ટર. કોલિન્સ, ખૂબ નારાજ, તેમના પુસ્તક એક બાજુ મૂકી, અને જણાવ્યું હતું કે,

"મેં ઘણી વાર જોયું છે કે નાની યુવતીઓને ગંભીર સ્ટેમ્પની પુસ્તકો દ્વારા રસ હોય છે, જો કે તે ફક્ત તેમના ફાયદા માટે લખાયેલો છે. તે મને આશ્ચર્ય કરે છે, હું કબૂલ કરું છું; - ચોક્કસપણે, ત્યાં સૂચના તરીકે તેમનો ફાયદો એટલો લાભદાયી હોઈ શકતો નથી. હવે મારા નાના પિતરાઈને આયાત કરજો નહીં. "

પછી મિસ્ટર દેવાનો. બેનેટ, તેમણે બેકગેમન ખાતે પોતાની જાતને વિરોધી તરીકે રજૂ કર્યું. શ્રીમાન. બેનેટે પડકાર સ્વીકારી, તેણે અવલોકન કર્યું કે તેણે છોકરીઓને પોતાની કળીઓમાં મૂકવા માટે ખૂબ કુશળતાપૂર્વક કામ કર્યું હતું. શ્રીમતી. બેનેટ અને તેની પુત્રીઓએ લીડિયાના વિક્ષેપ માટે મોટાભાગના લોકોની માફી માગી, અને વચન આપ્યું કે તે ફરીથી ન થાય, જો તે તેમની પુસ્તક ફરીથી શરૂ કરશે; પરંતુ મિસ્ટર. કોલિન્સ, તેમને ખાતરી આપ્યા પછી કે તેઓ તેમના નાના પિતરાઈને બીમાર નહિ કરે, અને કોઈ પણ વાહિયાત તરીકે તેણીના વર્તનને ક્યારેય નફરત ન કરે, એમણે સાથે બીજી ટેબલ પર બેઠા. બેનેટ, અને બેકગેમન માટે તૈયાર છે.

પ્રકરણ .

શ્રીમાન. કોલિન્સ એક સમજદાર માણસ ન હતો, અને કુદરતની અછત પણ શિક્ષણ અથવા સમાજ દ્વારા ઓછી સહાયક રહી હતી; તેમના જીવનનો સૌથી મોટો ભાગ એક નિરક્ષર અને દુર્ભાગ્યપૂર્ણ પિતાના માર્ગદર્શન હેઠળ ખર્ચવામાં આવ્યો છે; અને જો કે તે યુનિવર્સિટીઓમાંના એક હોવા છતાં, તેણે તેના પર કોઈ ઉપયોગી ઓળખાણ કર્યા વિના જ જરૂરી શરતો રાખ્યા હતા. તેના પિતાએ તેને અપનાવ્યો હતો તેના આધારે તેને મૂળ રીતે નમ્રતા આપવામાં આવી હતી, પરંતુ હવે તે નબળા વડાની આત્મસંયમ, નિવૃત્તિમાં રહેતા અને પ્રારંભિક અને અણધારી સમૃદ્ધિ હંસફોર્ડનું જીવન ખાલી હોવા પર નસીબદાર તક તેમને

મહિલા કેથરિન ડી બોર્ધને ભલામણ કરી હતી; અને તેમના ઉચ્ચ ક્રમાંક માટે જે લાગણી અનુભવી હતી, અને તેમના આશ્રયદાતા તરીકેની તેમની પૂજા,

હવે સારું ઘર અને ખૂબ જ પૂરતી આવક ધરાવતાં, તે લગ્ન કરવાનો ઇરાદો ધરાવે છે; અને લાંબાગાળાના પરિવાર સાથે સમાધાન કરવા માટે તેની પત્નીની દ્રષ્ટિએ પત્ની હતી, કારણ કે તે એક પુત્રીઓને ચૂંટી કાઢવા માંગતી હતી, જો તે તેમને ખુબ સુંદર અને અનુકૂળ લાગશે, કારણ કે તેઓ સામાન્ય રિપોર્ટ દ્વારા રજૂ કરવામાં આવ્યા હતા. તેમના પિતાની સંપત્તિને વારસામાં મેળવવા માટે તેમની આ યોજનામાં સુધારો કરવાની યોજના હતી; અને તેણે તે એક ઉત્તમ, યોગ્યતા અને યોગ્યતાથી ભરપૂર, અને પોતાના ભાગમાં અત્યંત ઉદાર અને રસહીન હોવાનું વિચાર્યું.

તેમની યોજના તેમને જોવા પર બદલાતી નહોતી. - મિસ બેનેટના મનોરમ ચહેરાથી તેમના વિચારોની પુષ્ટિ થઈ, અને તેની તમામ સખત માન્યતાઓની સ્થાપના કરી. વરિષ્ઠતાને લીધે શું થયું; અને પ્રથમ સાંજે તેણીની સ્થાયી પસંદગી હતી. પછીની સવારે, જોકે, એક ફેરફાર કરવામાં; એક કલાકના એક ક્વાર્ટરમાં મિસ્ટર સાથે ટેટે-એ-ટેટે. સવારના નાસ્તામાં બેનેટ, તેના પાર્સનજ હાઉસથી શરૂ થયેલી વાતચીત, અને કુદરતી રીતે તેની આશાના ઉદ્દેશ્ય તરફ દોરી જાય છે, તેના માટે એક રખાત લાંબી વાહિયાતમાં મળી શકે છે, જે તેનાથી ઉત્પન્ન થાય છે, તેનાથી ઉત્પન્ન કરવામાં આવે છે, ખૂબ જ આનંદદાયક સ્મિત અને સામાન્ય પ્રોત્સાહન, આની સામે સાવચેતી ખૂબ જ જેન તેણે નક્કી કર્યું હતું .- "તેણીની નાની દીકરીઓ માટે તેણી તેણીને કહી શકતી ન હતી - તેણી હકારાત્મક જવાબ આપી શકતી નહોતી-પરંતુ તેણીને કોઈ પણ પ્રાયશ્ચિતની ખબર નહોતી; - તેણીની સૌથી મોટી દીકરી, તેણીએ ફક્ત ઉલ્લેખ કર્યો જ

જોઈએ તે તેના પર સંકેત આપે છે, તે ખૂબ ટૂંક સમયમાં જોડાય તેવી શક્યતા છે."

શ્રીમાન. કોલિન્સને ફક્ત જેનથી એલિઝાબેથમાં જ બદલવાનું હતું-અને તે ટૂંક સમયમાં જ કરવામાં આવ્યું જ્યારે મિસ્ટર. બેનેટ આગ હલાવતા હતા. એલિઝાબેથ, જન્મ અને સૌંદર્યમાં જેનની જેમ જ, તેના કોર્સમાં સફળ થયા.

શ્રીમતી. બેનેટએ સંકેતનો સંગ્રહ કર્યો, અને વિશ્વાસ કર્યો કે તે ટૂંક સમયમાં બે દીકરીઓ સાથે લગ્ન કરશે; અને જે માણસને તે પહેલાની વાત કરવા માટે સહન ન કરી શકતી, તે હવે તેના સારા ગૌરવમાં ઊંચી હતી.

મેરિટોન જવાનું નું ઇરાદો ભૂલી જતું નથી; મેરી સિવાય દરેક બહેન તેની સાથે જવા સંમત થઈ; અને મિસ્ટર. કોલિન્સ તેમને હાજર રહેવાની વિનંતી કરી હતી. બેનેટ, જે તેનાથી છુટકારો મેળવવા માટે ખૂબ જ ચિંતિત હતા, અને તેમની પાસે તેમની લાઇબ્રેરી હતી; ત્યાં મિસ્ટર માટે. કોલિન્સે તેને નાસ્તા કર્યા પછી અનુસર્યા હતા, અને ત્યાં તેઓ ચાલુ રાખશે, સંગ્રહમાં સૌથી મોટા ફોલિઓમાંના એક સાથે સામાન્ય રીતે જોડાયેલા હતા, પરંતુ ખરેખર એમ.આર. સાથે વાત કરતા હતા. બેનેટ, થોડું અંતર, તેના ઘર અને બગીચામાં હંસફોર્ડ ખાતે. જેમ કેકૃત્ય મિ. અતિશય બેનેટ. તેમની પુસ્તકાલયમાં તેઓ હંમેશાં આરામ અને શાંતતાની ખાતરી કરતા હતા; અને તૈયાર હોવા છતાં, તેણે એલિઝાબેથને મૂર્ખતા સાથે મળવા અને ઘરના દરેક બીજા ઓરડામાં ગુંચવા માટે કહ્યું, તે ત્યાંથી ત્યાંથી મુક્ત થઈ ગયો હતો; તેથી, તેમની સિવિલિટી, મિસ્ટરને આમંત્રિત કરવામાં સૌથી વધુ પ્રચલિત હતી. કોલિન્સ તેમની પુત્રીઓ સાથે તેમના વૉકમાં જોડાવા માટે; અને મિસ્ટર. કોલિન્સ, વાસ્તવમાં વાચક કરતા વોકર માટે વધુ સારી રીતે ફીટ કરવામાં આવે છે, તેના મોટા પુસ્તકને બંધ કરવા અને જવાનું ખૂબ જ ખુશ હતું.

તેમના બાજુના ઘોંઘાટીયા સંકેતો, અને તેના પિતરાઇઓના નાગરિક આશ્રિતો, તેમનો સમય પસાર થયો ત્યાં સુધી તેઓ મેરિટોનમાં પ્રવેશ્યા. નાના લોકોનું ધ્યાન તેના દ્વારા પ્રાપ્ત કરવામાં આવ્યું ન હતું. અધિકારીઓની શોધમાં તેમની આંખો તરત જ ભટકતી હતી અને ખરેખર ખૂબ જ સ્માર્ટ બોનેટ કરતાં ઓછી કંઇ પણ, અથવા કોઈ દુકાન વિંડોમાં ખરેખર નવી મસ્કિન, તેમને ફરીથી સંભાળી શકે છે.

પરંતુ દરેક મહિલાનું ધ્યાન તરત જ એક યુવાન માણસ દ્વારા પકડવામાં આવ્યું હતું, જેમણે પહેલા ક્યારેય જોયું ન હતું, મોટાભાગના સજ્જન જેવા દેખાતા, રસ્તાના બીજા બાજુના અધિકારી સાથે વૉકિંગ. અધિકારી ખૂબ જ મિસ્ટર હતો. ડેની, લંડન લિડીયા પાસેથી પરત ફર્યા તે અંગે પૂછપરછ કરવા આવી હતી, અને તેઓ પસાર થયા પછી તેણે . બધા અજાણી વ્યક્તિની હવાથી ત્રાટકી ગયા હતા, બધા આશ્ચર્ય પામ્યા હતા કે તે કોણ હોઈ શકે છે, અને કિટ્ટી અને લીડિયા, જો શોધવા માટે શક્ય હોય તો નિર્ધારિત, શેરી તરફ માર્ગ તરફ દોરી ગયો, વિપરીત દુકાનમાં કંઇક ઇચ્છા હોવાનો ઢોંગ કરીને, અને સદભાગ્યે હમણાં જ પેવમેન્ટ જ્યારે બે પુરૂષો પાછા ફરતા હતા તે જ સ્થળે પહોંચી ગયા હતા. શ્રીમાન. ડેનીએ તેમને સીધો સંબોધ્યો, અને તેના મિત્રને રજૂ કરવા માટે વિનંતી કરી, મિ. વિકહમ, જે શહેરથી એક દિવસ પહેલાં તેની સાથે પાછો ફર્યો હતો, અને તે કહેતો હતો કે તેણે તેમના સૈનિકોમાં કમિશન સ્વીકારી લીધું છે. આ બરાબર હતું તેવું હોવું જોઈએ; યુવાન માણસ માટે જ જોઈએરેજિમેન્ટલ્સ તેને સંપૂર્ણપણે આકર્ષક બનાવવા માટે. તેમના દેખાવ તેમના તરફેણમાં મોટા પ્રમાણમાં હતી; તે સૌંદર્યનો શ્રેષ્ઠ ભાગ, સુંદર ચહેરો, સારી વ્યક્તિ અને ખૂબ જ આનંદદાયક સરનામું ધરાવતો હતો. વાતચીતની ખુશ તૈયારી દ્વારા રજૂઆતની બાજુમાં તેની રજૂઆત કરવામાં આવી હતી- તે જ સમયે સંપૂર્ણ તૈયારી અને નિર્દોષતાની તૈયારી; અને આખી પાર્ટી હજી પણ ઉભા રહીને વાત કરી રહી હતી, જ્યારે

ઘોડાઓની ધ્વનિ તેમની નોટિસ દોરી ગઈ હતી, અને શેરીમાં નીચે જતા ડારસી અને બિંગલી જોવામાં આવી હતી. જૂથના મહિલાઓને અલગ પાડતા, બંને સજ્જન તેમના પ્રત્યે સીધા આવ્યા અને સામાન્ય સિવિલિટીઝ શરૂ કરી. બિન્ગલી મુખ્ય પ્રવક્તા હતા, અને મુખ્ય ઓબ્જેક્ટ બેનેટને ચૂકી ગયા હતા. તે પછી, તેમણે કહ્યું હતું કે, તેના પછી પૂછપરછ કરવા માટે લાંબા માર્ગે જવાની માર્ગ પર. શ્રીમાન. ડાર્સીએ તેને ધનુષ સાથે સમર્થન આપ્યું હતું, અને એલિઝાબેથ પર તેની આંખો ઠીક ન કરાવવાનું નક્કી કરવાનું શરૂ કર્યું હતું, જ્યારે અજાણી વ્યક્તિની દૃષ્ટિએ તેમને અચાનક ધરપકડ કરવામાં આવી હતી, અને એલિઝાબેથ બંને એકબીજા તરફ જોતાં ચહેરાને જોતા હતા, તે મીટિંગની અસરથી આશ્ચર્યચકિત હતી. . બંને રંગ બદલ્યાં, એક સફેદ જોયો, બીજી લાલ. શ્રીમાન. વિકમ, થોડા ક્ષણો પછી, તેની હેટ- એક અભિવાદનને સ્પર્શ કર્યો જે મિ. દ્રેષી માત્ર પાછા ફરવા માટે . તેનો અર્થ શું હોઈ શકે? - કલ્પના કરવી અશક્ય હતું; તે જાણવાનું લાંબા સમય સુધી અશક્ય હતું. તેના હેટને સ્પર્શ કર્યો - એક શુભેચ્છા જે મિ. દ્રેષી માત્ર પાછા ફરવા માટે . તેનો અર્થ શું હોઈ શકે? - કલ્પના કરવી અશક્ય હતું; તે જાણવાનું લાંબા સમય સુધી અશક્ય હતું. તેના હેટને સ્પર્શ કર્યો - એક શુભેચ્છા જે મિ. દ્રેષી માત્ર પાછા ફરવા માટે . તેનો અર્થ શું હોઈ શકે? - કલ્પના કરવી અશક્ય હતું; તે જાણવાનું લાંબા સમય સુધી અશક્ય હતું.

બીજા મિનિટમાં મિ. બિંગલી, પરંતુ તેણે શું પસાર કર્યું તે ધ્યાનમાં લીધા વિના, તેના મિત્ર સાથે છૂટી ગયો અને સવારી કરી.

શ્રીમાન. ડેની અને મિસ્ટર. વિકીમ યુવાન મહિલા સાથે મિ. ફિલીપ્સનું ઘર, અને ત્યારબાદ લીડિયાના દબાવીને વિનંતી કરતો હતો કે તેઓ અંદર આવશે અને એમ.આર.એસ. છતાં

પણ તેમનો કંટાળો આવે છે. ફિલીપ્સ 'પાર્લર વિન્ડોને ફેંકી દે છે, અને આમંત્રણને મોટેથી આમંત્રિત કરે છે.

શ્રીમતી. ફિલીપ્સ હંમેશા તેમની ભત્રીજીને જોવા માટે ખુશી અનુભવતા હતા, અને બે મોટા, તેમની હાલની ગેરહાજરીથી, ખાસ કરીને આવકાર્ય હતા, અને તેણી આતુરતાથી તેમના અચાનક ઘરે પાછા ફર્યા ત્યારે આશ્ચર્યકારક રીતે વ્યક્ત કરતા હતા, જેમ કે તેમની પોતાની વાહન તેમને લાવી ન હતી, તેણી પાસે હોવી જોઈએ તે વિશે કંઈ જાણતું ન હતું, જો તે એમ.આર. જોવા ન હતી. શેરીમાં જોન્સની દુકાનનો છોકરો, જેણે તેને કહ્યું હતું કે તેઓ નેધરફિલ્ડમાં વધુ ડ્રાફ્ટ્સ મોકલવા નહોતા કારણ કે મિસ બેનેટ્સ આવી ગયા હતા, જ્યારે તેણીની સિવિલિટી મિસ્ટર તરફ દાવો કરવામાં આવી હતી. જેનની રજૂઆત દ્વારા કોલિન્સ. તેણીએ તેણીને ખૂબ જ શ્રેષ્ઠ વિનમ્રતા સાથે પ્રાપ્ત કરી, જે તેણે તેની ઘૂસણખોરી માટે માફી માંગી તેના માટે વધુ માફી માંગી હતી, જે તેની સાથે અગાઉની ઓળખ વિના હતી, જે તે પોતાની જાતને પ્રશંસા કરવામાં મદદ કરી શક્યો ન હતો, પરંતુ તેને રજૂ કરનારા યુવાન મહિલાઓને તેના સંબંધ દ્વારા ન્યાયી ઠેરવી શકાય. તેની નોટિસ પર. શ્રીમતી. ફિલીપ્સ સારી પ્રજનનની આટલી વધારે જાગૃત હતી; પરંતુ એક અજાણ્યા વ્યક્તિની ચિંતાનું ટૂંક સમયમાં જ વિસ્મરણો અને પૂછપરછનો અંત આવી ગયો હતો, જેમાંથી, તેમાંથી, તે ફક્ત તેણીની ભત્રીજીને જ કહી શકતી હતી કે તેઓ જે પહેલેથી જાણતા હતા તે, મિ. ડેની તેને લંડનથી લાવ્યો હતો, અને તે --શાયરમાં લેફ્ટનન્ટનું કમિશન લેવું હતું. તેણીએ કહ્યું કે, તે છેલ્લા કલાકને જોઈ રહી છે, તેણીએ કહ્યું, કારણ કે તે શેરી ઉપર અને નીચે ચાલ્યો ગયો હતો, અને એમ.આર. વિકમામ કિટ્ટી દેખાયા અને લીડિયાએ ચોક્કસપણે વ્યવસાય ચાલુ રાખ્યો હોત, પરંતુ અજાણતા કોઈએ વિંડોઝ પસાર કરી નહોતી, કેટલાક અધિકારીઓ સિવાય, જે અજાણી વ્યક્તિની સરખામણીમાં "મૂર્ખ, અસહ્ય ફેલો" બની ગયા. તેમાંના કેટલાકને બીજા દિવસે

ફિલિપિન્સ સાથે ભોજન કરવું પડ્યું, અને તેમના કાકીએ તેના પતિને મિ. વિકમ, અને લાંબી સવારના પરિવાર સાંજે આવશે તો પણ તેમને આમંત્રણ આપો. આ માટે સહમત થયા હતા, અને મિસ્ટર. ફિલીપ્સે વિરોધ કર્યો હતો કે તેઓ લોટરી ટિકિટોની સરસ આરામદાયક રમત, અને થોડા સમય પછી ગરમ રાત્રિભોજન મેળવશે. એઆવા આનંદની સંભાવના ખૂબ આનંદદાયક હતી, અને તેઓ પરસ્પર સારી ભાવનાઓમાં ભાગ લેતા હતા. શ્રીમાન. કોલિન્સે રૂમમાંથી બહાર નીકળવા બદલ માફી માંગી હતી, અને તેમને બિનજરૂરી ક્ષમતાની ખાતરી આપવામાં આવી હતી કે તેઓ સંપૂર્ણપણે જરૂરિયાતમંદ હતા.

જ્યારે તેઓ ઘરે ગયા ત્યારે એલિઝાબેથ જેન સાથે સંકળાયેલી હતી જે તેણે બે પુરૂષો વચ્ચે પસાર થઇ હતી; પરંતુ જોન બંને ક્યાં અથવા બંનેનો બચાવ કરશે, તેઓ ખોટા હોવાનું જણાય છે, તેણી તેના બહેન કરતા આ પ્રકારની વર્તણૂક સમજાવી શકશે નહીં.

શ્રીમાન. તેમના વળતર પર કોલિન્સ અત્યંત મિસ્ટર. મિસ્ટર પ્રશંસા દ્વારા બેનેટ. ફિલિપ્સના શિષ્ટાચાર અને વિનમ્રતા. તેણે વિરોધ કર્યો કે સ્ત્રી કેથરિન અને તેની પુત્રી સિવાય, તેણે ક્યારેય વધુ ભવ્ય સ્ત્રી જોવી ન હતી; કારણ કે તેણીએ તેમને ફક્ત સંપૂર્ણ સિવિલિટીથી જ નહી મેળવ્યો હતો, પરંતુ તેમને આગલી સાંજે તેમના આમંત્રણમાં પણ શામેલ કર્યા હતા, તેમ છતાં તેમને પહેલાથી અજાણ હતા. તેમની સાથે તેમના જોડાણને આભારી હોવાનું માનવામાં આવતું કંઈક, પરંતુ તેમ છતાં તેઓ તેમના જીવનના સમગ્ર જીવનમાં ક્યારેય એટલું ધ્યાન ન મળ્યા.

પ્રકરણ .

કારણ કે યુવાન લોકોની તેમની કાકી સાથેની સગાઈ પર કોઈ વાંધો ઉઠાવ્યો ન હતો, અને બધા મિ. મિસ્ટર છોડીને કોલિન્સ માતાનો . અને મિસ્ટર. તેમની મુલાકાત દરમિયાન એક જ સાંજે

બેનેટ એકદમ સતત પ્રતિકાર કરતો હતો, કોચ તેમને અને તેમના પાંચ પિતરાઈને મેરિટોનને યોગ્ય કલાકમાં પહોંચાડ્યો હતો; અને છોકરીઓને સુનાવણીની ખુશી હતી, કારણ કે તેઓ ચિત્રકામ રૂમમાં દાખલ થયા હતા, તે મિ. વિકમાહે તેમના કાકાના આમંત્રણને સ્વીકારી લીધું હતું, અને પછી તે ઘરમાં હતું.

જ્યારે આ માહિતી આપવામાં આવી હતી, અને તેઓ બધાએ તેમની બેઠકો લીધી હતી, મિ. કોલિન્સ તેની આસપાસ જોવા માટે પ્રશંસક હતા અને પ્રશંસક હતા, અને તેઓ એપાર્ટમેન્ટના કદ અને ફર્નિચરથી ખૂબ જ પ્રભાવિત થયા હતા, તેમણે જાહેર કર્યું કે તેઓ લગભગ પોતાને નાના ઉનાળામાં નાસ્તો પાર્લરમાં રોઝિંગમાં માનતા હતા; એક સરખામણી કે જેણે પ્રથમ ખુશીથી અભિવ્યક્તિ આપી ન હતી; પરંતુ જ્યારે મિસ્ટર. ફિલિપ્સે તેનાથી સમજી લીધાં કે રોઝિંગ શું છે, અને તેના માલિક કોણ હતા, જ્યારે તેણીએ માત્ર એક મહિલા કેથરિનના ડ્રોઇંગ રૂમની વાત સાંભળી હતી, અને જોયું કે ચીમની ટુકડાને ફક્ત આઠસો પાઉન્ડનો ખર્ચ થયો હતો, તેણીએ તમામ બળને લાગ્યું વખાણ કર્યાં, અને ઘરની સંભાળ રાખનારની ઓરડીની તુલનામાં ભાગ્યે જ વિરોધ કર્યો હોત.

લેડી કેથરિન અને તેણીના મેન્શનની બધી ભવ્યતાને વર્ણવીને, પોતાના નમ્ર નિવાસની પ્રશંસામાં પ્રસંગોપાત ડિગ્રેશન અને તે જે સુધારાઓ મેળવવામાં આવ્યાં હતાં, તે સુખદ રીતે રોજગારી કરાવ્યા ત્યાં સુધી તેઓ સજ્જતામાં કામ કરતા હતા; અને તે મિસ્ટર માં મળી. ફિલિપ્સ ખૂબ ધ્યાન આપનારા સાંભળનાર, જેમણે તેના પરિણામની વાતોને જે સાંભળ્યું તેમાં વધારો થયો, અને જે તે શક્ય તેટલી વહેલી તકે તેણીના પાડોશીઓમાં તે રિટેલ કરવાનું રીઝોલ્યુશન કરી રહ્યો હતો. છોકરીઓ, જેઓ તેમના પિતરાઈને સાંભળી શક્યા ન હતા, અને જેમણે કંઇક કરવાનું ન હતું પરંતુ સાધન માટે ઇચ્છા રાખવાની હતી, અને ગાદીના ટુકડા પર ચીનની પોતાની ઉદાસીન નકલની તપાસ

કરી, રાહ જોવાનો અંત ઘણો લાંબો દેખાયો. જો કે તે છેલ્લા અંતે હતો. સજ્જન લોકોએ સંપર્ક કર્યો; અને જ્યારે શ્રી. વિકમામ ઓરડામાં ગયો, એલિઝાબેથને લાગ્યું કે તેણી ન તો તેને પહેલા જોઈ રહી છે, અને ત્યારબાદ તેના વિશે વિચારવાનો નથી, બિનજરૂરી પ્રશંસાના નાના અંશે. --શાયરના અધિકારીઓ સામાન્ય રીતે ખૂબ જ ભરોસાપાત્ર, સજ્જન જેવા સેટ હતા, અને તેમાંના શ્રેષ્ઠ હાલના પક્ષના હતા; પરંતુ મિસ્ટર. વિકમ તેમના બધાથી બહાર, ચહેરા, વાયુ અને ચાલવા જેવા હતાતેઓ મોટા પાયે ભરાયેલા કાકા ફિલીપ્સ, શ્વાસ લેવાની વાઇન વાઇન કરતાં શ્રેષ્ઠ હતા, જેણે તેમને રૂમમાં અનુસર્યા હતા.

શ્રીમાન. વિકમ એક સુખી માણસ હતો જેની તરફ પ્રત્યેક સ્ત્રીની આંખ ફેરવી હતી, અને એલિઝાબેથ ખુશ મહિલા હતી જેના દ્વારા તે છેલ્લે પોતાને બેઠો હતો; અને સ્વીકાર્ય રીતમાં જેમાં તે તરત જ વાતચીતમાં પડી ગયો, જો કે તે માત્ર ભીની રાત હોવાથી અને વરસાદની મોસમની સંભાવના પર, તેણીને એવું લાગે છે કે સામાન્ય, નરમ, સૌથી વધુ થ્રેડેડ વિષય રસપ્રદ હોઈ શકે છે. વક્તા ની કુશળતા દ્વારા.

જેમ કે પ્રતિસ્પર્ધીઓ સાથે મેળાના નોટિસ માટે, મિ. વિકમ અને અધિકારીઓ, મિ. કોલિન્સ નબળાઈ માં ડૂબવું શક્યતા લાગતું; યુવાન મહિલાઓને તે ચોક્કસપણે કશું જ ન હતું; પરંતુ તે હજી પણ મિસ્ટર માં એક પ્રેમાળ સાંભળનાર અંતરાલ હતી. ફિલીપ્સ, અને તેની સાવચેતીથી, કોફી અને મફિનથી પુષ્કળ પ્રમાણમાં પુરી પાડવામાં આવતી હતી.

જ્યારે કાર્ડ કોષ્ટકો મૂકવામાં આવી હતી, ત્યારે તેને વળાંકમાં બેસવાની તક મળી, તેને વળગી રહેવાની તક મળી.

"મને ખબર છે કે હાલમાં રમતમાં થોડો ભાગ છે," તેમણે કહ્યું, "પરંતુ મારા જીવનની પરિસ્થિતિમાં હું પોતાને સુધારવામાં ખુશી

અનુભવીશ -" મિ. ફિલીપ્સ તેના પાલન માટે ખૂબ આભારી હતા, પરંતુ તેમના કારણોસર રાહ જોતા ન હતા.

શ્રીમાન. વિકિમ વ્હિસ્ટ પર રમ્યો ન હતો અને એલિઝાબેથ અને લીડિયા વચ્ચેની બીજી ટેબલ પર તૈયાર આનંદ પ્રાપ્ત થયો હતો. પ્રથમ ત્યાં લિયડિયાને તેના પર સંપૂર્ણ રીતે લલચાવવાનું જોખમ લાગ્યું, કારણ કે તે સૌથી વધુ નિર્ધારિત ટોકર હતી; પરંતુ તે જ રીતે લોટરી ટિકિટ્સની ખૂબ જ શોખીન હોવાથી, તે ટૂંક સમયમાં જ રમતમાં ખૂબ જ રસ ધરાવતી હતી, તે પણ બિટ્સ બનાવવા અને ઇનામ પછી ઉદ્ગારવા માટે આતુર હતી,ખાસ કરીને કોઇ પણ માટે ધ્યાન આપવું. રમતની સામાન્ય માંગ માટે મંજૂરી, મિસ્ટર. તેથી વિખેમ એલિઝાબેથ સાથે વાત કરવા માટે લેઝરમાં હતા, અને તે તેમને સાંભળવા માટે ખૂબ જ રાજી હતી, તેમ છતાં તે જે સાંભળવાની ઇચ્છા રાખતી હતી તે તેણીને કહેવાની આશા ન હતી, એમ શ્રી સાથેના તેના પરિચયનો ઇતિહાસ. ડરસી તેણે તે સજ્જનનો પણ ઉલ્લેખ કર્યો ન હતો. તેણીની જિજ્ઞાસા જોકે અનપેક્ષિત રીતે રાહત અનુભવી હતી. શ્રીમાન. વિકમાહે પોતે વિષય શરૂ કર્યો. તેમણે પૂછ્યું કે મેટરનથી નેધરફિલ્ડ કેટલું દૂર છે; અને, તેના જવાબ પ્રાપ્ત કર્યા પછી, એક રીતે પૂછવામાં કેવી રીતે મિસ્ટર. ત્યાં રહી હતી.

"લગભગ એક મહિના," એલિઝાબેથ જણાવ્યું હતું કે; અને પછી, વિષય છોડવાની ઇચ્છા નહી, ઉમેર્યું, "તે ડર્બીશાયરમાં ખૂબ મોટી સંપત્તિનો માણસ છે, હું સમજું છું."

"હા," વિકમાહે જવાબ આપ્યો; - "તેની સંપત્તિ એક ઉમદા વ્યક્તિ છે, દર વર્ષે સ્પષ્ટ દસ હજાર. જો તમે કોઇ વ્યક્તિ સાથે તે માથે ચોક્કસ માહિતી આપવા માટે સક્ષમ વ્યક્તિ સાથે મળ્યા ન હોત - કેમ કે હું જોડાયેલું છું મારા પરિવાર સાથે મારા બાળપણથી ચોક્કસ રીતે. "

એલિઝાબેથ આશ્ચર્ય ન જોઇ શક્યો.

"તમે કદાચ આશ્ચર્ય પામી શકો છો, ચૂકી ગયેલી મિસ બેનેટ, જોયા પછી, તમે સંભવતઃ કદાચ અમારી મીટિંગની ખૂબ ઠંડી રીત જોઈ શકો છો. -તમે શ્રી ડેર્સી સાથે ખૂબ પરિચિત છો?"

એલિઝાબેથે ઉત્સાહપૂર્વક કહ્યું, "જેટલું હું ઇચ્છું છું તેટલું જ" - "મેં તેની સાથે એક જ ઘરમાં ચાર દિવસ પસાર કર્યા છે, અને હું તેને ખૂબ અસહ્ય લાગે છે."

વિકમ કહે છે કે, "મારી મંતવ્ય આપવાનો મારો કોઈ અધિકાર નથી," તેના સંમત અથવા અન્યથા હોવાને કારણે હું એક બનવા માટે લાયક નથી. હું તેને ન્યાયપૂર્ણ ન્યાયાધીશ બનવા માટે ઘણી લાંબી અને સારી રીતે ઓળખું છું. મને નિષ્પક્ષ હોવાનું માનવામાં આવે છે, પરંતુ મને લાગે છે કે તેના વિશેની તમારી અભિપ્રાય સામાન્યપણે આશ્ચર્યચકિત થશે - અને કદાચ તમે તેને ક્યાંય પણ વધુ સ્પષ્ટ રીતે વ્યક્ત કરશો નહીં. - અહીં તમે તમારા પોતાના પરિવારમાં છો. "

"મારા શબ્દ ઉપર હું કહું છું કે હું તેના કરતાં વધુ નહી કહું છું કે પડોશના કોઈ પણ ઘરમાં, નેધરફિલ્ડ સિવાય, તે હર્ટફોર્ડશાયરમાં ગમતું નથી. દરેક શરીર તેના ગૌરવથી ગભરાય છે. તમે તેને વધુ અનુકૂળ બોલી શકશો નહીં. કોઈ પણ."

"હું દિલગીર થવાનો ઢોંગ કરી શકતો નથી," વિખેમે કહ્યું, ટૂંકા વિક્ષેપ પછી, "તે કે તે કોઈ પણ માણસને તેમના રણની બહાર અંદાજ લગાવવો જોઈએ નહીં, પરંતુ તેની સાથે હું માનું છું કે તે વારંવાર થતું નથી. અને પરિણામ, અથવા તેના ઉચ્ચ અને પ્રભાવશાળી શિષ્ટાચાર દ્વારા ડરતા હોય છે, અને તેને જોવામાં આવે છે તે જ તેને જુએ છે. "

"મારે તેને સહેજ પરિચિત વ્યક્તિ હોવા જોઈએ, એક દુષ્ટ માણસ બનવું જોઈએ." વિકમામે ફક્ત તેના માથાને હલાવી દીધા.

"હું આશ્ચર્ય કરું છું," તે બોલવાની આગામી તક પર, "શું તેઓ આ દેશમાં લાંબા સમય સુધી રહેવાની શક્યતા છે."

"મને ખબર નથી હોતી; પરંતુ જ્યારે હું નેધરફિલ્ડમાં હતો ત્યારે મેં તેના જવાનું કંઇ સાંભળ્યું નહોતું. મને આશા છે કે --શાયરની તરફેણમાં તમારી યોજનાઓ તેના પડોશમાં હોવાથી પ્રભાવિત થશે નહીં."

"ઓહ! ના, મારા માટે મિ. ડેર્સી દ્વારા ચલાવવું તે નથી. જો તે મને જોવાનું ટાળવાનું ઇચ્છે તો તેણે જવું જોઈએ. અમે મૈત્રીપૂર્ણ શરતો પર નથી , અને તે હંમેશાં મને મળવા માટે દુઃખ આપે છે, પરંતુ હું તેની અવગણનાનું કોઈ કારણ નથી પરંતુ હું આખી દુનિયામાં શું જાહેર કરી શકું છું; ખૂબ જ ખરાબ બીમારીનો અર્થ, અને તે જે છે તેના પર સૌથી વધુ દુઃખદાયક ખેદ છે. તેમના પિતા, મિસ બેનેટ, સ્વ. મિ. ડેર્સી, એક હતા અત્યાર સુધીમાં જે શ્રેષ્ઠ માણસો શ્વાસ લેતા હતા અને મારા સૌથી સારા મિત્ર હતા અને હું આ મિસ્ટર ડેર્સી સાથે હજાર ટેન્ડર સ્વરુપ દ્વારા આત્માને દુઃખી કર્યા વિના ક્યારેય કંપનીમાં રહી શકતો નથી. મારા માટે તેમનો વર્તન બદનક્ષીભર્યો રહ્યો છે, પરંતુ હું ખરેખર માને છે કે હું તેના પિતાની યાદશક્તિની આશા અને નિરાશાજનક નિરાશાને બદલે તેને કોઈપણ વસ્તુ અને દરેક વસ્તુને માફ કરી શકું છું. "

એલિઝાબેથે આ વિષયમાં રસ વધ્યો અને તેના હૃદયથી સાંભળ્યું; પરંતુ તેની દ્વિધામાં આગળ પૂછપરછ અટકાવવામાં આવી.

શ્રીમાન. વિકેમે વધુ સામાન્ય વિષયો, મેરિટોન, પડોશી, સમાજ પર વાત કરવાનું શરૂ કર્યું, જે તેણે હજી સુધી જોયું હતું તે બધાથી ખૂબ ખુશ થતાં, અને ખાસ કરીને નમ્ર પરંતુ ખૂબ બુદ્ધિમાન બહાદુરીથી બોલતા.

"તે સતત સમાજ અને સારા સમાજની સંભાવના હતી," તેમણે ઉમેર્યું, "જે - એશાયરમાં દાખલ થવાની મારી મુખ્ય પ્રેરણા હતી. મને તે સૌથી વધુ માનનીય, સ્વીકાર્ય કોર્પ્સ માનવામાં આવતું હતું, અને મારા મિત્ર ડેનીએ મને આગળથી આકર્ષિત કર્યા તેમના વર્તમાન ક્વાર્ટરના તેમના એકાઉન્ટ અને ખૂબ જ મહાન અભિગમ અને ઉત્કૃષ્ટ પરિચય મેરિટોન તેમને ખરીદ્યા હતા. સમાજ, હું માલિક છું, તે મારા માટે જરૂરી છે. હું નિરાશ માણસ છું અને મારા આત્માઓ એકાંત સહન કરશે નહીં. સમાજનું જીવન હું જે હેતુ માટે રાખું છું તે નથી, પરંતુ સંજોગો હવે તેને યોગ્ય બનાવે છે. ચર્ચે મારો વ્યવસાય હોવો જોઈએ- મને ચર્ચ માટે લાવવામાં આવ્યો હતો, અને આ સમયે મારી પાસે એક સૌથી કિંમતી વસવાટ કરો છો, તે જે સજ્જનનો અમે હમણાં જ બોલતા હતા તેને ખુશ કર્યું હતું. "

"ખરેખર!"

"હા - અંતમાં મિસ્ટર ડેર્સીએ મને તેમની ભેટમાં શ્રેષ્ઠ જીવનનિર્વાહની આગામી પ્રસ્તુતિ આપી હતી. તે મારા ગોડફાધર હતા, અને મારાથી વધુ જોડાયેલા હતા. હું તેમની દયા માટે ન્યાય કરી શકતો નથી. તે મારા માટે પૂરતું અને માન આપવાનું હતું તેણે તે કર્યું હતું, પરંતુ જ્યારે વસવાટ કરો છો, તે અન્યત્ર આપવામાં આવી હતી. "

"સારું સ્વર્ગ!" એલિઝાબેથ રડે છે; "પરંતુ તે કેવી રીતે બની શકે? -તેની ઇચ્છા કેવી રીતે અવગણવામાં આવી શકે? -તમે કાનૂની નિવારણ કેમ ન શોધતા?"

"મને કાયદાની કોઈ આશા ન આપવા માટે આ પ્રકારની અનૌપચારિકતા હતી. માનનીય વ્યક્તિએ ઇરાદા પર શંકા કરી ન હતી, પરંતુ મિસ્ટર ડેર્સીએ તેને શંકા આપવાનું પસંદ કર્યું- અથવા તેને ફક્ત શરતી તરીકે માનવા માટે પસંદ કર્યું. ભલામણ, અને ભારપૂર્વક જણાવ્યું હતું કે મેં અતિશયોક્તિ, અયોગ્યતા,

કોઈ પણ વસ્તુ અથવા કશું જ તેના દ્વારા તમામ દાવાને નકારી કાઢ્યું છે. ચોક્કસ એ છે કે, બે વર્ષ પહેલા જીવંત બન્યું, બરાબર હું તે રાખવા માટે એક ઉંમરનો હતો, અને તે બીજા માણસને આપવામાં આવ્યો હતો, અને તે ઓછું ચોક્કસ નથી, હું ખરેખર તે ગુમાવવાના હકદાર બનવા માટે કંઇપણ કર્યું હોવાનો આરોપ નથી કરી શકતો. મારી પાસે એક ગરમ, અપરિચિત ગુસ્સો છે, અને મેં કદાચ મારા મંતવ્ય વિશે ઘણી વાર કહ્યું હશે હું અને તેના માટે ખૂબ જ મુક્તપણે. હું કંઇક વધુ ખરાબ કરી શકતો નથી, પરંતુ હકીકત એ છે કે, આપણે ખૂબ જુદા પ્રકારના માણસો છીએ, અને તે મને નફરત કરે છે. "

"આ ખૂબ જ આઘાતજનક છે! તે જાહેરમાં અપમાનજનક હોવાનું પાત્ર છે."

"અમુક સમય કે બીજું તે હશે-પરંતુ તે મારા દ્વારા નહીં આવે. જ્યાં સુધી હું તેના પિતાને ભૂલી શકતો નથી, હું તેને ક્યારેય બદલાવી કે જાહેર કરી શકતો નથી."

એલિઝાબેથે તેમને આ પ્રકારની લાગણીઓ માટે સન્માન આપ્યું હતું, અને તેમને તેમનો અભિવ્યક્ત કરતા પહેલાં કરતાં વધુ સારી રીતે માનતા હતા.

"પરંતુ શું," તેમણે વિરામ પછી કહ્યું, "શું તેનો હેતુ હોઇ શકે? - તેણે તેને ક્રૂર વર્તન કરવા માટે પ્રેરિત કરી શકે છે?"

"મારા સંપૂર્ણ, નિર્ધારિત નાપસંદથી-એક નાપસંદ કે જે હું કરી શકતો નથી પરંતુ ઈર્ષ્યા માટે કેટલાક માપદંડોમાં આભારી છું. અંતમાં મિસ્ટર ડેર્સી મને ઓછું ગમ્યું, તેના દીકરાએ મને વધુ સારી રીતે સહન કર્યું હોત, પરંતુ તેના પિતાના અસામાન્ય જોડાણથી મને દુઃખ થયું. તે મને ખૂબ જ શરૂઆતમાં જીવનમાં વિશ્વાસ કરે છે. અમે જે પ્રકારનું પ્રતિસ્પર્ધા હાંસલ કરતા હતા તે

સહન કરવા માટે તેમને ગુસ્સે થતા ન હતા- મને ઘણી પસંદગીઓ આપવામાં આવતી હતી. "

"મેં મિસ્ટર ડેર્સીને આટલી ખરાબ રીતે વિચાર્યું ન હતું - જોકે હું તેને ક્યારેય ગમ્યો ન હતો, મેં તેના વિશે એટલો બધો વિચાર્યુ ન હતું - હું તેને સામાન્ય રીતે તેના સાથી જીવોને તિરસ્કાર કરતો હોવાનું માનતો હતો, પરંતુ તેને તેની શંકા નહોતી આવા દૂષિત બદલો લેવા માટે, આવા અન્યાય, આવા આકસ્મિકતા! "

થોડી મિનિટોના પ્રતિબિંબ પછી, તેણીએ ચાલુ રાખ્યું, "એક દિવસ, નેધરફિલ્ડમાં, તેના ગુસ્સોની અસ્પષ્ટતાને કારણે, તેના નિષ્ઠુર ગુસ્સાને કારણે હું તેની ગૌરવની યાદ રાખું છું. તેના સ્વભાવને ભયંકર હોવા જોઈએ."

"હું વિષય પર જાતે વિશ્વાસ નહીં કરું," વિક્હામે જવાબ આપ્યો, "હું ભાગ્યે જ તેના પર હોઈ શકું છું."

એલિઝાબેથ ફરીથી વિચારમાં ઊંડી હતી, અને થોડા સમય પછી તેણે કહ્યું, "આ રીતે, દેવ-પુત્ર, મિત્ર, તેના પિતાના પ્રિય!" - તેણીએ ઉમેર્યું હોત, "એક યુવાન પણ, તમારી જેમ , જેનો ખૂબ ચહેરો તમારા મૈત્રીપૂર્ણ રહેવાની ખાતરી આપી શકે છે - "પરંતુ તેણીએ પોતાને સંતોષ આપ્યો" અને એક પણ, જે સંભવતઃ બાળપણથી પોતાનું એક સાથી બની ગયું હતું, મને લાગે છે કે તમે નજીકમાં જ કહ્યું છે.

"અમે એક જ પાર્કમાં એક જ પેરિશમાં જન્મ્યા હતા, અમારા યુવાનો સૌથી મોટો ભાગ એકસાથે પસાર થયો હતો; તે જ ઘરના કેદીઓ, સમાન મનોરંજન, સમાન પેરેંટલ કેરની વસ્તુઓને વહેંચે છે. મારા પિતાએ આ વ્યવસાયમાં જીવન શરૂ કર્યું હતું. તમારા કાકા, મિ. ફિલીપ્સ, તેટલું જ ધિરાણ કરે છે-પરંતુ તેણે અંતમાં શ્રી ડર્સીને દરેક વસ્તુનો ઉપયોગ કરવાનું છોડી દીધું, અને પેમલેલી મિલકતની સંભાળ માટે તેનો સંપૂર્ણ સમય સમર્પિત કર્યો. મિ.

ડેર્સી દ્વારા, સૌથી નજીકનો, ગુપ્ત મિત્ર. મિસ્ટર ડેર્સી ઘણીવાર મારા પિતાના સક્રિય નિરીક્ષકને સૌથી મોટી જવાબદારીઓ હેઠળ હોવાનું માનતા હતા અને જ્યારે મારા પિતાના અવસાન પહેલા તરત જ, મિ. ડેર્સીએ તેમને મને આપવા માટે સ્વૈચ્છિક વચન આપ્યું , મને ખાતરી છે કે તે મને તેના પ્રત્યેના કૃતજ્ઞતા પ્રત્યેના કૃતજ્ઞતાના ઋણ તરીકે લાગે છે. "

"કેવું વિચિત્ર!" એલિઝાબેથ રડે. "કેટલું ધૃણાસ્પદ! -આ આશ્ચર્ય છે કે આ મિસ્ટર ડેર્સીના ખૂબ ગૌરવથી તે માત્ર તમને જ નહીં બનાવે! -જો કોઈ વધુ સારા હેતુથી, તે અપમાનજનક હોવાને કારણે ગૌરવ અનુભવતો ન હોવો જોઈએ, - અપ્રમાણિકતા માટે મારે તેને બોલાવી જ જોઇએ . "

"તે અદ્ભુત છે," - વિકમાહે જવાબ આપ્યો - "લગભગ તેના તમામ કાર્યો ગૌરવની શોધમાં હોઈ શકે છે; અને ગૌરવ ઘણી વખત તેનો શ્રેષ્ઠ મિત્ર છે. તેને અન્ય કોઈ લાગણી કરતાં સદ્ગુણ સાથે જોડાયેલું છે . આપણે સુસંગત છીએ; અને મારા વર્તનમાં, ગૌરવ કરતાં પણ મજબૂત ઇમ્પલેશન્સ હતા. "

"તેના જેવા આઘાતજનક ગૌરવ, ક્યારેય તેને સારી કરી શકે છે?"

"હા, તે ઘણી વાર તેને ઉદાર અને ઉદાર બનવા માટે, તેમના પૈસા મુક્તપણે આપવા, હોસ્પિટાલિટી પ્રદર્શિત કરવા, તેમના ભાડૂતોને મદદ કરવા અને ગરીબોને રાહત આપવા માટે દોરી જાય છે. પિતાએ, આ કર્યું છે, તેના પરિવારને અપમાન કરવા, લોકપ્રિય ગુણોમાંથી ઉદ્ભવવું, અથવા પેમેમ્બર હાઉસના પ્રભાવને ગુમાવવું એ એક શક્તિશાળી હેતુ નથી. તે ભાઈ-બહેનોનો ગૌરવ પણ ધરાવે છે, જે કેટલાક ભાઈ-બહેનો સાથે, તેમને બનાવે છે તેની બહેનની ખૂબ કાળજી રાખનાર અને સાવચેતીભર્યું વાલી, અને તમે તેને સાંભળી શકો છો, સામાન્ય રીતે સૌથી વધુ ધ્યાન આપનારા અને શ્રેષ્ઠ ભાઈઓ તરીકે. "

"શું પ્રકારની છોકરી ડેર્સી ચૂકી છે?"

તેણે તેના માથાને હલાવી દીધી .-- "હું ઇચ્છું છું કે હું તેને મૈત્રીપૂર્ણ કહી શકું. તે મને દ્વેષની બિમારી બોલવા માટે દુઃખ આપે છે. પરંતુ તે તેના ભાઈ જેવા ખૂબ જ છે, દરેક ખૂબ જ ગૌરવપૂર્ણ છે. - એક બાળક તરીકે, તે સ્નેહભાવ હતી અને આનંદદાયક, અને મારા માટે ખૂબ જ શોખીન છે; અને હું તેના મનોરંજનમાં કલાકો અને કલાકો સમર્પિત છું. પરંતુ તે હવે મારા માટે કશું જ નથી. તે એક સુંદર છોકરી છે, લગભગ પંદર કે સોળ, અને હું ખૂબ જ પરિપૂર્ણ છું. તેના પિતાના અવસાન પછી, તેણી ઘર લંડન રહ્યું છે, જ્યાં એક મહિલા તેની સાથે રહે છે, અને તેણીની શિક્ષણ પર ભાર મૂકે છે. "

ઘણા વિરામઓ અને અન્ય વિષયોના ઘણા પરીક્ષણો પછી, એલિઝાબેથ ફરી એક વાર ફરી વળતરમાં મદદ કરી શક્યા નહીં અને કહેતા,

"મિ. બિન્ગલી સાથેની તેમની ઘનિષ્ઠતાથી હું આશ્ચર્ય પામી રહ્યો છું. મિ. બિન્લી, જે સારા હાસ્યાસ્પદ લાગે છે, અને હું ખરેખર વિશ્વાસ કરું છું, ખરેખર મૈત્રીપૂર્ણ છું, આવા માણસ સાથે મિત્રતામાં હોઈ શકું? તેઓ એક બીજાને કેવી રીતે અનુકૂળ થઇ શકે? - તમે મિસ્ટર બિંગલી જાણો છો? "

"જરાય નહિ."

"તે એક મીઠાઈ, આનંદદાયક, મોહક માણસ છે. તે જાણતો નથી કે શ્રી ડર્સી શું છે."

"સંભવતઃ નથી; - પરંતુ મિસ્ટર ડેર્સી કૃપા કરી શકે છે તે કૃપા કરીને તેને ક્ષમતાઓ જોઇએ નહીં. જો તે તેની યોગ્યતાને વિચારે તો તે વાતચીત સાથી બની શકે છે. જે તેના પરિણામ પર સમાન છે તે બધામાં તે ખૂબ જ છે. ભિન્ન સમૃદ્ધિવાળા લોકોથી જુદા

જુદા માણસો, તેમના ગૌરવ તેમને ક્યારેય ઉથલાવી દેતા નથી, પરંતુ સમૃદ્ધ લોકો સાથે, તે ઉદાર, માનસિક, બુદ્ધિગમ્ય, માનનીય, અને કદાચ સંમત છે, તે સંપત્તિ અને આકૃતિ માટે કંઈક આપે છે. "

વ્હિસ્ટ પાર્ટી ટૂંક સમયમાં જ તૂટી ગઈ, ખેલાડીઓ બીજા કોષ્ટકની આસપાસ ભેગા થયા અને મિ. કોલિન્સે તેમના પિતરાઇ એલિઝાબેથ અને મિસ્ટર વચ્ચે સ્ટેશન લીધો. .-તેની સફળતા તરીકે સામાન્ય પૂછપરછ પછીથી દ્વારા કરવામાં આવ્યા હતા. તે ખૂબ મહાન ન હતી; તેમણે દરેક બિંદુ ગુમાવી હતી; પરંતુ જ્યારે મિસ્ટર. ફિલીપ્સે તેની ચિંતા વ્યક્ત કરવાનું શરૂ કર્યું, તેણે તેમને ખૂબ જ મહત્ત્વની ગુરુત્વાકર્ષણ સાથે ખાતરી આપી કે તે ઓછામાં ઓછા મહત્વનું નથી, તેમણે આ નાણાંને માત્ર એક કઠણ ગણાવી હતી, અને ભીખ માંગ્યું કે તે પોતાને અસ્વસ્થ બનાવશે નહીં.

"હું ખૂબ જ સારી રીતે જાણું છું, મદમ," તેમણે કહ્યું, "જ્યારે લોકો કાર્ડ ટેબલ પર બેસતા હોય ત્યારે, તેઓએ આ વસ્તુઓની તેમની તક લેવી જ જોઈએ, અને આનંદથી હું આવી પરિસ્થિતિઓમાં પાંચ શિલિંગ કોઈ વસ્તુ બનાવવાની નથી . નિઃશંકપણે ઘણા લોકો આ જ કહી શક્યા નથી, પરંતુ લેડી કેથરિન ડી બૌર્ધને આભારી છે, મને થોડી બાબતો અંગેની જરૂરિયાતથી દૂર દૂર કરવામાં આવે છે. "

શ્રીમાન. વિકહમનું ધ્યાન પકડ્યું; અને એમ.આર. થોડા ક્ષણો માટે કોલિન્સે, તેણે એલિઝાબેથને ઓછી અવાજમાં પૂછ્યું કે શું તેનો સંબંધ ખૂબ જ ગાઢ પરિવારના પરિચયથી પરિચિત હતો.

તેણીએ જવાબ આપ્યો, "લેડી કેથરિન ડી બોર્ઘ," તેણીએ જવાબ આપ્યો, "ખૂબ જ તાજેતરમાં તેને જીવંત આપવામાં આવ્યું છે. મને ખબર નથી કે મિસ્ટર કોલિન્સને તેની નોટિસ કેવી રીતે રજૂ

કરવામાં આવી હતી, પરંતુ તે ચોક્કસપણે તેના લાંબા સમયથી જાણીતી નથી."

"તમે ચોક્કસપણે જાણો છો કે લેડી કેથરિન ડી બોર્ઘ અને લેડી એન્ની ડેર્સી બહેનો હતી, પરિણામે તે વર્તમાન મિસ્ટર ડેર્સીની ચાકરી છે."

"ના, ખરેખર, હું નથી કરતો. - હું લેડી કેથરિનના જોડાણોમાં કશું જ જાણતો નહોતો. મેં ગઈ કાલે પહેલા તેના અસ્તિત્વ વિશે ક્યારેય સાંભળ્યું નથી."

"તેણીની પુત્રી, મિસ ડી બૌર્ઘ, ખૂબ મોટી સંપત્તિ ધરાવશે, અને એવું માનવામાં આવે છે કે તે અને તેના પિતરાઈ બંને વસાહતોને એકીકૃત કરશે."

આ માહિતીએ એલિઝાબેથને સ્મિત બનાવ્યા, કારણ કે તેણીએ ગરીબ ચૂકી બિન્ગલીની વિચાર્યું. નિરર્થક ખરેખર તેના બધા ધ્યાન, નિરર્થક અને તેની બહેન માટે તેની લાગણી નિરર્થક હોવી જોઈએ અને તેની પોતાની પ્રશંસા કરવી જોઈએ, જો તે પહેલાથી બીજાને સ્વતઃસ્થાપિત થયો હોય.

"શ્રી કોલિન્સ," તેણીએ જણાવ્યું હતું કે, "સ્ત્રી કેથરિન અને તેની પુત્રી બંને ખૂબ જ બોલે છે, પરંતુ કેટલાક વિગતોથી તેણીએ તેણીની વડીલ સાથે સંબંધિત છે , મને લાગે છે કે તેનું કૃતજ્ઞતા તેમને ગેરમાર્ગે દોરે છે, અને તે તેમનો આશ્રય હોવા છતાં, તેણી એક ઘમંડી, અભિમાની સ્ત્રી છે. "

"મને વિશ્વાસ છે કે તે બંને એક મહાન ડિગ્રીમાં હશે," વિકેમે જવાબ આપ્યો; "મેં તેને ઘણા વર્ષો સુધી જોયા નથી, પરંતુ મને ખૂબ યાદ છે કે મને તેણી ક્યારેય ગમતી નથી, અને તેણીના શિષ્ટાચાર હાસ્યાસ્પદ અને અપમાનજનક હતા. તેણીની પાસે નોંધપાત્ર સમજદાર અને હોંશિયાર હોવાનું પ્રતિષ્ઠા છે, પરંતુ મને

લાગે છે કે તેણી તેણીનો ભાગ બનાવે છે તેના ક્રમ અને સંપત્તિની ક્ષમતા, તેના અધિકૃત રીતે અને બાકીના ભત્રીજાના ગૌરવથી ગૌરવ, જેણે તેની સાથે જોડાયેલા દરેકને પ્રથમ વર્ગની સમજ હોવી જોઈએ. "

એલિઝાબેથે મંજુરી આપી હતી કે તેણે તેના વિશે ખૂબ જ વ્યાજબી ખાતું આપ્યું છે, અને સપરે કાર્ડ્સનો અંત ન આવે ત્યાં સુધી તેઓ એકબીજા સાથે સંતોષ સાથે વાત કરવાનું ચાલુ રાખ્યું; અને બાકીની મહિલાઓને એમ.આર.નો ભાગ આપ્યો. વિકમના ધ્યાન. મિસ્ટર ના અવાજ માં કોઈ વાતચીત હોઈ શકે છે. ફિલીપ્સની રાત્રિભોજન પાર્ટી, પરંતુ તેના શિષ્ટાચાર તેમને દરેક શરીરને ભલામણ કરે છે. તેણે જે કહ્યું તે સારું હતું; અને તેણે જે કર્યું, ચિત્તપૂર્વક કર્યું. એલિઝાબેથ તેના માથાથી ભરાઈ ગઈ. તેણી એમ.આર. સિવાય કંઇ પણ વિચારી શકે છે. વિકેમ, અને તેણે જે કહ્યું હતું તે બધું, ઘરે જવું; પરંતુ તેમના નામનો ઉલ્લેખ કરવા માટે તેમનો સમય પણ નહોતો, કારણ કે તેઓ ગાયડિયા અથવા મિ. કોલિન્સ એક વખત મૌન હતા. લીડિયાએ હંમેશાં લોટરી ટિકિટ્સ, તેણી ગુમાવેલી માછલી અને તેણે જીતી લીધેલ માછલી, અને મિ. કોલિન્સ, એમ.આર. અને મિસ્ટર.

પ્રકરણ .

એલિઝાબેથ જેન સાથે બીજા દિવસે સંબંધિત, મિસ્ટર વચ્ચે શું પસાર થયું હતું. વિકમ અને પોતે. જેન આશ્ચર્ય અને ચિંતા સાથે સાંભળી; -તે જાણતા ન હતા કે કેવી રીતે એમ.આર. મિસ્ટર જેથી અયોગ્ય હોઈ શકે છે. બિંગલીના સંદર્ભમાં; અને હજી પણ, તે તેના સ્વભાવમાં નહોતી, કેમ કે આવા વ્યકિતગત વ્યકિતના વિકીમની જેમ તેની માન્યતા પર પ્રશ્ન ઉઠાવવો.-તેના ખરેખર નિષ્ઠાને લીધે તે ખરેખર સહન કરી શકે છે, તે તેની બધી ટેન્ડર લાગણીઓમાં રસ લેવા પૂરતો હતો; અને તેથી કંઇ પણ કરવાનું બાકી રહ્યું, પરંતુ બંનેની સારી રીતે વિચારવું, દરેકના આચરણનું

રક્ષણ કરવું અને અકસ્માત અથવા ભૂલના ખાતામાં ફેંકવું, જે અન્યથા સમજાવી શકાય નહીં.

"તેઓ બન્ને પાસે છે," તેમણે કહ્યું હતું કે, "ભ્રમિત થઇ ગયા છે, હું કોઈ રીતે અથવા અન્યમાં કહી શકું છું, જેમાંથી આપણે કોઈ ખ્યાલ નથી બનાવી શકતા. રસ ધરાવનારા લોકો કદાચ બીજાને ખોટી રજૂઆત કરે છે. તે ટૂંકમાં આપણા માટે અશક્ય છે. કારણો અથવા સંજોગોને અનુમાનિત કરવા માટે, જે બંને બાજુએ વાસ્તવિક દોષ વિના, તેમને અલગ કરી શકે છે. "

"ખૂબ જ સાચું, ખરેખર; - અને હવે, મારા પ્રિય જેન, તમને રસ ધરાવતા લોકો માટે શું કહેવું છે કે જેઓ કદાચ વ્યવસાયમાં ચિંતિત છે? - તેમને પણ સાફ કરો, અથવા આપણે બીમાર થવાનું વિચારીશું કોઈક. "

"તમે જેટલું ચુસ્ત કરો છો તે હસશો, પણ તમે મારા અભિપ્રાયથી મને હસશો નહીં. મારા દિમાગમાં ઉત્સાહથી, પરંતુ તેના પિતાના પ્રિયજનને આ રીતે પ્રિય રીતે વર્તવા માટે, તે કેવી રીતે શરમજનક પ્રકાશ મૂર્તિ ડેર્સીને મૂકે છે તેના પર વિચાર કરો. , જેને તેમના પિતાએ આપવાનું વચન આપ્યું હતું. - તે અશક્ય છે. સામાન્ય માનવતા ધરાવતી કોઈ વ્યક્તિ, કોઈ વ્યક્તિ કે જે તેના પાત્ર માટે કોઈ મૂલ્ય ધરાવતી નથી, તે સક્ષમ થઇ શકે છે. શું તેના સૌથી નજીકના મિત્રો તેમનામાં એટલા વધારે કપટ કરે છે? ઓહ ના! "

"મિસ્ટર. વિક્હેમે મને આટલું જ આર્ટિસ્ટ બનાવવું જોઈએ, જેમણે મને છેલ્લી રાત આપી હતી; નામો, હકીકતો, સમારંભ વગર ઉલ્લેખિત દરેક વસ્તુનો હું વધુ સરળતાથી વિશ્વાસ કરી શકું છું. - જો આમ ન થાય તો, મિસ્ટર ડેર્સીને તેના વિરોધાભાસ દો. ઉપરાંત, તેના દેખાવમાં સત્ય હતું. "

"તે ખરેખર મુશ્કેલ છે-તે દુઃખદાયક છે. -તમને શું લાગે છે તે જાણતું નથી."

"હું તમારી ક્ષમા માંગું છું; - કોઈ જાણે છે કે બરાબર શું વિચારો."

પરંતુ જેન માત્ર એક બિંદુ પર નિશ્ચિતતા સાથે વિચારી શકે છે, તે શ્રી. બિન્ગલી, જો તેણી પર લાદવામાં આવ્યો હોય, તો આ બાબત જાહેર થઈ ત્યારે પીડાય છે.

બે યુવાન મહિલાઓને ઝાડવાથી બોલાવવામાં આવ્યા હતા, જ્યાં આ વાતચીત પસાર થઈ હતી, જેમાંના કેટલાક લોકોના આગમન દ્વારા તેઓ બોલતા હતા; શ્રીમાન. બિંગલી અને તેની બહેનો નેધરફિલ્ડની લાંબા અપેક્ષિત બોલ માટે તેમના અંગત આમંત્રણ આપવા આવ્યા હતા, જે નીચેના મંગળવારે નક્કી કરવામાં આવી હતી. બંને પ્રિય મિત્રો ફરીથી તેમના પ્રિય મિત્રને જોવા માટે ખૂબ જ ખુશ થયા હતા, તેઓએ તેને મળ્યા પછી તે એક વય તરીકે ઓળખાવી હતી અને વારંવાર પૂછ્યું હતું કે તેઓ તેમની જુદાં જુદાં જુદાં સમયથી પોતાની સાથે શું કરી રહ્યા છે. બાકીના પરિવારને તેઓએ ઓછું ધ્યાન આપ્યું; મિસ્ટર અવગણવું. બેનેટ જેટલું શક્ય તેટલું, એલિઝાબેથને ઘણું કહેવું, અને બીજું કંઈ જ નહીં. તેઓ ટૂંક સમયમાં ફરી ગયા, તેમની બેઠકોમાંથી ઉભરતા એક પ્રવૃત્તિ સાથે તેમના ભાઈને આશ્ચર્ય થયું અને મિસ્ટરથી ભાગી જવાની આતુરતાથી ઉતાવળ થઈ. બેનેટની સિવિલિટીઝ.

નેધરફિલ્ડ બોલની સંભાવના કુટુંબના દરેક સ્ત્રીને અત્યંત સંમત હતી. શ્રીમતી. બેનેટે તેની સૌથી મોટી દીકરીને ખુશામત આપ્યા મુજબ તેને ધ્યાનમાં લેવાનું પસંદ કર્યું, અને ખાસ કરીને એમ.આર. એક વિધિ કાર્ડ બદલે, પોતે . જેનએ તેના બે મિત્રોના સમાજમાં સુખી સાંજે અને તેમના ભાઈની તરફેણમાં ચિત્ર આપ્યો; અને એલિઝાબેથે એમ.આર. સાથે એક મહાન સોદો નૃત્યની આનંદ સાથે વિચાર્યું. વિકમ, અને મિ. માં દરેક વસ્તુની

પુષ્ટિ જોઈને. માતાનો દેખાવ અને વર્તન. કેથરિન અને લીડિયા દ્વારા અપેક્ષિત સુખ, કોઈપણ એક ઘટના અથવા કોઈ ચોક્કસ વ્યક્તિ પર ઓછું આધાર રાખે છે, કેમ કે તેઓ દરેક, જેમ કે, એલિઝાબેથની જેમ, અર્ધ સાંજે નૃત્ય મિ. વિકમામ, તે કોઈ એકમાત્ર ભાગીદાર હતો જે તેમને સંતોષી શકે છે, અને બોલ કોઈ પણ દરે હતો, એક બોલ.

"જ્યારે હું મારી સવારે મારી પાસે આવી શકું છું," તે કહે છે, "તે પૂરતું છે. - મને લાગે છે કે ક્યારેક ક્યારેક સાંજે જોડાણોમાં જોડાવા માટે કોઈ બલિદાન નથી. સમાજ આપણા પર બધાનો દાવો કરે છે; અને હું એવા લોકો પૈકીનો એક છું જે અંતરાલને ધ્યાનમાં લે છે મનોરંજન અને મનોરંજન દરેક શરીર માટે ઇચ્છનીય છે. "

પ્રસંગે એલિઝાબેથની આત્માઓ એટલી ઊંચી હતી કે, તેણીએ ઘણીવાર બિનજરૂરી રીતે મિ. કોલિન્સ, તેણી તેમને પૂછવામાં મદદ કરી શક્યા ન હતા કે શું તેઓ મિ. બિંગલીનું આમંત્રણ, અને જો તેણે કર્યું, તો શું તે સાંજેના મનોરંજનમાં જોડાવા માટે યોગ્ય લાગશે; અને તે આશ્ચર્ય પામતી હતી કે તેણે તે માથા પર જે કંઇપણ ચપળતા નથી મનોરંજન કર્યું હતું, અને નૃત્યમાં આગળ વધીને, આર્કબિશપ અથવા લેડી કેથરિન ડી બૌર્ઘમાંથી ક્યાંક દગાબાજીથી ડરતા હતા.

"હું કોઈ અભિપ્રાયથી નથી, હું તમને ખાતરી આપું છું," તેમણે જણાવ્યું હતું કે, "આ પ્રકારની એક બોલ, જે પાત્રના યુવાન વ્યક્તિને માનનીય લોકો દ્વારા આપવામાં આવે છે, તેમાં કોઈ દુષ્ટ વલણ હોઈ શકે છે; અને હું હકિકતથી દૂર છું મારી જાતને નૃત્ય કરવા માટે કે હું મારા બધા ઉમદા પિતરાઇઓના હાથમાં સન્માન દરમિયાન સન્માનિત થવાની આશા રાખું છું, અને હું તમારા આગ્રહની વિનંતી કરું છું, આ બે પ્રથમ નૃત્યો માટે, ખાસ કરીને - એ પસંદગી જે હું વિશ્વાસ કરું છું માટે મારા પિતરાઈ જેન

યોગ્ય કારણ તરફ દોરી જશે, અને તેના માટે કોઈ અનાદર નહીં.
"

એલિઝાબેથને પોતાને સંપૂર્ણ રીતે લેવામાં આવ્યા હોવાનું લાગ્યું. તેણે ખૂબ જ નૃત્ય માટે વિકમામ દ્વારા વ્યસ્ત હોવાનું પૂર્ણપણે સૂચન કર્યું હતું: - અને એમ.આર. તેના બદલે કોલિન્સ! તેણીની આજીવિકા ક્યારેય ખરાબ સમય ન હતી. જો કે તે માટે કોઈ મદદ ન હતી. શ્રીમાન. વિકમામની ખુશી અને તેની પોતાની તાકાત થોડી વધારે વિલંબિત થઈ, અને મિ. કોલિન્સની દરખાસ્ત તેટલી સારી કૃપા સાથે સ્વીકારવામાં આવી હતી. તેણીએ તેના બહાદુરીથી વધુ સારી રીતે ખુશ ન હતી, આ વિચારથી તેણે વધુ કંઈક સૂચવ્યું હતું. -તેણે પહેલા તેને ત્રાટકી હતી, તેણીને તેણીની બહેનોમાંથી હનફોર્ડ પાર્સોજની રખાત બનવા માટે યોગ્ય તરીકે પસંદ કરવામાં આવી હતી, અને એક વધુ પાત્ર મુલાકાતીઓની ગેરહાજરીમાં, રોઝિંગ્સ પર ક્વાડ્રિલ ટેબલ. આ વિચાર તરત જ નિશ્ચય સુધી પહોંચ્યો, કેમકે તેણીએ પોતાની તરફ પોતાની વધતી જતી સેવાઓ જોઈ હતી, અને તેણીના બુદ્ધિ અને અભિવ્યક્તિ પર વખાણ કરવામાં વારંવાર પ્રયાસ સાંભળ્યો; અને તેના આભૂષણોના આ પ્રભાવ દ્વારા પોતાને વધુ કૃતજ્ઞતાથી વધુ આશ્ચર્યકારક હોવા છતાં, તેની માતાએ તેને સમજ્યા તે લાંબા સમય પહેલાં નહોતું કે તેમના લગ્નની સંભાવના તેના માટે ખૂબ સંમત છે. જો કે એલિઝાબેથએ આ સંકેત લેવા માટે ચુકાદો આપ્યો ન હતો, તે સારી રીતે જાણતો હતો કે ગંભીર વિવાદ હોવો જોઈએકોઈપણ જવાબ પરિણામ. શ્રીમાન. કોલિન્સ કદાચ ક્યારેય ઓફર કરશે નહીં, અને જ્યાં સુધી તે ન કરે ત્યાં સુધી, તેના વિશે ઝઘડો કરવો તે નકામું હતું.

જો ત્યાં નેટફિલ્ડ બોલ ન હોત અને ચર્ચા કરવા માટે ન હોત, તો આમંત્રણના દિવસે, બોલના દિવસે, યુવાન મિસ બેનેટ આ સમયે દયાળુ સ્થિતિમાં હતા, આવા વારસો વરસાદના કારણે મેરિટોનને એક વાર વૉકિંગ અટકાવ્યું. કોઈ કાકી, કોઈ

અધિકારીઓ, પછી કોઈ સમાચાર શોધી શકાતી નથી; - નેધરફિલ્ડ માટેના જૂતા-ગુલાબ પ્રોક્સી દ્વારા મેળવ્યા હતા. એલિઝાબેથને પણ હવામાનમાં ધીરજ અંગેની કેટલીક અજમાયશ મળી શકે છે, જેણે મિ. વિકમામ; અને મંગળવારે કોઈ નૃત્ય કરતા ઓછું કંઇ પણ, શુક્રવાર, શનિવાર, રવિવાર અને સોમવાર, કિટ્ટી અને લાઇડિયાને સહન કરી શકે છે.

પ્રકરણ .

એલિઝાબેથે નેથરફિલ્ડમાં ડ્રોઇંગ રૂમમાં પ્રવેશ કર્યો અને મિ. ત્યાં લાલ કોટના સમૂહ વચ્ચે વિકમામ હાજર હતા, તેમના હાજર હોવાનો શંકા ક્યારેય તેમની સાથે થયો ન હતો. તેમને મળવાની ચોક્કસતા એ કોઈ પણ સ્મૃતિચિહ્ન દ્વારા તપાસવામાં આવી ન હતી કે જે કદાચ તેણીને અજાણતાથી અજાણતા નથી. તેણીએ સામાન્ય સંભાળ કરતાં વધુ સજ્જ હતી, અને તેના હૃદયના અસંતોષમાં રહેલા તમામ જીવોના વિજય માટે સર્વોચ્ચ આત્માઓમાં તૈયાર કર્યા હતા, વિશ્વાસ રાખ્યો હતો કે તે સાંજે દરમિયાન જીતી શકાય તે કરતાં વધુ નથી. પરંતુ એક તુરંત જ એમનો હેતુપૂર્વક તેના હેતુપૂર્વક અવગણના થતાં ભયંકર શંકા ઊભી થઈ. અધિકારીઓને બિંગલીઝના આમંત્રણમાં ડેર્સીની ખુશી; અને તેમ છતાં તે બરાબર કેસ ન હતો, તેની ગેરહાજરીનો સંપૂર્ણ હકીકત તેના મિત્ર મિ. દ્વારા ઉચ્ચારવામાં આવ્યો હતો. ડેની, જેને લીડિયાએ આતુરતાથી અરજી કરી, અને કોણે કહ્યુંતેમને તે દિવસ પહેલાં વિક્હમને વ્યવસાયમાં નગર પર જવાનું દબાણ કરવામાં આવ્યું હતું, અને હજી સુધી પાછો ફર્યો ન હતો; નોંધપાત્ર સ્મિત સાથે, ઉમેરી રહ્યા છે,

"હું કલ્પના કરું છું કે તેના ધંધાએ હમણાં જ તેને દૂર ના પાડ્યા હોત, જો તે અહીં કોઈ ખાસ સજ્જનને ટાળવા માંગતા ન હોય."

તેની બુદ્ધિનો આ ભાગ, એલિયાબેથ દ્વારા સાંભળવામાં આવ્યો હતો, અને એલિઝાબેથ દ્વારા તેને પકડવામાં આવ્યો હતો, અને

તેણે તેને ખાતરી આપી હતી કે વિકમામની ગેરહાજરી માટે જરાય ઓછું જવાબદારી ન હોવી જોઇએ, તેના પ્રથમ સર્મીઝની સરખામણીમાં, ભૂતપૂર્વ સામેની નારાજગી પ્રત્યેની દરેક લાગણી એટલી તીવ્ર હતી તાત્કાલિક નિરાશા, કે તે નમ્ર પૂછપરછ માટે સહનશીલ સિવિલિટી સાથે ભાગ્યે જ જવાબ આપી શકે છે, જે તેણે સીધો પછી બનાવવા માટે સંપર્ક કર્યો. - ધ્યાન, સહનશીલતા, ધીરજ સાથે ધીરજ, વિકમામને ઈજા થઈ. તેણી સાથેની કોઈપણ પ્રકારની વાતચીત સામે તેનો ઉકેલ લાવવામાં આવ્યો હતો, અને એક બીમાર હાસ્ય સાથે બદલાઈ ગયો હતો, જે તેણીને એમ.આર. બિન્ગલી, જેની આંખની આંશિકતાએ તેને ઉશ્કેર્યો હતો.

પરંતુ એલિઝાબેથની બીમાર રમૂજ માટે રચના કરવામાં આવી નહોતી; અને તેમ છતાં, તેની દરેક સંભાવના સાંજ માટે નાશ પામી હતી, તે તેના આત્માઓ પર લાંબા સમય સુધી ન રહી શકે; અને ચાર્લોટ લુકાસને તેના તમામ દુઃખને કહ્યું, જેને તેણીએ એક અઠવાડિયા સુધી જોયું ન હતું, તે ટૂંક સમયમાં જ તેણીના પિતરાઇના વિચિત્રતામાં સ્વૈચ્છિક સંક્રમણ કરી શકતી હતી, અને તેને તેણીની ખાસ નોટિસ તરફ નિર્દેશ કરવા માટે સક્ષમ હતી. જોકે, બે પ્રથમ નૃત્ય, તકલીફોની પરત ફર્યા; તેઓ મૃત્યુના નૃત્ય હતા. શ્રીમાન. કોલિન્સ, અજાણ્યા અને ગંભીર, હાજરી આપવાને બદલે માફી માગતા હતા, અને ઘણીવાર તે જાણ્યા વિના ખોટું ખસેડતા હતા, તેમને બધી શરમ અને દુઃખ પહોંચાડ્યું હતું જે બે નૃત્યો માટે અસંમત ભાગીદાર આપી શકે છે. તેમની પાસેથી તેમની મુક્તિનો ક્ષણ ઉત્સાહ હતો.

તેણીએ એક અધિકારી સાથે આગળ નૃત્ય કરી, અને વિકમામની વાતને તાજગી આપી, અને સાંભળ્યું કે તેને સાર્વત્રિક રૂપે ગમ્યું હતું. જ્યારે તે નૃત્યો સમાપ્ત થઈ ત્યારે તે ચાર્લોટ લુકાસ પરત ફર્યા, અને તેણી સાથે વાતચીત કરવામાં આવી હતી, જ્યારે તેણીએ અચાનક જ એમ.આર. ડેર્સી, જેણે તેણીને તેના હાથની

અરજીમાં આશ્ચર્યજનક રીતે લીધો હતો, તે જાણ્યા વિના, તેણે તેણીને સ્વીકારી. તે તરત જ પાછો ચાલ્યો ગયો, અને તે પોતાની મનની હાજરીની ઇચ્છાને વેગ આપવા માટે છોડી ગઈ; ચાર્લોટે તેને કન્સોલ કરવાનો પ્રયત્ન કર્યો.

"હું હિંમત કરું છું કે તમે તેને ખૂબ સંમત થશો."

"સ્વર્ગમાં પ્રતિબંધ છે! - તે બધાની સૌથી મોટી દુર્ઘટના હશે! - એક માણસને શોધવા માટે સંમત થઈ શકે છે જેને કોઈ દ્વેષ કરવાનું નક્કી કરે છે! -તેમ મને આટલું દુષ્ટ ન કરો."

જ્યારે નૃત્ય ફરીથી મેળવવામાં આવ્યું ત્યારે, અને ડાર્સીએ તેના હાથનો દાવો કરવા માટે સંપર્ક કર્યો, ચાર્લોટ તેણીને એક સરળ વસ્તુ ન હોવાને કારણે વ્હિસ્પરમાં સાવચેતી રાખવામાં મદદ કરી શક્યો ન હતો અને વિકમામની તેની કલ્પનાને દસ વખત તેના વ્યકિતની આંખોમાં અપ્રિય દેખાવા દેતી હતી. પરિણામ એલિઝાબેથે કોઈ જવાબ આપ્યો નહીં, અને સેટમાં તેણીની જગ્યા લીધી, તે પ્રતિષ્ઠા પર આશ્ચર્ય પામી, જેના પર તેણીને મિસ્ટર સામે ઊભા રહેવાની પરવાનગી આપવામાં આવી. ડરસી, અને તેના પડોશીઓમાં વાંચવું 'એ જોવાનું સમાન આશ્ચર્યજનક લાગે છે. તેઓ કોઈ શબ્દ બોલ્યાં વગર થોડો સમય માટે ઊભા હતા; અને તેણી કલ્પના કરવા લાગી કે તેમની મૌન બે નૃત્યોથી પસાર થવાની હતી, અને પ્રથમ તેને તોડી ન લેવાનું નિરાકરણ થયું હતું; અચાનક એવું લાગ્યું કે તેના પાર્ટનરને વાત કરવા માટે તેને વધુ સજા થશે, તેણે નૃત્ય પર સહેજ નિરીક્ષણ કર્યું હતું. તેણે જવાબ આપ્યો, અને ફરીથી મૌન.

"હવે તમે કંઈક કહેવાનું ચાલુ રાખ્યું છે, મિ. ડેર્સી. - મેં નૃત્ય વિશે વાત કરી હતી, અને તમારે રૂમના કદ, અથવા યુગલોની સંખ્યા અંગે કોઈ પ્રકારની ટિપ્પણી કરવી જોઈએ."

તેમણે સ્મિત, અને ખાતરી આપી કે જે પણ તેણીએ તેમને કહેવાની ઇચ્છા રાખવી જોઈએ.

"ખૂબ જ સારું. - તે જવાબ વર્તમાન માટે કરશે. - કદાચ હું અને બાય દ્વારા જોઈ શકું છું કે અંગત દડા જાહેર લોકો કરતા વધુ આનંદદાયક છે. -પરંતુ હવે અમે મૌન હોઈશું."

"જ્યારે તમે નૃત્ય કરો ત્યારે તમે નિયમ દ્વારા વાત કરો છો?"

"ક્યારેક. તમારે થોડું બોલવું જ જોઇએ, તમે જાણો છો. તે એક સાથે અડધા કલાક માટે મૌન હોવાનું વિચિત્ર લાગશે, અને કેટલાક લોકોના ફાયદા માટે વાતચીતની ગોઠવણ કરવી આવશ્યક છે કારણ કે તેમને કહેવાની તકલીફ આવી શકે છે શક્ય તેટલું ઓછું. "

"શું તમે હાલના કિસ્સામાં તમારી પોતાની લાગણીઓની સલાહ લઈ રહ્યા છો, અથવા તમે કલ્પના કરો છો કે તમે મારા માટે કૃતજ્ઞ છો?"

"બન્ને," એલિઝાબેથ જવાબ આપ્યો; "કારણ કે મેં હંમેશાં આપણા મનની બદલામાં એકદમ સમાનતા જોવી છે. -અમે દરેક અસામાન્ય, નમ્ર સ્વભાવ, બોલવા માટે તૈયાર નથી, સિવાય કે આપણે એવું કંઈક કહેવાની આશા રાખીએ જે સંપૂર્ણ ઓરડામાં આશ્ચર્યચકિત થઇ જાય અને વંશજોને સોંપવામાં આવે એક કહેવત તમામ ગ્રહણ સાથે. "

"આ તમારા પોતાના પાત્રની ખૂબ જ આકર્ષક સામ્યતા નથી, મને ખાતરી છે કે," તેમણે જણાવ્યું હતું. "મારી પાસે તે કેટલું નજીક હોઈ શકે, હું કહેવાનો ઢોંગ કરી શકતો નથી. -તમે તેને નિઃશંકપણે વફાદાર ચિત્ર તરીકે વિચારી શકો છો."

"હું મારા પોતાના પ્રભાવ પર નિર્ણય લેતો નથી."

તેણે કોઈ જવાબ આપ્યો નહીં, અને તેઓ નૃત્ય નીચે જતા ત્યાં સુધી ફરીથી મૌન હતા, જ્યારે તેણીએ તેણીને પૂછ્યું કે તેણી અને તેણીની બહેનો ઘણીવાર મેરિટોન પર જતા નથી. તેણીએ હકારાત્મક જવાબ આપ્યો, અને, લાલચનો પ્રતિકાર કરવામાં અસમર્થ, ઉમેર્યું, "જ્યારે તમે અમને ત્યાં બીજા દિવસે મળ્યા, અમે માત્ર નવા પરિચય બનાવતા હતા."

અસર તાત્કાલિક હતી. હ્યુતુરની ઊંડી છાયા તેની લાક્ષણિકતાઓને વધારે છે, પરંતુ તેણે એક શબ્દ અને એલિઝાબેથને પોતાની નબળાઇ માટે દોષિત ઠેરવ્યા હોવા છતાં, તે આગળ વધી શક્યો નહીં. લાંબા અંતરથી બોલતા બોલતા, અને કડક રીતે કહ્યું,

"મિસ્ટર વિકેમ આવા સુખદ રીતથી આશીર્વાદિત છે કારણ કે તેના મિત્રો બનાવવા તેની ખાતરી કરી શકે છે-પછી ભલે તે તેમને જાળવી રાખવા જેટલું સક્ષમ હોય, તે ઓછું ચોક્કસ છે."

એલિઝાબેથે ભારપૂર્વક જણાવ્યું હતું કે, "તે તમારી મિત્રતા ગુમાવવા માટે ખૂબ જ કમનસીબ છે," અને આ રીતે તે તેના જીવનમાંથી પીડાય તેવી શક્યતા છે. "

ડેર્સીએ કોઈ જવાબ આપ્યો નહીં, અને વિષય બદલવાની ઇચ્છા હતી. તે સમયે શ્રી વિલિયમ લુકાસ તેમની નજીક દેખાયા, જેનો અર્થ ઓરડાના બીજા બાજુએ પસાર થવાનો હતો; પરંતુ એમ.આર. તેમની નૃત્ય અને તેમના જીવનસાથી પર તેમની પ્રશંસા કરવા માટે તેમણે ઉમદા સૌજન્યના ધનુષ સાથે દોડ્યા.

"મારા પ્રિય સાહેબ, હું ખરેખર ખૂબ જ કૃતજ્ઞ છું, ઘણી વાર આવા ઉચ્ચતમ નૃત્ય જોવા મળતા નથી. તે સ્પષ્ટ છે કે તમે પ્રથમ વર્તુળોના છો. મને કહેવા દો કે, તમારો સાથી સાથી તમને અપમાન નથી કરતી, અને મને આશા છે કે આ આનંદ વારંવાર

પુનરાવર્તિત થવાની આશા રાખવી જોઈએ, ખાસ કરીને જ્યારે કોઈ ચોક્કસ ઇચ્છનીય ઇવેન્ટ, મારા પ્રિય મિસ એલીઝા, (તેણીની બહેન અને બિંગલી પર ઝળહળતી), ત્યારે શું અભિનંદન થશે! હું મિ. ડેર્સીને અપીલ કરું છું: -પરંતુ મને તમને અટકાવશો નહીં, સાહેબ.તમે યુવાન સ્ત્રીની વાતચીતથી અટકાયત કરવા બદલ આભાર માનશો નહીં, જેની તેજસ્વી આંખો પણ મને ઉડાવી રહી છે. "

આ સરનામાંનો પાછળનો ભાગ ભાગ્યે જ ડરસી દ્વારા સાંભળવામાં આવ્યો હતો; પરંતુ સર વિલિયમ્સના મિત્રને તેના મિત્રને બળજબરીથી હડતાળ લાગ્યું, અને તેની આંખોને બિંગલી અને જેન તરફ એક ગંભીર અભિવ્યક્તિ સાથે દિગ્દર્શન કરવામાં આવ્યું, જે એક સાથે નૃત્ય કરતા હતા. તેમ છતાં, પોતાની જાતને પુનઃપ્રાપ્ત કરી, ટૂંક સમયમાં, તે તેના ભાગીદાર તરફ વળ્યો, અને કહ્યું,

"શ્રી વિલિયમના વિક્ષેપોએ મને ભૂલી ગયા છે કે અમે શું વાત કરી રહ્યાં હતાં."

"મને નથી લાગતું કે અમે બોલતા હતા. સૈર વિલિયમ રૂમમાં કોઈપણ બે લોકોને અટકાવી શક્યો ન હતો, જેમણે પોતાને માટે ઓછું બોલવાનું કહ્યું હતું. - અમે સફળતા વગર બે અથવા ત્રણ વિષયો પહેલેથી પ્રયાસ કર્યા છે, અને આપણે શું વાત કરીશું પછી હું કલ્પના કરી શકતો નથી. "

"તમે પુસ્તકો શું વિચારો છો?" તેણે કહ્યું, હસતાં.

"પુસ્તકો-ઓહ! ના-મને ખાતરી છે કે અમે તે જ લાગણીઓને વાંચીશું નહીં, કે નહીં."

"હું માફ કરું છું કે તમે એવું વિચારો છો; પરંતુ જો તે કેસ હોય, તો ઓછામાં ઓછા વિષયની કોઈ ઇચ્છા ન હોઈ શકે. -અમે આપણી જુદી જુદી અભિપ્રાયની તુલના કરી શકીએ છીએ."

"ના- હું બૉલ રૂમમાં પુસ્તકોની વાત કરી શકતો નથી; મારું માથું બીજું કંઇક ભરેલું છે."

"હાજર હંમેશા તમને આવા દ્રશ્યોમાં રાખે છે-તે કરે છે?" શંકા એક દેખાવ સાથે તેણે જણાવ્યું હતું.

તેણીએ કહ્યું, "હા, હંમેશાં," તેણીએ શું કહ્યું તે જાણ્યા વગર, તેણીના વિચારો આ વિષયથી દૂર ભટક્યા હતા, તે પછીથી તરત જ તેણીએ અચાનક આશ્ચર્ય વ્યક્ત કરી, "મને યાદ છે કે તમે એક વાર કહી શકો છો, મિ. ડેર્સી, કે તમે ભાગ્યે જ ક્યારેય માફ કરજો, કે જે એકવાર તમારા ગુસ્સાને બનાવ્યું તે અદ્રશ્ય થઇ ગયું હતું. તમે ખૂબ સાવચેત છો, હું ધારું છું કે તેની રચના થઈ રહી છે. "

તેમણે કહ્યું, "હું છું," એક મજબૂત અવાજ સાથે.

"અને પૂર્વગ્રહથી પોતાને અંધકારમાં મુકો નહીં?"

"મને આશા નથી."

"તે ખાસ કરીને એવા લોકો પર આધારિત છે જેમણે તેમની અભિપ્રાય ક્યારેય બદલી નાખી, પહેલીવાર યોગ્ય રીતે નિર્ણય લેવાની સલામતી માટે."

"હું આ પ્રશ્નો શું છે તે પૂછું છું?"

તેણીએ કહ્યું, "ફક્ત તમારા પાત્રના ઉદાહરણ માટે," તેણીએ તેના ગુરુત્વાકર્ષણને હલાવવાનો પ્રયાસ કર્યો. "હું તેને બનાવવાનો પ્રયાસ કરી રહ્યો છું."

"અને તમારી સફળતા શું છે?"

તેણીએ તેના માથાને હલાવી દીધી. "હું બિલકુલ વિચાર કરતો નથી. મને તમારા જેવા જુદા જુદા એકાઉન્ટ્સ સાંભળે છે કારણ કે મને વધારે પડતું પઝલ મળે છે."

"હું સહેલાઇથી વિશ્વાસ કરી શકું છું," તેમણે કડક રીતે જવાબ આપ્યો, "તે રિપોર્ટ મારા સંબંધમાં મોટા પ્રમાણમાં બદલાઈ શકે છે; અને હું ઇચ્છું છું કે, મિસ બેનેટ, કે તમે વર્તમાન ક્ષણે મારા પાત્રને સ્કેચ ન કરો, કારણ કે ત્યાં ભય હોવાનું કારણ છે પ્રદર્શન ક્યાં તો કોઈ ક્રેડિટ દેખાશે નહીં. "

"પરંતુ જો હું હમણાં તમારી સમાનતા ન લઈ શકું, તો મને બીજી તક ક્યારેય મળી શકશે નહીં."

"હું કોઈ પણ રીતે તમારા આનંદની સસ્પેન્ડ કરીશ નહીં," તેમણે ઠંડો જવાબ આપ્યો. તેણીએ વધુ કહ્યું નહીં, અને તેઓ બીજા નૃત્ય નીચે ગયા અને મૌનમાં ભાગ લીધો; દરેક બાજુ અસંતોષિત હોવા છતાં, સમાન અંશે નહીં, ડાર્સીના સ્તનમાં તેની તરફ એક સહનશીલ શક્તિશાળી લાગણી હતી, જેણે તરત જ તેના માફીની ખરીદી કરી, અને બીજા સામે તેના ગુસ્સાને નિર્દેશ આપ્યો.

જ્યારે મિસ બિંગલી તેની તરફ આવી ત્યારે તેઓ લાંબા સમયથી અલગ થયા ન હતા, અને નાગરિક અસ્વસ્થતાની અભિવ્યક્તિ સાથે આમ,

"તેથી, એલિઝાને ચૂકી જાઓ, મને ખબર છે કે તમે જ્યોર્જ વિકેમ સાથે ખૂબ જ આનંદિત છો! - તમારી બહેન તેના વિશે મારી સાથે વાત કરી રહી છે, અને મને હજાર પ્રશ્નો પૂછી રહ્યો છે; અને મને લાગે છે કે યુવા માણસે તમારા અન્ય સંદેશાવ્યવહારો વચ્ચે

તમને કહેવાનું ભૂલી ગયા છો , કે તે જૂના વિકમામ, ઉમદા શ્રી ડેર્સીના કારભારીના પુત્ર હતા.તેમની ભલામણ કરીએ કે, મિત્ર તરીકે, તેમના બધા દાવાઓ પ્રત્યે સંપૂર્ણ આત્મવિશ્વાસ ન આપવો, કારણ કે મિ. ડેર્સીએ તેને બીમાર ઉપયોગ કરીને, તે છે સંપૂર્ણપણે ખોટા; કારણ કે, તેનાથી વિપરીત, તે હંમેશાં તેના માટે ખૂબ જ પ્રેમાળ હતો, જો કે જ્યોર્જ વિકમાએ મિસ્ટર ડેર્સીને સૌથી કુખ્યાત રીતે માન આપ્યું છે. મને ખબર નથી વિગતો, પરંતુ હું ખૂબ જ સારી રીતે જાણું છું કે મિ. ડેર્સી ઓછામાં ઓછા દોષમાં નથી, તે જ્યોર્જ વિકમાનો ઉલ્લેખ સાંભળવા સહન કરી શકતો નથી, અને તેમ છતાં મારા ભાઈને લાગે છે કે તે અધિકારીઓને તેના આમંત્રણમાં તેને સમાવી શકશે નહીં, તે શોધવા માટે તે ખૂબ જ ખુશ હતો કે તેણે પોતે માર્ગ બહાર. તે દેશમાં આવે છે, તે ખરેખર એક અતિશય અસ્વસ્થ વસ્તુ છે, અને મને આશ્ચર્ય થાય છે કે તે કેવી રીતે કરી શકે છે. હું તમને દિલગીર છું, તમારા મનપસંદના દોષની શોધ માટે, ઇલીઝા ચૂકી જાઓ; પરંતુ ખરેખર તેના વંશને ધ્યાનમાં રાખીને, કોઈ વધારે સારી અપેક્ષા રાખી શકશે નહીં. "

એલિઝાબેથે ગુસ્સાથી કહ્યું, "તેના દોષ અને તેના વંશ તમારા એકાઉન્ટ દ્વારા સમાન દેખાય છે." "મેં સાંભળ્યું છે કે તમે મિસ્ટર ડેર્સીના કારભારીના પુત્ર હોવા કરતાં તેનાથી કંઇક ખરાબ કૃત્ય કરતા નથી, અને તેમાંથી, હું તમને ખાતરી આપી શકું છું, તેણે મને પોતાને જાણ કરી."

"હું તમારી માફી માંગું છું," સ્નીયરથી દૂર થઇ ચૂકી, મિસ બિંગલીએ જવાબ આપ્યો. "મારા દખલને માફ કરો. - તે કૃપાથી કહેવાતું હતું."

"અપમાનજનક છોકરી!" એલિઝાબેથને પોતાને કહ્યું .-- "જો તમે મને આટલા ખરાબ હુમલા દ્વારા પ્રભાવિત કરવાની અપેક્ષા રાખતા હોવ તો તમે ખૂબ ભૂલ કરો છો. હું તેમાં કંઇ પણ નથી

જોતો, પરંતુ તમારી પોતાની ઇરાદાપૂર્વક અજ્ઞાન અને મિ. ડેર્સીના દુષ્ટતાને જોઉં છું." તેણીએ પછી તેણીની સૌથી મોટી બહેનની શોધ કરી, જેણે બિન્ગલીના વિષય પર પૂછપરછ કરવા માટે હાથ ધર્યું હતું. જેન આવી મીઠી સુખ-શાંતિની સ્મિત સાથે મળી, જેમ કે ખુશ અભિવ્યક્તિની એક ગ્લો, જે સાંજની ઘટનાઓથી તેણી કેટલી સંતુષ્ટ હતી તે પૂરતા પ્રમાણમાં ચિહ્નિત કરે છે. -લીઝાબેથ તરત જ તેણીની લાગણીઓ વાંચી, અને તે સમયે વિકમામ માટે ઉગ્ર વલણ, સામે ગુસ્સો તેના શત્રુઓ, અને બીજું બધું જણે જેનની ખુશી માટેના શ્રેષ્ઠ માર્ગની આશા પહેલાં રસ્તો આપ્યો.

તેણીએ કહ્યું, "હું જાણું છું," તેણીએ તેના બહેનની સરખામણીમાં કોઈ હસતાં હસતાં ચહેરા સાથે કહ્યું, "તમે મિ. વિકમ વિશે શું શીખ્યા છો, પરંતુ કદાચ તમે કોઈપણ તૃતીય વ્યકિત વિશે વિચારીને ખૂબ આનંદપૂર્વક વ્યસ્ત રહ્યા છો; આ કિસ્સામાં તમે મારા માફીની ખાતરી કરો. "

"ના," જેનને જવાબ આપ્યો, "હું તેને ભૂલી ગયો નથી, પરંતુ મને તમને કહેવા માટે સંતોષકારક કંઈ નથી. મિસ્ટર બિન્ગલી તેના આખા ઇતિહાસને જાણતા નથી, અને તે સંજોગોમાં ખૂબ અજાણ છે જે મુખ્યત્વે મિ. ડેર્સીને નારાજ કરે છે; પરંતુ તે સારા આચરણ, તેના મિત્રની પ્રામાણિકતા અને સન્માનની ખાતરી કરશે, અને સંપૂર્ણ રીતે ખાતરી કરે છે કે મિસ્ટર વિકમાને શ્રી ડેર્સી તરફથી મળેલા કરતાં ઓછું ધ્યાન આપવામાં આવ્યું છે અને તે કહેવું માફ કરે છે કે તેના એકાઉન્ટ દ્વારા તેની બહેનની જેમ, મિસ્ટર વિકમ કોઈ માનનીય યુવાન માણસ નથી. મને ડર છે કે તે ખૂબ જ અસ્વસ્થ છે, અને તે શ્રી ડર્સીના સંદર્ભને ગુમાવવા માટે લાયક છે. "

"મિસ્ટર બિંગલી શ્રી મિસ્ટર વિકેમ પોતાને ખબર નથી?"

"ના; તેમણે સવારે બીજા દિવસે મેરીટનમાં જોયું નહીં."

"આ એકાઉન્ટ તે પછી શ્રીમાન ડેર્સી પાસેથી પ્રાપ્ત થયું છે. હું સંપૂર્ણપણે સંતુષ્ટ છું પરંતુ તે જીવંત વિશે શું કહે છે?"

"તે એક જ વાર મિસ્ટર ડેર્સી પાસેથી તેમને સાંભળ્યું છે, છતાં તે સંજોગોને બરાબર યાદ કરતો નથી, પરંતુ તે માને છે કે તે તેના માટે શરતી જ બાકી છે."

એલિઝાબેથે ગરમ રીતે કહ્યું, "મને મિ. બિન્ગલીની ઇમાનદારી અંગે કોઈ શંકા નથી. "પરંતુ તમે માફ જ જોઈએ મારા ખાતરી દ્વારા ખાતરી આપવામાં આવી ન હતી માત્ર. મિસ્ટર. તેના મિત્રના બિંગ્લી સંરક્ષણ ખૂબ સક્ષમ એક હું કહી હિંમત હતી, પરંતુ કારણ કે તેઓ વાર્તા અનેક ભાગો સાથે અપરિચિત હોય છે, અને તે મિત્ર પાસેથી બાકીના શીખી શકતી નથી પોતે , હું હજી પણ બંને માનવીઓ વિશે વિચારી શકું છું જેમ મેં પહેલા કર્યું હતું. "

ત્યારબાદ તેણીએ વાર્તાલાપને દરેકને વધુ સુખી કરવા બદલ બદલી નાખ્યો, અને જેના પર ભાવનાનો કોઈ તફાવત હોતો નથી. એલિઝાબેથે ખુશીથી સુનાવણી સાંભળી હતી, જો કે, જેને બિંગલીના સંદર્ભમાં મનોરંજનની સામાન્ય અપેક્ષાઓ આપી હતી, અને તેનામાં તેના આત્મવિશ્વાસને વધારવાની તેની શક્તિમાં તમામ જણાવ્યું હતું. એમ.આર. દ્વારા જોડાયા. બિંગલી પોતે, એલિઝાબેથે લુકાસ ગુમાવ્યો; જેની છેલ્લી ભાગીદારની સુખદતા પછીની પૂછપરછ માટે તેણીએ ભાગ્યે જ જવાબ આપ્યો હતો, એમ.આર. કોલિન્સ તેમની પાસે આવ્યા અને તેમને ખૂબ આનંદ સાથે કહ્યું કે તે ખૂબ જ મહત્વની શોધ કરવા માટે ખૂબ નસીબદાર હતા.

"હું મળી ગયો છે," એક અસાધારણ અકસ્માત દ્વારા, હવે ઓરડામાં મારા આશ્રયના નજીકના સંબંધો છે. મને લાગે છે કે આ સજ્જન પોતે યુવાન સ્ત્રીનો ઉલ્લેખ કરે છે જે આ ઘરના

સન્માન કરે છે. તેમના પિતરાઈ મિસ ડી બૌર્ઘ અને તેના માતા લેધર કેથરિનના નામો. આ પ્રકારની વસ્તુઓ કેવી રીતે આશ્ચર્યજનક છે! આ સભામાં મારી સાથેની મીટિંગમાં કદાચ લેધર કેથરિન ડી બૌર્ઘના ભત્રીજા કોણ હતા - હું ખૂબ આભારી છું. કે મારા માટે તેને મારા માનના આધારે શોધ કરવામાં આવી છે, જે હું હવે કરવા જઇ રહ્યો છું, અને વિશ્વાસ કરું છું કે તે પહેલાં મેં તે ન કર્યું તે માફ કરશે. જોડાણની મારી સંપૂર્ણ અજ્ઞાનતાએ માફી માગી લેવી જ જોઇએ. "

"તમે મિ. ડેર્સી સાથે તમારી જાતને પરિચય આપશો નહીં?"

"હું ખરેખર છું. હું તેના માફી માગીશ તે પહેલા કરવામાં નહી આવવા બદલ હું તેને માનીશ. મને વિશ્વાસ છે કે તે લેડી કેથરિનના ભત્રીજા બનશે. તે મારી શક્તિમાં હશે કે તેને ખાતરી છે કે તેની સ્ત્રીશ્રી ગઇકાલે સાંજે સારી હતી."

એલિઝાબેથે તેને આવી યોજનામાંથી કાઢી મૂકવાનો પ્રયત્ન કર્યો હતો; તેમને ખાતરી આપી કે મિસ્ટર. ડાર્સી તેના કાકીને ખુશામત કરતાં, અવિરત સ્વતંત્રતા તરીકે રજૂ કર્યા વગર તેને સંબોધિત કરશે; તે ઓછામાં ઓછું જરૂરી ન હતું ત્યાં કોઈ પણ બાજુ પર કોઈ નોટિસ હોવી જોઈએ, અને જો તે હોય તો, તે શ્રીમાનનો હોવો આવશ્યક છે. પરિચય શરૂ કરવા માટે, પરિણામ માં ચઢિયાતી, ઉમદા.-મિસ્ટર. કોલિન્સે તેની પોતાની લાગણીને અનુસરવાની નિર્ધારિત હવા સાથે સાંભળ્યું, અને જ્યારે તેણી બોલવાનું બંધ કરી દે, ત્યારે તેણે જવાબ આપ્યો,

"મારી પ્રિય મિસ એલિઝાબેથ, તમારી સમજૂતીના અંતર્ગત તમામ બાબતોમાં તમારા ઉત્તમ નિર્ણયની દુનિયામાં મારી પાસે સૌથી વધુ અભિપ્રાય છે, પરંતુ મને કહેવું જોઈએ કે ત્યાં સમાજમાં સમારંભની સ્થાપનાના પ્રકારો વચ્ચે વ્યાપક તફાવત હોવો જોઈએ, અને જે પાદરીઓનું નિયમન કરે છે; મને અવલોકન કરવા માટે છોડી દો કે હું રાજ્યની ઉચ્ચતમ ક્રમ સાથે

ગૌરવના ગૌરવની સમકક્ષ ક્લાર્કલ ઑફિસનો વિચાર કરું છું-જો કે વર્તનની યોગ્ય નમ્રતા એક જ સમયે જાળવી રાખવામાં આવે છે. મને આ પ્રસંગે મારા અંતરાત્માના આદેશોનું પાલન કરવાની મંજૂરી આપે છે, જે મને ડ્યુટી તરીકે જુએ છે તે કરવા માટે મને દોરે છે. તમારી સલાહ દ્વારા લાભ મેળવવાની અવગણના કરવા માટે મને માફ કરો, જે દરેક અન્ય વિષય પર મારી સતત માર્ગદર્શિકા હશે,જો કે અમારા પહેલાં આ કેસમાં હું પોતાને જેવા યુવાન સ્ત્રી કરતા વધુ યોગ્ય છે તે નક્કી કરવા માટે શિક્ષણ અને આદિજાતિ અભ્યાસ દ્વારા વધુ યોગ્ય લાગું છું. "અને ધનુષ સાથે તેણે શ્રી ડોર્સી પર હુમલો કરવા તેને છોડી દીધી, જેના તેણીની આગળ વધવાની આવકાર આતુરતાથી જોયા, અને જેના આશ્ચર્યજનક સંબોધનમાં ખૂબ જ સ્પષ્ટ હતું. તેણીના પિતરાઈએ પોતાના વાણીને એક ગંભીર ધનુષ્ય સાથે આગળ ધપાવી દીધી હતી, અને તે તેના શબ્દને સાંભળી શક્યો ન હતો,તેણીને લાગ્યું કે તે બધું સાંભળીને, અને તેના હોઠની ગતિમાં "માફી," "હંસફોર્ડ," અને "લેડી કેથરિન ડી બૌર્ઘ" શબ્દ જોવા મળ્યા હતા. - તે તેને વ્યક્ત કરે છે કે તેને પોતાને આવી વ્યક્તિને ખુલ્લા પાડશે. શ્રીમાન. ડરસી તેને આશ્ચર્યજનક આશ્ચર્ય સાથે જોઈ રહ્યો હતો, અને જ્યારે છેલ્લે મિ. કોલિન્સે તેમને બોલવા માટે સમય આપ્યો, દૂરના સિવિલિટીની હવા સાથે જવાબ આપ્યો. શ્રીમાન. કોલિન્સ, જોકે, ફરી બોલતા માંથી નિરાશ ન હતા, અને મિસ્ટર. ની અવગણના તેના બીજા ભાષણ ની લંબાઈ સાથે પુષ્કળ વધારો થયો હતો, અને તે ઓવરને અંતે તે માત્ર તેમને થોડો ધનુષ બનાવે છે, અને બીજી રીત ખસેડવામાં. શ્રીમાન. કોલિન્સ પછી એલિઝાબેથ પરત ફર્યા.

"મને કોઈ કારણ નથી, હું તમને ખાતરી આપું છું," મારા સ્વાગતથી અસંતોષ હોવાનું માનવામાં આવે છે, શ્રી ડર્સી ધ્યાનથી ખૂબ જ ખુશ હતા. તેમણે મને અત્યંત સિવિલિટી સાથે જવાબ આપ્યો, અને મને એમ કહીને પ્રશંસા પણ આપી કે, તે લેધર કેથરિનની સમજણથી એટલી સારી રીતે સહમત હતી કે તે

નિશ્ચિત રીતે કોઈ તરફેણમાં આપી શકે નહીં. તે ખરેખર ખૂબ જ સુંદર વિચાર હતો. આખરે, હું તેનાથી ખૂબ ખુશ છું. "

એલિઝાબેથને તેની પાછળ કોઈ રસ ન હતો, તેથી તેણે તેની બહેન અને મિસ્ટર પર લગભગ ધ્યાન આપ્યું. બિંગલી, અને સ્વીકાર્ય પ્રતિબિંબોની ટ્રેન જે તેણીના નિરીક્ષણોએ જન્મ આપ્યો હતો, તેને સંભવતઃ જેન જેટલી સુખી બનાવી હતી. તેણીએ તેણીને એ જ ઘરમાં જે કલ્પના કરી હતી તે તમામ ફેલિસિટીમાં વ્યક્ત કરી હતી, જે સાચા પ્રેમના લગ્નને આપી શકે છે; અને તે બેન્ગલીની બે બહેનોને પસંદ કરવા માટે પણ પ્રયાસ કરી રહી હતી. તેણીની માતાના વિચારો જે તેણે સાદા રીતે જોયા હતા તે જ રીતે વળગી રહી હતી, અને તેણીએ તેણીની નજીક જવાનું નક્કી કર્યું ન હતું, જેથી તેણી વધુ સાંભળશે. જ્યારે તેઓ રાત્રિભોજન માટે બેઠા હતા, તેથી, તેણીએ તેને એક ખૂબ જ કમનસીબ વિપરિતતા ગણાવી હતી જે તેમને એકબીજાના એકમાં મૂકી હતી; અનેતેણીની માતા તે સ્ત્રીને (સ્ત્રી લુકાસ) ખુલ્લી રીતે, ખુલ્લી રીતે, અને તેના સિવાયની બીજી કોઈ વાત સાથે વાત કરતી હતી તે જાણવા માટે ખૂબ જ અસ્વસ્થ હતી, જેન ટૂંક સમયમાં જ મિ. બિંગલી. - તે એક એનિમેટિંગ વિષય હતું, અને મિસ્ટર. મેચના ફાયદાને ધ્યાનમાં રાખીને બેનેટ થાકમાં અસમર્થ લાગતું હતું. તે એક આકર્ષક યુવાનો હોવાથી, અને સમૃદ્ધ, અને જીવંત પરંતુ તેમની પાસેથી ત્રણ માઇલ, સ્વ-કૃતજ્ઞતાના પ્રથમ મુદ્દા હતા; અને તે પછી બંને બહેનો જેનની શોખીન કેવી રીતે શોખીન હતી અને ખાતરી કરી હતી કે તેઓ જેટલી જ કરી શકે તેટલી કનેક્શનની ઇચ્છા કરવી જોઇએ. તે ઉપરાંત, તેની નાની દીકરીઓ માટે આ પ્રકારની વચનબદ્ધ વસ્તુ હતી, જેમ કે જેનની સાથે લગ્ન કરવાથી તે અન્ય સમૃદ્ધ પુરુષોના માર્ગમાં ફેંકી દેવું જોઈએ; અને છેલ્લે, તેણીની એકલ પુત્રીઓને તેમની બહેનની સંભાળ રાખવા માટે સક્ષમ થવા માટે તેમના જીવનકાળ દરમિયાન તે ખુબ જ સુખદ હતું, જેથી તેણીને પસંદ કરતાં વધુ કંપનીમાં જવાની ફરજ પડી શકે નહીં. આ

પરિસ્થિતિને આનંદની બાબતમાં બનાવવું જરૂરી હતું, કારણ કે આવા પ્રસંગોએ તે શિષ્ટાચાર છે; પરંતુ એમ.આર. કરતા ઓછી શક્યતા ઓછી હતી. બેનેટને તેના જીવનના કોઈ પણ સમયગાળા દરમિયાન ઘરે રહેવાની તક મળી. તેણીએ ઘણી શુભકામનાઓ સાથે નિષ્કર્ષ આપ્યો કે સ્ત્રી લુકાસ જલ્દીથી નસીબદાર બની શકે છે, જો કે સ્પષ્ટપણે અને વિજયપૂર્વક માનતા હતા કે તેની કોઈ તક નથી.

એલિઝાબેથએ તેની માતાના શબ્દોની જાડાપણાની તપાસ કરવાનો પ્રયાસ કર્યો હતો, અથવા તેને ઓછું શ્રવણ કરનાર કિશોરાવસ્થામાં તેણીની ફેલિસિટીને વર્ણવવા માટે સમજાવ્યો હતો; તેના અવિચારી વેદના માટે, તે સમજી શકે છે કે તેનો મુખ્ય અધિકારી મિ. , જે તેમને સામે બેઠા. તેની માતાએ તેણીને બિનઅનુભવી હોવાને કારણે જ દગાવી હતી.

"શ્રી ડરસી મને શું છે, પ્રાર્થના કરો, કે મને તેનાથી ડરવું જોઈએ? મને ખાતરી છે કે અમે તેમને એવી કોઈ ખાસ ક્ષમતાની જવાબદારી આપતા નથી કે જે કંઇ પણ સાંભળવા માટે ગમશે નહીં."

"સ્વર્ગ માટે, માદામ, ઓછું બોલો. - શ્રી ડેર્સીને દોષ આપવા તમને શું ફાયદો થશે? - તમે ક્યારેય તેના મિત્રને તેની ભલામણ કરશો નહીં."

તે કઇ પણ કહી શકે તેમ નહોતું, તેમ છતાં તેનો કોઈ પ્રભાવ હતો. તેની માતા એક જ સુસ્પષ્ટ સ્વરમાં તેના વિચારોની વાત કરશે. એલિઝાબેથને શરમ અને વેદનાથી ફરીથી ધક્કો પહોંચાડ્યો. તેણી વારંવાર તેમની આંખ મદદ કરી શક્યા નથી. ડરસી, જોકે દરેક નજરએ તેણીને જે ડર લાગ્યું તેનાથી ખાતરી આપી. જો કે તે હંમેશાં તેની માતા તરફ નજર રાખતો ન હતો, તેણીને ખાતરી થઈ હતી કે તેનું ધ્યાન હંમેશાં તેણી દ્વારા નક્કી કરવામાં આવ્યું હતું. તેના ચહેરાની અભિવ્યક્તિ ધીમે ધીમે

અપમાનજનક તિરસ્કારથી કંપોઝ્ડ અને સ્થિર ગુરુત્વાકર્ષણ તરફ બદલાઈ ગઈ.

જોકે લાંબા સમય સુધી મિસ્ટર. બેનેટ પાસે કહેવા માટે વધુ ન હતું; અને લેડી લુકાસ, જે આનંદદાયક પુનરાવર્તિત સમયે લાંબા સમયથી ચાલતી હતી, જેને તેણીએ વહેંચવાની કોઈ શક્યતા દેખાતી ન હતી, તેને ઠંડા હેમ અને ચિકનની સુખ-શાંતિમાં છોડી દીધી હતી. એલિઝાબેથ હવે પુનર્જીવન કરવાનું શરૂ કર્યું. પરંતુ લાંબા સમય સુધી શાંતિની અંતરાલ નહોતી; જ્યારે સપરનો સમય પૂરો થયો ત્યારે, ગાયનની વાત કરવામાં આવી હતી, અને તેણીએ ખૂબ જ ઓછી વિનંતી કર્યા પછી, કંપનીને સ્વીકારવાની તૈયારી કરી, મેરીને જોયા હતા. ઘણા નોંધપાત્ર દેખાવ અને મૌન વિનંતીઓ દ્વારા, તેણીએ અનુકરણના આવા પુરાવાને અટકાવવાનો પ્રયાસ કર્યો હતો, પરંતુ વ્યર્થમાં; મેરી તેમને સમજી શકશે નહીં; પ્રદર્શનની આવી તક તેણીને આનંદદાયક હતી, અને તેણીએ તેણીનું ગીત શરૂ કર્યું. એલિઝાબેથની આંખો તેણીને સૌથી પીડાદાયક સંવેદનાઓ સાથે સુધારવામાં આવી હતી; અને તેણીએ તેણીની પ્રગતિને જુદાં જુસ્સાથી જોયા. માટેમેરી, ટેબલના આભાર માની લેતી વખતે, અડધા મિનિટના વિરામ પછી, ફરી એક વાર આશા રાખવાની આશા કે તે ફરીથી જીતશે. મેરીની સત્તાઓને આવી કોઈ પ્રદર્શન માટે ફીટ કરવામાં આવી ન હતી; તેણીની અવાજ નબળી હતી, અને તેણીની રીત પર અસર પડી હતી. - એલિઝાબેથ અગવડમાં હતી. તેણીએ જેનને જોયો, તે જોવા માટે કે તેણીએ કેવી રીતે તેને જન્મ આપ્યો હતો; પરંતુ જેન ખૂબ કંપોઝલી બિંગલી સાથે વાત કરી હતી. તેણીએ તેની બે બહેનો તરફ જોયું, અને તેમને એકબીજા પર હાસ્યાસ્પદ નિશાન બનાવતા જોયા, અને દ્વેષી, જેણે તેમ છતાં કમનસીબ કબર ચાલુ રાખી. તેણીએ તેના પિતાને તેની દખલ કરવાની અરજ કરી,

જેથી મેરીને રાત ગાવાનું ગમતું ન હોય. તેણે સંકેત લીધો, અને જ્યારે મેરીએ તેનું બીજું ગીત સમાપ્ત કર્યું ત્યારે, મોટા અવાજે કહ્યું,

"તે ખૂબ જ સારી રીતે કરશે, બાળક, તમે અમને ખૂબ આનંદ કર્યો છે. અન્ય યુવાન મહિલાઓને પ્રદર્શન કરવાનો સમય છે."

મેરી, જોકે, સાંભળવા ના ઢોંગ કરતી હતી, કંઈક અંશે વિખરાયેલા હતા; અને એલિઝાબેથ તેના માટે દિલગીર હતા, અને તેમના પિતાના ભાષણ માટે દિલગીર હતા, તેમને ડર લાગતી હતી કે તેમની ચિંતા કોઈ સારી ન હતી. -આ પક્ષના અન્ય લોકો હવે લાગુ પડ્યા.

"જો હું," મિસ્ટર જણાવ્યું હતું. કોલિન્સ, "ગાવા માટે સમર્થ હોવા માટે ખૂબ નસીબદાર હતા, મને આનંદ થયો હોવો જોઈએ, મને ખાતરી છે કે, કંપનીને હવા સાથે ફરજ પાડવા માટે; કારણ કે હું સંગીતને ખૂબ નિર્દોષ ડાઇવર્સન તરીકે ગણું છું અને પાદરીના વ્યવસાય સાથે સંપૂર્ણપણે સુસંગત છું. .- જોકે, તેનો અર્થ એ નથી કે અમે સંગીતમાં અમારા મોટાભાગના સમયને સમર્પિત કરવા માટે ન્યાયી હોઈ શકીએ છીએ, કેમ કે ત્યાં ચોક્કસપણે અન્ય બાબતોમાં ભાગ લેવાની જરૂર છે. પેરિશના રેકટરને ઘણું કરવાનું છે. -પ્રથમ સ્થાને , તેણે ટાઇટસ માટે આવા કરાર કર્યા હોવા જોઈએ જે તેના માટે ફાયદાકારક હોઈ શકે છે અને તેના આશ્રયદાતા માટે અપમાનકારક નથી. તેણે પોતાનું ઉપદેશ લખવું જ જોઈએ; અને જે અવશેષ બાકી રહે તે તેના પેરિશ ફરજો અને કાળજી માટે ખૂબ જ નહીં હોય.અને તેના નિવાસમાં સુધારણા, જેને શક્ય તેટલી આરામદાયક બનાવવાથી તેને બહાનું આપી શકાતું નથી. અને હું પ્રકાશના મહત્ત્વની વાત નથી કરતો કે તે પ્રત્યેક શરીર પ્રત્યે સચેત અને સમાધાનકારી વર્તણૂક ધરાવતું હોવું જોઈએ, ખાસ કરીને જેની તરફ તેમણે તેમની પ્રાધાન્યતા લીધી છે. હું તેને તે ફરજથી દૂર કરી શકતો નથી; અને

હું એવા માણસનો સારી રીતે વિચાર કરી શકતો નથી કે જે કુટુંબ સાથે જોડાયેલા કોઈ પણ શરીર પ્રત્યેના તેમના સન્માનની સાક્ષી આપવાની પ્રસંગને છોડી દેશે. "અને શ્રી દાર્સીને ધનુષ સાથે, તેમણે તેમના ભાષણને સમાપ્ત કર્યું, જે સાંભળવા માટે ખૂબ જ મોટેથી બોલવામાં આવ્યું હતું રૂમના અડધા ભાગથી. -ઘણા લોકો ડૂબી ગયા. ઘણા લોકો હસતાં હતા, પરંતુ મિસ્ટર બેનેટ પોતે કરતાં વધુ આનંદિત ન હતા, જ્યારે તેમની પત્નીએ ગંભીરતાથી બોલાવવા માટે શ્રી કોલિન્સની ગંભીરતાપૂર્વક પ્રશંસા કરી હતી, અને અડધી કિશોર મહિલા લુકાસમાં જોવા મળ્યા હતા, કે તે એક નોંધપાત્ર હોંશિયાર, સારી પ્રકારની યુવાન વ્યક્તિ હતી.

એલિઝાબેથને એવું લાગ્યું કે, તેમના પરિવારએ સાંજની જેમ પોતાને ખુલ્લા મૂકવાની સમજૂતી કરી હતી, તેથી તેઓ તેમના ભાગોને વધુ ભાવના, અથવા વધુ સારી સફળતા સાથે રમવાનું અશક્ય હતું; અને તેણીને બિંગલી અને તેની બહેન માટે ખુશી હતી કે તેમાંથી કેટલીક પ્રદર્શન તેમની નોટિસથી બચી ગઇ હતી, અને તેની લાગણીઓ તે જે મૂર્ખાઇએ જોવી જોઈતી હતી તેનાથી ખૂબ દુ: ખી ન હતી. કે તેની બે બહેનો અને મિસ્ટર. જો કે, ડેર્સીએ તેના સંબંધોનો ઉપહાસ કરવાની આટલી તક હોવી જોઈએ જેથી તેણીના સંબંધો ખરાબ હતા, અને તે નિર્ધારિત કરી શકતી ન હતી કે સજ્જનના શાંત અવ્યવસ્થા, અથવા મહિલાઓની અપમાનજનક સ્મિત, તે વધુ અસહિષ્ણુ હતા.

બાકીની સાંજે તેના થોડાં મનોરંજન લાવ્યા. તેણીએ મિસ્ટર દ્વારા હતી. કોલિન્સ, જેણે તેની બાજુથી વધુને વધુ સતત ચાલુ રાખ્યું, અને તેમ છતાં તેણી ફરીથી તેની સાથે નૃત્ય કરવા માટે જીત મેળવી શક્યો ન હતો, અન્ય લોકો સાથે નૃત્ય કરવા માટે તેને તેની શક્તિમાંથી બહાર કાઢો. નિરર્થક રીતે તેણે તેને બીજા કોઈની સાથે ઊભા રહેવા માટે વિનંતી કરી, અને તેને ઓરડામાં કોઇ પણ યુવાન સ્ત્રીને રજૂ કરવાની ઓફર કરી. તેણે તેણીને

ખાતરી આપી કે નૃત્ય તરીકે, તે સંપૂર્ણપણે તેનાથી ઉદાસીન હતા; તેની મુખ્ય વસ્તુ તેના માટે ભલામણ કરવા નાજુક અભિગમ દ્વારા હતી, અને તેથી તેણીએ આખી સાંજની નજીક બાકીનું પોઇન્ટ બનાવવું જોઈએ. આવા પ્રોજેક્ટ પર કોઈ દલીલ કરવામાં આવી ન હતી. તેણીએ તેણીના મિત્ર મિસ લુકાસને સૌથી મોટી રાહત આપી હતી, જે ઘણી વખત તેમની સાથે જોડાયા હતા, અને સારી રીતે સ્વયંસેવક મિસ્ટર. પોતાને માટે કોલિન્સની વાતચીત.

તે ઓછામાં ઓછા મિસ્ટરના ગુનાથી મુક્ત હતી. માતાનો દૂરની નોટિસ; તેમ છતાં ઘણી વાર તેણીની ખૂબ જ ઓછી અંતરની અંદર ઊભી રહી હતી, તદ્દન વિખેરી નાખેલી, તે ક્યારેય બોલવા માટે પૂરતી નજીક નહોતી આવી. તેણીએ એમ.આર.ને તેના આલોચનાનું સંભવિત પરિણામ માન્યું. વિકમામ, અને તેમાં આનંદ થયો.

લાંબા ગાળાની પાર્ટી પ્રસ્થાન કરવાની બધી કંપનીની છેલ્લી હતી; અને મિસ્ટર ઓફ મેન્યુવેરે દ્વારા. બૅનેટને દરેક ગાડી ગયા પછી એક કલાકના એક ક્વાર્ટરમાં તેમના ગાડીઓની રાહ જોવી પડી હતી, જેનાથી તેમને કેટલાક પરિવાર દ્વારા કેવી રીતે ઇચ્છા હતી તે જોવા માટે સમય આપ્યો. શ્રીમતી. હર્સ્ટ અને તેની બહેનએ થાકની ફરિયાદ સિવાય તેમના મોઢા ખોલ્યા ન હતા, અને દેખીતી રીતે તેઓ ઘરને પોતાની પાસે રાખવા માટે અશક્ત હતા. તેઓએ મિસ્ટરના દરેક પ્રયત્નોને રદિયો આપ્યો. વાતચીતમાં બેનેટ, અને આમ કરવાથી, સમગ્ર પાર્ટી પર સખત મહેનત કરી, જે મિસ્ટરના લાંબા ભાષણોથી બહુ ઓછી રાહત મળી. કોલિન્સ, જે મિ. બિંગલી અને તેની બહેનોએ તેમના મનોરંજનની સુઘડતા અને હોસ્પિટાલિટી અને વિનમ્રતા પર તેમના મહેમાનોને તેમના વર્તનને ચિહ્નિત કર્યા હતા. ડાર્સીએ કશું જ કહ્યું નહીં. શ્રીમાન. બેનેટ, સમાન મૌન માં, દ્રશ્ય આનંદ આવી હતી. શ્રીમાન. બિંગલી અને જેન એકબીજા સાથે ઊભા હતા,

બાકીનાથી થોડું અલગ હતા, અને એકબીજા સાથે વાત કરતા હતા. એલિઝાબેથ તરીકે સચવાયેલીક્યાં તો મિસ્ટર તરીકે એક મૌન સ્થિર. હર્સ્ટ અથવા મિસ બિંગલી; અને "લોર્ડ, હું કેવી રીતે થાકી ગયો છું!" ના પ્રસંગોપાત ઉદ્ગાર કરતાં વધારે બોલવા માટે લિયડિયા ખૂબ જ કંટાળાજનક હતા. હિંસક યોન સાથે.

જ્યારે તેઓ લાંબા સમય સુધી રજા લેવા ઉભા થયા, મિસ્ટર. ટૂંક સમયમાં લાંબા કુટુંબમાં આખા કુટુંબને જોવાની તેમની આશામાં બેનેટ સૌથી પ્રભાવી રીતે સિવિલ હતું; અને ખાસ કરીને મિ. બિંગલી, તેમને ઔપચારિક આમંત્રણની સમારંભ વિના, કોઈપણ સમયે તેમની સાથે કુટુંબ રાત્રિભોજન ખાવાથી તેમને કેવી રીતે આનંદ થશે તે ખાતરી આપવા માટે. બિંગલી બધા આભારી હતા, અને લંડનથી પાછા ફર્યા પછી, તેણીએ તેના પર રાહ જોવાની તાકીદની તક ઝડપી લીધી, જ્યાં તેને ટૂંકા સમય માટે બીજા દિવસે જવાની ફરજ પડી.

શ્રીમતી. બેનેટ સંપૂર્ણપણે સંતોષ હતો; અને આનંદપૂર્વક સમજાવટ હેઠળ ઘરને કાઢી મૂક્યું કે, વસાહતો, નવા ગાડીઓ અને લગ્નના કપડાંની આવશ્યક તૈયારીને મંજૂરી આપીને, તેણી નિઃસ્વાર્થપણે તેની પુત્રીને ત્રણ કે ચાર મહિના દરમિયાન, નેટફિલ્ડમાં સ્થાયી થવું જોઈએ. બીજા પુત્રી સાથે મિ. કોલિન્સ, તેણીએ સમાન નિશ્ચિતતા સાથે, અને નોંધપાત્ર હોવા છતાં, આનંદ સમાન હોવાનું માન્યું હતું. એલિઝાબેથ તેના બધા બાળકોમાં તેના માટે સૌથી પ્રિય હતી; અને તેમ છતાં માણસ અને મેચ તેના માટે પૂરતી સારી હતી, દરેકનું મૂલ્ય મિ. બિંગલી અને નેધરફિલ્ડ.

પ્રકરણ .

બીજે દિવસે લોન્ગબોર્ન ખાતે એક નવું દ્રશ્ય ખોલ્યું. શ્રીમાન. કોલિન્સે ફોર્મમાં તેમની ઘોષણા કરી. સમય ગુમાવ્યા વગર તે કરવાનું નક્કી કર્યું, કારણ કે તેની ગેરહાજરીની રજા માત્ર પછીના

શનિવાર સુધી વિસ્તરેલી હતી, અને આ ક્ષણે પણ તેને પોતાને તકલીફ આપવા માટે કોઈ લાગણીની લાગણી ન હતી, તેણે આ વિશે ખૂબ જ વ્યવસ્થિત રીતે નક્કી કર્યું. બધા પાલન જે તેમણે ધંધાના નિયમિત ભાગ માનતા હતા. મિસ્ટર શોધવા પર. બેનેટ, એલિઝાબેથ, અને નાની છોકરીઓમાંની એક, નાસ્તા પછી તરત જ, તેમણે આ શબ્દોમાં માતાને સંબોધ્યા,

"શું હું આશા રાખી શકું છું કે, મેદમ, તમારી વાજબી પુત્રી એલિઝાબેથ સાથેના તમારા હિત માટે, જ્યારે હું સવારે મારી સાથે ખાનગી પ્રેક્ષકોની સન્માન માટે વિનંતી કરું છું?"

એલિઝાબેથ પાસે કોઈ વસ્તુ માટે સમય હતો, પરંતુ આશ્ચર્યજનક ઝળહળતો, મિસ્ટર. બેનેટ તરત જ જવાબ આપ્યો,

"ઓહ પ્રિય! -યુસ-ચોક્કસપણે-મને ખાતરી છે કે ઝંખના ખૂબ જ ખુશ થશે-મને ખાતરી છે કે તેને કોઈ વાંધો નહીં આવે. - આવો, કિટ્ટી, હું તમને સીડી ઉપર રાખવા માંગું છું." અને તેણીની સાથે મળીને કામ ભેગી કરી, તેણી ઝડપથી ઉતાવળમાં આવી, જ્યારે એલિઝાબેથને બોલાવવામાં આવ્યો,

"પ્રિય મામ, ચાલશો નહીં. -હું માગીશ તું જશે નહીં. - મિ. કોલિન્સે મને માફી આપવી જ જોઇએ. -તે પાસે મને કહેવા માટે કંઈ નથી કે કોઈ પણ શરીરને સાંભળવાની જરૂર નથી. હું મારી જાતને જતો રહ્યો છું."

"ના, ના, નોનસેન્સ, લીઝી." - હું ઇચ્છું છું કે તું જ્યાં રહીશ ત્યાં તું રહીશ. "- અને એલિઝાબેથની લાગણી વ્યક્ત કરતી વખતે, વ્યગ્ર અને શંકાસ્પદ દેખાવ સાથે, બચવા માટે, તેણીએ ઉમેર્યું," ઝાંખું, હું તમારા રહેવા અને સુનાવણી પર આગ્રહ રાખું છું મિસ્ટર કોલિન્સ. "

એલિઝાબેથ આવા આજ્ઞાભંગનો વિરોધ કરશે નહીં અને એક ક્ષણની વિચારણા પણ તેણીને સમજશે કે શક્ય તેટલી વહેલી તકે શક્ય તેટલી શાંતિથી વિચારવું તે વધુ બુદ્ધિશાળી છે, તેણી ફરીથી બેઠા અને સતત રોજગાર દ્વારા છૂપાયેલા લાગણીઓને છૂપાવવા માટે પ્રયાસ કરી. તકલીફ અને ડાયવર્ઝન વચ્ચે. શ્રીમતી. બેનેટ અને કિટ્ટી બંધ ગયા, અને જલદી તેઓ મિસ્ટર ગયા હતા. કોલિન્સ શરૂ કર્યું.

"મારા પર વિશ્વાસ કરો, મારી પ્રિય મિસ એલિઝાબેથ, તમારી નમ્રતા, તમને કોઈ પણ અસ્વસ્થતાથી દૂર કરવાને બદલે, તમારી અન્ય ચેપીતાઓમાં ઉમેરે છે. જો તમે મારી આંખોમાં ઓછી સંમિશ્રણ હોત તો આ ઓછી અનિચ્છા ન હતી, પરંતુ મને ખાતરી આપવા દો તમે મને આ સરનામાં માટે તમારી આદરણીય માતાની પરવાનગી આપો છો. તમે મારા પ્રવચનના ભાગ્ય પર ભાગ્યે જ શંકા કરી શકો છો, જો કે તમારી કુદરતી સ્વાદિષ્ટતા તમને ફેલાવવા તરફ દોરી શકે છે; મારા ધ્યાન ઘણાં ખોટા હોવાનું ચિહ્નિત કરવામાં આવ્યા છે. મેં તમારા ભવિષ્યના જીવનના સાથી તરીકે તમને પસંદ કરી દીધું. પરંતુ આ વિષય પર મારી લાગણીઓથી હું ભાગી જઇશ તે પહેલાં, મારા માટે લગ્ન કરવાનાં મારા કારણો જણાવવા માટે સલાહ આપવામાં આવશે - અને હર્ટફોર્ડશાયરની ડિઝાઇન સાથે એક પત્ની પસંદ કરીને, મેં ચોક્કસપણે કર્યું છે. "

મિ. કોલિન્સ, તેની બધી લાગણી સાથે, તેના લાગણીઓથી ભાગી જતા, એલિઝાબેથને એટલા હસવા લાગ્યા કે તેણી તેને વધુ અટકાવવા માટે કોઈપણ પ્રયાસમાં મંજૂર થતી ટૂંકા વિરામનો ઉપયોગ કરી શક્યો નહીં, અને તેણે આગળ કહ્યું:

"લગ્ન કરવાના મારા કારણો છે, સૌ પ્રથમ, મને લાગે છે કે દરેક પાદરીને સરળ પરિસ્થિતિઓમાં (જેમ કે મારી) તેના પેરિશમાં લગ્નજીવનનો દાખલો બેસાડવા માટે તે યોગ્ય વસ્તુ છે. બીજું, હું

ખાતરી કરું છું કે તે મારા સુખમાં ખૂબ જ મોટો ઉમેરો કરશે ; અને ત્રીજી વાત - જે કદાચ મેં પહેલા ઉલ્લેખ કરી હોવી જોઇએ, તે ખૂબ જ ઉમદા મહિલાની ખાસ સલાહ અને ભલામણ છે, જેને મને સંમતિ આપવાનો સન્માન છે. બે વાર તેણીએ તેણીની અભિપ્રાય આપવા માટે મને કડક બનાવ્યો છે (પણ અવરોધિત!) આ વિષય; અને તે પહેલાં પણ હું શનિવારની રાત હતી હંસફોર્ડ- અમારા પુલ વચ્ચે ક્વાડ્રિલમાં, જ્યારે મિસ્ટર. જેનકિન્સન મિસ ડી બોર્ગના પગના અંગની ગોઠવણી કરી રહ્યા હતા, તેમણે કહ્યું, 'મિ. કોલિન્સ, તમારે લગ્ન કરવું જ પડશે. તમારા જેવા પાદરીને લગ્ન કરવું આવશ્યક છે. - ઠીકથી ચૂંટો, મારા માટે એક સજ્જન સ્ત્રીની ચોકી કરો; અને તમારા પોતાના માટે, તેણીને એક સક્રિય, ઉપયોગી પ્રકારનો વ્યક્તિ બનવા દો, ઊંચી લાવવી નહીં, પરંતુ નાની આવકને સારી રીતે ચલાવી શકે છે. આ મારી સલાહ છે. જેટલી જલદી તમે આવી સ્ત્રી શોધી શકો છો, તેને હંસફોર્ડમાં લાવો, અને હું તેની મુલાકાત લઈશ. ' મને, મારા ઉમદા પિતરાઈને ધ્યાન આપવાની મંજૂરી આપો, કે હું મારી શક્તિના ફાયદામાં ઓછામાં ઓછા ફાયદામાં લેડી કેથરિન ડી બૌર્ધની નોટિસ અને દયાળાની ગણતરી કરતો નથી. તમે વર્ણન કરી શકો તે કોઈપણ વસ્તુથી તમે તેના શિષ્ટાચાર શોધી શકશો; અને તમારી સમજશક્તિ અને આત્મવિશ્વાસ મને લાગે છે કે તેના માટે સ્વીકાર્ય હોવું જોઈએ, ખાસ કરીને જ્યારે મૌન અને સન્માન સાથે સ્મૃતિ કે જે તેના રેન્ક અનિવાર્યપણે ઉત્તેજિત કરશે. આમ મારા સામાન્ય ઇરાદા માટે લગ્નજીવન તરફેણમાં; તેવું કહેવાનું બાકી રહ્યું છે કે મારા મંતવ્યને બદલે મારા પોતાના પડોશના સ્થાને શા માટે લાંબા સમય સુધી ચાલવું પડ્યું હતું, જ્યાં હું તમને ખાતરી આપું છું કે ત્યાં ઘણી યુવા મહિલા છે. પરંતુ હકીકત એ છે કે, હું તમારા સન્માનિત પિતાના મૃત્યુ પછી આ એસ્ટેટને વારસાગત બનાવવા, (જે, જો કે, ઘણા વર્ષો સુધી લાંબું જીવી શકે છે), હું મારી પત્નીમાંથી કોઈની પત્નીને ચૂંટી કાઢવાના નિરાકરણ વિના સંતોષી શકતો નથી. દીકરીઓ, કે જે નુકસાન તેમને શક્ય તેટલું ઓછું હોઈ શકે છે,

જ્યારે ઉદાસીન ઘટના થાય છે - જે, મેં પહેલાથી કહ્યું છે, તે કદાચ ઘણા વર્ષો સુધી ન હોઈ શકે. આ મારો હેતુ છે, મારા ઉમદા પિતરાઈ, અને હું મારી જાતને ચાહું છું તે મને તમારા માનમાં ડૂબશે નહીં. અને હવે મારા માટે કશું જ બાકી નથી પરંતુ તમને મારા પ્રેમની હિંસાના સૌથી વધુ એનિમેટેડ ભાષામાં ખાતરી આપવા માટે. સંપત્તિ માટે હું સંપૂર્ણપણે ઉદાસીન છું, અને તમારા પિતા પર તે પ્રકૃતિની કોઈ માંગ નહીં કરું, કારણ કે મને સારી રીતે ખબર છે કે તેની સાથે પાલન કરી શકાતું નથી; અને તે 4 પ્રતિ સેન્ટમાં એક હજાર પાઉન્ડ. જે તમારી માતાના મરણ પછી તમારી નહીં હોય, તે તમે જે હકદાર હશો તે બધું જ છે. ચાલુતે માથું, તેથી, હું સમાન રીતે શાંત થઇશ; અને તમે તમારી જાતને ખાતરી આપી શકો છો કે જ્યારે આપણે લગ્ન કરીએ છીએ ત્યારે કોઈ પણ અપમાનજનક નિંદા મારા હોઠને ક્યારેય પસાર કરશે નહીં. "

હવે તેને અવરોધવું તે એકદમ જરૂરી હતું.

"તમે ખૂબ જ ઉતાવળમાં છો, સાહેબ," તેણીએ રડ્યા. "તમે ભૂલી ગયા છો કે મેં કોઈ જવાબ આપ્યો નથી. મને સમયનો વધુ પડતો નુકસાન કર્યા વગર તે કરવા દો. તમે મને જે શુભકામનાઓ આપી રહ્યા છો તેના માટે આભાર માનો. હું તમારા દરખાસ્તોને માન આપું છું, પણ મારા માટે તે અશક્ય છે અન્યથા તેમને નકારી કાઢે છે. "

"હું હવે શીખવા માટે નથી," મિસ્ટર જવાબ આપ્યો. હાથની ઔપચારિક તરંગ સાથે કોલિન્સ, "તે સામાન્ય છે કે યુવાન મહિલાઓને તે વ્યક્તિના સરનામાને નકારી કાઢવા માટે સામાન્ય છે કે જેને તેઓ ગુપ્ત રીતે સ્વીકારી લે છે, જ્યારે તે પ્રથમ તેમની તરફેણમાં લાગુ થાય છે; અને તે ક્યારેક ઇનકાર એક સેકન્ડ અથવા ત્રીજી વાર પણ હું જે કહું છું તેના દ્વારા હું નિરાશ

છું અને તમને ઘણી વાર વેદી આગળ લઈ જવાની આશા રાખું છું. "

એલિઝાબેથને કહ્યું, "મારા શબ્દ પર, સાહેબ," તમારી ઘોષણા પછી તમારી આશા એક અસાધારણ છે. હું તમને ખાતરી આપું છું કે હું તે યુવાન મહિલાઓમાંની એક નથી (જો આવી યુવાન મહિલાઓ હોય તો) જે આટલા હિંમતવાન છે બીજી વાર પૂછવામાં આવવાની તક પર તેમની ખુશીને જોખમમાં મૂકવો. હું મારા ઇનકારમાં સંપૂર્ણ ગંભીર છું. - તમે મને ખુશ કરી શક્યા નથી, અને મને ખાતરી છે કે હું જગતની છેલ્લી મહિલા છું જે તમને આમ કરશે. , તમારા મિત્ર સ્ત્રી કેથરિન મને જાણતા હતા, મને ખાતરી છે કે તેણી મને દરેક પરિસ્થિતિમાં અયોગ્ય રીતે લાયક ઠરાવે છે. "

"તે ચોક્કસ હતું કે લેડી કેથરિન આમ વિચારે છે," મિસ્ટર જણાવ્યું હતું. કોલિન્સ ખૂબ જ કઠોર છે- "પરંતુ હું કલ્પના કરી શકતો નથી કે તેણીની સ્ત્રીનિર્દેશન તમને સંપૂર્ણપણે નાપસંદ કરશે અને તમે ચોક્કસ છો કે જ્યારે મને ફરીથી તેને જોવાનું સન્માન હશે ત્યારે હું તમારી નમ્રતા, અર્થતંત્ર અને અન્ય સંમતિના ઉચ્ચતમ શબ્દોમાં બોલીશ. લાયકાત. "

"ખરેખર, મિ. કોલિન્સ, મારી બધી પ્રશંસા બિનજરૂરી રહેશે. તમારે મારા માટે ન્યાયાધીશ બનાવવા માટે મને છોડવું પડશે અને હું જે કહું છું તેના પર વિશ્વાસ કરવા બદલ મને ખુશી આપવી પડશે. હું તમને ખૂબ જ ખુશ અને ખૂબ સમૃદ્ધ અને તમારા હાથને નકારીને , મારી પ્રથાને રોકવા માટે મારી શક્તિમાં બધુ કરો, મને ઓફર કરવા માટે, તમારે મારા પરિવારની બાબતે તમારી લાગણીઓની સ્વાદિષ્ટતાને સંતુષ્ટ કરી હોવી જોઈએ, અને જ્યારે પણ તે આવી જાય ત્યારે લાંબા ગાળાની મિલકતનો કબજો લેવો જોઈએ. આ બાબતને ધ્યાનમાં લેવામાં આવી શકે છે, તેથી આખરે સ્થાયી થયા. " અને તેણીએ આમ કહીને વધતા

જતા, તેણીએ રૂમ છોડી દીધી હોત, મિ. કોલિન્સે આમ તેમને સંબોધ્યા,

"જ્યારે હું આ વિષય પર તમારી સાથે આગળ બોલવાનો સન્માન કરું છું ત્યારે હવે મને આપેલ કરતાં વધુ અનુકૂળ જવાબ પ્રાપ્ત થવાની આશા રાખશે; જોકે હું હાલમાં ક્રૂરતા પર તમારી સામે આરોપ લગાવવાથી દૂર છું, કારણ કે હું જાણું છું કે તે પ્રથમ અરજી પર માણસને નકારી કાઢવા માટે તમારા સેક્સની રિવાજ સ્થાપિત કરી છે, અને કદાચ તમે મારૂ પાત્રની સાચી દ્રૃષ સાથે સુસંગત હોવાને કારણે મારા સ્યૂટને પ્રોત્સાહિત કરવા જેટલું કહ્યું છે. "

"ખરેખર, મિ. કોલિન્સ," એલિઝાબેથને કેટલાક ઉષ્મા સાથે રડે છે, "તમે મને વધારે પડતું પઝલ આપો છો. જો મેં અત્યાર સુધી જે કહ્યું છે તે તમને પ્રોત્સાહનના રૂપમાં પ્રગટ કરી શકે છે, તો મને ખબર નથી કે આ રીતે મારો ઇનકાર કેવી રીતે વ્યક્ત કરવો તમે તેના એક હોવાનું સમજી. "

"મારા પ્રિય પિતરાઇ, મને મારા વખાણ કરવા માટે તમારે મને છોડી દેવું જોઈએ, કે મારા સરનામાંનો ઇનકાર ફક્ત કોર્સની જ વાત છે. તે માનવાનાં મારા કારણો ટૂંકમાં આ છે: - તે મને નથી દેખાતું કે મારો હાથ તમારી સ્વીકૃતિને લાયક નથી, અથવા હું જે સ્થાપના કરી શકું છું તે વધુ ઇચ્છનીય સિવાય બીજું હશે. જીવનમાં મારી પરિસ્થિતિ, બૌર્ધ પરિવાર સાથેના મારા સંબંધો, અને તમારા સંબંધમાં મારી સંજોગો મારી તરફેણમાં ખૂબ સંજોગો છે અને તમારે તેને આગળ વધવું જોઈએ વિચારણા કરો કે તમારા અનેક આકર્ષણો હોવા છતાં, તે કોઈ ચોક્કસ રીતે નથી કે લગ્નની બીજી ઓફર તમને ક્યારેય બનાવી શકાય છે. તમારું ભાગ ખુબ જ નાનપણથી દુ: ખી છે અને તે તમારી સુંદરતા અને અનુકૂળ લાયકાતોની અસરોને પૂર્વવત્ કરે છે. તેથી જ તારણ કાઢવું જોઇએ કે તમે મારી ના પાડીને ગંભીર નથી હોતા,સુંદર

મહિલાઓની સામાન્ય રીત મુજબ, હું રહસ્ય દ્વારા મારા પ્રેમને વધારવાની તમારી ઇચ્છાને આભારી છું. "

"હું તમને ખાતરી આપું છું, સાહેબ, કે જે કોઇ પ્રકારનું લાવણ્ય છે કે જે કોઇ માનનીય માણસને પીડિત કરવામાં આવે છે તેનો હું કોઇ વિરોધ નથી કરતો. મને બદલે પ્રામાણિક માનવામાં ખુબ વખાણ કરવામાં આવે છે. તમારી પાસે જે સન્માન છે તે માટે હું ફરીથી તમારો આભાર માનું છું. મને તમારા દરખાસ્તો માં કર્યું છે, પરંતુ તેમને સ્વીકારી એ એકદમ અશક્ય છે. પ્રત્યેક સન્માનમાં મારી ભાવનાઓ તેને પ્રતિબંધિત કરે છે. શું હું સાદા બોલી શકું છું? હવે તમે મને પ્લેગ કરવા ઇચ્છતા એક ભવ્ય સ્ત્રી તરીકે વિચારશો નહીં, પરંતુ એક વ્યાજબી પ્રાણી તરીકે સત્ય બોલતા તેના હૃદય. "

"તમે એકસરખી મોહક છો!" અજાણ્યો બહાદુરીની હવા સાથે, રડે છે; "અને મને ખાતરી છે કે જ્યારે તમારા શ્રેષ્ઠ માતાપિતા બંનેની સ્પષ્ટ સત્તા દ્વારા મંજૂર કરવામાં આવે છે , ત્યારે મારા સૂચનો સ્વીકારવાથી નિષ્ફળ થતાં નથી."

ઇરાદાપૂર્વક આત્મ-દગામાં આવા સખતાઇ માટે એલિઝાબેથ કોઇ જવાબ આપશે નહીં, અને તાત્કાલિક અને મૌન પાછો ખેંચી લેશે; નિર્ધારિત, જો તે તેના પિતાને લાગુ કરવા માટે તેના પુનરાવર્તિત પ્રોત્સાહનો તરીકે વારંવાર નફરતને ધ્યાનમાં રાખીને ચાલુ રહે, તો તેના નકારાત્મકને આવા નિર્ણાયક રીતે નિર્ણાયક હોવું જ જોઈએ, અને જેનું વર્તન ઓછામાં ઓછું કોઈના પ્રભાવ અને કોક્વેટ્રી માટે ભૂલ થઈ શકે નહીં. ભવ્ય સ્ત્રી.

પ્રકરણ .

શ્રીમાન. કોલિન્સને તેમના સફળ પ્રેમની મૌન ચિંતન માટે લાંબા સમય સુધી છોડી ન હતી; મિસ્ટર માટે બેનેટ, કોન્ફરન્સના અંત સુધીમાં જોવા માટે વેસ્ટિબ્યુલેમાં ડૂબી ગયાં, એલિઝાબેથએ

દરવાજો ખોલ્યો અને ઝડપથી પગથિયેથી તેણીને નાસ્તામાં પ્રવેશવા કરતાં, તેણીએ નાસ્તો-ઓરડામાં પ્રવેશ્યા અને બન્નેને ગરમમાં અભિનંદન આપ્યા. તેમની નજીકના જોડાણની ખુશ સંભાવના પર શરતો. શ્રીમાન. કોલિન્સે આ આનંદ મેળવ્યા અને સમાન આનંદ સાથે પરત ફર્યા, અને પછી તેમના ઇન્ટરવ્યૂના વિગતોને લગતા પરિણામ સાથે આગળ વધ્યા, જેના પરિણામે તેમને વિશ્વાસ હતો કે તેમની પાસે સંતુષ્ટ થવાના દરેક કારણો છે, કારણ કે તેમના પિતરાઈએ જે ચુકાદાથી ચુકાદાથી ઇનકાર કર્યો હતો તે તેમને કુદરતી રીતે પ્રયાણ કરશે તેણીની નમ્ર વિનમ્રતા અને તેના પાત્રની સાચી સ્વાદિષ્ટતા.

આ માહિતી, જોકે, મિસ્ટર આશ્ચર્યજનક. બેનેટ; -તેને તેના સંતોષ સામે વિરોધ કરીને પ્રોત્સાહન આપવા માટે તેણીની દીકરીને પ્રોત્સાહિત કરવા માટે તે ખુબ જ સંતુષ્ટ હોવાને કારણે ખુશી થઈ હોત, પરંતુ તેણીએ તેનો વિશ્વાસ ન રાખવાની હિંમત કરી, અને આમ કહેવામાં મદદ કરી શક્યા નહીં.

"પરંતુ તે તેના પર આધાર રાખે છે, મિ. કોલિન્સ," તેણીએ ઉમેર્યું, "તે ઝાંખું કારણ તરફ લાવવામાં આવશે. હું તેના વિશે સીધી વાત કરીશ. તે ખૂબ જ મૂર્ખ મૂર્ખ છોકરી છે, અને તેના પોતાના હિતને જાણતી નથી; હું તેને જાણું છું. "

"મારે તોડવા માટે માફી માગી, મેદમ," રડ્યા મિસ્ટર. કોલિન્સ; "પરંતુ જો તે ખરેખર મૂર્ખ અને મૂર્ખ છે, તો હું જાણતો નથી કે તે મારી પરિસ્થિતિમાં એક માણસને સંપૂર્ણપણે ઇચ્છનીય પત્ની બનશે કે નહીં, જે કુદરતી સ્થિતિમાં લગ્નની સુખની શોધ કરે છે. જો તે વાસ્તવમાં મારો દાવો નકારી કાઢે તો તે મને સ્વીકારવામાં દબાણ કરવા માટે વધુ સારું હતું, કારણ કે જો ગુસ્સોના આવા ખામીઓ માટે જવાબદાર હોય, તો તે મારા ફેલિસિટીમાં ખૂબ ફાળો આપી શકતી નથી. "

"શ્રી, તમે મને ખોટી રીતે ગેરસમજ કરી છે," એમ મિસ્ટરે કહ્યું. બેનેટ, સાવચેત. "લિઝી એ આ પ્રકારની બાબતોમાં માત્ર માથાભારે છે. અન્ય દરેક વસ્તુમાં તે એક સુંદર છોકરી જેવી છે જે હંમેશાં જીવતી હતી. હું સીધા જ મિ. બેનેટ પર જઇશ અને અમે તેની સાથે જલ્દીથી તેને સ્થાયી કરીશું, મને ખાતરી છે."

તેણીએ જવાબ આપવાનો સમય આપ્યો નહીં, પરંતુ તેણીએ તેના પતિને તરત જ ઉતાવળ કરવી પડ્યો, જેમણે પુસ્તકાલયમાં પ્રવેશ કર્યો,

"ઓહ! મિ. બેનેટ, તમે તાત્કાલિક જોઈતા હતા; અમે બધા ઉશ્કેરાઇ ગયા છીએ, તમારે આવવું જોઈએ અને મિજાજને લીધે લગ્ન કરવું જોઈએ, કારણ કે તેણીએ પ્રતિજ્ઞા કરી છે કે તેણી પાસે નહીં હોય, અને જો તમે ઉતાવળ ન કરો તો તે તેના બદલાશે મન અને તેની પાસે નથી. "

શ્રીમાન. બેનેટએ તેણીની આંખો તેમના પુસ્તકમાંથી ઉભી કરી હતી, અને તેણીએ તેણીને તેના ચહેરા પર શાંત અનિશ્ચિતતા સાથે નિશ્ચિત કર્યા હતા, જે તેમના સંચાર દ્વારા ઓછામાં ઓછા બદલામાં ન હતી.

જ્યારે તેણીએ તેણીનું ભાષણ પૂરું કર્યું ત્યારે તેણે મને કહ્યું, "મને સમજવાનો આનંદ નથી." "તમે શું વાત કરી રહ્યા છો?"

"મિ. કોલિન્સ અને લીઝઝી." લિઝીએ જાહેર કર્યું કે તેણી પાસે મિસ્ટર કોલિન્સ નથી, અને મિ. કોલિન્સે કહેવું શરૂ થાય છે કે તેને લીઝીઝ નહીં હોય. "

"અને પ્રસંગે હું શું કરું છું? - તે એક નિરાશાજનક વ્યવસાય લાગે છે."

"તમારા વિશે ઝાંખું બોલો. તેને કહો કે તમે તેના પર લગ્ન કરવા આગ્રહ કરો છો."

"તેણીને બોલાવી દો. તેણી મારી મંતવ્ય સાંભળશે."

શ્રીમતી. બેનેટ એ ઘંટડીની રેન્જમાં હતો, અને મિસ એલિઝાબેથને પુસ્તકાલયમાં બોલાવવામાં આવ્યો હતો.

"અહીં આવે, બાળક," તેણી દેખાયા તરીકે તેમના પિતા રડે. "મેં તમારા માટે મહત્વના સંબંધ પર મોકલ્યું છે. હું સમજું છું કે મિ. કોલિન્સે તમને લગ્નની ઓફર કરી છે. શું તે સાચું છે?" એલિઝાબેથે જવાબ આપ્યો કે તે હતો. "બહુ સરસ અને લગ્નની આ ઓફર તમે નકારી દીધી છે?"

"મારી પાસે, શ્રી."

"ખૂબ જ સારી રીતે અમે હવે બિંદુ પર આવીએ છીએ. તમારી માતા તેને સ્વીકારીને આગ્રહ રાખે છે. શું એમ નથી, મિસ્ટર બેનેટ?"

"હા, અથવા હું તેને ફરીથી ક્યારેય જોશો નહીં."

"એલિઝાબેથ પહેલા તમારા માટે એક નાખુશ વિકલ્પ છે. આ દિવસથી તમારે તમારા માતાપિતામાંના એકના અજાણ્યા હોવા જોઈએ. - જો તમે મિ. કોલિન્સ સાથે લગ્ન નહીં કરો તો તમારી માતા ફરીથી તમને જોઈ શકશે નહીં, અને જો હું તમને ફરીથી જોશો નહીં કરવું. "

એલિઝાબેથ આવી શરૂઆતના આવા નિષ્કર્ષ પર સ્મિત કરી શક્યો નહીં; પરંતુ મિસ્ટર. બેનેટ, જેણે પોતાને સમજાવ્યું હતું કે તેણીના પતિ તેણીની ઇચ્છા પ્રમાણે વર્ત્યા હતા, તે ખૂબ જ નિરાશ થઇ ગઇ હતી.

"મિસ્ટર બેનેટ, આ રીતે વાત કરીને, તમે શું કહેવા માગો છો? તમે તેણી સાથે લગ્ન કરવા પર આગ્રહ કરવાનો આગ્રહ કર્યો છે."

"મારા પ્રિય," તેના પતિએ જવાબ આપ્યો, "મારી પાસે વિનંતી કરવા માટે બે નાના સગવડ છે. પ્રથમ, કે તમે મને વર્તમાન પ્રસંગે મારી સમજણનો મફત ઉપયોગ કરવાની છૂટ આપી શકો છો અને બીજું, મારા ઓરડામાં. જલદીથી મારી પાસે લાઇબ્રેરી. "

હજી સુધી, તેમ છતાં, તેણીના પતિમાં નિરાશા હોવા છતાં, મિસ્ટર. બેનેટ પોઇન્ટ છોડી દો. તેણીએ ફરીથી અને ફરીથી એલિઝાબેથ સાથે વાત કરી; વળાંક અને તેના વળાંક દ્વારા ધમકી આપી હતી. તેણીએ તેણીની રુચિમાં જેનને સુરક્ષિત બનાવવાનો પ્રયત્ન કર્યો હતો, પરંતુ જેન સંભવિત નમ્રતા સાથે દખલ કરતો હતો; -અને એલિઝાબેથ કેટલીકવાર વાસ્તવિક વિનમ્રતા સાથે અને ક્યારેક રમતા ગાઇટી સાથે તેના હુમલાનો જવાબ આપે છે. જો કે તેમનો રસ્તો જુદાં જુદાં હોવા છતાં, તેમનો નિર્ણય ક્યારેય નહોતો.

શ્રીમાન. આ દરમિયાન, કોલિન્સ પસાર થઇ ગયેલા એકાંતમાં ધ્યાન આપતો હતો. તેના પોતાના પિતરાઈ તેને નકારી શકે તે હેતુને સમજવા માટે પોતે ખૂબ સારી રીતે વિચારતો હતો; અને તેમનો ગૌરવ દુ: ખી થયો હોવા છતાં, તે બીજો કોઇ રીતે ભોગવ્યો ન હતો. તેના માટે તેમનું માનવું ખૂબ કાલ્પનિક હતું; અને તેણીની માતાના બદનક્ષીને પાત્ર હોવાના કારણે તેની લાગણીને કોઇ દુઃખ થયું નહીં.

જ્યારે પરિવાર આ મૂંઝવણમાં હતા, ચાર્લોટ લુકાસ તેમની સાથે દિવસ પસાર કરવા આવ્યા હતા. તેણી લિડિયા દ્વારા વેસ્ટિબ્યુલેમાં મળી હતી, જે તેની પાસે ઉડતી હતી, તેણે અડધા રુદનમાં રડેલા, "હું ખુશ છું કે તમે આવ્યા છો, કારણ કે અહીં આવા આનંદ છે! -તમને શું લાગે છે કે આ સવારે થયું છે?" - મિ.

કોલિન્સ તેણે મૂંઝવણની ઓફર કરી છે, અને તેની પાસે તે નથી.
"

ચાર્લોટ પાસે જવાબ આપવાનો ભાગ્યે જ સમય હતો, તેઓ કિટ્ટી જોડાયા હતા, તે જ સમાચાર કહેવા માટે આવ્યા હતા, અને તેઓ નાસ્તાની ઓરડામાં જતા ન હતા, જ્યાં મિસ્ટર. બેનેટ એકલા હતા, તેણીએ આ વિષય પર જ શરૂ કર્યું હતું, તેના દયા માટે ચૂકી ગયેલા ચૂકાદા પર બોલાવ્યું હતું, અને તેણીને તેના પરિવારના ઇચ્છાઓનું પાલન કરવા તેના મિત્રને ઉત્સાહિત કરવા માટે વિનંતી કરી હતી. "મારા પ્રેમાળ મિસ લુકાસ," તેણીએ ખિન્નતાવાળા ટોનમાં ઉમેર્યું, "કોઈ મારી બાજુમાં નથી, કોઈ મારી સાથે ભાગ લેતો નથી, હું ક્રૂર રીતે ઉપયોગ કરું છું, કોઈ મારી ગરીબ ચેતાને લીધે નથી લાગતું."

ચાર્લોટનો જવાબ જેન અને એલિઝાબેથના પ્રવેશ દ્વારા બચી ગયો હતો.

"અરે, ત્યાં તે આવે છે," મિસ્ટર ચાલુ રાખ્યું. બેનેટ, "જે હોઈ શકે તેટલું બિનસાંપ્રદાયિક લાગે છે, અને જો આપણે યોર્કમાં હોત તો તેના કરતાં વધુ કાળજી લેવી જોઈએ, જો કે તે પોતાનું રસ્તો મેળવી શકે. -પરંતુ હું તમને કહીશ કે, શું તમને તમારા માથામાં લઈ જવા માટે ચીડિયા જેવું લાગે છે. આ રીતે લગ્નની દરેક ઓફરને નકારીને, તમે ક્યારેય પતિને નહીં મેળવશો-અને મને ખાતરી છે કે તમારા પિતા મૃત્યુ પામ્યા પછી તમને જાળવી રાખવા કોણ છે તે હું જાણતો નથી. -હું તમને રાખી શકશે નહીં હું તમને ચેતવણી આપું છું. - આજથી મેં તમારી સાથે કર્યું છે. - મેં તમને પુસ્તકાલયમાં કહ્યું હતું કે, તમે જાણો છો કે મારે ફરીથી તમારી સાથે વાત કરવી જોઈએ નહીં, અને તમે મને મારા શબ્દો જેટલું સારું જોશો. અનૌપચારિક બાળકો સાથે વાત કરીને. - મારી પાસે ઘણું બધું નથીખરેખર કોઈ પણ શરીર સાથે વાત કરવામાં આનંદ. જે લોકો મને નર્વસ ફરિયાદોથી પીડાય છે તેઓ વાત કરવા માટે કોઈ મોટું વલણ ધરાવતા નથી. હું જે સહન કરું

છું તે કોઈ પણ કહી શકશે નહીં! -પરંતુ તે હંમેશાં એવું જ છે. જેઓ ફરિયાદ કરતા નથી તેઓ ક્યારેય દુઃખી થતા નથી. "

તેણીની પુત્રીઓએ આ મૂર્ખતાને મૌન સાંભળ્યું, સમજદાર કે તેની સાથે કોઈ કારણસર અથવા ઉશ્કેરવાનો પ્રયાસ ફક્ત બળતરામાં વધારો કરશે. તેણીએ, તેથી, તેમાંના કોઈપણમાંથી વિક્ષેપ વિના, જ્યારે તેઓ મિ. કોલિન્સ, જે સામાન્ય રીતે હવાની સાથે વધુ સુંદર રીતે પ્રવેશ કરે છે, અને તે કોને કહેવાય છે, જેને તેણે છોકરીઓને કહ્યું હતું,

"હવે, હું તેના પર આગ્રહ કરું છું, કે તમે, તમે બધા, તમારી જીભ પકડી રાખો, અને મિ. કોલિન્સ અને મારી સાથે થોડું વાતચીત કરવા દો."

એલિઝાબેથ શાંતિથી રૂમમાંથી નીકળી ગઈ, જેન અને કિટ્ટીએ અનુસર્યું, પરંતુ લીડિઆ તેણીની જમીન પર ઊભી રહી, જે તે કરી શકે તે સાંભળવા માટે નક્કી થઈ. અને ચાર્લોટ, મિસ્ટરની સિવિલિટી દ્વારા અટકાયતમાં પ્રથમ. કોલિન્સ, જેમની પૂછપરછ અને તેણીના બધા પરિવારની પૂછપરછ ખૂબ જ ઓછી હતી, અને પછી થોડી જિજ્ઞાસાથી, વિન્ડો પર વૉકિંગ સાથે અને પોતાને સાંભળવાની ના પાડીને પોતાને સંતુષ્ટ કરી. એક કડવી અવાજ અવાજ માં. બેનેટે આમ અનુમાનિત વાતચીત શરૂ કરી .-- "ઓહ! મિ. કોલિન્સ!" -

"મારા પ્રિય મદમ," તેમણે જવાબ આપ્યો, "ચાલો આપણે આ મુદ્દા પર હંમેશાં મૌન રહીએ. અત્યાર સુધી તે મારા તરફથી છે," તે હાલમાં તે એક અવાજમાં ચાલુ રહ્યો છે જેણે તેની અપમાનને ચિહ્નિત કર્યું છે, "તમારી પુત્રીના વર્તનને નિરાશ કરવા. અનિષ્ટ એ આપણી ફરજ છે; એક યુવાન માણસની ખાસ ફરજ જે મને ખૂબ જ નસીબદાર ગણાવે છે, કેમ કે હું પ્રારંભિક પ્રાધાન્યમાં રહ્યો છું; અને મને વિશ્વાસ છે કે હું રાજીનામું આપીશ. કદાચ મારા હકારાત્મક સુખની શંકાના અનુભવથી ઓછું નહીં. ઉમદા

પિતરાઇએ મને તેના હાથથી સન્માનિત કર્યા; હુંવારંવાર એવું નિરીક્ષણ કર્યું છે કે રાજીનામું ક્યારેય એટલું સંપૂર્ણ નથી હોતું કે જ્યારે આશીર્વાદ નકારવામાં આવે છે ત્યારે તે અમારા અંદાજમાં કેટલુંક મૂલ્ય ગુમાવે છે. તમે આશા કરશો નહીં, મને આશા છે કે, તમારા કુટુંબ પ્રત્યેના અપમાનને દર્શાવતા, મારા પ્રિય મદમ, આ રીતે તમે તમારી પુત્રીની તરફેણમાં મારો પ્રસ્તાવ પાછો ખેંચો અને પોતાને ચૂકવ્યાં વિના. તમારી તરફેણમાં તમારી સત્તાનો વિરોધ કરવા વિનંતી કરવાની પ્રશંસા કરો. મારા વર્તનથી તમે તમારી પુત્રીના હોઠથી વિખૂટા થઈ ગયા હોવાને લીધે મારી વિવેકબુદ્ધિ સ્વીકારી શકશો. પરંતુ અમે બધા ભૂલ માટે જવાબદાર છે. હું ચોક્કસપણે આખા સંબંધ દ્વારા સારી રીતે પરિચિત છું. મારી વસ્તુ તમારા માટે એક મૈત્રીપૂર્ણ સાથીને સુરક્ષિત કરવા માટે છે, તમારા પરિવારના ફાયદા માટે યોગ્ય વિચારણા સાથે, અને જો મારી રીત સંપૂર્ણ રીતે નિરાશ થઈ ગઈ હોય, તો હું અહીં માફી માંગવા વિનંતી કરું છું. "

પ્રકરણ .

મિ. કોલિન્સની ઓફર હવે લગભગ અંતમાં હતી, અને એલિઝાબેથને અસ્વસ્થ લાગણીઓથી જ ભાગ લેવો આવશ્યક હતો અને પ્રસંગોપાત તેણીની માતાના કેટલાક અંશતઃ સંકેતમાંથી. જે પોતાને સજ્જન માટે છે, તેની લાગણીઓ મુખ્યત્વે વ્યભિચાર અથવા નિરાશા દ્વારા, અથવા તેણીને ટાળવાના પ્રયાસ દ્વારા વ્યક્ત કરવામાં આવી હતી, પરંતુ તેનાથી કઠોરતા અને નિરાશાજનક મૌન દ્વારા. તેમણે ભાગ્યે જ તેમની સાથે વાત કરી હતી, અને તેઓ જે ધ્યાનપૂર્વક ધ્યાન આપતા હતા તે તેમના માટે ખૂબ જ સમજદાર હતા, તેમને બાકીના દિવસોમાં લુકાસ ગુમાવવા માટે સ્થાનાંતરિત કરવામાં આવ્યા હતા, જેમની શ્રવણ સાંભળીને તેમની સગવડ તેમને બધા માટે એક મોસમી રાહત હતી, અને ખાસ કરીને તેણીના મિત્ર.

આવતીકાલે મિ. બેનેટના બીમાર રમૂજ અથવા બીમાર આરોગ્ય. શ્રીમાન. કોલિન્સ પણ ગુસ્સે ગૌરવ સમાન સ્થિતિમાં હતી. એલિઝાબેથે આશા વ્યક્ત કરી હતી કે તેમનો ગુસ્સો તેની મુલાકાતને ટૂંકાવી શકે છે , પરંતુ તેની યોજના તેના દ્વારા ઓછામાં ઓછી અસરમાં દેખાતી નથી. તે હંમેશા શનિવારે જતો રહ્યો હતો, અને શનિવાર સુધી તે હજુ પણ રહેવાનો હતો.

સવારના નાસ્તા પછી, છોકરીઓ જો એમ.આર. વિકમ પાછા ફર્યા હતા, અને નેટહાફિલ્ડ બોલની તેમની ગેરહાજરી પર વિલાપ કરવા માટે. તે શહેરમાં પ્રવેશીને તેઓ જોડાયા અને તેમની માસીને તેમની સાથે હાજરી આપી, જ્યાં તેમના પસ્તાવો અને વેદના અને પ્રત્યેક શરીરની ચિંતા સારી રીતે બોલી હતી.- એલિઝાબેથને, તેમ છતાં, તેમણે સ્વૈચ્છિક રીતે સ્વીકાર્યું કે તેમની ગેરહાજરીની આવશ્યકતા સ્વ લાદવામાં

"મને મળ્યું," તેમણે કહ્યું, "સમય નજીક આવી ગયો હતો, કે હું વધુ સારી રીતે મિસ્ટર ડેર્સીને મળતો ન હતો; - તે જ રૂમમાં હોવું, તે જ પાર્ટી સાથે તેની સાથે ઘણા કલાકો સુધી મળી શકે છે, તે મારા કરતાં વધુ હોઈ શકે છે. સહન કરી શકે છે, અને તે દ્રશ્યો મારા કરતાં વધુને અપ્રિય થઈ શકે છે. "

તેણીએ તેમના સહનશીલતાને ખૂબ અનુમતિ આપી હતી, અને તેની સંપૂર્ણ ચર્ચા માટે અને તેમની પ્રશંસા માટે તેઓએ એકબીજાને સન્માન આપી હતી, જેમ કે વિખમ અને અન્ય અધિકારી તેમની સાથે લાંબા સમય સુધી ચાલ્યા ગયા હતા, અને ચાલતાં, તેમણે ખાસ કરીને હાજરી આપી હતી તેના માટે. તેમની સાથે તેમને ડબલ લાભ હતો; તેણીએ પોતાને જે બધી પ્રશંસા કરી તે પોતાને લાગ્યું, અને તે તેના પિતા અને માતાને પરિચય આપવાની પ્રસંગ તરીકે સ્વીકાર્ય હતો.

પરત ફર્યા પછી જ, બેનેટને ચૂકી જવા માટે એક પત્ર પહોંચાડ્યો; તે નેધરફિલ્ડમાંથી આવ્યું, અને તરત જ ખોલ્યું. પરબિડીયુંમાં ભવ્ય, થોડું, ગરમ દબાયેલું કાગળની શીટ શામેલ છે, જે એક મહિલાના ઉમદા, વહેતા હાથથી ઢંકાયેલી છે; અને એલિઝાબેથે તેની બહેનની ચહેરાનું પરિવર્તન જોયું તે વાંચીને જોયું, અને તેણે કેટલાક ચોક્કસ માર્ગો પર તેની નિવાસપૂર્વક જોયું . જેન ટૂંક સમયમાં જ પોતાની જાતને યાદ કરે છે, અને પત્રને દૂર રાખીને, સામાન્ય વાતચીતમાં તેણીની સામાન્ય ઉત્સાહ સાથે જોડાવાનો પ્રયત્ન કરે છે; પરંતુ એલિઝાબેથએ વિષય પર ચિંતા વ્યક્ત કરી જેણે વિકેમથી પણ તેનું ધ્યાન ખેંચ્યું; અને જેન અને તેના સાથીએ રજા લીધી તેટલું જલ્દીથી તેણીએ તેણીને સીડી ઉપર જવા માટે આમંત્રિત કર્યા. જ્યારે તેઓએ પોતાનું રૂમ મેળવી લીધું, ત્યારે જેણે પત્ર લખીને કહ્યું,

"આ કેરોલિન બિંગલીથી છે; તેમાં જે છે તે મને એક સારો સોદો છે. આખી પાર્ટીએ આ વખતે નેધરફિલ્ડ છોડી દીધું છે અને હવે તેઓ શહેર તરફ જઇ રહ્યા છે અને ફરી પાછા આવવાની કોઈ ઇચ્છા વિના. કહે છે. "

તેણીએ પછી પ્રથમ વાક્ય મોટેથી વાંચ્યું, જેમાં તેમની પાસેની માહિતીનો સમાવેશ થતો હતો, જેણે તેમના ભાઇને સીધી નગરમાં અનુસરવાનું નક્કી કર્યું અને તે દિવસે તેનો અર્થ ગ્રોસવેનર સ્ટ્રીટમાં ભોજન કરવાનો હતો, જ્યાં મિ. હર્સ્ટ પાસે એક ઘર હતું. પછીના આ શબ્દો હતા. "હું હર્ટફોર્ડશાયરમાં જે કાંઇ છોડું છું તેના પર દિલગીરી કરવાનો ડોળ નથી કરતો, તમારા સમાજ સિવાય, મારા પ્રિય મિત્ર સિવાય, પરંતુ આપણે જાણીએ છીએ કે આનંદદાયક સંભોગના ઘણા વળતરનો આનંદ માણવા માટે, અને ભવિષ્યમાં, આપણે ભવિષ્યના સમયગાળામાં આશા રાખીએ છીએ. ખૂબ વારંવાર અને સૌથી વધુ અનાવૃત પત્રવ્યવહાર દ્વારા અલગ થવાના દુખને ઓછું કરો. હું તેના માટે તમારા પર નિર્ભર છું. " આ ઉચ્ચ ઉડાનવાળા અભિવ્યક્તિઓ

માટે, એલિઝાબેથે વિશ્વાસની બધી અસ્વસ્થતા સાથે સાંભળ્યું; અને તેમ છતાં તેમની દૂર કરવાની અચાનકતાએ તેમને આશ્ચર્ય પહોંચાડ્યું, પણ તેણે તેમાં કંઇપણ જોયું નહિ; એવું માનવામાં આવતું ન હતું કે નેટહેરફિલ્ડની તેમની ગેરહાજરી મિ. બિન્ગલી ત્યાં છે; અને તેમના સમાજની ખોટને કારણે, તેણીને સમજાવવામાં આવ્યું હતું કે જેને જલ્દીથી તેના આનંદમાં તેને માનવાનું બંધ કરવું જોઈએ.

ટૂંકા વિરામ પછી, "તે કમનસીબ છે," તેમણે કહ્યું હતું કે, "દેશ છોડતા પહેલા તમારે તમારા મિત્રોને જોઈ શકતા નથી." પરંતુ આપણે આશા રાખતા નથી કે ભાવિ સુખની અવધિ જે બિંગલીને ચૂકી જાય તેવું લાગે છે, કદાચ તેણી જાણતા પહેલા આવો, અને તમે જેને મિત્રો તરીકે ઓળખતા હો તે આનંદદાયક સંભોગ, બહેનો તરીકે હજુ સુધી વધુ સંતોષ સાથે નવીકરણ કરવામાં આવશે? -મિસ્ટર બિંગલીને લંડનમાં અટકાયતમાં લેવામાં આવશે નહીં. "

"કેરોલિન નિશ્ચિતપણે કહે છે કે કોઈ પણ પાર્ટી આ શિયાળાના હર્ટફોર્ડશાયરમાં પાછો ફરે નહીં. હું તમને તે વાંચીશ-

"જ્યારે મારા ભાઇએ અમને ગઈકાલે છોડી દીધો, તેણે કલ્પના કરી કે જે વ્યવસાય તેને લંડન લઇ ગયો હતો તે ત્રણ અથવા ચાર દિવસમાં સમાપ્ત થઈ શકે છે, પરંતુ આપણે ચોક્કસ છીએ કે તે આવી શકશે નહીં, અને એ જ સમયે ખાતરી થઈ કે જ્યારે ચાર્લ્સ શહેરમાં જશે , તેને ફરી છોડવાની કોઈ ઉતાવળ નથી, અમે તેને ત્યાં અનુસરવાનું નક્કી કર્યું છે, જેથી તેને આરામદાયક હોટેલમાં તેના ખાલી કલાકો ગાળવા માટે ફરજ પાડવામાં ન આવે. મારા ઘણા પરિચિતો શિયાળા માટે પહેલાથી જ ત્યાં છે; હું ઇચ્છું છું કે સાંભળી શકે છે કે, મારા પ્યારું મિત્ર, તમે એક કૌભાંડમાં એક બનાવવાનો ઇરાદો ધરાવતા હતા, પરંતુ તેનાથી હું નિરાશ થઈ શકું છું. હું આશા રાખું છું કે હર્ટફોર્ડશાયરમાં તમારું નાતાલ

સામાન્ય રીતે તે સીઝનમાં આવે છે તે ગાઈબાઇમાં વિસ્તૃત થઇ શકે છે, અને તમારું બૉક્સ એટલું હશે તમારી લાગણીને ત્રણના નુકશાનને રોકવા અસંખ્ય છે, જેની આપણે તમને વંચિત કરીશું. "

"આનાથી સ્પષ્ટ થાય છે," જેન ઉમેર્યાં, "તે આ શિયાળાથી વધુ પાછો આવે છે."

"તે માત્ર એટલું જ સ્પષ્ટ છે કે બિંગલીને ચૂકી જવાનો અર્થ તે નથી હોવો જોઈએ."

"તમે કેમ એવું વિચારો છો? તે પોતાનું કામ હોવું જ જોઈએ. -તે પોતાના માલિક છે પરંતુ તમે બધાને જાણતા નથી. હું તમને તે પેસેજ વાંચીશ જે ખાસ કરીને મને દુ: ખી કરે છે. હું તમારી પાસે કોઈ અનામત નથી." "મિસ્ટર ડેર્સી તેની બહેનને જોવા માટે અશક્ત છે અને સત્ય કબૂલ કરવા માટે, આપણે તેને ફરી મળવા માટે ખૂબ જ ઓછા આતુર છીએ. મને ખરેખર એવું નથી લાગતું કે, જ્યોર્ડીયા ડેર્સી સુંદરતા, સુઘડતા અને સિદ્ધિઓ માટે સમાન છે અને તે જે પ્રેમને પ્રોત્સાહન આપે છે લૌઈસા અને હું, અમારી બહેનની આજુબાજુના હોવાનો આનંદ લેવાની હિંમતથી, હજુ પણ વધુ રસપ્રદ કંઈક બની ગયું છે. મને ખબર નથી કે મેં આ વિષય પર તમારી લાગણીઓનો ઉલ્લેખ કર્યો છે કે નહીં, પરંતુ હું તે છોડીશ નહીં દેશ તેમને કબૂલ કર્યા વગર, અને હું વિશ્વાસ કરું છું કે તમે તેમને ગેરવાજબી માનશો નહીં. મારા ભાઇ તેને મોટા પ્રમાણમાં પહેલાથી પ્રશંસનીય છે, તેને હવે તેને સૌથી નજીકના પગલા પર જોવાની વારંવાર તક મળશે, તેના સંબંધો બધા તેના પોતાના જેટલા જોડાણની ઇચ્છા કરે છે, અને બહેનની આંશિકતા મને ગેરમાર્ગે દોરતી નથી, મને લાગે છે કે, જ્યારે હું ચાર્લ્સને કોઈ મહિલાના હૃદયને આકર્ષવામાં સક્ષમ છું . આ બધી સંજોગોમાં જોડાણને અનુકૂળ થવા અને તેને રોકવા માટે કશું જ નથી, શું હું ખોટું છું, મારા પ્રિયજન જેન, એવી ઘટનાની આશામાં શામેલ છું જે ઘણાની સુખને સુરક્ષિત કરશે? "

"આ વાક્ય વિશે તમે શું વિચારો છો, મારા પ્રિય ઝાંખા?" - જેણે તેણીને સમાપ્ત કર્યા પછી કહ્યું. "શું તે પૂરતું સ્પષ્ટ નથી? - શું તે સ્પષ્ટપણે જાહેર કરે છે કે કેરોલિનની અપેક્ષા નથી કે હું તેણીની બહેન બનવા માંગતો નથી; તેણી તેના ભાઈની ઉદાસીનતાથી સંપૂર્ણ રીતે સહમત છે, અને જો તે તેના માટે મારી લાગણીઓની પ્રકૃતિ પર શંકા કરે છે, તો તેણીનો અર્થ છે (સૌથી માયાળુ!) મને મારા રક્ષક પર મૂકવા માટે? વિષય પર કોઈ અન્ય અભિપ્રાય હોઈ શકે છે? "

"હા, ત્યાં કરી શકો છો; મારા માટે તદ્દન અલગ છે. -શું તમે તે સાંભળી શકશો?"

"સૌથી વધુ સ્વેચ્છાએ."

"તમે તેને થોડા શબ્દોમાં મુકી શકો છો. મિસ બિંગલી જુએ છે કે તેનો ભાઇ તમારી સાથે પ્રેમ કરે છે અને ઇચ્છે છે કે તમે તેને ચૂકી જાઓ. તેણી તેણીને ત્યાં રાખવાની આશામાં નગરમાં આવે છે અને તે તમને સમજાવવા પ્રયત્ન કરે છે કે તે કરે છે તમારી ચિંતા નથી. "

જેન તેના માથાને હલાવી દીધી.

"ખરેખર, જેન, તમારે મારા પર વિશ્વાસ કરવો જોઈએ. -જેણે તમને ક્યારેય જોયો નથી તે કોઈ પણ તેના સ્નેહ પર શંકા કરી શકે છે. મિસ બિન્ગલી હું ખાતરી કરી શકું છું કે તે કરી શકતી નથી. તે આટલી સરળ નથી. પોતાને માટે ડરસી, તેણીએ તેના લગ્નના કપડાંનો આદેશ આપ્યો હોત, પરંતુ કેસ એ છે. અમે પૂરતી સમૃદ્ધ નથી, અથવા તેમના માટે પૂરતા પ્રમાણમાં ભવ્ય નથી; અને તે તેના ભાઈ માટે ચૂકી જવાની વધુ ચિંતિત છે, ત્યાં એક ઇન્ટરવરેજ થઇ ગઇ છે, તેને બીજી વાર પ્રાપ્ત કરવામાં ઓછી તકલીફ થઇ શકે છે; જેમાં ચોક્કસપણે કેટલાક ચાતુર્ય છે,

અને હું કહું છું કે તે સફળ થશે, જો મિસ ડી બૌર્ગ માર્ગમાંથી બહાર નીકળી ગયો હોય તો પણ, મારા પ્રિય જેન, તમે કરી શકતા નથી. ગંભીરતાથી કલ્પના કરો કે કારણ કે મિસ બિંગલી તમને કહે છે કે તેના ભાઈ મોટા પ્રમાણમાં ચૂકી ગયેલી દુર્લભ પ્રશંસક છે,જ્યારે તે તદ્દુપરાંત તને તમારી રજા છોડી દેતો તેના કરતાં તે તમારી ગુણવત્તાની ઓછી સમજશક્તિમાં છે, અથવા તે તમને સમજાવવાની શક્તિમાં હશે કે તે તમારી સાથે પ્રેમ કરવાને બદલે, તે તેના મિત્ર સાથે ખૂબ જ પ્રેમ કરે છે. . "

જેન જણાવે છે કે, "જો આપણે મિસ બિંગલી જેવું જ વિચારીએ, તો આ બધુંનું તમારું પ્રતિનિધિત્વ મને ખૂબ સરળ બનાવી શકે છે, પણ મને ખબર છે કે પાયો અન્યાયી છે. કેરોલિન કોઈ પણને ઇરાદાપૂર્વક છુપાવી શકતા નથી અને હું આશા રાખું છું કે આ કેસ એ છે કે તે પોતાની જાતને છેતરે છે. "

"તે સાચું છે. -તમે વધુ સુખી વિચાર શરૂ કરી શક્યા ન હોત, કારણ કે તમે મારામાં દિલાસો મેળવશો નહીં. તેના પર વિશ્વાસ રાખો કે તે બધી રીતે છૂટાછેડા લેશે. હવે તમે તેના દ્વારા તમારી ફરજ બજાવી છે, અને તે હવે લાંબા સમય સુધી નકામા છે."

"પણ, મારા પ્રિય બહેન, શું હું સુખી થઈ શકું છું, શ્રેષ્ઠ માનવાનો પણ, એક માણસને સ્વીકારીને જેની બહેનો અને મિત્રો તેમને બધા સાથે લગ્ન કરવા ઈચ્છે છે?"

એલિઝાબેથએ કહ્યું, "તમારે તમારા માટે નિર્ણય લેવો જોઈએ," અને જો પુખ્ત વિચારસરણી પર, તમે જોશો કે તેની બે બહેનોની અપમાન કરવાના દુઃખની તેમની પત્ની હોવાના સુખની સમકક્ષ છે, તો હું તમને તેનો ઇન્કાર કરવાના તમામ માધ્યમથી સલાહ આપું છું. "

"તમે આ રીતે કેવી રીતે વાત કરી શકો છો?" - જેન અસ્પષ્ટપણે હસતાં કહ્યું - "તમારે જાણવું જ જોઇએ કે તેમ છતાં મને તેમની

નિંદા સમયે ખૂબ જ દુઃખી થવું જોઇએ, હું અચકાઈ શક્યો નહીં."

"મને નથી લાગતું કે તમે કરશો; - અને તે જ કેસ છે, હું તમારી પરિસ્થિતિને ખૂબ દયાથી ધ્યાનમાં શકતો નથી."

"પરંતુ જો તે આ શિયાળામાં વધુ ન આપે, તો મારી પસંદગીની ક્યારેય જરૂર રહેશે નહીં. છ મહિનામાં હજાર વસ્તુઓ ઊભી થઈ શકે છે!"

તેમના એલિઝાબેથની પરત ફરવાનો વિચાર અત્યંત તિરસ્કાર સાથે થયો હતો. તે માત્ર કેરોલિનની રુચિની ઇચ્છાઓનો સૂચનો દેખાઈ રહ્યો હતો, અને તે ક્ષણભંગની કલ્પના કરી શકતી નહોતી કે તે ઇચ્છાઓ, જો કે ખુલ્લી રીતે અથવા આજ્ઞાપૂર્વક બોલાતી, તે એક યુવાન માણસને સંપૂર્ણપણે એકદમ સ્વતંત્ર બનાવી શકે છે.

તેણીએ તેણીની બહેનને આ વિષય પર જે લાગ્યું તેટલી જબરજસ્ત રીતે રજૂઆત કરી હતી, અને તેની ખુશ અસર જોવામાં આનંદ થયો હતો. જેનનો ગુસ્સો નિરાશ ન હતો, અને તેણી ધીમે ધીમે આશા તરફ દોરી ગઈ હતી, જોકે સ્નેહની ભેદભાવમાં કેટલીક વખત આશા વધી ગઈ હતી, કે બિન્ગલી નેધરફિલ્ડમાં પાછો ફર્યો અને તેના હૃદયની દરેક ઇચ્છાને જવાબ આપી.

તેઓ મિસ્ટર સંમત થયા. બેનેટ ફક્ત સજ્જનના આચરણના સ્કોર પર ધ્યાન આપ્યા વિના, પરિવારના પ્રસ્થાનની વાત સાંભળવી જોઈએ; પરંતુ આ આંશિક સંદેશાવ્યવહારને કારણે તેણીએ ખૂબ ચિંતા વ્યક્ત કરી હતી, અને તેણીએ તેણીને ખૂબ દુર્ભાગ્યપૂર્ણ ગણાવી હતી કે મહિલાઓને દૂર જવાનું હોવું જોઈએ, જેમ કે તેઓ બધા એક સાથે ઘનિષ્ઠ બની રહ્યા હતા. જોકે, થોડા સમય પછી તેને શોક કર્યા પછી, તેને માનવાનો

આશ્વાસન હતો કે મિ. બિન્ગલી ટૂંક સમયમાં ફરીથી નીચે આવશે અને ટૂંક સમયમાં જ લાંબા સમય સુધી જમવા માટે જમશે, અને આખરે સમાપ્ત જાહેરાત એ હતી કે, તેને ફક્ત એક કુટુંબ રાત્રિભોજન માટે જ આમંત્રણ આપવામાં આવ્યું હતું, પરંતુ તે બે સંપૂર્ણ અભ્યાસક્રમો ધરાવશે.

પ્રકરણ .

બેનેટ લ્યુકેસ સાથે ભોજન કરવા માટે જોડાયેલા હતા, અને ફરીથી દિવસના મુખ્ય દરમિયાન, મિસ્ટરને સાંભળવા માટે લુકાસને ખૂબ જ દુઃખ થયું. કોલિન્સ. એલિઝાબેથે તેણીનો આભાર માનવાની તક લીધી. તેણીએ કહ્યું, "તે તેને સારા હાસ્યમાં રાખે છે," તેણીએ કહ્યું, "અને હું અભિવ્યક્ત કરી શકું તે કરતાં હું તમારા માટે વધુ જવાબદાર છું." ચાર્લોટે તેના મિત્રને સંતુષ્ટ થવા માટે તેના સંતોષની ખાતરી આપી, અને તે તેના સમયના નાનાં બલિદાન માટે તેને વળતર આપી. આ ખૂબ જ અનુકૂળ હતું, પરંતુ ચાર્લોટની દયા એલિઝાબેથની કલ્પના કરતાં વધુ વિસ્તરેલી હતી; - વસ્તુઓનો કોઇ ઘટાડો થયો ન હતો, તેનાથી કોઇ પણ મિ. કોલિન્સના સરનામા, પોતાને તરફ આકર્ષિત કરીને. આવી ચૂકી લુકાસની યોજના હતી; અને દેખાવ જેથી હતાઅનુકૂળ છે કે જ્યારે તેઓ રાતમાં ભાગ લેતા હતા, ત્યારે તેણીને હર્ટફોર્ડશાયર છોડી જતા ન હોત તો સફળતાની લગભગ ખાતરી થઇ હોત. પરંતુ અહીં, તેણીએ આગ અને તેના પાત્રની સ્વતંત્રતા પર અન્યાય કર્યો હતો, કારણ કે તે આગલી સવારે લાંબા ગૌરવથી બહાર નીકળવા માટે પ્રશંસાપાત્ર સ્લાઈનેસથી બહાર નીકળ્યો, અને તેના પગ પર પોતાને ફેંકી દેવા માટે લુકાસ લોજ તરફ ઉતાવળ કરી. તેઓ તેમના પિતરાઈની નોટિસને ટાળવા માટે ચિંતિત હતા, જો તેઓ તેમને છોડીને જોતા હોય, તો તેઓ તેમની ડિઝાઇનનો અંદાજ કાઢવામાં નિષ્ફળ શક્યા હતા, અને તે સફળતાની ખબર ન હોવા સુધી તે પ્રયાસ કરવા તૈયાર ન હતા; ચાર્લોટને સહનશીલ

પ્રોત્સાહન આપવા માટે, કારણ કે લગભગ સુરક્ષિત હોવાનું અને કારણસર, તે બુધવારના સાહસથી તુલનાત્મક રીતે વિપરીત હતું. તેમ છતાં તેમનો રિસેપ્શન સૌથી વધુ ચાહક પ્રકારનો હતો. મિસ લુકાસે તેને ઉપરની તરફની બાજુથી જોયો હતો અને ઘરની તરફ જતો હતો અને તેને તરત જ ગલીમાં તેની સાથે મળીને મળવા ગયો હતો. પરંતુ તેણીએ આશા રાખવાની હિંમત ઓછી કરી કે ત્યાં એટલા બધા પ્રેમ અને બોલવાની રાહ જોવાની હતી.

મિસ્ટર તરીકે ટૂંકા સમય માં. કોલિન્સના લાંબા ભાષણોને મંજૂરી આપવામાં આવશે, તેમની વચ્ચે દરેક વસ્તુ બંનેની સંતોષમાં સ્થાયી થઈ હતી; અને જ્યારે તેઓ ઘરમાં પ્રવેશ્યા, ત્યારે તેમણે તેમને દિવસના નામ માટે આમંત્રણ આપ્યું કે જે તેમને માણસોમાં સૌથી સુખી બનાવશે; અને તેમ છતાં આવા વિનંતીને હાલના માટે જકડી રાખવી જ જોઇએ, તે સ્ત્રીને તેની ખુશીથી કોઈ પણ જાતની ઝૂમખા કરવાની લાગણી ન હતી. મૂર્ખતા કે જેની સાથે તેને પ્રકૃતિ દ્વારા અનુકૂળ કરવામાં આવી હતી, તેણે કોઈ પણ વશીકરણથી તેની પ્રેમનિષ્ઠાને રક્ષક રાખવી જોઇએ જે મહિલાને તેની સાતત્ય માટે ઇચ્છા લાવી શકે; અને મિસ લુકાસ, જેમણે તેને સ્થાપનાની શુદ્ધ અને નિરર્થક ઇચ્છાથી સંપૂર્ણપણે સ્વીકાર્યું હતું, તે ન સંભાળ્યું કે તે સંસ્થા કેટલી ઝડપથી પ્રાપ્ત થઈ.

શ્રી વિલિયમ અને લેડી લુકાસ તેમની સંમતિ માટે ઝડપથી લાગુ કરવામાં આવ્યા હતા; અને તે ખૂબ આનંદદાયક સુખ સાથે આપવામાં આવ્યું હતું. શ્રીમાન.કોલિન્સના હાલના સંજોગોમાં તે તેની પુત્રી માટે સૌથી વધુ યોગ્ય મેચ બનાવે છે, જેને તેઓ થોડી સંપત્તિ આપી શકે છે; અને ભાવિ સંપત્તિની તેમની સંભાવનાઓ ખૂબ જ વાજબી હતી. મહિલા લુકાસ પહેલાંથી ઉત્તેજિત થતાં કરતા વધુ રસ સાથે સીધી રીતે ગણતરી કરવાનું શરૂ કર્યું, કેટલા વર્ષો સુધી મિ. બેનેટ જીવંત રહેવાની શક્યતા હતી; અને શ્રી વિલિયમએ તેને નક્કી કરેલ અભિપ્રાય આપ્યો, જ્યારે પણ મિ.

કોલિન્સ લાંબા ગાળાના એસ્ટેટના કબજામાં હોવું જોઈએ, તે ખૂબ જ ફાયદાકારક છે કે તે અને તેની પત્ની બંનેએ તેમના દેખાવને સ્ટે ખાતે બનાવવું જોઈએ. જેમ્સ ટૂંકા સમયમાં આખું કુટુંબ આ પ્રસંગે યોગ્ય રીતે આનંદિત હતા. નાની છોકરીઓએ અન્ય એક વર્ષ કરતાં બે વર્ષ પહેલાં બહાર આવવાની અપેક્ષાઓ બનાવી છે; અને છોકરાઓને ચાર્લોટની જૂની નોકરની મરણની તેમની આશંકાથી રાહત મળી હતી. ચાર્લોટ પોતાને સહનશીલ રીતે કંપોઝ કરવામાં આવી હતી. તેણીએ પોતાનો મુદ્દો મેળવી લીધો હતો અને તેનો વિચાર કરવાનો સમય હતો. તેના પ્રતિબિંબ સામાન્ય રીતે સંતોષકારક હતા. શ્રીમાન. ખાતરી કરવા માટે કોલિન્સ ન સમજદાર અથવા નમ્ર હતા; તેમનો સમાજ ત્રાસદાયક હતો, અને તેની સાથે તેના જોડાણની કલ્પના કરવી જ જોઇએ. પરંતુ હજી પણ તે તેનો પતિ બનશે. - પુરુષો અથવા લગ્નજીવનના વિચાર્યા વિના, લગ્ન હંમેશાં તેની વસ્તુ હતી; નાની સંપત્તિની સારી શિક્ષિત યુવાન મહિલાઓ માટે તે એકમાત્ર માનનીય જોગવાઈ હતી, અને જો કે સુખ આપવાનું અનિશ્ચિત છે, તો તે ઇચ્છે છે કે તેઓ તેમની સુખી જાળવણી કરે. આ સંરક્ષક તેણીએ હવે મેળવી હતી; અને સિત્તેર વર્ષની ઉંમરે, ક્યારેય સુંદર દેખાવ કર્યા વિના, તેણીએ તેની બધી શુભેચ્છા અનુભવી. ધંધામાં ઓછામાં ઓછી સ્વીકાર્ય સંજોગો, એ આશ્ચર્યજનક હતું કે તેણે એલિઝાબેથ બેનેટને પ્રસંગે જ પ્રદાન કરવું જોઈએ, જેની મિત્રતા તેણીએ અન્ય કોઈપણ વ્યક્તિની તુલનામાં મૂલ્યવાન છે. એલિઝાબેથ આશ્ચર્ય કરશે, અને કદાચ તેના દોષ આવશે; અને તેમ છતાં તેનું રિઝોલ્યુશન હચમચી ન હતું, પણ તેની લાગણીઓ આવા અપમાન દ્વારા દુઃખી થવી આવશ્યક છે. તેણીએ પોતાને માહિતી આપવાનું નક્કી કર્યું, અને તેથી જ એમ.આર. કોલિન્સ જ્યારે તે લાંબા સમયથી ડિનર સુધી ડિનર પાછો ફર્યોપરિવારના કોઈપણ પહેલાં શું પસાર થયું તે અંગે કોઈ સંકેત આપશો નહીં. ગુપ્તતાનો વચન અલબત્ત ખૂબ કૃતજ્ઞતાપૂર્વક આપવામાં આવ્યો હતો, પરંતુ તેને મુશ્કેલી વિના રાખી શકાય નહીં; તેમની લાંબી ગેરહાજરીથી ઉત્સાહિત

જિજ્ઞાસા માટે, તેમના વળતર પરના આવા ઘણા સીધા પ્રશ્નોમાં બહાર નીકળ્યા, જેમણે બચાવવાની કેટલીક ચાતુર્યની જરૂર હતી, અને તે જ સમયે તે મહાન આત્મવિશ્વાસનો ઉપયોગ કરી રહ્યો હતો, કારણ કે તે તેના સમૃધ્ધ પ્રેમને પ્રકાશિત કરવા ઇચ્છતો હતો.

કારણ કે તે આવતીકાલે કોઈ પણ પરિવારને જોવા માટે વહેલી તકે મુસાફરી કરવાનું શરૂ કરી દેતી હતી, જ્યારે રાત્રી રાત્રી રાત્રીમાં જતા ત્યારે રજા લેવાનું સમારંભ કરવામાં આવતું હતું; અને મિસ્ટર. મહાન વિનમ્રતા અને સૌમ્યતા સાથેના બેનેટે કહ્યું કે, જ્યારે તેમના અન્ય જોડાણો તેમને મળવા દેશે ત્યારે તેમને ફરીથી લાંબા સમય સુધી જોવાનું કેટલું ખુશ થશે.

"મારા પ્રિય મદમ," તેમણે જવાબ આપ્યો, "આ આમંત્રણ ખાસ કરીને આનંદદાયક છે, કારણ કે તે જ મને પ્રાપ્ત થવાની આશા છે, અને તમે ખૂબ ચોક્કસ છો કે હું શક્ય તેટલી વહેલી તકે તેનો લાભ લઈશ."

તેઓ બધા આશ્ચર્યચકિત થયા. અને મિસ્ટર. બેનેટ, જે કોઈ પણ રીતે ઝડપી વળતરની ઇચ્છા ન કરી શકે, તરત જ કહ્યું,

"પણ શું અહીં લેડી કેથરિનની અપમાનની ભય નથી, મારા સારા સાહેબ? -તમે તમારા સંબંધને અપમાન કરવાના જોખમને ચલાવવા કરતાં તમારા સંબંધોને સારી રીતે અવગણતા હતા."

"મારા પ્રિય, શ્રી" જવાબ આપ્યો. કોલિન્સ, "હું ખાસ કરીને આ મૈત્રીપૂર્ણ સાવચેતી માટે તમારા માટે જવાબદાર છું, અને તમે તેના મહિલાશ્રીની સંમતિ વિના આ પગલાંને એટલા પગલા ન લેવા પર આધાર રાખી શકો છો."

"તમે તમારા રક્ષક પર વધારે ન હોવ, તેના નારાજગીને બદલે કોઈ પણ વસ્તુને જોખમમાં મૂકી શકો છો અને જો તમને ફરીથી

આવવાથી તેને ઉભા થવાની સંભાવના છે, જે મને ખૂબ સંભવિત લાગે છે, ઘરે શાંતિથી રહો, અને સંતુષ્ટ થાઓ અમે કોઈ ગુનો નહીં કરીશું. "

"મારા પર વિશ્વાસ કરો, મારા વહાલા સાહેબ, આ કૃતજ્ઞતાથી મારું કૃતજ્ઞતા ખુશીથી ઉત્સાહિત છે; અને તેના પર આધાર રાખે છે, તમે મારા માટે આનો આભાર માનો છો, તેમજ મારા રોકાણ દરમિયાન તમારા સંદર્ભના દરેક અન્ય ચિહ્ન માટે હર્ટફોર્ડશાયર. મારા ઉમદા પિતરાઇઓ માટે, જો કે મારી ગેરહાજરી તે જરૂરી બનવા માટે પૂરતી લાંબી ન હોત, તો હવે હું મારા પિતરાઈ એલિઝાબેથને બાદ કરતાં, આરોગ્ય અને સુખની ઇચ્છાની સ્વતંત્રતા લઈશ. "

યોગ્ય સિવિલિટીઝ સાથે સ્ત્રીઓએ પછીથી પાછો ખેંચી લીધો; તે બધાએ એ જ આશ્ચર્યજનક રીતે જોયું કે તેમણે ઝડપી વળતર પર ધ્યાન આપ્યું. શ્રીમતી. બેનેટ એ સમજવા માંગે છે કે તેણીએ તેના નાના યુવતીઓને તેમના સરનામાં ચૂકવવાનું વિચાર્યું હતું, અને મેરી તેને સ્વીકારી લેવાથી પ્રભાવિત થઇ શકે છે. તેણીએ તેમની ક્ષમતાઓને અન્ય કોઈપણ કરતાં ઘણી વધારે આપી હતી; તેના પ્રતિબિંબમાં એક સખતતા હતી જેણે તેને ઘણીવાર ત્રાટકી હતી, અને તેમ છતાં પોતાને જેટલી હોશિયાર ન હોવા છતાં, તેણીએ વિચાર્યું કે જો તેના જેવા ઉદાહરણ દ્વારા પોતાને વાંચવા અને સુધારવામાં પ્રોત્સાહિત કરવામાં આવે, તો તે ખૂબ સંયમકારક સાથી બની શકે છે. પરંતુ પછીના સવારે, આ પ્રકારની દરેક આશા દૂર કરવામાં આવી હતી. નાસ્તા પછી જલ્દી લુકાસ કહેવામાં આવે છે, અને એલિઝાબેથ સાથેની એક ખાનગી કોન્ફરન્સમાં આજની ઘટના સાથે સંબંધિત છે.

મિ. ની શક્યતા કોલિન્સે પોતાના મિત્ર સાથે પ્રેમમાં ફેન્સીંગ કરી હતી તે એકવાર એલિઝાબેથને છેલ્લા દિવસે અથવા બે દિવસમાં આવી હતી; પરંતુ તે ચાર્લોટ તેમને પ્રોત્સાહિત કરી શકે છે,

લગભગ શક્ય તેટલું લાગે છે કે તેણી પોતાને પ્રોત્સાહિત કરી શકે છે, અને તેની આશ્ચર્યજનક પરિણામે સૌ પ્રથમ શણગારની સીમાને દૂર કરવા માટે ખૂબ જ મહાન હતું, અને તે રડવામાં મદદ કરી શકી નહોતી,

"મિ. કોલિન્સ સાથે સંકળાયેલા! મારા પ્રિય ચાર્લોટ, -સમજ!"

લુકાસે તેની વાર્તા કહેવામાં આદેશ આપ્યો હતો તે સ્થિર ચહેરો, આટલી સીધી નિંદા પ્રાપ્ત કરવા અહીં ક્ષણિક મૂંઝવણનો માર્ગ આપ્યો; જો કે, તેણી અપેક્ષા કરતાં વધુ ન હતી, તે જલ્દીથી તેણીએ તેણીની સંમિશ્રણ ફરીથી મેળવી, અને શાંતિપૂર્વક જવાબ આપ્યો,

"શા માટે તમે આશ્ચર્ય પામશો, મારા પ્રિય એલિઝા? - શું તમને લાગે છે કે મિ. કોલિન્સ કોઈ પણ મહિલાની સારી અભિપ્રાય મેળવવા માટે સમર્થ હોવા જોઈએ, કારણ કે તે તમારી સાથે સફળ થવા માટે ખુબ ખુશ નથી?"

પરંતુ એલિઝાબેથ હવે પોતાને યાદ કરતો હતો અને તેના માટે સખત મહેનત કરી રહ્યો હતો, તેણી સહનશીલતાપૂર્વક સહમત થવાની ખાતરી આપી શક્યો હતો કે તેમના સંબંધોની સંભાવના તેના માટે ખૂબ આભારી હતી, અને તેણીએ તેની બધી કલ્પનાશીલ સુખની ઇચ્છા કરી હતી.

ચાર્લોટ જવાબ આપ્યો, "હું જોઈ રહ્યો છું કે તમે શું અનુભવો છો," - "તમારે આશ્ચર્ય થવું જોઈએ, ખૂબ જ આશ્ચર્ય થયું છે, પણ તાજેતરમાં જ મિ. કોલિન્સ તમારી સાથે લગ્ન કરવા ઈચ્છતા હતા. પણ જ્યારે તમારી પાસે આ બધું વિચારવાનો સમય હોય ત્યારે, હું આશા રાખું છું તમે જે કર્યું છે તેનાથી તમે સંતુષ્ટ થશો. હું જાણું છું કે તમે રોમેન્ટિક નથી હોતા. હું ક્યારેય નહોતો. હું ફક્ત આરામદાયક ઘર માંગું છું અને જીવનમાં શ્રી કોલિન્સના પાત્ર, જોડાણો અને પરિસ્થિતિને ધ્યાનમાં લઈને, મને ખાતરી છે કે

સુખની મારી તક તેમની સાથે વાજબી છે, કારણ કે મોટાભાગના લોકો લગ્નના રાજ્યમાં પ્રવેશી શકે છે. "

એલિઝાબેથે શાંતિથી જવાબ આપ્યો "નિઃશંકપણે" - અને એક અણઘડ વિરામ પછી, તેઓ બાકીના પરિવારમાં પાછા ફર્યા. ચાર્લોટ ખૂબ લાંબો સમય રોકાતો ન હતો, અને એલિઝાબેથ પછી જે સાંભળ્યું હતું તેના પર પ્રતિબિંબિત કરવા માટે છોડી દીધી હતી. તે મેચમાં એટલા યોગ્ય ન હોવાના વિચાર સાથે મેળ ખાય તે પહેલાં તે ઘણો સમય હતો. મિસ્ટર ની અજાણતા. કોલિન્સ ત્રણ દિવસની અંદર લગ્નની બે તક આપે છે, હવે તેને સ્વીકારી શકાય તેની તુલનામાં કશું જ નથી. તેણીએ હંમેશાં એવું અનુભવ્યું હતું કે ચર્લોટની લગ્નજીવનની અભિપ્રાય તેના જેવી જ નહોતી, પરંતુ તે શક્ય નથી હોતી કે જ્યારે તેને ક્રિયામાં બોલાવવામાં આવે ત્યારે તેણીએ વૈશ્વિક લાભ માટે દરેક સારી લાગણી બલિદાન આપી હોત. ચાર્લોટ મિ. કોલિન્સ, સૌથી વધુ અપમાનજનક ચિત્ર હતો! અને મિત્રના પૈંગને પોતાને અપમાનિત કરીને તેના માનમાં ડૂબવું,

પ્રકરણ .

એલિઝાબેથ તેની માતા અને બહેનો સાથે બેઠેલી હતી, તેણીએ જે સાંભળ્યું હતું તેના પર પ્રતિબિંબિત કર્યા હતા, અને સ્રી વિલિયમ લુકાસ પોતે દેખાયા હતા તે અંગે તેણીને અધિકૃત કરવા માટે અધિકૃત છે કે કેમ તે અંગે શંકા વ્યક્ત કરી હતી, તેની દીકરી દ્વારા પરિવાર સાથે તેણીની સગાઈની જાહેરાત કરવા માટે મોકલવામાં આવી હતી. તેમની ઘણી પ્રશંસા સાથે, અને ઘરો વચ્ચેના જોડાણની સંભાવના પર વધુ આત્મસંયમ સાથે, તેમણે આ બાબતને ખુલ્લી કરી, પ્રેક્ષકોને માત્ર આશ્ચર્યજનક જ નહીં, પરંતુ અવિશ્વસનીય; મિસ્ટર માટે બેનેટ, વિનમ્રતા કરતા વધુ સખત સાથે, વિરોધ કર્યો હતો તે સંપૂર્ણપણે ભૂલથી જ હોવું

જોઈએ, અને લીડિયા, હંમેશાં નકામા અને હંમેશાં અસંસ્કારી, ઉત્સાહપૂર્વક ઉદ્ભવેલા,

"સારા સ્વામી! શ્રી વિલિયમ, તમે આ પ્રકારની વાર્તા કેવી રીતે કહી શકો છો? -શું તમે જાણતા નથી કે મિ. કોલિન્સ ઝાંખા લગ્ન કરવા માંગે છે?"

દરબારીઓની ફરિયાદ કરતા ઓછું કંઈ પણ ગુસ્સો વિના આવા ઉપાય લાવી શક્યો હોત; પરંતુ શ્રી વિલિયમની સારી સંવર્ધન તેને બધા દ્વારા ચલાવ્યો; અને તેમ છતાં તેમણે રજાની વિનંતી કરી, તેમની માહિતીના સત્યને હકારાત્મક રહેવા માટે, તેમણે તેમની તમામ અપૂર્ણતાને સૌથી સહનશીલ સૌજન્યથી સાંભળી.

એલિઝાબેથને લાગ્યું કે તેને તેનાથી દુઃખદાયક પરિસ્થિતિમાંથી મુકત કરવા માટે તેના પર પ્રતિબંધ છે, હવે ચાર્લોટથી તેના પૂર્વ જ્ઞાનનો ઉલ્લેખ કરીને તેના એકાઉન્ટની પુષ્ટિ કરવા માટે આગળ વધો; અને તેણીની માતા અને બહેનોના ઉદ્ઘાટનને અટકાવવાનો પ્રયાસ કર્યો, તેણીએ શ્રી વિલિયમને અભિનંદન આપવાની ઉત્સુકતા દ્વારા, જેમાં તેણી સરળતાથી જેન દ્વારા જોડાઈ હતી અને સુખ પર વિવિધ ટિપ્પણી કરી જેનાથી અપેક્ષિત હોઈ શકે છે. મેચ, મહાન પાત્ર. કોલિન્સ, અને લંડનથી હંસફોર્ડનો અનુકૂળ અંતર.

શ્રીમતી. સર વિલિયમ હજી એક મહાન સોદો બોલવા માટે બેનનેટ ખરેખર ખૂબ વધારે શક્તિમાન હતી; પરંતુ તેણીએ તેમની લાગણીઓ કરતાં ઝડપી જલ્દી શોધી કાઢ્યું તેટલી વહેલી તકે તેમને છોડી દીધા નહીં. પ્રથમ સ્થાને, તે આખી બાબતોને અવિશ્વાસમાં મૂકવા માટે ચાલુ રહી હતી; બીજું, તે ખૂબ ખાતરીપૂર્વક હતી કે મિસ્ટર. કોલિન્સ લેવામાં આવી હતી; ત્રીજી, તેણીએ વિશ્વાસ કર્યો કે તેઓ કદી સુખી રહેશે નહીં; અને ચોથી, તે મેચ તોડી શકાય છે. જોકે, બે સંસ્કારો, સંપૂર્ણ રૂપે સમજાઈ ગયા હતા; એક, કે એલિઝાબેથ બધા દુષ્ટતાના વાસ્તવિક કારણ

હતા; અને બીજું, તે પોતે બધાં દ્વારા બરતરફ કરવામાં આવી હતી; અને આ બે મુદ્દા પર તે મુખ્યત્વે બાકીના દિવસ દરમિયાન રહી હતી. કંઇ પણ કન્સોલ કરી શકતો ન હતો અને તેનાથી કંઇ પણ ખુશ થતું ન હતું. -તે દિવસે પણ તેણીનો ગુસ્સો ફાડી નાખ્યો ન હતો. એલિઝાબેથને દગાબાજી કર્યા વગર તેને એક સપ્તાહ વીતી ગયો હતો,સરી વિલિયમ અથવા લેડુ લુકાસ સાથે કઠોરતા વિના વાત કરો, અને તે પુત્રીને ક્ષમા માફ કરી શકે તે પહેલાં ઘણા મહિના ચાલ્યા ગયા.

શ્રીમાન. બેનેટની લાગણીઓ પ્રસંગે વધુ શાંત હતી, અને જેમ કે તેણે અનુભવ કર્યો તેવું તેમણે સૌથી વધુ સ્વીકાર્ય પ્રકાર હોવાનું ઉચ્ચારણ કર્યું; તેના માટે તેને ખુશી મળી, તેમણે કહ્યું કે ચાર્લોટ લુકાસ, જેને તેઓ સહનશીલ રીતે સમજવા માટે ઉપયોગમાં લેવાતા હતા, તેમની પત્ની તરીકે મૂર્ખ હતા અને તેમની પુત્રી કરતાં વધુ મૂર્ખ હતા!

જેણે પોતાને મેચમાં થોડો આશ્ચર્ય પહોંચાડ્યો; પરંતુ તેણીએ તેમના સુખ માટે તેમની ઉત્સાહપૂર્વક ઇચ્છા કરતા તેના આશ્ચર્ય કરતાં ઓછું કહ્યું; એલિઝાબેથે તેને અસંભવિત માનવા માટે દબાણ કર્યું ન હતું. કિટ્ટી અને લીડિયા મિસ લુકાસને ઇર્ષ્યા કરતા દૂર હતા, મિ. કોલિન્સ ફક્ત પાદરી હતા; અને મેરિટોનમાં ફેલાવા માટેના સમાચારના ભાગ કરતાં તેને અન્ય કોઈ રીતે અસર કરી ન હતી.

મહિલા લુકાસ મિસ્ટર પર છૂટાછેડા માટે સમર્થ હોવા પર વિજયની અસમર્થ હોઈ શકે નહીં. દીકરીને સારી રીતે પરિણીત રહેવાનો આશ્વાસન; અને તેણી કહેતા હતા કે તેણી કેટલી ખુશ હતી તે કરતાં સામાન્ય રીતે લાંબી નજરે બોલી હતી. બેનેટના ખીલ દેખાવ અને દુર્ભાવનાપૂર્ણ ટિપ્પણીઓ સુખને દૂર કરવા માટે પૂરતા હોઈ શકે છે.

એલિઝાબેથ અને ચાર્લોટ વચ્ચે એક અંકુશ હતો જેણે તેમને આ વિષય પર એકબીજા સાથે શાંત રાખ્યો; અને એલિઝાબેથને સમજાયું કે તેમના વચ્ચે કોઈ વાસ્તવિક વિશ્વાસ ક્યારેય રહેતો નથી. ચાર્લોટમાં તેણીની નિરાશાએ તેણીની બહેન પ્રત્યેની વાહિયાત સાથે ફેરવ્યું, જેની સદ્ધરતા અને સ્વાદિષ્ટતા તેણીને ખાતરી હતી કે તેણીની અભિપ્રાય ક્યારેય હચમચી શકાશે નહીં, અને જેની સુખ માટે તેણી દરરોજ વધુ ચિંતિત થઈ હતી, કારણ કે બિન્ગલી હવે એક અઠવાડિયા ચાલ્યો ગયો હતો, અને કંઇ પણ નહીં તેમના વળતર વિશે સાંભળ્યું હતું.

જેણે કેરોલીને તેના પત્રનો પ્રારંભિક જવાબ મોકલ્યો હતો, અને તે દિવસો સુધી ગણાય છે જ્યાં સુધી તે સંભવતઃ ફરીથી સાંભળવાની આશા રાખી શકે નહીં. મિસ્ટર પાસેથી આભાર વચન પત્ર. કોલિન્સ ગુરુવારે પહોંચ્યા, તેમના પિતાને સંબોધ્યા, અને કૃતજ્ઞતાની તમામ ગંભીરતા સાથે લખ્યું જે કુટુંબમાં બારમોનની નિવાસસ્થાનને પૂછવામાં આવ્યું હતું. તે માથા પર પોતાના અંતરાત્માને છૂટા કર્યા પછી, તેમણે તેમને ઘણું ઉત્તેજક અભિવ્યક્ત કરીને, તેમના આનંદદાયક પાડોશીની લાગણી પ્રાપ્ત કરવામાં તેમની ખુશીથી, લુકાસને ચૂકી ગયાં, અને પછી સમજાવ્યું કે તે માત્ર તેમના સમાજનો આનંદ માણવાના દૃષ્ટિકોણથી છે. તે લાંબા સમય સુધી ફરીથી તેને જોવાની તેમની ઇચ્છાથી બંધ થવા માટે તૈયાર થઈ ગયો હતો, જ્યાં તેને સોમવાર પખવાડિયામાં પાછા આવવાની આશા હતી; મહિલા કેથરિન માટે, તેમણે ઉમેર્યું, તેથી તેમના લગ્નને હૃદયપૂર્વક મંજૂરી આપી,

શ્રીમાન. હર્ટફોર્ડશાયરમાં કોલિન્સનું વળતર લાંબા સમયથી મિસ્ટરને આનંદની વાત ન હતી. બેનેટ. તેનાથી વિપરીત તેણી તેના પતિ તરીકે ફરિયાદ કરવા જેટલી નિકાલ કરી હતી. - તે ખૂબ જ વિચિત્ર હતું કે તેને લુકાસ લોજની જગ્યાએ લાંબા ગાળા સુધી આવવું જોઈએ; તે પણ ખૂબ જ અસુવિધાજનક અને ખૂબ જ તકલીફરૂપ હતી. -તેને ઘરની મુલાકાતીઓ નફરત કરતી હતી

જ્યારે તેણીની સ્વાસ્થ્ય એટલી ઉદાસીન હતી, અને પ્રેમીઓ બધા લોકોમાં અસહ્ય હતા. એમ.એસ. જેવા સૌમ્ય હતા. બેનેટ, અને તેઓ માત્ર મિસ્ટર મોટી તકલીફ માટે માર્ગ આપ્યો. બિંગલીની સતત ગેરહાજરી.

જેન કે એલિઝાબેથ આ વિષય પર આરામદાયક હતા. દિવસના એક દિવસ પછી તેની સાથે અન્ય કોઈ સમાચાર લાવ્યા વિના, જે ટૂંક સમયમાં જ તેના શિયાળાની આખી શિયાળાની આજુબાજુના મેરિટોનમાં પ્રચલિત થયો તેના કરતાં વધુ સમય પસાર થયો; એક અહેવાલ કે જે ખૂબ જ મિસ્ટર . બેનેટ, અને જે તે સૌથી વધુ વિવેચક જૂઠાણું તરીકે વિરોધાભાસમાં નિષ્ફળ ગઈ.

પણ એલિઝાબેથએ ડરવું શરૂ કર્યું - એ નથી કે બિંગલી ઉદાસીન હતી - પણ તેની બહેનો તેને દૂર રાખવામાં સફળ થશે. તેણીએ જેનની ખુશીના વિનાશક વિચારને સ્વીકારીને અને તેણીના પ્રેમીની સ્થિરતા માટે અપમાનજનક હોવાનું માનતા ન હોવાથી, તેણી તેના વારંવાર આવતાં રોકી શકતી નથી. તેમની બે અસુરક્ષિત બહેનો અને તેના ઉત્સાહજનક મિત્રના સંયુક્ત પ્રયત્નો, ચૂકી ગયેલી મનોહર આકર્ષણો અને લંડનની મનોહરતા દ્વારા સહાયિત, તે ખૂબ જ વધારે હોઈ શકે છે, તેણીએ તેના જોડાણની શક્તિ માટે, ડર રાખ્યું હતું.

જેન માટે, આ શંકા હેઠળ તેની ચિંતા અલબત્ત, એલિઝાબેથ કરતા વધુ પીડાદાયક હતી; પરંતુ તેને જે લાગ્યું તે છુપાવી રાખવાની ઇચ્છા હતી, અને પોતાને અને એલિઝાબેથ વચ્ચે, આ વિષયને ક્યારેય સૂચિત કરવામાં આવ્યું ન હતું. પરંતુ આ પ્રકારની કોઈ ચીજવસ્તુઓએ તેની માતાને અટકાવી દીધી નથી, એક કલાક ભાગ્યે જ પસાર થયું જેમાં તેણીએ બિન્ગલીની વાત કરી ન હતી, તેણીના આગમન માટે તેણીની અવિશ્વાસ વ્યક્ત કરતી હતી, અથવા જેનને પણ કબૂલ કરવાની આવશ્યકતા હતી કે જો તે પાછો ન આવે તો, તેણીએ પોતાને ખૂબ બીમાર ગણવું

જોઇએ . સહનશીલ શાંતતા સાથે આ હુમલાને સહન કરવા માટે તેને તમામ જેનના સ્થિર નમ્રતાની જરૂર હતી.

શ્રીમાન. કોલિન્સે મંગળવારે પખવાડિયામાં મોટાભાગે સમયાંતરે પરત ફર્યા, પરંતુ લાહોરબોર્ન ખાતેનો તેમનો રિસેપ્શન ખૂબ જ કૃતજ્ઞ ન હતો કેમ કે તે તેની પ્રથમ રજૂઆતમાં હતો. જો કે, તે ખૂબ ખુશ હતો, જો કે, ખૂબ ધ્યાન આપવાની જરૂર છે; અને સદભાગ્યે અન્ય લોકો માટે, પ્રેમ-નિર્માણના વ્યવસાયે તેમની કંપનીના મોટા ભાગમાંથી રાહત મેળવી. દરેક દિવસના વડા તેના દ્વારા લુકાસ લોજ પર ખર્ચ્યા હતા, અને ક્યારેક તેઓ તેમના પહાડ પર પલટાઈ જાય તે પહેલા તેમની ગેરહાજરી માટે માફી માંગવા માટે લાંબા સમયથી લાંબા સમય સુધી પાછા ફર્યા હતા.

શ્રીમતી. બેનેટ ખરેખર સૌથી દુઃખદાયક રાજ્ય હતું. મેચ સંબંધિત કોઈ પણ વસ્તુનો ઉલ્લેખ કરવાથી તેને બીમાર રમૂજની પીડિતતામાં ફેંકી દેવામાં આવી હતી, અને જ્યાં પણ તેણી ગઈ ત્યાં તેણીએ સાંભળવાની ખાતરી કરી હતી. ગુમ લુકાસની દ્રષ્ટિ તેના માટે અસ્વસ્થ હતી. તે ઘરમાં તેણીના અનુગામી તરીકે, તેણીએ તેણીને ઈર્ષ્યાભાવ સાથે માનતા હતા. જ્યારે ચાર્લોટ તેમને જોવા આવ્યા ત્યારે તેણીએ તેને કબજાના કલાકોની ધારણા કરવા માટે સમાપ્ત કર્યા; અને જ્યારે પણ તેણીએ ઓછી અવાજ સાંભળ્યો ત્યારે મિ. કોલિન્સને ખાતરી થઈ હતી કે તેઓ લાંબાગાળાના સ્થાવર મિલકતની વાત કરી રહ્યા હતા અને જલદી જ તેઓ પોતાની અને તેમની પુત્રીઓને ઘરમાંથી બહાર કાઢવાના નિરાકરણ કરતા હતા. બેનેટ મૃત હતા. તેણીએ આ બધા તેના પતિને કડવી રીતે ફરિયાદ કરી.

"ખરેખર, મિ. બેનેટ," તેણીએ કહ્યું, "એવું વિચારવું ખૂબ જ મુશ્કેલ છે કે ચાર્લોટ લુકાસ ક્યારેય આ ઘરની રખાત હોવી જોઈએ, મને તેના માટે રસ્તો બનાવવા ફરજ પાડવી જોઈએ, અને તેને તેના સ્થાને મારી જગ્યા જોવી જોઈએ. ! "

"મારા પ્રિય, આવા અંધકારમય વિચારોનો માર્ગ ન આપો. ચાલો આપણે સારી વસ્તુઓની આશા રાખીએ. ચાલો આપણે પોતાને ખુશ કરીએ કે હું જીવિત હોઈશ."

આ મિસ્ટર માટે ખૂબ દિલાસો ન હતી. બેનેટ, અને, તેથી, કોઈ જવાબ આપવાને બદલે, તેણી પહેલાની જેમ આગળ વધી,

"હું એમ વિચારવું સહન કરી શકતો નથી કે તેમની પાસે આ બધી સંપત્તિ હોવી જોઈએ. જો તે આવશ્યકતા ન હોત તો મારે તેને ધ્યાનમાં રાખવું જોઈએ નહીં."

"તમારે શું વાંધો નથી?"

"મને કોઈ વસ્તુ ધ્યાનમાં રાખવી જોઈએ નહીં."

"ચાલો આપણે આભારી રહીએ કે તમે આવી અસ્વસ્થતાની સ્થિતિથી સુરક્ષિત છો."

"હું કદી પણ આભારી હોઈ શકતો નથી, મિ. બેનેટ, કોઈ પણ બાબત માટે કોઈ વસ્તુ માટે. કઈ રીતે કોઈની પોતાની પુત્રીઓ પાસેથી મિલકતને સમાપ્ત કરી શકાય તેવું હું કેવી રીતે સમજી શકું છું અને હું પણ એમ.આર. કોલિન્સ માટે પણ નથી! - તે બીજા કોઈને કરતાં વધારે કેમ છે? "

"હું નક્કી કરવા માટે તે તમારા માટે છોડી દો" મિસ્ટર જણાવ્યું હતું. બેનેટ.

વોલ્યુમ ઓવરને હું

એક વાઇસરેજ હાઉસ.

અભિમાન અને પૂર્વગ્રહ:

નવલકથા.

ત્રણ ભાગોમાં.

"અર્થ અને સંવેદનશીલતા" ના લેખક દ્વારા.

વોલ્યુમ .

લંડન:
ટી માટે મુદ્રિત. દા.ત.
લશ્કરી પુસ્તકાલય, વ્હાઇટહોલ.
1813.

ગૌરવ અને પૂર્વગ્રહ.

પ્રકરણ હું.

મિસ બિંગલીનો પત્ર પહોંચ્યો અને શંકાને દૂર કરી. સૌપ્રથમ સજાએ શિયાળાની લંડનમાં સ્થાયી થવાની ખાતરી આપી હતી અને દેશ છોડી ગયા તે પહેલાં હર્ટફોર્ડશાયરમાં તેમના મિત્રોને માન આપવાનું ન હોવાને કારણે તેના ભાઇના ખેદ સાથે તારણ કાઢ્યું હતું.

આશા પૂરી થઇ ગઈ હતી; અને જ્યારે જેન બાકીના પત્રમાં હાજરી આપી શક્યો ત્યારે, તે લેખકની સ્વીકૃત સ્નેહ સિવાય, થોડી મળી, જે તેને દિલાસો આપી શકે. મિસ ડેર્સીની પ્રશંસાએ

તેના વડા પર કબજો મેળવ્યો. તેના ઘણા આકર્ષણ ફરીથી વસેલા હતા, અને કેરોલીને તેમની વધતી જતી આત્મવિશ્વાસને આનંદપૂર્વક ગર્વ આપ્યો, અને તેમના ભૂતપૂર્વ પત્રમાં જે ઇચ્છાઓ પ્રગટ થઈ હતી તેની પૂર્તિ માટે આગાહી કરવાની યોજના બનાવી. તેણીએ તેના ભાઇને મિ.સ. ડેર્સીનું ઘર, અને અત્યાનંદ સાથે ઉલ્લેખિત, નવા ફર્નિચરના સંદર્ભમાં બાદની કેટલીક યોજનાઓ.

એલિઝાબેથ, જેને જેન ખૂબ જ ટૂંક સમયમાં આ બધાના વડાને સંદેશાવ્યવહાર કરતો હતો, તેણે મૌન ગુસ્સામાં સાંભળ્યું. તેના હૃદય વિભાજિત કરવામાં આવી હતીતેની બહેન માટે ચિંતા, અને અન્ય બધા સામે ગુસ્સો. તેમના ભાઈના દિલગીરતાને ગુમાવવા આંશિક હોવાના કારોલિનના નિવેદનમાં તેણીએ કોઈ ક્રેડિટ આપી નથી. કે તે ખરેખર જેનનો શોખીન હતો, તેણીએ ક્યારેય જે કર્યું તે કરતાં વધુ શંકા નહોતી; અને તેણીએ હંમેશાં તેને ગમવા માટે નિકાલ કરી દીધી હતી, તે ગુસ્સા વગર, ભાગ્યે જ તિરસ્કાર વગર, ગુસ્સાના સરળતા પર વિચાર કરી શક્યો ન હતો, જે યોગ્ય રિઝોલ્યુશનની ઇચ્છા હતી જેણે તેને હવે તેના ડિઝાઇનિંગ મિત્રોનો ગુલામ બનાવ્યો હતો, અને તેને બલિદાન આપવા તરફ દોરી ગયો. તેમની ઝંખનાની તેમની પોતાની ખુશી. તેની પોતાની ખુશી હતી, જો કે, તે માત્ર એક જ બલિદાન છે, તેને કદાચ શ્રેષ્ઠ રીતે જે રીતે માનવામાં આવે તે રીતે તેની સાથે રમવાની મંજૂરી આપવામાં આવી હશે; પરંતુ તેણીની બહેન તેની સાથે સંકળાયેલી હતી, કારણ કે તેણીએ વિચાર્યું કે તે પોતાને સમજી લેશે. તે એક વિષય હતું, ટૂંકમાં, જેના પર પ્રતિબિંબ લાંબો સમય લાગશે, અને હોવું જ જોઈએ. તેણી બીજું કંઇ પણ વિચારી શકતી નહોતી, અને હજી સુધી બિન્ગલીનું માનવું ખરેખર મૃત્યુ પામ્યું હતું, અથવા તેના મિત્રોની દખલ દ્વારા દબાવવામાં આવી હતી; શું તે જેનની જોડે જાગૃત છે, અથવા તે તેના નિરીક્ષણથી બચી ગયું છે કે નહીં તે જાણતા હતા; જે પણ કેસ હતું, તેમ છતાં તેના વિશે તેમનો અભિપ્રાય તફાવત દ્વારા

ભૌતિક રીતે પ્રભાવિત હોવા જ જોઇએ, તેની બહેનની સ્થિતિ એક જ રહી, તેની શાંતિ સમાન રીતે ઘાયલ થઈ.

જેનને એલિઝાબેથને તેની લાગણીઓ વિશે બોલવાની હિંમત હતી તે પહેલાં એક કે બે દિવસ પસાર થયો હતો; પરંતુ અંતે મિસ્ટર. નેનેટરફિલ્ડ અને તેના માસ્ટર વિશે સામાન્ય કરતાં લાંબા સમય સુધી બળતરા પછી, બેનેટ તેમને એક સાથે છોડીને, તે કહીને મદદ કરી શક્યા નહીં,

"ઓહ! તે મારા પ્રિય માતાને તેના પર વધુ આદેશ હતો; તેણી તેના પરના સતત પ્રતિબિંબથી મને જે પીડા આપે છે તે તેણીને ખબર હોતી નથી, પરંતુ હું ફરીથી નિર્માણ કરીશ નહીં. તે લાંબા સમય સુધી ટકી શકશે નહીં. તે ભૂલી જશે અને આપણે આપણે બધાં જેવા હોઈએ છીએ. "

એલિઝાબેથે તેની બહેનને અવિશ્વસનીય ઉત્સાહ સાથે જોયો, પણ કશું કહ્યું નહીં.

"તમે મને શંકા કરો છો," જેન પાડીને સહેજ રંગીન; "ખરેખર તમારી પાસે કોઈ કારણ નથી. તે મારી યાદશક્તિમાં મારા પરિચયના સૌથી વધુ અનુકૂળ વ્યક્તિ તરીકે જીવી શકે છે, પરંતુ તે બધું જ છે. મારી પાસે ક્યાંય આશા અથવા ડર નથી, અને તેને નિંદા કરવા માટે કશું જ નથી. ભગવાનનો આભાર! મારી પાસે તે નથી પીડા. તેથી થોડો સમય. - હું ચોક્કસપણે વધુ સારું મેળવવાનો પ્રયાસ કરીશ. "

એક મજબૂત અવાજ સાથે તેણે તરત જ ઉમેર્યું, "મારી પાસે આ આરામ છે, તે મારા બાજુના ફેન્સીની ભૂલ કરતાં વધુ નથી, અને તેણે મારા સિવાય કોઈ પણ નુકસાન કર્યું નથી."

"માય ડિયર જેન!" એલિઝાબેથએ કહ્યું, "તમે ખૂબ સારા છો. તમારી મીઠાશ અને તંદુરસ્તી ખરેખર દૂત છે; મને ખબર નથી કે

તમને શું કહેવું છે. મને લાગે છે કે મેં ક્યારેય તમને ન્યાય કર્યો નથી અથવા તમે લાયક છો તેવો પ્રેમ કર્યો છે."

મિસ બેનેટએ બધી અસાધારણ યોગ્યતાને આતુરતાથી નકારી કાઢ્યું અને તેણીની બહેનની હૂંફ પર પ્રશંસા પાછી ખેંચી લીધી.

"ના," એલિઝાબેથએ કહ્યું, "આ યોગ્ય નથી. તમે આખી દુનિયાને આદરણીય માનવા માંગો છો, અને જો હું કોઈ પણ શરીરના બીમાર બોલીશ તો તે દુઃખદાયક છે. હું ફક્ત તમને સંપૂર્ણ વિચારવા માંગું છું, અને તમે તેના વિરુદ્ધ સેટ કરો છો. સાર્વત્રિક સારા ઇચ્છાના તમારા વિશેષાધિકારો પર મારો અતિક્રમણ કરવાથી મને કોઈ ડર લાગશે નહીં. તમારે જરૂર નથી. એવા કેટલાક લોકો છે જેમને હું ખરેખર પ્રેમ કરું છું અને હજુ પણ તેમાંથી ઓછા લોકો હું સારી રીતે વિચારી શકું છું. જેટલું હું આ દુનિયાને જોઉં છું, હું તેનાથી અસંતોષ છું અને દરરોજ મારા માનવીય પાત્રોની અસંગતતા અને થોડી નિર્ભરતાની માન્યતાને સમર્થન આપે છે જે મેરિટ અથવા અર્થના દેખાવ પર મૂકી શકાય છે . ઉલ્લેખ કરશે નહીં; બીજું ચાર્લોટનું લગ્ન છે. તે અયોગ્ય છે! દરેક દ્રશ્યમાં તે અયોગ્ય છે! "

"માય ડિયર લિઝી, આ પ્રકારની લાગણીઓનો માર્ગ આપશો નહીં. તેઓ તમારી ખુશીને બગાડે છે. તમે પરિસ્થિતિ અને ગુસ્સાના તફાવત માટે પૂરતા પ્રમાણમાં ભથ્થું બક્ષતા નથી. મિ. કોલિન્સની સન્માનક્ષમતા અને ચાર્લોટના સમજદાર, સ્થિર પાત્રને ધ્યાનમાં રાખો. તે એક મોટા પરિવારમાંનો એક છે; તે નસીબની જેમ, તે સૌથી લાયક પાત્ર છે અને દરેક શરીરની ખાતર વિશ્વાસ કરવા માટે તૈયાર રહો, જેથી તે આપણા પિતરાઈ માટે સન્માન અને માન જેવી કંઈક અનુભવે. "

"તમે માફી આપવા માટે, હું લગભગ કોઈ પણ વસ્તુ પર વિશ્વાસ કરવાનો પ્રયત્ન કરું છું, પરંતુ આવી કોઈ માન્યતાથી કોઈ અન્યને ફાયદો થઈ શકતો નથી; કારણ કે હું સમજતો હતો કે

ચાર્લોટ તેના માટે કોઈ માન ધરાવે છે, હું તેના સમજણથી વધુ ખરાબ વિચારવું જોઈએ હવે હું તેના હૃદયથી કરું છું. મારા પ્રિય જેન, મિ. કોલિન્સ એક મૂર્ખ, અતિશય, સાંકડી માનસિક, મૂર્ખ માણસ છે; તમે જાણો છો કે તે છે, તેમજ હું કરું છું; અને તમારે પણ અનુભવવું જોઈએ, તેમજ હું પણ કરું છું, તે સ્ત્રી જે તેની સાથે લગ્ન કરે છે, તેની વિચારવાનો યોગ્ય માર્ગ હોતો નથી. તમે તેને બચાવશો નહીં, જો કે તે ચાર્લોટ લુકાસ છે. તમે એક વ્યક્તિની ખાતર, સિધ્ધાંત અને પ્રામાણિકતાના અર્થને બદલી શકશો નહીં, અને પોતાને સમજાવવા પ્રયત્ન કરશો નહીં અથવા હું, તે સ્વાર્થીપણું ડહાપણ છે, અને ભયની અનિવાર્યતા, સુખની સુરક્ષા. "

જેન જવાબ આપ્યો, "મને તમારી ભાષા ખૂબ જ મજબૂત લાગે છે," અને હું આશા રાખું છું કે તમે તેને એક સાથે સુખી જોઈને ખાતરી કરશો. પરંતુ આટલું પૂરતું. તમે બીજું કંઈક સૂચવ્યું છે. તમે બે ઉદાહરણોનો ઉલ્લેખ કર્યો છે. હું તમને ગેરસમજ કરી શકતો નથી, પરંતુ હું તમને પ્રસ્તાવિત કરું છું, પ્રિય ઝાંખું, તે વ્યક્તિને દોષિત ઠરાવવાનો વિચાર કરીને મને દુઃખ પહોંચાડશો નહીં અને તમારા વિશે તેમનો અભિપ્રાય જણાશે નહીં . અમે ઇરાદાપૂર્વક ઇજા પહોંચાડવા માટે તૈયાર ન હોવું જોઈએ. જીવંત યુવા માણસ હંમેશાં સાવચેત રહે છે અને સાવચેત રહે છે. તે ઘણીવાર આપણા પોતાના વ્યર્થતા સિવાય બીજું કાંઈ જ નથી જે આપણને છેતરે છે. સ્ત્રીઓની પ્રશંસા પ્રશંસા તે કરતાં વધુ છે. "

"અને પુરુષો કાળજી લે છે કે તેઓ જોઈએ છે."

"જો તે રચનાત્મક રીતે કરવામાં આવે છે, તો તેઓ વાજબી ઠરાવી શકતા નથી, પરંતુ કેટલાક લોકો કલ્પના કરે છે કે દુનિયામાં આટલી બધી ડિઝાઇન હોવાના મને કોઈ ખ્યાલ નથી."

એલિઝાબેથ જણાવે છે કે "હું મિ. બિન્ગલીના આચરણના કોઈ પણ ભાગને ડિઝાઇન કરવા માટે આભારી છું." "પરંતુ ખોટું કરવા માટેની યોજના વિના, અથવા અન્યોને નાખુશ બનાવવા માટે, ત્યાં ભૂલ હોઈ શકે છે, અને ત્યાં દુઃખ હોઈ શકે છે. વિવેચકતા, અન્ય લોકોની લાગણીઓ તરફ ધ્યાન આપવું અને રિઝોલ્યુશનની ઇચ્છા, તે વ્યવસાય કરશે."

"અને તમે તેમાંથી કોઈને પણ આનો અમલ કરો છો?"

"હા; છેલ્લામાં, પરંતુ જો હું આગળ વધું છું, તો હું તમને જે લોકોની માન આપું છું તેના વિશે હું જે કહેવા માંગું છું તે તમને નાખુશ કરીશ."

"તમે સતત તેના બહેનોને પ્રભાવિત કરતા હોવાનું માનતા રહો છો."

"હા, તેના મિત્ર સાથે જોડાણમાં."

"હું તેનો વિશ્વાસ કરી શકતો નથી. તેઓ તેને પ્રભાવિત કરવાનો પ્રયાસ કેમ કરવો જોઈએ? તેઓ ફક્ત તેમની ખુશીની ઇચ્છા કરી શકે છે, અને જો તે મારાથી જોડાયેલ હોય, તો કોઈ અન્ય મહિલા તેને સુરક્ષિત કરી શકશે નહીં."

"તમારી પ્રથમ સ્થિતિ ખોટી છે. તેઓ ઘણી બધી વસ્તુઓ તેમની સુખ ઉપરાંતની ઇચ્છા રાખી શકે છે; તેઓ સંપત્તિ અને પરિણામમાં વધારો કરવા ઇચ્છે છે; તેઓ તેમની એવી છોકરી સાથે લગ્ન કરવાની ઇચ્છા રાખી શકે છે કે જેની પાસે પૈસા, મહાન જોડાણો અને ગૌરવનું મહત્વ હોય."

"કોઈ શંકા કરતાં, તેઓ તેને ચૂકી ગયેલી દુર્ઘટનાને કાબૂમાં રાખવાની ઇચ્છા રાખે છે," જેણે જવાબ આપ્યો; "પરંતુ આ કદાચ તમને લાગતા કરતાં વધુ સારા લાગણીઓથી હોઈ શકે છે.

તેઓ મને જાણતા કરતાં તેમને ખૂબ લાંબી ઓળખતા હોય છે; જો તેઓ તેનાથી વધુ સારી રીતે પ્રેમ કરતા હોય તો કોઈ અજાયબી નથી. પરંતુ, તેમની પોતાની ઇચ્છાઓ ગમે તે હોઈ શકે, તે અસંભવિત છે કે તેઓએ વિરોધ કરવો જોઈએ તેમના ભાઇની. કઈ બહેન પોતાને આઝાદી આપવાની વિચારણા કરશે, સિવાય કે ત્યાં કંઈક વાંધાજનક હોત? જો તેઓ માને છે કે તે મને જોડે છે, તો તેઓ અમને ભાગ લેવાનો પ્રયાસ કરશે નહીં; જો તે આમ હોય તો તેઓ સફળ થઈ શક્યા નહીં. એક પ્રેમ, તમે દરેક શરીરને અનૌપચારિક અને ખોટું અભિનય કરો છો, અને મને ખૂબ નાખુશ છે. આ વિચાર દ્વારા મને તકલીફ આપશો નહીં. હું ભૂલથી શરમ અનુભવું છું કે, ઓછામાં ઓછું તે સહેજ નથી, તે શું છે તેની તુલનામાં કંઇ નથી મને તેની અથવા તેના બહેનોની બીમાર થવામાં લાગવું જોઈએ.

એલિઝાબેથ આવી ઇચ્છાનો વિરોધ કરી શક્યો નહીં; અને આ સમયથી શ્રી. બિન્ગલીનું નામ તેમની વચ્ચે ભાગ્યેજ ઉલ્લેખ કરાયું હતું.

શ્રીમતી. બેનેટ હજુ પણ તેના પર પાછા ફર્યા પછી આશ્ચર્ય અને પ્રતિષ્ઠા ચાલુ રાખ્યું છે, અને એક દિવસ જે ભાગ્યે જ પસાર થયો હતો તેમાં એલિઝાબેથ સ્પષ્ટપણે તેના માટે જવાબદાર નહોતું, પરંતુ તેનાથી ઓછા અસ્વસ્થતા સાથે તેના પર વિચારણા થવાની શક્યતા ઓછી હતી. તેણીની પુત્રીએ તેણીને જે માનતા ન હતા તેના માટે તેને સમજાવવાનો પ્રયાસ કર્યો હતો, જેણે જેન તરફ ધ્યાન આપવું તે માત્ર સામાન્ય અને ક્ષણિક વસ્તુની અસર હતી, જેણે તેણીને વધુ જોયું ન હતું; પરંતુ તે સમયે નિવેદનની સંભવિતતા સ્વીકારવામાં આવી હોવા છતાં , તે દરરોજ પુનરાવર્તનની જ વાર્તા હતી. શ્રીમતી. બેનેટનો શ્રેષ્ઠ દિલાસો હતો, તે મિ. ઉનાળામાં બીંગલી ફરીથી નીચે જ હોવી જોઈએ.

શ્રીમાન. બેનેટે આ બાબતને અલગ રીતે સારવાર આપી હતી. એક દિવસ તેણે કહ્યું, "આજ, ઝાંખું," તમારી બહેન પ્રેમમાં ઓળંગી ગઈ છે. હું તેને અભિનંદન આપું છું. લગ્ન કર્યા પછી, એક છોકરીને પ્રેમમાં થોડો સમય પસાર કરવો ગમે છે. , અને તેને તેના સાથીઓ વચ્ચે એક પ્રકારનો ભેદ આપે છે.ત્યારે તમારો વારો ક્યારે આવે છે? તમે જેન દ્વારા લાંબા સમયથી બહાર નીકળશો નહીં, હવે તમારો સમય છે. ચાલો, વિકમામ તમારો પુરુષ બનશે. તે એક સુખદ સાથી છે, અને તમને ધિક્કારે છે. "

"આભાર, સાહેબ, પરંતુ ઓછા સંમત માણસ મને સંતુષ્ટ કરશે. આપણે બધાને જેનની સારી સંપત્તિની અપેક્ષા રાખવી જોઈએ નહીં."

"સાચું," મિસ્ટર જણાવ્યું હતું. બેનેટ, "પરંતુ તે વિચારવાનો દિલાસો છે કે, તે પ્રકારનું જે પણ તમને ગમશે, તમારી પાસે એક સ્નેહયુક્ત માતા છે જે હંમેશા તેનો સૌથી વધુ લાભ કરશે."

શ્રીમાન. વિકમની સમાજ ગૌરવને દૂર કરવા માટે ભૌતિક સેવાની હતી, જે અંતમાં વિપરીત ઘટના ઘણા લાંબાગાળાના પરિવાર પર ફેંકી દેવામાં આવી હતી. તેઓએ તેને વારંવાર જોયો, અને તેમની અન્ય ભલામણોમાં હવે સામાન્ય અનાવરણનો ઉમેરો થયો. એલિઝાબેથ પહેલાથી જ સાંભળ્યું હતું તે બધું, મિસ્ટર પર તેના દાવાઓ. દ્વેષ, અને તે જે તેનાથી પીડાય છે તે હવે ખુલ્લી રીતે સ્વીકારવામાં આવ્યું હતું અને સાર્વજનિક રૂપે વ્યક્ત કરાયું હતું; અને દરેક શરીરને એમ લાગે છે કે તેઓ હંમેશા એમ.આર. તેઓ આ બાબતની કોઈ વસ્તુ જાણતા પહેલા ડરસી.

મિસ બેનેટ એ એકમાત્ર પ્રાણી હતું જે ધારણા કરી શકે કે કેસમાં કોઈ પણ ઉદ્ભવતા સંજોગો હોઈ શકે છે, હર્ટફોર્ડશાયરની સમાજને અજાણ્યા; તેના હળવા અને સ્થિર કેન્ડરે હંમેશાં ભથ્થાં માટે વિનંતી કરી હતી, અને ભૂલોની સંભાવનાની વિનંતી કરી

હતી-પણ દરેક અન્ય દ્વારા. ડેરીને સૌથી ખરાબ પુરુષો તરીકે નિંદા કરવામાં આવી હતી.

પ્રકરણ .

એક અઠવાડિયા પછી પ્રેમ અને વ્યવસાયી યોજનાઓના વ્યવસાયોમાં ગાળ્યા પછી, મિ. શનિવારના આગમનથી કોલિન્સને તેના અનુકૂળ ચાર્લોટથી બોલાવવામાં આવ્યો હતો. જોકે, જુદાં જુદાં દુખાવો, તેની પત્નીના સ્વાગત માટે તૈયારીઓ દ્વારા, તેની બાજુમાં ઉથલાવી શકાય છે, કારણ કે તેની પાસે આશા છે કે, હર્ટફોર્ડશાયરમાં તેના પછીની પરત ફર્યા પછી ટૂંક સમયમાં તે નક્કી કરવામાં આવશે કે તેને પુરુષો ખુશ. તેમણે લાંબા સમય પહેલા તેના સંબંધો છોડી દીધી હતી, જે અગાઉની જેમ ખૂબ જ ગંભીરતાપૂર્વક હતી; તેમના ઉમદા પિતરાઈઓને ફરીથી આરોગ્ય અને સુખની ઇચ્છા હતી, અને તેમના પિતાને આભાર માન્યો હતો.

નીચેના સોમવારે, મિસ્ટર. બેનેટને તેના ભાઈ અને તેની પત્નીને મળવાની ખુશી હતી, જે લાંબા સમય સુધી નાતાલની વિધિમાં સામાન્ય રીતે આવ્યાં હતાં. શ્રીમાન. ગાર્ડિનર એક સમજદાર, સજ્જન માણસ જેવા હતા, તેમની બહેનથી ખૂબ જ સારી રીતે, તેમજ પ્રકૃતિ દ્વારા શિક્ષણ તરીકે. નેધરફિલ્ડ મહિલાઓને વિશ્વાસ કરવામાં મુશ્કેલી આવી હોત કે જે માણસ વેપાર દ્વારા જીવે છે અને પોતાના વેરહાઉસીસની દૃષ્ટિએ, તે ખૂબ જ સારી રીતે સંલગ્ન અને સ્વીકાર્ય હોઈ શકે છે. શ્રીમતી. ગાર્ડિનર, જે મિસ્ટર કરતાં ઘણા વર્ષો નાના હતા. બેનેટ અને મિસ્ટર. ફિલીપ્સ, એક સક્ષમ, બુદ્ધિશાળી, ભવ્ય મહિલા, અને તેણીની બધી લાંબી નસીબીઓ સાથે એક મહાન પ્રિય હતી. ખાસ કરીને, બે મોટા અને પોતાને વચ્ચે, ત્યાં એક ખૂબ જ ખાસ સબસ્ક્રાઇબ. તેઓ વારંવાર તેમના શહેરમાં રહેતા હતા.

મિસ્ટરનો પ્રથમ ભાગ. તેના આગમન પર ગાર્ડિનરનો વ્યવસાય, તેના ભેટો વિતરણ કરવા અને નવા ફેશનોનું વર્ણન કરવાનો હતો. જ્યારે આ થઈ ગયું, ત્યારે તે રમવા માટે ઓછો સક્રિય ભાગ હતો. તે સાંભળી તેની વાળી બની. શ્રીમતી. બેનેટમાં ઘણી ફરિયાદો હતી, અને ફરિયાદ કરવા માટે ઘણી ફરિયાદો હતી. તેણીએ તેમની બહેનને છેલ્લે જોયું ત્યારથી તેઓ બધા ખૂબ જ ખરાબ રીતે ઉપયોગમાં લેવાયા હતા. તેની બે છોકરીઓ લગ્નના મુદ્દા પર હતી, અને તે પછી તેમાં કશું જ ન હતું.

"હું જેનને દોષ આપતો નથી," તેણીએ ચાલુ રાખ્યું, "જોન કદાચ મિસ્ટર બિન્ગલીને મળી હોત તો, પણ, જો તે કરી શકે! પણ, બહેન! ઓહ, બહેન! તે વિચારી ખૂબ જ મુશ્કેલ છે કે તે કદાચ તેના દ્વારા મિ. કોલિન્સની પત્ની બની હોત. સમય, તે તેના પોતાના બદલાવ માટે ન હતો. તેણે તેને આ રૂમમાં એક ઓફર કરી, અને તેણે તેને નકારી કાઢ્યું. તેનું પરિણામ એ છે કે તે સ્ત્રી લુકાસ પાસે મારી પાસે પુત્રીની પુત્રી હશે, અને તે લાંબી મિલકત ફક્ત હંમેશાં જેટલું જ લગાડ્યું છે, લ્યુકેસ ખરેખર ખૂબ જ પ્રપંચી લોકો છે, બહેન.તેઓ જે પ્રાપ્ત કરી શકે તે માટે તેઓ બધુ જ છે. મારે તે કહેવું માફ કરવામાં આવે છે, પણ તે છે. તે મને ખૂબ જ નર્વસ અને નબળી બનાવે છે, જેથી થાકી શકાય તેથી મારા પોતાના પરિવારમાં, અને પડોશીઓ જેઓ પોતાને બીજા કરતાં પહેલાં વિચારી શકે છે. જો કે, આ સમયે તમારી પાસે આવે છે તે સુખનો સૌથી મહાન છે અને તમે અમને જે કહે છે તે સાંભળીને મને ખુશી થાય છે,લાંબા . "

શ્રીમતી. ગાર્ડિનર, જેની સાથે આ સમાચારના વડાને અગાઉ જેન અને એલિઝાબેથની પત્રવ્યવહાર દરમિયાન, તેના બહેનને થોડો જવાબ આપ્યો હતો, અને તેના ભત્રીજાઓને કરુણામાં વાતચીત ચાલુ કરી હતી.

જ્યારે એલિઝાબેથ સાથે એકલા પછી, તેણે આ વિષય પર વધુ વાત કરી. "તે જેન માટે ઇચ્છનીય મેચ હોવાનું સંભવ છે," તેણીએ જણાવ્યું હતું. "હું દિલગીર છું કે તે બંધ થઈ ગયું. પરંતુ આ વસ્તુઓ ઘણીવાર થાય છે! જેમ કે તમે યુવાન મિસ્ટર બિંગલીનું વર્ણન કરો છો, તે થોડા અઠવાડિયા માટે ખૂબ સુંદર છોકરી સાથે પ્રેમમાં પડે છે અને જ્યારે અકસ્માત તેને અલગ કરે છે, તેથી સરળતાથી ભૂલી જાય છે તેણી, કે આ પ્રકારના અસ્વસ્થતા ખૂબ જ વારંવાર છે. "

એલિઝાબેથએ કહ્યું, "તેના માર્ગમાં એક ઉત્તમ દિલાસો," પરંતુ તે આપણા માટે નહીં કરે. આપણે અકસ્માતથી પીડાતા નથી. તે વારંવાર એવું બનતું નથી કે મિત્રોની દખલ સ્વતંત્ર નસીબના યુવાન માણસને વધુ વિચારવા માટે પ્રેરિત કરશે. એક છોકરી, જેને તે થોડા જ દિવસો પહેલા હિંસક પ્રેમમાં હતો. "

"પરંતુ 'હિંસક રીતે પ્રેમ' ની અભિવ્યક્તિ એટલી હાસ્યજનક છે, તેથી શંકાસ્પદ, અનિશ્ચિત, તે મને ખૂબ જ ઓછો વિચાર આપે છે. તે ઘણીવાર અડધા કલાકના પરિચયથી ઉદભવેલી લાગણીઓને લાગુ પડે છે, વાસ્તવિક, મજબૂત જોડાણ. પ્રાર્થના, મિ. બિન્ગલીનો પ્રેમ કેટલો હિંસક હતો? "

"મેં ક્યારેય વધુ આશાસ્પદ વલણ જોયું ન હતું. તે બીજા લોકો માટે ખૂબ જ અસ્વસ્થપણે વધતો હતો, અને તેનાથી સંપૂર્ણ સંમિશ્રિત થયો હતો. દર વખતે તેઓ મળ્યા ત્યારે, તે વધુ નિર્ણાયક અને નોંધપાત્ર હતું. પોતાની બોલ પર તેણે બે કે ત્રણ યુવાન મહિલાઓને નારાજ કર્યા, તેમને નૃત્ય કરવાનું કહેવામાં આવ્યું, અને મેં તેમને બે વખત મારી સાથે વાત કરી, કોઈ જવાબ મળ્યો નહીં. શું ફાયદાકારક લક્ષણો હોઈ શકે છે? સામાન્ય અસહિષ્ણુતા પ્રેમનો સાર નથી? "

"ઓહ, હા! - તે પ્રકારનો પ્રેમ જે મને લાગે છે કે હું તેને અનુભવું છું. ગરીબ જેન! હું તેના માટે દિલગીર છું, કારણ કે, તેણીના

સ્વભાવથી, તે તરત જ તેના ઉપર ન આવી શકે. તે તમારા માટે સારું થયું છે, મૂર્ખાઇ; તમે તેને વહેલાથી હાંસી ઉડાવતા હોત પરંતુ તમને લાગે છે કે તે અમારી સાથે પાછા જવા માટે પ્રચલિત થશે? દ્રશ્ય બદલાવ સેવાનો હોઈ શકે છે - અને કદાચ ઘરેથી થોડી રાહત, ગમે તેટલી ઉપયોગી થઇ શકે છે. "

એલિઝાબેથ આ દરખાસ્તથી ખૂબ જ ખુશ હતા, અને તેમની બહેનની તૈયાર કબૂલાતને સમજ્યા.

"હું આશા રાખું છું," મિસ્ટર ઉમેર્યું. ગાર્ડિનર, "કે આ યુવાન માણસના સંદર્ભમાં કોઈ વિચારણા તેના પર અસર કરશે નહીં. અમે નગરના એક ભાગમાં જુદા જુદા જીવીએ છીએ, અમારા બધા કનેક્શન્સ જુદાં જુદાં છે, અને, તમે જાણો છો કે, આપણે ખૂબ જ ઓછું બહાર જઈએ છીએ, તે ખૂબ જ અસંભવિત તેઓ બધા મળવા જોઈએ, સિવાય કે તે ખરેખર તેને જોવા આવે. "

"અને તે એકદમ અશક્ય છે, કારણ કે તે હવે તેના મિત્રની કસ્ટડીમાં છે, અને શ્રી ડર્સી તેને લંડન જેવા એક ભાગમાં જેન પર બોલાવવા માટે વધુ પીડાય નહીં! મારા પ્રિય કાકી, તમે તેના વિશે કેવી રીતે વિચારી શકો છો? મિ. ડેર્સીએ કદાચ ગ્રેસચર્ચ સ્ટ્રીટ જેવા સ્થળ વિશે સાંભળ્યું હશે, પરંતુ તે તેના અશુદ્ધિઓથી તેને સાફ કરવા માટે એક મહિનાનો ઉત્સર્જન જ વિચારશે, તે એક વખત તે દાખલ કરવા માટે હતો; અને તેના પર નિર્ભર છે, મિ. બિન્લી તેના વિના ક્યારેય નહીં. "

"ખૂબ જ સારું. હું આશા રાખું છું કે તેઓ બિલકુલ મળશે નહીં, પરંતુ બહેન સાથે જેન સુસંગત નથી? તે કૉલ કરવામાં સહાય કરશે નહીં."

"તે પરિચય સંપૂર્ણપણે છોડી દેશે."

પરંતુ આ નિશ્ચિતતા હોવા છતાં એલિઝાબેથએ આ મુદ્દાને સ્થાન આપવાની અસર કરી હોવા ઉપરાંત, જેનને જોઇને બિંગલીને અટકાવી દેવામાં આવતી હજી પણ વધુ રસપ્રદ બાબત હોવા છતાં, તેણીએ વિષય પર એક ઉગ્રતા અનુભવી હતી, જેણે તેણીને ખાતરી આપી હતી કે, તેણીએ તેના પર વિચાર કર્યો ન હતો તે સંપૂર્ણપણે નિરાશાજનક. તે શક્ય હતું, અને કેટલીક વાર તે સંભવિત માનતી હતી કે, તેના સ્નેહ ફરીથી એનિમેટેડ થઇ શકે છે, અને તેના મિત્રોના પ્રભાવણે જેનના આકર્ષણના વધુ કુદરતી પ્રભાવથી સફળતાપૂર્વક સામનો કર્યો.

મિસ બેનેટએ તેની માસીને આનંદ સાથે આમંત્રણ સ્વીકાર્યું; અને તે સમયે તેણીના વિચારોમાં બિંગલીઓ અન્યથા તેના વિચારોમાં નહોતી, તેવી અપેક્ષા હતી કે કેરોલિન તેના ભાઈ સાથેના સમાન ઘરમાં રહેતી નથી, તે ક્યારેક તેને જોઇને કોઈપણ ભય વિના, તેની સાથે સવારનો સમય પસાર કરી શકે છે.

ગાર્ડિનેરો એક સપ્તાહ લાંબી મુસાફરી કરતા હતા; અને ફિલીપ્સ, લ્યુસીસ અને અધિકારીઓ સાથે શું થયું, તેના જોડાણ વિના એક દિવસ ન હતો. શ્રીમતી. બેનેટે તેના ભાઈ અને બહેનના મનોરંજન માટે ખૂબ કાળજીપૂર્વક પૂરું પાડ્યું હતું, કે તેઓ એક વખત કુટુંબ ડિનર પર બેસતા ન હતા. જ્યારે સગાઈ ઘર માટે હતી, કેટલાક અધિકારીઓએ હંમેશા તેનો ભાગ લીધો હતો, જેમાંથી અધિકારીઓ મિ. વિકમામ એક હોવાની ખાતરી હતી; અને આ પ્રસંગોએ, મિસ્ટર. ગાર્ડીનર, એલિઝાબેથની તેમની પ્રશંસા દ્વારા શંકાસ્પદ પ્રદાન કરે છે, તેમને બન્નેને નજરે જોયા. તેમને સમજ્યા વગર, તેમણે જે જોયું તેમાંથી, પ્રેમમાં ખૂબ જ ગંભીરતાપૂર્વક, તેમની એકબીજાની પસંદગી તેણીને થોડો અસ્વસ્થ બનાવવા માટે પૂરતી સાદી હતી; અને તેણીએ હર્ટફોર્ડશાયર છોડી દીધી તે પહેલાં તેણીએ એલિઝાબેથ સાથે

આ વિષય પર વાત કરવાનું નક્કી કર્યું, અને તેણીને આવા જોડાણને પ્રોત્સાહિત કરવાની અશુધ્ધિ રજૂ કરી.

મિસ્ટર. ગાર્ડિનર, વિકમામ પાસે આનંદ માણવાની એક રીત હતી, જે તેની સામાન્ય શક્તિ સાથે જોડાયેલું હતું. લગભગ દસ કે ડઝન વર્ષો પહેલાં, તેણીના લગ્ન પહેલાં, તેણીએ ડર્બીશાયરના તે જ ભાગમાં નોંધપાત્ર સમય પસાર કર્યો હતો, જેનો તે સંબંધ હતો. તેથી, તેઓ ઘણા પરિચિત હતા; અને, પાંચ વર્ષ પહેલાં, ડેરીના પિતાના મૃત્યુથી વિકમ ત્યાં થોડો જ હતો, પરંતુ તે ખરીદી કરતા પહેલા તેના ભૂતપૂર્વ મિત્રોની તાજી ગુપ્ત માહિતી આપવા માટે તેની શક્તિમાં હતી.

શ્રીમતી. ગાર્ડિનેર પેમેર્લીને જોયા હતા, અને અંતમાં જાણીતા શ્રી. પાત્ર દ્વારા ડાર્સી સંપૂર્ણપણે સારી રીતે. પરિણામસ્વરૂપે અહીં વાર્તાલાપનો અવિશ્વસનીય વિષય હતો. પેમરેલીની સ્મૃતિને સરખાવતા, વિકીમ આપી શકે તેટલું ટૂંકું વર્ણન આપીને, અને તેના અંતમાં માલિકના પાત્ર પર પ્રશંસાના વખાણ કરવાથી, તે પોતે અને તેણીને બંનેને આનંદિત કરી રહી હતી. વર્તમાન મિસ્ટર સાથે પરિચિત કરવામાં આવે છે. તેની સાથે ડેર્સીની સારવાર, તેણે તે સજ્જનના પ્રતિષ્ઠિત સ્વભાવની યાદ રાખવાની કોશિશ કરી, જ્યારે તે ઘણો સંતાનો હતો, જે તેનાથી સંમત થઈ શકે છે, અને અંતે વિશ્વાસમાં હતો, તેણે સાંભળ્યું કે મિ. ફિટ્ઝવિલિયમ ડાર્સીએ અગાઉ ઘણાં ગૌરવપૂર્ણ, અસ્વસ્થ છોકરા તરીકે બોલાય છે.

પ્રકરણ .

શ્રીમતી. એલિઝાબેથને ગાર્ડિનેરની સાવચેતી એ એકલા સાથે વાત કરવાની પ્રથમ અનુકૂળ તક પર સમયાંતરે અને કૃપાળુ આપવામાં આવી હતી; તેણીએ જે કહ્યું તે પ્રામાણિકપણે કહીને, તેણીએ આમ કર્યું:

"તમે એક છોકરી, ઉન્મત્ત છો, પ્રેમમાં પડવા માટે, કારણ કે તમને તેની સામે ચેતવણી આપવામાં આવે છે, અને તેથી, હું ખુલ્લી રીતે બોલવાથી ડરતો નથી. ગંભીરતાથી, હું તમારા રક્ષક પર હોત. તમે તમારી જાતને શામેલ કરશો નહીં, અથવા તેને એક સ્નેહમાં સામેલ કરવાનો પ્રયાસ કરો જે સંપત્તિની ઇચ્છા એટલી અવિચારી બનશે. મારા વિરુદ્ધ કહેવાનું કંઈ નથી; તે એક ખૂબ જ રસપ્રદ યુવાન છે; અને જો તેની પાસે નસીબ હોય તો તેણે મને વિચારવું જોઈએ સારી રીતે કામ કરી શક્યું નથી, પણ તે પ્રમાણે છે - તમારે તમારા ફેન્સીને તમારી સાથે ભાગી જવું જોઈએ નહીં. તમારી પાસે સમજ છે, અને અમે બધાએ તમને તેનો ઉપયોગ કરવાની અપેક્ષા રાખીએ છીએ. તમારા પિતા તમારા રિઝોલ્યુશન અને સારા વર્તન પર આધાર રાખે છે, મને ખાતરી છે. તમારા પિતાને નિરાશ ન કરવું જોઈએ. "

"મારા પ્રિય માસી, આ ખરેખર ગંભીર છે."

"હા, અને હું તમને ગંભીર રીતે ગંભીર બનવા માટે આશા રાખું છું."

"ઠીક છે, તો તમારે કોઈ પણ અલાર્મ હેઠળ રહેવાની જરૂર નથી. હું મારી જાતને અને મિ. વિખેમની પણ સંભાળ રાખું છું. જો હું તેને રોકી શકું તો તે મારા પર પ્રેમ કરશે નહીં."

"એલિઝાબેથ, હવે તમે ગંભીર નથી."

અથવા હું કેવી રીતે જાણું છું કે તે પ્રતિકાર કરવાનો ડહાપણ હશે? હું તમને વચન આપી શકું છું,તેથી, ઉતાવળમાં નથી. હું મારી પ્રથમ વસ્તુ પર વિશ્વાસ કરવા માટે ઉતાવળમાં નથી. જ્યારે હું તેમની સાથે કંપનીમાં છું, હું ઈચ્છતો નથી. ટૂંકમાં, હું મારી શ્રેષ્ઠ કાર્ય કરશે. "

"કદાચ તે પણ હશે, જો તમે અહીં આવવા ઘણી વાર નિરાશ કરો છો. ઓછામાં ઓછું, તમારે તેને આમંત્રિત કરવાની તમારી માતાને યાદ કરાવવી જોઈએ નહીં."

"જેમ મેં બીજા દિવસે કર્યું," એલિઝાબેથે એક સભાન સ્મિત સાથે કહ્યું; "ખૂબ જ સાચું છે, તેમાંથી મને બચાવવા માટે તે કુશળ હશે. પરંતુ કલ્પના કરો કે તે હંમેશાં અહીં છે. તે તમારા એકાઉન્ટ પર છે કે તેને આ અઠવાડિયે આમંત્રણ આપવામાં આવ્યું છે. તમે મારા માતાના વિચારોને જાણો છો તેના મિત્રો માટે સતત કંપનીની આવશ્યકતા છે, પરંતુ ખરેખર, અને મારા સન્માન પર, હું જે વિચારી રહ્યો છું તે કરવા માટે હું પ્રયત્ન કરું છું; અને હવે, હું આશા રાખું છું કે તમે સંતુષ્ટ છો. "

તેણીની કાકીએ તેને ખાતરી આપી કે તેણી હતી; અને એલિઝાબેથે તેના સંકેતોની દયા બદલ આભાર માન્યો, તેઓએ ભાગ લીધો; આવા મુદ્દા પર સલાહ આપ્યા વિના અદભૂત સલાહ આપવામાં આવી છે.

શ્રીમાન. ગાર્ડિનર્સ અને જેન દ્વારા છોડવામાં આવ્યા પછી જ કોલિન્સ હર્ટફોર્ડશાયરમાં પરત ફર્યા; પરંતુ જ્યારે તેમણે લ્યુકેસ સાથે તેમનું નિવાસ સ્થાન લીધું, ત્યારે તેમનો આગમન મિસ્ટરને કોઈ મોટી અસુવિધા ન હતી. બેનેટ. તેમનો લગ્ન હવે ઝડપથી નજીક રહ્યો હતો, અને તે લાંબા સમય સુધી રાજીનામું આપતું હતું કેમ કે તે અનિવાર્ય લાગે છે, અને તે વારંવાર એક અસ્વસ્થ સ્વરૂપે કહેવું કે તેણી "ઇચ્છે છે કે તેઓ ખુશ થઈ શકે." ગુરુવારે લગ્નનો દિવસ થતો હતો, અને બુધવારના રોજ લુકાસે તેના વિદાયની મુલાકાત લીધી હતી; અને જ્યારે તેણી રજા લેવા ગઈ ત્યારે એલિઝાબેથે તેની માતાની અપમાનજનક અને અનિચ્છનીય શુભકામનાઓથી શરમિંદગી અનુભવી, અને પોતાની જાતને ગંભીરતાથી અસર કરી, તેણી રૂમમાંથી બહાર

આવી. કારણ કે તેઓ એકસાથે સીડી નીચે ગયા, ચાર્લોટ જણાવ્યું હતું કે,

"હું ઘણી વાર તમારી પાસેથી સાંભળવા પર આધાર રાખું છું, ઇલીઝા."

"તમે ચોક્કસપણે કરશે."

"અને મને પૂછવાની બીજી તરફેણ છે. શું તમે આવશો અને મને જોશો?"

"અમે વારંવાર મળશું, હું આશા રાખું છું, હર્ટફોર્ડશાયરમાં."

"હું થોડા સમય માટે કેન્ટ છોડવાની શકયતા નથી. તેથી મને હંસફોર્ડ આવવા માટે વચન આપું છું."

એલિઝાબેથ ઇનકાર કરી શક્યો ન હતો, જોકે તેણીએ મુલાકાતમાં થોડો આનંદ અનુભવ્યો હતો.

ચાર્લોટ ઉમેરે છે, "મારા પિતા અને મારિયા માર્ચમાં મારી પાસે આવવા આવે છે," અને હું આશા રાખું છું કે તમે પાર્ટી બનવા માટે સંમત થશો. ખરેખર, એલિજા, તમે મારામાંના કોઈ પણ તરીકે તેમનો આવકાર કરશો. "

લગ્ન થયું; કન્યા અને વરરાજા ચર્ચના દરવાજામાંથી કેન્ટ માટે નીકળી ગયા હતા, અને પ્રત્યેક શરીર પાસે હંમેશની જેમ વિષય પર બોલવા અથવા સાંભળવા જેટલું વધારે હતું. એલિઝાબેથે તરત જ તેના મિત્ર પાસેથી સાંભળ્યું; અને તેમનો પત્રવ્યવહાર નિયમિત અને વારંવાર જેવો હતો તેવો જ હતો; તે સમાન રીતે અનાવશ્યક હોવું જોઈએ તે અશક્ય હતું. એલિઝાબેથ તેના અનુભવ વિના ક્યારેય સંબોધિત કરી શક્યો ન હતો કે જાસૂસીની બધી આરામદાયકતા સમાપ્ત થઇ ગઇ હતી, અને તેમ

છતાં, એક પત્રકાર તરીકે સ્થગિત ન થવાનું નક્કી કર્યું હોવા છતાં, તે જે હતું તેના બદલે તે શું હતું તેના માટે. ચાર્લોટના પ્રથમ પત્રોને ઉત્સાહથી સારી રીતે પ્રાપ્ત કરવામાં આવ્યા હતા; તેણી તેના વિશે કેવી રીતે બોલશે તે જાણવા માટે જિજ્ઞાસા ન હોઈ શકેનવું ઘર, તેણીને લેડી કેથરિન કેવી રીતે ગમશે, અને પોતે કેવી રીતે ઉત્સાહિત થવાની હિંમત કરશે; જોકે, જ્યારે અક્ષરો વાંચવામાં આવ્યાં, ત્યારે એલિઝાબેથને લાગ્યું કે ચાર્લોટ પોતાને દરેક તબક્કે વ્યક્ત કરે છે, જેમ કે તેણીએ અગાઉથી જોયું હશે. તેણીએ ઉત્સાહપૂર્વક લખ્યું, સુખથી ઘેરાયેલો લાગ્યો, અને કંઇ પણ ઉલ્લેખ કર્યો કે જે તેણી પ્રશંસા કરી શકતી નથી. ઘર, ફર્નિચર, પડોશી અને રસ્તાઓ તેના સ્વાદ માટે હતી, અને લેડી કેથરિનનું વર્તન સૌથી મૈત્રીપૂર્ણ અને જવાબદાર હતું. તે મિ. હૉલિન્સફોર્ડની કોલિન્સની ચિત્ર અને રૌસિંગને બુદ્ધિપૂર્વક નરમ કરાઈ; અને એલિઝાબેથને લાગ્યું કે બાકીની જાણ કરવા માટે તેણીની પોતાની મુલાકાતની રાહ જોવી જોઈએ.

જેને લંડનમાં સલામત આગમનની જાહેરાત માટે તેની બહેનને થોડા લીટીઓ લખી હતી; અને જ્યારે તેણીએ ફરીથી લખ્યું, ત્યારે એલિઝાબેથે આશા વ્યક્ત કરી કે તે બિંગલીઝની કંઈક કહેવાની શક્તિમાં હશે.

આ બીજા પત્ર માટે તેણીની અવિશ્વાસને પણ સામાન્ય રીતે નિર્ભરતા તરીકે પુરસ્કાર આપવામાં આવ્યો હતો. જેન કેરોલાઇનમાંથી ક્યાંય જોતા કે સાંભળ્યા વિના, નગરમાં એક અઠવાડિયા રહ્યો હતો. તેણીએ તેના માટે જવાબદાર હોવાનું માનતા, તેમ છતાં, તેના મિત્રને લાંબુ મોંમાંથી તેના છેલ્લા પત્રમાં, કેટલાક અકસ્માતથી ખોવાઈ ગયું હતું.

"મારી માસી," તેણીએ ચાલુ રાખ્યું, "કાલે શહેરના તે ભાગમાં જઈશ, અને હું ગ્રોસવેનર-શેરીમાં બોલાવવાની તક લઈશ."

જ્યારે મુલાકાત ચૂકવવામાં આવી ત્યારે તેણીએ ફરી લખ્યું, અને તેણીએ મિસ બિંગલી જોયું. "હું કેરોલિનને આત્મામાં નથી લાગતો," તેણીના શબ્દો હતા, "પરંતુ મને જોઈને તે ખૂબ જ ખુશ થઇ ગઇ અને મને લંડન આવવા અંગેની કોઇ સૂચના આપવા બદલ તેણે મને નિરાશ કર્યો. તેથી હું સાચું હતું, મારું છેલ્લું પત્ર ક્યારેય પૂરું થયું નથી. હું તેમના ભાઈ પછી પૂછપરછ કરી હતી, તે સારી હતી, પરંતુ શ્રી ડર્સી સાથે એટલો બધો વ્યસ્ત હતો કે, તેઓએ ભાગ્યે જ તેને જોયો હતો. મને જોવા મળ્યું કે ચૂકી જવાની રાત્રિ રાત્રિભોજનની અપેક્ષા રાખવામાં આવી હતી. લાંબા સમય સુધી, કેરોલિન અને મિસ્ટર જેવા હતા. હર્સ્ટ બહાર જતા હતા. મને હિંમત છે કે હું ટૂંક સમયમાં તેઓને અહીં જોઉં છું. "

એલિઝાબેથે આ પત્ર ઉપર તેના માથા પદને હલાવી દીધા. તેણીએ તેને ખાતરી આપી, કે અકસ્માત ફક્ત મિ. બિન્લી તેની બહેન શહેરમાં છે.

ચાર અઠવાડિયા મૃત્યુ પામ્યા, અને જેણે તેના વિશે કશું જોયું નહીં. તેણીએ પોતાને સમજાવવાનો પ્રયાસ કર્યો કે તેણીએ તેને ખેદ નથી કર્યો; પરંતુ તેણી બેંગ્લીની ગેરસમજને ચૂકી જવા માટે અંધ થઇ શકતી ન હતી. દરરોજ સવારે પખવાડિયામાં ઘરે પ્રતીક્ષા કર્યા પછી, અને દરેક સાંજે તેના માટે એક નવું બહાનું શોધતા, મુલાકાતી છેલ્લે દેખાયા; પરંતુ તેણીના સ્થાયી થવાની સંક્ષિપ્તતા, અને હજુ પણ વધુ, તેના રીતમાં ફેરફાર, જેનને હવે પોતાને છૂટા કરવા દેશે નહીં. તેણીએ આ પ્રસંગે તેણીની બહેનને જે પત્ર લખ્યો હતો, તે જે લાગ્યું તે સાબિત કરશે.

"મારા દિમાગમાં ઉત્સાહથી, મને ખાતરી છે કે, મારા ફાઉન્ડેશન પર, મારા સારા નિર્ણયમાં વિજય મેળવવા માટે અસમર્થ બનવું, જ્યારે હું મારી જાતને મિસ બિન્ગલીના સંદર્ભમાં સંપૂર્ણપણે ભ્રમિત થવા માટે કબૂલ કરું છું. પરંતુ, મારી પ્રિય બહેન, તેમ

છતાં આ પ્રસંગ સાબિત થયો છે. જો તમે હજી પણ ભારપૂર્વક કહેશો કે, તેણીના વર્તનને ધ્યાનમાં રાખીને, મારો આત્મવિશ્વાસ તમારા શંકા જેટલો સ્વાભાવિક હતો. હું મારા વિશે ઘનિષ્ઠ બનવાની ઇચ્છા માટે તેના કારણને સમજી શકતો નથી, પણ જો તે જ છે સંજોગો ફરીથી થવાનું હતું, મને ખાતરી છે કે મારે ફરીથી ભ્રમિત થવું જોઈએ. કેરોલિન ગઈકાલે મારી મુલાકાત પાછો ફર્યો નહોતો; અને નોંધ નહીં, એક લીટી નહીં, મને સરેરાશ સમય મળ્યું. જ્યારે તેણી આવી, ત્યારે તે ખૂબ જ સ્પષ્ટ હતું તેણીને તેમાં કોઈ આનંદ નહોતો; તેણીએ માટે સહેજ, ઔપચારિક, માફી આપી હતીઅગાઉ મને બોલાવવું, મને ફરી જોવાની ઇચ્છા ન હતી, અને દરેક સંદર્ભમાં એક પ્રાણીને બદલીને, તે જ્યારે તેણીની પાસે ગઈ ત્યારે હું પરિચય ચાલુ રાખવા માટે સંપૂર્ણ રીતે ઉકેલાઈ ગઈ. હું દયા કરું છું, તેમ છતાં હું તેને દોષી ઠેરવવામાં મદદ કરી શકતો નથી. તેણીએ મને જે રીતે કર્યું હતું તે જ રીતે તેણીએ મને એકલામાં ખોટું કર્યું હતું; હું સલામત રીતે કહી શકું છું કે, તેની બાજુમાં પ્રત્યેક પ્રગતિની શરૂઆત થઈ. પરંતુ મને તેના પર દયા આવે છે, કારણ કે તેણીને એવું લાગે છે કે તેણી ખોટું કામ કરી રહી છે, અને મને ખાતરી છે કે તેના ભાઈ માટે ચિંતા તેની કારણ છે. મને મારી જાતને વધુ આગળ સમજાવવાની જરૂર નથી; અને જો કે આપણે આ ચિંતાને અપૂરતા હોવાનું જાણીએ છીએ, જો કે તે તેને અનુભવે છે, તો તે મારા વર્તન માટે સરળતાથી જવાબદાર રહેશે; અને તેમની બહેનની જેમ તે ખૂબ જ પ્રિય છે, તેમની તરફ જે ચિંતા છે તે કુદરતી અને મૈત્રીપૂર્ણ છે. જોકે, હું આશ્ચર્ય પામી શકું તેમ નથી, તેમ છતાં, તેના પર આવી કોઈ ડર છે, કારણ કે, જો તે મારા વિશે કાળજી લેતો હોય, તો આપણે લાંબા સમય પહેલા મળ્યા હોવું જોઈએ. તે મારા શહેરમાં હોવા વિશે જાણે છે, હું ચોક્કસ છું, તેણે પોતે જે કહ્યું તેમાંથી; અને હજી પણ તેણીની વાતચીત દ્વારા જોવું જોઈએ, જેમ કે તેણી પોતાને સમજાવવા માંગતી હતી કે તે ખરેખર ડરસી ચૂકી જવા માટે આંશિક છે. હું સમજી શકતો નથી. જો હું કઠોર રીતે ન્યાયાધીશથી ડરતો ન હોત, તો હું આ કહેવું લગભગ લલચાવું જોઈએ કે આમાં

ડુપ્લિકેટનો મજબૂત દેખાવ છે. પરંતુ હું દરેક દુઃખદાયક વિચારને દૂર કરવાનો પ્રયાસ કરીશ, અને માત્ર મને જ ખુશ કરશે, તમારા સ્નેહ અને મારા પ્રિય કાકા અને કાકીની અવિશ્વસનીય કૃપા. મને જલ્દીથી તમારી પાસેથી સાંભળવા દો. મિસ બિંગલીએ કહ્યું કે તેનાથી કંઈક ફરી પાછું નેધરફિલ્ડમાં પાછો ફરવાનું નથી, ઘર છોડી દેવાનું, પરંતુ કોઈ નિશ્ચિતતા સાથે નહીં. અમે તેનો ઉલ્લેખ કરતાં વધુ સારા હતા. મને ખુશી છે કે હંસફોર્ડમાં અમારા મિત્રો તરફથી આવા સુખદ એકાઉન્ટ્સ છે. શ્રી વિલિયમ અને મારિયા સાથે, તેમને જોવા પ્રાર્થના કરો. મને ખાતરી છે કે તમે ત્યાં ખૂબ જ આરામદાયક બનશો.

"તમારું, અને સી."

આ પત્રમાં એલિઝાબેથને કેટલાક પીડા આપવામાં આવી હતી; પરંતુ તેના આત્માઓ પાછા ફર્યા કારણ કે તેણીએ માન્યું હતું કે બહેન દ્વારા જેનને લાંબા સમયથી ડુપ્ડ કરવામાં આવશે નહીં. ભાઈની બધી અપેક્ષાઓ હવે સંપૂર્ણ થઈ ગઈ હતી. તેણી તેના ધ્યાનના કોઈપણ નવીકરણની ઇચ્છા પણ નહી કરે. તેના પાત્ર તેની દરેક સમીક્ષા પર ડૂબી ગયા; અને તેના માટે સજા તરીકે, તેમજ જેનને સંભવિત લાભ તરીકે, તેણીએ ગંભીરતાથી આશા વ્યક્ત કરી કે તે ખરેખર જલદી જ મિ. ડેરીની બહેન, જેમ કે, વિકમામના એકાઉન્ટ દ્વારા, તેણી તેને જે ફેંકી દેવામાં આવી હતી તેનાથી તેને ખૂબ દુઃખ પહોંચાડશે.

શ્રીમતી. આ સમય વિશે ગાર્ડિનરે એલિઝાબેથને તેના વકીલને લગતા વચન વિશે યાદ અપાવ્યું, અને જરૂરી માહિતી; અને એલિઝાબેથને તેના કરતાં તેણીની ચાઇનીને સંતોષ આપવાને બદલે મોકલવાની હતી. તેમની સ્પષ્ટ આંશિકતા ઓછી થઈ ગઈ હતી, તેમની તરફેણ કરવામાં આવી હતી, તે બીજા કોઈના પ્રશંસક હતા. એલિઝાબેથ આ બધું જોવા માટે પૂરતી સાવચેત હતી, પરંતુ તેણી તેને જોઈ શકતી હતી અને ભૌતિક દુઃખ વિના

તેને લખી શકતી હતી. તેના હૃદયને સહેજ સ્પર્શ કરવામાં આવ્યો હતો, અને તેની વ્યર્થતા માનતા હતા કે તે તેની એકમાત્ર પસંદગી હશે, તેણે નસીબને મંજૂરી આપી હતી. દસ હજાર પાઉન્ડનું અચાનક સંપાદન એ યુવાન મહિલાનું સૌથી સુંદર આકર્ષણ હતું, જેને તે હવે સ્વયંને સ્વીકાર્ય હતું; પરંતુ એલિઝાબેથ, કદાચ ચાર્લોટની તુલનામાં તેના કેસમાં ઓછા દેખીતા હતા, તેમની સ્વતંત્રતાની ઇચ્છા માટે તેમની સાથે ઝઘડો નહોતો કર્યો. કંઇ, તેનાથી વિપરીત, વધુ કુદરતી હોઈ શકે છે; અને તેને લાગે છે કે તેને છોડવા માટે તેના થોડા સંઘર્ષો થયા હોવા છતાં, તે બંને માટે તેને એક મુજબના અને ઇચ્છનીય માપદંડની મંજૂરી આપવા માટે તૈયાર હતી, અને ખૂબ જ રાજીખુશીથી તેને ખુશ કરવા માંગતી હતી.

આ બધાને એમ.આર.એસ. ગાર્ડનર; અને સંજોગોને સંલગ્ન કર્યા પછી, તેણી આમ આગળ વધી ગઈ: - "હવે હું ખાતરી કરું છું કે, મારા પ્રિય કાકી, હું ક્યારેય પ્રેમમાં નથી રહ્યો; મારા માટેખરેખર અનુભવ્યું છે કે શુદ્ધ અને ઉત્કૃષ્ટ ઉત્કટ, મને હાલમાં તેના નામનો નફરત કરવો જોઈએ, અને તેને બધી રીતે દુષ્ટતાની ઇચ્છા હોવી જોઈએ. પરંતુ મારી લાગણીઓ તેના તરફ નમ્ર માત્રા નથી; તેઓ ચૂકી રાજા તરફ પણ નિષ્પક્ષ છે. હું શોધી શકતો નથી કે હું તેનાથી નફરત કરું છું, અથવા હું તેણીને ખૂબ જ સારી છોકરીની વિચારણા કરવા માટે ઓછામાં ઓછી તૈયાર છું. આમાં કોઈ પ્રેમ નથી. મારી સાવચેતી અસરકારક રહી છે; અને હું ચોક્કસપણે મારા બધા પરિચિતોને વધુ રસપ્રદ વસ્તુ હોવું જોઈએ, હું તેમની સાથે પ્રેમમાં ભ્રમિત હતો, હું એવું કહી શકતો નથી કે હું મારા તુલનાત્મક નમ્રતા પર દિલગીર છું. ક્યારેક ખૂબ જ કિંમતી ખરીદી શકાય છે. કિટ્ટી અને લીડિયા મારા કરતા વધારે હ્રદયને લીધે હ્રદયમાં વધારે આકર્ષે છે. તેઓ દુનિયાની રીતમાં જુવાન છે, અને હજુ સુધી આત્મવિશ્વાસુ ખાતરી માટે ખુલ્લા નથી કે સુંદર યુવાનો પાસે કંઈક રહેવાનું હોવું જોઈએ,

પ્રકરણ .

લાંબાગાળાના પરિવારમાં આ કરતાં વધુ મોટી ઇવેન્ટ્સ નથી, અને અન્યથા મેરિટોનની ચાલથી થોડી વધારે વૈવિધ્યસભર, કેટલીક વાર ગંદા અને ક્યારેક ઠંડા, જાન્યુઆરી અને ફેબ્રુઆરી પસાર થઈ હતી. એલિઝાબેથને હંસફોર્ડ લઈ જવાનું હતું. તેણીએ સૌ પ્રથમ ત્યાં જવાનું ગંભીરતાથી વિચાર્યું ન હતું; પરંતુ ચાર્લોટ, તે ટૂંક સમયમાં જ મળી, તે યોજના પર આધારીત હતી, અને તે ધીરે ધીરે પોતાને વધુ આનંદ અને વધુ નિશ્ચિતતા સાથે વિચારવાનું શીખી. ગેરહાજરીએ ચાર્લોટને ફરીથી જોવાની તેની ઇચ્છા વધારી, અને એમની નફરતને નબળી પડી. કોલિન્સ. આ યોજનામાં નવલકથા હતી, અને જેમ કે માતા અને આવી અસમર્થ બહેનો સાથે, ઘર નિર્દોષ ન હોઈ શકે, થોડું પરિવર્તન તેના પોતાના માટે અનિચ્છનીય ન હતું. મુસાફરી તેણીને જેન ખાતે એક પીપ આપશે; અને, ટૂંક સમયમાં, સમય નજીક આવ્યો, તેણી કોઈપણ વિલંબ માટે ખૂબ જ દિલગીર હશે. જોકે, દરેક વસ્તુ સરળ રીતે ચાલતી હતી અને અંતે સ્થાયી થઈ હતીચાર્લોટના પ્રથમ સ્કેચ અનુસાર. તેણી શ્રી વિલિયમ અને તેની બીજી દીકરી સાથે જવાનું હતું. લંડનમાં એક રાત વિતાવવાનો સમય સમય જતાં ઉમેરાયો હતો, અને યોજના સંપૂર્ણ હોઈ શકે તે માટે આ યોજના સંપૂર્ણ બની હતી.

એક માત્ર દુઃખ તેના પિતાને છોડવા માંડ્યો હતો, જે ચોક્કસપણે તેણીને ચૂકી જતા હતા, અને કોણ, જ્યારે તે બિંદુ પર આવી ત્યારે, તેણીને ખૂબ જ ગમ્યું, તેણે તેમને લખવાનું કહ્યું, અને લગભગ તેના પત્રનો જવાબ આપવાનું વચન આપ્યું.

પોતાને અને મિસ્ટર વચ્ચે વિદાય. વિકેમ સંપૂર્ણ મૈત્રીપૂર્ણ હતો; તેના બાજુ પર પણ વધુ. તેમના વર્તમાન પ્રયાસ તેમને ભૂલી શક્યા ન હતા કે એલિઝાબેથ ઉત્તેજિત થવાની અને તેમના ધ્યાન માટે લાયક પ્રથમ વ્યક્તિ હતા, સૌ પ્રથમ સાંભળવા અને

દયા કરનાર, પ્રથમ પ્રશંસક હતા; અને તેણીએ તેણીની મજાકની ઇચ્છા વ્યક્ત કરી હતી, તેણીને દરેક આનંદની ઇચ્છા હતી, તેણીને લેધર કેથરિન ડી બૌર્ગમાં જે અપેક્ષા રાખવાની હતી તે યાદ કરાવતી હતી અને તેના વિશેની તેમની મંતવ્યો પર વિશ્વાસ કરતા હતા - દરેક શરીરની તેમની અભિપ્રાય - હંમેશાં એકરૂપ થતી હતી, એક વિનમ્રતા હતી, જે રસ તેણે અનુભવ્યો છે તે હંમેશા તેને સૌથી વધુ પ્રામાણિક સંબંધ સાથે જોડે છે; અને તેણીએ તેનાથી ભાગ લીધો હતો કે લગ્ન કર્યા છે અથવા સિંગલ છે, તે હંમેશાં આનંદી અને આનંદદાયક હોવાનું તેનું મોડેલ હોવું જોઈએ.

તેના સાથી મુસાફરો બીજા દિવસે, તેણીને ઓછા સંમત હોવાનું માનવા માટે એક પ્રકારની ન હતી. શ્રી વિલિયમ લુકાસ અને તેની પુત્રી મરિયા, સારી હાસ્યવાળી છોકરી, પરંતુ પોતાને ખાલી ખાલી માથા તરીકે, એવું કહેવાનું કંઇ નહોતું કે સાંભળવાની કિંમત હોઈ શકે છે, અને ચાયસના ખડખડાટ જેટલી ખુશીથી સાંભળવામાં આવી હતી. એલિઝાબેથને ગેરસમજ હતી, પરંતુ તે શ્રી વિલિયમની ખૂબ જ લાંબા સમયથી જાણતી હતી. તે તેના પ્રસ્તુતિ અને નાઈટહુડના અજાયબીઓની નવી કશું ન કહી શકે; અને તેમની ક્ષમતાઓ તેમની માહિતીની જેમ પહેરવામાં આવી હતી.

તે માત્ર ચોવીસ માઇલની મુસાફરી હતી અને બપોરે બપોરે ગ્રેસચર્ચ-ગલીમાં રહેવાનું શરૂ કર્યું. કારણ કે તેઓ મિ. ગાર્ડિનરનો દરવાજો, જેન તેમની આગમનને જોતા ડ્રોઇંગ રૂમની વિંડોમાં હતા; જ્યારે તેઓ પેસેજમાં પ્રવેશ્યા ત્યારે તે ત્યાં સ્વાગત કરવા માટે હતી, અને એલિઝાબેથ, તેમના ચહેરા પર આતુરતાથી જોઈ, તેને હંમેશાં આરોગ્યપ્રદ અને મનોહર જોવામાં આનંદ થયો. સીડી પર નાના છોકરાઓ અને છોકરીઓનો ટુકડો હતો, જે તેમના પિતરાઇના દેખાવની આતુરતા તેમને ડ્રોઇંગ રૂમમાં રાહ જોવા દેતા નહોતા, અને

જેની શરમાળતા, જેમ કે તેણીએ બારમોની ઉંમરે તેને જોયો ન હતો, તેમના આવતા નીચલા અવરોધને અટકાવ્યો હતો. બધા આનંદ અને દયા હતી. દિવસ સૌથી વધુ દૂર પસાર; સવારે અને શોપિંગમાં સવારે, અને સાંજે થિયેટર્સમાં એક સાંજે.

ત્યારબાદ એલિઝાબેથે તેની કાકી દ્વારા બેસવાની વાતો કરી. તેમની પ્રથમ વિષય તેમની બહેન હતી; અને તેણીની ક્ષણ પૂછપરછના જવાબમાં, તે સાંભળીને આશ્ચર્ય કરતાં વધુ દુ: ખી હતી, જો કે જેન હંમેશા તેના આત્માઓને ટેકો આપવા માટે સંઘર્ષ કરે છે, ત્યાં અવ્યવસ્થાનો સમય હતો. જોકે, તે વાજબી હતું, આશા રાખવી કે તેઓ લાંબા સમય સુધી ચાલુ રહેશે નહીં. શ્રીમતી. ગાર્ડિનેરે તેને ગ્રેસચર્ચ-શેરીમાં મિસ બિંગલીની મુલાકાતનો પણ ઉલ્લેખ કર્યો હતો, અને જેન અને પોતાની વચ્ચે જુદા જુદા સમયે વાતચીતમાં વારંવાર વાતચીત કરી હતી, જેણે સાબિત કર્યું હતું કે ભૂતપૂર્વ, તેના હૃદયથી, પરિચયને છોડી દે છે.

શ્રીમતી. ગાર્ડિનેર પછી તેની ભત્રીજી વિકમામની નિરાશા પર ઉભો થયો, અને તેને સારી રીતે સહન કરવા બદલ તેણીની પ્રશંસા કરી.

"પરંતુ, મારા પ્રિય એલિઝાબેથ," તેણીએ ઉમેર્યું, "કયા પ્રકારની છોકરી રાજાને ચૂકી જાય છે? મારે અમારા મિત્ર ભાડૂતીને માફ કરવા બદલ માફી માગી હોવી જોઈએ."

"પ્રેમાળ માલી, પ્રાર્થના કરો ભાડૂતી અને સમજદાર હેતુ વચ્ચે લગ્ન સંબંધી બાબતોમાં શું ફરક છે? વિવેકબુદ્ધિ સમાપ્ત થાય છે, અને ઉત્સાહ ક્યાં શરૂ થાય છે? છેલ્લા નાતાલ તમે તેના લગ્ન કરવાથી ડરતા હતા કારણ કે તે અયોગ્ય હશે અને હવે , કારણ કે તે ફક્ત દસ હજાર પાઉન્ડ સાથે છોકરી મેળવવાનો પ્રયાસ કરી રહ્યો છે, તમે શોધી કાઢો છો કે તે ભાડૂતી છે. "

"જો તમે માત્ર મને કહો કે છોકરી કયા પ્રકારની છોકરીને ચૂકી જાય છે, તો હું શું વિચારવું તે જાણું છું."

"તે એક ખૂબ જ સારી છોકરી છે, હું માનું છું. મને તેના કોઈ નુકસાનની ખબર નથી."

"પરંતુ તેમણે તેના દાદાના મૃત્યુને આ સંપત્તિની તેણીની રખાત બનાવી ન હતી ત્યાં સુધી તેણે તેને સૌથી ઓછું ધ્યાન આપ્યું નહીં."

"ના, તે શા માટે હોવું જોઈએ? જો તે મારા પ્રત્યેનો પ્રેમ મેળવવા માટે મંજુરી આપતો ન હતો, કારણ કે મારી પાસે પૈસા ન હતા, કોઈ છોકરીને પ્રેમ કરવા માટે તે કયો પ્રસંગ હતો જેની તેને કોઈ ચિંતા નહોતી, અને કોણ સમાન ગરીબ હતો?"

"પરંતુ તેના પ્રત્યેની તરફેણમાં દિશા નિર્દેશ કરવામાં અનૈતિકતા લાગે છે, આ ઘટના પછી તરત જ."

"દુઃખી સંજોગોમાં એક માણસ પાસે તે બધા ભવ્ય શણગાર માટે સમય નથી જે અન્ય લોકો અવલોકન કરી શકે છે. જો તે તેના પર વાંધો ના પાડે, તો આપણે કેમ જોઈએ?"

"તેણી તેના પર વાંધો નથી, તેને ન્યાયી ઠેરવે છે. તે માત્ર પોતાની જાતને કોઈ અર્થમાં અથવા લાગણીમાં અપૂરતી હોવાનું શીખવે છે."

"સારું," એલિઝાબેથ રડે, "જેમ તમે પસંદ કરો તેમ તેમ તે મેળવો. તે ભાડૂત બનશે, અને તે મૂર્ખ બનશે."

"ના, લિઝી, તે હું નથી પસંદ કરું છું. મને માફ કરશો, તમે જાણો છો કે યુવા માણસની બીમારી લાગે છે જે ડર્બીશાયરમાં લાંબા સમય સુધી જીવ્યા છે."

"ઓહ! જો તે બધુ છે, તો મારી પાસે ડર્બીશાયરમાં રહેતા યુવાન લોકોની ખૂબ નબળી અભિપ્રાય છે અને હર્ટફોર્ડશાયરમાં રહેતા તેમના ઘનિષ્ઠ મિત્રો વધુ સારા નથી. હું તેમને બધામાં બિમાર છું. સ્વર્ગનો આભાર! હું જઈશ- આવતીકાલે જ્યાં હું એવા માણસને શોધી શકું કે જેની પાસે એક સ્વીકાર્ય ગુણવત્તા નથી, જેની પાસે તેની ભલામણ કરવાની કોઈ રીત અથવા ભાવના નથી. મૂર્ખ પુરુષો એક જ જાણતા હોય છે. "

"સાવચેત રહો, મૂંઝવણભર્યું; તે ભાષણ નિરાશાજનક રીતે સખત છે."

નાટકની સમાપ્તિથી તેઓ અલગ થઈ ગયા તે પહેલાં, તેણીએ તેમના કાકા અને કાકી સાથે આનંદની મુલાકાતમાં આમંત્રણની અણધારી ખુશી હતી, જે તેમણે ઉનાળામાં લેવાનું સૂચન કર્યું હતું.

"અમે તદ્દન નક્કી કર્યું નથી કે તે આપણને કેટલું દૂર લઈ જશે," એમ એમ. ગાર્ડનર, "પરંતુ કદાચ તળાવોને."

એલિઝાબેથને કોઈ યોજના વધુ સ્વીકાર્ય હોત નહી, અને આમંત્રણની સ્વીકૃતિ સૌથી તૈયાર અને આભારી હતી. "મારા પ્રિય, પ્રિય માસી," તેણીએ રાજીખુશીથી બૂમો પાડી, "શું આનંદ છે! તમે શું નવું જીવન અને તાકાત આપો છો? નિરાશા અને સ્પિલેન માટે આદિ. ખડકો અને પર્વતોમાં માણસો શું છે? ઓહ! આપણે કેટલા કલાક સુધી પરિવહન કરીશું ! અને જ્યારે આપણે પાછા ફરીશું, તે અન્ય પ્રવાસીઓની જેમ નહીં, કોઈ પણ વસ્તુનો એક સચોટ વિચાર આપી શકશે નહીં. અમે જાણીશું કે આપણે ક્યાં ગયા છે - આપણે જે જોયું છે તે આપણે યાદ કરીશું. તળાવો, પર્વતો અને નદીઓ, આપણા કલ્પનાઓમાં એક સાથે નમ્ર થઈશું નહીં, અને જ્યારે આપણે કોઈ ચોક્કસ દ્રશ્યનું વર્ણન કરવાનો પ્રયાસ કરીશું, ત્યારે આપણે તેના સંબંધિત પરિસ્થિતિ

અંગે ઝઘડો શરૂ કરીશું. અમારી પ્રથમ મૂર્ખતા મુસાફરોની સામાન્યતા કરતા ઓછી અસમર્થ હોઈ શકે છે. "

પ્રકરણ વી.

આગામી દિવસની મુસાફરીમાં દરેક વસ્તુ નવી અને એલિઝાબેથ માટે રસપ્રદ હતી; અને તેના આત્માઓ આનંદ માટે રાજ્યમાં હતા; કારણ કે તેણીએ તેણીની બહેનને તેના સ્વાસ્થ્ય માટેના તમામ ભયને દૂર કરવા માટે ખૂબ જ સારી રીતે જોઈ હતી, અને તેણીના ઉત્તરીય પ્રવાસની સંભાવના આનંદદાયક સ્રોત હતી.

જ્યારે તેઓ હેનફોર્ડને લેન માટે ઉચ્ચ રસ્તો છોડતા હતા, ત્યારે દરેક આંખ આશ્રયની શોધમાં હતી, અને પ્રત્યેક વળાંક તેને ધ્યાનમાં લેવાની અપેક્ષા રાખે છે. રોસિંગ પાર્કની પુલિંગ એક બાજુ તેની સીમા હતી. એલિઝાબેથે તેના રહેવાસીઓ વિશે સાંભળેલી બધી યાદોને યાદ કરી.

લાંબા સમય સુધી પરોપજીવી દેખીતી હતી. બગીચાને ઢોળાવતા, તેમાં રહેલું ઘર, ગ્રીન પેલેસ અને લોરેલ હેજ, દરેક વસ્તુ જાહેર કરવામાં આવી કે તેઓ આવી રહ્યા છે. શ્રીમાન. કોલિન્સ અને ચાર્લોટ બારણું પર દેખાયા, અને ગાડીને નાના દરવાજા પર બંધ કરી દીધી, જે સમગ્ર પક્ષના નારાજ અને સ્મિત વચ્ચે, ઘરની ટૂંકા કાંકરા ચાલવા લાગી. એક ક્ષણમાં તેઓ એકબીજાની દૃષ્ટિએ આનંદથી ઉત્સાહિત હતા. શ્રીમતી. કોલિન્સે તેના મિત્રને આજીવિકા આનંદ સાથે આવકાર આપ્યો હતો, અને એલિઝાબેથ આવતી સાથે ખૂબ જ સંતુષ્ટ થઈ ત્યારે, તેની સાથે વધુ સંતુષ્ટ હતી. તેણીએ તરત જ જોયું કે તેના પિતરાઇના શિષ્ટાચાર તેમના લગ્ન દ્વારા બદલાતા નથી; તેનાઔપચારિક સગવડતા તે જે હતું તે જ હતું, અને તેણે તેના પરિવારને પછી તેની પૂછપરછ સાંભળવા અને સંતોષવા માટે દ્વાર પર થોડી મિનિટો અટક્યા. તે પછી તેઓ પ્રવેશદ્વારની સુઘડતા તરફ ધ્યાન દોરીને ઘરમાં લઈ ગયા તેના કરતાં કોઈ

વિલંબ થયો નહીં; અને જલદી તેઓ પાર્લરમાં હતા ત્યારે, તેમણે તેમના નમ્ર નિવાસસ્થાન પ્રત્યે અદભૂત ઔપચારિકતા સાથે તેમને બીજી વાર સ્વાગત કર્યાં, અને તેમની પત્નીની તાજગીની બધી સમયાંતરે પુનરાવર્તન કર્યું.

એલિઝાબેથ તેની ભવ્યતામાં તેને જોવા માટે તૈયાર હતા; અને તે ફેન્સીંગમાં મદદ કરી શકતી ન હતી કે રૂમના સારા પ્રમાણ, તેના પાસાં અને તેના ફર્નિચરને દર્શાવતા, તેણે ખાસ કરીને તેણીને પોતાને સંબોધ્યા, જેમ કે તેણીને નકારવા માટે તેણીએ શું ગુમાવ્યું તે અનુભવવાની ઇચ્છા કરી. પરંતુ દરેક વસ્તુ સુઘડ અને આરામદાયક લાગતી હોવા છતાં, તે કોઈપણ પસ્તાવો દ્વારા તેને ખુશ કરવામાં સક્ષમ ન હતી; તેના બદલે તેના મિત્રને આશ્ચર્ય થયું કે તે આવા સાથી સાથે હવાને ખુશ કરી શકે છે. જ્યારે શ્રી. કોલિન્સે કહ્યું હતું કે તેમની પત્ની કદાચ વ્યાકુળ રીતે શરમ અનુભવશે, જે ચોક્કસપણે નબળાઇ ન હતી, તેણીએ અનિચ્છાએ ચાર્લોટ પર તેની આંખો ફેરવી હતી. એક અથવા બે વાર તે એક અસ્પષ્ટ બ્લશ સમજી શકે છે; પરંતુ સામાન્ય ચાર્લોટમાં કુશળતાપૂર્વક સાંભળ્યું ન હતું. ઓરડામાં ફર્નિચરના પ્રત્યેક લેખની પ્રશંસા કરવા માટે લાંબા સમય સુધી બેઠાથી બેસીને, તેમની મુસાફરીનું એકાઉન્ટ અને લંડનમાં જે બન્યું હતું તે બધું આપવા, મિ. કોલિન્સે તેમને બગીચામાં ટ્રાવેલ લેવા માટે આમંત્રણ આપ્યું હતું, જે મોટા અને સારી રીતે ગોઠવવામાં આવ્યાં હતાં, અને ખેતી માટે તેમણે પોતે ભાગ લીધો હતો. તેના બગીચામાં કામ કરવા માટે તે સૌથી વધુ માનનીય આનંદ હતો; અને એલિઝાબેથે ચહેરાના આદેશની પ્રશંસા કરી જેના સાથે ચાર્લોટ કસરતની સ્વાસ્થ્યની વાત કરે છે, અને માલિકીની તેણે શક્ય તેટલી પ્રોત્સાહિત કરી. અહીં, દરેક ચાલ અને ક્રોસ વૉક દ્વારા માર્ગ તરફ દોરી જાય છે, અને તેમને જે પ્રશંસા માટે પૂછવામાં આવે છે તે બોલવા માટે તેમને એક અંતરાલની પરવાનગી આપે છે, દરેક દૃષ્ટિકોણને સૌંદર્ય છોડીને બાકી રહેલી લઘુતા સાથે સૂચવવામાં આવ્યું હતું તેના બગીચામાં કામ કરવા

માટે તે સૌથી વધુ માનનીય આનંદ હતો; અને એલિઝાબેથે ચહેરાના આદેશની પ્રશંસા કરી જેના સાથે ચાર્લોટ કસરતની સ્વાસ્થ્યની વાત કરે છે, અને માલિકીની તેણે શક્ય તેટલી પ્રોત્સાહિત કરી. અહીં, દરેક ચાલ અને ક્રોસ વૉક દ્વારા માર્ગ તરફ દોરી જાય છે, અને તેમને જે પ્રશંસા માટે પૂછવામાં આવે છે તે બોલવા માટે તેમને એક અંતરાલની પરવાનગી આપે છે, દરેક દૃષ્ટિકોણને સૌંદર્ય છોડીને બાકી રહેલી લઘુતા સાથે સૂચવવામાં આવ્યું હતું તેના બગીચામાં કામ કરવા માટે તે સૌથી વધુ માનનીય આનંદ હતો; અને એલિઝાબેથે ચહેરાના આદેશની પ્રશંસા કરી જેના સાથે ચાર્લોટ કસરતની સ્વાસ્થ્યની વાત કરે છે, અને માલિકીની તેણે શક્ય તેટલી પ્રોત્સાહિત કરી. અહીં, દરેક ચાલ અને ક્રોસ વૉક દ્વારા માર્ગ તરફ દોરી જાય છે, અને તેમને જે પ્રશંસા માટે પૂછવામાં આવે છે તે બોલવા માટે તેમને એક અંતરાલની પરવાનગી આપે છે, દરેક દૃષ્ટિકોણને સૌંદર્ય છોડીને બાકી રહેલી લઘુતા સાથે સૂચવવામાં આવ્યું હતુંસંપૂર્ણપણે પાછળ. તે દરેક દિશામાં ફીલ્ડ્સની સંખ્યા કરી શકે છે, અને તે કહી શકે છે કે દૂરના ભાગમાં કેટલા વૃક્ષો હતા. પરંતુ તેના બગીચા, કે જે દેશ અથવા રાજ્યને ગૌરવ મળી શકે તે તમામ વિચારોની તુલનામાં કોઈની તુલના રોઝિંગની સંભાવના સાથે કરવામાં આવી ન હતી, જે તેના ઘરના આગળના ભાગની સામે પાર્કની સરહદે આવેલા વૃક્ષોના ઉદઘાટન દ્વારા આપવામાં આવતી હતી. તે એક ઉદાર આધુનિક ઇમારત હતી, જે જમીન ઉપર ઉભી રહી હતી.

તેના બગીચામાંથી, મિ. કોલિન્સ તેમને તેમના બે ઘાસના મેદાનો તરફ દોરી જાય છે, પરંતુ સ્ત્રીઓને સફેદ હિમવર્ષાના અવશેષો સામે લડવા માટે જૂતા ન હોય તો, પાછા ફર્યા; અને જ્યારે સર વિલિયમ તેની સાથે હતા, ત્યારે ચાર્લોટે તેમના બહેન અને મિત્રને ઘર ઉપર લઇ લીધા હતા, સંભવતઃ, તેમના પતિની સહાય વિના તેને બતાવવાની તક મળી. તે નાનું હતું, પરંતુ સારી રીતે બાંધેલું અને અનુકૂળ હતું; અને દરેક ચીજને સજ્જડ અને સુસંગતતા

સાથે ગોઠવવામાં આવી હતી અને જેનાથી એલિઝાબેથે ચાર્લોટને તમામ ક્રેડિટ આપી હતી. જ્યારે શ્રી. કોલિન્સ ભૂલી ગયા હોઈ શકે છે, ખરેખર સમગ્ર આરામદાયક આરામદાયક વાતાવરણ હતું, અને ચાર્લોટના સ્પષ્ટ આનંદથી, એલિઝાબેથ માનતા હતા કે તેને વારંવાર ભૂલી જવું જોઈએ.

તેણીએ પહેલાથી જ જાણ્યું હતું કે તે સ્ત્રી કેથરિન હજુ પણ દેશમાં છે. જ્યારે તેઓ રાત્રિભોજનમાં હતા ત્યારે ફરી બોલાતી હતી, જ્યારે મિ. કોલિન્સ માં જોડાયા, અવલોકન,

"હા, એલિઝાબેથને ચૂકી જાઓ, તમને ચર્ચમાં આગામી રવિવારે લેડી કેથરિન ડે બોર્ગ જોવાનું સન્માન મળશે, અને મને કહેવાની જરૂર નથી કે તમે તેનાથી ખુશ થશો. તે બધી ક્ષમતાની અને સહનશીલતા છે, અને મને શંકા નથી પણ તમે જ્યારે સેવા સમાપ્ત થઈ જાય ત્યારે તેણીની નોટિસના કેટલાક ભાગથી સન્માનિત થાઓ. મને કહેવામાં આવે છે કે તે તમને અને મારી બહેન મારિયાને દરેક આમંત્રણમાં શામેલ કરશે જેમાં તેણી તમારા રોકાણ દરમિયાન અમને સન્માનિત કરે છે. મારા પ્રિય ચાર્લોટને તેણીનો વર્તન મોહક છે. અમે દર અઠવાડિયે બે વાર રોઝિંગમાં ભોજન કરીએ છીએ અને તેમને ઘરે જવાની મંજૂરી આપવામાં આવતી નથી. તેણીની લેડીશીપની ગાડી નિયમિતપણે માટે આપવામાં આવે છે.

ચાર્લોટ ઉમેર્યું, "લેડી કેથરિન ખરેખર એક ખૂબ જ માનનીય, સમજદાર સ્ત્રી છે," અને સૌથી સભાન પાડોશી. "

"ખૂબ જ સાચું, મારા પ્રિય, હું જે કહું છું તે બરાબર છે. તે એવી સ્ત્રી છે જેનો કોઈ વધુ ડહાપણ ન કરી શકે."

સાંજે મુખ્યત્વે હર્ટફોર્ડશાયર સમાચાર અંગે વાત કરવામાં આવી હતી, અને ફરીથી કહેવામાં આવ્યું હતું કે શું લખ્યું છે; અને જ્યારે તે બંધ થઈ, ત્યારે એલિઝાબેથે તેના ચેમ્બરના એકાંતમાં

ચાર્લોટની સંતુષ્ટતા પર ધ્યાન આપવું પડ્યું, માર્ગદર્શનમાં તેણીના સરનામાને સમજવા, અને તેના પતિ સાથે સહભાગિતાને સમજવા માટે, અને સ્વીકારો કે તે બધું બરાબર થઇ ગયું છે. તેણીએ એવી અપેક્ષા રાખવાની હતી કે તેણીની મુલાકાત કેવી રીતે પસાર થશે, તેમના સામાન્ય રોજગારની શાંત ટેનર, એમ.આર.ની ત્રાસદાયક અવરોધો. કોલિન્સ, અને રોઝિંગ્સ સાથે તેમના સંભોગ ના . એક જીવંત કલ્પના ટૂંક સમયમાં તે બધા સ્થાયી.

બીજા દિવસે મધ્યમાં, તેણી તેણીના રૂમમાં ચાલવા માટે તૈયાર થઈ ગઈ હતી, તે નીચે અચાનક અવાજ સમગ્ર ઘરને મૂંઝવણમાં બોલતો લાગતો હતો; અને એક ક્ષણ સાંભળીને, તેણે કોઇકને હિંસક ઉતાવળમાં સીડી ઉપર ચાલતા સાંભળ્યા અને તેના પછી મોટેથી બોલાવ્યો. તેણે દરવાજો ખોલ્યો, અને મરીયાને ઉતરાણના સ્થળે મળ્યો, જેણે આંદોલન સાથે શ્વાસ લીધા, રડ્યા,

"ઓહ, મારા પ્રિય એલિઝા! અચાનક પ્રાર્થના કરો અને ડાઇનિંગ રૂમમાં આવો, કારણ કે ત્યાં જોવા જેવી દૃષ્ટિ છે! હું તમને તે જણાવીશ નહીં કે ઉતાવળ કરવી જોઇએ. ઉતાવળ કરવી અને આ ક્ષણે નીચે આવવું."

એલિઝાબેથે નિરર્થક પ્રશ્નો પૂછ્યા; મારિયા તેને વધુ કશું કહેશે નહીં, અને નીચે તેઓ ડાઇનિંગ રૂમમાં જતા હતા, જે આ અજાયબીની શોધમાં ગલી તરફ આગળ વધી હતી; તે બગીચાના દરવાજા પર બે ફાઇટન રોકતી બે મહિલા હતી.

"અને આ બધું છે?" એલિઝાબેથ રડે. "હું ઓછામાં ઓછું અપેક્ષા રાખું છું કે ડુક્કર બગીચામાં પ્રવેશ્યા હતા, અને અહીં લેડી કેથરિન અને તેની પુત્રી સિવાય બીજું કંઇ નથી!"

"લા, મારા પ્રિય," મારિયાએ ભૂલથી આઘાત લાગ્યો, "તે લેડી કેથરિન નથી. વૃદ્ધ મહિલા મિસ્ટર જેનકિન્સન છે, જે તેમની

સાથે રહે છે. બીજું મિસ ડિ બૌર્ગ છે, ફક્ત તેને જુઓ." એક નાનું પ્રાણી. જેણે વિચાર્યું હોત કે તે ખૂબ પાતળા અને નાનો હશે! "

"આ બધી પવનમાં ચાર્લોટ દરવાજામાંથી બહાર રાખવા માટે તે અઘરું છે. તે કેમ અંદર આવી નથી?"

"ઓહ! ચાર્લોટ કહે છે, તેણી ભાગ્યે જ કરે છે. જ્યારે મિસ ડે બૌર્ગ આવે છે ત્યારે તે સૌથી મહાન ફાયદા છે."

એલિઝાબેથે કહ્યું, "મને તેણીની હાજરી ગમે છે, અન્ય વિચારો સાથે ત્રાટક્યું. "તેણી બીમાર અને ક્રોસ જુએ છે. - હા, તે તેના માટે ખૂબ જ સારી રીતે કરશે. તેણી તેને એક ખૂબ જ યોગ્ય પત્ની બનાવશે."

શ્રીમાન. કોલિન્સ અને ચાર્લોટ મહિલાઓ સાથે વાતચીતમાં દરવાજા પાસે ઊભા હતા; અને શ્રી વિલિયમ, એલિઝાબેથના ઉચ્ચ ડાઇવર્સન તરફ, દરવાજાની બાજુમાં હતા, તેમની પહેલાંની મહાનતાની ચિંતાનું ચિંતન કરતા હતા અને જ્યારે પણ મિસ ડે બૌર્ગ તે રીતે જોતા હતા ત્યારે સતત નિંદા કરતા હતા.

લાંબા સમય સુધી ત્યાં કહેવા માટે બીજું કંઈ નહોતું; મહિલાઓ ચાલ્યા ગયા, અને બીજા ઘરે પાછા ફર્યા. શ્રીમાન. કોલિન્સે બે છોકરીઓને તેમના સારા નસીબ પર અભિનંદન આપવા કરતાં વહેલી તકે જોયું, જે ચાર્લોટ તેમને સમજાવતા સમજાવે છે કે આખા પક્ષને બીજા દિવસે રોઝિંગમાં ભોજન માટે કહેવામાં આવ્યું હતું.

પ્રકરણ વી.

શ્રીમાન. આ આમંત્રણના પરિણામે કોલિન્સની જીત સંપૂર્ણ થઈ. તેમના આશ્ચર્યજનક મુલાકાતીઓને તેમના આશ્રયની ભવ્યતા દર્શાવવાની શક્તિ અને પોતાને અને તેની પત્ની પ્રત્યેની તેમની

સિવિલિટીને જોવા દેવાની, તે જે ઇચ્છે છે તે બરાબર હતું. અને તે કરવાની તક તે ટૂંક સમયમાં આપવામાં આવે છે, લેડી કેથરિનની કન્ડેસેંશનની આ ઘટના હતી કેમ કે તે પર્યાપ્ત પ્રશંસક કેવી રીતે ન જાણતી હતી.

"હું કબૂલ કરું છું કે," હું કહું છું કે, "તેણીએ લેડીશીપ દ્વારા મને આશ્ચર્ય થયું હોવું જોઈએ કે અમને રવિવારે અમને ચા પીવા અને સાંજે સાંજના સમયે રોઝિંગ ખર્ચ કરવો જોઈએ. હું તેની અપેક્ષા મુજબ મારા જ્ઞાનથી, તે બનશે પરંતુ કોણ આટલું ધ્યાન આપી શકે છે? કોણ કલ્પના કરી શકે છે કે ત્યાં જમવા માટે આમંત્રણ મળવું જોઈએ (આખી પાર્ટી સહિત એક આમંત્રણ) જેથી તમારા આગમન પછી તરત જ! "

શ્રી વિલિયમએ જવાબ આપ્યો, "જે થયું છે તેનાથી હું આશ્ચર્ય પામી શકું છું," તે મહાન જ્ઞાનની રીત છે કે જે જીવનમાં મારી પરિસ્થિતિએ મને હસ્તગત કરવાની મંજૂરી આપી છે. અદાલત વિશે, ભવ્ય સંવર્ધનના આવા ઉદાહરણો અસામાન્ય નથી. "

ભાગ્યે જ કોઈ પણ વસ્તુ સમગ્ર દિવસે અથવા આગલી સવારે વાત કરવામાં આવી હતી, પરંતુ તેમની મુલાકાત રોઝિંગની હતી. શ્રીમાન. કોલિન્સ તેમને કાળજીપૂર્વક સૂચના આપી રહ્યો હતો કે તેઓ શું અપેક્ષિત છે, કે આવા રૂમ, ઘણા બધા નોકરો અને રાત્રિભોજનથી ભરપૂર દેખાવની દૃષ્ટિએ તેમને સંપૂર્ણ શક્તિ આપી શકશે નહીં.

જ્યારે સ્ત્રીઓ ટોયલેટ માટે અલગ થતી હતી, ત્યારે તેણે એલિઝાબેથને કહ્યું,

"મારા વહાલા પિતરાઈ, તમારા વસ્ત્રો વિશે, અસ્વસ્થ થશો નહીં. લેડી કેથરિન અમને ડ્રેસની લાવણ્યની જરૂરિયાતથી દૂર છે, જે પોતાને અને પુત્રી બની જાય છે. હું તમને સલાહ આપીશ કે તમારા કપડાં જે કંઈ પણ તેના કરતા વધારે છે આરામ, કોઈ પણ

વસ્તુ માટે કોઈ પ્રસંગ નથી. લેડી કેથરિન તમારા માટે વધુ ખરાબ રીતે પહેરવાનું વિચારી શકશે નહીં. તેને રેન્કની જાળવણીનો તફાવત હોવો જોઈએ. "

જ્યારે તેઓ ડ્રેસિંગ કરતા હતા, ત્યારે તેઓ તેમના અલગ દરવાજામાં બે અથવા ત્રણ વખત આવ્યા હતા, જેથી તેઓ ઝડપથી રહેવાની ભલામણ કરી શકે, કેમ કે લેડી કેથરિન તેના રાત્રિભોજનની રાહ જોતા ઘણી વાંધો ઉઠાવતી હતી. - તેણીની સ્ત્રીશક્તિ અને તેના જીવનશૈલીના આ પ્રકારના ભયાનક એકાઉન્ટ્સ, ખૂબ ભયભીત મારિયા લુકાસ, જે કંપનીમાં થોડો ઉપયોગ કરતો હતો, અને તેણીએ ખૂબ જ આશ્વાસન સાથે, તેણીને તેના રોલિંગમાં રજૂઆતની રાહ જોવી પડી હતી, જેમ કે તેના પિતાએ તેની રજૂઆતને સેન્ટમાં રજૂ કરી હતી. જેમ્સ

હવામાન સારું હતું, તે પાર્કમાં આશરે અડધા માઇલનો સુખદ ચાલ હતો. - દરેક ઉધાનમાં તેની સુંદરતા અને તેની સંભાવનાઓ છે; અને એલિઝાબેથે ખૂબ ખુશ થવાનું જોયું, જો કે તે એમ.આર.આર. જેવા આનંદમાં ન આવી શકે. કોલિન્સે દ્રશ્યને પ્રેરણા આપવાની અપેક્ષા રાખી હતી, અને તે ઘરની સામેની વિંડોઝની ગણતરી દ્વારા થોડો પ્રભાવિત થયો હતો, અને ગ્લેઝિંગની સાથે તેના સંબંધને મૂળ રીતે સર લેવિસ દ બોઉર્ગનો ખર્ચ થયો હતો.

જ્યારે તેઓ હોલ તરફના પગથિયાં ઉપર ચઢી ગયા ત્યારે મારિયાનું એલાર્મ દર ક્ષણ વધી રહ્યું હતું, અને શ્રી વિલિયમ પણ સંપૂર્ણ શાંત દેખાતા ન હતા. - એલિઝાબેથની હિંમત તેણીને નિષ્ફળ ન હતી. તેણીએ લેડી કેથરિનની કશું જ સાંભળી ન હતી જેણે તેણીને અસાધારણ પ્રતિભા અથવા ચમત્કારિક સદ્ગુણથી ભયંકર ગણાવ્યા હતા, અને પૈસા અને ક્રમની માત્ર સ્થિરતા હતી, તેણીએ વિચાર્યું કે તેણી કંટાળાજનક વિના સાક્ષી આપી શકે છે.

પ્રવેશ હૉલમાંથી, જે મિસ્ટર. કોલિન્સે દર્શાવ્યું હતું કે, અતિશય હવા, દંડ પ્રમાણ અને સમાપ્ત દાગીના સાથે, તેઓ ઓરડામાં એક વિરોધી ખંડ દ્વારા, જ્યાં મહિલા કેથરિન, તેણીની પુત્રી અને મિસ્ટરના રૂમમાં ગયા હતા. જેનકિન્સન બેઠા હતા. -તેમની મહિલાશક્તિ, ભારે સહનશીલતા સાથે, તેમને પ્રાપ્ત કરવા માટે ઊભી થઈ; અને મિસ્ટર તરીકે. કોલિન્સે તેને તેના પતિ સાથે પતાવટ કરી હતી કે તેની રજૂઆતની ઑફિસ તેના હોવી જોઈએ, તે યોગ્ય રીતે કરવામાં આવી હતી, તે કોઈપણ ક્ષમા અને આભાર વિના, જે તેણે જરૂરી માન્યું હોત.

સેન્ટમાં હોવા છતાં. જામ્સના, સર વિલીયમ તેની આજુબાજુના ભવ્યતા દ્વારા ખૂબ જ ભરાયેલા હતા, કે તેમની પાસે ખૂબ જ ધનુષ્ય બનાવવા માટે પૂરતી હિંમત હતી, અને એક શબ્દ બોલ્યા વગર તેમની બેઠક લીધી; અને તેની દીકરી, લગભગ તેની ઇન્દ્રિયોથી ડરી ગઈ હતી, તેણીની ખુરશીની ધાર પર બેઠેલી હતી, તે જાણવાની રીત જાણતી નહોતી. એલિઝાબેથ પોતાને દ્રશ્યની બરાબર સમાન ગણે છે, અને ત્રણ મહિલાઓને તેની રચના પહેલા સમજી શકે છે.-મહિલા કેથરિન એક મોટી, મોટી સ્ત્રી હતીસખત-ચિહ્નિત વિશેષતાઓ, જે એકવાર સુંદર થઈ શકે છે. તેણીની હવા સમાધાનકારી નહોતી, ન તો તેમને પ્રાપ્ત કરવાનો તેમનો રસ્તો હતો, જેમ કે તેના મુલાકાતીઓ તેમના નિમ્ન સ્તરને ભૂલી ગયા હતા. તેણીએ મૌન દ્વારા પ્રચંડ પ્રભાવી ન હતી; પરંતુ તેણે જે પણ કહ્યું તે ખૂબ જ અધિકૃત સ્વરમાં બોલવામાં આવ્યું હતું, જેમણે તેનું આત્મ-મહત્ત્વ ચિહ્નિત કર્યું હતું અને એમ.આર. તરત જ એલિઝાબેથના મનમાં વિકેમ! અને દિવસની નિરીક્ષણથી, તેણીએ માનવું હતું કે લેડી કેથરિન જે તે રજૂ કરે છે તે બરાબર છે.

જ્યારે, માતાની તપાસ કર્યા પછી, જેના ચહેરા અને દેશનિકાલમાં તેણી ટૂંક સમયમાં મિ. ટ્રેષી, તેણીએ પુત્રી પર તેની આંખો ફેરવી, તેણી લગભગ મરિયાના આશ્ચર્યમાં જોડાઈ ગઈ

હતી, તેણી ખૂબ પાતળા અને એટલી નાની હતી. સ્ત્રીઓમાં કોઇ સમાનતા અથવા ચહેરો ન હતો. મિસ ડી બોર્ગ નિસ્તેજ અને બીમાર હતી; તેણીની લાક્ષણિકતાઓ, જોકે સાદા નથી, તે નજીવી હતી; અને તે ઓછી અવાજ, મિસ્ટર સુધી સિવાય, ખૂબ જ ઓછી વાત કરી હતી. જેનકિન્સન, જેમના દેખાવમાં કંઇક નોંધપાત્ર નહોતું, અને તે જે કહે છે તે સાંભળીને સંપૂર્ણપણે જોડાયેલી હતી, અને તેની આંખો પહેલાં યોગ્ય દિશામાં સ્ક્રીન મૂકતી હતી.

થોડી મિનિટો બેઠ્યા પછી, તેઓ બધાને વિંડોઝમાં મોકલવામાં આવ્યા હતા, દ્રશ્યની પ્રશંસા કરવા માટે, મિ. કોલિન્સે તેની સુંદરતાને દર્શાવવા માટે તેમને હાજરી આપી હતી, અને લેડી કેથરિન તેમને કૃપાળુ જણાવી હતી કે તે ઉનાળામાં જોવાનું વધુ સારું છે.

રાત્રિભોજન ખૂબ જ સુંદર હતું, અને ત્યાં બધા નોકરો હતા, અને પ્લેટના તમામ લેખો જે મિ. કોલિન્સે વચન આપ્યું હતું; અને, તે જ રીતે તેણે ભાખ્યું હતું, તેણીએ તેણીની મહિલાશ્રીની ઈચ્છા દ્વારા, ટેબલની નીચે તેમની બેઠક લીધી અને એવું લાગ્યું કે જીવન વધુ કંઇપણ રજૂ કરી શકશે નહીં.-તેમણે કોતરવામાં, અનેખાય છે, અને આનંદિત સુખ સાથે પ્રશંસા; અને દરેક વાનગીની પ્રશંસા કરવામાં આવી હતી, પ્રથમ તેના દ્વારા અને ત્યારબાદ શ્રી વિલિયમ દ્વારા, જે હવે તેમના સાસુ જે કંઇ કહે છે તેને ઇકો કરવા માટે પુરતો પુરવાર થયો હતો, જે રીતે એલિઝાબેથએ આશ્ચર્ય વ્યક્ત કરી હતી કે સ્ત્રી કેથરિન સહન કરી શકે છે. પરંતુ લેડી કેથરિન તેમની અત્યંત પ્રશંસા દ્વારા કૃતજ્ઞ લાગતી હતી, અને ખૂબ દયાળુ સ્મિત આપે છે, ખાસ કરીને જ્યારે ટેબલ પરના કોઈપણ વાનગી તેમને નવીનતા સાબિત કરે છે. પાર્ટીએ વધુ વાતચીત પૂરી પાડતી નથી. એલિઝાબેથ જ્યારે ખુલ્લી હતી ત્યારે બોલવા માટે તૈયાર હતો, પરંતુ તે ચાર્લોટ અને મિસ ડી બૌર્ગ વચ્ચે બેઠેલી હતી - જેમાંથી ભૂતપૂર્વ મહિલા

કેથરિન સાંભળવા માટે રોકાયેલી હતી, અને બાદમાં તેણે તેના બધા રાત્રિભોજન સમયને એક શબ્દ ન કહ્યું. શ્રીમતી. જેનકિન્સન મુખ્યત્વે કેટલું ઓછું ચૂકી ગયેલું ખાવાનું ખાય છે, તેને અન્ય વાનગી અજમાવવા માટે દબાવીને, અને તે ભયભીત હતો કે તેને અસ્પષ્ટ હોવાનું માનવામાં મુખ્ય ભૂમિકા ભજવી હતી.

જ્યારે મહિલાઓ ડ્રોઇંગ રૂમમાં પરત ફર્યા, ત્યારે ત્યાં થોડું કરવાનું ન હતું, પરંતુ લેડી કેથરિન વાર્તા સાંભળવા માટે, જે તેણે કોફીમાં આવી ત્યાં સુધી કોઈપણ વિક્ષેપ વિના કરી હતી, જેથી દરેક વિષય પર તેની અભિપ્રાય નક્કી કરવામાં આવી હતી કે તે તેનો ચુકાદો વિરોધાભાસી ન હતો. તેણીએ ચાર્લોટની સ્થાનિક ચિંતાઓને પરિચિત અને વિનમ્રતાથી પૂછપરછ કરી હતી, અને તેમને બધાના વ્યવસ્થાપન માટે, તેમને ખૂબ સલાહ આપી હતી; તેણીને કહ્યું કે કેવી રીતે દરેક વસ્તુને તેના પરિવાર જેવા નાનામાં નિયમન કરવું જોઈએ, અને તેણીને તેણીની ગાય અને તેની મરઘીની સંભાળ રાખવાની સૂચના આપી હતી. એલિઝાબેથને જોવા મળ્યું કે આ મહાન મહિલાના ધ્યાન નીચે કંઇપણ નથી, જે તેને અન્ય લોકોને હુકમ આપવાની પ્રસંગે આપી શકે છે. એમ.એસ. સાથેના તેમના પ્રવચનના અંતરાલમાં. કોલિન્સ, તેણીએ મારિયા અને એલિઝાબેથને વિવિધ પ્રશ્નોને સંબોધ્યા,મિસ્ટર અવલોકન. કોલિન્સ, ખૂબ જ નમ્ર, સુંદર પ્રકારની છોકરી હતી. તેણીએ તેમને અલગ અલગ સમયે પૂછ્યું, તેમની પાસે કેટલી બહેનો હતી, પછી ભલે તેઓ વૃદ્ધ હતા અથવા તેમના કરતા નાના, શું તેઓમાંના કોઈ પણ લગ્નજીવનની શક્યતા હતી, પછી ભલે તેઓ સુખી હતા, જ્યાં તેઓ શિક્ષિત થયા હતા, તેમના પિતાને શું વાહન હતું, અને તેની માતાનું પ્રથમ નામ શું હતું? -લિઝાબેબે તેના પ્રશ્નોના બધા અપૂર્ણતાને અનુભવ્યું, પરંતુ તેમને ખૂબ સંયોજિત રીતે જવાબ આપ્યો.-લેડી કેથરિન પછી અવલોકન પામ્યું,

"તમારા પિતાની મિલકત મિ. કોલિન્સ પર આવે છે, મને લાગે છે કે, તમારા માટે, ચાર્લોટ તરફ વળવું," હું તેનાથી ખુશ છું, પરંતુ અન્યથા માદા રેખાથી વસાહતોને જોડવા માટે હું કોઈ પ્રસંગ નથી જોતો. તે જરૂરી માનવામાં આવતું નહોતું સર લેવિસ ડી બોર્ધના પરિવારમાં. શું તમે રમે છે અને ગાઓ છો, બેનેટ ચૂકી જાઓ છો? "

"થોડું."

"ઓહ! પછી-થોડો સમય અથવા અન્ય તમને સાંભળવામાં ખુશી થશે. આપણું સાધન એ એક મૂડી છે, કદાચ તે વધુ સારું છે - તમે તેને અજમાવી જુઓ. -તમારી બહેનો વગાડો અને ગાઓ?"

"તેમાંથી એક કરે છે."

"તમે બધા કેમ શીખ્યા નહોતા? - તમારે બધાએ શીખ્યા હોવું જોઈએ. ખોટી વેબબ્સ બધી જ રમે છે, અને તેમના પિતા તમારી આવક જેટલી સારી નથી. -શું તમે દોરો છો?"

"ના, બિલકુલ નહીં."

"શું, તમે કોઈ નહીં?"

"એક નહીં."

"તે ખૂબ જ વિચિત્ર છે, પરંતુ મને લાગે છે કે તમને કોઈ તક નથી. તમારી માતાએ તમને દરેક વસંતમાં માસ્ટરના લાભ માટે લઈ જવું જોઈએ."

"મારી માતાને કોઈ વાંધો ન હતો, પણ મારા પિતા લંડનને ધિક્કારે છે."

"શું તમારી ગૂંચવણ તમને છોડી દીધી છે?"

"અમે ક્યારેય કોઇ ગૂંચવણ હતી."

"કોઇ ગૌરવ નથી! તે કેવી રીતે શક્ય હતું? પાંચ પુત્રીઓ ગૌરવ વિના ઘરે લાવ્યા! - મેં ક્યારેય આવી વસ્તુ વિશે સાંભળ્યું નથી. તમારી માતા તમારા શિક્ષણ માટે ખૂબ જ ગુલામ હોવી જ જોઇએ."

એલિઝાબેથ ભાગ્યે જ હસતાં મદદ કરી શકે છે, કારણ કે તેણીએ તેણીને ખાતરી આપી હતી કે તે કેસ નથી.

"તો પછી, કોણે તમને શીખવ્યું? કોણ તમારી સાથે હાજરી આપે છે? કોઈ ગૌરવ વગર તમે અવગણના થવી જ જોઇએ."

"કેટલાક પરિવારોની તુલનામાં, હું માનું છું કે અમે હતા; પરંતુ અમારામાંના આવા લોકોએ શીખવાની ઇચ્છા રાખ્યા હતા, ક્યારેય માધ્યમ ઇચ્છતા ન હતા. અમને હંમેશાં વાંચવા માટે પ્રોત્સાહિત કરવામાં આવતું હતું, અને જરૂરી બધા માસ્ટરો હતા. જેણે નિષ્ક્રિય રહેવાનું પસંદ કર્યું, ચોક્કસપણે . "

"અરે, કોઇ શંકા નથી; પરંતુ તે જ ગુરુત્વાકર્ષણને અટકાવશે, અને જો હું તમારી માતાને જાણતો હોત, તો મને તેણીને ખૂબ જ નિશ્ચિતપણે સલાહ આપી હોવી જોઇએ. હું હંમેશાં કહું છું કે સતત અને નિયમિત સૂચના વિના શિક્ષણમાં કંઇ કરવાનું નથી. , અનેકોઇ પણ ગૌરવ તેને આપી શકે નહીં. તે અદ્ભુત છે કે હું તે રીતે કેટલા પરિવારોને પુરવઠો આપવાનો છું. એક યુવાન વ્યક્તિને સારી રીતે બહાર કાઢવા માટે હું હંમેશા ખુશ છું. મિસ્ટર ચાર ભત્રીજી. જેનકિન્સન મારા માધ્યમથી સૌથી આનંદપ્રદ રીતે સ્થિત છે; અને તે બીજા દિવસે પણ હતો, મેં બીજા યુવાન વ્યક્તિને ભલામણ કરી હતી, જેણે મને આકસ્મિક રીતે ઉલ્લેખ કર્યો હતો, અને પરિવાર તેનાથી ખૂબ આનંદિત છે.

શ્રીમતી. કોલિન્સ, શું મેં તમને મેટકેલ્ફની કૉલિંગ વિશે ગઇકાલે આભાર માન્યો? તેણીએ ખોટ પોપને એક ખજાનો શોધી કાઢ્યો. 'લેડી કેથરિન,' તેણે કહ્યું, 'તમે મને એક ખજાનો આપ્યો છે.' તમારી નાની બહેનોમાંથી કોઇ છે, મિસ બેનેટ? "

"હા, મામ, બધા."

"બધા! - શું, બધા એક જ સમયે બહાર નીકળી જાય છે? ખૂબ જ વિચિત્ર! -તમે અને બીજું જ. -આ નાના વડીલો સમક્ષ લગ્ન કરે છે! -તમારી નાની બહેનો ખૂબ જ નાની હોવી જોઇએ?"

"હા, મારો સૌથી નાનો સોળ સોળ નથી. કદાચ તે કંપનીમાં ખૂબ જ યુવાન છે, પરંતુ ખરેખર, મામ, મને લાગે છે કે નાની બહેનો પર તે ખૂબ જ મુશ્કેલ હશે, કારણ કે તેઓ સમાજ અને મનોરંજનના તેમના હિસ્સામાં ન હોવા જોઈએ. વડીલ પાસે પ્રારંભિક રીતે લગ્ન કરવાનો અર્થ અથવા ઝંખના હોતો નથી. - છેલ્લા જન્મેલાને યુવાનીના સુખનો અધિકાર, પ્રથમ તરીકેનો અધિકાર છે અને આવા હેતુ પર પાછું રાખવું જોઈએ! -મને લાગે છે કે તે ખૂબ નહીં બહેતર લાગણી અથવા મનની સ્વાદિષ્ટતાને પ્રોત્સાહન આપવાની શક્યતા છે. "

તેણીએ કહ્યું, "મારા વચન પર," તેણીએ કહ્યું, "તમે તમારા અભિપ્રાયને ખૂબ જ યુવાન વ્યક્તિ માટે ખૂબ જ નિશ્ચિતપણે આપો છો. પ્રાર્થના કરો, તમારી ઉંમર શું છે?"

"ત્રણ નાની બહેનો ઉછરેલી સાથે," એલિઝાબેથ હસતાં જવાબ આપ્યો, "તમારી સ્ત્રીશ્રી મને ભાગ્યે જ અપેક્ષા રાખશે."

લેડી કેથરિન સીધી જવાબ પ્રાપ્ત કરતી વખતે આશ્ચર્યજનક લાગતું નહોતું; અને એલિઝાબેથે પોતે પ્રથમ પ્રાણી હોવાનું શંકા વ્યક્ત કરી હતી, જેણે અત્યાર સુધી ખૂબ જ માનનીય અપૂર્ણતા સાથે ભાગ લેવાની હિંમત કરી હતી.

"તમે વીસથી વધુ ન હોવ, મને ખાતરી છે, તેથી તમારે તમારી ઉંમર છુપાવવાની જરૂર નથી."

"હું એક અને વીસ નથી."

જ્યારે સજ્જન લોકો તેમની સાથે જોડાયા હતા, અને ચા પૂરી થઈ હતી, ત્યારે કાર્ડ કોષ્ટકો મૂકવામાં આવી હતી. લેડી કેથરિન, સર વિલિયમ, અને મિસ્ટર. અને મિસ્ટર. કોલિન્સ ચતુર્થાંશ નીચે બેઠા; અને મિસ ડી બૌર્ઘે કેસિનોમાં રમવાનું પસંદ કર્યું હોવાથી, બે છોકરીઓને એમ.આર.એસ.ની મદદ કરવાની સન્માન હતી. જેનકિન્સન તેણીને પાર્ટી બનાવશે. તેમની કોષ્ટક ખૂબ જ મૂર્ખ હતી. ભાગ્યે જ એક શબ્દકોષ ઉચ્ચારવામાં આવ્યો હતો જે રમત સાથે સંબંધિત નહોતો, સિવાય કે મિસ્ટર. જેનકિન્સને મિસ ડી બૌર્ગની ખૂબ ગરમ અથવા ખૂબ ઠંડી હોવાનું, અથવા ખૂબ જ અથવા ખૂબ ઓછી પ્રકાશ હોવાનો ભય વ્યક્ત કર્યો હતો. બીજી ટેબલ પર વધુ પસાર થઈ ગયું. લેડી કેથરિન સામાન્ય રીતે ત્રણ અન્યની ભૂલની વાત કરતા હતા, અથવા પોતાને કેટલાક ઉપહાસથી સંબંધિત હતી. શ્રીમાન. કોલિન્સે તેણીની મહિલાશ્રીએ જે કંઇ પણ જીત્યું તે માટે આભાર માનતા, તેણીને જીતતા દરેક માછીમારી બદલ આભાર માનતા અને માફી માગી, જો તેણે વિચાર્યું કે તે ઘણા લોકોને જીતે છે. શ્રી વિલિયમ બહુ બોલ્યા નહીં. તેઓ તેમની યાદોને ઉપાસના અને ઉમદા નામો સાથે સંગ્રહિત કરી રહ્યા હતા.

જયારે લેડી કેથરિન અને તેની પુત્રીએ પસંદ કરેલા લાંબા સમય સુધી રમી હતી, ત્યારે કોષ્ટકો તૂટી ગઇ હતી, આ વાહન મિસ્ટરને આપવામાં આવી હતી. કોલિન્સ, કૃતજ્ઞતાપૂર્વક સ્વીકાર્યું અને તરત જ આદેશ આપ્યો. પછી પાર્ટીએ લેધર કેથરિનને સાંભળવા માટે અગ્નિમાં ભેગા થઇને નક્કી કર્યું હતું કે તેઓ કઇ કાલે હશે.આ સૂચનોમાંથી તેમને કોચના આગમન દ્વારા બોલાવવામાં આવ્યા હતા, અને એમ.આર. પર આભારીતા ઘણા ભાષણો

સાથે. કોલિન્સની બાજુ, અને સર વિલિયમ્સના ઘણા ધનુષો, તેઓ ગયા. જલદી જ તેઓ દરવાજાથી બહાર નીકળી ગયા હતા, તેણીએ તેમના પિતરાઇ દ્વારા એલિઝાબેથને ફોનિંગમાં જોયેલી બધી બાબતોનો અભિપ્રાય આપવા માટે બોલાવ્યો હતો, જે ચાર્લોટની ખાતર ખરેખર તેના કરતાં વધુ અનુકૂળ બની હતી. પરંતુ તેણીની પ્રશંસા, તેમ છતાં, તેણીને કેટલીક મુશ્કેલીઓનો સામનો કરવો પડ્યો હતો, પરંતુ કોઈ પણ રીતે મિ. કોલિન્સ, અને તેણી ખૂબ જ ટૂંક સમયમાં તેના લેડીશીપની પ્રશંસા તેના પોતાના હાથમાં લેવા માટે જવાબદાર હતી.

પ્રકરણ .

શ્રી વિલિયમ હંસફોર્ડ ખાતે માત્ર એક અઠવાડિયે જ રોકાયા; પરંતુ તેની મુલાકાત એટલી લાંબી હતી કે તેને તેની દીકરીના સૌથી આરામદાયક સ્થાયી થવાથી અને તેના પતિ અને આવા પાડોશીને વારંવાર મળવાની સાથે તેને મળવાની સંમતિ આપવામાં આવી હતી. જ્યારે શ્રી વિલિયમ તેમની સાથે હતા, મિ. કોલિન્સે તેની સવારમાં તેના ગિગમાં તેને બહાર ચલાવવા માટે સમર્પિત કરી અને તેને દેશને બતાવ્યો; પરંતુ જ્યારે તે વિદાય થયો ત્યારે આખું કુટુંબ તેમના સામાન્ય રોજગારમાં પાછો ફર્યો, અને એલિઝાબેથ એ જોવા માટે આભારી હતા કે તેઓ તેમના પિતરાઈના વધુ ફેરફારને બદલી ન શક્યા, કારણ કે નાસ્તો અને રાત્રિભોજન વચ્ચેના સમયનો મુખ્ય સમય હવે તેના દ્વારા પસાર થયો હતો. બગીચામાં કામ, અથવા વાંચન અને લેખન પર, અને પોતાના પુસ્તક રૂમમાં વિન્ડોની બહાર જોઈને, જે રસ્તા તરફ આગળ વધ્યો. ઓરડામાં બેઠેલી ઓરડી પાછળની બાજુ હતી. એલિઝાબેથે સૌ પ્રથમ આશ્ચર્ય વ્યક્ત કર્યું હતું કે ચાર્લોટને સામાન્ય ઉપયોગ માટે ડાઇનિંગ-પાર્લર પસંદ કરવું જોઈએ નહીં; તે એક સારી કદના રૂમ હતા, અને આનંદદાયક પાસા હતી; પરંતુ ટૂંક સમયમાં જ તેણીએ જોયું કે તેના મિત્ર માટે તેણે જે કર્યું તે માટે ઉત્તમ કારણ છે, મિ. કોલિન્સ

નિઃશંકપણે તેમના પોતાના એપાર્ટમેન્ટમાં ઘણું ઓછું હતુંતેઓ એક સમાન જીવંત બેઠા હતા; અને તે વ્યવસ્થા માટે ચાર્લોટ ક્રેડિટ આપી હતી.

ડ્રોઇંગ રૂમમાંથી તેઓ ગલીમાં કશું જ તફાવત કરી શકતા નહોતા, અને તેઓ મિ. કયા ગાડીઓ સાથે ચાલ્યા હતા તે જાણવા માટે કોલિન્સ, અને ખાસ કરીને તેના ફાઉટોનમાં કેટલી વાર ખોટુ ઉડાડ્યું હતું, તે તેમને જાણ કરવા માટે ક્યારેય નિષ્ફળ ન હતી, જોકે તે લગભગ દરરોજ થયું હતું. તેણીએ પાર્સોજ પર અનિશ્ચિત રૂપે રોકાઈ ન હતી, અને ચાર્લોટ સાથે થોડી મિનિટોની વાતચીત કરી હતી, પરંતુ બહાર જવા માટે તે ભાગ્યે જ જીત્યો હતો.

થોડા દિવસો પસાર થયા જેમાં મિ. કોલિન્સ રોઝિંગમાં જતા ન હતા, અને તેમની પત્નીએ એવું જ વિચારવું ન હતું કે તે જ રીતે જવું જરૂરી છે; અને એલિઝાબેથે યાદ કર્યું કે નિકાલ કરવા માટે અન્ય પારિવારીક જીવનનિર્વાહો હોઈ શકે છે, તે ઘણાં કલાકોની બલિદાન સમજી શકતી નથી. હવે અને ત્યારબાદ, તેણીને તેણીના વડપણથી કોલ કરીને સન્માનિત કરવામાં આવ્યા હતા, અને આ મુલાકાતો દરમિયાન ઓરડામાં પસાર થતાં તેના અવલોકનમાંથી કંઇપણ છટકી શક્યું નહીં. તેણીએ તેમના રોજગારમાં તપાસ કરી, તેમના કામ પર ધ્યાન આપ્યું, અને તેમને અલગ રીતે કરવાનું સલાહ આપી; ફર્નિચરની ગોઠવણમાં ભૂલ મળી, અથવા બેદરકારીમાં ગૃહિણીને શોધ્યો; અને જો તેણીએ કોઈ તાજગી સ્વીકારી લીધી હોય, તો તે માત્ર એમઆરએસ શોધવા માટે તે કરતું હતું. તેના પરિવાર માટે માંસની કોલિન્સની સાંધા ખૂબ મોટી હતી.

એલિઝાબેથને તરત જ એવું લાગ્યું કે આ મહાન મહિલા કાઉન્ટી માટે શાંતિના કમિશનમાં નથી છતાં, તેણી પોતાના પેરિશમાં સૌથી સક્રિય મેજિસ્ટ્રેટ હતી, તેના વિશેની લઘુતમ ચિંતાઓ જે

તેના દ્વારા લેવામાં આવી હતી. કોલિન્સ; અને જ્યારે પણ કોઈ પણ કોટર્સને ઝઘડો, અસંતોષિત અથવા ખૂબ ગરીબ હોવાનો નિકાલ કરવામાં આવે છે, ત્યારે તે તેમના મતભેદોને સ્થગિત કરવા, તેમની ફરિયાદોને મૌન કરવા અને ગામડાઓ અને પુષ્કળ સ્થિતિમાં ડૂબવા માટે ગામમાં જાય છે .

રોઝિંગમાં ડાઇનિંગનું મનોરંજન અઠવાડિયામાં બે વાર પુનરાવર્તન કરવામાં આવ્યું હતું; અને, સેર વિલિયમને ગુમાવવાની પરવાનગી આપીને, અને સાંજે માત્ર એક જ કાર્ડ કોષ્ટક હોવાનું, દરેક આવા મનોરંજન પ્રથમના સમકક્ષ હતા. તેમના અન્ય જોડાણો થોડા હતા; સામાન્ય રીતે પડોશના જીવનની શૈલી તરીકે, કોલિન્સની પહોંચથી બહાર હતો. જો કે એલિઝાબેથને કોઈ દુઃખ નહોતું, અને આખરે તેણે પોતાનો સમય આરામદાયક પુરવાર કર્યો; ચાર્લોટ સાથે અડધા કલાક સુખદ વાતચીત કરવામાં આવી હતી, અને વર્ષ દરમિયાન તે હવામાન ખૂબ જ સરસ હતું, તે ઘણી વાર દરવાજામાંથી ખૂબ આનંદ માણતી હતી. તેણીની પ્રિય વૉક, અને જ્યારે તે વારંવાર સ્ત્રી કેથરિન પર બોલાતી હતી ત્યારે ખુલ્લી ગ્રોવ સાથે હતી, જે પાર્કની તે બાજુને ધારિત કરતી હતી, જ્યાં એક સરસ આશ્રયસ્થાન હતો, જેને કોઈ મૂલ્ય લાગતો નહોતો,

આ શાંત માર્ગમાં, તેણીની મુલાકાતના પ્રથમ પખવાડિયા ટૂંક સમયમાં જ મૃત્યુ પામી. ઇસ્ટર નજીક આવી રહ્યો હતો, અને તેના પહેલાનો સપ્તાહ, પરિવારને રોઝિંગમાં વધારવાનો હતો, જે ખૂબ જ નાના વર્તુળમાં મહત્વપૂર્ણ હોવું આવશ્યક છે. એલિઝાબેથ તેના આગમન પછી તરત જ સાંભળ્યું હતું કે, મિસ્ટર. થોડા અઠવાડિયા દરમિયાન ત્યાં ડેર્સીની અપેક્ષા હતી, અને તેમ છતાં તેના ઘણા પરિચિતોને તેણીને પસંદ ન હતી, તેમ છતાં તેમની આવનારી તેમની રોઝિંગ પાર્ટીઓમાં જોવા માટે એક તુલનાત્મક નવી રજૂ કરશે, અને તે કેવી રીતે જોઈ શકે છે કે તે કેવી રીતે તેના પરના નિરાશાજનક મિસ બિંગલીની રચના તેમના પિતરાઇને

તેમના વર્તન દ્વારા કરવામાં આવી હતી, જેના માટે તેણી દેખીતી રીતે લેડી કેથરિન દ્વારા નક્કી કરવામાં આવી હતી; જેણે મહાન સંતોષ સાથે આવવાની વાત કરી હતી, તેના સંદર્ભમાં તેમની વાત કરી હતીસૌથી વધુ પ્રશંસા, અને તે જાણવા માટે લગભગ ગુસ્સો લાગ્યો હતો કે તેને પહેલેથી જ ગુમ લુકાસ અને પોતાને દ્વારા જોવામાં આવી હતી.

તેમના આગમનને ટૂંક સમયમાં જ શ્રીલંકાના પાર્સોન પર ઓળખવામાં આવ્યું હતું. કોલિન્સ હ્યુન્ફોર્ડ લેનમાં ખુલ્લી રહેલી લોજીઓની દૃષ્ટિએ આખી સવારે ચાલતો હતો, જેથી તેની સૌથી પહેલી ખાતરી મળી શકે; અને બંદૂકને પાર્કમાં ફેરવ્યાં પછી ધનુષ બનાવવાના પછી, તે મહાન બુદ્ધિથી ઘરે ઉતાવળમાં આવી. પછીના દિવસે સવારે તેમણે તેના આદર આપવા માટે રોઝિંગની શરૂઆત કરી. ત્યાં મહિલા લેધર કેથરિનના ભત્રીજા હતા, તેમને જરૂરી છે. ડેર્સી તેમની સાથે એક કર્નલ ફિટ્ઝવિલિયમ લાવ્યો હતો, તેમના કાકાના નાના પુત્ર, ભગવાન - અને બધા પક્ષના આશ્ચર્યજનક આશ્ચર્ય, જ્યારે મિ. કોલિન્સે તેમના સાથે સજ્જ લોકો પરત ફર્યા. ચાર્લોટે તેમને તેમના પતિના ઓરડામાંથી જોયું, રસ્તાને પાર કરી, અને તરત જ બીજી તરફ ચાલ્યા, છોકરીઓને કહ્યું કે તેઓ શું સન્માનની અપેક્ષા રાખી શકે છે,

"હું તને આભાર માનું છું, એલીઝા, સિવિલિટીના આ ભાગ માટે. મિસ્ટર ડેર્સી મારા પર રાહ જોવા માટે એટલી જલ્દી આવી ન હતી."

બારણું ઘડિયાળ દ્વારા તેમની અભિગમ જાહેર કરવામાં આવે તે પહેલાં એલિઝાબેથને વખાણ કરવા માટે બધાં અધિકારનો અસ્વીકાર કરવાનો સમય જ નહોતો, અને ટૂંક સમયમાં જ ત્રણ સજ્જન રૂમમાં પ્રવેશ્યા. કર્નલ ફિટ્ઝવિલિયમ, જે માર્ગ તરફ દોરી ગયો હતો, તે લગભગ ત્રીસ હતા, સુખદ નહોતો, પરંતુ વ્યક્તિમાં અને સાચી રીતે સજ્જનનો સંબોધન કરતો હતો.

શ્રીમાન. ડેર્સીએ જોયું કે તે હર્ટફોર્ડશાયરમાં જોવા માટે ઉપયોગમાં લેવાયો હતો, તેના શુભેચ્છાઓ, તેમના સામાન્ય અનામત સાથે, મિ. કોલિન્સ; અને તેના મિત્ર પ્રત્યેની તેની લાગણીઓ ગમે તે હોઈ શકે, તેને સંયોજનના દરેક દેખાવ સાથે મળ્યા. એલિઝાબેથ ફક્ત એક શબ્દ બોલ્યા વિના, તેને કર્ટેયડ કરી.

કર્નલ ફિટ્ઝવિલિયમ સીધા તૈયારી અને સારી રીતે ઉછરેલી વ્યક્તિની વાતચીત સાથે વાતચીતમાં પ્રવેશ્યો, અને ખૂબ આનંદપૂર્વક વાત કરી; પરંતુ તેના પિતરાઈ, ઘર અને બગીચામાં મિસ્ટર પર સહેજ નિરીક્ષણ સંબોધ્યા પછી. કોલિન્સ, કોઈ પણ શરીર સાથે બોલ્યા વિના થોડો સમય બેઠો. જોકે, તેમના પરિવારના સ્વાસ્થ્ય પછી એલિઝાબેથની પૂછપરછ કરવા માટે, તેમની સિવિલિટી એટલી જાગૃત થઈ ગઈ હતી. તેણીએ તેને સામાન્ય રીતે જવાબ આપ્યો, અને એક ક્ષણની વિરામ પછી, ઉમેર્યું,

"મારી સૌથી મોટી બહેન આ ત્રણ મહિનામાં નગરમાં છે. શું તમે ત્યાં તેને જોવા ક્યારેય નહોતા?"

તે સંપૂર્ણ સમજશક્તિ ધરાવતી હતી કે તેની પાસે ક્યારેય નહોતું; પરંતુ તેણીએ જોયું કે તે બેંગલી અને જેન વચ્ચે જે કંઈ પસાર થયું હતું તે અંગે કોઈ ચેતનાને ખોટે રસ્તે દોરશે કે નહિ; અને તેણીએ વિચાર્યું કે તે થોડો મૂંઝવણમાં હતો કારણકે તેણે જવાબ આપ્યો હતો કે તે મિસ બેનેટને મળવા માટે ક્યારેય નસીબદાર ન હતો. આ વિષય આગળ આગળ વધ્યો ન હતો, અને જલદી જ તે પછીથી ગયા.

પ્રકરણ .

કર્નલ ફીટ્ઝવિલિયમની રીતભાતને આશ્રયસ્થાનોમાં ખૂબ પ્રશંસા મળી હતી, અને મહિલાઓએ બધાને લાગ્યું હતું કે

રોઝિંગ્સમાં તેમની સંલગ્નતાની આનંદમાં તેમણે નોંધપાત્ર વધારો કરવો જોઈએ. જોકે, કેટલાક દિવસો હતા, ત્યાં તેમને આમંત્રણ મળ્યા તે પહેલાં, જ્યારે ઘરના મુલાકાતીઓ હતા, ત્યારે તેઓ જરૂરી ન બની શક્યા; અને તે ઇસ્ટર-ડે સુધી ન હતો, જે સજ્જનના આગમનના આશરે એક અઠવાડિયા પછી, તેઓ આવા ધ્યાન દ્વારા સન્માનિત થયા હતા, અને પછી તેઓને સાંજે ત્યાં ચર્ચ છોડવા માટે કહેવામાં આવ્યું. છેલ્લા અઠવાડિયામાં તેઓ ક્યાં તો લેડી કેથરિન અથવા તેણીની દીકરીના ખૂબ જ ઓછા હતા. સમયાંતરે એક કરતા વધુ વખત કર્નલ ફિટ્ઝવિલિયમએ પાર્સોનેજ પર બોલાવ્યો હતો, પરંતુ મિ. તેઓ ફક્ત ચર્ચમાં જ હતા.

આમંત્રણ અલબત્ત સ્વીકાર્યું હતું, અને યોગ્ય સમયે તેઓ લેડી કેથરિનના ડ્રોઇંગ રૂમમાં પાર્ટીમાં જોડાયા. તેણીની મહિલાશ્રીએ તેમને સિવિલ રીતે સ્વીકાર્યું હતું, પરંતુ તે સાદો હતો કે તેમની કંપની કોઈ પણ રીતે સ્વીકારી શકાય તેમ નહોતી જ્યારે તેણી અન્ય કોઈને મળી શકતી નહોતી; અને તે, હકીકતમાં, તેના ભત્રીજાઓ દ્વારા લગભગ સંમિશ્રિત હતી, તેમને વાત કરી હતી, ખાસ કરીને ડરસીથી, ઓરડામાં અન્ય કોઈ પણ વ્યક્તિ કરતાં વધુ.

કર્નલ ફિટ્ઝવિલિયમ તેમને જોવા માટે ખરેખર ખુશી લાગતું હતું; રોઝિંગ્સમાં કોઈ પણ વસ્તુ તેના માટે સ્વાગત રાહત હતી; અને મિસ્ટર. કોલિન્સના સુંદર મિત્રે પણ તેની ફેન્સી ખૂબ જ પકડ્યો હતો. તે હવે તેના દ્વારા બેઠા હતા, અને તેમણે કેન્ટ અને હર્ટફોર્ડશાયર, ઘરની મુસાફરી અને ઘરે રહેવા, નવા પુસ્તકો અને સંગીતની એટલી સંમતતાથી વાત કરી હતી કે એલિઝાબેથ અગાઉ ક્યારેય તે રૂમમાં અડધાથી સારી રીતે મનોરંજન કરતો નહોતો; અને તેઓ ખૂબ જ ભાવના અને પ્રવાહ સાથે વાત કરે છે, જેથી મહિલા કેથરિનની પોતાની સાથે સાથે મિ. ડરસી તેની આંખો ટૂંક સમયમાં જ આવી હતી અને તે જિજ્ઞાસાની દૃષ્ટિએ

વારંવાર તેમની તરફ વળ્યો હતો; અને થોડીવાર પછી તેણીની મહિલાશ્રીએ આ લાગણી શેર કરી, વધુ ખુલ્લી રીતે સ્વીકાર્ય હતી, કારણ કે તેણીએ કૉલ કરવા માટે કચડી ન હતી.

"તમે શું કહો છો, ફિટ્ઝવિલિયમ? તમે તે વિશે શું વાત કરી રહ્યા છો? તમે બેનેટને શું કહો છો? મને સાંભળો કે તે શું છે."

"અમે સંગીત, મૅડમ બોલી રહ્યા છીએ," તેમણે કહ્યું, જ્યારે જવાબને ટાળી શકતા નથી.

"સંગીતનો! પછી પ્રાર્થના કરો મોટેથી બોલો. તે બધા વિષયોમાં મારો આનંદ છે. જો તમે સંગીત બોલતા હોવ તો વાતચીતમાં મારો ભાગ હોવો જ જોઈએ. ઇંગ્લેન્ડમાં થોડા જ લોકો છે, મને લાગે છે કે, સંગીતના વધુ વાસ્તવિક આનંદ જો હું ક્યારેય શીખી હોત, તો મને એક મહાન કુશળ હોવું જોઈએ અને તેથી, જો તેણીની સ્વાસ્થ્યએ તેણીને સ્વાસ્થ્ય માટે અનુમતિ આપી હોત તો મને વિશ્વાસ હોત. મને વિશ્વાસ છે કે તેણીએ આનંદપૂર્વક પ્રદર્શન કર્યું હોત. ઉભો, શા માટે?

શ્રીમાન. તેની બહેનની પ્રાવીણ્યની સ્નેહપૂર્વક પ્રશંસા સાથે ડેર્સીએ વાત કરી.

લેધર કેથરિન કહે છે, "મને તેના સારા ખાતાને સાંભળવામાં ખુશી થાય છે." "અને તેણીને મારા તરફથી કહો, કે તેણી કોઈ શ્રેષ્ઠ સોદાની પ્રેક્ટિસ કરતી નથી, તો તે એક્સેલ કરવાની અપેક્ષા રાખી શકતી નથી."

"હું તમને ખાતરી આપીશ, મદમ," તેમણે જવાબ આપ્યો, "તેણીને આવી સલાહની જરૂર નથી. તે ખૂબ જ સતત પ્રેક્ટિસ કરે છે."

"ખૂબ જ સારું. તે ખૂબ વધારે કરી શકાતું નથી; અને જ્યારે હું તેને આગળ લખીશ, ત્યારે હું તેના પર કોઈપણ એકાઉન્ટ પર અવગણવા નહી કરું. હું ઘણીવાર યુવાન મહિલાઓને કહું છું કે સંગીતમાં શ્રેષ્ઠતા પ્રાપ્ત કરવી નહીં સતત પ્રેક્ટિસ. મેં ઘણીવાર મિસ બેનેટ કહી દીધી છે કે તે ખરેખર સારી રીતે રમશે નહીં, સિવાય કે તે વધુ પ્રેક્ટિસ કરે અને જો કે મિસ્ટર કોલિન્સ પાસે કોઈ સાધન નથી, તેમ છતાં તે ખૂબ જ સ્વાગત છે, કારણ કે મેં ઘણી વાર તેને કહ્યું છે કે, દરેકને રોલિંગમાં આવવા માટે દિવસ, અને મિસ્ટર જેનકિન્સન રૂમમાં પિયાનો-ફોર્ટ પર ચલાવો. તે ઘરના તે ભાગમાં, કોઈ પણ રીતે, તમે જાણો છો. "

શ્રીમાન. ડેર્સીએ તેની કાકીની માંદગીની થોડી શરમ જોવી, અને કોઈ જવાબ આપ્યો ન હતો.

જ્યારે કોફી પૂરી થઈ, ત્યારે કર્નલ ફિટ્ઝવિલિયમને એલિઝાબેથને રમવાનું વચન આપવાની યાદ અપાવી; અને તે સીધા જ સાધન તરફ બેઠા. તેણે તેની નજીક એક ખુરશી ખેંચી. લેડી કેથરિન અડધા ગીતની વાતો સાંભળીને, અને પછી, તેના બીજા ભત્રીજા સાથે વાત કરી. ત્યારબાદ તેનાથી દૂર ચાલ્યા ગયા અને પિયાનો-ફોર્ટ તરફની તેમની સામાન્ય વિચારધારા સાથે આગળ વધ્યા ત્યાં સુધી તેણે પોતાને અભિનય આપ્યો જેથી વાજબી અભિનેતાના ચહેરાને સંપૂર્ણ દૃષ્ટિકોણ આપી શકાય. એલિઝાબેથે જોયું કે તે શું કરી રહ્યો હતો, અને પ્રથમ અનુકૂળ વિરામ પર, તેને કમાનવાળા સ્મિત સાથે ફેરવ્યો, અને કહ્યું,

"ડરસી, મને ડરવું, તમે મને સાંભળીને આ બધા રાજ્યમાં આવીને? પરંતુ હું તમારી બહેન એટલી સારી રીતે રમી શકું નહીં, પણ મને ડર લાગશે નહીં. મારા વિશે એક હઠીલાતા છે જે ક્યારેય ડરશે નહીં. બીજાઓની ઇચ્છા છે. મારી હિંમત હંમેશાં મને ધમકી આપવાના દરેક પ્રયાસથી ઉભરે છે. "

તેમણે કહ્યું, "હું ભૂલથી કહું છું કે તમે ખોટા છો," કારણ કે તમે મને ભયભીત કરતી કોઈપણ ડિઝાઇનનું મનોરંજન કરવા માટે ખરેખર વિશ્વાસ કરી શક્યા નથી અને મને ખબર છે કે તમારી પરિચિતતાને લાંબા સમય સુધી ખબર છે કે તમને આનંદ થશે પ્રસંગોપાત મંતવ્યોનો ઉપદેશ આપતા હોય છે જે વાસ્તવમાં તમારા પોતાના નથી. "

એલિઝાબેથે પોતાની જાતને આ ચિત્ર પર હાસ્યથી હાંસી ઉડાવી, અને કર્નલ ફિટ્ઝવિલિયમને કહ્યું, "તમારા પિતરાઇ તમને મારા વિશે એક ખૂબ જ સુંદર વિચાર આપશે અને હું તમને જે વચન કહું છું તેના પર વિશ્વાસ ન કરાવું. હું ખાસ કરીને વ્યક્તિ સાથે મળીને દુષ્ટ છું વિશ્વનાં ભાગરૂપે, મારા વાસ્તવિક પાત્રને ખુલ્લા કરવામાં સમર્થ છે, જ્યાં હું અમુક અંશે ક્રેડિટથી પસાર થવાની આશા રાખું છું. ખરેખર, મિ. ડેર્સી, મારા ગેરફાયદામાં તમે જે જાણતા હતા તે બધાનો ઉલ્લેખ કરવો એ તમારામાં ખૂબ જ અજાણ છે હર્ટફોર્ડશાયર- અને મને કહેવું છોડી દેવું, ખૂબ જ અપ્રમાણિક - કારણ કે તે મને બદનામ કરવા માટે ઉશ્કેરે છે, અને આવી બાબતો બહાર આવી શકે છે, જેમ તમારા સંબંધો સાંભળવા માટે આઘાત પહોંચાડે છે. "

"હું તને ડરતો નથી," સ્મિતપણે તેણે કહ્યું.

કર્નલ ફિટ્ઝવિલિઆમ રડે છે, "પ્રાર્થના કરો કે તમે તેના પર દોષારોપણ કરવા માટે શું કરો છો." "હું જાણું છું કે તે અજાણ્યા લોકોમાં કેવી રીતે વર્તે છે."

"તમે તે પછી સાંભળો-પરંતુ પોતાને ખૂબ જ ભયંકર કંઈક માટે તૈયાર કરો. મારી હર્ફફોર્ડશાયરમાં તેને જોવાનું પ્રથમ વખત, તમારે જાણવું જ જોઇએ, બોલ પર હતું અને આ બોલ પર, તમે શું વિચારો છો કે તેણે શું કર્યું? તે ફક્ત ચાર નૃત્યો! હું તમને દુઃખ આપવા માટે દિલગીર છું-પણ તે જ હતું. તે ફક્ત ચાર નૃત્યો જતો હતો, છતાં, સજ્જડ લોકો હતા; અને મારા ચોક્કસ જ્ઞાન માટે,

એક કરતાં વધુ યુવાન સ્ત્રી ભાગીદારની ઇચ્છામાં બેસતી હતી. શ્રી ડર્સી, તમે તથ્યનો ઇનકાર કરી શકતા નથી. "

"તે સમયે મારી પોતાની પાર્ટીથી આગળની વિધાનસભામાં કોઇ પણ મહિલાને જાણવાની સન્માન નહોતી."

"સાચું; અને કોઇ પણ બોલ રૂમમાં ક્યારેય રજૂ કરી શકાતું નથી. સારું, કર્નલ ફિટ્ઝવિલિયમ, હું પછી શું રમું છું? મારી આંગળીઓ તમારા ઓર્ડરની રાહ જુએ છે."

"કદાચ," ડેર્સીએ કહ્યું, "મેં વધુ સારી રીતે નિર્ણય લીધો હોત, મેં પરિચય માંગ્યો હોત, પણ હું અજાણ્યાઓને મારી ભલામણ કરવા માટે બીમાર છું."

"શું અમે તમારા પિતરાઈને આનું કારણ પૂછશું?" એલિઝાબેથએ હજી પણ કોલોન ફિટ્ઝવિલિયમને સંબોધન કર્યું હતું. "શું આપણે તેને પૂછવું જોઈએ કે શા માટે એક વ્યક્તિ અર્થ અને શિક્ષણ, અને વિશ્વમાં કોણ રહે છે, તે પોતાને અજાણ્યાઓને ભલામણ કરવા માટે લાયક છે?"

"હું તમારા પ્રશ્નનો જવાબ આપી શકું છું," ફિટ્ઝવિલિયમ જણાવ્યું હતું કે, "તેને અરજી કર્યા વગર, કારણ કે તે પોતાને તકલીફ આપશે નહીં."

ડેર્સીએ કહ્યું, "મારી પાસે જે લોકોની પાસે છે તે લોકોની પાસે કોઈ પ્રતિભા નથી." મેં જે પહેલાં ક્યારેય જોયું નથી તેની સાથે સહેલાઇથી વાતચીત કરવી. હું વારંવાર જોયેલી વાતચીતનો અવાજ સંભાળી શકતો નથી અથવા તેમની ચિંતાઓમાં રસ બતાવી શકતો નથી. "

એલિઝાબેથએ કહ્યું, "મારી આંગળીઓ," આ સાધનને માસ્ટલી રીતમાં આગળ વધો નહીં જે હું ઘણી બધી સ્ત્રીઓને જોઈ શકું

છું. તેમની પાસે સમાન બળ અથવા ભીડ નથી, અને તે જ અભિવ્યક્તિ ઉત્પન્ન કરતી નથી. તે મારું પોતાનું દોષ હોઈ શકે છે - કારણ કે હું પ્રેક્ટિસની તકલીફ લઈ શકતો નથી. એવું નથી કે હું મારી આંગળીઓને કોઈ પણ મહિલાના ઉચ્ચ અમલની જેમ સક્ષમ નથી માનતો. "

ડરસી હસતાં અને કહ્યું, "તમે બરાબર સાચા છો. તમે તમારા સમયનો વધુ સારો ઉપયોગ કર્યો છે. કોઈએ તમને સાંભળવાની વિશેષતામાં સ્વીકાર્યું નથી, ગમે તે વસ્તુ વિચારી શકે છે. અમે આપણી સાથે અજાણ્યા લોકોમાં કામ કરતા નથી."

અહીં તેઓ લેડી કેથરિન દ્વારા અવરોધિત હતા, જેમણે જાણ્યું કે તેઓ શું વાત કરી રહ્યાં છે. એલિઝાબેથ તરત રમવાનું શરૂ કર્યું. લેડી કેથરિન સંપર્કમાં આવી, અને થોડી મિનિટો સાંભળીને, ડરસીને કહ્યું,

"જો તેણી વધુ પ્રેક્ટિસ કરતી હોય અને લન્ડન માસ્ટરનો ફાયદો ઉઠાવતો હોય તો મિસ બેનેટ બધી અસ્વસ્થતામાં રમશે નહીં. તેણીની આંગળીની ખૂબ સારી કલ્પના છે, તેમ છતાં તેનો સ્વાદ ઍનની સમકક્ષ નથી . ઍને એક આનંદી કલાકાર બન્યો હોત. , તેણીની તંદુરસ્તી તેને શીખવા દેતી હતી. "

એલિઝાબેથએ તેના પિતરાઇની પ્રશંસાને કેવી રીતે સહન કર્યું તે જોવા માટે ડરસી જોયા. પરંતુ તે ક્ષણે તે કે કોઈ અન્ય કોઈ પણ પ્રેમના કોઈ લક્ષણને સમજી શકશે નહીં; અને તેમના સમગ્ર વર્તણૂકથી દુર્ઘટનાને ચૂકી જવા માટે તેણીએ મિસ બિંગલી માટે આ આરામ મેળવ્યો હતો, તે કદાચ તેણી સાથે લગ્ન કરવાનો સંભવ છે, તે તેણીનો સંબંધ હતો.

લેડી કેથરિનએ એલિઝાબેથના પ્રભાવ પર તેણીની ટિપ્પણી ચાલુ રાખી, તેમની સાથે અમલ અને સ્વાદ પરની ઘણી સૂચનાઓ ભેળવી. એલિઝાબેથે તેમને સિવિલિટીના

સહનશીલતા સાથે પ્રાપ્ત કર્યા; અને સજ્જનોની વિનંતી પર સાધનસામગ્રી ચાલુ રહી ત્યાં સુધી તેમની મહિલાશ્રીની ગાડી તેમને બધા ઘરે લઇ જવા માટે તૈયાર ન હતી.

પ્રકરણ .

એલિઝાબેથ પોતાની જાતને બીજી સવારે બેઠો હતો, અને જેનને લખતી હતી, જ્યારે મિસ્ટર. કોલિન્સ અને મરિયા કારોબાર પર ગામમાં ગયા હતા, જ્યારે તે દરવાજા પર રિંગ દ્વારા આશ્ચર્યચકિત થઈ હતી, મુલાકાતીના ચોક્કસ સંકેત. કારણ કે તેણીએ કોઈ વાહન સાંભળ્યું ન હતું, તેણીએ વિચાર્યું કે તે સ્ત્રી કેથરિન હોવાનું સંભવ નથી, અને તે શંકા હેઠળ તેણીએ અડધા સમાપ્ત પત્રને દૂર કરી દીધો હતો કે તે બધા અસ્પષ્ટ પ્રશ્નોથી છટકી શકે છે, જ્યારે દરવાજો ખુલ્લો હતો, અને તેના ખૂબ જ આશ્ચર્યજનક, મિસ્ટર . ડેર્સી, અને મિસ્ટર. માત્ર , રૂમમાં પ્રવેશ કર્યો.

તેણીને એકલા શોધવા માટે ખૂબ જ આશ્ચર્ય થયું હતું, અને તેના ઘોષણા બદલ માફી માંગી હતી, તેણીને જાણ કરીને તેણે બધી સ્ત્રીઓને અંદરથી સમજી લીધી હતી.

પછી તેઓ બેઠા, અને જ્યારે રોઝિંગ પછી તેની પૂછપરછ કરવામાં આવી, ત્યારે કુલ શાંતિમાં ડૂબી જવાનું જોખમ લાગ્યું. તેથી, તે કંઇક જ વિચારવું જરૂરી હતું, અને આ ઉદ્દભવમાં તેણીએ તેને હર્ટફોર્ડશાયરમાં છેલ્લા જોયા ત્યારે યાદ કરાવ્યું હતું, અને તે જાણવાની આતુર લાગતી હતી કે તેઓ તેમના ઉતાવળના પ્રસ્થાનના વિષય પર શું કહેશે,

"તમે કેટલોક અચાનક જ ગયા નવેમ્બર, નેટરીફિલ્ડને કાઢી મૂક્યા હતા, મિ. ડેર્સી! મિસ્ટર બિન્ગલીને તે જલ્દીથી તમે બધાને જોવા માટે સૌથી આશ્ચર્યજનક આશ્ચર્યજનક હોવા જ જોઈએ; કારણ કે, જો હું જમણી બાજુ યાદ કરું, તો તે પહેલા પણ ગયો

હતો. તે અને તેની બહેનો સારી હતી, મને આશા છે, જ્યારે તમે લંડન છોડો. "

"સંપૂર્ણ રીતે હું તમારો આભાર માનું છું."

તેણીએ જોયું કે તેણીને કોઈ જવાબ મળ્યો ન હતો- અને ટૂંકા વિરામ પછી, ઉમેર્યું,

"મને લાગે છે કે મને સમજાયું છે કે મિ. બિન્ગલીએ ફરી ક્યારેય નેધરફિલ્ડમાં પાછા ફરવાનો વિચાર કર્યો નથી?"

"મેં તેને ક્યારેય એવું કદી સાંભળ્યું નથી; પરંતુ સંભવ છે કે તે ભવિષ્યમાં ત્યાં થોડો સમય પસાર કરી શકે છે. તેના ઘણા મિત્રો છે, અને તે જીવનના સમયે છે જ્યારે મિત્રો અને પ્રવૃત્તિઓ સતત વધી રહી છે."

"જો તે નેટફિલ્ડ પર ઓછા હોવાનો અર્થ છે, તો પડોશીઓ માટે તે વધુ સારું રહેશે કે તે સ્થળને સંપૂર્ણપણે છોડી દે, પછી કદાચ આપણે ત્યાં સ્થાયી કુટુંબ મેળવી શકીએ. પરંતુ કદાચ મિ. બિંગલેએ ઘર એટલું બધું લીધું ન હતું. પોતાના પડોશીની સુવિધા માટે, અને આપણે તેને સમાન સિદ્ધાંત પર રાખવા અથવા તેને છોડવાની અપેક્ષા રાખવી જોઇએ. "

"મને આશ્ચર્ય ન થવું જોઇએ," ડેર્સીએ કહ્યું, "જો તે તેને આપવાનું હતું, તો જલ્દીથી કોઈપણ પાત્ર ખરીદી ઓફર કરે છે."

એલિઝાબેથે કોઈ જવાબ આપ્યો નહીં. તેણી તેના મિત્ર લાંબા સમયથી વાત કરવાથી ડરતી હતી; અને, કહેવા માટે બીજું કંઈ નથી, હવે તેને વિષય શોધવામાં તકલીફ છોડવાનું નક્કી કરવામાં આવ્યું હતું.

તેણે સંકેત આપ્યો, અને ટૂંક સમયમાં જ શરૂ થયો, "આ ખૂબ જ આરામદાયક ઘર લાગે છે. લેડી કેથરિન, હું માનું છું કે, જ્યારે મિ. કોલિન્સ પ્રથમ હન્ટ્સફોર્ડમાં આવ્યો ત્યારે તેના માટે એક મોટો સોદો થયો."

"હું માનું છું કે તેણીએ કર્યું હતું - અને મને ખાતરી છે કે તેણી વધુ દયાળુ વસ્તુ પર તેણીની દયા પ્રદાન કરી શકશે નહીં."

"મિ. કોલિન્સ પત્નીની પસંદગીમાં ખૂબ નસીબદાર દેખાય છે."

"હા, ખરેખર; તેના મિત્રો ખૂબ જ સંવેદનાત્મક સ્ત્રીઓમાંની એક સાથે મળ્યા પછી ખુશી અનુભવી શકે છે, જેમણે તેમને સ્વીકાર્યો હોત, અથવા જો તેઓ પાસે હોય તો તેમને ખુશ કરી શક્યા. મારા મિત્ર પાસે એક ઉત્તમ સમજ છે-જોકે મને ખાતરી નથી કે હું એમ વિચારી રહ્યો છું કે તેણીએ મિ. કોલિન્સ સાથે લગ્ન કર્યાં તે મુજબની સૌથી અદભૂત વસ્તુ છે. તે સંપૂર્ણપણે ખુશ લાગે છે, તેમછતાં પણ, અને સમજદાર પ્રકાશમાં, તે ચોક્કસપણે તેના માટે ખૂબ સારી મેચ છે. "

"તેણીને તેના પોતાના પરિવાર અને મિત્રોની ખૂબ સરળ અંતર અંદર સ્થાયી થવા માટે ખૂબ સંમત હોવું આવશ્યક છે."

"એક સરળ અંતર તમે તેને કૉલ કરો છો? તે લગભગ પચાસ માઇલ છે."

"અને સારા રસ્તાના પચાસ માઇલ શું છે? દિવસની મુસાફરી કરતા થોડો વધારે. હા, હું તેને ખૂબ જ સરળ અંતર કહીશ."

એલિઝાબેથને બૂમ પાડીને, "મેં મેચની કોઈ ફાયદો તરીકે અંતરને ક્યારેય ધ્યાનમાં લેવું જોઈએ નહીં." "મેં એમ કહ્યું ન હતું કે મિસ્ટર કોલિન્સ તેના પરિવારની નજીક સ્થાયી થયા હતા."

"તે તમારા હર્ટફોર્ડશાયર સાથેના જોડાણ સાથેનો એક પુરાવો છે. લાંબા ગાળાના પડોશની બહારની કોઈપણ વસ્તુ, હું ધારું છું, દૂર દેખાશે."

કેમ કે તે બોલતો હતો, એક પ્રકારની સ્મિત હતી, જે એલિઝાબેથને સમજી હતી તે સમજતો હતો; તેણીએ જેન અને નેધરફિલ્ડ વિશે વિચારી હોવાનું માનવું જ જોઈએ, અને તેણીએ જવાબ આપ્યો ત્યારે તેણીએ બૂમ પાડી,

"હું કહેવાનો અર્થ એ નથી કે સ્ત્રી કદાચ તેના પરિવારની નજીક પણ સ્થાયી ન થઈ શકે. દૂર અને નજીકના સંબંધી હોવા જોઈએ, અને તે ઘણાં જુદા જુદા સંજોગો પર આધાર રાખે છે. જ્યાં અગત્યના મુસાફરીની મુસાફરી કરવાની સંપત્તિ હોય ત્યાં અંતર નહીં થાય. દુષ્ટ, પરંતુ તે અહીં નથી. મિસ્ટર અને મિસ્ટર કોલિન્સની પાસે આરામદાયક આવક હોય છે, પરંતુ આવા કોઈ એક કે જે વારંવાર મુસાફરીની મંજૂરી આપે છે-અને મને સમજાવવામાં આવે છે કે મારા મિત્ર પોતાને અડધાથી ઓછું નહીં વર્તમાન અંતર. "

શ્રીમાન. તેના ખુરશી તેના તરફ થોડી ખેંચી, અને કહ્યું, "તમે આવા મજબૂત સ્થાનિક જોડાણ માટે અધિકાર હોઈ શકતા નથી. તમે લાંબા સમય સુધી હંમેશા ન હોત."

એલિઝાબેથ આશ્ચર્ય જોયું. સજ્જનને લાગણીમાં થોડો ફેરફાર થયો; તેણે પોતાનું ખુરશી પાછું ખેંચી લીધું, ટેબલમાંથી એક અખબાર લીધો, અને તેના પર ઝળહળતો, ઠંડા અવાજે કહ્યું,

"તમે કેન્ટથી ખુશ છો?"

દેશના વિષય પર ટૂંકા સંવાદ થયો, ક્યાં તો શાંત અને સંક્ષિપ્તમાં - અને ટૂંક સમયમાં જ ચાર્લોટ અને તેની બહેનના પ્રવેશ દ્વારા અંત લાવ્યો, ફક્ત તેમના ચાલથી પાછો ફર્યો. ટેટે-એ-ટેતે તેમને

આશ્ચર્ય પહોંચાડ્યું. શ્રીમાન. ડેર્સીએ એવી ભૂલને લગતી ભૂલ કરી કે જેણે મિસ બેનેટ પર તેની ઘૂસણખોરી કરી હતી, અને કોઈ પણ શરીર પર બોલ્યા વગર થોડી મિનિટો બેસીને પછી ગયો.

"આનો અર્થ શું હોઈ શકે છે!" ચાર્લોટએ કહ્યું, જલદી જ તે ગયો. "મારા પ્રિય એલિઝા, તે તમારી સાથે પ્રેમમાં હોવું જોઈએ, અથવા તે આ પરિચિત રીતે ક્યારેય અમને બોલાવ્યો ન હોત."

પરંતુ જ્યારે એલિઝાબેથે તેની મૌન વિશે કહ્યું ત્યારે તે ચાર્લોટની ઇચ્છાઓને પણ સંભવિત લાગતું નહોતું; અને વિવિધ ધારણાઓ પછી, તેઓ છેલ્લામાં જ તેમની મુલાકાતને કોઈ પણ વસ્તુ શોધવામાં મુશ્કેલીમાંથી આગળ વધવાની ધારણા કરી શકે છે, જે વર્ષનાં સમયથી વધુ સંભવિત હતી. બધી ફિલ્ડ રમતો સમાપ્ત થઇ ગઈ હતી. દરવાજા અંદર સ્ત્રી કેથરિન, પુસ્તકો, અને બિલિયર્ડ ટેબલ હતી, પરંતુ સજ્જન હંમેશા દરવાજા અંદર હોઈ શકતા નથી; અને પાર્સનજની નજીક, અથવા તેના પર ચાલતા સુખદતા અથવા તેનામાં રહેલા લોકોની વચ્ચે, બંને પિતરાઇઓ લગભગ દરરોજ ત્યાં વૉકિંગના આ સમયગાળાથી લાલચ જોવા મળે છે. તેઓએ સવારે વિવિધ સમયે, ક્યારેક અલગથી, ક્યારેક મળીને, અને હવે પછી તેમની માસી સાથે બોલાવ્યા. તે બધા માટે કોલનલ ફિટ્ઝવિલિયમ આવ્યા તે બધા માટે તે સ્પષ્ટ હતું કારણ કે તેમને તેમના સમાજમાં આનંદ હતો, જે સમજાવટએ તેમને હજુ પણ વધુ ભલામણ કરી હતી; અને એલિઝાબેથને તેમની સાથે સંતોષ દ્વારા યાદ કરાયો હતો, તેમ જ તેની ભૂતપૂર્વની તેમની પ્રશંસા દ્વારા પણ યાદ કરાઈ હતી.પ્રિય જ્યોર્જ વિકમ; અને તેમ છતાં, તેમની સરખામણીમાં, તેણે જોયું કે કર્નલ ફિટ્ઝવિલિયમની રીતભાતમાં ઓછી મોહક નરમતા હતી, તેણી માનતી હતી કે તેને શ્રેષ્ઠ જાણકાર મન હોઈ શકે છે.

પરંતુ શા માટે શ્રી. ડરસી વારંવાર આશ્રયસ્થાનોમાં આવી, તે સમજવું વધુ મુશ્કેલ હતું. તે સમાજ માટે ન હોઈ શકે, કારણ કે તે

વારંવાર તેના હોઠ ખોલ્યા વિના દસ મિનિટો એકસાથે બેઠો હતો; અને જ્યારે તે બોલ્યો, ત્યારે તે પસંદગીની જગ્યાએ જરૂરિયાતની અસર લાગતી-તે પોતાને માટે આનંદ નહી, બલિદાન માટે બલિદાન. તે ભાગ્યે જ ખરેખર એનિમેટેડ દેખાયા. શ્રીમતી. કોલિન્સને ખબર ન હતી કે તેને શું બનાવવું. કર્નલ ફિટ્ઝવિલિયમના ક્યારેક મૂર્ખતા પર હસતાં, તે સાબિત કરે છે કે તે સામાન્ય રીતે જુદો હતો, જે તેના પોતાના જ્ઞાનથી તેણીને કહેવામાં આવ્યું ન હતું; અને તેણીએ આ પરિવર્તનને પ્રેમની અસર, અને તેના પ્રેમની વસ્તુ, તેના મિત્ર ઇલીઝાને માનતા ગમ્યું હોત, તે શોધવા માટે તેણીને ગંભીરતાથી બેઠા. - તેણે જ્યારે તેને રોઝિંગમાં હતા ત્યારે તેને જોયા, અને જ્યારે પણ તે હંસફોર્ડ આવ્યા; પરંતુ ખૂબ સફળતા વગર. તેણે ચોક્કસપણે તેના મિત્રને એક મોટો સોદો જોયો, પરંતુ તે દેખાવની અભિવ્યક્તિ વિવાદાસ્પદ હતી. તે ખૂબ જ આતુર, દૃઢ નજરે હતું, પરંતુ તે ઘણી વાર શંકા કરે છે કે તેમાં ઘણી પ્રશંસા છે કે નહીં, અને ક્યારેક તે મનની ગેરહાજરી સિવાય કશું જ લાગતું નથી.

તેણીએ એક અથવા બે વખત એલિઝાબેથને તેના આંશિક હોવાનો સંભવતઃ સૂચવ્યો હતો, પરંતુ એલિઝાબેથ હંમેશાં આ વિચાર પર હસ્યા હતા; અને મિસ્ટર. કોલિન્સને એવું લાગે છે કે તે વિષયને દબાવવાનો અધિકાર નથી, અપેક્ષાઓ ઉભી કરવાના ભયથી જે માત્ર નિરાશામાં જ સમાપ્ત થઈ શકે છે; તેના અભિપ્રાયમાં તેણે શંકા ન સ્વીકારી, કે તેણી તેના મિત્રમાં નારાજ હોવાનું વિચારી શકે તો તેના મિત્રની નાપસંદ થઈ જશે.

એલિઝાબેથ માટે તેણીની પ્રકારની યોજનાઓમાં, તેણીએ કેટલીક વાર તેણીને કર્નલ ફિટ્ઝવિલિયમ સાથે લગ્ન કરવાની યોજના બનાવી હતી. તે તુલનાત્મક માણસની તુલનામાં બહાર હતો; તેમણે ચોક્કસપણે તેમની પ્રશંસા કરી હતી, અને તેમના જીવનની પરિસ્થિતિ સૌથી વધુ લાયક હતી; પરંતુ, આ ફાયદાને

ઉકેલવા માટે, મિ. ડેર્સી પાસે ચર્ચમાં નોંધપાત્ર આશ્રય હતો, અને તેના પિતરાઈને કોઈ પણ નહોતું.

પ્રકરણ એક્સ.

એલિઝાબેથએ એક વાર તેના પાર્કમાં તેના રેમ્બલમાં અનધિકૃત રીતે મિસ્ટરને મળ્યા હતા. દ્વેષ. -તેને દુઃખની બધી અપવિત્રતા લાગતી હતી કે જે તેને લાવશે જ્યાં બીજું કોઇ લાવવામાં આવ્યું ન હતું; અને તેની ફરી ક્યારેય થતી અટકાવવા માટે, તેને પ્રથમ જાણવાની કાળજી લીધી, કે તે તેના માટે એક પ્રિય પકડ હતી. -તે કેવી રીતે બીજી વાર થઈ શકે તે માટે ખૂબ વિચિત્ર હતું! -તેણે કર્યું અને ત્રીજો પણ. તે ઇરાદાપૂર્વક ખરાબ સ્વભાવ અથવા સ્વૈચ્છિક તહેવાર જેવી લાગતી હતી, કેમ કે આ પ્રસંગોએ તે માત્ર થોડા ઔપચારિક પૂછપરછ અને અજાણ્યા વિરામ નહોતી અને પછી તે પાછો ફરવા અને તેણી સાથે ચાલવા માટે જરૂરી માનતો હતો. તેણે ક્યારેય એક મોટો સોદો કર્યો ન હતો, અને તેણે પોતાને બોલવાની અથવા વધારે સાંભળવાની તકલીફ આપી નહોતી; પરંતુ તે તેના ત્રીજા ભાડૂતીના કોર્સમાં ત્રાટકી ગઈ કે તે હંસફોર્ડ, તેના એકલા ચાલવાના પ્રેમ અને એમ.આર.ના અભિપ્રાય અંગેના તેના આનંદ વિશે કેટલાક વિચિત્ર પ્રશ્નો પૂછતા હતા. અને મિસ્ટર. કોલિન્સની સુખ; અને રોઝિંગ બોલતા અને તેણીને ઘરને સંપૂર્ણ રીતે સમજી શકતા નહોતા, તેઓ અપેક્ષા રાખતા હતા કે જ્યારે પણ તેઓ ફરી કન્ટમાં આવી જાય ત્યારે તે ત્યાં પણ રહેતી હોય. તેના શબ્દો તે સૂચવવા લાગતું હતું. શું તે તેના વિચારોમાં કર્નલ ફિટ્ઝવિલિયમ હોઈ શકે? તેણીએ માનવું હતું કે, જો તે કોઈ વસ્તુનો અર્થ છે, તો તેનો અર્થ તે ક્વાર્ટરમાં જે બનશે તે માટેનો સંકેત આપવો જોઈએ. તે તેનાથી થોડી દુઃખી થઈ ગઈ હતી, અને તે પાર્સોનની વિરુદ્ધ પેલેસમાં દરવાજા પાસે પોતાને શોધવા ખુબ ખુશ હતી. અને રોઝિંગ બોલતા અને તેણીને ઘરને સંપૂર્ણ રીતે સમજી શકતા નહોતા, તેઓ અપેક્ષા રાખતા હતા કે જ્યારે પણ તેઓ ફરી કન્ટમાં આવી જાય ત્યારે તે

ત્યાં પણ રહેતી હોય. તેના શબ્દો તે સૂચવવા લાગતું હતું. શું તે તેના વિચારોમાં કર્નલ ફિટ્ઝવિલિયમ હોઈ શકે? તેણીએ માનવું હતું કે, જો તે કોઈ વસ્તુનો અર્થ છે, તો તેનો અર્થ તે ક્વાર્ટરમાં જે બનશે તે માટેનો સંકેત આપવો જોઈએ. તે તેનાથી થોડી દુ: ખી થઇ ગઈ હતી, અને તે પાર્સોનની વિરુદ્ધ પેલેસમાં દરવાજા પાસે પોતાને શોધવા ખુબ ખુશ હતી. અને રોઝિંગ બોલતા અને તેણીને ઘરને સંપૂર્ણ રીતે સમજી શકતા નહોતા, તેઓ અપેક્ષા રાખતા હતા કે જ્યારે પણ તેઓ ફરી કન્ટમાં આવી જાય ત્યારે તે ત્યાં પણ રહેતી હોય. તેના શબ્દો તે સૂચવવા લાગતું હતું. શું તે તેના વિચારોમાં કર્નલ ફિટ્ઝવિલિયમ હોઈ શકે? તેણીએ માનવું હતું કે, જો તે કોઈ વસ્તુનો અર્થ છે, તો તેનો અર્થ તે ક્વાર્ટરમાં જે બનશે તે માટેનો સંકેત આપવો જોઈએ. તે તેનાથી થોડી દુ: ખી થઇ ગઈ હતી, અને તે પાર્સોનની વિરુદ્ધ પેલેસમાં દરવાજા પાસે પોતાને શોધવા ખુબ ખુશ હતી.

જેનની છેલ્લી પત્રને ફરીથી સમજાવતા અને તેણીએ કેટલાક પાઠો પર નિવાસ કર્યા હતા, જેણે સાબિત કર્યું હતું કે જેન આત્માને ફરીથી લખતા નહોતા, જ્યારે, ફરીથી મિ. ડર્સી, તેણીએ જોયું કે કોલોનેલ ફિટ્ઝવિલિયમ તેના મળ્યા હતા. તેણીએ તરત જ પત્ર કાઢી નાખ્યો અને સ્મિતને મજબૂર કર્યા, તેણીએ કહ્યું,

"હું પહેલાં જાણતો નહોતો કે તમે ક્યારેય આ રીતે ચાલ્યા છો."

"હું પાર્કનો પ્રવાસ કરતો રહ્યો છું," તેમણે જવાબ આપ્યો, "જેમ કે હું દર વર્ષે સામાન્ય રીતે કરું છું, અને પાર્સોન પર કૉલ કરીને તેને બંધ કરવાનો ઇરાદો છે. શું તમે વધુ આગળ વધી રહ્યા છો?"

"ના, મારે એક ક્ષણમાં ફેરવવું જોઈએ."

અને તે મુજબ તેણીએ ચાલુ કર્યું, અને તેઓ સાથે મળીને આશ્રય તરફ ચાલ્યા ગયા.

"શું તમે ચોક્કસ શનિવારે કન્ટ છોડી દો?" તેણીએ કહ્યું.

"હા - જો ડરસી તેને ફરી બંધ નહીં કરે, પણ હું તેના નિકાલમાં છું. તે જે રીતે ઇચ્છે છે તે વ્યવસાયની વ્યવસ્થા કરે છે."

"અને જો તે ગોઠવણમાં પોતાને ખુશ ન કરી શકે, તો તેને પસંદગીની શક્તિમાં ઓછામાં ઓછું આનંદ મળે છે. હું કોઈ પણ સંસ્થાને જાણતો નથી જે મિસ્ટર ડેર્સી કરતા પસંદ કરે તે કરવાની શક્તિનો આનંદ માણવા માટે વધુ લાગે છે."

"તેને પોતાનું રસ્તો ખૂબ જ ગમે છે," કર્નલ ફિટ્ઝવિલિયમ જવાબ આપ્યો. "પરંતુ તેથી આપણે બધા જ કરીએ છીએ. તે માત્ર એટલા માટે છે કે તેના કરતાં ઘણા અન્ય લોકો કરતાં તેનો વધુ સારો ઉપાય છે, કારણ કે તે સમૃદ્ધ છે, અને બીજા ઘણા ગરીબ છે. હું લાગણીથી બોલું છું. એક નાનો પુત્ર, તમે જાણો છો, નામંજૂર અને નિર્ભરતા. "

"મારા મતે, ઇરલનો નાનો દીકરો કાં તો ખૂબ જ ઓછો જાણી શકે છે. હવે, ગંભીરતાપૂર્વક, તમે ક્યારેય આત્મવિશ્વાસ અને નિર્ભરતા વિશે શું જાણો છો? જ્યારે તમે જ્યાં પણ પસંદ કર્યું ત્યાંથી નાણાંની ઇચ્છાથી તમને અટકાવવામાં આવ્યા હોય, અથવા તમારી પાસે ફેન્સી હતી તે કોઈપણ વસ્તુ ખરીદવી? "

"આ ઘરના પ્રશ્નો છે-અને કદાચ હું એમ કહી શકતો નથી કે મને તે કુદરતની ઘણી મુશ્કેલીઓનો અનુભવ થયો છે, પરંતુ વધારે વજનના કિસ્સામાં, હું પૈસાની ઇચ્છાથી પીડિત થઈ શકું છું. નાના પુત્રો જ્યાં તેઓ ગમે ત્યાં લગ્ન કરી શકતા નથી."

"જ્યાં સુધી તેઓ નસીબની સ્ત્રીઓને ગમે ત્યાં નહીં, જે મને લાગે છે કે તેઓ ઘણી વાર કરે છે."

"વિસ્તરણની અમારી ટેવ અમને ખૂબ નિર્ભર બનાવે છે, અને મારા જીવનના ઘણા એવા લોકો નથી જેઓ પૈસા પર ધ્યાન આપ્યા વિના લગ્ન કરી શકે છે."

"આ છે," એલિઝાબેથ વિચાર્યું, "મારા માટે અર્થ છે?" અને તે વિચાર પર રંગીન; પરંતુ, પોતાની જાતને પુનઃપ્રાપ્ત કરીને, જીવંત ટોનમાં કહ્યું, "અને પ્રાર્થના કરો, અર્લના નાના પુત્રની સામાન્ય કિંમત શું છે? જ્યાં સુધી મોટો ભાઈ ખૂબ બીમાર ન હોય ત્યાં સુધી મને લાગે છે કે તમે પચાસ હજાર પાઉન્ડથી વધારે નહીં પૂછશો."

તેણે તેણીને સમાન શૈલીમાં જવાબ આપ્યો, અને વિષય ઘટ્યો. એક મૌનને રોકવા જે તેને પસાર થતાં તેના પ્રભાવને પ્રભાવિત કરી શકે, તે પછી તરત જ તેણે કહ્યું,

"હું કલ્પના કરું છું કે તમારા પિતરાઇને તમારી સાથે તેના નિકાલ માટે કોઇકને જવાબદાર બનાવવા માટે મુખ્યત્વે તમારી સાથે લાવવામાં આવ્યા છે. મને આશ્ચર્ય છે કે તે લગ્નની સાથે સાથે તે પ્રકારની સગવડની સુવિધાને સુરક્ષિત કરવા માટે લગ્ન કરશે નહીં, પણ કદાચ તેની બહેન પણ હાજર રહે છે અને , કારણ કે તેણી તેની એકમાત્ર સંભાળ હેઠળ છે, તે તેની સાથે જે ગમે તે કરી શકે છે. "

"ના," કર્નલ ફિટ્ઝવિલિયમ જણાવ્યું હતું કે, "તે એક ફાયદો છે જે તેણે મારાથી વિભાજીત કરવો જોઈએ. હું તેની સાથે મિસ ડેર્સીના વાલીમાં જોડાયો છું."

"તમે ખરેખર છો? અને પ્રાર્થના કરો કે તમે કયા પ્રકારનાં વાલીઓ કરો છો? શું તમારા ચાર્જથી તમને તકલીફ થાય છે? તેની ઉંમરની યુવતીઓ ક્યારેક ક્યારેક મેનેજ કરવા માટે થોડી મુશ્કેલ હોય છે, અને જો તેણીની સાચી દ્વેષભાવની ભાવના હોય, તો તેણી કદાચ પોતાનું રસ્તો રાખવા માટે. "

જેમ તેણી બોલી રહી હતી, તેણીએ તેને ગંભીરતાથી જોયા, અને તે રીતે જે રીતે તેણે તરત જ તેને પૂછ્યું કે શા માટે તેણીને ખોટી તકલીફની કોઈ અસ્વસ્થતાની શક્યતા છે તેવું માનવામાં આવે છે, તેણીને ખાતરી હતી કે તેણીએ કોઈક રીતે અથવા અન્યને સત્ય નજીક ખૂબ જ મળ્યું છે. તેણી સીધી જવાબ આપ્યો,

"તમારે ડરવાની જરૂર નથી. મેં તેના વિશે કોઈ હાનિ ક્યારેય સાંભળ્યો નથી અને હું કહું છું કે તે વિશ્વની સૌથી વધુ ફેલાયેલી જીવોમાંની એક છે. તે મારા પરિચિતોની કેટલીક સ્ત્રીઓ સાથે ખૂબ પ્રિય છે, મિસ્ટર. હર્સ્ટ અને મિસ બિંગલી મને લાગે છે કે મેં તમને કહ્યું છે કે તમે તેમને જાણો છો. "

"હું તેમને થોડું જાણું છું. તેમનો ભાઈ એક સુખદ ખાનદાન-માણસ જેવા છે-તે બહાદુરીનો મહાન મિત્ર છે."

"ઓહ! હા," એલિઝાબેથ ડ્રિલિએ કહ્યું - "મિ. ડેર્સી મિ. બિન્ગલીને અસામાન્ય રીતે પ્રેમાળ છે, અને તેની કાળજી લેવા માટે એક અસાધારણ સોદો લે છે."

"તેની સંભાળ! - હા, હું ખરેખર વિશ્વાસ કરું છું કે ડેર્સી તેની સંભાળ રાખે છે જ્યાં તે મોટાભાગે કાળજી લે છે. અહીંથી તેણે મને જે મુસાફરીમાં કહ્યું છે તેમાંથી મારી પાસે બિન્ગલીને ખૂબ જ ઋણ આપવાનું કારણ છે. મારે માફી માગી લેવી જોઈએ, કારણ કે મને ધારવાનો અધિકાર નથી કે બિંગલી વ્યક્તિનો અર્થ છે. તે બધા અનુમાન હતા. "

"તમે તેનો અર્થ શું છે?"

"તે એક એવી પરિસ્થિતિ છે જે કોર્સની અસ્પષ્ટતા સામાન્ય રીતે જાણીતી હોતી નથી, કારણ કે જો તે મહિલાના પરિવારોમાં પરિણમે છે, તો તે એક અપ્રિય વસ્તુ હશે."

"તમે તેનો ઉલ્લેખ કરતા નથી તેના પર આધાર રાખી શકો છો."

"અને યાદ રાખો કે મારી પાસે તે બિન્ગલી હોવાનું માનવા માટેનું ઘણું કારણ નથી. તેણે મને જે કહ્યું તે માત્ર આ જ હતું; તેણે પોતાને મિત્રતાને સૌથી અવિચારી લગ્નના અસુવિધાઓથી બચાવ્યા હોવા છતાં અભિનંદન આપ્યું, પરંતુ નામ અથવા અન્ય કોઈ ઉલ્લેખ કર્યા વિના વિગતો, અને મને માત્ર તે જ યુવાન માણસ માનવામાં આવે છે કે તે બિંગલી હોવાનું માનવામાં આવે છે અને તે જ રીતે તે છેલ્લાં ઉનાળામાં એક સાથે હોવાનું જાણે છે. "

"મિ. ડેર્સીએ તમને આ દખલ માટેના કારણો આપ્યા હતા?"

"હું સમજી ગયો કે મહિલા સામે કેટલાક ખૂબ જ વાંધો ઉઠાવ્યાં હતાં."

"અને તેમને કઇ કલાઓનો ઉપયોગ કરવા માટે તેમણે અલગ કરી?"

ફિટ્ઝવિલિયમને હસતાં કહ્યું, "તેણે મારી પોતાની આર્ટ્સ સાથે વાત કરી નથી." "તેમણે માત્ર મને કહ્યું, મેં હમણાં જ તમને જે કહ્યું છે."

એલિઝાબેથે કોઈ જવાબ આપ્યો નહી, અને તેના હ્રદયને ગુસ્સે થતાં સૂઈ ગયો. તેણીને થોડો જોયા પછી, ફિટ્ઝવિલિયમએ તેને પૂછ્યું કે તે શા માટે ખૂબ વિચારશીલ છે.

"તમે મને જે કહ્યું છે તે વિશે હું વિચારી રહ્યો છું," તેણીએ કહ્યું. "તમારા પિતરાઈના વર્તનથી મારી લાગણીઓને અનુકૂળ થતું નથી. તે જજ કેમ છે?"

"તમે તેના દખલગીરીને પરામર્શ આપવાની જગ્યાએ નિકાલ છો?"

"હું જોઈ શકતો નથી કે મિસ્ટર ડેર્સીએ તેના મિત્રના વલણની યોગ્યતા અંગે નિર્ણય કરવો પડ્યો હતો અથવા કેમ, તેના પોતાના ચુકાદા પર, તે નક્કી કરવાનો હતો કે તે મિત્ર ખુશ થવાનો કેવો માર્ગ નક્કી કરે." "પરંતુ," તેણીએ ચાલુ રાખ્યું, પોતાને યાદ કરાવ્યું, "કારણ કે આપણે કોઈ પણ વિગતો જાણતા નથી, તેને વખોડી કાઢવું એ યોગ્ય નથી." એવું માનવામાં આવે છે કે આ કેસમાં ખૂબ પ્રેમ હતો.

"તે એક અકુદરતી આત્મવિશ્વાસ નથી," ફિટ્ઝવિલિયમ જણાવ્યું હતું કે, "પરંતુ તે મારા કઝીનની જીતને ખૂબ જ દુઃખદ ગણાવે છે."

આ બોલવામાં આવી હતી, પરંતુ તે તેના માટે માત્ર એમઆર એક ચિત્ર દેખાય છે. ડરસી, કે તેણી પોતાને જવાબ સાથે વિશ્વાસ કરશે નહીં; અને, તેથી, અચાનક વાતચીતમાં ફેરફાર કર્યા પછી, તેઓ પાર્સનજ સુધી પહોંચ્યા ત્યાં સુધી ઉદાસીન બાબતો પર વાત કરી. ત્યાં, પોતાના રૂમમાં બંધ થઈ જતા, જલદી જ તેમના મુલાકાતીએ તેમને છોડી દીધાં, તેણીએ જે સાંભળ્યું હતું તે બધું જ વિક્ષેપ વિના વિચારી શકે. તેવું માનવું ન હતું કે અન્ય લોકોનો અર્થ એ હોઈ શકે કે જેની સાથે તેણી જોડાયેલી હતી. ત્યાં અસ્તિત્વમાં નથીવિશ્વ બે પુરૂષો, જેના પર મિસ્ટર. આવા અમર્યાદિત પ્રભાવ હોઈ શકે છે. કે તેઓ જુનિયરને અલગ કરવાના પગલાંમાં ચિંતિત હતા. બિંગલી અને જેન, તેણીએ ક્યારેય શંકા ન હતી; પરંતુ તેણીએ બિંગલીની મુખ્ય ડિઝાઇન અને ગોઠવણીને ચૂકી જવાનું હંમેશાં આભારી હતું. તેમ છતાં, જો તેની પોતાની વ્યર્થતાએ તેને ગેરમાર્ગે દોર્યા ન હોત, તો તે કારણ હતું, જેન જેનો ભોગ બન્યા હતા તે બધાનું ગૌરવ અને બહાદુરી એ હજી પણ પીડાય છે. તેમણે થોડા સમય

માટે ખુશીના દરેક આશાને વિનાશકારી, ઉદાર હૃદય માટે વિશ્વના બરબાદ કરી દીધા હતા; અને કોઈ પણ એમ કહી શકતો ન હતો કે તેણે કેટલું દુષ્ટ કર્યું હશે.

"મહિલા સામે કેટલાક ખૂબ જ વાંધો ઉઠાવતા હતા," કર્નલ ફિટ્ઝવિલિયમના શબ્દો હતા, અને કદાચ આ મજબૂત વાંધાઓ હતા, તેના એક કાકા હતા જે દેશના એટર્ની હતા, અને લંડનમાં બીજા વ્યવસાયમાં હતા.

તેણીએ કહ્યું, "પોતાની જાતને જાને રાખવું," એવી કોઈ વાંધો નથી કે તે વાંધો નથી. તે બધી સુંદરતા અને ભલાઇ જેવી છે! તેણીની સમજશક્તિ ઉત્તમ છે, તેના મનમાં સુધારો થયો છે, અને તેણીના મનને આકર્ષિત કરે છે. મારા પિતા સામે કોઈ પણ વસ્તુની માંગણી કરી શકાતી નથી. , જોકે કેટલીક વિચિત્રતાઓ સાથે, ક્ષમતાઓ છે જે મિસ્ટર ડેર્સીને પોતાને અસ્વીકાર કરવાની જરૂર નથી, અને આદરણીયતા કે જે તે સંભવતઃ ક્યારેય પહોંચશે નહીં. " જ્યારે તેણીએ ખરેખર તેની માતા વિશે વિચાર્યું, ત્યારે તેના આત્મવિશ્વાસને થોડો માર્ગ મળ્યો, પરંતુ તે કોઈ વાંધો નહીં આપે કે ત્યાં શ્રીમાન સાથેના વજનનું વજન હોય. , જેની ગૌરવ, તેણી સહમત હતી, તેમના મિત્રના જોડાણોમાં મહત્વની ઇચ્છાથી, તેમના અર્થમાં ઇચ્છા કરતાં વધુ ગંભીર ઘા પ્રાપ્ત કરશે; અને છેલ્લે તે નક્કી કરવામાં આવ્યું હતું કે, આ આંશિક રીતે ગૌરવથી શાસન કરવામાં આવ્યું હતું, અને અંશતઃ એમ.આર. જાળવવાની ઇચ્છાથી. તેની બહેન માટે બિંગલી.

આંદોલન અને આંસુઓ જે વિષય પ્રસંગે પ્રગટ થયો, તે માથાનો દુખાવો લાવ્યો; અને તે સાંજે તરફ એટલો બધો ખરાબ થયો કે, મિ. ડાર્સી, તેણે નક્કી કર્યું કે તેના પિતરાઇઓને રોઝિંગમાં હાજર ન થવું, જ્યાં તેઓ ચા પીવા માટે રોકાયા હતા. શ્રીમતી. કોલિન્સ, જોયું કે તે ખરેખર અસ્વસ્થ હતી, તેણે તેને જવા માટે દબાણ કર્યું નહોતું, અને શક્ય તેટલું જલદી તેના પતિને તેણીને દબાવવાથી

અટકાવ્યું, પરંતુ મિ. કોલિન્સ તેના ઘરે રહેતી મહિલા કેથરિનની ચિંતાને છુપાવી શકતી નથી.

પ્રકરણ .

જ્યારે તેઓ ગયા હતા, ત્યારે એલિઝાબેથ, જેમણે એમ.આર. ડેર્સીએ તેણીને રોજગાર માટે પસંદ કર્યા હતા, જેણે જેનને તેણીના કન્ટમાં હોવાના કારણે તેણીને લખેલા બધા પત્રોની તપાસ કરી હતી. તેમાં કોઈ વાસ્તવિક ફરિયાદ નથી, અથવા ભૂતકાળની ઘટનાઓનો કોઈ પુનરુત્થાન થયો નહોતો, અથવા હાલના દુઃખની કોઈપણ સંચાર. પરંતુ બધામાં, અને દરેકની લગભગ દરેક રેખામાં, તે ઉત્સાહની ઇચ્છા હતી જેનો ઉપયોગ તેની શૈલીને પાત્ર બનાવવા માટે કરવામાં આવ્યો હતો, અને જે, મનની શાંતિથી પોતાની સાથે સરળતાપૂર્વક આગળ વધતો હતો અને પ્રત્યેક તરફ કૃપા કરીને નિકાલ કરતો હતો, ભાગ્યે જ ક્યારેય વાદળ આવી હતી. એલિઝાબેથે અસ્વસ્થતાનો વિચાર વ્યક્ત કરતા દરેક વાક્યને ધ્યાનમાં લીધા, જેમાં પ્રથમ અવલોકન પર તે ભાગ્યે જ પ્રાપ્ત થયો હતો. શ્રીમાન. ડરસીના શરમજનક બડાઈથી તે કઇ દુઃખ લાવી શક્યો હતો, તેણીને તેના બહેનના દુઃખની સમજણ આપી. તે વિચારવા માટે થોડો દિલાસો હતો કે આગામી દિવસે પછી અને બીજા દિવસે પણ, રોસિંગની તેમની મુલાકાત સમાપ્ત થઈ ગઈ હતી, અને એક પખવાડિયાથી પણ ઓછા સમયમાં તેણીએ ફરીથી જેન સાથે હોવું જોઈએ અને તેના આત્માઓની વસૂલાતમાં ફાળો આપવા માટે સક્ષમ બનવું જોઈએ. , તે બધા પ્રેમ દ્વારા કરી શકે છે.

તેણી ડારસીને છોડીને કેન્ટ વિશે વિચારતી ન હતી, યાદ રાખ્યા વિના કે તેના પિતરાઇ તેની સાથે જઇ શકે છે; પરંતુ કર્નલ ફિટ્ઝવિલિયમએ સ્પષ્ટ કર્યું હતું કે તેની કોઇ ઇરાદા નહોતી, અને તે જેટલી સંમત છે, તે તેના વિશે નાખુશ હોવાનો અર્થ નથી.

આ મુદ્દાને સ્થાયી કરતી વખતે, તેણી અચાનક બારણાની ઘંટડીની વાણીથી ઘેરાઈ ગઈ હતી, અને તેના આત્માઓ પોતે જ કોલ્નેલ ફિટ્ઝવિલિયમ હોવાના વિચારથી થોડો અસ્પષ્ટ થઈ ગયો હતો, જેણે એકવાર સાંજે મોડેથી બોલાવતા પહેલા, અને હવે પૂછપરછ કરવા આવી શકે છે. ખાસ કરીને તેના પછી. પરંતુ આ વિચાર જલદી જ બહિષ્કૃત કરવામાં આવ્યો હતો, અને તેના આત્માઓ ખૂબ જ અલગ રીતે પ્રભાવિત થયા હતા, જ્યારે, તેણીની સંપૂર્ણ આશ્ચર્યજનક વાત, તેણીએ મિ. રૂમ માં વૉક. ઉતાવળમાં તરત જ તેણે તંદુરસ્તી પછી પૂછપરછ શરૂ કરી, સુનાવણીની ઇચ્છાથી તેણીની મુલાકાત પર દબાણ કર્યું કે તે બહેતર છે. તેણીએ તેને ઠંડા સિવિલિટી સાથે જવાબ આપ્યો. તે થોડી ક્ષણો માટે બેઠો, અને પછી ઊઠીને ઓરડામાં ચાલ્યો ગયો. એલિઝાબેથ આશ્ચર્ય પામ્યો હતો, પણ એક શબ્દ બોલ્યો ન હતો. થોડી મિનિટોની મૌન પછી તે તેની સામે એક આઘાતજનક રીતે આવ્યો, અને આમ,

"નિરર્થક રીતે મેં સંઘર્ષ કર્યો છે, તે કરશે નહીં, મારી લાગણીઓને દબાવી શકાશે નહીં. તમારે મને તમને જણાવવું જોઈએ કે હું કેવી રીતે ઉત્સાહપૂર્વક પ્રશંસનીય છું અને તમને પ્રેમ કરું છું."

એલિઝાબેથના આશ્ચર્યજનક અભિવ્યક્તિની બહાર હતો. તેણીએ રંગીન, શંકા પાડી, અને મૌન હતી. આને તેમણે પૂરતા પ્રોત્સાહન તરીકે માનતા હતા, અને તેમને જે લાગ્યું હતું તે બધાની અવગણના અને તેના માટે લાંબા સમય સુધી લાગ્યું હતું, તરત જ અનુસર્યા. તેમણે સારી વાત કરી હતી, પરંતુ હૃદયની વિગતો ઉપરાંત વિગતવાર લાગણીઓ હતી, અને તે ગૌરવ કરતાં નમ્રતા વિષય પર વધારે બોલતો ન હતો. તેમના અવ્યવસ્થિતતાનો અર્થ - તેના અવ્યવસ્થાને કારણે - જે અવરોધો હંમેશાં જાતીય વલણનો વિરોધ કરે છે, તે હૂંફાળા સાથે વસે છે જે તે ઘાયલ થયાના પરિણામે લાગતું હતું, પરંતુ તેના દાવોની ભલામણ કરવાની અસંભવ હતી.

તેણીના ઊંડા મૂળ રૂપે નાપસંદ હોવા છતાં, તે આવી વ્યક્તિની લાગણીની પ્રશંસા માટે અસમર્થ હોઈ શકતી નથી, અને તેમ છતાં તેના ઇરાદા એક ત્વરિત માટે બદલાતા નહોતા, છતાં તે જે પીડા પ્રાપ્ત કરવા માટે માગે છે તે સૌ પ્રથમ દિલગીર હતી; ત્યાં સુધી, તેણીની અનુગામી ભાષા દ્વારા રાજીનામું આપ્યું, તે ગુસ્સામાં બધી કરુણા ગુમાવી. તેણીએ ધીરજ સાથે જવાબ આપવા માટે પોતે કંપોઝ કરવાનો પ્રયત્ન કર્યો હતો, જ્યારે તેણે તે કરવું જોઈએ. તે તેના જોડાણની તાકાતને રજૂ કરે છે, જે તેના તમામ પ્રયત્નો હોવા છતાં, તેને જીતી શકવાનું અશક્ય હતું; અને તેની આશા વ્યક્ત કરીને તે હવે તેના હાથની સ્વીકૃતિ દ્વારા પુરસ્કાર પ્રાપ્ત કરશે. જેમ તેમણે આ કહ્યું, તેણી સરળતાથી જોઈ શકે છે કે તેમને અનુકૂળ જવાબની કોઈ શંકા નથી. તેમણે શંકા અને ચિંતા વિશે વાત કરી હતી, પરંતુ તેના ચહેરાને વાસ્તવિક સુરક્ષા વ્યક્ત કરી હતી. આવા સંજોગોમાં માત્ર આગળથી વધુ પડતું દુઃખ લાગી શકે છે,

"આવા કિસ્સાઓમાં, હું વિશ્વાસ કરું છું કે, સ્થાપિત ભાવને અભિવ્યક્ત કરવા માટેની લાગણીનો અભિવ્યક્તિ વ્યક્ત કરવા માટે, જો કે તે અસમાન રીતે પાછા આવી શકે છે. સ્વાભાવિક છે કે જવાબદારી અનુભવી જોઈએ અને જો હું કૃતજ્ઞતા અનુભવી શકું, હવે હું તમારો આભાર માનું છું, પણ હું કરી શકતો નથી - મેં ક્યારેય તમારા સારા અભિપ્રાયની ઇચ્છા નહોતી આપી, અને તમે તેને સૌથી વધુ અનિચ્છનીય રીતે આપી દીધી છે. મને કોઈ દુઃખ થાય તે માટે માફ કરું છું. જોકે, તે અજાણપણે કરવામાં આવ્યું છે, અને હું આશા રાખું છું કે ટૂંકા ગાળાના હશે. લાગણીઓ જે તમે મને કહો છો, એ તમારા સંદર્ભની સ્વીકૃતિને લાંબા સમયથી અટકાવી દીધી છે, આ સમજૂતી પછી તેનો સામનો કરવામાં થોડી મુશ્કેલી પડી શકે છે. "

શ્રીમાન. ડર્સી, જે તેના ચહેરા પર નિશ્ચિત આંખો સાથે ગાદલાના ટુકડા સામે ઝળહળતી હતી, તે તેના શબ્દોને આશ્ચર્ય કરતાં ઓછો નિરાશ ન હતો. તેમનું રંગ ગુસ્સાથી નિસ્તેજ બન્યું, અને તેના મનની તકલીફ દરેક લક્ષણમાં દૃશ્યમાન હતી. તે કંપોઝરના દેખાવ માટે સંઘર્ષ કરી રહ્યો હતો, અને તેના હોઠો ખોલ્યા ન હતા ત્યાં સુધી, તેઓ માનતા હતા કે તે પોતાને પ્રાપ્ત કરે છે. એલિઝાબેથની લાગણીઓને ભયંકર ગણાવી હતી. લાંબા સમયથી, બળજબરીથી શાંત રહેવાની વાણીમાં, તેણે કહ્યું,

"અને આ બધા જવાબો છે જેનો મને અપેક્ષા રાખવાનો સન્માન છે! હું કદાચ કદાચ જાણ કરું, કેમ કે, સિવિલિટીમાં એટલા ઓછા પ્રયત્નો સાથે, મને આ રીતે નકારવામાં આવે છે, પરંતુ તે ખૂબ જ મહત્વનું છે."

"હું પણ પૂછપરછ કરી શકું છું," તેણીએ જવાબ આપ્યો, "શા માટે મને અપમાનજનક અને અપમાનજનક બનાવવાની ડીઝાઇનની સાથે તમે મને કહેવાનું પસંદ કર્યું કે તમે મને તમારી ઇચ્છા વિરુદ્ધ, તમારા કારણોસર અને તમારા પાત્ર સામે પણ ગમ્યું છે? અસભ્યતા માટે કેટલાક બહાનું, જો હું અસંતુષ્ટ હોત? પણ મારી પાસે અન્ય ઉશ્કેરણી છે. તમે જાણો છો કે મારી પાસે છે. મારી લાગણીઓ તમારી વિરુદ્ધ નક્કી કરવામાં આવી ન હતી, તેઓ ઉદાસીન હતા, અથવા તેઓ અનુકૂળ પણ હતા, શું તમને લાગે છે કે કોઈ વિચારણા કરશે હું તે માણસને સ્વીકારી શકું છું, જેનો વિનાશ કરવાનો અર્થ છે, કદાચ હંમેશ માટે, સૌથી પ્રિય બહેનની સુખ? "

જેમ તેમણે આ શબ્દો ઉચ્ચાર્યા, મિ. ડાર્સી રંગ બદલ્યો; પરંતુ લાગણી ટૂંકી હતી, અને તેણી ચાલુ રાખતી વખતે તેણીને અટકાવવાનો પ્રયાસ કર્યા વિના સાંભળી.

"તમારામાં બીમાર થવાની મારી પાસે વિશ્વભરમાં દરેક કારણ છે. કોઈ હેતુ તમારા દ્વારા કરવામાં આવેલા અન્યાયી અને

અસહ્ય ભાગને માફ કરી શકશે નહીં. તમે હિંમત નહી આપો, તમે નકારતા નથી કે તમે મુખ્ય છો, જો તેમનેમાંથી વિભાજીત કરવાનો એકમાત્ર ઉપાય નહીં એકબીજાને, મૂર્ખતા અને અસ્થિરતા માટે વિશ્વને નાબૂદ કરવા, બીજાને નિરાશ આશાઓ માટેના દુર્ઘટના અને એકબીજાને દુ: ખી દુઃખમાં સામેલ કરવાનો સમાવેશ થાય છે. "

તેણીએ થોભો, અને જોરથી ગુસ્સે થતાં જોયું કે તે એક હવા સાથે સાંભળી રહ્યો છે જેણે તેને પસ્તાવોની લાગણીથી સંપૂર્ણ રીતે પ્રગટ કર્યા. તેણે તેના પર પ્રભાવિત અવિશ્વસનીયતાની સ્મિત સાથે પણ જોયું.

"તમે નકારી શકો છો કે તમે તે કર્યું છે?" તેણીએ પુનરાવર્તન કર્યું.

તેણે શાંતિપૂર્વક કહ્યું કે, "મારી બહેનથી મારા મિત્રને અલગ કરવા માટે મેં મારી શક્તિમાં દરેક વસ્તુ કરી હતી, અથવા મારી સફળતામાં મને આનંદ થયો છે તેની મને ઇચ્છા નથી હોતી. તેના તરફ હું મારી તરફ દયાળુ છું."

એલિઝાબેથે આ નાગરિક પ્રતિબિંબને ધ્યાનમાં લીધાં હોવાનો અસ્વીકાર કર્યો હતો, પરંતુ તેના અર્થનો બચાવ થયો નહોતો, અને તે તેના સમાધાનની શક્યતા પણ ન હતી.

"પરંતુ તે માત્ર આ પ્રિય નથી," તેણીએ ચાલુ રાખ્યું, "જેના પર મારી નાપસંદગીની સ્થાપના કરવામાં આવી છે. તે ઘણું લાંબું થઇ ગયું તે પહેલાં, મારા વિશે તમારો અભિપ્રાય નક્કી કરવામાં આવ્યો હતો. તમારા પાત્રનો ઉલ્લેખ હું જે ઘણાં મહિના પહેલા મળ્યો હતો તે પ્રકાશનમાં થયો હતો. આ વિષય પર, તમે શું કહેવા માગો છો? મિત્રતાના કયા કાલ્પનિક કાર્યમાં તમે અહીં તમારો બચાવ કરી શકો છો? અથવા ખોટી રજૂઆત હેઠળ, શું તમે અહીં અન્ય લોકો પર લાદી શકો છો? "

"તમે તે સજ્જનની ચિંતાઓમાં આતુર રસ ધરાવો છો," ડાર્સીએ ઓછા શાંત સ્વરૂપે અને ઊંચી રંગ સાથે જણાવ્યું હતું.

"કોણ જાણે છે કે તેના દુર્ભાગ્યે શું થયું છે, તેનામાં રસ લાગવામાં મદદ કરી શકે?"

"તેના દુર્ઘટના!" વારંવાર ડરસી તિરસ્કારપૂર્વક; "હા, તેના દુર્ભાષણ ખરેખર મહાન રહ્યા છે."

"અને તમારા બળતરા," એલિઝાબેથ ઊર્જા સાથે રડી. "તમે તેને ગરીબીની તુલનાત્મક ગરીબી, તુલનાત્મક ગરીબીમાં ઘટાડી દીધી છે. તમે તેના ફાયદાને અટકાવી દીધા છે, જે તમારે તેના માટે રચાયેલ હોવા જોઈએ તેવું તમારે જાણવું જોઈએ. તમે તેના જીવનના શ્રેષ્ઠ વર્ષો, તે સ્વાતંત્ર્યની વંચિતતા ગુમાવી દીધી છે જે તેનાથી ઓછું ન હતું તેના રણના કારણે. તમે આ બધું કર્યું છે! અને હજુ સુધી તમે તેના દુર્ભાષણના ઉલ્લેખની અવગણના અને ઉપહાસ સાથે ઉપચાર કરી શકો છો. "

શું તમે મને તમારા કનેક્શન્સની નીચીતામાં આનંદ થવાની અપેક્ષા રાખી શકો છો? મારા પર અભિનંદન માટેસંબંધોની આશા, જીવનની કોશિષ મારી જ નીચે છે? "

એલિઝાબેથ પોતાને દરેક ક્ષણે વધુ ગુસ્સે થઇ લાગ્યું; હજી તેણીએ કહ્યું કે જ્યારે તેણીએ કહ્યું,

"જો તમને લાગે કે તમારી ઘોષણાના પ્રકારે મને અન્ય કોઈ રીતે અસર પહોંચાડી છે, તો તમે ભૂલથી માની ગયા છો, કારણ કે તે મને તમને નકારી કાઢતી લાગણીથી બચાવે છે, શું તમે વધુ સજ્જન-જેવું વર્તન કર્યું છે રીત. "

તેણીએ તેને આ પર શરૂ જોયું, પરંતુ તેમણે કશું કહ્યું, અને તે ચાલુ રાખ્યું,

"તમે મને કોઈ પણ સંભવિત રૂપે તમારા હાથની ઓફર ન કરી શક્યા હોત જેણે મને તેને સ્વીકારવાની લાલચ કરી હોત."

ફરીથી તેમના આશ્ચર્ય આશ્ચર્યજનક હતી; અને તેણે તેણીને ગુંચવણભર્યા અવિશ્વસનીયતા અને આત્મવિશ્વાસની અભિવ્યકિત સાથે જોવી. તેણીએ ગયા.

"ખૂબ જ શરૂઆતથી, પહેલી ક્ષણે હું તમારી સાથે મારા પરિચયથી લગભગ કહી શકું છું, તમારા અભિમાનથી મને તમારા અભિમાન, તમારી કલ્પના અને તમારી લાગણીઓની સ્વાર્થી ની સંપૂર્ણ માન્યતા સાથે પ્રભાવિત કરાયો હતો, જેમ કે નામંજૂરની ભૂમિકાની રચના, જેના પર સફળ ઘટનાઓએ અવિચારી અપ્રમાણિક નિર્માણ કર્યું છે; અને હું તમને એક મહિના પહેલાં જાણતો ન હતો તે પહેલાં મને લાગ્યું કે તમે વિશ્વના છેલ્લા વ્યક્તિ હતા જેમને હું લગ્ન કરવા માટે જીતી શકું છું. "

"તમે ખૂબ જ કહ્યું છે, મેદમ. હું તમારી લાગણીઓને સંપૂર્ણ રીતે સમજી શકું છું, અને હવે મારી પોતાની જ શરમથી શરમાઈ ગયો છું . તમારા સમયનો સમય લેતા મને માફ કરો અને તમારા સ્વાસ્થ્ય માટે મારી શુભકામનાઓ સ્વીકારો અને સુખ. "

અને આ શબ્દોથી તેણે તરત જ રૂમ છોડી દીધું, અને એલિઝાબેથે તેને સાંભળ્યું કે આગળની ક્ષણે આગળનો દરવાજો ખોલો અને ઘર છોડી દે.

તેના મગજની ગાંઠ હવે પીડાદાયક રીતે મહાન હતી. તેણી જાણતી ન હતી કે કેવી રીતે પોતાને ટેકો આપવો, અને વાસ્તવિક નબળાઇથી બેઠા અને અડધા કલાક સુધી રડ્યા. તેણીએ જે આશ્ચર્ય વ્યક્ત કરી હતી તેના પર તેણે પ્રતિબિંબ મૂક્યો હતો, તેની દરેક સમીક્ષામાં વધારો થયો હતો. તેણીએ એમ.આર.

પાસેથી લગ્નની ઑફર મેળવવી જોઈએ. ડરસી! કે તેણે ઘણા મહિનાથી તેના પર પ્રેમ રાખવો જોઈએ! એટલામાં પ્રેમમાં એટલા બધા પ્રેમ છે કે તે બધા વાંધાઓ હોવા છતાં પણ તેણે તેના મિત્રને તેની બહેન સાથે લગ્ન કરવાનું અટકાવ્યું છે, અને જે ઓછામાં ઓછું તેના પોતાના કિસ્સામાં સમાન બળ સાથે દેખાઈ શકે છે તે લગભગ અવિશ્વસનીય હતું! તે અસ્વસ્થપણે પ્રેમાળપણે એટલા જ પ્રેમાળ પ્રેરણાને પ્રેરણા આપતો હતો. પરંતુ તેના ગૌરવ, તેના ધૃણાસ્પદ ગૌરવ, જેણે જેનના સંદર્ભમાં જે કર્યું હતું તેના શરમજનક અવ્યવસ્થા, સ્વીકાર્યતામાં તેમના અયોગ્ય ખાતરી, જો કે તે તેને ન્યાયી ઠરાવી શક્યો નહીં, અને તે અનિચ્છનીય રીત જેમાં તેમણે એમ.આર.નો ઉલ્લેખ કર્યો હતો. વિકહમ, જેની ક્રૂરતા તેમણે નકારવાનો પ્રયાસ કર્યો ન હતો, તેમણે તરત જ દયા પર વિજય મેળવ્યો, જે તેમના જોડાણની વિચારણા ક્ષણ માટે ઉત્સાહિત હતી.

લેધર કેથરિનની વાહનની અવાજ સુધી તેણીએ ખૂબ જ ઉત્તેજિત પ્રતિબિંબ ચાલુ રાખ્યા હતા, તેણીએ ચાર્લોટના નિરીક્ષણ સામે કેવી અસમાન હતી તે અનુભવી હતી અને તેણીને તેણીના રૂમમાં લઈ જઇ હતી.

પ્રકરણ .

એલિઝાબેથે બીજા સવારે જ વિચારો અને ધ્યાન પર જાગી, જેણે તેની આંખો બંધ કરી દીધી હતી. તે હજી સુધી જે બન્યું તેનાથી આશ્ચર્ય પામ્યો ન હતો; બીજા કોઈ પણ વસ્તુ વિશે વિચારવું અશક્ય હતું, અને રોજગાર માટે તદ્દન અસ્પષ્ટ હતો, તેણીએ નાસ્તો કર્યા પછી તરત જ હવા અને કસરતમાં વ્યસ્ત રહેવાનું નક્કી કર્યું. જ્યારે તેણી મિ. ના સ્મૃતિચિહ્ન વખતે સીધી રીતે તેણીની પ્રિય વૉક તરફ આગળ વધતી હતી. ક્યારેક ત્યાં આવતા ડેર્સીએ તેને અટકાવ્યો, અને પાર્કમાં પ્રવેશ કરવાને બદલે, તેણીએ ગલી ફેરવી, જેણે તેણીને ટર્નપાઇક રોડથી આગળ લઈ

જઇ. પાર્ક પેલિંગ હજી પણ એક બાજુની સરહદ હતી, અને તે તરત જ એક દરવાજાને જમીન પર પસાર કરી.

ગલીના ભાગ સાથે બે કે ત્રણ વાર ચાલ્યા પછી, સવારે સુખદતા દ્વારા, દરવાજા પર રોકવા અને પાર્કમાં જોવા માટે તેણીને આકર્ષવામાં આવી હતી. પાંચ અઠવાડિયા જે તેણીએ હવે કેન્ટમાં પસાર કરી હતી, તેણે દેશમાં એક મોટો ફરક લીધો હતો, અને દરરોજ પ્રારંભિક વૃક્ષોના ખીણમાં ઉમેરવામાં આવતો હતો. તેણી તેણીની ચાલ ચાલુ રાખવાના સ્થળે હતી, જ્યારે તેણીએ ઉધાનની કિનારીમાં એક સજ્જનનો ઝભ્ભો પકડ્યો હતો; તે તે રીતે આગળ વધી રહ્યો હતો; અને તેના મિસ્ટર ભયભીત. ડરસી, તે સીધી પીછેહઠ કરી રહી હતી. પરંતુ જે વ્યક્તિ અધતન છે, તે હવે તેને જોવા માટે પૂરતી નજીક હતી, અને ઉત્સાહપૂર્વક આગળ વધતો, તેનું નામ ઉચ્ચારણ કરતો હતો. તેણીએ પાછા ફર્યા હતા, પરંતુ પોતાને બોલાવતા સાંભળીને, જો કે અવાજમાં તે અવાજ થયો હતો. , તે ફરીથી દરવાજા તરફ ખસેડવામાં. તે સમયે તે ત્યાં પહોંચ્યો હતો, અને એક પત્ર હોલ્ડિંગ કરતો હતો,ધનુષ, ફરીથી વાવેતર માં ફેરવાઇ, અને ટૂંક સમયમાં દૃષ્ટિ બહાર હતો.

આનંદની અપેક્ષા વિના, પરંતુ મજબૂત જિજ્ઞાસા સાથે, એલિઝાબેથે આ પત્ર ખોલ્યો અને તેની હજી પણ વધી રહેલી અજાયબીને લીધે, પત્રના બે શીટ ધરાવતી એક પરબિડીયું, જે ખૂબ જ નજીકથી લખેલું હતું. સંપૂર્ણ. - લેન સાથે તેના માર્ગ અનુસરતા, તે પછી તે શરૂ કર્યું. તે સવારના આઠ વાગ્યે, રોઝિંગથી તારીખે, અને નીચે પ્રમાણે હતું: -

"આ પત્ર પ્રાપ્ત કરવા, આ લાગણીઓની કોઈ પુનરાવર્તન, અથવા તે ઑફર્સનું નવીકરણ સમાપ્ત થવાની આશંકાથી, સાવચેત ન થાઓ, જે છેલ્લા રાત્રે તમારી સાથે ઘૃણાસ્પદ હતા. હું તમને દુઃખ પહોંચાડવા અથવા નમ્ર થવાની ઇચ્છા વિના લખું છું.

હું, ઇચ્છાઓ પર નિવાસ કરીને, જે, બંનેની સુખ માટે, ખૂબ જલ્દી ભૂલી શકતા નથી; અને જે પ્રયત્નો, અને આ પત્રની જોગવાઇ પ્રસંગે પ્રગટ થવી જોઇએ, તેને અવગણવું જોઇએ, મારા પાત્રને તે જરૂરી હોવું જોઈએ નહીં લખ્યું અને વાંચ્યું. તેથી, તમારે સ્વતંત્રતાને માફી આપવી જોઈએ જેનાથી હું તમારું ધ્યાન માંગું છું; તમારી લાગણીઓ, હું જાણું છું, તેને અનિચ્છાથી આપીશ, પણ હું તમારા ન્યાયની માંગ કરીશ.

"એકદમ ભિન્ન પ્રકારનાં બે ગુનાઓ, અને સમાન કદના કોઈ પણ માધ્યમથી, તમે છેલ્લા રાતે મારા ચાર્જ પર નાખ્યો. સૌ પ્રથમ ઉલ્લેખ કર્યો હતો કે, કાંઈપણની લાગણીઓને ધ્યાનમાં લીધા વિના, મેં તમારી બહેનમાંથી મિસ્ટર બિન્ગલીને અલગ કરી દીધી હતી - અને બીજું, જે મેં કર્યું હતું, વિવિધ દાવાઓની અવગણના કરીને, સન્માન અને માનવતાના વિરોધમાં, તાત્કાલિક સમૃધ્ધિને બરબાદ કરી, અને મિ. વિકમની સંભાવનાઓને વિખેરી નાખી. - મારા યુવાનીના સાથીને છોડી દેવાની ઇરાદાપૂર્વક અને અવિવેકી રીતે મારા પિતાના સ્વીકૃત પ્રિય, એક યુવાન માણસ જેની પાસે ભાગ્યે જ કોઈ અન્ય હતું-પરંતુ તે નેધરફિલ્ડની નૃત્યની સાંજ સુધી ન હતી કે મને તેની લાગણી ગંભીર લાગવાની કોઈ શંકા હતી.-હું તેને ઘણી વખત પ્રેમમાં જોતો હતો. - તે બોલ પર, જ્યારે મને તમારી સાથે નાચવાની સન્માન હતી, સર વિલીયમ લુકાસની અકસ્માતની માહિતી દ્વારા મને સૌ પ્રથમ પરિચિત કરાયું હતું, કે તમારી બહેનને બિંગલીના ધ્યાનથી તેમના લગ્નની સામાન્ય અપેક્ષામાં વધારો થયો હતો. તેમણે એક ચોક્કસ ઘટના તરીકે તેની વાત કરી હતી, જેનો એકલો સમય અનિશ્ચિત હોઇ શકે છે. તે ક્ષણે મેં મારા મિત્રના વર્તનને ધ્યાનપૂર્વક જોયું; અને પછી હું જોઉં છું કે મિસ બેનેટ માટેનો તેમની આંશિકતા એ મેં જે જોયેલી હતી તેના કરતા પણ વધારે હતી. તમારી બહેન પણ મેં જોયેલી. - તેણીની નજર અને વર્તન ખુલ્લા, ઉત્સાહિત અને હંમેશની જેમ સંલગ્ન હતા, પરંતુ કોઈ વિશિષ્ટ સંબંધ હોવા છતાં, અને સાંજેની તપાસથી હું સહમત રહી, તેમ છતાં તેણીને આનંદ

સાથે તેની વિચારધારાઓ મળી હોવા છતાં, તેણીએ ભાવનાની કોઈ સહભાગીતા દ્વારા તેમને આમંત્રણ આપ્યું ન હતું. -જો તમે અહીં ભૂલથી નથી આવ્યા હો, તો હું ભૂલમાં હોવું જ જોઈએ. તમારી બહેનના તમારા ચઢિયાતી જ્ઞાનને સંભવિત સંભવિત બનાવવું આવશ્યક છે. - જો એમ હોય તો, જો મને આવી ભૂલ દ્વારા ગેરમાર્ગે દોરવામાં આવે તોતેના પર દુઃખ પહોંચાડ્યું છે, તમારી ગુસ્સો ગેરવાજબી નથી. પરંતુ હું ભારપૂર્વક દલીલ કરી શકું નહીં કે તમારી બહેનની ચહેરા અને હવાની શાંતિ એટલી તીવ્ર હતી કે જેમણે સૌથી વધુ તીવ્ર નિરીક્ષક આપ્યો હોવાનું માનવામાં આવે છે, તેમ છતાં તે ખાતરી કરે છે કે તેના ગુસ્સાને અનુકૂળ છે, તેના હૃદયને સરળતાથી સ્પર્શ થવાની સંભાવના નથી.-તે હું તેના ઉદાસીનતાની ખાતરી કરવા ઇચ્છતો હતો, પરંતુ હું કહી શકું છું કે મારી તપાસ અને નિર્ણયો સામાન્ય રીતે મારી આશા અથવા ડરથી પ્રભાવિત થતા નથી. -મને તેણીને ઉદાસીન રહેવાનું માનતું નહોતું કારણ કે હું તેની ઇચ્છા રાખું છું; -તે માનતા હતા નિષ્પક્ષ દલીલ પર, જેમ હું ખરેખર કારણસર ઇચ્છા રાખું છું. - લગ્ન માટેના મારા વાંધા ફક્ત તે જ ન હતા, જે મેં છેલ્લા રાત્રે સ્વીકાર્યું હતું કે જુસ્સાને મારા પોતાના કિસ્સામાં દૂર કરવા માટે ઉત્કટ શક્તિની જરૂર છે; કનેક્શનની ઇચ્છા એટલી મોટી નથી કે મારા મિત્રને મારા માટે દુષ્ટ. -પરંતુ ત્યાંના અન્ય કારણો હતા; કારણ કે, હજી પણ અસ્તિત્વમાં છે, અને બંને કિસ્સાઓમાં સમાન અંશે અસ્તિત્વ ધરાવે છે, મેં મારી જાતને ભૂલી જવાનો પ્રયાસ કર્યો હતો, કારણ કે તે મારા પહેલાં તરત જ નહોતા. -આ કારણો હોવા જોઈએ, તેમ છતાં સંક્ષિપ્તમાં. - તમારી માતાના પરિવારની સ્થિતિ, વાંધાજનક હોવા છતાં, તે એટલી બધી વાર માલિકીની ઇચ્છાની સરખામણીમાં કંઇક નહોતી, તેથી તમારી જાતને ત્રણ નાની બહેનો દ્વારા, અને ક્યારેક તમારા પિતા દ્વારા પણ, એકસરખી રીતે વિશ્વાસઘાત કરવામાં આવે છે.-માફ કરશો. તમને દુઃખ પહોંચાડવા મને દુઃખ થાય છે. પરંતુ તમારા નજીકના સંબંધોના ખામીઓ માટે તમારી ચિંતા વચ્ચે અને તેમના પ્રતિનિધિત્વને લીધે તમારી નાખુશ

થવાથી, તે વિચારવા માટે તમને દિલાસો આપે છે કે, આ પ્રકારના સંવેદનાના કોઈપણ ભાગને ટાળવા માટે પોતાને સંચાલિત કરવા માટે, પ્રશંસા સામાન્ય રીતે ઓછી નહીં થાય તમને અને તમારી મોટી બહેનને આપેલું,મને સૌથી દુઃખદાયક જોડાણનું ગૌરવ મળ્યું. -જે દિવસે લંડન માટે નેધરફીલ્ડફિલ્ડ છોડ્યું, તે જ દિવસે, તમે ચોક્કસ છો, યાદ રાખો, ટૂંક સમયમાં પાછા આવવાની ડિઝાઇન સાથે યાદ રાખો. -જે ભાગ મેં કર્યો તે હવે સમજાવવાનું છે.- તેની બહેનોની અસ્વસ્થતા મારા પોતાનાથી જ ઉત્સાહિત થઈ હતી; અમારી લાગણીનો સંયોગ તરત જ શોધાયો હતો; અને, સમાન રીતે સમજદાર કે તેમના ભાઈને અલગ કરવામાં કોઈ સમય ગુમાવવો ન હતો, અમે ટૂંક સમયમાં જ લંડનમાં સીધી રીતે તેમની સાથે જોડાવા માટે ઉકેલાઈ ગયા. - અમે તે પ્રમાણે ગયા - અને ત્યાંથી હું તરત જ મારા મિત્ર તરફ ધ્યાન આપવાની ઓફિસમાં રોકાયો. આવી પસંદગી. - મેં વર્ણવ્યું, અને તેમને ઉત્સાહપૂર્વક અમલમાં મૂક્યો. - પરંતુ, જો કે આ રીમનસ્ટ્રેન્સ તેના નિર્ણયને ભાંગી પડ્યો હતો અથવા વિલંબ કરી શકે છે, મને નથી લાગતું કે તે આખરે લગ્ન અટકાવશે, જો તે ખાતરી આપી શકશે નહીં આપવા માં અચકાવું, તમારી બહેનની ઉદાસીનતાનો. તે પહેલાં માનતો હતો કે તે સદ્ભાવના સાથે નમ્રતાથી તેની સ્નેહ પાછી વાળશે, પણ જો તેની સાથે સમાન સંબંધ ન હોય તો.-પરંતુ બિંગ્લીની પાસે કુદરતી સ્વાભાવિક વિનમ્રતા છે, મારા ચુકાદા ઉપર તેના આધારે મજબૂત નિર્ભરતા છે. -તેને સમજાવવા માટે, તેણે પોતાને ભ્રમિત કર્યા , કોઈ ખૂબ મુશ્કેલ બિંદુ હતી. હર્ટફોર્ડશાયરમાં પાછા ફરવા સામે તેને સમજાવવા માટે, જ્યારે તે નિશ્ચય આપવામાં આવ્યો હતો, ત્યારે તે ભાગ્યે જ એક ક્ષણનું કામ હતું. - હું આમ કરવા માટે પોતાને દોષી ઠેરવી શકતો નથી. આખા સંબંધમાં મારા વર્તનનો એક ભાગ છે, જેના પર હું સંતોષ સાથે પ્રતિબિંબિત કરતો નથી; તે છે કે હું તમારી બહેનની નગરમાં છુપાવા માટે અત્યાર સુધીના કલાના પગલાં અપનાવવા માટે સંમત છું. હું તે જાતે જાણતો હતો, કારણ કે તે બિન્ગલીને ચૂકી જવા માટે

જાણીતી હતી, પરંતુ તેનો ભાઈ હજુ પણ તેના વિશે અજાણ છે. - તેઓ ખરાબ પરિણામ વગર મળ્યા હશે,ઓફર કરવા માટે માફી. જો મેં તમારી બહેનની લાગણીઓને ઘાયલ કર્યો છે, તો તે અજાણતા કરવામાં આવ્યું હતું; અને તેમ છતાં જે હેતુઓ મને સંચાલિત કરે છે તે તમને કદાચ સ્વાભાવિકરૂપે અપર્યાપ્ત દેખાશે, મેં હજુ સુધી તેમને નિંદા કરવાનું શીખ્યા નથી. -અન્ય લોકોના સંદર્ભમાં, ઘાયલ થયા બાદ, વધુ ભારયુક્ત આરોપ. વિકમામ, હું ફક્ત તમારા પરિવાર સાથેના તેના સંપૂર્ણ જોડાણ પહેલાં તમે તેને મૂકે છે. તેમણે ખાસ કરીને મને આરોપ મૂક્યો છે કે હું અજાણ છું; પરંતુ હું જે સંબંધ લઉં તે સત્યના, હું નિઃશંક સત્યના એક કરતાં વધુ સાક્ષીઓને બોલાવી શકું છું. શ્રીમાન. વિકમ એ એક ખૂબ માનનીય માણસનો દીકરો છે, જેમણે ઘણા વર્ષો સુધી પેમેલી એસ્ટેટની વ્યવસ્થા કરી હતી; અને તેના સારા આચરણને કારણે તેના વિશ્વાસને કારણે, મારા પિતાને તેમની સેવા કરવા માટે કુદરતી લાગ્યું અને જ્યોર્જ વિકેમ, જે તેમના દેવ-પુત્ર હતા, તેથી તેમની દયા ઉદારતાથી આપવામાં આવી. મારા પિતાએ તેમને શાળામાં અને પાછળથી કેમ્બ્રિજ ખાતે ટેકો આપ્યો; - તેમના પોતાના પિતા તરીકે હંમેશાં મહત્વની સહાય, તેમની પત્નીના અપરાધથી હંમેશાં ગરીબ, તેમને એક સજ્જનની શિક્ષણ આપવા માટે અસમર્થ હોત. મારા પિતા ફક્ત આ યુવાન માણસના સમાજને જ શોખીન નહોતા, જેમના શિષ્ટાચાર હંમેશાં સંલગ્ન હતા; તેમની પાસે તેમનો સૌથી વધુ અભિપ્રાય હતો, અને આશા રાખતા હતા કે ચર્ચના તેમના વ્યવસાય હશે, જે તેમને તેના માટે પૂરું પાડવાની ઇચ્છા છે. મારા માટે, તે ઘણાં વર્ષોથી છે, કારણ કે મેં તેના વિશે ખૂબ અલગ રીતે વિચારવું શરૂ કર્યું હતું. દુષ્ટ સંભાવનાઓ-સિધ્ધાંતની ઇચ્છા જે તે પોતાના શ્રેષ્ઠ મિત્રના જ્ઞાનથી સાવચેત રહેવા માટે સાવચેત હતી, તે લગભગ એક જ યુગના એક યુવાન માણસની અવલોકનમાંથી છટકી શક્યો ન હતો, અને તેને નકામી ક્ષણોમાં જોવાની તકો હતી, જે મિસ્ટર. ન હોઈ શકે. અહીં ફરીથી હું તમને દુઃખ આપીશ - તમે માત્ર કયા ડિગ્રી કહી શકો છો. પરંતુ જે પણ સંભાવનાઓ હોઈ

શકે છે. વિકમાહે બનાવેલ છે, તેમના સ્વભાવનું શંકા મને તેના વાસ્તવિક પાત્રને જાહેર કરવાથી અટકાવશે નહીં. તે પણ અન્ય હેતુ ઉમેરે છે. મારા ઉત્તમપિતા લગભગ પાંચ વર્ષ પહેલાં મૃત્યુ પામ્યા હતા; અને એમ.આર. વિકખમ છેલ્લા સ્થાયી હતા, તેમની ઇચ્છા મુજબ તેમણે ખાસ કરીને મને તે ભલામણ કરી હતી કે તેમના વ્યવસાયને અનુકૂળ થવાની શ્રેષ્ઠ રીતને પ્રોત્સાહન આપવા માટે, અને જો તેઓ ઓર્ડર લેતા હોય, તો ઇચ્છે છે કે એક મૂલ્યવાન કુટુંબ જીવંત જલદી જ તેમની સાથે રહે. જલદી તે ખાલી થઈ ગયું. ત્યાં એક હજાર પાઉન્ડની વારસો પણ હતી. તેમના પોતાના પિતા લાંબા સમય સુધી મારી જીવી શક્યા ન હતા, અને આ ઘટનાઓથી અડધા વર્ષમાં, મિ. વિકમેમે મને જાણ કરવા લખ્યું હતું કે, આખરે ઓર્ડર લેવા સામે ઉકેલાયા પછી, તેમણે આશા રાખવી જોઇએ કે તેમને તેના માટે વધુ અનિવાર્ય નાણાંકીય લાભની અપેક્ષા કરવી જોઈએ નહીં, પ્રાધાન્યતાના બદલામાં, જેના દ્વારા તેમને ફાયદો થયો ન હતો. તેમણે કેટલાક ઇરાદા ધરાવતા હતા, તેમણે ઉમેર્યું હતું કે, કાયદાનો અભ્યાસ કરવો, અને મારે ધ્યાન રાખવું જોઈએ કે એક હજાર પાઉન્ડનો વ્યાજ તે ખૂબ જ અપર્યાપ્ત સમર્થન હશે. મને બદલે ઇચ્છા હતી, તેનાથી પ્રામાણિક હોવાનું માનવામાં આવે છે; પરંતુ કોઈપણ દર, તેમના દરખાસ્તમાં જોડાવા માટે તૈયાર હતી. હું જાણતો હતો કે મિ. વિકમામ પાદરી ન હોવા જોઈએ. તેથી જ વ્યવસાયને સ્થાયી કરવામાં આવી. તેમણે ચર્ચમાં સહાયતા માટેના તમામ દાવાને રાજીનામું આપી દીધું હતું, તે શક્ય છે કે તે કોઇ પણ પરિસ્થિતિ પ્રાપ્ત કરી શકે અને બદલામાં ત્રણ હજાર પાઉન્ડ સ્વીકારી શકે. અમારા વચ્ચેના બધા જોડાણ હવે ઓગળેલા હતા. મેં તેને ખૂબ બીમાર માન્યો, તેને પેમબેરિમાં આમંત્રણ આપવા, અથવા નગરમાં સમાજને સ્વીકાર્યું. નગરમાં હું માનતો હતો કે તે મુખ્યત્વે જીવતો હતો, પરંતુ કાયદાનું અધ્યયન કરવું તે માત્ર ઢોંગી હતું, અને હવે તે તમામ સંયમથી મુક્ત થઈ ગયો હતો, તેમનો જીવન આદર્શતા અને વ્યભિચારનું જીવન હતું. લગભગ ત્રણ વર્ષ સુધી મેં તેના વિશે થોડું સાંભળ્યું;

પરંતુ તેના માટે રચાયેલ જીવનના આગેવાનીના મૃતદેહ પર, તેમણે પ્રસ્તુતિ માટે પત્ર દ્વારા ફરીથી મને અરજી કરી. તેના સંજોગોમાં, તેમણે મને ખાતરી આપી, અને મને વિશ્વાસ કરવામાં મુશ્કેલી ન હતી, તે ખૂબ ખરાબ હતા. તેમણે કાયદો સૌથી વધુ બિન-લાભકારી અભ્યાસ શોધી કાઢ્યો હતો, અને હવે તેને નિશ્ચિત કરવામાં આવી રહ્યો છે, જો હું તેમને પ્રશ્નોના જીવનમાં રજૂ કરુંજેના પર તે વિશ્વાસ કરે છે ત્યાં થોડી શંકા હોઇ શકે છે, કારણ કે તેમને ખાતરી હતી કે મારી પાસે કોઈ અન્ય વ્યક્તિ નથી, અને હું મારા આદરણીય પિતાના ઇરાદાને ભૂલી શક્યો હોત. તમે આ વિનંતીનું પાલન કરવાનો ઇનકાર કરવા અથવા તેના પુનરાવર્તનને અટકાવવા માટે મને દોષિત ઠેરવશો નહીં. તેમનો ગુસ્સો તેના સંજોગોની તકલીફના પ્રમાણમાં હતો- અને મારા નિંદાના માધ્યમથી, તે મારા પ્રત્યેના દુરુપયોગમાં હિંસક હોવાનું જણાય છે. આ સમયગાળા પછી, પરિચય દરેક દેખાવ ડ્રોપ હતી. તે કેવી રીતે જીવતો હતો તે હું જાણતો નથી. પરંતુ છેલ્લા ઉનાળામાં તે ફરીથી મારા નોટિસ પર સૌથી વધુ પીડાદાયક હતો. મારે હવે એવા સંજોગોનો ઉલ્લેખ કરવો જોઈએ જે હું મારી જાતને ભૂલી જવા માંગું છું, અને જે વર્તમાન કરતાં ઓછું કોઈ જવાબદારી નથી, તે મને કોઈ પણ માનવને પ્રગટ કરવા પ્રેરણા આપે છે. આમ કહીને, મને તમારી ગુપ્તતાની કોઈ શંકા નથી. મારી બહેન, જે મારા જુનિયર દસ વર્ષથી વધુ છે, તે મારા માતાના ભત્રીજા, કર્નલ ફિટ્ઝવિલિયમ અને મારી જાતે સંભાળ રાખવામાં આવી હતી. આશરે એક વર્ષ પહેલા, તેણીને શાળામાંથી લેવામાં આવી હતી, અને લંડનમાં તેણીની સ્થાપના કરવામાં આવી હતી; અને છેલ્લા ઉનાળામાં તે સ્ત્રીની સાથે જેણે તેની અધ્યક્ષતા કરી હતી, સાથે ગયો; અને ત્યાં પણ મિસ્ટર ગયા. વિનાશ, ડિઝાઇન દ્વારા નિઃશંકપણે; કારણ કે તેમના અને એમ.આર.એસ. વચ્ચે અગાઉથી પરિચિત હોવાનું સાબિત થયું હતું. યુગ, જેના પાત્રમાં આપણે સૌથી વધુ દુ: ખી હતાશ હતા; અને તેના સહાનુભૂતિ અને સહાયથી, તેમણે અત્યાર સુધી પોતાને જ જ્યોર્જીયાને ભલામણ કરી હતી, જેના

સ્નેહભર્યા હ્રદયમાં તેણીને તેના બાળક પ્રત્યેની દયાની મજબૂત છાપ જાળવી રાખવામાં આવી હતી, તે તેણીને પ્રેમમાં માને છે અને ઇલોપમેન્ટ માટે સંમતિ આપી હતી. તે પછી તે પંદર હતી, જે તેના બહાનું હોવું જ જોઈએ; અને તેણીની અશુદ્ધિને જણાવ્યા પછી, હું ઉમેરવા માટે ખુશ છું, કે હું તેના માટે તે જ્ઞાનનું બાકી છે. હું ઇરાદાપૂર્વક ઇપોપ્મેન્ટ પહેલા એક અથવા બે દિવસમાં તેમની સાથે જોડાયો, અને પછી જ્યોર્ડા, એક ભાઈ તરીકે શોક કરનારી અને એક ભાઈને અપમાન કરવાના વિચારને ટેકો આપવા માટે અસમર્થ,મને સંપૂર્ણ સ્વીકાર્યું. તમે કલ્પના કરી શકો છો કે મેં શું અનુભવ્યું અને મેં કેવી રીતે કાર્ય કર્યું. મારી બહેનની ક્રેડિટ અને લાગણીઓને ધ્યાનમાં રાખીને કોઈ જાહેર સંપર્કમાં આવવું પડ્યું, પરંતુ મેં એમ.આર.ને લખ્યું. વિકમ, જેણે તરત જ સ્થળ છોડ્યું, અને મિસ્ટર. યુએનજ તેના ચાર્જમાંથી દૂર કરવામાં આવ્યો હતો. શ્રીમાન. વિકમની મુખ્ય વસ્તુ મારી બહેનની સંપત્તિ નિશ્ચિતપણે હતી, જે ત્રીસ હજાર પાઉન્ડ છે; પરંતુ હું મારા પર ફરીથી બદલાવાની આશા રાખવામાં મદદ કરી શકતો નથી, તે એક મજબૂત પ્રેરણા હતી. તેનો બદલો ખરેખર સંપૂર્ણ થઈ ગયો હોત. આ, મદમ, દરેક ઇવેન્ટની વફાદાર કથા છે જેમાં આપણે એકબીજા સાથે સંકળાયેલા છીએ; અને જો તમે તેને ખોટા તરીકે સંપૂર્ણપણે નકારતા હો, તો હું આશા રાખું છું કે તમે મને એમ.આર. તરફ ક્રૂરતાથી હાંકી કાઢો. વિકમ. મને ખબર નથી કે કયા પ્રકારે જૂઠાણું તે તમારા પર લાદવામાં આવ્યું છે; પરંતુ તેની સફળતા કદાચ આશ્ચર્યજનક નથી. અજાણ્યા તરીકે તમે અગાઉથી સંબંધિત દરેક વસ્તુ હતા, શોધ તમારી શક્તિમાં હોઈ શકતી નથી, અને શંકા ચોક્કસપણે તમારી ઝંખનામાં નથી. તમે કદાચ આશ્ચર્ય કરી શકો કે શા માટે આ બધી છેલ્લી રાત તમને કહેવામાં આવી નથી. પરંતુ, હું જાણતો હતો કે શું જાહેર કરવું જોઈએ તે જાણવા માટે હું મારી પાસે પૂરતો માસ્ટર ન હતો. અહીં પ્રત્યેક વસ્તુની સત્યતા માટે, હું ખાસ કરીને કર્નલ ફિટ્ઝવિલિયમની જુબાની માટે અપીલ કરી શકું છું, જે આપણા નજીકના સંબંધ અને સતત આત્મવિશ્વાસથી અને મારા પિતાની

ઇચ્છાના અમલદારોમાંના એક તરીકે વધુને વધુ ચોક્કસપણે પરિચિત છે. આ વ્યવહારો. જો તમારા ધિક્કારને મારા નિશ્ચયને નકામું બનાવવું જોઇએ, તો તમે મારા પિતરાઈમાં વિશ્વાસ રાખીને એ જ કારણથી અટકાવી શકતા નથી; અને તેની સાથે વિચારણા કરવાની સંભાવના હોઇ શકે છે, હું આ પત્રને તમારા હાથમાં સવારના સમયે મૂકવાની કેટલીક તક શોધવાનો પ્રયાસ કરીશ. હું માત્ર ઉમેરો, ભગવાન તમને આશીર્વાદ.

"ફિટ્ઝવિલિયમ ડાર્સી."

પ્રકરણ .

જો એલિઝાબેથ, જ્યારે મિ. ડેર્સીએ તેને પત્ર આપ્યો હતો, તેની અપેક્ષાઓનું નવીકરણ સમાવવાની અપેક્ષા ન હતી, તેણીએ તેના તમામ સમાવિષ્ટોની કોઈ અપેક્ષા રાખી નહોતી. પરંતુ જેમ કે તેઓ હતા, તે સારી રીતે માનવામાં આવે છે કે તેણી કેવી રીતે આતુરતાથી તેમની મારફતે પસાર થઇ હતી, અને તેઓ કેટલી ઉત્સાહથી ઉત્સાહિત હતા. તેણીએ જે લાગણીઓ વાંચી હતી તે વ્યાખ્યાયિત કરવામાં આવી હતી. આશ્ચર્યથી તેણે સૌ પ્રથમ સમજી લીધું કે તેને વિશ્વાસ છે કે તે તેની સત્તામાં માફી માંગે છે; અને અવિરતપણે તેણીએ સમજાવ્યું હતું કે તે આપવા માટે કોઇ સ્પષ્ટતા નથી, જે શરમની લાગણી છુપાવી શકશે નહીં. તેણે જે કંઈ કહી શકે તે સામે એક મજબૂત પૂર્વગ્રહ સાથે, તેણે નેધરફિલ્ડમાં જે બન્યું તે તેના એકાઉન્ટની શરૂઆત કરી. તેણીએ એક ઉત્સાહપૂર્વક વાંચ્યું, જેણે તેની સમજશક્તિની શક્તિને ભાગ્યે જ છોડી દીધી, અને પછીના વાક્યને શું લાવી શકે તે જાણવાની અશાંતિથી, તેની આંખો પહેલાં એકની લાગણીમાં હાજરી આપવા અસમર્થ હતી. તેણીની બહેનની અસ્વસ્થતા અંગેની તેમની માન્યતા, તેણીએ ખોટા હોવાનું તરત જ નિરાકરણ કર્યું, અને વાસ્તવિકતાના તેમના ખાતા, આ મેચમાં સૌથી ખરાબ વાંધો, તેને ન્યાય કરવા માટે કોઈ ઇચ્છા હોય તે

માટે તેને ખૂબ ગુસ્સે કર્યા. તેમણે જે કર્યું તે માટે તેણે કોઇ સંતોષ વ્યક્ત કર્યો ન હતો; તેમની શૈલી નકામી, પરંતુ અભિમાની ન હતી. તે બધા ગૌરવ અને નિષ્ઠા હતી.

પરંતુ જ્યારે આ વિષય તેના મિત્ર દ્વારા લેવામાં આવ્યું હતું. વિકેમ, જ્યારે તેણીએ થોડાં સ્પષ્ટ ધ્યાનથી વાંચ્યું ત્યારે, ઘટનાઓનો સંબંધ, જે, જો સાચું હોય, તેણે તેના મૂલ્ય પ્રત્યેના પ્રત્યેક સંસ્મરણાત્મક અભિપ્રાયને ઉથલાવી દેવું જોઈએ, અને જે તેના પોતાના ઇતિહાસના એટલા આઘાતજનક લાગણીનો અનુભવ કરે છે, તેના લાગણીઓ હજુ વધુ તીવ્ર હતા. અને વ્યાખ્યા વધુ મુશ્કેલ. આશ્ચર્ય, શંકા, અને તે પણ ભયાનક, તેના પર દમન. તેણીએ સંપૂર્ણ રીતે બદનામ કરી, વારંવાર એમ કહીને, "આ ખોટું હોવું જોઈએ! આ હોઈ શકતું નથી! આ સૌથી મોટી ખોટી વાત હોવી જ જોઈએ!" - અને જ્યારે તેણી સંપૂર્ણ પત્રમાંથી પસાર થઈ હતી, તેમ છતાં તે છેલ્લા પૃષ્ઠની બે વસ્તુની ભાગ્યે જ જાણતી હતી. , તેને તાકીદથી દૂર કરો, વિરોધ કરવો કે તેણી તેને માનશે નહીં, તેણી ફરીથી તેમાં જોવા નહીં કરે.

આ માનસિક સ્થિતિમાં, વિચારો કે જે કંઇપણ પર આરામ કરી શકે છે, તે પર ચાલ્યો; પરંતુ તે કરશે નહીં; અડધા મિનિટમાં આ પત્ર ફરીથી ખુલ્લો મુકાયો, અને તેણી પોતાને ભેગા કરી શકે તેટલી સાથે, તેણીએ ફરીથી વિકમામ સંબંધિત તમામ બાબતોને અવલોકન કરવાનું શરૂ કર્યું, અને દરેક સજાના અર્થને તપાસવા માટે પોતાને અત્યાર સુધી આદેશ આપ્યો. પેમેલી કુટુંબ સાથેના તેના જોડાણનું ખાતું, તે પોતે જ સંબંધિત હતું તેવું જ હતું; અને અંતમાં મિસ્ટર ની દયા. ડરસી, જો કે તે તેની હદ પહેલાં જાણતી ન હતી, તેના પોતાના શબ્દોની સાથે સહમત થઈ હતી. અત્યાર સુધી દરેક ભાષણ બીજાની પુષ્ટિ કરે છે: પરંતુ જ્યારે તે ઇચ્છા પર આવી ત્યારે તફાવત ઘણો મહાન હતો. તેમની યાદમાં વસવાટ અંગેની વિકિમેમે શું કહ્યું હતું તે તાત્કાલિક હતું, અને તેમણે તેમના શબ્દો યાદ કર્યા હતા, એવું લાગવું અશક્ય હતું કે એક

બાજુ અથવા બીજા પર એકંદર નકલ હતી. અને, થોડી ક્ષણો માટે, તેણીએ પોતાને ખુલ્લી કરી કે તેની ઇચ્છાઓ ખોટી નથી. પરંતુ જ્યારે તેણીએ નજીકથી ધ્યાન વાંચ્યું અને ફરીથી વાંચ્યું ત્યારે, વિક્હેમના જીવનના તમામ પ્રસ્તાવને બદલીને તરત જ તેના જીવનમાં મળેલા તમામ પ્રસ્તાવને પગલે, ત્રણ હજાર પાઉન્ડ જેટલું સરવાળો, તે ફરીથી અચકાવાની ફરજ પડી. તેણીએ પત્ર લખ્યો, દરેક સંજોગોની સંભાવના વિશે વિચારીને - તે જે પ્રત્યેક નિષ્પક્ષતા માટેનો અર્થ હતો તે સાથે દરેક સંજોગોનું વજન ઓછું કર્યું-પરંતુ થોડી સફળતા સાથે. બંને બાજુએ તે માત્ર નિશ્ચય હતો. ફરીથી તેણે વાંચ્યું. પરંતુ પ્રત્યેક વાક્ય વધુ સ્પષ્ટ રીતે સાબિત થયું કે આ સંબંધ, જે તેણીએ માનતા હતા તેવું અશક્ય હતું કે કોઈપણ પ્રતિકાર એટલું પ્રતિનિધિત્વ કરી શકે છે કે, એમ.આર. કુખ્યાત કરતાં ઓછી ડરસી આચરણ, સક્ષમ હતી અને નજીકના ધ્યાન સાથે ફરી વાંચી, વિક્હેમના જીવનભરના તમામ પ્રસ્તાવને બદલીને તુરંત જ પ્રાપ્ત કર્યા પછીના વિગતો, તેના બદલામાં ત્રણ હજાર પાઉન્ડ જેટલી રકમ, તે ફરીથી અચકાવાની ફરજ પડી. તેણીએ પત્ર લખ્યો, દરેક સંજોગોની સંભાવના વિશે વિચારીને - તે જે પ્રત્યેક નિષ્પક્ષતા માટેનો અર્થ હતો તે સાથે દરેક સંજોગોનું વજન ઓછું કર્યું-પરંતુ થોડી સફળતા સાથે. બંને બાજુએ તે માત્ર નિશ્ચય હતો. ફરીથી તેણે વાંચ્યું. પરંતુ પ્રત્યેક વાક્ય વધુ સ્પષ્ટ રીતે સાબિત થયું કે આ સંબંધ, જે તેણીએ માનતા હતા તેવું અશક્ય હતું કે કોઈપણ પ્રતિકાર એટલું પ્રતિનિધિત્વ કરી શકે છે કે, એમ.આર. કુખ્યાત કરતાં ઓછી ડરસી આચરણ, સક્ષમ હતી અને નજીકના ધ્યાન સાથે ફરી વાંચી, વિક્હેમના જીવનભરના તમામ પ્રસ્તાવને બદલીને તુરંત જ પ્રાપ્ત કર્યા પછીના વિગતો, તેના બદલામાં ત્રણ હજાર પાઉન્ડ જેટલી રકમ, તે ફરીથી અચકાવાની ફરજ પડી. તેણીએ પત્ર લખ્યો, દરેક સંજોગોની સંભાવના વિશે વિચારીને - તે જે પ્રત્યેક નિષ્પક્ષતા માટેનો અર્થ હતો તે સાથે દરેક સંજોગોનું વજન ઓછું કર્યું-પરંતુ થોડી સફળતા સાથે. બંને બાજુએ તે માત્ર નિશ્ચય હતો. ફરીથી તેણે વાંચ્યું. પરંતુ પ્રત્યેક વાક્ય વધુ સ્પષ્ટ રીતે

સાબિત થયું કે આ સંબંધ, જે તેણીએ માનતા હતા તેવું અશક્ય હતું કે કોઈપણ પ્રતિકાર એટલું પ્રતિનિધિત્વ કરી શકે છે કે, એમ.આર. કુખ્યાત કરતાં ઓછી ડરસી આચરણ, સક્ષમ હતી તેથી ત્રણ હજાર પાઉન્ડ જેટલું સરવાળો, તે ફરી અચકાવાની ફરજ પડી હતી. તેણીએ પત્ર લખ્યો, દરેક સંજોગોની સંભાવના વિશે વિચારીને - તે જે પ્રત્યેક નિષ્પક્ષતા માટેનો અર્થ હતો તે સાથે દરેક સંજોગોનું વજન ઓછું કર્યું-પરંતુ થોડી સફળતા સાથે. બંને બાજુએ તે માત્ર નિશ્ચય હતો. ફરીથી તેણે વાંચ્યું. પરંતુ પ્રત્યેક વાક્ય વધુ સ્પષ્ટ રીતે સાબિત થયું કે આ સંબંધ, જે તેણીએ માનતા હતા તેવું અશક્ય હતું કે કોઈપણ પ્રતિકાર એટલું પ્રતિનિધિત્વ કરી શકે છે કે, એમ.આર. કુખ્યાત કરતાં ઓછી ડરસી આચરણ, સક્ષમ હતી તેથી ત્રણ હજાર પાઉન્ડ જેટલું સરવાળો, તે ફરી અચકાવાની ફરજ પડી હતી. તેણીએ પત્ર લખ્યો, દરેક સંજોગોની સંભાવના વિશે વિચારીને - તે જે પ્રત્યેક નિષ્પક્ષતા માટેનો અર્થ હતો તે સાથે દરેક સંજોગોનું વજન ઓછું કર્યું-પરંતુ થોડી સફળતા સાથે. બંને બાજુએ તે માત્ર નિશ્ચય હતો. ફરીથી તેણે વાંચ્યું. પરંતુ પ્રત્યેક વાક્ય વધુ સ્પષ્ટ રીતે સાબિત થયું કે આ સંબંધ, જે તેણીએ માનતા હતા તેવું અશક્ય હતું કે કોઈપણ પ્રતિકાર એટલું પ્રતિનિધિત્વ કરી શકે છે કે, એમ.આર. કુખ્યાત કરતાં ઓછી ડરસી આચરણ, સક્ષમ હતી જે તેણીએ માનતા હતા તેવું અશક્ય હતું કે મિ. કુખ્યાત કરતાં ઓછી ડરસી આચરણ, સક્ષમ હતી જે તેણીએ માનતા હતા તેવું અશક્ય હતું કે મિ. કુખ્યાત કરતાં ઓછી ડરસી આચરણ, સક્ષમ હતીજે તેને સમગ્ર સમગ્ર દોષિત બનાવવું જ જોઈએ.

અતિશયોક્તિયુક્તતા અને સામાન્ય નમ્રતા કે જેણે તેમને એમ.આર. વિકેમના ચાર્જ, તેનાથી ખૂબ જ આઘાત લાગ્યો; એટલું જ નહીં, કારણ કે તે તેના અન્યાયનો પુરાવો લાવી શકતી નથી. તેણીએ સશાયર મિલિટિઆમાં પ્રવેશતા પહેલા તેના વિશે ક્યારેય કદી સાંભળ્યું ન હતું, જેમાં તેણે યુવાન વ્યક્તિને સમજાવ્યું હતું, જેણે તેને અકસ્માતે શહેરમાં મળ્યા હતા, ત્યાં

થોડો પરિચય થયો હતો. તેમના ભૂતકાળના જીવનનો, હર્ટફોર્ડશાયરમાં કશું જ જાણતું નહોતું પરંતુ તેણે પોતે જે કહ્યું તે બધું જ જાણ્યું હતું. તેના વાસ્તવિક પાત્ર તરીકે, તેની શક્તિમાં માહિતી હતી, તેણીને ક્યારેય પૂછપરછની ઇચ્છા ન હતી. તેના ચહેરા, અવાજ, અને રીત, તેને દરેક સદ્ગુણના કબજામાં એકવાર સ્થાપિત કર્યો હતો. તેણીએ દેવતાના કેટલાક દાખલાની યાદ અપાવવાની કોશિશ કરી, જે પ્રામાણિકતા અથવા ઉદારતાના કેટલાક વિશિષ્ટ લક્ષણ છે, જે તેમને મિ. ના હુમલાથી બચાવશે. ડાર્સી; અથવા ઓછામાં ઓછું, સદ્ગુણના પ્રભુત્વ દ્વારા, તે કેઝ્યુઅલ ભૂલો માટે એટન, જેના હેઠળ તેણી વર્ગ માટે પ્રયત્ન કરશે, શું મિ. ડેર્સીએ ઘણા વર્ષો સુધી નિષ્ક્રીયતા અને વાઇસ તરીકે વર્ણન કર્યું હતું. પરંતુ આવા કોઈ સ્મૃતિએ તેની સાથે મિત્રતા કરી. તેણી તેને હવામાં અને સરનામાના દરેક આકર્ષણમાં તરત જ જોઈ શકે છે; પરંતુ તેણી પડોશીની સામાન્ય મંજૂરી કરતાં વધુ સારી રીતે યાદ રાખી શકતી ન હતી, અને તેના સામાજિક સત્તાઓએ તેને ગડબડમાં લીધા હતા તે સંદર્ભે. આ બિંદુએ થોભ્યા પછી, તે એક વાર વધુ વાંચવાનું ચાલુ રાખ્યું. પરંતુ, અરે! મિસ ડેર્સી પરની તેમની રચનાઓ પછીની વાર્તાને, કર્નલ ફિટ્ઝવિલિયમ અને તેની સવારે વહેલી સવારે શું પસાર થઈ તેમાંથી કેટલીક પુષ્ટિ મળી હતી;જેના પાત્રને તેના પર પ્રશ્ન કરવાનો કોઈ કારણ નથી. એક સમયે તેણીએ તેને અરજી કરવા માટે લગભગ નિરાકરણ કર્યું હતું, પરંતુ આ એપ્લિકેશનની અજાણતાતા દ્વારા તપાસ કરવામાં આવી હતી, અને લંબાઈએ સંપૂર્ણ દોષી ઠેરવ્યો હતો કે મિ. દાર્સીએ આવા પ્રસ્તાવને ક્યારેય જોખમમાં નાખ્યો ન હોત, જો તેણે તેના પિતરાઈની સાબિત થવાની ખાતરી આપી ન હોત.

તેણીએ વિકીમ અને પોતાની વચ્ચેના વાટાઘાટોમાં પસાર થયેલી દરેક વસ્તુને સંપૂર્ણપણે યાદ રાખ્યું, એમ તેમની પ્રથમ સાંજે મિ. ફિલિપ્સ. તેમના ઘણા અભિવ્યક્તિઓ તેણીની યાદશક્તિમાં હજી પણ તાજી હતી. તેણી અજાણી વ્યક્તિને

આવા સંદેશાવ્યવહારની અનિશ્ચિતતા સાથે ત્રાસી ગઈ હતી, અને આશ્ચર્ય થયું કે તે તેના પહેલાથી ભાગી ગઈ હતી. તેણીએ કરેલા પોતાને આગળ આગળ લાવવાની અનૈતિકતા જોવી, અને તેના આચરણ સાથેના તેના વ્યવસાયની અસંગતતા. તેણીએ યાદ રાખ્યું કે તેણે મિસ્ટર જોવામાં કોઇ ડર હોવાનો ગર્વ હતો. ડેર્સી-તે મિસ્ટર. ડરસી દેશ છોડી શકે છે, પરંતુ તે તેની જમીન ઊભી કરવી જોઈએ; હજુ સુધી તેણે આગામી સપ્તાહે નેટફિલ્ડ બોલને ટાળી દીધો હતો. તેણીએ પણ યાદ રાખ્યું કે, જ્યાં સુધી નેથરફિલ્ડના પરિવારએ દેશને છોડી દીધો ત્યાં સુધી તેણે પોતાની વાર્તા કોઈને પણ તેના સિવાય કહી ન હતી; પરંતુ તે દૂર કર્યા પછી, તે દરેક જગ્યાએ ચર્ચા કરવામાં આવી હતી; કે તે પછી કોઈ અનામત, ડૂબવું મિસ્ટર માં કોઇ હતી. ડેર્સીના પાત્ર, જોકે તેમણે તેમને ખાતરી આપી હતી કે પિતા પ્રત્યેનો આદર, હંમેશા તેમના પુત્રને ખુલ્લા પાડશે.

હવે દરેક વસ્તુ જે જુદી જુદી રીતે દેખાતી હતી તેમાં તેને ચિંતા હતી! રાજાને ચૂકી જવાની તેમની તરફેણમાં હવે સંપૂર્ણપણે દૃષ્ટિકોણનું પરિણામ અને નફરતપૂર્વક ભાડૂતી ભાડૂતી હતી; અને તેના નસીબની મધ્યસ્થી તેની ઇચ્છાઓના મધ્યસ્થીને સાબિત કરી શક્યા નહીં, પરંતુ તે કોઈપણ વસ્તુ પર પકડવાની ઇચ્છા હતી. પોતાના વર્તનથી હવે સહનશીલ હેતુ નથી થઇ શક્યો; તે ક્યાં તો તેના નસીબના સંબંધમાં છેતરવામાં આવ્યો હતો, અથવા હતીતેણીએ તેમની પ્રામાણિકતાને પ્રોત્સાહન આપ્યું હતું, જે તેણીને માનતા હતા કે તેણીએ સૌથી વધુ સાવધાનીપૂર્વક દર્શાવ્યું હતું. તેમના તરફેણમાં દરેક લડવૈયાઓનો સંઘર્ષ વધતો ગયો અને નબળો થયો; અને મિ. ડ્રેષી, તે કરી શક્યો નહીં પણ તે મિ. બિંગલી, જ્યારે જેન દ્વારા પૂછવામાં આવ્યું હતું, તેણે લાંબા સમય પહેલા પ્રણયમાં તેની દોષવિહીનતા વ્યક્ત કરી હતી; તે ગૌરવની જેમ ગૌરવપૂર્ણ અને અપમાનજનક હતું, તેણીએ ક્યારેય તેમની પરિચિતતા દરમિયાન ક્યારેય નહોતું જાણ્યું હતું, એક પરિચય જેણે તેમને ઘણી સાથે એક સાથે લાવ્યા હતા અને

તેમને તેમના માર્ગો સાથે આત્મવિશ્વાસ અપાવ્યો હતો, તેને કોઈ પણ વસ્તુ જેણે તેને દગો કર્યો હોવાનું જોયું અનિશ્ચિત અથવા અન્યાયી-કોઈ વસ્તુ જેણે તેને અવિચારી અથવા અનૈતિક ટેવો વિશે વાત કરી. તેના પોતાના જોડાણોમાં તે માનવામાં આવતો હતો અને મૂલ્યવાન હતો કે વિખેમે પણ તેને ભાઈ તરીકે યોગ્યતા આપવાની મંજૂરી આપી હતી, અને તેણીએ ઘણી વાર તેને સાંભળ્યું હતું કે તે તેની બહેનની એટલી પ્રેમાળ રીતે બોલી શકે છે કે તેને કેટલાક સંવેદનાત્મક લાગણીનો સામનો કરી શકે. જે તેમની ક્રિયાઓ વિકમામ દ્વારા રજૂ કરવામાં આવી હતી, તેથી દરેક બાબતનો સંપૂર્ણ ઉલ્લંઘન જગતથી છુપાવી શકાય તેમ નથી; અને તે સક્ષમ વ્યક્તિ વચ્ચે મિત્રતા, અને એમ.આર. બિન્ગલી, અગમ્ય હતું.

તેણીએ સંપૂર્ણપણે શરમ અનુભવી હતી. - ના દ્વેષ કે વિકમામ પણ તે વિચારી શકતી ન હતી કે તે અંધ, આંશિક, પૂર્વગ્રહયુક્ત, વાહિયાત હતી.

"હું કેવી રીતે ધિક્કારપૂર્વક કામ કર્યું છે!" તેણીએ પોકાર કર્યો .- "હું, જેણે મારી સમજણ પર પોતાનો પ્રાણ ઉઠાવ્યો છે! - હું, મારી ક્ષમતાઓ પર મારી જાતને મૂલ્યવાન ગણે છે! જેણે ઘણી વખત મારી બહેનની ઉદાર કેદને નાપસંદ કર્યો છે, અને મારા વ્યર્થતાને નિરર્થક અથવા દોષિત વિશ્વાસથી .-કેવી રીતે અપમાનજનક આ શોધ છે! -તેમ કે, કેવી રીતે અપમાન છે! -હું પ્રેમમાં હતો, હું વધુ અંધારામાં ન હોત. પરંતુ, વેનિટી, પ્રેમ નથી, મારો મૂર્ખ રહ્યો છે. - એકની પસંદગીથી, અને નારાજગી બીજાની અવગણના દ્વારા , અમારા પરિચયની શરૂઆતમાં, મેં પૂર્વગ્રહ અને અજ્ઞાનતા પર ભાર મૂક્યો છે, અને કારણસર ક્યાંય ચિંતિત છે, આ ક્ષણ સુધી, હું મારી જાતને ક્યારેય જાણતો નથી. "

જેનથી લઈને બિંગલી સુધી, તેણીના વિચારો એક રેખામાં હતા જે ટૂંક સમયમાં તેણીની યાદમાં લાવ્યાં કે મિ. ત્યાં માતાનો

સમજૂતી, ખૂબ અપર્યાપ્ત દેખાયા હતા; અને તે ફરીથી વાંચી. એકદમ જુદી જુદી સમજણની અસર હતી. -તે કેવી રીતે તેણીના ધારોને તે ધિરાણથી ના પાડી શકે, એક દાખલામાં, તેણીને અન્યમાં આપવા માટે ફરજ પાડવામાં આવી હતી? -તેણે પોતાની બહેનની જોડે સંપૂર્ણ રીતે અસંતુષ્ટ હોવાનું જાહેર કર્યું. અને તે ચાર્લોટની અભિપ્રાય હંમેશાં શું રહી રહી છે તે યાદ કરવામાં મદદ કરી શકતી નથી. -તે જેનની તેના વર્ણનની ન્યાયને પણ નકારી શકતી નથી. -તેને લાગ્યું કે જેનની લાગણીઓ, જો કે તીવ્ર હોવા છતાં, થોડી ઓછી દેખાતી હતી અને તેનામાં સતત પ્રસન્નતા હતી હવા અને રીત, મોટા સંવેદનશીલતા સાથે ઘણીવાર એકીકૃત થતી નથી.

જ્યારે તેણી પત્રના તે ભાગમાં આવી હતી જેમાં તેણીના પરિવારનો ઉલ્લેખ કરવામાં આવ્યો હતો, આવા ખોટકાના સંદર્ભમાં, હજી પણ મૈત્રીપૂર્ણ નિંદા, તેના શરમની ભાવના ગંભીર હતી. આરોપનો ન્યાય તેને નકારવા માટે ખૂબ જ બળજબરીથી ફટકાર્યો હતો, અને જે સંજોગોમાં તેણે ખાસ કરીને સંકેત આપ્યો હતો, જેમ કે તેણે નેટફિલ્ડ બોલ પર પસાર કર્યા હતા અને તેની તમામ પ્રથમ અપમાનને પુષ્ટિ આપવાથી, તેના મન કરતાં તેના મન પર વધુ મજબૂત છાપ ન મળી શકે. .

પોતાને અને તેણીની બહેનને ખુશામત ન હતી, તે નકામા નહોતી. તે સુગંધીભર્યું હતું, પરંતુ તે તેના આશ્રય માટે તેને કન્સોલ કરી શકતો ન હતો જે તેના પરિવારના બાકીના લોકો દ્વારા આત્મહત્યા કરતો હતો; અને તે માનતી હતી કે જેનની નિરાશા વાસ્તવમાં તેના નજીકના સંબંધોનું કાર્ય છે, અને તે કેવી રીતે ભૌતિક રીતે બંનેના ધિરાણની આચરણની આચરીતતાને લીધે દુઃખ થવું જોઈએ, તેણીએ અગાઉ જે કંઈ પણ જાણ્યું હતું તેના કરતા વધુ હતાશા અનુભવી હતી.

બે કલાક માટે ગલી સાથે ભટકતા, દરેક વિભિન્ન વિચારને માર્ગ આપીને; ઇવેન્ટ્સ પર ફરીથી વિચારણા, સંભવના નિશ્ચિતતા, અને પોતાની સાથે સમાધાન કરી શકે તેટલી અચાનક અને તેથી અગત્યની, થાક, અને તેણીની લાંબા ગેરહાજરીના સ્મૃતિને બદલીને, તેણીએ લાંબું ઘરે પરત ફર્યા; અને તે હંમેશની જેમ આનંદદાયક દેખાવાની ઇચ્છાથી ઘરે પ્રવેશી હતી, અને આવા પ્રતિબિંબને દબાવી દેવાના ઠરાવને તેણી વાતચીત માટે અયોગ્ય બનાવશે.

તેણીને તાત્કાલિક કહેવામાં આવ્યું હતું કે, રોઝિંગના બે પુરૂષોએ તેમની ગેરહાજરી દરમિયાન દરેકને બોલાવ્યા હતા; શ્રીમાન. ડર્સી, રજા લેવા થોડી મિનિટો માટે જ, પરંતુ તે કોલોનેલ ફિટ્ઝવિલિયમ ઓછામાં ઓછા એક કલાક તેમની સાથે પરત બેઠો હતો, તેણીની પરત આવવાની આશા રાખતા હતા અને તેમને મળ્યા ત્યાં સુધી તેમની પાછળ ચાલવાનું લગભગ નિરાશાજનક હતું.-એલિઝાબેથ ફક્ત ચિંતાને જ અસર કરી શકે છે. તેને ગુમ કરવામાં; તેણીએ ખરેખર આનંદ કર્યો. કર્નલ ફિટ્ઝવિલિયમ લાંબા સમય સુધી એક પદાર્થ ન હતો. તેણી માત્ર તેના પત્ર વિશે વિચારી શકે છે.

પ્રકરણ .

બંને સજ્જન આગલી સવારે રૉસિંગ છોડી ગયા; અને મિસ્ટર. કોલિન્સ લોજની નજીક રાહ જોતા હતા, જેથી તેઓ તેમની આંખોમાં ભાગ લેતા હતા, આનંદદાયક બુદ્ધિને ઘરે લઇ જતા હતા, તેમના સારા સ્વાસ્થ્યમાં દેખાતા હતા, અને સહનશીલ આત્માઓની જેમ અપેક્ષા કરી શકાય તેમ હતા, ઉદાસીન દ્રશ્યો પછીથી ગયા રોઝિંગ દ્વારા. ત્યારબાદ તેણીએ લેડી કેથરિન અને તેની પુત્રીને કન્સોલ કરવા ઉતાવળમાં ઉતાવળ કરવી; અને તેની પરત ફર્યા પછી, તેણીએ ખૂબ સંતોષ સાથે, તેણીની મહિલાશ્રી પાસેથી એક સંદેશો મોકલ્યો , આયાત કરીને એવું લાગ્યું કે તે

પોતાને એટલી નબળી લાગતી હતી કે તે બધાને તેમની સાથે જમવા માટે ખૂબ જ ઇચ્છનીય બનાવે.

એલિઝાબેથ લેડી કેથરિનને ફરીથી યાદ કર્યા વિના જોઈ શકતી ન હતી, તેણે તેણીને પસંદ કર્યા હતા, તેણી કદાચ તેણીની ભાવિ ભત્રીજી તરીકે તેને રજૂ કરવામાં આવી હતી; અથવા તેણીએ સ્મિત વિના, તેણીની મહિલાશાસનનું ગુસ્સે થવાનું હતું તેવું વિચારી શકે છે. "તેણીએ શું કહ્યું હશે? -તે કેવી રીતે વર્તે?" તે પ્રશ્નો હતા કે જેનાથી તેણી પોતાને ખુશ કરી હતી.

તેમની પ્રથમ વિષય એ રોઝિંગ પાર્ટીના ઘટાડા હતી .- "હું તમને ખાતરી આપું છું, હું તેને વધુ અનુભવું છું," લેડી કેથરિન કહે છે; "હું માનું છું કે કોઈએ મારા મિત્રો જેટલું નુકસાન ગુમાવ્યું છે તેવું લાગે છે. પણ હું ખાસ કરીને આ યુવાન માણસો સાથે જોડાયેલું છું; અને તેમને મારાથી ખૂબ જોડાયેલું જાણું છું! -તેઓ જવા માટે ખૂબ જ દિલગીર હતા! પણ તેથી તેઓ હંમેશાં છે. પ્રિય કર્નલએ છેલ્લી વાર સુધી તેની આત્માઓને સહનશીલતાપૂર્વક ઉભા કર્યા હતા, પરંતુ ડાર્સી તેને ખૂબ જ તીવ્ર લાગે છે, હું છેલ્લા વર્ષ કરતાં વધુ વિચારી રહ્યો છું. રોઝિંગ સાથે તેની જોડાણ, ચોક્કસપણે વધે છે. "

શ્રીમાન. કોલિન્સની પ્રશંસા કરવામાં આવી હતી, અને અહીં ફેંકવાની લાલચ, જે માતા અને પુત્રી દ્વારા કૃપાળુ હતા.

લેડી કેથરિનનું માનવું છે કે, રાત્રિભોજન પછી, તે બેનેટને આત્માઓમાંથી બહાર કાઢવામાં આવે છે અને તે તરત જ તેના માટે જવાબદાર છે, એવું માનવાથી કે તેણીને ફરીથી ઘરે જવું ગમ્યું નથી, તેણીએ ઉમેર્યું,

"પરંતુ જો તે કેસ છે, તો તમારે તમારી માતાને લખવું જોઈએ કે તમે થોડો વધારે સમય રહી શકો. મિસ્ટર કોલિન્સ તમારી કંપનીને ખુશી થશે, મને ખાતરી છે."

એલિઝાબેથે જવાબ આપ્યો, "તમારા પ્રેમાળ આમંત્રણ માટે હું તમારી મહિલાશ્રીને ખૂબ જ આધીન છું, પણ તે સ્વીકારવાની મારી શક્તિ નથી." - હું આગામી શનિવારે નગરમાં હોવું જ જોઈએ. "

"શા માટે, તે દરે, તમે અહીં માત્ર છ અઠવાડિયા રહ્યા હોત. મને આશા છે કે તમે બે મહિના રહી શકો. તમે આવતાં પહેલાં મિસ્ટર કોલિન્સને કહ્યું. તેથી જલ્દી જ તમે જવાનું કોઈ પ્રસંગ નથી. બીજા પખવાડિયા માટે તમને બચાવ. "

"પરંતુ મારા પપ્પાને ખબર ન હતી. -તેણે મારા વળતરની ઉતાવળમાં છેલ્લા અઠવાડિયામાં લખ્યું હતું."

"ઓહ! જો તમારો માતા તમારી માતાને આધીન કરી શકે છે, તો તમારો બચાવ કરી શકે છે.-પુત્રીઓ એ પિતા પ્રત્યે એટલા બધા પરિણામ નથી. અને જો તમે બીજા મહિના પૂરા થશો, તો તમારામાંના એકને દૂર લઈ જવાની મારી શક્તિ હશે લંડન તરીકે, હું ત્યાં જ જૂનમાં જતો રહ્યો છું, એક અઠવાડિયા માટે; અને ડૉસન બારૌચે બૉક્સ પર વાંધો નથી, ત્યાં તમારામાંના એક માટે ખૂબ જ સારી જગ્યા હશે - અને ખરેખર, જો હવામાન ઠંડુ હોવું જોઈએ, હું તને બંને લેવા માટે વાંધો નહી કરું, કારણ કે તું તારી મોટી નથી. "

"તમે બધા દયાળુ છો, મદમ; પરંતુ હું માનું છું કે આપણે અમારી મૂળ યોજનાનું પાલન કરવું જોઈએ."

મહિલા કેથરિન રાજીનામું આપ્યું હતું.

". , . , ... — , . . , . — , . , . , , . — . , . . . ; ."

"મારા કાકા અમારા માટે નોકર મોકલવા છે."

"ઓહ! -તમારા કાકા! - તે એક માણસ-સેવક રાખે છે, શું તે? - મને ખુશી છે કે તમારી પાસે એવી કોઈ વ્યક્તિ છે જે તે વસ્તુઓ વિશે વિચારે છે. તમે ક્યાં ઘોડા ફેરવશો? -હ! બ્રોમલી, અલબત્ત.- જો તમે ઉલ્લેખ કરો છો ઘંટ પર મારું નામ, તમે હાજરી આપી આવશે. "

લેડી કેથરિનને તેમના પ્રવાસની આદર કરવા માટે ઘણા અન્ય પ્રશ્નો હતા, અને જેમણે તેણીને બધાનો જવાબ આપ્યો ન હતો, ધ્યાન જરૂરી હતું, જે એલિઝાબેથ તેના માટે નસીબદાર હોવાનું માનતા હતા; અથવા, મનને એટલા માટે કબજે કર્યા વિના, તે ક્યાંથી હતી તે ભૂલી ગઈ હશે. પ્રતિબિંબ એકલ કલાક માટે અનામત હોવું જ જોઈએ; જ્યારે તે એકલી હતી, તેણે તેને સૌથી મોટી રાહત તરીકે રસ્તો આપ્યો; અને એક દિવસ એકાંત વગર ચાલતો જતો નથી, જેમાં તેણી અપ્રિય સ્મૃતિઓના આનંદમાં વ્યસ્ત થઈ શકે છે.

શ્રીમાન. ડેર્સીનો પત્ર, તે ટૂંક સમયમાં જ હૃદયથી જાણીને યોગ્ય માર્ગમાં હતી. તેણીએ દરેક વાક્યનો અભ્યાસ કર્યો: અને તેના લેખક પ્રત્યેની તેની લાગણીઓ ઘણીવાર અલગ અલગ હતી. જ્યારે તેણીએ તેમના સરનામાની શૈલી યાદ કરી, તે હજી પણ ગુસ્સાથી ભરાઈ ગઈ હતી; પરંતુ જ્યારે તેણીએ વિચાર્યું કે તેણીએ કેવી રીતે અન્યાયી રીતે નિંદા કરી હતી અને તેને અપહરણ કર્યું હતું, ત્યારે તેનો ગુસ્સો તેની સામે બદલાઈ ગયો હતો; અને તેની નિરાશ લાગણીઓ કરુણા માટેનો હેતુ બની ગયો. તેનાજોડાણ ઉત્તેજિત કૃતજ્ઞતા, તેના સામાન્ય પાત્ર આદર; પરંતુ તેણી તેને મંજૂર કરી શક્યો નહીં; અથવા તેણીએ એક ક્ષણ માટે તેના ઇનકારને પસ્તાવો કર્યો ન હતો, અથવા તેને ફરી જોવા માટે સહેજ ઝંખના અનુભવી હતી. પોતાના ભૂતકાળના વર્તનમાં, વેદના અને સખત વેદનાનો એક સ્રોત હતો; અને તેના પરિવારની નાખુશ ખામીઓમાં હજુ સુધી ભારે ભંગાણનો વિષય

છે. તેઓ ઉપાયની નિરાશાજનક હતા. તેમના પિતા, તેમના પર હસવાથી સંતુષ્ટ હતા, તેમની પોતાની નાની દીકરીઓની જંગલી મૂર્ખતાને રોકવા માટે પોતાને ક્યારેય રોકી શક્યા નહીં; અને તેની માતા, અત્યાર સુધી પોતાની જાતે જ શિષ્ટાચાર સાથે, દુષ્ટતાની સંપૂર્ણપણે અસંતુલિત હતી. કેથરિન અને લિડિઆની ગેરસમજ ચકાસવા માટે એલિઝાબેથે વારંવાર જેન સાથે એકતા કરી હતી; પરંતુ જ્યારે તેઓ તેમની માતાની ઇચ્છાથી ટેકો આપતા હતા, ત્યારે તેમાં કઇ સુધારણા થઈ શકે? કેથરિન, નબળા-ઉત્તેજિત, ખંજવાળ, અને લીડિયાના માર્ગદર્શિકા હેઠળ, હંમેશાં તેમની સલાહ દ્વારા ઘેરાયેલા હતા; અને , સ્વ-ઇચ્છા અને નિરાશાજનક, ભાગ્યે જ તેમને સુનાવણી આપશે. તેઓ અજાણ્યા, નિષ્ક્રિય અને નિરર્થક હતા. જ્યારે મેરિટોનમાં એક અધિકારી હતો, તેઓ તેમની સાથે લપસણું કરશે; અને જ્યારે મેરિટોન લાંબા સમય સુધી ચાલતા જતા હતા, ત્યાં તેઓ હંમેશ માટે ત્યાં જતા હતા.

જેનની વતી ચિંતા, બીજી પ્રવર્તમાન ચિંતા હતી, અને મિ. ડર્સીની સમજૂતી, બિંગલીને તેના અગાઉના સારા અભિપ્રાયને પુનર્સ્થાપિત કરીને, જેન જે ખોવાઇ ગયું તેના અર્થમાં વધારો થયો. તેની લાગણી નિષ્ઠાવાન હોવાનું સાબિત થયું હતું, અને તેના આચરણથી બધા દોષો દૂર થઈ ગયા હતા, સિવાય કે કોઈ તેના મિત્રમાં વિશ્વાસનો નિર્વિવાદ સાબિત કરી શકે. પછી એ વિચારવું કેટલું દુઃખદાયક હતું કે, દરેક સન્માનમાં પરિસ્થિતિ ઇચ્છનીય છે, તેથી ફાયદાથી ભરપૂર, સુખ માટે આશાસ્પદ, જેનને તેના પોતાના પરિવારના મૂર્ખતા અને અનિશ્ચિતતા દ્વારા વંચિત કરવામાં આવ્યા છે!

જ્યારે આ યાદોને વિકમના પાત્રનો વિકાસ ઉમેરવામાં આવ્યો ત્યારે, સરળતાથી એવું માનવામાં આવે છે કે સુખી આત્માઓ ભાગ્યેજ હતાશ થઈ ગઇ હતી, હવે તે ખૂબ જ પ્રભાવિત થઈ ગઇ

હતી કારણ કે તેણી સહનશીલ આનંદદાયક દેખાવા માટે લગભગ અશક્ય બન્યો હતો.

તેમના રોકાણોના છેલ્લા અઠવાડિયા દરમિયાન, જેમ તેઓ પ્રથમ હતા, તેમના રોઝિંગમાં તેમની પ્રવૃત્તિઓ વારંવાર હતી. ખૂબ જ છેલ્લી સાંજ ત્યાં રહી હતી; અને તેણીની લેડીશીપે ફરીથી તેમની મુસાફરીની વિગતોમાં નિશ્ચિતપણે પૂછપરછ કરી હતી, તેમને પેકિંગની શ્રેષ્ઠ રીત તરીકે દિશાઓ આપી હતી, અને ગાઉન્સને એકમાત્ર યોગ્ય રીતે મૂકવાની આવશ્યકતા પર એટલી તાકીદની હતી કે મરિયાએ તેના વળતર પર પોતાને જવાબદાર ગણવામાં આવ્યુ, સવારના બધા કાર્યોને પૂર્વવત્ કરવા, અને તાજને તાજ પહેરો.

જ્યારે તેઓ ભાગ લેતા હતા, ત્યારે મોટા પ્રમાણમાં સહનશીલતા સાથે લેડી કેથરિન, તેમને સારી મુસાફરીની ઇચ્છા હતી, અને તેમને આગામી વર્ષે ફરીથી હંસફોર્ડમાં આવવા આમંત્રણ આપ્યું હતું; અને મિસ ડી બોઉર્જે અત્યાર સુધી કર્ટ્સી તરીકે પોતાને શામેલ કર્યો અને બંનેને તેનો હાથ પકડી રાખ્યો.

પ્રકરણ .

શનિવારે સવારે એલિઝાબેથ અને મિસ્ટર. અન્ય લોકો દેખાયા તે પહેલાં કોલિન્સ નાસ્તો માટે મળ્યા હતા. અને તેમણે ભાગલાત્મક ક્ષમતાઓ ચૂકવવાની તક લીધી જે તેમને અનિવાર્યપણે માનવામાં આવતી હતી.

"હું નથી જાણતો, એલિઝાબેથને ચૂકી ગયો છું," એમણે કહ્યું, "મિસ્ટર કોલિન્સે અમને આવવા માટે તમારી દયા વિશેની લાગણી વ્યક્ત કરી છે, પણ મને ખાતરી છે કે તમે તેના માટે આભાર પ્રાપ્ત કર્યા વિના ઘર છોડશો નહીં. તમારી કંપનીનો ખૂબ અનુભવ થયો છે, હું તમને ખાતરી આપું છું. આપણે જાણીએ છીએ કે આપણા નમ્ર નિવાસસ્થાનમાં કોઈપણને આકર્ષવાનો

કેટલો ઓછો છે. અમારી સાદી રીત, અમારા નાના ઓરડાઓ, અને થોડા ઘરેલુ અને આપણે જે દુનિયાને જોઈ શકીએ છીએ, હંસફોર્ડને તમારી જેમ એક યુવાન મહિલાને અત્યંત નકામા બનાવવું જ જોઇએ; પણ મને આશા છે કે તમે કન્ડેસ્સેન્શન માટે અમને આભારી માનશો, અને અમે તમારા સમયને અનિશ્ચિતતાથી ખર્ચવામાં રોકવા માટે અમારી શક્તિમાં દરેક વસ્તુ કરી છે. "

એલિઝાબેથ તેના આભાર અને ખુશીના આશ્વાસનથી આતુર હતો. તેણીએ છ અઠવાડિયામાં આનંદ માણ્યો હતો; અને ચાર્લોટ સાથે રહેવાનો આનંદ, અને તેણીએ જે પ્રકારની વાતો પ્રાપ્ત કરી હતી, તેને તેણીને ફરજિયાત લાગે છે. શ્રીમાન. હતી; અને વધુ હસતાં ગૌરવ સાથે જવાબ આપ્યો,

"તે સાંભળીને મને આનંદ થાય છે કે તમે તમારો સમય અસંમતિથી પસાર કર્યો નથી. અમે ચોક્કસપણે શ્રેષ્ઠ કાર્ય કર્યું છે અને સૌથી સદભાગ્યે તે તમને ખૂબ શ્રેષ્ઠ સમાજને પરિચય આપવાની શક્તિમાં છે અને રોઝિંગ સાથેના જોડાણથી, વારંવાર નમ્ર ઘરના દ્રશ્યોમાં ફેરફાર કરવાનો અર્થ છે, મને લાગે છે કે અમે તમારી જાતને ખુશ કરી શકીએ છીએ કે તમારી હંસફોર્ડની મુલાકાત સંપૂર્ણપણે ત્રાસદાયક હોતી નથી. લેડી કેથરિનના પરિવાર પ્રત્યેની આપણી પરિસ્થિતિ ખરેખર અસાધારણ ફાયદો અને આશીર્વાદ છે જે થોડા લોકો બડાઈ મારશે. આપણે એક પગથિયું છીએ, તમે જુઓ છો કે આપણે સતત ત્યાં કેવી રીતે સંકળાયેલા છીએ. સત્યમાં મારે એ સ્વીકારવું જ જોઈએ કે, આ નમ્ર પર્સોજના બધા ગેરફાયદા સાથે, મને કોઈ એવું લાગતું નથી કે તે દયાના વિષયમાં રહે, જ્યારે તે આપણા ભાગીદાર રોઝિંગમાં ઘનિષ્ઠતા. "

શબ્દો તેમની લાગણીઓની ઉન્નતિ માટે અપર્યાપ્ત હતા; અને તેને રૂમ વિશે ચાલવા માટે ફરજ પાડવામાં આવી હતી, જ્યારે

એલિઝાબેથે કેટલાક ટૂંકા વાક્યોમાં સિવિલિટી અને સત્યને એકીકૃત કરવાનો પ્રયાસ કર્યો હતો.

"તમે ખરેખર, મારા પ્રિય પિતરાઈ હર્ટફોર્ડશાયરમાં અમારી તરફ ખૂબ અનુકૂળ રિપોર્ટ લઈ શકો છો, હું ઓછામાં ઓછું ખુશ છું કે તમે આમ કરવા માટે સમર્થ હશો. મહિલા કેથરિનના મહાન અભિનેતાઓ, કોલિન્સનો તમે દરરોજ સાક્ષી છો ; અને સંપૂર્ણ રીતે હું વિશ્વાસ કરું છું કે એવું નથી લાગતું કે તમારા મિત્રએ કમનસીબ દોર્યું છે - પરંતુ આ બિંદુએ પણ તે મૌન રહેશે. ફક્ત મને ખાતરી છે કે, મારા પ્રિય મિસ એલિઝાબેથ, હું મારા હૃદયથી ખૂબ જ શુભકામનાઓ કરી શકું છું તમે લગ્નમાં સમાનતામાં સમાન છો. મારા પ્રિય ચાર્લોટ અને મારી પાસે માત્ર એક જ મન અને વિચારવાનો એક માર્ગ છે. દરેક વસ્તુમાં આપણી વચ્ચેના પાત્ર અને વિચારોની સૌથી અસામાન્ય સામ્યતા છે. અમને લાગે છે કે એકબીજા માટે ડિઝાઇન કરવામાં આવી છે."

એલિઝાબેથ સલામત રીતે કહી શકે છે કે તે એક મહાન સુખ હતો જ્યાં તે કેસ હતો, અને સમાન પ્રમાણિકતા સાથે તે ઉમેરી શકે છે કે તેણી તેના સ્થાનિક સુખમાં વિશ્વાસપૂર્વક અને આનંદ અનુભવે છે. તેણીએ દિલગીર ન હતી, તેમ છતાં, તેઓના ઉચ્ચારણથી મહિલાના પ્રવેશ દ્વાર દ્વારા તેમને અટકાવવામાં આવ્યા હતા. ગરીબ ચાર્લોટ! -તેને સમાજને છોડવા માટે તે ખિન્ન હતો! -પરંતુ તેણીએ તેની આંખોથી તેને ખુલ્લી રાખ્યું હતું; અને દેખીતી રીતે જ તેના મુલાકાતીઓને જવાનું દુઃખ થયું હોવા છતાં, તે કરુણા માટે પૂછતી નહોતી. તેણીનું ઘર અને તેણીનું ઘરનું સંચાલન, તેણીના પેરિશ અને તેના મરઘાં, અને તેમની બધી આશ્રિત ચિંતાઓ, હજી સુધી તેમની આભૂષણો ગુમાવી નથી.

લાંબા સમય સુધી ચાઇઝ પહોંચ્યા, પાટિયાંને ઉપરથી ગોઠવવામાં આવી, પાર્સલ અંદર મૂકવામાં આવ્યાં, અને તે તૈયાર

થવા માટે ઉચ્ચારવામાં આવ્યું. મિત્રો વચ્ચેનો પ્રેમભર્યા ભાગ પછી, એલિઝાબેથને મોટર દ્વારા ગાડીમાં હાજરી આપી હતી. કોલિન્સ, અને જેમ તેઓ બગીચામાં નીચે ચાલ્યા ગયા તેમ, તેઓ તેમના પરિવાર પ્રત્યેના તેમના શ્રેષ્ઠ આદર સાથે તેમને કાર્યરત કરી રહ્યા હતા, શિયાળાના લાંબા ગાળા દરમિયાન તેમણે જે દયા પ્રાપ્ત કરી હતી તે બદલ આભાર માનતા ન હતા, અને એમની પ્રશંસા. અને મિસ્ટર. ગાર્ડનર, જોકે અજ્ઞાત. પછી તેણીએ તેને અંદર આપ્યો, મરિયાએ તેનું અનુસરણ કર્યું, અને બારણું બંધ થવાના બિંદુ પર હતું, જ્યારે તેણે અચાનક તેમને યાદ અપાવ્યું કે, કેટલાક કર્કશ સાથે, તેઓ રોઝિંગની મહિલાઓને કોઈ સંદેશો છોડી દેવા ભૂલી ગયા હતા.

"પરંતુ," તેમણે ઉમેર્યું હતું કે, "તમે અહીં હોવ ત્યારે, તમારી દયા બદલ આભાર માનવા બદલ, તમે નિમિત્તે તેમના નમ્ર ગુણોને પહોંચાડવાની ઇચ્છા રાખશો."

એલિઝાબેથે કોઈ વાંધો ઉઠાવ્યો ન હતો; - પછી બારણું બંધ કરી દેવામાં આવ્યું, અને વાહન બંધ થઈ ગયું.

"સારા દયાળુ!" મારિયાને રડતા થોડી મિનિટો પછી મૌન, "એવું લાગે છે કે અમે પ્રથમ આવ્યા પછી એક અથવા બે દિવસ લાગે છે! -અને હજુ સુધી કેટલી બધી ઘટનાઓ થઈ છે!"

"ઘણા લોકો ખરેખર," તેણીના સાથીએ હસતાં કહ્યું.

"અમે રોઝિંગમાં નવ વખત ભોજન કર્યું છે, ચા ત્યાં બે વાર પીવા ઉપરાંત! - મને કેટલું કહેવું પડશે!"

એલિઝાબેથે અંગત રીતે ઉમેર્યું, "અને મને કેટલું છુપાવવું પડશે."

તેમની મુસાફરી ખૂબ વાતચીત, અથવા કોઈપણ અલાર્મ વિના કરવામાં આવી હતી; અને હંસફોર્ડ છોડીને ચાર કલાકની અંદર, તેઓ મિ. ગાર્ડિનરનું ઘર, જ્યાં તેઓ થોડા દિવસો રહ્યા હતા.

જેન સારી રીતે જોતા હતા, અને એલિઝાબેથને તેની આત્માઓની ભણતર કરવાની થોડી તક હતી, જેમાં તેમની કાકીની દયા તેમના માટે અનામત હતી તે વિવિધ પ્રવૃત્તિઓ વચ્ચે. પરંતુ જેન તેની સાથે ઘરે જવાનું હતું, અને લાંબા સમય સુધી અવલોકન માટે પૂરતી જગ્યા હશે.

તેણીએ તેના સાથીના બહેનને કહ્યું તે પહેલાં આ પ્રયાસ કર્યા વિના ન હતી. માતાનો દરખાસ્તો. તે જાણવા માટે કે તેણીને ખુબ જ આશ્ચર્યજનક જેનને શું ખુલ્લું પાડશે તે બતાવવાની શક્તિ હતી, અને તે જ સમયે, તેણીએ પોતાની વ્યભિચારના ગમે તેટલું ખુશીથી સ્વીકાર્યું હતું, તે હજી સુધી કારણભૂત થઈ શક્યું ન હતું જીત મેળવી શક્યો હોત, પરંતુ તેણીએ જે વાતચીત કરવી જોઈએ તેટલી મર્યાદામાં, તે જે રહી હતી તે નિર્દોષતાની સ્થિતિ; અને તેના ડર, જો તે એકવાર વિષય પર પ્રવેશી, તો બિંગલીની કંઈક પુનરાવર્તન કરવામાં આવે છે, જે તેના બહેનને વધુ દુઃખી કરે છે.

પ્રકરણ .

તે મેમાં બીજો સપ્તાહ હતો, જેમાં ત્રણ યુવાન મહિલાઓ હર્ટફોર્ડશાયરમાં - શહેર માટે, ગ્રેસચર્ચ-ગલીથી મળી હતી; અને, કારણ કે તેઓ નિયુક્ત ધર્મશાળા નજીક આવ્યા જ્યાં મિસ્ટર. બેનેટની ગાડી તેમની સાથે મળી હતી, તેઓ તરત જ કોચમેનની સમયસીમાની ટૉકનમાં માનતા હતા, કિટ્ટી અને લીડિયા બંને ડાઇનિંગ-ઓરડામાં સીડી ઉપર જતા હતા. આ બે છોકરીઓ એક જગ્યાએ એક કલાકથી ઉપર હતી, ખુલ્લી રીતે વિપરીત મિલિનરની મુલાકાત લેવા, રક્ષક પર સેન્ટીનેલ જોતા અને સલાદ અને કાકડીને ડ્રેસિંગ કરવા માટે કામ કરતા હતા.

તેમના બહેનોનું સ્વાગત કર્યા પછી, તેઓએ આ ઠંડા માંસથી સજ્જ એક ટેબલ પ્રદર્શિત કરી, જે સામાન્ય રીતે એક સહન કરનાર તરીકે આપવામાં આવે છે, તે કહે છે, "શું આ સરસ નથી? શું આ કોઈ આશ્ચર્યજનક આશ્ચર્ય નથી?"

"અને અમે તમને બધાનો ઉપચાર કરવાનો છે," ઉમેર્યું ; "પરંતુ તમારે પૈસા અમને ધિરાણ આપવું જ જોઈએ, કારણ કે અમે ત્યાં ફક્ત દુકાનમાં જ અમારો ખર્ચ કર્યો છે ." ત્યારબાદ તેણીએ તેની ખરીદી બતાવી: "અહીં જુઓ, મેં આ બોનેટ ખરીદ્યો છે. મને નથી લાગતું કે તે ખૂબ જ સુંદર છે, પરંતુ મને લાગ્યું કે હું પણ તે ખરીદી શકું છું પણ ખરીદી શકું તેમ નથી. હું ઘરે જલદી જ તેને ટુકડાઓમાં ખેંચીશ, અને જુઓ કે હું તેને વધુ સારું બનાવી શકું છું. "

અને જ્યારે તેણીની બહેનોએ આને દુર્લભ તરીકે દુરુપયોગ કર્યો ત્યારે, તેણીએ સંપૂર્ણ અનિશ્ચિતતા સાથે ઉમેર્યું, "ઓહ! પરંતુ દુકાનમાં બે કે ત્રણ વધુ કુશળ હતા; અને જ્યારે મેં તાજા સાથે તેને છાંટવા માટે કેટલાક સુંદર રંગીન સાથી ખરીદ્યા છે, ત્યારે મને લાગે છે કે તે ખૂબ જ સહનશીલ હશે. ઉપરાંત, આ ઉનાળામાં જે પહેરે છે તે એ સ્પષ્ટ કરશે નહીં કે, સશાયર મેરિટોન છોડી ગયા છે અને તેઓ એક પખવાડિયામાં જઇ રહ્યા છે. "

"શું તેઓ ખરેખર છે?" મહાન સંતોષ સાથે, એલિઝાબેથ રડે.

"તેઓ તેજસ્વી નજીક આવેલા રહેશે અને હું ઇચ્છું છું કે પપ્પા ઉનાળામાં બધાને ત્યાં લઈ જશે! તે એક સ્વાદિષ્ટ યોજના હશે, અને હું કહું છું કે ભાગ્યે જ કોઈ ખર્ચ થશે. મામા માગે છે બધી બાબતોનો પણ સમાવેશ થાય છે! ફક્ત વિચાર કરો કે ઉનાળુ ઉનાળું શું હશે અને બીજું હશે! "

"હા," એલિઝાબેથે વિચાર્યું, "તે એક આનંદદાયક યોજના હશે, ખરેખર, અને એક જ સમયે આપણા માટે સંપૂર્ણપણે કરે. સારા સ્વર્ગ! તેજસ્વી, અને સૈનિકોના સંપૂર્ણ શિબિરરૂપ, અમારા માટે, જે એક ગરીબ રેજિમેન્ટ દ્વારા પહેલેથી જ ઓવરસેટ થઈ ગયા છે મિલિટીયા અને મેરિટોનના માસિક દડા. "

"હવે મને તમારા માટે કોઈ સમાચાર મળી છે," લેડિયાએ કહ્યું, તેઓ ટેબલ પર બેઠા હતા. "તમે શું વિચારો છો? તે શ્રેષ્ઠ સમાચાર, મૂડી સમાચાર અને ચોક્કસ વ્યક્તિ વિશે છે જે અમને ગમે છે."

જેન અને એલિઝાબેથ એકબીજા તરફ જોતા હતા અને વેઈટરે કહ્યું હતું કે તેને રહેવાની જરૂર નથી. હાંસી ઉડાવી, અને કહ્યું,

"હા, તે તમારી ઔપચારિકતા અને વિવેકબુદ્ધિની જેમ જ છે. તમે વિચાર્યું છે કે વેઇટરને સાંભળવું જોઈએ નહીં, જેમ કે તેની સંભાળ રાખવી જોઈએ! મને કહેવાની હિંમત છે કે તે વારંવાર ખરાબ વાતો સાંભળે છે તેના કરતા હું કહું છું. પણ તે એક બિહામણું સાથી છે! ખુશીથી તે ગયો છે. મેં ક્યારેય મારા જીવનમાં આટલી લાંબી ચીન જોયેલી નથી, પણ હવે મારા સમાચાર માટે: તે ડિયર વિકમ છે; વેઇટર માટે ખૂબ સારું છે, તે નથી? વિક્હેમના લગ્ન કરનાર મેરી રાજાનું કોઈ જોખમ નથી. ત્યાં તમારા માટે છે! તેણી તેના કાકાને લિવરપૂલ પર ગઈ છે; રહેવા માટે ગયો. વિકેમ સલામત છે. "

"અને મેરી રાજા સુરક્ષિત છે!" ઉમેરવામાં એલિઝાબેથ; "સંપત્તિની જેમ અયોગ્ય જોડાણથી સુરક્ષિત."

"જો તેણીને ગમ્યું હોય તો તેણી દૂર જવા માટે એક મહાન મૂર્ખ છે."

"પરંતુ હું આશા રાખું છું કે બંને બાજુ પર કોઈ મજબૂત જોડાણ નથી," જેન જણાવે છે.

"મને ખાતરી છે કે ત્યાં તેના પર નથી. હું તેનો જવાબ આપીશ, તેણે તેના વિશે ત્રણ સ્ટ્રોઝ ક્યારેય સંભાળ્યા ન હતા."

એલિઝાબેથને આંચકો લાગ્યો હતો કે તેમ છતાં, પોતાને અભિવ્યક્ત થવાની અસહ્યતા અસમર્થ છે, લાગણીની કઠોરતા તેના પોતાના સ્તન કરતાં થોડી ઓછી હતી અને તેણે ઉદારતાથી ચાહ્યું હતું!

જલદી જ બધાએ ખાધું, અને વડીલોએ ચૂકવણી કરી, વાહન ચલાવવાનો આદેશ આપ્યો; અને કેટલાક પ્રગતિ પછી, આખી પાર્ટી, તેમના બધા બૉક્સ, વર્કબેગ્સ અને પાર્સલ અને કિટ્ટીઝ અને લીડિયાના ખરીદીના અનિચ્છનીય વધારામાં તે બેઠેલી હતી.

"અમે કેવી રીતે સરસ રીતે પછાડ્યા છે!" રડે. "મને ખુશી છે કે મેં મારો બોનેટ ખરીદ્યો છે, જો તે ફક્ત બીજા બેન્ડબોક્સની મજા માટે છે! હવે, ચાલો આપણે ખૂબ આરામદાયક અને સ્નૂગ થઈએ, અને ઘરની સાથે વાત કરીને હસવું જોઈએ. અને પ્રથમ સ્થાને, ચાલો સાંભળીએ તમે બધાએ શું કર્યું છે, કારણ કે તમે ગયા છો. શું તમે કોઈ સુખદ માણસોને જોયા છે? શું તમારી પાસે કોઈ ફ્લર્ટિંગ છે? હું ખૂબ જ આશા રાખું છું કે તમે પાછા આવ્યા તે પહેલાં તમારામાંના એકને પતિ મળ્યા હોત. નોકરડી, હું જાહેર કરું છું. તે લગભગ ત્રણ અને વીસ છે! સ્વામી, હું ત્રણ અને વીસ પહેલા લગ્ન ન કરું તે શરમજનક છે! મારી કાકી ફિલીપ્સ તમને પપ્પાને મેળવવા માંગે છે, પણ તમે વિચારતા નથી. મિ. કોલિન્સ લીધા છે, પરંતુ મને નથી લાગતું કે ત્યાં કોઈ મજા આવી હોત. સ્વામી! મને તમારા લગ્ન પહેલાં કેવી રીતે લગ્ન કરવું ગમે છે; અને પછી હું તમને બધા દડા વિશે ચપ્પુ કરીશ. પ્રિય મને! બીજા દિવસે અમે કોલોન ફોસ્ટરની મજા માણીએ છીએ. કિટ્ટી અને હું

ત્યાં દિવસ અને મિસ્ટર ખર્ચવા હતા. ફોસ્ટરએ સાંજે થોડો ડાન્સ લેવાનું વચન આપ્યું હતું; (બાય દ્વારા, મિસ્ટર ફોસ્ટર અને હું આવા મિત્રો છે!) અને તેથી તેણે બે હેરિંગટોન આવવા કહ્યું, પરંતુ હેરિએટ બીમાર હતો, અને તેથી પેન પોતાને દ્વારા આવવાનું દબાણ કરાયું હતું; અને પછી, તમે શું વિચારો છો અમે કર્યું? અમે સ્ત્રીના કપડાંમાં ચેમ્બર્લેન પહેરેલા, એક મહિલા માટે પસાર કરવાના હેતુસર, માત્ર મજા શું લાગે છે! આત્મા જાણતો નથી, પરંતુ કોલ. અને મિસ્ટર. ફોસ્ટર, અને કિટ્ટી અને હું, મારા કાકી સિવાય, અમે તેના ગાઉન્સમાંથી એક ઉધાર લેવા માટે દબાણ કર્યું હતું; અને તમે કલ્પના કરી શકતા નથી કે તેણે કેટલો સારો દેખાવ કર્યો! જ્યારે ડેની, અને વિકમ, અને પ્રેટ, અને બે અથવા ત્રણ વધુ પુરુષો આવ્યા, તેઓ ઓછામાં ઓછા તેમને જાણતા નહોતા. ભગવાન! હું કેવી રીતે હસ્યો! અને તેથી મિસ્ટર. ફોસ્ટર. મેં વિચાર્યું કે મારે મૃત્યુ પામવું જોઈએ. અને તે માણસો બનાવ્યાંકંઈક શંકા છે, અને પછી તરત જ તે જાણ્યું કે આ બાબત શું છે. "

તેમના પક્ષો અને સારા ટુચકાઓ જેવા આ પ્રકારના ઇતિહાસ સાથે, લીડિયાએ, કિટ્ટીના સંકેતો અને ઉમેરાઓ દ્વારા સહાયિત, લાંબા સમયથી તેના સાથીઓને લાંબા સમય સુધી ચાલવા માટેનો પ્રયાસ કર્યો. એલિઝાબેથ જેટલી નાની હતી તેટલી સાંભળી હતી, પરંતુ વિકમામના નામનો વારંવાર ઉલ્લેખ કરવામાં કોઈ છટકી જતો નહોતો.

ઘરે તેમના સ્વાગત સૌથી પ્રકારની હતી. શ્રીમતી. અનૌપચારિક સૌંદર્યમાં જેનને જોવા માટે બેનેટ ખુશ હતો; અને ડિનર દરમિયાન એક કરતા વધુ વખત મિ. બેનેટ સ્વૈચ્છિક રીતે એલિઝાબેથને કહે છે,

"હું ખુશ છું કે તમે પાછા આવો છો, ઝાંખી."

ડાઇનિંગ રૂમમાં તેમની પાર્ટી મોટી હતી, કારણ કે લગભગ તમામ લ્યુસીસ મારિયાને મળવા આવ્યા હતા અને સમાચાર સાંભળી હતી: અને વિવિધ વિષયો જે તેમને કબજે કરે છે; લેડી લુકાસ તેની મોટી દીકરીના કલ્યાણ અને મરઘા પછી, મેરીયાને ટેબલ પર શોધતી હતી; શ્રીમતી. બેનેટ બમણું સંકળાયેલું હતું, એક બાજુ જણે જેનની વર્તમાન ફેશનોનું એકત્રીકરણ એકઠી કર્યું હતું, જે તેણીની નીચે કોઈ રીતે બેઠા હતા, અને બીજી બાજુ, તેમને બધાને નાના મિસ લ્યુકેસમાં રિટેલ કરી હતી; અને , કોઈપણ અન્ય વ્યક્તિ કરતાં અવાજ કરતાં મોટેથી, સવારે વિવિધ આનંદ સુનિશ્ચિત કરવામાં આવી હતી કે જે કોઈપણ તેના શરીર સાંભળવા કરશે.

"ઓહ! મેરી," તેણીએ કહ્યું, "હું ઈચ્છું છું કે તમે અમારી સાથે ગયા હોત, કારણ કે અમારી પાસે આ મજા આવી હતી! જેમ અમે સાથે ગયા તેમ, કિટ્ટી અને મેં બધા બ્લાઇંડ્સને દોરી લીધા, અને કોચમાં કોઈ હોવાનો ઢોંગ કર્યો અને મને જોઈએ જો કિટ્ટી બીમાર ન હોત, અને જો આપણે જ્યોર્જ પહોંચી ગયા હોત, તો મને લાગે છે કે અમે ખૂબ ઉદારતાથી વર્તે છે, કારણ કે અમે અન્ય ત્રણને દુનિયાના સૌથી ઠંડા ઠંડા ભોજનનો સ્વાદ માણેલા સાથે રાખ્યો છે, અને જો તમારી પાસે હશે ચાલ્યા ગયા, અમે પણ તમારી સાથે વર્ત્યા હોત. અને પછી જ્યારે અમે દૂર આવ્યા ત્યારે તે આનંદદાયક હતું! મેં વિચાર્યું કે અમે ક્યારેય કોચમાં જવું જોઈએ નહીં. હું હાસ્યને મરવા માટે તૈયાર હતો. અને પછી અમે ઘરના બધા માર્ગે આનંદી હતા! અમે બોલ્યા અને ખૂબ જ હસ્યા, કે કોઈ પણ શરીરએ અમને દસ માઈલ દૂર સાંભળ્યું હોત! "

આ માટે, મેરીએ ખૂબ જ કઠોરતાથી જવાબ આપ્યો, "મારા પ્રિય બહેન, આ પ્રકારના આનંદની અવગણના કરવા માટે મારાથી દૂર રહો. તેઓ શંકાસ્પદ સ્ત્રી મગજની સામાન્યતા સાથે સંવાદિતા હોવા જોઈએ. પણ હું કબૂલ કરું છું કે તેઓ મારા માટે કોઈ આશીર્વાદ નહીં લેશે. પુસ્તક પસંદ કરો. "

પરંતુ આ જવાબ લીડિયાએ કોઈ શબ્દ સાંભળ્યો નથી. તેણી ભાગ્યે જ અડધાથી વધુ મિનિટ સુધી કોઈ પણ શારીરિક સુનાવણી કરે છે, અને ક્યારેય મેરિમાં ભાગ લેતી નથી.

બપોરે લીડિયા બાકીની છોકરીઓ સાથે મેરિટોન જવાનું અને દરેક શરીર કેવી રીતે ચાલ્યું તે જોવા માટે તાકીદની હતી; પરંતુ એલિઝાબેથે આ યોજનાનો સતત વિરોધ કર્યો. એવું કહેવામાં આવવું જોઈએ નહીં કે, મિસ બેનેટ્સ અધિકારીઓની શોધમાં આવે તે પહેલાં અડધા દિવસે ઘરે ન હોઈ શકે. તેના વિરોધ માટે પણ બીજું એક કારણ હતું. તેણી ફરી વિકમામને જોઈને ડરતી ગઈ, અને શક્ય તેટલા લાંબા સમય સુધી ટાળવા માટે તેનો ઉકેલ લાવવામાં આવ્યો. તેના માટે, રેજિમેન્ટના નિકટના નિકાલની રાહત, ખરેખર અભિવ્યક્તિની બહાર હતી. એક પખવાડિયામાં તેઓ જવા જતા હતા, અને એકવાર ગયા પછી, તેણીએ આશા રાખી હતી કે તેમના એકાઉન્ટ પર તેમને પ્લેગ કરવા માટે બીજું કંઈ પણ નથી.

તેણીએ ઘરે ઘણાં કલાકો નહોતા કર્યા, તે જાણવા મળ્યું કે તેજસ્વી યોજના, જેના લીધે લીડિયાએ તેમને આશ્રમમાં એક સંકેત આપ્યો હતો , તેના માતાપિતા વચ્ચે સતત ચર્ચા થતી હતી. એલિઝાબેથે સીધા જ જોયું કે તેના પિતા પાસે ઉપજવાની નાનો હેતુ નથી. પરંતુ તેના જવાબો એક જ સમયે અસ્પષ્ટ અને અવિશ્વસનીય હતા, તેની માતા ઘણીવાર નિરાશ થઈ ગઈ હોવા છતાં, તે પછી ક્યારેય સફળ થવાની નિરાશ ન હતી.

પ્રકરણ .

જેનની સાથે જેનને પરિચિત કરવા એલિઝાબેથની અશાંતિ હવે લાંબા સમય સુધી પહોંચી શકશે નહીં; અને તેની બહેનને લગતી પ્રત્યેક વિશેષતાને દબાવી દેવાની અને તેને આશ્ચર્ય પાડવા માટે લાંબા સમય સુધી નિર્ધારિત કરવામાં આવી હતી, તે પછીના

દિવસે સવારે તેની સાથે મિસ્ટરની દ્રશ્યના વડા સાથે સંબંધિત હતી. ડરસી અને પોતાને.

મિસ બેનેટના આશ્ચર્યની તીવ્ર સાથી બહેનની આંશિકતાથી ટૂંક સમયમાં ઘટાડો થયો હતો જેણે એલિઝાબેથની કોઈ પ્રશંસા સંપૂર્ણ કુદરતી દેખાતી હતી; અને બધા આશ્ચર્ય ટૂંક સમયમાં અન્ય લાગણીઓમાં હારી ગયા. તે ક્ષમા હતી કે મિસ્ટર. ડેર્સીએ તેમની લાગણીઓને તેમની ભલામણ કરવા માટે એટલા ઓછા યોગ્ય રીતે પહોંચાડવી જોઈએ; પરંતુ તેણીની બહેનના ઇનકારથી તેમને જે દુઃખ મળ્યું હશે તે માટે તેણી વધુ દુઃ ખી હતી.

"તેણી સફળ થવાની ખાતરી છે, તે ખોટું હતું," તેણીએ કહ્યું; "અને ચોક્કસપણે દેખાયા ન હોવું જોઈએ; પરંતુ તેના નિરાશામાં કેટલો વધારો કરવો જોઈએ તે ધ્યાનમાં લો."

એલિઝાબેથએ જવાબ આપ્યો, "ખરેખર," હું તેના માટે દિલગીર છું, પરંતુ તેની પાસે અન્ય લાગણીઓ છે જે કદાચ મારા માટે તેના સંબંધને દૂર કરશે. જો કે, તમે તેને નકારી કાઢવા માટે મને દોષ આપશો નહીં? "

"તમને દોષારોપણ! ઓહ, ના."

"પરંતુ તમે વિકેમથી ખૂબ ઉત્સાહિત બોલવા બદલ મને દોષ આપો છો."

"ના, હું નથી જાણતો કે તમે જે કહ્યું તે ખોટું હતું."

"પણ તમને ખબર પડશે કે જ્યારે હું તમને કહું છું કે બીજા દિવસે શું થયું છે."

ત્યારબાદ તેણીએ પત્રની વાત કરી હતી, જ્યાં સુધી તેઓ જ્યોર્જ વિકહેમની ચિંતા કરતા હતા ત્યાં સુધી તેની સંપૂર્ણ સામગ્રીને પુનરાવર્તન કરતા હતા. ગરીબ જેન માટે આ એક સ્ટ્રોક હતો! જે વિશ્વભરમાં સ્વેચ્છાએ માનતા હતા કે માનવીની સંપૂર્ણ જાતિમાં આટલી બધી દુષ્ટતા અસ્તિત્વમાં છે, જેમ કે અહીં એક વ્યક્તિમાં એકત્રિત કરવામાં આવી હતી. નકામાની નિંદા પણ ન હતી, તેમ છતાં તેણીની લાગણીઓને આભારી હતી, અને આવી શોધ માટે તેને દિલાસો આપવા સક્ષમ હતી. સૌથી ગંભીરતાથી તેણે ભૂલની સંભાવના સાબિત કરવા માટે શ્રમ કરી હતી, અને બીજાને શામેલ કર્યા વિના, એકને સાફ કરવાની માંગ કરી હતી.

એલિઝાબેથએ કહ્યું, "આ કરશે નહીં." "તમે કોઈ પણ વસ્તુ માટે તેમને બંનેને સારી બનાવવા માટે સમર્થ હશો નહીં. તમારી પસંદગી લો, પરંતુ તમારે ફક્ત એક જ સંતુષ્ટ થવું જોઈએ. ત્યાં તેમની વચ્ચે યોગ્યતા જેટલી માત્રા છે, એક સારી વ્યક્તિ બનાવવા માટે પૂરતા પ્રમાણમાં; અને મોડેથી તે ખૂબ જ વધારે સ્થળાંતર કરી રહ્યું છે. મારા ભાગ માટે, હું તે બધા મિસ્ટર ડેર્સીના માનવા માટે ઇચ્છા કરું છું, પણ તમે જેમ ચુસ્ત કરો છો તેમ કરો છો. "

જોકે, તે થોડો સમય હતો, જો કે, સ્મિતને જેનથી કાઢવામાં આવી શકે છે.

"મને ખબર નથી કે હું ક્યારે વધુ આઘાત લાગ્યો છું," તેણીએ કહ્યું. "વિખેમ ખૂબ જ ખરાબ! તે લગભગ ભૂતકાળની માન્યતા છે અને ગરીબ શ્રી ડર્સી! પ્રિય ઝઝૂમ, માત્ર તે જ ભોગવવું જોઈએ તે ધ્યાનમાં લો. આવા નિરાશા! અને તમારી બીમારીની જાણકારી સાથે પણ! અને આવી વસ્તુને જોડવા માટે તેની બહેનની! તે ખરેખર ખૂબ જ તકલીફરૂપ છે. મને ખાતરી છે કે તમારે એવું અનુભવવું જ પડશે. "

"ઓહ! ના, મારા પસ્તાવો અને કરુણા તમે બન્નેથી ભરપૂર જોઈને દૂર થઇ ગયા છો. હું જાણું છું કે તમે તેને એટલું ન્યાય કરશો, હું દરેક ક્ષણને વધારે અસ્વસ્થ અને ઉદાસીન બની રહ્યો છું. તમારી મૂર્ખતા મને બચત કરે છે અને જો તમે તેના પર લાંબા સમય સુધી વિલાપ કરો છો, મારા હૃદય પીછા જેવા પ્રકાશરૂપ થશે. "

"ગરીબ વિકમામ; તેના ચહેરામાં ભલાઈની અભિવ્યક્તિ છે! આ રીતે ખુલ્લી અને નમ્રતા."

"તે બે યુવાન માણસોના શિક્ષણમાં ચોક્કસપણે કુશળ સંચાલન કરવામાં આવ્યું હતું. એકને બધી ભલાઈ મળી છે, અને બીજું આ બધું દેખાય છે."

"મેં ક્યારેય એમ માન્યું ન હતું કે તમે જે રીતે ઉપયોગ કરતા હતા તે રીતે મિ. ડેર્સી તેના દેખાવમાં એટલી અપૂરતી હતી."

"અને હજી પણ હું અસાધારણ હોંશિયાર હોવાનું નક્કી કરવા માટે તેને કોઈ કારણ વિના, નાપસંદ કરવાનું નક્કી કર્યું. તે કોઈની પ્રતિભાસંપત્તિ માટે આટલું જ આડુંઅવળું છે, તે પ્રકારનો નાપસંદ થવા માટે બુદ્ધિનો ઉદઘાટન. એક વિના સતત સતત અપમાનજનક હોઈ શકે છે. કોઈ પણ વસ્તુ કહે છે, પરંતુ હવે કોઈ પણ વ્યક્તિ વગર હવે હસતો નથી અને પછી કંટાળી ગયેલી વસ્તુ પર ઠોકર મારતો હોય છે. "

"લિઝી, જ્યારે તમે તે પત્ર પહેલો વાંચશો, મને ખાતરી છે કે તમે આ બાબતની જેમ વર્તન કરી શકશો નહીં."

"હું ખરેખર કરી શક્યો ન હતો. હું ખૂબ અસ્વસ્થ હતો. હું ખૂબ જ અસ્વસ્થ હતો, હું નાખુશ કહી શકું છું અને કોઈ સાથે વાત કરવા માટે, મને જે લાગ્યું હતું, મને દિલાસો આપવા માટે કોઈ વાંધો નહોતો અને કહે છે કે હું ખૂબ જ નબળા ન હતા અને નકામું અને

અસ્વસ્થતા, જેમ કે હું જાણતો હતો કે હું હતો! ઓહ! હું તમને કેવી રીતે ચાહું છું! "

"તમે દુર્ભાગ્યે વિકમથી બોલતા આવા ખૂબ જ મજબૂત અભિવ્યક્તિઓનો કેટલો દુ: ખી ઉપયોગ કર્યો હોત, હવે તેઓ સંપૂર્ણ રીતે અયોગ્ય દેખાય છે."

"ચોક્કસપણે, પરંતુ કડવાશથી બોલવાની દુર્ઘટના એ, હું પ્રોત્સાહિત કરનારા પૂર્વગ્રહોનો સૌથી કુદરતી પરિણામ છે. એક મુદ્દો છે, જેના પર હું તમારી સલાહ માંગું છું. મને કહેવાની છે કે મારે શું કરવું જોઈએ અથવા ન કરવું જોઈએ અમારા પરિચય સામાન્ય રીતે વિકમના પાત્રને સમજે છે. "

મિસ બેનેટ થોડા સમય માટે થોભ્યા અને પછી જવાબ આપ્યો, "ચોક્કસપણે તેને ખૂબ ભયાનક રીતે જાહેર કરવા માટે કોઈ પ્રસંગ હોઈ શકતો નથી. તમારી પોતાની અભિપ્રાય શું છે?"

"તે પ્રયત્ન કરવો જોઈએ નહીં. મિસ્ટર ડેર્સીએ મને તેમના સંદેશાવ્યવહારને જાહેર કરવા માટે અધિકૃત નથી કર્યો. તેનાથી તેના બહેન પ્રત્યેના પ્રત્યેક વિશિષ્ટ સાથીને મારા માટે શક્ય તેટલું રાખવામાં આવ્યું હતું; અને જો હું નિરાશાજનક બનવાનો પ્રયત્ન કરું લોકો તેમના આચરણ માટે કોણ માને છે, જે મારા પર વિશ્વાસ કરશે? મિ. ડેર્સી સામે સામાન્ય પૂર્વગ્રહ એટલો હિંસક છે કે તે મેર્ટનના સારા લોકોની મરણ હશે, તેને યોગ્ય પ્રકાશમાં મૂકવાનો પ્રયત્ન કરશે. તે સમાન નથી. વિકખમ જલદી જ જશે અને તેથી તે અહીં કોઈને પણ સૂચિત કરશે નહીં, તે ખરેખર શું છે. કેટલીકવાર તે બધા મળી આવશે, અને પછી આપણે તેની મૂર્ખાઈ પર હસવું જોઈએ તે પહેલાં તેને જાણતા નથી. હાલમાં હું તેના વિશે કશું જ કહીશ નહીં. "

"તમે સાચા છો, તેની ભૂલો જાહેર કરવામાં હંમેશ માટે તેને બરબાદ કરી શકે છે. હવે તેણે જે કર્યું છે તેના માટે તે દિલગીર છે

અને એક પાત્રને ફરીથી સ્થાપિત કરવા માટે ચિંતિત છે. આપણે તેને હાનિકારક બનાવવું જોઈએ નહીં."

એલિઝાબેથના મનની ટીકા આ વાર્તાલાપ દ્વારા કરવામાં આવી હતી. તેણીએ બે રહસ્યોમાંથી છુટકારો મેળવ્યો હતો જેણે તેણીને પખવાડિયા માટે વજન આપ્યું હતું, અને જ્યારે પણ તે ફરીથી વાત કરવાની ઇચ્છા કરી શકે ત્યારે જેનની ઇચ્છા વ્યક્ત કરનારની હતી. પરંતુ હજી પણ પાછળ છુપાવી રહ્યું હતું, જેમાંથી સમજાવટએ જાહેરાતને પ્રતિબંધિત કર્યો હતો. તેમણે અન્ય અડધા મિસ્ટર સંબંધિત હિંમત. ડેર્સીનો પત્ર, અથવા તેણીની બહેનને સમજાવતો નથી કે કેવી રીતે તેના મિત્ર દ્વારા તેની નિષ્ઠાપૂર્વક મૂલવણી કરવામાં આવી હતી. અહીં જ્ઞાન હતું કે જેમાં કોઇ પણ ભાગ લઈ શકે નહીં; અને તે સમજશક્તિપૂર્ણ હતી કે પક્ષો વચ્ચે સંપૂર્ણ સમજૂતી કરતા ઓછી કંઈ પણ રહસ્યની આ છેલ્લી સંવેદનાને નકારી કાઢવામાં તેણીને ન્યાયી ઠેરવી શકશે નહીં. "અને પછી," તેણીએ કહ્યું, "જો તે ખૂબ અસંભવિત ઘટના ક્યારેય થવી જોઈએ, હું માત્ર એટલું કહી શકું છું કે બિન્ગલી પોતાની જાતને વધુ સ્વીકાર્ય રીતે કહી શકે છે. સંદેશાવ્યવહારની આઝાદી મારી ન રહી ત્યાં સુધી તે મારી ન રહી શકે! "

તેણી હવે, પોતાના બહેનની આત્માઓની વાસ્તવિક સ્થિતિને અવલોકન કરવા માટે, આરામ સમયે, ઘરે સ્થાયી થઇ ગઇ હતી. જેન ખુશ ન હતા. તેણી હજુ પણ બિન્ગલી માટે ખૂબ જ ટેન્ડર સ્નેહ . તેણીએ પ્રેમમાં ક્યારેય પોતાની જાતને ચાહ્યું ન હતું, તેના સંબંધમાં પ્રથમ જોડાણની બધી ગરમી હતી, અને તેની ઉંમર અને સ્વભાવથી, પ્રથમ જોડાણો કરતા વધુ સ્થિરતા ઘણીવાર બડાઈ મારતી હતી; અને તેથી તેણીએ તેના સ્મૃતિને મૂલ્યવાન ગણાવ્યું, અને તેને દરેક અન્ય માણસને પસંદ કરવાનું પસંદ કર્યું, કે તેણીની બધી સારી સમજણ અને તેના મિત્રોની લાગણીઓ પ્રત્યેના તેના પ્રત્યે બધા ધ્યાન તે દિલગીરીની ખોટી તપાસને

તપાસવાની આવશ્યકતા હતી , તેણીની પોતાની સ્વાસ્થ્ય અને તેમની શાંતિ.

"કૂવો, લિઝી," મિસ્ટર જણાવ્યું હતું. બેનેટ એક દિવસ, "જેનની આ દુઃખદ વ્યવસાય વિશે હવે તમારી અભિપ્રાય શું છે? મારા ભાગ માટે, હું નિર્ધારિત છું કે હું ક્યારેય ફરીથી તે વિશે વાત નહીં કરું. મેં બીજી બહેન ફિલીપ્સને બીજા દિવસે કહ્યું. પણ મને તે ખબર નથી લંડનમાં તેની કોઈ વસ્તુ જોતી હતી, તે ખૂબ જ અયોગ્ય યુવાન હતો-અને મને નથી લાગતું કે હવે તેને ક્યારેય મળી રહેલી દુનિયામાં તેમની પાસે સૌથી ઓછી તક છે. ત્યાં ફરીથી નેધરફિલ્ડમાં આવવાની વાત નથી. ઉનાળો; અને મેં દરેક શરીરની પણ પૂછપરછ કરી છે, જેને જાણવાની શક્યતા છે. "

"હું માનતો નથી કે તેઓ ક્યારેય વધુ નેધરફિલ્ડમાં રહેશે."

"ઓહ, સારું! તે જ પસંદ કરે છે. કોઈ પણ તેને આવવા માંગતો નથી. જોકે હું હંમેશાં કહું છું કે તેણે મારી પુત્રીને ખૂબ બીમાર બનાવ્યું છે અને જો હું તેણી હોત, તો હું તેની સાથે રહેવા ન હોત. છે, મને ખાતરી છે કે જેન તૂટેલા હૃદયથી મરી જશે, અને પછી તેણે જે કર્યું છે તે બદલ તે દિલગીર થશે. "

પરંતુ એલિઝાબેથને આવી કોઈ અપેક્ષાથી દિલાસો મળ્યો ન હતો, તેથી તેણે કોઈ જવાબ આપ્યો ન હતો.

"સારું, લિઝી," તે પછી તરત જ તેની માતાને ચાલુ રાખ્યું, "અને તેથી કોલિન્સ ખૂબ જ આરામદાયક રહે છે, સારું? સારું, હું માત્ર આશા રાખું છું કે તે ચાલશે અને તેઓ કયા પ્રકારની કોષ્ટક રાખે છે? ચાર્લોટ એક ઉત્તમ મેનેજર છે, હું કહું છું કે જો તે તેની માતા જેટલી તીવ્ર હોય, તો તે પર્યાપ્ત બચત કરી રહી છે. તેમના ઘરની સંભાળમાં અતિશય કંઇક નથી, મને હિમત છે. "

"ના, બિલકુલ કશું જ નથી."

"સારી વ્યવસ્થાપનનો મોટો સોદો, તેના પર નિર્ભર છે હા, હા, તેઓ તેમની આવકમાંથી બહાર નીકળવા માટે કાળજી લેશે. તેઓ પૈસા માટે કદી દુઃખી થશે નહીં, સારું, તે કદાચ તે કરશે! અને તેથી, મને લાગે છે કે તેઓ જ્યારે તમારા પિતા મૃત્યુ પામ્યા હોય ત્યારે લાંબા સમય સુધી લાંબા સમય સુધી રહેવાની વાત કરો. તેઓ તેના પર ખૂબ જુએ છે, હું કહું છું, જ્યારે પણ તે થાય છે. "

"તે એક વિષય હતો જે તેઓ મારા પહેલાં ઉલ્લેખ કરી શક્યા ન હતા."

"ના, જો તેઓ પાસે હોય તો તે વિચિત્ર હોત. પરંતુ મને કોઈ શંકા નથી, તેઓ વારંવાર તેની વચ્ચે વાત કરે છે. જો તેઓ એવી મિલકત સાથે સરળ બની શકે કે જે કાયદેસર રીતે તેમની પોતાની નથી, તો વધુ સારું. માત્ર એક જ મારી પાસે આવવા માટે શરમ અનુભવો. "

પ્રકરણ .

તેમના વળતરનો પ્રથમ સપ્તાહ ટૂંક સમયમાં જ ગયો. બીજું શરૂ થયું. તે મેરિટોનમાં રેજિમેન્ટના છેલ્લા સ્થાને હતું, અને પાડોશમાંની તમામ યુવાન મહિલાઓ એપેસને ડૂપતી હતી. ડિજેક્શન લગભગ સાર્વત્રિક હતું. એકલા મોટા મિસ બેનેટ્સ હજી પણ ખાવું, પીવું અને ઊંઘવું અને તેમના રોજગારની સામાન્ય રીતને અનુસરવા સક્ષમ હતા. કિટ્ટી અને લીડિયા દ્વારા આ અનિવાર્યતા માટે તેઓ વારંવાર નિંદા કરે છે, જેમના પોતાના દુઃ ખ અત્યંત હતા, અને પરિવારના કોઈપણમાં આવા દિલનું હૃદય સમજી શકતા ન હતા.

"સારું સ્વર્ગ! અમારું શું બને છે! આપણે શું કરવું જોઈએ!" તેઓ વારંવાર દુ: ખની કડવાશમાં ઉદ્ભવે છે. "તમે કેવી રીતે હસવું કરી શકો છો, ઝાંખું?"

તેમની પ્રેમાળ માતાએ તેમનો દુઃખ સહભાગી કર્યો; પાંચ અને વીસ વર્ષ પહેલાં, તે જ પ્રસંગે તેણીએ પોતે જે સહન કર્યું તે યાદ રાખ્યું.

"મને ખાતરી છે," તેણીએ કહ્યું, "જ્યારે હું કોલોન મિલરની રેજિમેન્ટ દૂર ગયો ત્યારે મેં બે દિવસ સાથે રડ્યા." મેં વિચાર્યું કે મેં મારું હૃદય તોડી નાખ્યું હોત. "

"મને ખાતરી છે કે હું મારું ભંગ કરશે," જણાવ્યું હતું.

"જો કોઈ પણ તેજસ્વી થઈ શકે!" અવલોકન મિસ્ટર. બેનેટ.

"ઓહ, હા! -જો કોઈ પણ તેજસ્વી થઈ શકે છે! પરંતુ પપ્પા ખૂબ અસંમત છે."

"થોડું દરિયાઈ સ્નાન મને કાયમ માટે સુયોજિત કરશે."

"અને મારા કાકી ફિલીપ્સ ખાતરી કરે છે કે તે મને સારામાં સારો સોદો કરશે," કિટ્ટી ઉમેરે છે.

જેમ કે લાંબા ગાળાના ઘર દ્વારા સતત શાશ્વત વિલાપ. એલિઝાબેથે તેમની તરફ વાળવાની કોશિશ કરી; પરંતુ શરમની બધી લાગણી ખોવાઇ ગઇ હતી. તેણીને ફરીથી ન્યાયનો અનુભવ થયો. ડેર્સીના વાંધાઓ; અને તેના મિત્રના મંતવ્યોમાં દખલ કરવાની ક્ષમતાની પહેલાં તેણી ક્યારેય આવી ન હતી.

પરંતુ લીડિયાના ભાવિની તકલીફ ટૂંક સમયમાં દૂર થઈ ગઈ હતી; તેણીને મિસ્ટર તરફથી આમંત્રણ મળ્યું. ફોસ્ટર,

રેજિમેન્ટના કર્નલની પત્ની, તેણીને તેજસ્વી સાથે જવા માટે. આ અમૂલ્ય મિત્ર ખૂબ જ યુવાન સ્ત્રી હતી, અને ખૂબ જ લગ્ન થયાં હતાં. સારા હાસ્ય અને સારી ભાવનાઓમાં સમાનતાએ તેણીને અને લિડિયાને એકબીજાને ભલામણ કરી હતી , અને તેમના ત્રણ મહિનાના પરિચયથી તેઓ ઘનિષ્ઠ હતા.

આ પ્રસંગે લીડિયાના અત્યાનંદ, એમ.આર. ફોસ્ટર, મિસ્ટર આનંદ. બેનેટ, અને કિટ્ટીના મૃતદેહને વર્ણવવું ભાગ્યે જ છે. તેણીની બહેનની લાગણીઓ પ્રત્યે સંપૂર્ણ નિરાશાજનક, લીડિયાએ અવિશ્વસનીય ઉત્સાહથી ઘર વિશે ઉડાન ભરી હતી, દરેકની અભિનંદન માટે બોલાવ્યો હતો, અને હસતાં અને વધુ હિંસા સાથે વાત કરતાં પહેલાં; જ્યારે નસીબ વગરની કિટ્ટી તેના ભાવિ પર નિર્ભર પાર્લરમાં ચાલુ રહી હતી, કારણ કે તેના ઉચ્ચારણને અનિવાર્ય હતું, કેમ કે તેના ઉચ્ચારણ નિરર્થક હતા.

"હું શા માટે નથી જોઈ શકતો કે શા માટે મિસ્ટર ફોસ્ટર મને અને લીડિયા સાથે પણ પૂછતી ન હોવી જોઇએ," તેણીએ કહ્યું, "જોકે હું તેના ખાસ મિત્ર નથી. મારી પાસે જેટલું છે તેટલું જ પૂછવાનો અધિકાર છે અને હું પણ છું બે વર્ષ જૂના. "

એલિઝાબેથે તેણીને વાજબી બનાવવાનો પ્રયાસ કર્યો, અને જેનને રાજીનામું આપવાનો પ્રયાસ કર્યો. એલિઝાબેથને પોતાને માટે, આ આમંત્રણ તેના માતા અને લિડિયા જેવા જ લાગણીઓમાં એટલું ઉત્તેજક હતું કે, તે તેને પછીના માટે સામાન્ય અર્થમાં તમામ શક્યતાઓની મૃત્યુ-વૉરંટ તરીકે માનતા હતા; અને આવા પગલાને કારણે તેને ધૃણાસ્પદ બનાવવું જરૂરી છે, તે ગુપ્ત રીતે તેણીને તેના પિતાને જવા દેવા ન દેવાની ગુપ્ત સલાહ આપી શકે છે. તેણીએ તેમને લીડિયાના સામાન્ય વર્તનની બધી ગેરરીતિઓ રજૂ કરી, જે એમ.આર.એસ. જેવી સ્ત્રીની મિત્રતામાંથી થોડો લાભ મેળવી શકે છે. ફોસ્ટર, અને તેજસ્વી પર આવા સાથીદાર સાથે હજી વધુ કુશળ હોવાનું સંભાવના છે,

જ્યાં લાલચ ઘર પર કરતા વધારે હોવું જ જોઈએ. તેણે ધ્યાનપૂર્વક સાંભળ્યું, અને પછી કહ્યું,

"કોઈ પણ જાહેર સ્થળે અથવા અન્યમાં પોતાને ખુલ્લા કર્યા વિના લીડિયા ક્યારેય સરળ રહેશે નહીં, અને હાલની સંજોગોમાં આપણે તેના પરિવારને એટલા ઓછા ખર્ચે અથવા અસુવિધા સાથે તેમ કરવાની અપેક્ષા રાખી શકીએ નહીં."

એલિઝાબેથએ કહ્યું, "જો તમે જાગૃત હોવ તો, અમને બધા માટે ખૂબ જ મોટો ગેરફાયદો છે, જે લીડિયાના ગેરસમજ અને અયોગ્ય રીતે જાહેર સૂચનાથી ઊભી થવી જોઈએ; ના, જે તેમાંથી ઉદ્ભવેલી છે, મને ખાતરી છે કે તમે જુદી જુદી રીતે ન્યાયાધીશો આ સંબંધમાં. "

"પહેલેથી જ ઊભો થયો!" પુનરાવર્તન મિસ્ટર. બેનેટ. "તેણે તમારા કેટલાક પ્રેમીઓને ડરાવ્યું છે? ગરીબ થોડું ઝાંખું! પરંતુ નકામા થશો નહીં. આવા સ્ક્વેશિશ યુવાનો, જેમ કે થોડો અવિચારીપણું સાથે જોડાયેલા હોઈ શકે તેમ નથી, તેમને ખેદ નથી. આવો, મને સૂચિ જોવા દો પ્રેમાળ સાથીઓ જેઓ લીડિયાના મૂર્ખાઈથી દૂર રાખવામાં આવ્યા છે. "

"ખરેખર તમે ભૂલ કરો છો. મને અસ્વસ્થ થવા માટે આ પ્રકારની કોઈ ઇજા નથી. તે વિચિત્ર નથી, પરંતુ સામાન્ય દુષ્ટતાઓ છે, જે હું હવે ફરિયાદ કરી રહ્યો છું. અમારું મહત્વ, વિશ્વની આપણી પ્રતિષ્ઠા, જંગલી અસ્થિરતા, આ ખાતરીથી અસર થવી જોઈએ અને લીડિયાના પાત્રને ચિહ્નિત કરનારા તમામ સંયમનો અસ્વીકાર કરો, મારે માફ કરો - મારે સ્પષ્ટપણે બોલવું પડશે. જો તમે, મારા પ્રિય પિતા, તેના ઉત્સાહી આત્માને ચકાસવામાં મુશ્કેલી નહીં લેશો અને તેને શીખવશો કે તેના વર્તમાન વ્યવહારો એ નથી તેણીના જીવનનો ધંધો, તેણી ટૂંક સમયમાં સુધારાની પહોંચથી આગળ નીકળી જશે. તેના પાત્રને સુધારવામાં આવશે, અને તે સોળ વર્ષની ઉંમરે સૌથી વધુ

નિર્ધારિત આંચકો હશે જેણે પોતાને અને તેણીના પરિવારને હાસ્યાસ્પદ બનાવ્યું છે. મધ્યસ્થીની સરેરાશ ડિગ્રી; યુવા ઉપરાંત કોઈ આકર્ષણ વિના અને સહનશીલ વ્યક્તિ;અને તેના મનની અજ્ઞાનતા અને ખાલીતામાંથી,તે સાર્વત્રિક તિરસ્કારના કોઈપણ ભાગને અટકાવવા માટે સંપૂર્ણ અસમર્થ છે, જે પ્રશંસા માટે તેના ગુસ્સાને ઉત્તેજિત કરશે. આ જોખમમાં કિટ્ટી પણ સમજી શકાય છે. લીડ્સ જ્યાં તે અનુસરશે. નિરર્થક, અજ્ઞાન, નિષ્ક્રિય, અને એકદમ બિનઅનુભવી! ઓહ! મારા વહાલા પિતા, શું તમે એમ માની શકો છો કે તેઓ જ્યાં પણ જાણીતા હોય ત્યાં તેમને સંવેદનશીલ અને તિરસ્કાર કરવામાં આવશે નહીં, અને તેમની બહેનો ઘણીવાર અપમાનમાં સામેલ થશે નહીં? "

શ્રીમાન. બેનેટે જોયું કે તેનો સંપૂર્ણ હૃદય આ વિષયમાં હતો; અને સ્નેહપૂર્વક તેના હાથ લેતા, જવાબમાં કહ્યું,

"મારા પ્રેમને લીધે તમે અસ્વસ્થ થશો નહીં, જ્યાં પણ તમે અને જેન જાણતા હોવ ત્યાં તમારે આદર કરવો જોઈએ અને મૂલ્યવાન હોવું જોઈએ અને તમે થોડા દંપતિ માટે ઓછા ફાયદા દેખાશો નહીં અથવા ત્રણ અત્યંત મૂર્ખ બહેનો. જો લાડિઆ તેજસ્વી પર ન જાય તો લાંબા સમય સુધી શાંતિ નહી. તેને પછી જવા દો. કર્નલ ફોસ્ટર એક સમજદાર માણસ છે, અને તેને કોઈપણ વાસ્તવિક દુર્ઘટનામાંથી બહાર રાખશે; અને તે ભાગ્યે જ ગરીબ છે કે તે કોઈ પણ શારીરિક શિકારનો પદાર્થ બની શકે તેજસ્વી સમયે તેણી ઓછી અતિશય મહત્વની હશે, તે અહીંની સરખામણીમાં સામાન્ય આંચકો જેવી હશે. અધિકારીઓ મહિલાઓને તેમની નોટિસને વધુ સારી રીતે શોધી શકશે. તેથી, આશા રાખીએ કે તેણી ત્યાં હોવાને કારણે તેણીની પોતાની નબળાઈ શીખવી શકે. , તેણી અમને બાકીના જીવન માટે તેને લૉક કરવા માટે અધિકૃત કર્યા વિના, ઘણી ડિગ્રી વધુ વધતી જતી નથી. "

આ જવાબ સાથે એલિઝાબેથને સામગ્રી હોવાનું દબાણ કરવામાં આવ્યું હતું; પરંતુ તેણીની પોતાની અભિપ્રાય ચાલુ જ રહી, અને તેણીએ તેને નિરાશ અને માફ કરી દીધી. તેમ છતાં, તે તેના સ્વભાવમાં નહોતી, તેણીના નિવારણને વધારવા માટે, તેમના પર રહેવા દ્વારા. તેણીને તેની ફરજ બજાવવાની અને અનિચ્છનીય દુષ્ટતાને વેગ આપવા અથવા ચિંતા દ્વારા તેને વધારવા માટે વિશ્વાસ હતો, તે તેના સ્વભાવનો ભાગ નહોતી.

લીડિયા અને તેની માતા તેમના પિતા સાથેના તેમના પરિષદના પદાર્થ તરીકે જાણીતી હતી, તેમના ગુસ્સાને તેમની યુનાઈટેડ વોલ્યુબિલીટીમાં ભાગ્યે જ અભિવ્યક્તિ મળી હતી. લીડિયાના કલ્પનામાં, તેજસ્વીની મુલાકાતમાં પૃથ્વી પરના સુખની દરેક સંભાવના શામેલ છે. તેણીએ કલ્પનાની સર્જનાત્મક આંખ સાથે જોયું, તે ગે સ્નાન સ્થળની શેરીઓ અધિકારીઓ સાથે આવરી લેવામાં આવી હતી. તેણીએ પોતાને ધ્યાન ખેંચ્યું, અત્યારે અજાણ્યા, દસમાં અને તેના ગુણાંકમાં. તેણે શિબિરની બધી ગૌરવ જોયા; તેના તંબુઓ રેખાઓની સુંદર એકરૂપતામાં ફેલાયેલા, યુવાન અને ગે સાથે ભીડ, અને લાલચટક સાથે ઝગઝગતું; અને દૃશ્યને પૂર્ણ કરવા માટે, તેણીએ પોતાને તંબુની નીચે બેસીને જોયા, ઓછામાં ઓછા છ અધિકારીઓ સાથે એક સાથે એકબીજા સાથે ફ્લર્ટિંગ કરી.

શું તેણી જાણતી હતી કે તેની બહેન તેને આવા સંભાવનાઓ અને આ પ્રકારની વાસ્તવિકતાઓમાંથી કાઢી નાખવા માંગતી હતી, તો તેણીની સંવેદનાઓ શું હશે? તેઓ માત્ર તેમની માતા દ્વારા જ સમજી શક્યા હોત, જેમણે લગભગ સમાન લાગ્યું હોત. માતાનો તેજસ્વી જવા માટે તે બધા તેના પતિ ની ઉદાસી ખાતરી માટે પોતાને ત્યાં જવા ઇચ્છતા ક્યારેય માટે દિલાસો આપ્યો હતો.

પરંતુ તેઓ જે પસાર થયા હતા તે સંપૂર્ણ રીતે અજાણ હતા; અને લિયડિયાના ઘર છોડીને જતા તેમના આનંદમાં થોડો અંત આવ્યો.

એલિઝાબેથ હવે મિ. છેલ્લા સમય માટે વિકમામ. તેણીની પરત ફર્યા ત્યારથી તેમની સાથે કંપનીમાં વારંવાર રહીને, આંદોલન ખૂબ સારી હતી; ભૂતપૂર્વ પક્ષપાતની આંદોલન સંપૂર્ણપણે. તેણીએ શોધવું પણ શીખ્યા હતા, ખૂબ નમ્રતામાં જેણે તેને સૌ પ્રથમ ખુશી આપી હતી, ગભરાટ અને થાકવાની અસર અને સમાનતા. પોતાના હાલના વર્તનમાં, તેના ઉપરાંત, તેણીને નારાજગીનો તાત્કાલિક સ્રોત હતો, કારણ કે તે જલ્દીથી તેમણે તે લક્ષ્યોને નવીકરણ કરવાની સાક્ષી આપી હતી જેણે ચિહ્નિત કર્યા હતાતેમના પરિચયના પ્રારંભિક ભાગ, જે પછીથી પસાર થઇ ગયા હતા, તેને ઉશ્કેરવા માટે માત્ર સેવા આપી શકે છે. તેણીએ આવા નિષ્ક્રીય અને નિરાશાજનક બહાદુરીના પદાર્થ તરીકે પોતાને પસંદ કરીને પોતાને શોધવા માટે તેની બધી ચિંતા ગુમાવી દીધી હતી; અને જ્યારે તેણીએ સતત દબાણ કર્યું, તે તેના વિશ્વાસમાં શામેલ ઠપકોને અનુભવી શક્યો નહીં, જો કે, તે લાંબા સમય સુધી, અને જે પણ કારણસર, તેના ધ્યાન ખેંચવામાં આવ્યા હતા, તેમનો વ્યભિચાર ગ્રહણ કરવામાં આવશે અને તેમની પસંદગીઓ તેમના નવીકરણ દ્વારા કોઈપણ સમયે સુરક્ષિત થઇ જશે.

મેજટનમાં રેજિમેન્ટના બાકીના છેલ્લા દિવસે, તેમણે લાંબા સમયથી અન્ય અધિકારીઓ સાથે ભોજન કર્યું; અને એલિઝાબેથ તેનાથી હાસ્યમાં ભાગ લેવાનો નિકાલ કર્યો હતો, જેથી તેણીએ હનફોર્ડમાં જે સમય પસાર કર્યો હતો તેના આધારે તેની પૂછપરછ કરવા તેણીએ કર્નલ ફિત્ઝવિલિયમ્સ અને મિસ્ટરનો ઉલ્લેખ કર્યો. ડેર્સી બંનેએ રોસિંગમાં ત્રણ અઠવાડિયા ગાળ્યા હતા, અને તેમને પૂછ્યું કે શું તેઓ ભૂતપૂર્વ સાથે પરિચિત હતા.

તેમણે આશ્ચર્ય, અસ્વસ્થ, જોવામાં; પરંતુ એક ક્ષણની યાદશક્તિ અને પરત આવતી સ્મિત સાથે, જવાબ આપ્યો, કે તેણે અગાઉ તેને વારંવાર જોયો હતો; અને જોયું કે તે ખૂબ જ સજ્જન જેવા માણસ હતો, તેણે તેને પૂછ્યું કે તેણીએ તેને કેવી રીતે ગમ્યું છે. તેનો જવાબ તેમના તરફેણમાં ગરમ હતો. ઉદાસીનતાની વાતો સાથે તેણે તરત જ ઉમેર્યા પછી, "તમે કેટલો સમય કહ્યું હતું કે તે રોઝિંગમાં હતો?"

"લગભગ ત્રણ અઠવાડિયા."

"અને તમે વારંવાર તેને જોયો?"

"હા, લગભગ દરરોજ."

"તેના રીતભાત તેના પિતરાઇના ભાઈઓથી ખૂબ અલગ છે."

"હા, ખૂબ જ અલગ છે. પણ મને લાગે છે કે મિ. ડેર્સી પરિચય પર સુધારે છે."

"ખરેખર!" એક દેખાવ સાથે વિકમામ બૂમો પાડ્યો જે તેને છોડતો ન હતો. "અને પ્રાર્થના હું પૂછી શકું?" પરંતુ પોતાની જાતને તપાસતા, તેણે ગેઅર સ્વરમાં ઉમેર્યું, "શું તે સુધારે છે કે તે સુધારે છે? શું તેણે તેના સામાન્ય શૈલીમાં સિવિલિટીની જરૂરિયાત ઉમેરવાનો નિર્ણય કર્યો છે? કારણ કે મને આશા નથી હોતી," તે વધુ ને વધુ ગંભીર સ્વરમાં ચાલુ રહ્યો હતો, "તે જરૂરી માં સુધારેલ છે."

"અરે નહિ!" એલિઝાબેથ જણાવ્યું હતું. "આવશ્યકતાઓમાં, હું માનું છું કે, તે જે છે તે ખૂબ જ છે."

જ્યારે તેણી બોલતી હતી, ત્યારે વિકમાને તેના શબ્દો પર આનંદ કરવો કે તેમના અર્થ પર વિશ્વાસ મૂકવો કે કેમ તે ભાગ્યે જ જોવું

જોઈએ. તેણીના ચહેરામાં કંઇક એવું હતું જેણે તેને ભયભીત અને ચિંતિત ધ્યાનથી સાંભળ્યું, જ્યારે તેણીએ ઉમેર્યું,

"જ્યારે મેં કહ્યું કે તે પરિચય પર સુધર્યો છે, તેનો મારો અર્થ એ નથી કે તેના મગજમાં અથવા શિષ્ટાચાર સુધારાની સ્થિતિમાં હતા, પરંતુ તેને વધુ સારી રીતે જાણતા હોવાથી, તેના સ્વભાવને વધુ સારી રીતે સમજી શકાય."

વિકમામનું એલાર્મ હવે ઊંચી રંગીન અને ઝગઝગતું દેખાવમાં દેખાતું હતું; થોડી મિનિટો માટે તે મૌન હતો; ત્યાં સુધી, તેની શરમિંદગીને હલાવી દીધી, તે ફરીથી તેની તરફ વળ્યો, અને ઉચ્ચારોમાં બોલતા,

"તમે, જે શ્રી ડેર્સી પ્રત્યે મારી લાગણીઓ સારી રીતે જાણે છે, તે સમજી લેશે કે સાચે જ હું કેવી રીતે ખંતપૂર્વક આનંદ પામીશ કે તે યોગ્ય છે તે દેખાવ પણ ધારણ કરવા માટે પૂરતો જ્ઞાની છે . તેમનો ગૌરવ, તે દિશામાં, સેવાનો હોઈ શકે છે. તેના માટે નહીં, બીજા ઘણા લોકો માટે, કારણ કે તે મને આવા દુર્ઘટનાથી દુઃખ પહોંચાડશે, કારણ કે મને સહન થયું છે. મને ફક્ત ડર છે કે સાવચેતીના પ્રકાર, જેની તમે કલ્પના કરો છો, તેની કલ્પના કરવામાં આવી છે, તે માત્ર તેના મુલાકાતો પર જ અપનાવવામાં આવે છે. તેની કાકી, જેની સારા અભિપ્રાય અને ચુકાદાથી તે ખૂબ ડર રાખે છે. તેના ડર, હંમેશાં સંચાલિત થાય છે, હું જાણું છું, જ્યારે તેઓ એકબીજા સાથે હતા; અને સારી વાત એ છે કે તેઓ મિસ ડી સાથેની મેચ આગળ ધપાવવા ઇચ્છે છે. બૌર્ધ, જે મને ખાતરી છે કે તે હૃદયમાં ખૂબ જ છે. "

એલિઝાબેથ આના પર એક સ્મિત દબાવી શક્યો નહીં, પરંતુ તેણીએ માત્ર માથાના સહેજ ઝાંખા દ્વારા જવાબ આપ્યો. તેણીએ જોયું કે તે તેણીની ફરિયાદના જૂના વિષય પર તેણીને રોકવા માંગતી હતી, અને તેણીને આકર્ષવા માટે તેણી કોઈ રમૂજ ન હતી. બાકીની સાંજે દેખાવ સાથે, તેની બાજુ પર,

હંમેશાં ઉત્સાહથી પસાર થઈ, પરંતુ એલિઝાબેથને અલગ કરવાનો કોઈ પ્રયત્ન ન થયો; અને અંતે તેઓ પરસ્પર સિવિલિટી અને સંભવતઃ ફરીથી ક્યારેય મળવાની સંભાવના સાથે ભાગ લેતા હતા.

જ્યારે પક્ષ ફાટી નીકળ્યો, લીડિયાએ મિસ્ટર સાથે પરત ફર્યા. મેરટન માટે ફોસ્ટર, જ્યાંથી તેઓ સવારે વહેલી સવારથી બહાર નીકળ્યા હતા. તેણી અને તેના પરિવાર વચ્ચેનો જુદુ વલણ કરતાં ઘોંઘાટ હતો. કિટ્ટી માત્ર એક જ હતો જેણે આંસુ વગાડ્યા હતા; પરંતુ તે વેદના અને ઈર્ષ્યાથી રડતી હતી. શ્રીમતી. બેનેટ તેના પુત્રીની સૌમ્યતા માટે તેણીની શુભકામનાઓમાં ફેલાયેલી હતી, અને તેણીની આજ્ઞાઓમાં પ્રભાવશાળી હતી કે તે પોતાને શક્ય એટલી આનંદ માણવાની તક ચૂકી શકશે નહીં; સલાહ, જે માને છે કે દરેક કારણ ત્યાં હાજર કરવામાં આવશે; અને લિયડિયાની ખુશીથી પોતાને વિદાય આપીને, તેની બહેનોની વધુ નમ્ર સલાહને સાંભળીને બોલવામાં આવી હતી.

પ્રકરણ .

એલિઝાબેથની અભિપ્રાય તેના પોતાના પરિવારથી લેવામાં આવી હતી, તે વૈવાહિક ફેલિસિટી અથવા ઘરેલું આરામની ખૂબ જ આનંદદાયક ચિત્ર બનાવતી નથી. યુવા અને સૌંદર્ય દ્વારા તેમના પિતાને પકડવામાં આવે છે, અને જે યુવા અને સૌંદર્ય સામાન્ય રીતે આપે છે, તે રમૂજનો દેખાવ, એક એવી સ્ત્રી સાથે લગ્ન કરે છે જેની નબળી સમજ અને અનૈતિક મન, તેમના લગ્નમાં ખૂબ જ વહેલી તકે તેના લગ્ન પ્રત્યેના પ્રત્યેના પ્રત્યે સંપૂર્ણ પ્રેમનો અંત લાવ્યો હતો. આદર, માન અને આત્મવિશ્વાસ, હંમેશ માટે અદૃશ્ય થઇ ગયો હતો; અને ઘરેલુ સુખના તેમના બધા વિચારો ઉથલાવી દેવામાં આવ્યા હતા. પરંતુ મિસ્ટર. બેનેટ તેમના સ્વાર્થીપણાનું નિરાશાજનક નિરાશા માટે દિલાસો મેળવવાની સ્વભાવની ન હતી, તેમાંથી કોઈપણ એવા આનંદમાં, જે ઘણી

વાર તેમના મૂર્ખતા અથવા ઉપાય માટે કમનસીબ કન્સોલ કરે છે. તે દેશ અને પુસ્તકોની શોખીન હતી; અને આ સ્વાદમાંથી તેમના મુખ્ય આનંદ ઉભર્યા હતા. તેમની પત્નીને તેમની અજ્ઞાનતા અને મૂર્ખાઈએ તેમના મનોરંજનમાં ફાળો આપ્યો તે કરતાં, તેઓ અન્યથા ધિરાણપાત્ર હતા. આ એક પ્રકારની સુખ નથી જે માણસ સામાન્ય રીતે તેની પત્નીને આપવાનું ઇચ્છે છે; પરંતુ જ્યાં મનોરંજનની અન્ય સત્તાઓ જોઈએ છે, તે સાચું ફિલસૂફ આપવામાં આવે છે તેનાથી ફાયદો ઉઠાવશે.

એલિઝાબેથ, પતિ તરીકે તેના પિતાના વર્તનની અનિશ્ચિતતાની ક્યારેય અંધ ન હતી. તેણીએ હંમેશા પીડા સાથે જોયું હતું; પરંતુ તેની ક્ષમતાઓને માન આપતા અને પોતાની જાત પ્રત્યેની પ્રેમાળ સારવાર બદલ આભારી, તેણીએ જે ભૂલી ન હતી તે ભૂલી જવાનો પ્રયાસ કર્યો અને તેણીના વિચારોથી દૂર રહેવાનું ચાલુ રાખ્યું કે લગ્નની જવાબદારી અને શણગારના સતત ભંગને કારણે, જેણે પોતાની પત્નીની પોતાની અવગણના કરી બાળકો, ખૂબ જ ગુંચવણભર્યા હતા. પરંતુ હવે તે એટલી સખત લાગતી ન હતી કે, ગેરલાભ જે બાળકોને એટલા અન્યાયી બાળકોમાં હાજરી આપવી આવશ્યક છે, અને ક્યારેય પ્રતિભાશાળી દિશા તરફની આડઅસરથી ઉદ્‌ભવેલી દુષ્ટતાઓથી સંપૂર્ણ રીતે પરિચિત થતા નથી; જે પ્રતિભા યોગ્ય રીતે ઉપયોગમાં લેવાય છે, તે ઓછામાં ઓછા તેમની પુત્રીઓની માનદતાને જાળવી શકશે નહીં, ભલે તેમની પત્નીના મનમાં વધારો કરવામાં અસમર્થ હોય.

જ્યારે એલિઝાબેથ વિકહમના પ્રસ્થાનથી ખુશ થયા હતા, ત્યારે રેજિમેન્ટના નુકસાનમાં સંતોષ માટે તેને થોડો અન્ય કારણ મળ્યો. વિદેશમાં તેમની પાર્ટીઓ પહેલાં કરતાં ઓછી વિવિધ હતી; અને ઘરે તેણીની માતા અને બહેન હતા, જેમની આસપાસની દરેક ચીજવસ્તુઓની નબળાઈએ સતત પ્રગતિ, તેમના સ્થાનિક વર્તુળ પર વાસ્તવિક ઉદાસી ફેંકી દીધી હતી; અને, જો કે, કિટ્ટી સમયાંતરે તેની કુદરતી ડિગ્રી મેળવી શકે છે,

કારણ કે તેના મગજના વિખવાદકોને દૂર કરવામાં આવ્યા હતા, તેની બીજી બહેન, જેના સ્વભાવથી મોટી દુષ્ટતાને પકડવામાં આવી શકે છે, તેની બધી મૂર્ખતા અને ખાતરીમાં, સખત હોઈ શકે છે. પાણીની જગ્યા અને શિબિર જેવા ડબલ જોખમની પરિસ્થિતિ. આખરે, તેણીએ શોધી કાઢ્યું કે, કયારેક પહેલાં જે મળ્યું છે, તે એક એવી ઘટના કે જેમાં તેણીએ ઉત્સાહપૂર્ણ ઇચ્છા સાથે આગળ જોયો હતો, તે થતો નહોતો, તેણીએ જે વચન આપ્યું હતું તે બધી સંતોષ લાવો. વાસ્તવિક ફેલિસિટીના પ્રારંભ માટે કેટલાક અન્ય સમયગાળાને નામ આપવાનું પરિણામ આવ્યું હતું; તેની બીજી ઇચ્છાઓ કે જેના પર તેણીની ઇચ્છાઓ અને આશાઓ ઠીક થઈ શકે છે, અને ફરીથી અપેક્ષાના આનંદનો આનંદ માણીને, પોતાને વર્તમાનમાં કન્સોલ કરી શકે છે, અને બીજી નિરાશા માટે તૈયાર થઈ શકે છે. તેના તળાવોનો પ્રવાસ હવે તેના સુખી વિચારોનો વિષય હતો; તે બધા અગવડતા કલાકો માટેનો શ્રેષ્ઠ દિલાસો હતો, જે તેની માતા અને કિટ્ટીની અસંતોષ અનિવાર્ય બની હતી; અને તે યોજનામાં જેનને શામેલ કરી શકે છે, તેના દરેક ભાગમાં સંપૂર્ણ હોત. અને ફરીથી અપેક્ષાના આનંદનો આનંદ માણીને, વર્તમાનમાં પોતાને માટે કન્સોલ કરો, અને બીજી નિરાશા માટે તૈયાર રહો. તેના તળાવોનો પ્રવાસ હવે તેના સુખી વિચારોનો વિષય હતો; તે બધા અગવડતા કલાકો માટેનો શ્રેષ્ઠ દિલાસો હતો, જે તેની માતા અને કિટ્ટીની અસંતોષ અનિવાર્ય બની હતી; અને તે યોજનામાં જેનને શામેલ કરી શકે છે, તેના દરેક ભાગમાં સંપૂર્ણ હોત. અને ફરીથી અપેક્ષાના આનંદનો આનંદ માણીને, વર્તમાનમાં પોતાને માટે કન્સોલ કરો, અને બીજી નિરાશા માટે તૈયાર રહો. તેના તળાવોનો પ્રવાસ હવે તેના સુખી વિચારોનો વિષય હતો; તે બધા અગવડતા કલાકો માટેનો શ્રેષ્ઠ દિલાસો હતો, જે તેની માતા અને કિટ્ટીની અસંતોષ અનિવાર્ય બની હતી; અને તે યોજનામાં જેનને શામેલ કરી શકે છે, તેના દરેક ભાગમાં સંપૂર્ણ હોત.

"પરંતુ તે નસીબદાર છે," તેણીએ વિચાર્યું, "મારી ઇચ્છા રાખવા માટે કંઈક છે. આખી ગોઠવણ પૂર્ણ થઈ, મારી નિરાશા ચોક્કસ હશે. પણ અહીં, મારી બહેનની ગેરહાજરીમાં મારા માટે એક અવિશ્વસનીય સ્રોત લઈને, હું કદાચ સંભવતઃ મારી બધી અપેક્ષાઓ આનંદની અનુભૂતિની આશા રાખીએ છીએ. એક યોજના જેનો દરેક ભાગ ખુશીનો વચન આપે છે, તે ક્યારેય સફળ થઈ શકશે નહીં; અને સામાન્ય નિરાશા માત્ર થોડો અતિશય વેદનાની બચાવ દ્વારા જ કરવામાં આવે છે. "

જ્યારે લીડિયા ગયા, તેણીએ ઘણીવાર અને ઘણીવાર તેની માતા અને કિટ્ટીને લખવાનું વચન આપ્યું; પરંતુ તેના અક્ષરો હંમેશા લાંબા સમય સુધી અપેક્ષિત હતા, અને હંમેશાં ખૂબ ટૂંકા હતા. તેમની માતાને તે થોડી ઓછી હતી, તેના કરતાં તેઓ માત્ર પુસ્તકાલયમાંથી પરત આવ્યા હતા, જ્યાં આવા અધિકારીઓએ તેમને હાજરી આપી હતી, અને જ્યાં તેણીએ આવા સુંદર અલંકારો જોયા હતા જેમણે તેણીને જંગલી બનાવી હતી; કે તેણી પાસે એક નવું ઝભ્ભો અથવા નવી પેરાસોલ છે, જે તેણે વધુ સંપૂર્ણ રીતે વર્ણવી હોત, પરંતુ હિંસક ઉતાવળમાં છોડવાની ફરજ પડી હતી, જેમ કે મિ. ફોસ્ટરએ તેને બોલાવ્યો, અને તેઓ શિબિરમાં જતા હતા; -તેમની બહેન સાથેના પત્રવ્યવહારથી, હજુ પણ શીખી શકાય તેવું ઓછું હતું- તેના અક્ષરોને કિટ્ટી માટે, છતાં લાંબા સમય સુધી, તે શબ્દોની નીચે રેખાઓથી ખૂબ ભરેલા હતા જાહેર કરી.

પ્રથમ પખવાડિયામાં અથવા તેણીની ગેરહાજરીના ત્રણ અઠવાડિયા પછી, આરોગ્ય, સારા રમૂજ અને ઉત્સાહ લાંબા સમય સુધી ફરીથી દેખાવા લાગ્યો. બધું સુખી પાસા પહેર્યું. શિયાળા માટે શહેરમાં રહેતા પરિવારો ફરીથી પાછા આવ્યા, અને ઉનાળાના પૂર્ણાહુતિ અને ઉનાળામાં જોડાણો ઉભર્યા. શ્રીમતી. બેનેટને તેની સામાન્ય ક્યુરિયુલિઅર શાંતિથી પુનઃસ્થાપિત કરવામાં આવી હતી, અને જુન કિટ્ટીની મધ્યમાં

આંસુ વગર મેરિટોનમાં પ્રવેશી શકવા માટે ખૂબ જ બચાવી લેવામાં આવી હતી; એલિઝાબેથને આશા રાખવાની આ ખુશ વચનની ઇવેન્ટ, કે પછીના નાતાલ દ્વારા, તે દિવસમાં એકવાર ઉપરના અધિકારીનો ઉલ્લેખ ન કરી શકે તેટલી સહિષ્ણુ વાજબી હોઈ શકે, સિવાય કે યુદ્ધ-કાર્યાલયમાં કેટલીક ક્રૂર અને દૂષિત વ્યવસ્થા દ્વારા, બીજી રેજિમેન્ટ મેરિટોનમાં ક્વાર્ટર્ડ હોવું જોઇએ.

તેમના ઉત્તરીય પ્રવાસની શરૂઆત માટેનો સમય હવે ઝડપી નજીક આવી રહ્યો હતો; અને એક પખવાડિયા માત્ર ત્યારે જ ઈચ્છતા હતા, જ્યારે પત્રકાર પાસેથી પત્ર આવ્યો. ગાર્ડિનર, જેણે તેની શરૂઆતમાં વિલંબ કર્યો અને તેની મર્યાદા ઘટાડી. શ્રીમાન. જુલાઈમાં પખવાડિયા પછી વ્યવસાય દ્વારા ગાર્ડિનરને રોકવામાં આવશે, અને એક મહિનાની અંદર ફરી લંડનમાં હોવું આવશ્યક છે; અને જેણે અત્યાર સુધી જવા માટે ખૂબ જ ટૂંકા ગાળા છોડી દીધી, અને તેઓએ જે સૂચન કર્યું હતું તેટલું જોયું, અથવા ઓછામાં ઓછું તે બનાવેલ આરામ અને આરામ સાથે તેને જોવા માટે, તેઓ તળાવોને છોડવાની ફરજ પાડતા હતા, અને વધુ કોન્ટ્રાક્ટેડ ટૂરની જગ્યાએ; અને, વર્તમાન યોજના અનુસાર, ડર્બીશાયર કરતા આગળ ઉત્તર તરફ જવાનું હતું. તે કાઉન્ટીમાં, જોવા માટે પૂરતું હતું, તેમના ત્રણ અઠવાડિયાના વડાને કબજે કરવા; અને મિસ્ટર. ગાર્ડિનર તે એક વિચિત્ર મજબૂત આકર્ષણ હતું.

એલિઝાબેથ ખૂબ નિરાશ થયા હતા; તેણીએ તળાવોને જોઈને તેનું હૃદય સેટ કર્યું હતું; અને હજુ પણ વિચાર્યું કે ત્યાં પૂરતો સમય હોઈ શકે છે. પરંતુ તે સંતોષવા માટેનો તેમનો વ્યવસાય હતો અને ચોક્કસપણે તેણીનો ગુસ્સો ખુશ રહેવાનો હતો; અને બધા તરત ફરીથી જલ્દી જ હતા.

ડર્બીશાયરના ઉલ્લેખ સાથે, ઘણા વિચારો જોડાયેલા હતા. પેમ્બરલી અને તેના માલિકની વિચારણા વિના શબ્દ જોવા માટે તે અશક્ય હતું. "પરંતુ નિશ્ચિતપણે," તેણીએ કહ્યું, "હું તેમની કાઉન્ટીને અપરાધ સાથે દાખલ કરી શકું છું , અને તેને સમજ્યા વગર થોડા પેટ્રિફાઇડ સ્પાર્સથી લૂંટી લે છે."

અપેક્ષિત સમયગાળો હવે બમણો થઈ ગયો હતો. તેના કાકા અને કાકીના આગમન પહેલાં ચાર અઠવાડિયા પસાર થવાનું હતું. પરંતુ તેઓ દૂર ગયા, અને મિસ્ટર. અને મિસ્ટર. ગાર્ડિનર, તેમના ચાર બાળકો સાથે લાંબા સમય સુધી લાંબા સમય સુધી દેખાતા હતા. બાળકો, છ અને આઠ વર્ષનાં બે છોકરીઓ, અને બે નાના છોકરાઓને તેમના પિતરાઈ જેનની ખાસ સંભાળ હેઠળ રાખવામાં આવ્યા હતા, જે સામાન્ય પ્રિય હતા, અને જેની સ્થિર ભાવના અને સ્વભાવની મીઠાશથી તેમને ભાગ લેવા માટે બરાબર અપનાવી હતી. તેઓને દરેક રીતે-શીખવવું, તેમની સાથે રમતવું અને તેમને પ્રેમ કરવો.

ગાર્ડિનેર્સ લાંબા સમયથી એક જ રાત સુધી અટકી ગયા, અને નવીનતા અને મનોરંજનના પગલે એલિઝાબેથ સાથેની બીજી સવારે ગોઠવી. એક આનંદ ચોક્કસ હતો-અનુકૂળતાની સાથે સાથીઓ તરીકે; યોગ્યતા અને લાગણી અને બુદ્ધિને વધારવા માટે આનંદદાયકતાને લીધે સ્વાસ્થ્ય અને સ્વભાવને સમજવા માટે યોગ્યતા, જે વિદેશમાં નિરાશાજનક હોય તો તે પોતાને વચ્ચે સપ્લાય કરી શકે છે.

ડર્બીશાયરનું વર્ણન આપવા માટે આ કાર્યનો હેતુ નથી, અને તેમાંથી કોઈ પણ નોંધપાત્ર સ્થાનો કે જેના દ્વારા તેમનો રસ્તો ઊભો થયો નથી; ઑક્સફોર્ડ, બ્લેનહેમ, વૉરવિક, કેનલવર્થ, બર્મિંગહામ, અને સી. પૂરતી જાણીતા છે. ડર્બીશાયરનો એક નાનો ભાગ એ બધી હાલની ચિંતા છે. લેમ્બટન ના નાનકડા નગર, મિસ્ટર દ્રશ્ય. ગાર્ડિનરનું ભૂતપૂર્વ નિવાસસ્થાન, અને જ્યાં

તેણીએ તાજેતરમાં જ જાણ્યું હતું કે કેટલાક પરિચિત હજુ પણ રહ્યા છે, તેઓએ દેશના તમામ મુખ્ય અજાયબીઓને જોયા પછી, તેમના પગલા ઉભા કર્યા; અને લેમ્બટનના પાંચ માઇલની અંદર, એલિઝાબેથને તેની કાકીથી મળ્યું, કે પેમ્બરલી આવેલી હતી. તે તેમની સીધી માર્ગમાં નહોતો, એક માઇલ કરતાં પણ વધુ ન હતોતેમાંથી બે. સાંજે પહેલાં તેમના માર્ગ ઉપર વાત કરતા, મિસ્ટર. ગાર્ડિનેર ફરીથી સ્થળ જોવાની ઝંખના વ્યક્ત કરી. શ્રીમાન. ગાર્ડિનરે તેની ઇચ્છા જાહેર કરી, અને એલિઝાબેથને તેની મંજૂરી માટે અરજી કરવામાં આવી.

"મારા પ્રેમ, તમે જે સ્થળે સાંભળ્યું છે તે જોવાનું તમે ગમ્યું નથી?" તેણીની કાકીએ કહ્યું. "એક સ્થળ પણ, જેની સાથે તમારા ઘણા પરિચિતોને જોડવામાં આવે છે. વિકમાએ ત્યાંના બધા જ યુવાને પસાર કર્યા છે, તમે જાણો છો."

એલિઝાબેથ પીડિત હતા. તેણીને લાગ્યું કે તેણી પેમેલી ખાતે કોઈ વ્યવસાય નથી, અને તેને જોવા માટે અસંતોષ હોવાનું માનવામાં આવતું હતું. તેણીએ માલિક હોવા જોઈએ કે તે મહાન ઘરો થાકી હતી; ઘણા લોકો ઉપર જવા પછી, તેણીને ફાઇન કાર્પેટ્સ અથવા સાટિન પડદાઓમાં ખરેખર આનંદ નહોતો.

શ્રીમતી. ગાર્ડીનર તેના મૂર્ખતાનો દુરુપયોગ કરે છે. તેણીએ કહ્યું, "જો તે માત્ર એક સુંદર ઘર હતું, તો તેણે મને તેની કાળજી લેવી જોઈએ નહીં, પરંતુ જમીન ખુશીપૂર્ણ છે. તેમાં દેશના કેટલાક શ્રેષ્ઠ વૂડ્સ છે."

એલિઝાબેથે કહ્યું નહિ - પણ તેના મનને સ્વીકારી શકાય નહીં. મિસ્ટર મળવાની શક્યતા. ડરસી, જ્યારે સ્થળ જોવાનું, તરત જ આવી. તે ભયંકર હશે! તેણીએ ખૂબ જ વિચારસરણીથી ભરાઈ ગયાં; અને વિચાર્યું કે આવા જોખમને ચલાવવા કરતાં તેના કાકીને ખુલ્લી રીતે બોલવું વધુ સારું રહેશે. પરંતુ આ સામે વાંધો ઉઠાવ્યો હતો; અને તેણીએ આખરે નિર્ણય કર્યો કે તે છેલ્લો

સ્રોત હોઈ શકે છે, જો તેણીની અંગત પૂછપરછ, પરિવારની ગેરહાજરીના સંદર્ભમાં પ્રતિકૂળ રીતે જવાબ આપવામાં આવે.

તે મુજબ, જ્યારે તેણીએ રાતે નિવૃત્ત થઇ ત્યારે, તેણીએ ચેમ્બર્મીડને પૂછ્યું કે શું પેમબ્રેલી ખૂબ સરસ જગ્યા નથી, તેના માલિકનું નામ શું હતું અને કોઈ પણ અલાર્મ ન હોવા છતાં, શું તે ઉનાળા માટે કુટુંબ નીચે હતું. છેલ્લા સવાલના જવાબમાં સૌથી વધુ નકારાત્મક નકારાત્મક-અને તેના અલાર્મ્સને હવે દૂર કરવામાં આવી રહ્યો છે, તે લેઝરમાં રહી હતી, તે ઘરને જોવા માટે ખૂબ જ ઉત્સુકતા અનુભવે છે; અને જ્યારે વિષય આગલી સવારે ફરી શરૂ કરવામાં આવ્યું હતું, અને તે ફરીથી લાગુ કરવામાં આવી હતી, સરળતાથી જવાબ આપી શકે છે, અને ઉદાસીનતાની યોગ્ય વાયુ સાથે, તે ખરેખર યોજનાને નાપસંદ કરતી હતી.

પેમેમ્બરને, તેથી, તેઓ જતા હતા.

બીજા વોલ્યુમનો અંત.

મેટલોક

અભિમાન અને પૂર્વગ્રહ:

નવલકથા.

ત્રણ ભાગોમાં.

"અર્થ અને સંવેદનશીલતા" ના લેખક દ્વારા.

વોલ્યુમ .

લંડન:
ટી માટે મુદ્રિત. દા.ત.
લશ્કરી પુસ્તકાલય, વ્હાઇટહોલ.
1813.

કબૂતર-ડેલ

ગૌરવ અને પૂર્વગ્રહ.

પ્રકરણ હું.

એલિઝાબેથ, જેમ તેઓ સાથે ચાલ્યા ગયા, કેટલાક ખલેલ સાથે પેમરેલી વૂડ્સના પ્રથમ દેખાવ માટે જોયા; અને જ્યારે તેઓ લાંબા સમય સુધી લોજમાં ફર્યા, ત્યારે તેના આત્માઓ એક ઉચ્ચ ફ્લટરમાં હતા.

ઉદ્યાન ખૂબ જ મોટો હતો, અને તેમાં વિવિધ પ્રકારની જમીનનો સમાવેશ થતો હતો. તેઓએ તેના સૌથી નીચલા બિંદુઓમાંના એકમાં પ્રવેશ કર્યો, અને તે એક સુંદર લાકડાની મારફતે કેટલાક સમય સુધી ચાલ્યો, જે વિશાળ પ્રમાણમાં ફેલાયો.

એલિઝાબેથનું મન વાટાઘાટો માટે ખૂબ ભરેલું હતું, પરંતુ તેણે દરેક નોંધપાત્ર સ્થળ અને દૃષ્ટિકોણને જોયા અને પ્રશંસા કરી. તેઓ ધીમે ધીમે અડધા માઇલ સુધી પહોંચ્યા, અને પછી પોતાને એક નોંધપાત્ર મહત્ત્વની ટોચ પર મળ્યાં, જ્યાં લાકડા બંધ થઈ ગઈ અને ખીણની વિરુદ્ધ બાજુ પર સ્થિત, પેમેલી હાઉસ દ્વારા આંખને તરત જ પકડવામાં આવ્યો, જેમાં કેટલાક સાથેનો માર્ગ અચાનક ઘાયલ. તે એક વિશાળ, સુંદર, પથ્થરની ઇમારત હતી,

જે વધતી જતી જમીન પર સારી રીતે ઊભી હતી, અને ઊંચી વુડી ટેકરીઓના કાંઠાથી પીઠબળ ધરાવતી હતી; અને આગળ, કેટલાક પ્રાકૃતિક મહત્વનો પ્રવાહ વધુમાં વધારે થયો હતો, પરંતુ કોઈપણ કૃત્રિમ દેખાવ વિના. તેની બેંકો ઔપચારિક નહોતી, અને ખોટી રીતે શણગારવામાં આવી ન હતી. એલિઝાબેથખુશી હતી. તેણીએ ક્યારેય એવું સ્થાન જોયું ન હતું જેના માટે કુદરતએ વધુ કર્યું હતું, અથવા જ્યાં કુદરતી સૌંદર્ય એક અણઘડ સ્વાદ દ્વારા ખૂબ જ ઓછું પ્રતિક્રિયા કરતું હતું. તેઓ બધા તેમની પ્રશંસા માં ગરમ હતા; અને તે ક્ષણે તેણીને લાગ્યું કે પેમરેલીની રખાત હોઈ શકે છે!

તેઓ ટેકરી નીચે ઉતર્યા, પુલ ઓળંગી, અને દરવાજા તરફ દોરી ગયા; અને, ઘરની નજીકના પાસાંની તપાસ કરતી વખતે, તેના માલિકને મળવાની તેની તમામ શંકા પાછો ફર્યો. તેણીએ ભયભીત કર્યો કે ચેબરમાઇડ ભૂલથી થઇ ગઇ છે. સ્થળ જોવા માટે અરજી કરવા પર, તેઓ હોલમાં દાખલ થયા હતા; અને એલિઝાબેથ, જ્યારે તેઓ ઘરની સંભાળ રાખનારની રાહ જોતા હતા, ત્યારે તેણીએ તેણીના હોદ્દા પર આશ્ચર્ય પામી હતી.

ઘરના અધિકારી આવ્યા; એક માનનીય દેખાતી, વૃદ્ધ મહિલા, ઘણું ઓછું દંડ, અને વધુ નાગરિક, તેને શોધવાની કોઈ કલ્પના હોવા કરતાં. તેઓ તેને ડાઇનિંગ-પાર્લરમાં લઈ ગયા. તે એક સરસ, સારી પ્રમાણમાં ખંડ હતો, જે સુંદર રીતે સજ્જ છે. એલિઝાબેથ, સહેજ સર્વેક્ષણ કર્યા પછી, તેની સંભાવનાનો આનંદ માણવા માટે વિંડો પર ગયો. ટેકરી, જે લાકડાની સાથે તાજ પહેરાવવામાં આવી હતી, જેમાંથી તેઓ ઉતર્યા હતા, અંતરથી અચાનક વધારો થયો હતો, તે એક સુંદર વસ્તુ હતી. જમીનની દરેક જાત સારી હતી; અને તેણીએ આખા દ્રશ્ય, નદી, તેના કાંઠે વેરવિખેર વૃક્ષો અને ખીણની વહાણ તરફ જોયું, જ્યાં સુધી તે તેને શોધી શકે ત્યાં સુધી, આનંદથી. જેમ તેઓ અન્ય રૂમમાં પસાર થયા, આ ઓબ્જેક્ટો વિવિધ સ્થિતિઓ લેતા

હતા; પરંતુ દરેક વિંડોમાંથી ત્યાં જોવા માટે સુંદર હતી. રૂમ ઊંચા અને સુંદર હતા, અને તેમના ફર્નિચર તેમના માલિકની સંપત્તિ માટે યોગ્ય; પરંતુ એલિઝાબેથે જોયું કે, તેના સ્વાદની પ્રશંસા સાથે, તે ન ગૌરવપૂર્ણ અને નકામું હતું. રોઝિંગના ફર્નિચર કરતા વધુ તેજસ્વી અને વધુ વાસ્તવિક લાવણ્ય સાથે.

"અને આ સ્થળે," તેણીએ વિચાર્યું હતું કે, "હું કદાચ રખાત હોઈશ! આ રૂમ સાથે હવે હું પરિચિત રીતે પરિચિત હોઈશ! તેમને અજાણી વ્યક્તિ તરીકે જોવાને બદલે, હું તેમની જેમ મારામાં આનંદ પામી શકું છું, અને તેમના માટે સ્વાગત કરું છું. મુલાકાતીઓ તરીકે મારા કાકા અને કાકી. - પરંતુ, નહીં - "પોતાને ફરીથી યાદ કરાવવું," જે ક્યારેય ન હોઈ શકે: મારા કાકા અને કાકી મારી પાસે ખોવાઈ ગયા હોત: મને તેમને આમંત્રિત કરવાની પરવાનગી ન હોવી જોઈએ. "

આ એક નસીબદાર સ્મરણ હતું - તેને ખેદ જેવી કંઈકથી બચાવી હતી.

તેણી ઘરમાલિકની પૂછપરછ કરવા ઇચ્છતી હતી, શું તેના માસ્ટર ખરેખર ગેરહાજર હતા, પરંતુ તેના માટે હિંમત ન હતી. જોકે, લાંબા સમય સુધી, તેના કાકા દ્વારા પ્રશ્ન પૂછવામાં આવ્યો હતો; અને જ્યારે તે મિસ્ટર. રેનોલ્ડ્સે જવાબ આપ્યો કે, તે ઉમેરતો હતો, "પણ અમે તેને મિત્રોની મોટી પાર્ટી સાથે, આવતીકાલે અપેક્ષા રાખીએ છીએ." એલિઝાબેથ કેટલો ખુશ હતો કે કોઈ પણ સંજોગોમાં તેમની મુસાફરી એક દિવસમાં વિલંબિત થઈ ન હતી!

તેણીની કાકી હવે તેને એક ચિત્ર જોવા માટે બોલાવે છે. તેણી સંપર્ક કર્યો, અને મિસ્ટર ની સમાનતા જોયું. વિક્હમ, અન્ય મિનિચર્સમાં, મૅંટલ-ટુકડા ઉપર સસ્પેન્ડ કર્યું હતું. તેની માસીએ તેને પૂછ્યું, હસતાં, તેને કેવી રીતે ગમ્યું. ઘરની સંભાળ રાખનાર આગળ આવ્યા અને તેમને કહ્યું કે તે તેના અંતના માસ્ટરના

કારભારીના પુત્ર, એક યુવાન સજ્જનનું ચિત્ર છે, જે તેના પોતાના અસ્તિત્વમાં લાવવામાં આવી હતી. - "તે હવે સૈન્યમાં ગયો છે," તેણીએ ઉમેર્યું. , "પરંતુ મને ડર છે કે તે ખૂબ જંગલી થઇ ગયો છે."

શ્રીમતી. ગાર્ડિનરે તેની ભત્રીજીને સ્મિત સાથે જોયો, પરંતુ એલિઝાબેથ તેને પાછો આપી શક્યો નહીં.

"અને તે," મિસ્ટર જણાવ્યું હતું. રેનોલ્ડ્સ, જે મિનિચરમાં અન્ય તરફ ધ્યાન દોરે છે, "મારો માસ્ટર-અને તેના જેવા જ છે. તે લગભગ આઠ વર્ષ પહેલાં અન્ય સાથે દોરવામાં આવ્યો હતો."

"મેં તમારા ગુરુના મોટાભાગના સારા માણસને સાંભળ્યું છે," મિસ્ટરે કહ્યું. ગાર્ડિનર, ચિત્ર તરફ જોવું; "તે એક સુંદર ચહેરો છે, પરંતુ, ચપળ, તમે અમને કહી શકો કે તે ગમે છે કે નહીં."

શ્રીમતી. એલિઝાબેથ માટે રેનોલ્ડ્સનો આદર તેના માસ્ટરને જાણતા આ સૂચના પર વધારો થયો.

"શું તે યુવાન સ્ત્રી શ્રી ડેર્સીને જાણે છે?"

એલિઝાબેથ રંગીન, અને કહ્યું - "થોડું."

"અને તમે તેને ખૂબ જ સુંદર સજ્જન માનતા નથી, મામ?"

"હા, ખૂબ સુંદર."

"મને ખાતરી છે કે હું કોઈ પણ સુંદર નથી જાણતો; પરંતુ ગેલેરીમાં સીડીમાં તમે તેના કરતાં વધુ સારી, મોટી ચિત્ર જોશો. આ રૂમ મારા અંતમાં માસ્ટરના પ્રિય રૂમ હતા, અને આ મિનિચરો તે જ હતા તેટલા જ હતા. તે તેમને ખૂબ શોખીન હતો. "

આ માટે એલિઝાબેથને મિ. વિકમામ તેમની વચ્ચે છે.

શ્રીમતી. રેનોલ્ડ્સે પછી એક ધ્યાન મિસ ડેર્સી તરફ ધ્યાન દોર્યું, જ્યારે તે ફક્ત આઠ વર્ષની હતી.

"અને તેના ભાઇ તરીકે સુશોભિત તરીકે ડારસી ચૂકી છે?" એમ.આર. ગાર્ડિનર.

"ઓહ! હા - સૌથી સુંદર યુવતી જે ક્યારેય જોવામાં આવી હતી; અને તે પૂર્ણ થઇ ગઈ! -તે દિવસ સુધી ચાલે છે અને ગાય છે. પછીના રૂમમાં એક નવું સાધન તેના માટે નીચે આવે છે - તે મારા માસ્ટર તરફથી હાજર છે; તે અહીં આવે છે. તેની સાથે આવતીકાલે. "

શ્રીમાન. ગાર્ડિનર, જેની રીતભાત સરળ અને સુખદ હતી, તેના પ્રશ્નો અને ટિપ્પણીઓ દ્વારા તેણીની વાતચીતને પ્રોત્સાહન આપ્યું; શ્રીમતી. ગૌરવ અથવા જોડાણથી, રેનોલ્ડ્સ, તેના માસ્ટર અને તેની બહેનની વાતમાં ખુશીથી ખુશી અનુભવે છે.

"શું તમારા માસ્ટર વર્ષ દરમિયાન પેમરેલીમાં ખૂબ છે?"

"હું જેટલી ઇચ્છા રાખી શકું તેમ નથી, સર, પરંતુ મને હિંમત છે કે તે અહીંનો અડધો સમય ખર્ચ કરી શકે છે અને ઉનાળાના મહિનાઓ માટે હંમેશાં નીરસ હંમેશાં નીચે આવે છે."

"સિવાય," એલિઝાબેથ વિચાર્યું, "જ્યારે તેણી જાય છે."

"જો તમારો ગુરુ લગ્ન કરશે, તો તમે તેને વધુ જોઈ શકો છો."

"હા, સાહેબ; પરંતુ મને ખબર નથી કે તે ક્યારે હશે. મને ખબર નથી કે તેના માટે કોણ સારું છે."

શ્રીમાન. અને મિસ્ટર. ગાર્ડનર . એલિઝાબેથ કહેતા મદદ કરી શક્યા નહીં, "તે તેના ક્રેડિટ માટે ખૂબ જ છે, મને ખાતરી છે કે તમારે એવું વિચારવું જોઈએ."

"હું સત્ય કરતા વધારે કહું છું, અને દરેક શરીર જે કહેશે તે તેને જાણે છે," બીજાને જવાબ આપ્યો. એલિઝાબેથે વિચાર્યું કે આ ખૂબ દૂર રહ્યું છે ; અને તેણીએ આશ્ચર્યચકિત થતાં સાંભળ્યું કે ઘરની સંભાળ રાખનાર ઉમેરે છે, "મારા જીવનમાં મારી પાસે તેનાથી ક્યારેય ક્રોસ શબ્દ નથી આવ્યો અને ચાર વર્ષથી હું તેને ઓળખ્યો છે."

આ બધાને વધુ અસાધારણ, પ્રશંસકોના વિચારોથી વિપરીત, પ્રશંસા હતી. કે તે એક સ્વસ્થ માણસ ન હતો, તેણીની સખત અભિપ્રાય હતી. તેણીનો ઉત્સુક જાગૃતતા જાગ્યો હતો; તેણી વધુ સાંભળવા માટે ઉત્સુક હતી, અને તેના કાકાને આ કહેતા આભારી હતી,

"ત્યાં ઘણા ઓછા લોકો છે જેમને ખૂબ કહી શકાય છે. તમે આવા માસ્ટર હોવાની નસીબદાર છો."

"હા, સાહેબ, હું જાણું છું કે હું છું. જો હું જગતમાંથી પસાર થતો હોત, તો હું વધુ સારી રીતે મળતો ન હતો. પરંતુ મેં હંમેશાં જોયું છે કે, જ્યારે બાળકો સારા હોય ત્યારે સારા હોય છે, જ્યારે તેઓ ઉગે છે અપ અને તે હંમેશાં સૌથી સુખ-શાંતિવાળા, સૌથી ઉમદા-દિલનું, વિશ્વનું છોકરો હતું. "

એલિઝાબેથ લગભગ તેના પર જોઈ. - "આ મિસ્ટર ડેર્સી હોઈ શકે છે!" તેણે વિચાર્યું.

"તેમના પિતા ઉત્તમ માણસ હતા," મિસ્ટર જણાવ્યું હતું. ગાર્ડિનર.

"હા, મામ, તે ખરેખર હતો; અને તેમનો દીકરો પણ તેના જેવા હશે - જેમ ગરીબને મળતો હોય તેમ."

એલિઝાબેથ સાંભળી, આશ્ચર્ય, શંકા, અને વધુ માટે અધીરા હતા. શ્રીમતી. રેનોલ્ડ્સ તેને અન્ય કોઇ બિંદુ પર રસ કરી શકે છે. તેણીએ ચિત્રોના વિષય, રૂમના પરિમાણો અને ફર્નિચરની કિંમત વ્યર્થમાં સંબંધિત હતી. શ્રીમાન. ગાર્ડિનર, જે કુટુંબના પૂર્વગ્રહના પ્રકારથી અત્યંત પ્રભાવિત છે, જેના માટે તેણીએ તેના માસ્ટરની વધુ પ્રશંસાને જવાબદાર ગણાવી, ટૂંક સમયમાં તે ફરીથી વિષય તરફ દોરી ગયો; અને તે ઘણી બધી ગુણવત્તા પર ઊર્જા સાથે રહી હતી, કારણ કે તેઓ મહાન દાદર સાથે મળીને આગળ વધી ગયા હતા.

તેણી કહે છે, "તે શ્રેષ્ઠ મકાન માલિક અને શ્રેષ્ઠ માસ્ટર છે." તે હંમેશાં જીવતો હતો. આજે જંગલી યુવા માણસોની જેમ નથી, જે પોતાને સિવાય બીજું કંઇ પણ વિચારે છે. તેમના ભાડૂતો અથવા સેવકોમાંનો એક પણ નથી તેને કેટલું સારું નામ આપશે. કેટલાક લોકો તેને ગૌરવ કહે છે; પરંતુ મને ખાતરી છે કે મેં તેની કોઇ વસ્તુ ક્યારેય જોયેલી નથી. મારા ફેન્સી માટે, તે ફક્ત અન્ય યુવાન માણસોની જેમ ખસી જતું નથી. "

"આ સ્થળે તેને શું આનંદદાયક પ્રકાશ છે!" એલિઝાબેથ વિચાર્યું.

"તેણીના આ સારા ખાતામાં," તેણીએ કાકીને કહ્યું હતું કે, "તેઓ આપણા ગરીબ મિત્રને તેમના વર્તન સાથે સુસંગત નથી."

"કદાચ આપણે છૂપાવી શકીએ."

"તે ખૂબ જ સંભવ નથી; અમારી સત્તા ખૂબ સારી હતી."

ઉપરના વિશાળ લોબીમાં પહોંચ્યા પછી, તેમને ખૂબ જ સુંદર બેઠક ખંડમાં બતાવવામાં આવ્યા હતા, તાજેતરમાં નીચે

એપાર્ટમેન્ટ્સ કરતાં વધુ સુધડતા અને હળવાશથી સજ્જ છે; અને તેમને જાણ કરવામાં આવી હતી કે ડેર્સીને ચૂકી જવાને આનંદ આપવા માટે, ફક્ત તે જ કરવામાં આવ્યું હતું, જેમણે રૂમમાં ગમ્યું હતું, જ્યારે છેલ્લે પેમરેલી ખાતે.

એલિઝાબેથે કહ્યું હતું કે, "તે ચોક્કસપણે એક સારો ભાઈ છે," તે એક વિંડોમાં તરફ ગયો.

શ્રીમતી. જ્યારે તેણીએ રૂમમાં પ્રવેશ કરવો જોઈએ ત્યારે રેનોલ્ડ્સ અપેક્ષિત મિસ ડાર્સીની ખુશી. "અને આ હંમેશાં તેમની સાથે જ છે," તેણીએ ઉમેર્યું. "જે પણ તેની બહેનને કોઈ આનંદ આપે છે, તે એક ક્ષણમાં થવાની ખાતરી છે. તે તેના માટે કંઈ કરશે નહીં."

ચિત્ર ગેલેરી, અને બે અથવા ત્રણ મુખ્ય બેડ-ઓરડાઓ, તે બધું જ બતાવવામાં આવી રહ્યું હતું. ભૂતપૂર્વ ઘણા સારા ચિત્રો હતા; પરંતુ એલિઝાબેથને કશું જ ખબર નહોતી; અને જેમ કે નીચેથી પહેલાથી જ દૃશ્યમાન હતું, તેણીએ સ્વેચ્છાએ ક્રેઅન્સમાં, મિસ ડેર્સીના કેટલાક રેખાંકનો જોવાનું ચાલુ કર્યું હતું, જેના વિષયો સામાન્ય રીતે વધુ રસપ્રદ હતા, અને વધુ બુદ્ધિગમ્ય.

ગેલેરીમાં ઘણા કુટુંબ ચિત્રો હતા, પરંતુ તેઓ અજાણી વ્યક્તિનું ધ્યાન ઠીક કરવા માટે થોડું ઓછું કરી શક્યા હતા. એલિઝાબેથ એકમાત્ર ચહેરોની શોધમાં ચાલ્યો હતો જેના લક્ષણો તેણીને જાણીતા હતા. અંતે તેણે તેને ધરપકડ કરી - અને તેણીએ શ્રીમાનની હડતાલની સામ્યતાને જોયો. ચહેરા પર આવા સ્મિત સાથે, , કારણ કે તે જ્યારે તેણીએ જોવામાં, તે ક્યારેક જોવા મળી યાદ છે. તે ચિત્રની ખૂબ જ ચિંતન કરતા પહેલા થોડી મિનિટો ઊભા રહી હતી, અને ગેલેરીમાંથી બહાર નીકળતા પહેલા તે ફરી પાછો ફર્યો. શ્રીમતી. રેનોલ્ડ્સે તેમને જાણ કરી કે, તે તેમના પિતાના જીવનકાળમાં લેવામાં આવી છે.

આ સમયે, ચોક્કસપણે, તેમના એલિઝાબેથના મનમાં, મૂળની તરફ વધુ નમ્ર લાગણી હતી, તેના પરિચયની ઊંચાઈમાં તે ક્યારેય અનુભવાઈ હતી. મિસ્ટર દ્વારા તેમને વખાણ વખાણ. રેનોલ્ડ્સ કોઈ નકામી પ્રકૃતિ હતી. એક બુદ્ધિશાળી નોકરની પ્રશંસા કરતાં કઈ પ્રશંસા વધારે મૂલ્યવાન છે? એક ભાઈ તરીકે, મકાનમાલિક, એક માસ્ટર તરીકે, તેણીએ માનતા હતા કે તેમના માતાપિતામાં કેટલા લોકોની ખુશી હતી! -તેને કેટલું આનંદ કે દુઃખ આપવાનું હતું, તે કેવી રીતે આપી શકાય! -તેઓ દ્વારા કેટલું સારું કે ખરાબ કરવું જોઈએ! દરેક ધારણા જે ઘરની સંભાળ રાખનાર દ્વારા આગળ લાવવામાં આવી હતી તેના માટે અનુકૂળ હતીપાત્ર, અને તે કેનવાસ પહેલા ઊભી હતી, જેના પર તેને રજૂ કરાયો હતો, અને તેની આંખો પર પોતાની જાતને નિશ્ચિત કરી હતી, તેણીએ કૃતજ્ઞતાની ઊંડી લાગણી સાથે તેના સંબંધને અગાઉ ક્યારેય ઉઠાવ્યા તેના કરતાં વિચાર્યું હતું; તેણીએ તેની ઉષ્ણતાને યાદ કરી, અને અભિવ્યક્તિની તેની અનિશ્ચિતતાને નરમ કરી.

જ્યારે સામાન્ય નિરીક્ષણ માટે ખુલ્લું રહેલું ઘર જોવા મળ્યું હતું, તેઓ સીડી નીચે પાછા ફર્યા હતા, અને ઘરની સંભાળ રાખનારની રજા લઈને, માળી પર કબજે કરવામાં આવ્યા હતા, જે તેમને હોલ દ્વાર પર મળ્યા હતા.

કારણ કે તેઓ નદી તરફ લૉન તરફ ગયા હતા, એલિઝાબેથ ફરીથી જોવા તરફ વળ્યા; તેના કાકા અને કાકી પણ અટકી ગયા હતા, અને જ્યારે ભૂતપૂર્વ બિલ્ડિંગની તારીખ તરીકે અનુમાન લગાવતા હતા, ત્યારે તેનો માલિક અચાનક અચાનક રસ્તા પરથી આગળ આવ્યો, જે તેની પાછળ સ્ટેબલ્સ તરફ દોરી ગયો.

તેઓ એકબીજાના વીસ યાર્ડની અંદર હતા, અને તેમના દેખાવની જેમ અચાનક જ, તેમની દ્રષ્ટિને ટાળવું અશક્ય હતું. તેમની આંખો તાત્કાલિક મળી, અને પ્રત્યેકની ગાલો ઊંડા

બ્લાશથી વધારે પડતી હતી. તેણે એકદમ શરૂઆત કરી, અને એક ક્ષણ માટે આશ્ચર્યજનક લાગ્યું; પરંતુ ટૂંક સમયમાં જ પોતાને પુનઃપ્રાપ્ત કરી, પક્ષ તરફ આગળ વધ્યો, અને એલિઝાબેથ સાથે વાત કરી, જો સંપૂર્ણ સંમિશ્રણના સંદર્ભમાં નહીં, તો ઓછામાં ઓછા સંપૂર્ણ સિવિલિટી.

તેણી સહજતાથી દૂર થઇ ગઈ હતી; પરંતુ, તેમના અભિગમ પર રોકવાથી, તેના નિરાશાને દૂર કરવામાં અશક્યતા પ્રાપ્ત થઈ. તેમની પ્રથમ રજૂઆત, અથવા તેઓ જે ચિત્રની ચકાસણી કરી રહ્યા હતા તેની સાથે તેમનું સામ્યતા હતું, હવે તેઓ એમ બંનેને ખાતરી આપવા માટે અપૂરતા હતા કે તેઓ હવે મિ. ડરસી, માળી તેના આશ્ચર્ય પર આશ્ચર્યજનક અભિવ્યક્તિમાસ્ટર, તાત્કાલિક તે કહ્યું હોવું જ જોઈએ. જ્યારે તેઓ તેમની ભત્રીજી સાથે વાત કરી રહ્યા હતા ત્યારે તેઓ થોડો દૂર ઊભા રહ્યા હતા, જે આશ્ચર્યચકિત અને મૂંઝવણમાં હતા, તેમના ચહેરા પર આંખો ઉઠાવી શકતા હતા અને તેમને ખબર નહોતી કે તેઓ તેમના પરિવાર પછી તેમની સિવિલ પૂછપરછ માટે શું જવાબ આપે છે. તેઓ છેલ્લા ભાગથી જ તેમની રીતમાં ફેરફારથી આશ્ચર્ય પામ્યા હતા, તેમણે જે દરેક વાક્ય આપ્યું હતું તેનાથી તેણીને શરમજનક લાગ્યું હતું; અને તેના વિચારની અનિશ્ચિતતાની દરેક વિચાર, તેના મનમાં પુનરાવર્તન, જે થોડી મિનિટોમાં તેઓ એકબીજા સાથે ચાલુ રાખતા હતા, તે તેમના જીવનની સૌથી અસ્વસ્થતા હતી. અથવા તે સરળતામાં વધુ દેખાતું નહોતું; જ્યારે તેમણે બોલ્યું ત્યારે, તેના ઉચ્ચારણમાં તેના સામાન્ય સંતુલનની કોઈ જ નહોતી; અને લાંબા સમય સુધી તેણીને લાંબા સમયથી રહેવાની અને તેના ડર્બીશાયરમાં રહેવાની સમયની પૂછપરછની વારંવાર પૂછપરછ કરી હતી, અને ઘણી વાર, અને તેના વિચારોની અવ્યવસ્થાને સ્પષ્ટ રીતે બોલતા એક માર્ગમાં ઉતાવળમાં આવી ગયો હતો.

લંબાઈમાં, દરેક વિચાર તેમને નિષ્ફળ થવાનું લાગતું હતું; અને, કોઈ શબ્દ બોલ્યા વગર થોડી ક્ષણો ઉભા કર્યા પછી, તે અચાનક પોતાને યાદ કરતો ગયો, અને નીકળી ગયો.

પછી બીજા લોકો તેમની સાથે જોડાયા, અને તેમની આકૃતિની પ્રશંસા વ્યક્ત કરી; પરંતુ એલિઝાબેથે કોઈ શબ્દ સાંભળ્યો નહી, અને પોતાની લાગણીઓથી સંપૂર્ણ રીતે ભરાઈ ગયાં, તે પછી તેણીએ મૌનમાં ચાલ્યા. તેણી શરમ અને વેદના દ્વારા પ્રભાવિત થઈ હતી. તેણીની ત્યાં આવી તે ખૂબ દુર્ભાગ્યપૂર્ણ, વિશ્વની સૌથી અવિચારી વસ્તુ હતી! તેને કેટલું વિચિત્ર લાગે છે! શું એક અપમાનકારક પ્રકાશ તે માણસને એટલો નકામી નહીં બનાવે! એવું લાગે છે કે તેણીએ હેતુપૂર્વક પોતાની રીતે ફરીથી ફેંકી દીધી હતી! ઓહ! તેણી શા માટે આવી? અથવા, તે અપેક્ષિત તે પહેલાં એક દિવસ આવો કેમ થયો? તેઓ જલ્દીથી માત્ર દસ મિનિટ જ હતા, તેઓ તેમના ભેદભાવની પહોંચથી બહાર આવ્યા હોત, કારણ કે તે સાદો હતો કે તે ક્ષણ આવી ગયો હતો, તે ક્ષણ તેના ઘોડો અથવા તેના વાહનમાંથી ઉભો થયો હતો. તેણી ઉપર ફરીથી અને ફરીથી બેઠકની બદનામ. અને તેના વર્તન, તેથી ખૂબ જ બદલાયેલ, - તેનો અર્થ શું હોઈ શકે? કે તેણીએ પણ તેની સાથે વાત કરવી જોઈએ! -પરંતુ તેના પરિવારની પૂછપરછ કરવા માટે આવા સગપણ સાથે વાત કરવા! તેણીના જીવનમાં તેણીએ ક્યારેય નમ્રતા બતાવી ન હતી, આ અનપેક્ષિત મીટિંગમાં તે ક્યારેય નમ્રતા સાથે બોલાય નહીં. રોઝિંગ પાર્કમાં તેના છેલ્લા સરનામાંને તે કેટલો વિપરીત હતો, જ્યારે તેણે તેનો પત્ર તેના હાથમાં મૂક્યો હતો! તે જાણતી ન હતી કે તેના માટે શું વિચારો, કે તેના માટે કેવી રીતે એકાઉન્ટ કરવું.

તેઓ હવે પાણીની બાજુએ એક સુંદર ચાલ ચાલ્યા હતા, અને દરેક પગલું ગ્રાઉન્ડના ઉમદા પતન, અથવા વૂડ્સની નજીક પહોંચવાની દિશામાં આવી રહ્યું હતું, જ્યાં તેઓ આવી રહ્યા હતા; પરંતુ એલિઝાબેથ તેમાંથી કોઈપણની સમજશકિત થઈ તે

પહેલાં તે થોડો સમય હતો; અને, તેમ છતાં તેણે તેના કાકા અને કાકીની વારંવારની અપીલોને યાંત્રિક રીતે જવાબ આપ્યો, અને તેણીએ તેમની આંખોને આવા પદાર્થો તરફ નિર્દેશ કરવા લાગ્યું, તે દ્રશ્યનો કોઈ ભાગ નથી. તેના વિચારો પેમ્બેલી હાઉસના એક સ્થળે નક્કી કરવામાં આવ્યા હતા, જે પણ તે હોઈ શકે, જ્યાં મિ. પછી હતી. તે જાણવા માંગતી હતી કે તે ક્ષણે તેના મગજમાં શું ચાલી રહ્યું છે; તે તેના વિશે શું વિચારે છે, અને તે દરેક વસ્તુની અવગણના કરીને, તે હજી પણ તેના માટે પ્રિય હતી. કદાચ તે નાગરિક હતો, કારણ કે તે પોતાની જાતને સરળતા અનુભવે છે; હજી પણ તેની અવાજમાં તેવું હતું, જે સરળતા જેવું ન હતું.

જોકે, તેની મંતવ્યની ગેરહાજરીમાં તેના સાથીઓની ટિપ્પણી તેણીને ઉત્તેજિત કરતી હતી, અને તેણીને પોતાને જેવા વધુ દેખાવાની આવશ્યકતા હતી.

તેઓ વૂડ્સમાં પ્રવેશ્યા, અને થોડા સમય માટે નદી તરફ એડીયુ બોલતા, કેટલાક ઊંચા મેદાનો ઉપર ચઢ્યા; ક્યાંથી, ફોલ્લીઓમાંજ્યાં વૃક્ષોના ઉદઘાટનથી ભટકવાની આંખની શક્તિ આપવામાં આવી હતી, ખીણના ઘણા આકર્ષક દ્રશ્યો, વિપરીત ટેકરીઓ, વંશની લાંબી રેન્જથી ઘણાને વધારે પડતા ભ્રમણા સાથે અને પ્રસંગોપાત પ્રવાહનો ભાગ ભજવે છે. શ્રીમાન. ગાર્ડિનેરે સમગ્ર પાર્કની આસપાસ જવાની ઇચ્છા વ્યક્ત કરી હતી, પરંતુ તે ભય હતો કે તે ચાલવાથી આગળ હોઈ શકે છે. એક વિજયી સ્મિત સાથે, તેઓને કહેવામાં આવ્યું કે, તે દસ માઇલ રાઉન્ડ હતું. તે આ બાબત સ્થાયી થઈ; અને તેઓ ટેવાયેલા સર્કિટને અનુસર્યા; જે થોડા સમય પછી, પાણીના કાંઠે, તેના સાંકડા ભાગોમાંના એકમાં, જંગલી ફાંસી વચ્ચેના વંશમાં ફરીથી લાવ્યા. તેઓ એક સરળ બ્રિજ દ્વારા, તેને દ્રશ્યની સામાન્ય હવા સાથે પાત્રમાં પાર કરી; તે હજી સુધી મુલાકાત લીધેલ કોઈપણ કરતા ઓછું શણગારવામાં આવ્યું હતું; અને ખીણ, અહીં એક ગ્લેન માં કરાર, માત્ર પ્રવાહ માટે પરવાનગી રૂમ, અને રફ

કોમ્પીસ-લાકડાની વચ્ચે એક સાંકડી વૉક જે તેને સરહદ કરે છે. એલિઝાબેથે તેના વાઇન્ડિંગ્સને શોધવાની ઇચ્છા વ્યક્ત કરી હતી; પરંતુ જ્યારે તેઓ પુલ ઓળંગી ગયા હતા, અને ઘરથી તેમની અંતરને સમજ્યા, મિસ્ટર. ગાર્ડિનર, જે મહાન વૉકર ન હતો, વધુ દૂર જઇ શક્યો ન હતો અને તે શક્ય તેટલી વહેલી તકે વાહન પર પાછા ફરવાનું વિચાર્યું. તેથી, તેની ભત્રીજીને સબમિટ કરવાની ફરજ પડી હતી, અને તેઓ નદીની વિરુદ્ધ બાજુ, નજીકના દિશામાં ઘર તરફ તેમના માર્ગ તરફ ગયા; પરંતુ તેમની પ્રગતિ ધીમી હતી, મિ. ગાર્ડિનર, જોકે સ્વાદમાં ભાગ્યે જ ભાગ લેતો હતો, તે માછીમારીનો ખૂબ જ શોખીન હતો, અને પાણીમાં કેટલાક ટ્રાઉટના પ્રાસંગિક દેખાવને જોવા માટે ખૂબ જ રસ ધરાવતો હતો, અને તેના વિશેના માણસ સાથે વાત કરતા હતા કે તે અધતન પરંતુ થોડો છે. ધીરે ધીરે ધીરે ધીરે ધીરે ધીરે ધીરે ધીરે, તેઓ ફરી આશ્ચર્ય પામ્યા, અને એલિઝાબેથના ' મિસ્ટર ની દૃષ્ટિએ, તે પ્રથમ શું થયું હતું તે ખૂબ જ આશ્ચર્યજનક હતી. તેમને નજીક, અને કોઈ મહાન અંતર પર. અહીંથી ચાલવું એ બીજી બાજુ કરતાં ઓછું આશ્રયસ્થાન છે, તેઓએ તેમને મળ્યા પહેલાં તેને જોવાની મંજૂરી આપી. એલિઝાબેથ, જો કે, આશ્ચર્ય કરતાં ઓછામાં ઓછા એક ઇન્ટરવ્યુ માટે વધુ તૈયાર હતા, અને દેખાવા અને બોલવાનું સમાધાન કર્યું હતુંશાંતિ સાથે, જો તે ખરેખર તેમને મળવાનો હતો. થોડા ક્ષણો માટે, ખરેખર, તેણીને લાગ્યું કે તે કદાચ અન્ય કોઈ પાથમાં હડતાલ કરશે. આ વિચાર ચાલ્યો ગયો જ્યારે વૉકમાં ટર્નિંગ તેને તેમના દ્રષ્ટિકોણથી છુપાવવામાં આવ્યું; પાછો વળતો, તે તરત જ તેમની સામે હતો. એક નજરમાં તેણે જોયું કે, તેણે તેની તાજેતરની તાકાતમાંથી કોઈ પણ ગુમાવ્યું નથી; અને, તેની વિનમ્રતાને અનુસરવા માટે, તે સ્થાનની સુંદરતા પ્રશંસા કરવા માટે મળ્યા, તે શરૂ થઈ; પરંતુ તેણીને "મોહક," અને "મોહક" શબ્દોથી આગળ ન મળ્યું હતું, જ્યારે કેટલીક દુર્ભાગ્યપૂર્ણ સ્મૃતિચિહ્નોને ગુંચવાયા હતા અને તેણીએ તેનાથી પેમરેલીની પ્રશંસાને ચાહ્યું હતું, તે કદાચ

નિષ્ઠુરતાથી વિચારી શકાય. તેણીનો રંગ બદલાઈ ગયો, અને તેણે કહ્યું નહિ.

શ્રીમતી. ગાર્ડિનર થોડી પાછળ ઉભા હતા; અને તેણીને રોકવા પર, તેણે તેને પૂછ્યું, જો તેણી તેને તેના મિત્રોને પરિચય આપવાનો સન્માન કરશે. આ સિવિલિટીનો સ્ટ્રોક હતો જેના માટે તે ખૂબ તૈયાર ન હતી; અને તે પોતાની સ્મિત પ્રસ્તાવમાં, તેમના ગૌરવની વિરુદ્ધ બળવાખોર થઈ ગયેલા લોકોમાંના કેટલાક લોકોની ઓળખની માંગ કરી રહ્યા હતા ત્યારે, તેઓ સ્મિતમાં ભાગ્યે જ દબાવી શક્યા હતા. "તેણી આશ્ચર્ય પામશે," તેણીએ વિચાર્યું, "જ્યારે તેઓ જાણે છે કે તેઓ કોણ છે! તે હવે તેમને ફેશનના લોકો માટે લે છે."

જોકે, રજૂઆત તાત્કાલિક કરવામાં આવી હતી; અને જેમણે તેણી સાથેના સંબંધોને નામ આપ્યું હતું તેમ, તેણીએ તેના પર એક નજર નાખી, તે કેવી રીતે તેને જન્મ આપ્યો તે જોવા માટે; અને તે જેમ કે અપમાનજનક સાથીઓ પાસેથી ઝડપી તરીકે તેમના ની અપેક્ષા વિના ન હતી. તે જોડાણ દ્વારા આશ્ચર્ય થયું હતું તે સ્પષ્ટ હતું; તેમણે તેમ છતાં તે સ્થિરતા સાથે ચાલુ રાખ્યું, અને અત્યાર સુધી દૂર જવાથી, તેમની સાથે પાછો ફર્યો, અને એમ.આર. સાથે વાતચીતમાં પ્રવેશ કર્યો. ગાર્ડિનર. એલિઝાબેથ ખુશ થઈ શક્યો ન હતો, પરંતુ જીતી શક્યો નહીં. તે દિલાસો આપતો હતો કે, તેણે જાણવું જોઈએ કે તેના કેટલાક સંબંધો હતા જેમને માટે તેને બ્લશ કરવાની કોઈ જરૂર નથી. તેણીએ તેમની વચ્ચે પસાર થયેલી બધી બાબતો પ્રત્યે ધ્યાનપૂર્વક સાંભળ્યું , અને પ્રત્યેક અભિવ્યક્તમાં, તેમના કાકાના દરેક વાક્યમાં ગૌરવ અનુભવ્યું, જેણે તેમની બુદ્ધિ, તેમના સ્વાદ અથવા તેમના સારા વર્તનને ચિહ્નિત કર્યા.

વાતચીત તરત જ માછીમારી પર ચાલુ, અને તે મિસ્ટર સાંભળ્યું. ડેર્સીએ તેમને સૌથી વધુ સિવિલિટી સાથે આમંત્રણ આપ્યું હતું,

તેમણે ઘણી વખત ત્યાં જ માછલી પસંદ કરી હતી, જ્યારે તેઓ પડોશમાં ચાલુ રાખ્યા હતા, તે જ સમયે તેમને માછલી પકડવાની તક પૂરી પાડવા માટે ઓફર કરતા હતા, અને પ્રવાહના તે ભાગોને દર્શાવતા હતા કે જ્યાં સામાન્ય રીતે સૌથી વધુ રમત. શ્રીમતી. ગાર્ડિનર, જે એલિઝાબેથ સાથે હાથમાં હાથ ચલાવતો હતો, તેણે તેના આશ્ચર્યની સ્પષ્ટતા દેખાડી. એલિઝાબેથે કશું જ કહ્યું નહિ, પરંતુ તે તેનાથી વધુ પ્રસન્ન હતું; પ્રશંસા પોતાને માટે જ હોવી જોઈએ. તેમનો આશ્ચર્ય, જો કે, આત્યંતિક હતો; અને તે સતત પુનરાવર્તન કરતી હતી, "તે શા માટે બદલાયો છે? તે શું આગળ વધી શકે છે? તે મારા માટે ન હોઈ શકે, તે મારા માટે ન હોઈ શકે કે તેના શિષ્ટાચાર આ રીતે નરમ થઈ ગયા છે. હંસફોર્ડમાં મારા ઠરાવો આ રીતે બદલાવ લાવી શક્યા નથી. તે અશક્ય છે કે તેણે હજી પણ મને પ્રેમ કરવો જોઈએ. "

આ રીતે થોડો સમય ચાલ્યા પછી, આગળની બે મહિલા, પાછળના બે સજ્જન, તેમની જગ્યા ફરી શરૂ કરવા માટે, નદીના કાંઠે ઉતરતા કેટલાક વિચિત્ર પાણી-છોડની સારી તપાસ માટે, ત્યાં થોડો ફેરફાર થયો . તે મિ. ગાર્ડિનર, જે સવારના વ્યાયામથી થાકી ગયો હતો, તેણે એલિઝાબેથના હાથને તેના સમર્થન માટે અપર્યાપ્ત મળ્યું, અને પરિણામે તેના પતિને પસંદ કર્યું. શ્રીમાન. તેના ભત્રીજી દ્વારા તેના સ્થાન લીધો, અને તેઓ મળીને ચાલ્યા ગયા. એક ટૂંકી મૌન પછી, મહિલાએ સૌપ્રથમ વાત કરી. તેણીએ તેમને જાણવાની ઇચ્છા વ્યક્ત કરી હતી કે તે સ્થળ પર આવી તે પહેલા તેણીની ગેરહાજરીની ખાતરી કરવામાં આવી હતી અને તે મુજબ અવલોકન કરવામાં આવ્યું હતું કે, "તમારા ઘરની સંભાળ રાખનાર માટે," તેમનું આગમન ખૂબ જ અણધારી રહ્યું હતું, "તેમણે અમને જણાવ્યું હતું કે તમે ચોક્કસપણે અહીં સુધી ન હોવુંકાલે; અને ખરેખર, અમે બેકેવેલ છોડી દીધી તે પહેલાં, અમે સમજી ગયા કે તમને દેશમાં તરત જ અપેક્ષિત નથી. "તેમણે આ બધાના સત્યને સ્વીકાર્યું; અને કહ્યું કે તેમના કારભારી સાથેના વ્યવસાયે બાકીના પક્ષના થોડા કલાકો પહેલાં આગળ

આવવાનું પ્રસંગ પ્રગટ કર્યું છે. જેની સાથે તે મુસાફરી કરી રહ્યો હતો. "તેઓ કાલે વહેલી સવારે મારી સાથે જોડાશે," તેમણે ચાલુ રાખ્યું, "અને તેમાંના કેટલાક એવા લોકો છે જેઓ તમારી સાથે પરિચિત હોવાનો દાવો કરશે. બિંગલી અને તેની બહેનો. "

એલિઝાબેથે ફક્ત થોડો ધનુષ આપ્યો. તેના વિચારો તાત્કાલિક તે સમયે પાછા ખેંચવામાં આવ્યા હતા જ્યારે મિસ્ટર. બિંગલીનું નામ તેમના વચ્ચે છેલ્લે ઉલ્લેખ કરાયું હતું; અને જો તેણી તેના રંગથી ન્યાયાધીશ થઈ શકે, તો તેનું મન ખૂબ જ અલગ રીતે જોડાયેલું ન હતું.

"પાર્ટીમાં એક અન્ય વ્યક્તિ પણ છે," તેમણે વિરામ પછી ચાલુ રાખ્યું, "જે તમને વધુ જાણીને ઇચ્છા કરે છે, -તમે મને મંજૂરી આપો, અથવા હું તમારી બહેનને તમારા પરિચયમાં પરિચય આપવા માટે વધારે પૂછું, લેમ્બટન ખાતે તમારા રોકાણ? "

આ પ્રકારની અરજીનો આશ્ચર્ય ખરેખર મહાન હતો; તેણીએ કેવી રીતે તેને સ્વીકારી તે જાણવું તે ખૂબ જ મોટું હતું. તેણીને તરત જ લાગ્યું કે ગમે તેવી ઇચ્છાથી ડરસીને તેની સાથે પરિચિત થવું પડી શકે છે, તે તેના ભાઈનું કામ હોવું જોઈએ, અને આગળ જોઈ ન શકાય તેવું, તે સંતોષકારક હતું; તે જાણવું ખુશીજનક હતું કે તેના ગુસ્સાથી તે તેના વિશે ખરેખર બીમાર લાગતો ન હતો.

તેઓ હવે મૌનમાં ચાલ્યા ગયા; તેમાંના દરેકને ઊંડા વિચારોમાં. એલિઝાબેથ આરામદાયક ન હતી; તે અશક્ય હતું; પરંતુ તે સપાટ અને ખુશ હતી. તેમની બહેનને તેમની સાથે રજૂ કરવાની તેમની ઇચ્છા સૌથી વધુ પ્રકારની પ્રશંસા હતી. તેઓ તરત જ બીજાઓથી આગળ નીકળી ગયા, અને જ્યારે તેઓ વાહન પહોંચ્યા , મિસ્ટર. અને મિસ્ટર. ગાર્ડિનર એક માઇલની અડધી ક્વાર્ટર હતી.

ત્યારબાદ તેણે તેણીને ઘરે જવાનું કહ્યું - પણ તેણીએ પોતાને થાકી નહી જાહેર કર્યું, અને તેઓ લોન પર એકસાથે ઊભા રહ્યા. આવા સમયે, ઘણું કહી શકાય છે, અને મૌન ખૂબ જ અજાણ હતી. તેણી વાત કરવા માંગતી હતી, પરંતુ દરેક વિષય પર પ્રતિબંધ હોવાનું લાગતું હતું. અંતે તેણીએ યાદ કરી કે તેણી મુસાફરી કરી રહી છે, અને તેઓએ મેટલલોક અને ડવ ડેલ સાથે ખૂબ જ સખત મહેનત કરી. હજુ સુધી સમય અને તેની કાકી ધીમે ધીમે ખસેડવામાં આવી હતી- અને તેના ધીરજ અને તેના વિચારોને ટેટે-એ-ટેટે પૂરું થતાં પહેલાં લગભગ પહેરવામાં આવ્યાં હતાં. મિસ્ટર. અને મિસ્ટર. ગાર્ડિનરનું આગમન, તેઓ બધા જ ઘરે જઇને થોડો તાજગી લેતા હતા; પરંતુ આ નકારવામાં આવી હતી, અને તેઓ દરેક બાજુ પર અત્યંત વિનમ્રતા સાથે ભાગ લીધો હતો. શ્રીમાન. ડેર્સીએ મહિલાઓને વાહનમાં સોંપી દીધી, અને જ્યારે તે ઉતર્યો ત્યારે એલિઝાબેથે તેને ધીમે ધીમે ઘર તરફ વૉકિંગ જોયું.

તેના કાકા અને કાકીનું અવલોકન હવે શરૂ થયું; અને તેમનામાંના દરેકએ તેમને અપેક્ષિત વસ્તુથી અનંત શ્રેષ્ઠ હોવાનું કહ્યું. "તેણી સંપૂર્ણ કાવતરાબાજ, વિનમ્ર અને નિરર્થક છે," તેના કાકાએ કહ્યું.

તેણીની કાકીએ જવાબ આપ્યો, "તેની ખાતરી કરવા માટે તેમાં થોડીક ચીજો છે," પરંતુ તેની હવાને તે મર્યાદિત છે, અને તે અયોગ્ય નથી. હવે હું ઘરની સંભાળ રાખનાર સાથે કહી શકું છું કે, કેટલાક લોકો તેને ગૌરવ કહી શકે છે. તેમાં કશું જોઇ નથી. "

"હું તેના વર્તનથી વધુ આશ્ચર્ય પામી શક્યો ન હતો. તે સિવિલ કરતાં વધારે હતું; તે ખરેખર સચેત હતું; અને આવા ધ્યાન માટે કોઈ આવશ્યકતા નહોતી. એલિઝાબેથ સાથે તેની ઓળખ ખૂબ જ ઓછી હતી."

"ખાતરી કરો કે, ચપળ," તેણીની કાકીએ કહ્યું, "તે વિકેમ તરીકે ખુબ સુંદર નથી, અથવા તેની પાસે વિકમામનો ચહેરો નથી, તેના લક્ષણો સંપૂર્ણપણે સારી છે, પણ તમે અમને કેવી રીતે કહી શક્યા કે તે અસંમત છે?"

એલિઝાબેથે પોતાની જાતને માફી આપી હતી અને તે કરી શકે છે; જણાવ્યું હતું કે જ્યારે તેઓ પહેલા કરતાં કેન્ટમાં મળ્યા ત્યારે તેમને વધુ સારી રીતે ગમ્યું હતું, અને તેણીએ આ સવારે તેટલું સુખદ જોયું ન હતું.

"પરંતુ કદાચ તે તેની ક્ષમતાઓમાં થોડું વિચિત્ર બની શકે છે," તેના કાકાએ જવાબ આપ્યો. "તમારા મહાન માણસો ઘણી વાર છે; અને તેથી હું તેને માછીમારી વિશેના તેના શબ્દોમાં ન લઈ શકું, કારણ કે તે બીજા દિવસે તેનું મન બદલી શકે છે, અને તેના મેદાનથી મને ચેતવણી આપી શકે છે."

એલિઝાબેથને લાગ્યું કે તેઓ સંપૂર્ણપણે તેમના પાત્રને ભૂલ કરે છે, પરંતુ કશું જ કહ્યું નથી.

"અમે તેમને જે જોયું છે તેમાંથી," એમ.એસ. ગાર્ડિનર, "મને ખરેખર એવું લાગતું હોવું ન જોઈએ કે તે કોઈ પણ શરીર દ્વારા ક્રૂર રીતે વર્ત્યા હોત, જેમ કે તેણે ગરીબ વિકમામ દ્વારા કર્યું છે. તેનામાં ખરાબ દેખાવ નથી. તેનાથી તેના વિશે કંઈક આનંદદાયક છે. જ્યારે તે બોલે છે ત્યારે મોઢું બોલે છે અને તેના ચહેરા પર ગૌરવ છે, જે તેના હૃદયના પ્રતિક્રિયાત્મક ખ્યાલને આપી શકશે નહીં, પરંતુ ખાતરી કરો કે, સારી મહિલા જેણે અમને ઘર બતાવ્યું હતું, તેણે તેને સૌથી વધુ ફ્લેમિંગ પાત્ર આપ્યો હતો! ક્યારેક ક્યારેક મોટેથી હસવામાં મદદ કરી શકે છે, પરંતુ તે એક ઉદાર માસ્ટર છે, હું માનું છું, અને એક નોકરની આંખમાં દરેક સદ્ગુણને સમજાવે છે. "

એલિઝાબેથને પોતાને વિકમામ પ્રત્યેના વર્તનના નિશ્ચયમાં કંઈક કહેવા માટે બોલાવવામાં આવ્યો; અને તેથી તેમને સમજી શકાય તે રીતે, જે રીતે તેઓ શક્ય તેટલું રક્ષિત હતું, કેન્ટમાં તેના સંબંધોથી જે સાંભળ્યું હતું તેના દ્વારા, તેના કાર્યો એકદમ અલગ બાંધકામ માટે સક્ષમ હતા; અને તે કે તેમનું પાત્ર કોઈ પણ રીતે ખામીયુક્ત ન હતું, અને વિકેમનું એટલું અનુકૂળ ન હતું, કારણ કે તેઓ હર્ટફોર્ડશાયરમાં માનવામાં આવ્યાં હતાં. આની પુષ્ટિમાં, તેણીએ જે બધી નાણાંકીય ટ્રાન્ઝેક્શન્સની વિગતો આપી હતી જેમાં તેઓ જોડાયેલા હતા, વાસ્તવમાં તેના અધિકારને નામ આપ્યા વિના, પરંતુ તે તેના પર આધાર રાખતા હોવાનો ઉલ્લેખ કરતા હતા.

શ્રીમતી. ગાર્ડિનર આશ્ચર્ય અને ચિંતિત હતા; પરંતુ હવે તેઓ તેમના ભૂતકાળના આનંદની દ્રષ્ટિએ પહોંચ્યા હતા, દરેક વિચારને સ્મૃતિચિહ્નના આકર્ષણનો માર્ગ મળ્યો હતો; અને તેણી તેના પતિને અન્ય કોઈ પણ વસ્તુની વિચારણા કરવા માટે, તેના પર્યાવરણમાં તમામ રસપ્રદ સ્થળો તરફ ધ્યાન દોરવા ખૂબ જ વ્યસ્ત હતી. તેણી સવારે ચાલતા જતા હતા ત્યારે, તેઓ તેમના ભૂતપૂર્વ પરિચયની શોધમાં ફરી સેટ કરતાં જલ્દીથી જમ્યા ન હતા, અને સાંજે ઘણા વર્ષોથી બંધ થતાં સંવનનની સંતોષમાં પસાર થઈ.

આ નવા મિત્રોમાંથી કોઈપણ માટે એલિઝાબેથને ખૂબ ધ્યાન આપવા છોડી દેવાની દિવસની ઘટનાઓ ખૂબ જ રસ ધરાવતી હતી; અને તે કંઇ પણ કરી શકે તેમ નથી પરંતુ વિચારી શકે છે, અને આશ્ચર્ય સાથે એમ.આર. ડેર્સીની સિવિલિટી, અને તેનાથી વધુ, તેણીની બહેન સાથે પરિચિત થવા માંગે છે.

પ્રકરણ .

એલિઝાબેથે તેને મિ. ડેર્સી તેની બહેનને તેણીની મુલાકાત લેવા લાવશે, તેણી પેમેરેલી પહોંચ્યાના જ દિવસે; અને પરિણામે તે

સવારની સમગ્ર સૃષ્ટિની દૃષ્ટિથી બહાર ન રહેવાનું નક્કી કરવામાં આવ્યું. પરંતુ તેના નિષ્કર્ષ ખોટા હતા; તેમના મુલાકાતીઓ, લેમ્બટન ખાતેના પોતાના આગમન પછી સવારના રોજઆવ્યા. તેઓ તેમના કેટલાક નવા મિત્રો સાથે સ્થળ વિશે વૉકિંગ કરતા હતા, અને તે જ પરિવાર સાથે જમવા માટે પોતાને વસ્ત્ર માટે સજ્જ થઈ ગયા હતા, જ્યારે વાહનની ધ્વનિ તેમને એક વિંડોમાં દોરી ગઈ હતી, અને તેઓએ એક સજ્જન અને મહિલા જોયા શેરી ઉપર ડ્રાઇવિંગ, એક અભ્યાસક્રમ માં. એલિઝાબેથે તુરંત જ લિવરને માન્યતા આપી હતી, તેનો અર્થ શું છે તેનો અંદાજ કાઢ્યો હતો, અને તેણીએ અપેક્ષા રાખતા સન્માનથી તેમને ઓળખી કાઢીને તેના સંબંધોને કોઇ આશ્ચર્યજનક પ્રમાણ આપી ન હતી. તેના કાકા અને કાકી બધા આશ્ચર્યચકિત હતા; અને તેણીએ જે રીતે વાત કરી હતી તેનાથી શરમજનક, સંજોગોમાં જોડાયા, અને અગાઉના દિવસની ઘણી પરિસ્થિતિઓએ તેમને વ્યવસાય પર નવો ખ્યાલ આપ્યો. પહેલાં ક્યારેય એવું સૂચન કર્યું ન હતું, પરંતુ હવે તેઓ એવું અનુભવે છે કે આવા ત્રિમાસિક ગાળાના આવા વલણો માટે એકાઉન્ટિંગનો બીજો કોઈ રસ્તો નથી, તેમની ભત્રીજી માટે આંશિકતા હોવાનો અંદાજ કરતાં. જ્યારે આ નવા જન્મેલા માન્યતાઓ તેમના માથામાં પસાર થઇ રહી હતી, ત્યારે એલિઝાબેથની લાગણીઓની ખીલ દરેક ક્ષણે વધી રહી હતી. તેણી તેના પોતાના વિસર્જન પર ખૂબ આશ્ચર્ય પામી હતી; પરંતુ અસ્વસ્થતાના અન્ય કારણોમાં, તે ભયભીત થઇ ગઈ કે ભાઈની આંશિકતાએ તેના તરફેણમાં ખૂબ જ કહ્યું હોત; અને સામાન્ય રીતે કૃપા કરીને વધુ ચિંતા કરવા કરતાં, તે કુદરતી રીતે શંકા કરે છે કે આનંદદાયકતાની દરેક શક્તિ તેણીને નિષ્ફળ કરશે.

તે વિન્ડો પરથી પીછેહઠ કરી, જોવામાં ભયભીત; અને તેણી ઓરડામાં ઉપર અને નીચે જતા, પોતાની જાતને કંપોઝ કરવાનો પ્રયાસ કરતી, તેના કાકા અને કાકીમાં આશ્ચર્યજનક પૂછપરછની

આજુબાજુની જેમ દેખાય છે, જેમ કે દરેક વસ્તુ વધુ ખરાબ બને છે.

મિસ ડેર્સી અને તેના ભાઈ દેખાયા, અને આ પ્રચંડ પરિચય યોજાયો. એલિઝાબેથને અચાનક આશ્ચર્ય થયું કે, તેના નવા પરિચય ઓછામાં ઓછા પોતાને જેટલા શરમજનક હતા. કારણ કે તેણી લેમ્બેટોનમાં હોવાથી, તેણીએ સાંભળ્યું હતું કે ચૂકી જવાનો અવાજ ખૂબ ગૌરવપૂર્ણ હતો; પરંતુ થોડી થોડી મિનિટોના અવલોકનથી તેણીને ખાતરી થઈ કે, તે માત્ર ખૂબ શરમાળ હતી. તેણીએ તેનાથી એક શબ્દ પણ એકસાથે મેળવવામાં મુશ્કેલી અનુભવી.

મિસ ડેર્સી ઊંચી હતી, અને એલિઝાબેથ કરતા મોટા પ્રમાણમાં હતી; અને, જોકે, સોળથી થોડું વધારે, તેણીની આકૃતિ રચના કરવામાં આવી હતી, અને તેણીના દેખાવમાં સ્ત્રી અને આકર્ષક. તેણી તેના ભાઈ કરતાં ઓછી સુખી હતી, પરંતુ તેના ચહેરામાં સમજણ અને સારી રમૂજ હતી, અને તેના શિષ્ટાચાર સંપૂર્ણપણે નિર્દોષ અને સૌમ્ય હતા. એલિઝાબેથ, જેણે તેણીને હંમેશાં હંમેશાં એક તીવ્ર અને અજાણ્યા અવલોકનકાર તરીકે શોધવાની આશા રાખી હતી. કરવામાં આવી હતી, આવી વિવિધ લાગણીઓ સમજી દ્વારા ખૂબ રાહત હતી.

ડેર્સીએ તેમને કહ્યું કે તેઓ બિંગલી પણ તેની રાહ જોતા હતા તે પહેલાં તેઓ એકબીજા સાથે લાંબા સમય સુધી ન હતા; અને તેણીને સંતોષ વ્યક્ત કરવા માટે ભાગ્યેજ સમય હતો, અને આવા મુલાકાતીને તૈયાર કરવા માટે, જ્યારે સીડી પર બિન્ગલીનું ઝડપી પગલું સાંભળ્યું હતું, અને એક ક્ષણમાં તેણે રૂમમાં પ્રવેશ કર્યો. તેની સામે બધા એલિઝાબેથનો ગુસ્સો લાંબા સમયથી દૂર થઈ ગયો હતો; પરંતુ, તેને હજી પણ કોઈ લાગ્યું હોત, તે ફરીથી તેની જોયા વગર, તે અસરગ્રસ્ત નમ્રતા સામે તેની જમીન ઊભી કરી શકે છે. તેણીએ મૈત્રીપૂર્ણ રીતે પૂછપરછ કરી, સામાન્ય રીતે,

તેના પરિવાર પછી, અને તેણે જે કર્યું તે જ સુખ-શાંતિથી સરળ લાગ્યું અને વાત કરી.

મિ. અને મિસ્ટર. ગાર્ડિનર પોતે જ તેના કરતા ઓછું રસપ્રદ વ્યકિતત્વ ધરાવતો હતો. તેઓ તેને જોવાની ઇચ્છા રાખતા હતા. તેમની આગળની સંપૂર્ણ પાર્ટી, ખરેખર, એક જીવંત ધ્યાન ઉત્સાહિત હતી. શંકા જે મિ. ડેર્સી અને તેમની ભત્રીજીએ, પ્રત્યેકની તરફેણમાં પ્રત્યેક તરફ તેમની નિરીક્ષણનું નિર્દેશ કર્યું હતું, તેમ છતાં સાવચેત, પૂછપરછ; અને તે જલ્દીથી તે પૂછપરછથી સંપૂર્ણ ખાતરી થઈ ગઈ કે તેમાંના એકે ઓછામાં ઓછું જાણ્યું હતું કે તે શું પ્રેમ કરે છે. સ્ત્રીની સંવેદનાથી તેઓ શંકામાં થોડો જ રહ્યો; પરંતુ મહેમાન પ્રશંસા સાથે વહેતું હતું તે પૂરતું હતું.

એલિઝાબેથ, તેના બાજુ પર, ઘણું કરવાનું હતું. તેણી તેના દરેક મુલાકાતીઓની લાગણીઓને નિશ્ચિત કરવા માંગતી હતી, તેણી પોતાની જાતે કંપોઝ કરવા માંગતી હતી, અને પોતાને બધા માટે સંમત થવા માટે; અને પછીના ઑબ્જેક્ટમાં, જ્યાં તેણીને મોટાભાગના નિષ્ફળ થવાની હિંમત હતી, તેણી સફળતાની ખાતરી કરી હતી, જેના માટે તેણીએ આનંદ આપવાનો પ્રયાસ કર્યો તે માટે તેણીની તરફેણમાં પૂર્વગ્રહ કરવામાં આવી હતી. બિંગલી તૈયાર હતી, જ્યોર્જિયા ઉત્સુક હતો, અને ખુશ થવાની હિંમત હતી.

બિન્ગલીને જોઇને, તેના વિચારો કુદરતી રીતે તેની બહેનને ઉડ્યા; અને ઓહ! તેણીએ કેવી રીતે ઉતાવળપૂર્વક જાણ્યું કે, તેનામાંના કોઈપણને આ રીતે નિર્દેશિત કરવામાં આવ્યા છે. કેટલીક વખત તે ફેન્સી કરી શકે છે, કે તેણે ભૂતકાળના પ્રસંગો કરતાં ઓછું બોલ્યું હતું, અને એક અથવા બે વખત કલ્પના સાથે પોતાને ખુશી થઈ હતી કે તેણે તેણીને જોયા પછી, તે સમાનતાને શોધવાનો પ્રયાસ કરી રહ્યો હતો. પરંતુ, આ કાલ્પનિક હોઈ શકે

તેમ હોવા છતાં, તેણી ડેર્સીને ચૂકી જવા માટે તેના વર્તનથી પ્રભાવિત થઇ શકી ન હતી, જેણે જેનની હરીફ તરીકે સ્થાપના કરી હતી. કોઈ પણ બાજુ પર કોઈ નજર દેખાઈ ન હતી કે ખાસ સંદર્ભે. તેમની બહેનની આશાને સમર્થન આપી શકે તેવા લોકોમાં કશું જ બન્યું નથી. આ બિંદુએ તે ટૂંક સમયમાં સંતુષ્ટ થઇ હતી; અને બે અથવા ત્રણ સંક્ષિપ્ત સંજોગોમાં તેઓ ભાગ પામ્યા હતા, જે તેમના ચિંતિત અર્થઘટનમાં, જેનનું સ્મરણ સૂચવ્યું હતું, નમ્રતા દ્વારા અનિચ્છિત નથી, અને વધુ કહેવાની ઇચ્છા જે તેના સંદર્ભમાં પરિણમી શકે, તેણે હિંમત કરી હતી. તેમણે એક ક્ષણ પર, જ્યારે અન્ય લોકો સાથે વાત કરી રહ્યા હતા, અને એક સ્વરમાં જે ખરેખર અફસોસ હતો, તે "તેણીને જોવાનું આનંદ હોવાથી તે ઘણો લાંબો સમય હતો"; અને, તેણી જવાબ આપી શકે તે પહેલાં, તેમણે ઉમેર્યું, "તે આઠ મહિનાથી ઉપર છે. અમે મળ્યા નથીનવેમ્બર 26 થી, જ્યારે અમે બધા નેટહેલ્ડફિલ્ડ સાથે મળીને નૃત્ય કરતા હતા. "

એલિઝાબેથ તેની યાદશક્તિને બરાબર શોધવામાં ખુશી થઈ હતી; અને પછીથી તેણીએ તેમને પૂછવા માટે પ્રસંગ લીધો, જ્યારે બાકીના કોઈપણ દ્વારા , તેના બધા બહેનો લાંબા સમય સુધી હતા. આ પ્રશ્નમાં ઘણા ન હતા, અથવા અગાઉના ટિપ્પણીમાં, પરંતુ એક નજર અને રીત હતી જે તેમને અર્થ આપે છે.

તે વારંવાર ન હતી કે તે પોતાની આંખો મિસ્ટર પર ફેરવી શકે. ડરસી પોતે; પરંતુ, જ્યારે પણ તેણીએ ઝલક પકડ્યો ત્યારે તેણે સામાન્ય અનુયાયીઓની અભિવ્યક્તિ જોવી, અને તેણે જે કહ્યું તે બધું જ, તેણે હ્યુતૂર અથવા તેના સાથીઓના અપમાનથી અત્યાર સુધીમાં ઉચ્ચારણ સાંભળ્યો, જેમણે તેને ખાતરી આપી કે તેણીની રીતભાતમાં સુધારો ગઈકાલે જોયું, તેમ છતાં તેના અસ્તિત્વને અસ્થાયી રૂપે સાબિત થઇ શકે છે, ઓછામાં ઓછું એક દિવસ પસાર થયું હતું. જ્યારે તેણીએ તેને આ રીતે

પરિચિતને શોધતા જોયા, અને લોકોની સારી અભિપ્રાયની દલીલ કરી, જેની સાથે થોડા મહિના પહેલા કોઈ સંભોગ થયો હોય તો તે નિષ્ઠા હોત; જ્યારે તેણીએ તેને આ રીતે જોયું, ફક્ત તે જ નહીં, પરંતુ જે સંબંધો તેણે ખુલ્લી રીતે નાપસંદ કર્યા હતા, અને તેમના છેલ્લા જીવંત દ્રશ્યને હ્યુન્ફોર્ડ પાર્સનજમાં યાદ કરાવ્યું, તે તફાવત, આ પરિવર્તન એટલું મહાન હતું અને તેના મન પર એટલા જબરજસ્ત રીતે આક્રમણ કર્યું, તે દૃશ્યમાન થવાની તેના આશ્ચર્યને ભાગ્યે જ અટકાવી શકે છે. નેધરફિલ્ડના તેમના પ્રિય મિત્રોની કંપનીમાં, અથવા રોઝિંગમાં તેમના સન્માનિત સંબંધો, તેણીએ તેમને ખુશ કરવા માટે ખૂબ જ ઇચ્છિત જોયું ન હતું, તેથી સ્વ-પરિણામથી મુક્ત અથવા અત્યારે અનામત અનામત છે, જ્યારે સફળતાથી કોઈ મહત્વ ન આવે તેમના પ્રયાસો અને જ્યારે તેમના અભિગમને સંબોધિત કરવામાં આવે ત્યારે પણ, તેઓ નેધરફિલ્ડ અને રોઝિંગ બંને મહિલાઓના ઉપહાસ અને નિંદાને દોષી ઠેરવે છે.

તેમના મુલાકાતીઓ તેમની સાથે અડધા કલાકથી વધુ રોકાયા, અને જ્યારે તેઓ પ્રયાણ કરવા ઉભા થયા, મિસ્ટર. ડર્સીએ તેની બહેનને એમ.આર. જોવાની તેમની ઇચ્છા વ્યક્ત કરવામાં તેમની સાથે જોડાવા બોલાવ્યા. અને મિસ્ટર. ગાર્ડીનર, અને મિસ બેનેટ, પેમલેલી ખાતે રાત્રિભોજન માટે, દેશ છોડ્યા તે પહેલાં. મિસ ડેર્સી, જોકે એક ભેદભાવ સાથે, જેણે આમંત્રણ આપવાની આદતમાં તેણીની ઓછી સંખ્યા દર્શાવી, તરત જ તેનું પાલન કર્યું. શ્રીમતી. ગાર્ડિનેર તેની ભત્રીજીને જોતા હતા, તે જાણવાની ઇચ્છા હતી કે, જેમને આમંત્રણ સૌથી વધુ લાગ્યું હતું, તેને તેની સ્વીકૃતિ તરીકે નિકાલ કરવામાં આવી હતી, પરંતુ એલિઝાબેથે તેનું માથું ફેરવ્યું હતું. જો કે, આ અભ્યાસ ટાળવાથી પ્રસ્તાવના નાપસંદ કરતાં, ક્ષણિક ક્ષણભંગની વાત કરવામાં આવી હતી, અને તેના પતિને જોઇને, તે સમાજનો શોખીન હતો, તેને સ્વીકારવાની એક સંપૂર્ણ ઇચ્છા હતી, તેણીએ તેણીની

હાજરી માટે સંલગ્ન રહેવાનું શરૂ કર્યું, અને પછીના દિવસે નક્કી કરવામાં આવ્યું હતું.

બિંગલીએ ફરીથી એલિઝાબેથને જોવાની ખાતરીમાં ખુશી વ્યક્ત કરી હતી, હજી પણ તેણીને કહેવું એક મોટો સોદો છે, અને તેમના હર્ટફોર્ડશાયર મિત્રો પછી ઘણી પૂછપરછ કરવામાં આવી છે. એલિઝાબેથ, આ બધું તેની બહેનની વાત સાંભળવાની ઇચ્છામાં સમજાવતા, ખુશ થયા; અને આ ખાતામાં, કેટલાક અન્ય લોકોએ પોતાને શોધી કાઢ્યું, જ્યારે તેમના મુલાકાતીઓએ તેમને છોડી દીધા, છેલ્લા અડધા કલાકને સંતોષ સાથે વિચારવામાં સક્ષમ હતા, તેમ છતાં તે પસાર થઈ રહ્યું હતું ત્યારે, તેનો આનંદ ઓછો હતો. એકલા રહેવા માટે આતુર, અને તેના કાકા અને કાકીની પૂછપરછ અથવા સંકેતોથી ડરતાં, તેણીએ તેમની સાથે બિન્ગલીની અનુકૂળ અભિપ્રાય સાંભળવા માટે પૂરતા લાંબા સમય સુધી રોક્યા અને પછી ડ્રેસ કરવા માટે ઉતાવળમાં ઉતર્યા.

પરંતુ તેને ડર કરવાની કોઈ કારણ નહોતી. અને મિસ્ટર. ગાર્ડિનરની જિજ્ઞાસા; તેણીની વાતચીતને દબાણ કરવાની તેમની ઇચ્છા નહોતી. તે સ્પષ્ટ હતું કે તે મિસ્ટર સાથે વધુ સારી રીતે પરિચિત હતી. તેઓની કલ્પના પહેલાં કરતાં હતાશ; તે સ્પષ્ટ હતું કે તે તેના પ્રેમમાં ઘણો હતો . તેઓ રસ માટે ખૂબ જોયું, પરંતુ પૂછપરછ ન્યાયી કંઈ નથી.

મિ. ડરસી એ હવે સારી રીતે વિચારીને ચિંતા કરવાની વાત હતી; અને, જ્યાં સુધી તેમની પરિચિતતા પહોંચી ત્યાં સુધી શોધવા માટે કોઈ દોષ ન હતો. તેઓ તેમના વિનમ્રતાથી છૂટા પડી શક્યા ન હતા, અને તેઓએ તેમના પાત્રને તેમની લાગણીઓથી અને તેમના નોકરની રિપોર્ટને અન્ય કોઈપણ ખાતાના સંદર્ભ વિના, દોરેલા હર્ટફોર્ડશાયરના વર્તુળમાં ઓળખી કાઢ્યા હતા, જેને તેઓ જાણતા હતા, તેને એમ.આર. . ડરસી જો કે, ઘરની

સંભાળ રાખનારને માનતા હજી રસ હતો; અને તેઓ તરત જ સમજદાર બની ગયા કે, એક નોકરની સત્તા જેણે તેને ચાર વર્ષથી ઓળખી હતી, અને જેની પોતાની રીતથી સન્માનનીયતા સૂચવવામાં આવી હતી, તેને તાત્કાલિક નકારવામાં આવી ન હતી. તેમના લેમ્બોન મિત્રોની બુદ્ધિમાં કાંઈ પણ થયું ન હતું, જે તેના વજનને ઓછું કરી શકે છે. તેમના પર આરોપ મૂકવા માટે તેમની પાસે કશું જ નથી પરંતુ ગર્વ હતું; ગૌરવ તે કદાચ છે, અને જો નહીં, તે નાના બજાર-નગરના રહેવાસીઓ દ્વારા ચોક્કસપણે લાગુ પાડવામાં આવશે, જ્યાં પરિવાર મુલાકાત લેતા નહોતા. જોકે, તે સ્વીકારવામાં આવ્યું હતું કે તે એક ઉદાર માણસ હતો, અને ગરીબોમાં તે ખૂબ જ સારો હતો.

વિકમામના સંદર્ભમાં, મુસાફરોને જલ્દી જ ખબર પડી કે તેઓ ત્યાં ખૂબ અંદાજ રાખતા નથી; જો કે તેના આશ્રયદાતાના વડા, તેમના આશ્રયદાતાના પુત્ર સાથે, અપૂર્ણપણે સમજી ગયા હતા, તે હજુ સુધી જાણીતું હકીકત છે કે, તેના છોડતા ડર્બીશાયર પર, તેણે તેના પાછળ ઘણા દેવા છોડી દીધા હતા, જે શ્રી. પછી ડિસ્ચાર્જ.

એલિઝાબેથ માટે, તેના વિચારો આ સાંજે પેમેમ્બરમાં છેલ્લા કરતા વધુ હતા; અને સાંજે, તેમ છતાં તે પસાર થયું તે લાંબુ લાગતું હતું, તે મહેલમાંની એક તરફ તેની લાગણીઓ નક્કી કરવા માટે પૂરતો સમય નહોતો; અને તે બે સંપૂર્ણ જાગૃત મૂકે છેકલાકો, તેમને બહાર કાઢવાનો પ્રયત્ન કરે છે. તેણી ચોક્કસપણે તેમને નફરત ન હતી. ના; લાંબા સમય પહેલા ધિક્કાર ખતમ થઈ ગયો હતો, અને તેની સામે નાપસંદ થવાની લાગણી લગભગ લાંબી થઈ ગઈ હતી, જેને કહેવામાં આવે છે. તેના મૂલ્યવાન ગુણોની ખાતરી દ્વારા સર્જાયેલી આદર, જો કે પ્રથમ અનિચ્છાએ સ્વીકાર્યું હતું, તેના સમય માટે તેણીની લાગણીઓમાં બદનામ થઈ ગયો હતો; અને હવે તેની મિત્રતામાં કંઈક વધારે પ્રમાણમાં વધારો થયો હતો, તેની તરફેણમાં ખૂબ જ

જુબાની દ્વારા, અને તેના સ્વભાવને પ્રકાશમાં લાવી દીધી હતી, જે ગઈકાલે ઉત્પન્ન થયું હતું. પરંતુ ઉપર, આદર અને સન્માન કરતાં, તેની સારી ઇચ્છામાં એક હેતુ હતો જેને અવગણવા ન શકાય. તે કૃતજ્ઞતા હતી. - કૃતજ્ઞતા, માત્ર એક વાર તેને પ્રેમ કરવા માટે નહીં, પરંતુ તેને હજી પણ સારી રીતે પ્રેમ કરવા માટે, તેને નકારી કાઢવા માટે તેના તમામ પ્રકારની કઠોરતા અને કઠોરતાને માફ કરવા માટે, અને તેના અસ્વીકાર સાથેના બધા અન્યાયી આરોપો. જે તેણીને સમજાવવામાં આવી હતી, તેને તેના સૌથી મહાન દુશ્મન તરીકે ટાળવા લાગશે, આ અકસ્માતપૂર્ણ મીટિંગમાં, પરિચિતોને બચાવવા માટે ખૂબ જ આતુર હતું, અને તેના પ્રત્યેના કોઈ અનિવાર્ય પ્રદર્શન વિના અથવા રીતની કોઈ વિશિષ્ટતા વિના, જ્યાં તેમના બે સ્વભાવ માત્ર હતા ચિંતિત, તેના મિત્રોની સારી અભિપ્રાય માંગતી હતી, અને તેણીને તેની બહેનને ઓળખવા માટે ઉત્સાહિત હતી. આટલા બધા ગૌરવમાં આવા પરિવર્તન, માત્ર આશ્ચર્યની જ નહિ, પરંતુ કૃતજ્ઞતા, પ્રેમ માટે, ઉત્સાહી પ્રેમ, તેને આભારી હોવા જ જોઈએ; અને તેના પર તેના પ્રભાવને પ્રોત્સાહન આપવાની એક પ્રકારની હતી, કારણ કે તેનો અર્થ એ નથી કે તે અસ્પષ્ટ છે, જોકે તે બરાબર વ્યાખ્યાયિત થઈ શક્યું નથી. તે માનતી હતી, તેણી માનતી હતી, તેણી તેના માટે આભારી હતી, તેણીને તેમના કલ્યાણમાં વાસ્તવિક રસ લાગ્યો હતો;

તે સાંજે પડોશી અને ભત્રીજી વચ્ચે સ્થાયી થઈ ગઈ હતી, કે પેપરલી ખાતેના આગમનના દિવસે જ તેમની પાસે આવવાની આટલી હાનિકારક ક્ષણિકતા હતી, કારણ કે તે ફક્ત અંતમાં નાસ્તામાં જ પહોંચી ગઈ હતી, તેનું અનુકરણ કરો, તેમ છતાં તેની સમાનતા ન હોઈ શકે, તેમના બાજુના નમ્રતાના કેટલાક પ્રયત્નો દ્વારા; અને, પરિણામ રૂપે, તે પછીના સવારે પેમ્બરલી ખાતે તેણીની રાહ જોવી ખૂબ જ ઉપયોગી બનશે. તેથી, તેઓ જવા માટે હતા. - એલિઝાબેથને ખુશી થઈ હતી, તેમ છતાં,

જ્યારે તેણે પોતાને કારણ પૂછ્યું, ત્યારે જવાબમાં તેણીએ બહુ ઓછું કહેવાનું કહ્યું.

શ્રીમાન. ગાર્ડિનર નાસ્તો પછી તરત જ છોડી દીધી. માછીમારી યોજના એક દિવસ પહેલાં નવીકરણ કરવામાં આવી હતી, અને બપોરે બપોરે પેમરેલી ખાતેના કેટલાક સજ્જન લોકોની તેમની મીટિંગથી સકારાત્મક સંલગ્નતા.

પ્રકરણ .

એલિઝાબેથની જેમ ખાતરી થઈ ગઈ હતી કે તેનાથી બિંગલીની નાપસંદ તેના ઉત્સાહથી ઉદ્ભવ્યો હતો, તેણીને પેમબેરિમાં તેના દેખાવની કેટલી અણગમો લાગવી તે અનુભવવામાં મદદ કરી શક્યા નહોતા, અને તે સ્ત્રીની બાજુ પર કેટલો સિવિલિટી છે તે જાણીને તે આતુર હતો, હવે નવીકરણ કરવામાં આવે છે.

ઘરે પહોંચ્યા બાદ, તેઓ હોલ દ્વારા સલૂનમાં છૂટા પડ્યા હતા, જેના ઉત્તરીય પાસાંથી ઉનાળામાં આનંદ થયો. તેની બારીઓ જમીન પર ખુલી ગઈ, તેણે ઘરની પાછળની ઊંચી વુડી ટેકરીઓ અને સુંદર ઓક્સ અને સ્પેનિશ ચેસનાટ્સનો મધ્યસ્થી લૉન પર વિખેરાયેલા સૌથી વધુ તાજું દૃશ્ય સ્વીકાર્યું.

આ રૂમમાં તેઓ મિસ ડેર્સી દ્વારા મળ્યા હતા, જેઓ ત્યાં મિસ્ટર સાથે બેઠા હતા. હર્સ્ટ અને મિસ બિંગલી, અને તે સ્ત્રી જેની સાથે તેણી લંડનમાં રહી હતી. જ્યોર્જિયાના તેમના સ્વાગતનો ખૂબ જ નાગરિક હતો; પરંતુ તે બધી શરમજનક બાબતોમાં હાજરી આપી હતી, જે શરમાળતા અને ખોટું કરવાના ડરથી આગળ વધતા હતા, પરંતુ જેઓ પોતાને નીચા ગણે છે, તેમને ગૌરવ અને અનામત હોવાનું માનવામાં આવે છે. શ્રીમતી. ગાર્ડિનર અને તેના ભત્રીજીએ તેમનો ન્યાય કર્યો, અને તેણીને દુઃખ પહોંચાડ્યું.

મિસ્ટર દ્વારા હર્સ્ટ અને મિસ બિંગલી, તેઓ માત્ર કર્ટ્સી દ્વારા નોંધાયા હતા; અને તેમના પર બેઠેલા, એક વિરામ, આવા વિરામચિહ્નો હંમેશાં જ હોવી આવશ્યક છે, થોડા ક્ષણો માટે સફળ થાય છે. તે સૌ પ્રથમ મિસ્ટર દ્વારા ભાંગી હતી. એન્સેલી, એક નમ્ર, સંવેદનશીલ દેખાતી સ્ત્રી, જેમણે કોઈ પણ પ્રકારની વાર્તાલાપ રજૂ કરવાનો પ્રયાસ કર્યો, તે અન્યમાંની તુલનામાં વધુ સાચી રીતે ઉછેર સાબિત કરી. અને તેણી અને એમ.એસ. વચ્ચે. ગાર્ડીનર, એલિઝાબેથ તરફથી પ્રસંગોપાત મદદ સાથે, વાતચીત ચાલુ કરવામાં આવી હતી. મિસ ડેર્સીએ જોયું કે તેણી તેમાં જોડાવા માટે પૂરતી હિંમતની ઇચ્છા રાખે છે; અને કેટલીક વાર તે ટૂંકા વાક્યનો ઉદભવ કરે છે, જ્યારે તેના સાંભળવાની નાનો ભય હતો.

એલિઝાબેથે તરત જ જોયું કે તેણીની મીસ બિન્ગલી દ્વારા નજીકથી જોવામાં આવી હતી, અને તે ધ્યાનથી બોલ્યા વગર, તેણી ખાસ કરીને ડરસી ચૂકી જવા માટે એક શબ્દ બોલી શક્યો નહીં. આ નિરીક્ષણથી તેણીને બાદમાં વાત કરવાનો પ્રયાસ ન કરાયો હોત, તેઓ એક અસુવિધાજનક અંતરે બેઠા ન હતા; પરંતુ તેણીએ ખૂબ કહેવાની આવશ્યકતાને બચાવી લેવા માટે દિલગીર નહોતા. તેણીના પોતાના વિચારો તેણીને રોજગારી આપતા હતા. તેણી દરેક ક્ષણની અપેક્ષા રાખે છે કે કેટલાક સજ્જન રૂમમાં પ્રવેશ કરશે. તેણીની ઇચ્છા હતી, તેણીને ડર હતો કે ઘરનો માલિક તેમની વચ્ચે હોઈ શકે છે; અને તે ઇચ્છે છે કે તે સૌથી વધુ ડર, તે ભાગ્યે જ નક્કી કરી શકે છે. આ રીતે બે કલાકની અવાજ સાંભળીને, એક કલાકનો એક કલાક પછી બેસીલીની અવાજ સાંભળીને, એલિઝાબેથને તેના પરિવારના સ્વાસ્થ્ય પછી ઠંડા તપાસ દ્વારા મળ્યા હતા.તેણીએ સમાન ઉદાસીનતા અને સંક્ષિપ્તતા સાથે જવાબ આપ્યો, અને બીજાએ કહ્યું નહિ.

પછીની વિવિધતા જે તેમની મુલાકાતને પૂરી પાડવામાં આવી હતી, તે ઠંડા માંસ, કેક અને મોસમના તમામ શ્રેષ્ઠ ફળો સાથેના સેવકોના પ્રવેશ દ્વારા બનાવવામાં આવી હતી; પરંતુ એમ.આર.એસ. ના ઘણા નોંધપાત્ર દેખાવ અને સ્મિત પછી આ બન્યું ન હતું. તેણીની પોસ્ટની યાદ અપાવવા માટે, ડેન્સીને ચૂકી જવા માટે એન્સેલી આપવામાં આવી હતી. આખી પાર્ટી માટે હવે રોજગાર હતો; કેમકે તેઓ બધા વાત કરી શક્યા ન હતા, તેઓ બધા જ ખાઈ શકે છે; અને દ્રાક્ષ, , અને સુંદર પિરામિડ, ટૂંક સમયમાં તેમને ટેબલ આસપાસ ભેગા.

જ્યારે આ રીતે રોકાયેલા હતા, ત્યારે એલિઝાબેથને નિર્ણય લેવાનો યોગ્ય તક હતો કે તેણીએ સૌથી વધુ ડર રાખ્યો હતો અથવા મિ. ડરસી, રૂમમાં દાખલ થતાં લાગણીઓ દ્વારા; અને પછી, તેણીએ પોતાની ઇચ્છાઓને પ્રભુત્વ આપવાનું માનતા પહેલા એક ક્ષણ હોવા છતાં, તે ઉદાસ થયો કે તે આવ્યો છે.

તે મિસ્ટર સાથે થોડો સમય રહ્યો હતો. ગાર્ડિનર, જે ઘરના બે કે ત્રણ અન્ય સજ્જ લોકો સાથે નદીથી જોડાયેલા હતા, અને તેમને એ જ શીખવ્યું કે પરિવારની મહિલાઓ સવારના દિવસે જ જ્યોર્જિયાની મુલાકાત લે છે. એલિઝાબેથ કુશળતાપૂર્વક સંપૂર્ણ રીતે સરળ અને અસ્પષ્ટ હોવાનું નિશ્ચિતપણે ઠરાવ્યું હતું તેના કરતા વધુ વહેલું તે દેખાતું નહોતું; - એક રિઝોલ્યૂશન બનાવવું વધુ જરૂરી હતું, પરંતુ સંભવતઃ વધુ સરળતાથી રાખવામાં આવ્યું ન હતું, કારણ કે તેણે જોયું કે આખા પક્ષના શંકા તેમના સામે જાગૃત થયા હતા, અને તે ભાગ્યે જ એક આંખ હતો જેણે પ્રથમ વખત રૂમમાં આવ્યાં ત્યારે તેની વર્તણૂક જોતી ન હતી. કોઈ ચહેરામાં સચેત જિજ્ઞાસા એટલી નિશ્ચિત હતી કે તે મિસ બિન્ગલીની જેમ નિશ્ચિતપણે નિશાની હતી, હસતો હોવા છતાં, જ્યારે તેણીએ તેની કોઈ વસ્તુ સાથે વાત કરી ત્યારે તેણીનો ચહેરો વધારે પડતો હતો; કારણ કે ઈર્ષ્યા હજુ સુધી તેણીને હાનિકારક ન હતી, અને તેના ધ્યાન મિસ્ટર. ડરસી હતાકોઈ

અર્થ દ્વારા. તેના ભાઇના પ્રવેશદ્વાર પર ચૂકી જવાની, પોતાની જાતને બોલવા માટે વધુ ઘણું દબાણ કર્યું; અને એલિઝાબેથે જોયું કે તે તેની બહેન અને પોતાને માટે પરિચિત, અને શક્ય તેટલી, શક્ય તેટલી આગળ, બંને બાજુ વાતચીત કરવાના દરેક પ્રયાસ માટે ચિંતિત હતી. મિસ બિંગલીએ આ બધાને પણ જોયું; અને, ગુસ્સાના અયોગ્યતામાં, કહેવાની પ્રથમ તક લીધી, સિવિલિટીને સ્નીયર કરીને,

"પ્રાર્થના કરો, મિસ એલીઝા, મેરિટનથી દૂર આવેલા --શાયર મિલિશિયા નથી? તેઓ તમારા પરિવાર માટે એક મહાન નુકશાન હોવું આવશ્યક છે."

ડેર્સીની હાજરીમાં તેણીએ વિકેમના નામનો ઉલ્લેખ કર્યો નહીં; પરંતુ એલિઝાબેથે તરત સમજી લીધું કે તે તેના વિચારોમાં સૌથી વધારે છે; અને તેનાથી જોડાયેલા વિવિધ સ્મૃતિઓ તેણીને એક ક્ષણની તકલીફ આપી હતી; પરંતુ, આ પ્રપંચી હુમલાને દૂર કરવા માટે પોતાની જાતને ઉત્સાહપૂર્વક પ્રસ્તુત કર્યા, તેણીએ હાલમાં સહિષ્ણુ રીતે ડિસેન્ડ્ડ ટોનમાં આ પ્રશ્નનો જવાબ આપ્યો. જ્યારે તેણી બોલતી હતી, ત્યારે અનૈચ્છિક દ્રષ્ટિએ તેણીની શાશ્વત ઝાંખી સાથે ઝાંખું બતાવ્યું હતું, ઉત્સાહપૂર્વક તેની તરફ જોયું હતું, અને તેની બહેન મૂંઝવણથી દૂર થઈ હતી અને તેની આંખો ઉઠાવી શકતી નહોતી. બિંગલીને ચૂકી ગઇ હતી, તે જાણતો હતો કે તે પછી તેના પ્યારું મિત્રને શું પીડા આપી રહી છે, તે નિઃશંકપણે સંકેતથી દૂર રહી હોત; પરંતુ તેણીએ ફક્ત એક માણસના વિચારોને આગળ લાવીને એલિઝાબેથને વિખેરી નાખવાનો ઇરાદો કર્યો હતો, જેને તેણીએ આંશિક માનતા હતા, તેણીને સંવેદનશીલતા સાથે દગો કરવા માટે, જે તેને દ્વેષની અભિપ્રાયમાં ઇજા પહોંચાડી શકે છે, અને કદાચ તે તમામ ફોલીઓ અને ગેરસમજને પાછળથી યાદ કરાવશે, જેના દ્વારા તેના પરિવારનો કેટલોક ભાગ તે કોર્પ્સ સાથે જોડાયો હતો. એક શબ્દકોષ ક્યારેય ડેર્સીના ધ્યાનથી ભરાયેલા ઉદ્ગાર ગુમાવવાની

તેની પાસે પહોંચ્યો ન હતો. એલિઝાબેથ સિવાય, કોઈ પ્રાણીને તે જાહેર કરવામાં આવ્યું ન હતું, જ્યાં સંમિશ્રણ શક્ય હતું. અને બિંગલીના જોડાણોમાંથી તેમના ભાઈ ખાસ કરીને તેને છુપાવવા માટે ચિંતિત હતા, તે ઇલીઝાબેથની ઇચ્છાથીલાંબા સમય પહેલા તેમને તેમના માટે જવાબદાર ગણાવી હતી. તેણે ચોક્કસપણે આ પ્રકારની યોજના બનાવી હતી, અને તેનો અર્થ વિના કે તેને તેના ચૂકાદાથી અલગ કરવાના તેમના પ્રયાસને અસર કરવો જોઈએ, તે શક્ય છે કે તે તેના મિત્રના કલ્યાણ માટે તેના જીવંત ચિંતામાં કંઈક ઉમેરી શકે.

એલિઝાબેથના સંગ્રહિત વર્તન, તેમ છતાં, ટૂંક સમયમાં જ તેની ભાવનાને શાંત પાડ્યો; અને મિસ બિંગલી, દુઃખી અને નિરાશ, વિકામ નજીક ન જતાં હિંમત, જ્યોર્જીયા પણ સમયસર પુનઃપ્રાપ્ત થયો, તેમ છતાં તે બોલવા માટે સક્ષમ ન હોવા છતાં. તેણીના ભાઈ, જેની આંખને મળવાની હિંમત હતી, તેણીએ આ સંબંધમાં તેણીની રુચિને ભાગ્યે જ યાદ કરી દીધી હતી, અને એલિઝાબેથથી તેના વિચારોને બદલવા માટે રચાયેલું ખૂબ જ સંજોગો, તેને વધુ, અને વધુ ઉત્સાહપૂર્વક તેના પર ઠીક કરતું હોવાનું લાગતું હતું.

તેઓની મુલાકાત ઉપરના પ્રશ્નનો અને જવાબ પછી લાંબા સમય સુધી ચાલુ ન હતી; અને જ્યારે શ્રી. ડાર્સી તેમને તેમના કેરેજમાં હાજરી આપી રહ્યા હતા, મિસ બિંગલી એલિઝાબેથના વ્યકિત, વર્તન અને ડ્રેસ પર ટીકાઓમાં તેણીની લાગણીઓને વેગ આપી રહી હતી. પરંતુ જ્યોર્જીયા તેણી સાથે જોડાશે નહીં. તેણીના ભાઇની ભલામણ તેણીની તરફેણમાં સુનિશ્ચિત કરવા માટે પૂરતી હતી: તેનો ચુકાદો ભૂલાયો ન હતો, અને તેણે એલિઝાબેથની આ પ્રકારની શરતોમાં બોલાવ્યો હતો, સિવાય કે તેને કોઇ પણ સુંદર અને મૈત્રીપૂર્ણ કરતાં શોધવા માટે શક્તિ વિના જર્ડીયા છોડવા માટે. જ્યારે ડેરી સલૂનમાં પાછો ફર્યો, ત્યારે મિસ બિંગલી તેની

બહેનને જે કહેતી હતી તેના કેટલાક ભાગમાં તેને પુનરાવર્તન કરવામાં મદદ કરી શક્યો નહીં.

"આજ સવારે એલિઝા બેનેટ કેટલોક જુએ છે, મિ. ડેર્સી," તેણીએ રડ્યો; "હું ક્યારેય મારા જીવનમાં કોઇ પણ વ્યક્તિને શિયાળાથી તેટલો બદલાયેલો જોયો નથી. તે ખૂબ જ ભૂરા અને અસ્પષ્ટ થઇ ગઇ છે! લૌઇસા અને હું સંમત છું કે આપણે તેને ફરી જાણતા ન જોઈએ."

જોકે થોડી મિસ્ટર. ડેર્સીએ આ પ્રકારનું સરનામું ગમ્યું હોત, તેણે ઠીકથી જવાબ આપીને તેને સંતોષ આપ્યો હતો કે, તેને ઉનાળામાં મુસાફરી કરવાના ચમત્કારિક પરિણામની તુલનામાં અન્ય કોઈ ફેરફાર થયો નથી.

તેણીએ કહ્યું, "મારા પોતાના ભાગ માટે," તેણે ફરી કબૂલાત કરી, "હું કબૂલ કરું છું કે હું તેની સુંદરતા ક્યારેય જોઈ શકતો નથી. તેનો ચહેરો ખૂબ જ પાતળો છે; તેના રંગમાં કોઇ તેજસ્વીતા નથી અને તેના લક્ષણો બધા સુંદર નથી. તેના નાક પાત્રની ઇચ્છા રાખે છે; તેના દાંતોમાં કશું ચિહ્નિત થયેલું નથી. તેના દાંત સહનશીલ છે, પરંતુ સામાન્ય રીતે નહીં; અને તેની આંખો માટે, જેને ક્યારેક ઘણી સારી કહેવામાં આવે છે, હું તેમની વચ્ચે અસાધારણ વસ્તુ ક્યારેય અનુભવી શકતો નથી. તેઓ તીક્ષ્ણ હોય છે, ચતુષ્કોણીય દેખાવ, જે મને બિલકુલ ગમતું નથી; અને તેની વાયુમાં એકસરખું ફેશન વિના આત્મનિર્ભરતા છે, જે અસહિષ્ણુ છે. "

મિસ બિન્ગલી તરીકે સમજાવવામાં આવ્યું કે તે ડરસીએ એલિઝાબેથની પ્રશંસા કરી હતી, તે પોતાને ભલામણ કરવાની શ્રેષ્ઠ રીત નહોતી; પણ ગુસ્સે લોકો હંમેશાં જ્ઞાની નથી હોતા; અને છેલ્લે દેખાવમાં તેને જોયા બાદ, તેણીએ જે બધી સફળતાઓની આશા રાખી હતી તે તેની પાસે હતી. જો કે તે નિશ્ચિત રીતે શાંત હતો; અને, તેને બોલવાના નિર્ણયથી, તેણીએ ચાલુ રાખ્યું,

"મને યાદ છે, જ્યારે આપણે તેને હર્ટફોર્ડશાયરમાં પ્રથમ જાણતા હતા ત્યારે, અમે બધા જાણીએ છીએ કે તે એક પ્રખ્યાત સૌંદર્ય છે અને હું ખાસ કરીને એક રાત્રે તમારી વાતોને યાદ કરું છું, તેઓ નેધરફિલ્ડમાં જમ્યા પછી, તે એક સૌંદર્ય છે! - તરત જ તેની માતાને બુદ્ધિ કહેવી જોઈએ. ' પરંતુ પછીથી તેણી તમારા પર સુધારણા લાગી, અને મને લાગે છે કે તમે તેના બદલે એક સમયે સુંદર હોવાનું માનતા હતા. "

"હા," ડેર્સીએ જવાબ આપ્યો, જે પોતાને લાંબા સમય સુધી ન રાખી શકે, "પરંતુ તે જ સમયે જ્યારે હું તેને પ્રથમ જાણતો હતો ત્યારે તે ઘણાં મહિના છે કારણ કે મેં તેને મારા પરિચયની સૌથી સુંદર મહિલાઓમાંની એક ગણવામાં આવે છે."

પછી તે ગયો અને ચૂકી ગયો અને બિંગલીને સંતોષ થતો ગયો કે તેને કોઈ પણ દુઃખ નથી આપતો પરંતુ પોતાને કહેવાનું દબાણ કરતું હતું.

શ્રીમતી. ગાર્ડિનર અને એલિઝાબેથે જે બધું બન્યું હતું તે અંગે વાત કરી હતી, તેમની મુલાકાત દરમિયાન, તેઓ પાછા ફર્યા હતા, સિવાય કે તેમને ખાસ કરીને બંનેને રસ હતો. તેઓએ જે જોયું તે દરેક શરીરના દેખાવ અને વર્તન વિશે ચર્ચા કરવામાં આવી હતી, સિવાય કે તે વ્યક્તિ જેણે મોટેભાગે ધ્યાન ખેંચ્યું હતું. તેઓએ તેની બહેન, તેના મિત્રો, ઘર, ફળ, દરેક વસ્તુની વાત કરી, પરંતુ પોતે જ; હજુ સુધી એલિઝાબેથ જાણતા હતા કે શું મિસ્ટર. ગાર્ડિનર તેના વિશે વિચાર્યું, અને મિસ્ટર. ગાર્ડિનર તેના ભત્રીજીની વિષયથી ખૂબ જ આનંદિત થયા હોત.

પ્રકરણ .

એલિઝાબેથ જેન પાસેથી પત્ર ન શોધવામાં નિરાશ થયા હતા, તેમના લેમ્બટન ખાતેના પ્રથમ આગમન વખતે; અને આ નિરાશાને હવે જે સવારે ખર્ચવામાં આવ્યા હતા તેના પ્રત્યે

નવીકરણ કરવામાં આવી હતી; પરંતુ ત્રીજા દિવસે, તેણીનું સમારકામ પૂરું થયું, અને તેની બહેન એકવાર તેના તરફથી બે અક્ષરો પ્રાપ્ત કરીને ન્યાયી હતી, જેમાંના એકમાં એવું સૂચન કરવામાં આવ્યું હતું કે તે અન્યત્ર ચૂકી ગઇ હતી. એલિઝાબેથને આશ્ચર્ય થયું નહીં, કેમ કે જેણે નોંધપાત્ર રીતે બીમાર દિશા લખી હતી.

તેઓ પત્રમાં આવીને જ ચાલવા તૈયાર હતા; અને તેના કાકા અને કાકી, તેમને શાંત રહેવાનો આનંદ માણે છે, પોતાની જાતને બંધ કરે છે. એક ખોટુ પ્રથમમાં હાજરી આપવું જ જોઇએ; તે પાંચ દિવસ પહેલા લખ્યું હતું. શરૂઆતમાં તેમના તમામ નાના પક્ષો અને જોડાણોનું એક ખાતું સમાવિષ્ટ હતું , જેમાં દેશની જેમ સમાચાર આવી હતી; પરંતુ પાછળના અર્ધ, જે એક દિવસ પછીની તારીખે આવ્યું હતું, અને દેખીતી આંદોલનમાં લખ્યું હતું, વધુ મહત્વપૂર્ણ બુદ્ધિ આપી હતી. તે આ અસર માટે હતું:

અમારી ગરીબ માતા દુઃખી છે. મારા પપ્પા તેને સારી રીતે સહન કરે છે. હું કેટલો આભારી છું કે, અમે ક્યારેય તેમને જાણતા નથી કે તેમની સામે શું કહેવાયું છે; આપણે પોતાને ભૂલી જવું જોઈએ. તેઓ આશરે બાર વાગ્યે બંધ થયા હતા, જેમ અનુમાનિત છે, પરંતુ ગઈકાલે સવારે આઠ સુધી ચૂકી ન હતી. એક્સપ્રેસ સીધી જ મોકલવામાં આવી હતી. મારા પ્રિય ઝાંખા, તેઓ અમને દસ માઇલની અંદર પસાર થવું આવશ્યક છે. કર્નલ ફોસ્ટર તેના માટે અહીં જલ્દી અપેક્ષા રાખવાની કારણ આપે છે. લીડિયાએ તેમની પત્ની માટે તેમની થોડી ઇચ્છાઓ જણાવતા તેમની પત્ની માટે થોડી લાઇન છોડી દીધી. મારે સમાપ્ત થવું જ જોઈએ, કારણ કે હું મારી ગરીબ માતાથી લાંબા સમય સુધી લાગી શકતો નથી. મને ડર છે કે તમે તેને બહાર કાઢી શકશો નહીં, પરંતુ મેં જે લખ્યું છે તે ભાગ્યે જ હું જાણું છું. " અનુમાનિત છે, પરંતુ ગઈકાલે સવારે આઠ સુધી ચૂકી ન હતી. એક્સપ્રેસ સીધી જ મોકલવામાં આવી હતી. મારા પ્રિય ઝાંખા, તેઓ અમને દસ માઇલની અંદર પસાર

થવું આવશ્યક છે. કર્નલ ફોસ્ટર તેના માટે અહીં જલ્દી અપેક્ષા રાખવાની કારણ આપે છે. લીડિયાએ તેમની પત્ની માટે તેમની થોડી ઇચ્છાઓ જણાવતા તેમની પત્ની માટે થોડી લાઇન છોડી દીધી. મારે સમાપ્ત થવું જ જોઈએ, કારણ કે હું મારી ગરીબ માતાથી લાંબા સમય સુધી લાગી શકતો નથી. મને ડર છે કે તમે તેને બહાર કાઢી શકશો નહીં, પરંતુ મેં જે લખ્યું છે તે ભાગ્યે જ હું જાણું છું. " અનુમાનિત છે, પરંતુ ગઈકાલે સવારે આઠ સુધી ચૂકી ન હતી. એક્સપ્રેસ સીધી જ મોકલવામાં આવી હતી. મારા પ્રિય ઝાંખા, તેઓ અમને દસ માઇલની અંદર પસાર થવું આવશ્યક છે. કર્નલ ફોસ્ટર તેના માટે અહીં જલ્દી અપેક્ષા રાખવાની કારણ આપે છે. લીડિયાએ તેમની પત્ની માટે તેમની થોડી ઇચ્છાઓ જણાવતા તેમની પત્ની માટે થોડી લાઇન છોડી દીધી. મારે સમાપ્ત થવું જ જોઈએ, કારણ કે હું મારી ગરીબ માતાથી લાંબા સમય સુધી લાગી શકતો નથી. મને ડર છે કે તમે તેને બહાર કાઢી શકશો નહીં, પરંતુ મેં જે લખ્યું છે તે ભાગ્યે જ હું જાણું છું. "

પોતાના વિચારને ધ્યાનમાં લીધા વિના અને તેણીને જે લાગ્યું તે જાણતા જ નથી, એલિઝાબેથએ આ પત્રને સમાપ્ત કરવા, તરત જ બીજાને પકડ્યો અને અત્યંત અસ્પષ્ટતાથી તેને ખોલીને નીચે પ્રમાણે વાંચ્યું: તે પહેલાના સમાપ્તિ કરતાં એક દિવસ પછી લખ્યું હતું .

જેને કર્નલ એફમાં પુનરાવર્તન કરવામાં આવ્યું હતું. જે તરત જ એલાર્મ લે છે, બી માંથી બંધ. તેમના માર્ગ ટ્રેસ કરવાનો ઇરાદો. તેમણે તેમને સરળતાથી ક્લેપહામમાં શોધી કાઢ્યું, પરંતુ આગળ કોઈ નહીં; તે સ્થળે પ્રવેશ કરવા માટે તેઓ હેકની-કોચમાં નીકળી ગયા અને ચાયઝને કાઢી મૂક્યા જે તેમને એપ્સમથી લાવ્યા. આ પછી જે જાણીતું છે તે એ છે કે, તેઓ લંડન રોડ ચાલુ રાખતા હતા. મને ખબર નથી કે શું વિચારો. તે બાજુ લંડન, કર્નલ એફ પર દરેક શક્ય પૂછપરછ કર્યા પછી. હર્ટફોર્ડશાયરમાં આવ્યા હતા, બધાં ટર્નપાઈક્સ પર અને તેમને બાર્નનેટ અને

હેટફિલ્ડમાં સનસનાટીભર્યા રીતે નવીનીકરણ કરવામાં આવ્યા હતા, પરંતુ કોઈપણ સફળતા વિના, આવા કોઈ લોકો પસાર થતા જોયા નહોતા. તે લાંબા સમય સુધી લાંબો સમય સુધી સખત ચિંતા સાથે આવ્યો અને તેણે આપણા હૃદયમાં સૌથી વધુ વિશ્વસનીય રીતે અમારી આક્રમણ તોડ્યો. હું તેમને અને મિસ્ટર માટે નિષ્ઠુરતાથી દુઃ ખી છું. એફ. પરંતુ કોઈ પણ તેના પર કોઈ દોષ ફેંકી શકશે નહીં. અમારી તકલીફ, મારા પ્રિય ઝંખના, ખૂબ જ મહાન છે. મારા પિતા અનેમાતા સૌથી ખરાબ માને છે, પણ હું તેનાથી એટલી બીમાર નથી લાગતો. ઘણી સંજોગોમાં તેઓ તેમની પ્રથમ યોજનાને અનુસરવા કરતાં નગરમાં ખાનગી રીતે લગ્ન કરવા માટે વધુ લાયક બની શકે છે; અને જો તે લીડિયાના જોડાણોની એક યુવા મહિલા સામે એવી ડિઝાઇન બનાવશે, જે સંભવતઃ નથી, તો શું હું તેને દરેક વસ્તુ માટે ખોવાઈ ગયો હતો? -કિંમત. હું શોધવા માટે દુઃ ખી છે, જો કે, તે કોલોન એફ. તેમના લગ્ન પર આધાર રાખીને નિકાલ કરવામાં આવે છે; જ્યારે મેં મારી આશા વ્યક્ત કરી ત્યારે તેણે તેના માથાને હલાવી દીધી, અને કહ્યું કે તેને ડર છે. વિશ્વાસપાત્ર માણસ ન હતો. મારી ગરીબ માતા ખરેખર બીમાર છે અને તેના રૂમને રાખે છે. તેણી પોતાને વધુ સારી રીતે રજૂ કરશે, પરંતુ તે અપેક્ષિત નથી; અને મારા પિતા તરીકે, મેં ક્યારેય મારા જીવનમાં તેને એટલા પ્રભાવિત કર્યા નથી. ગરીબ કિટ્ટીને તેમના જોડાણને છુપાવવા માટે ગુસ્સો છે; પરંતુ તે આત્મવિશ્વાસનું કારણ હતું તે આશ્ચર્યજનક નથી. હું ખરેખર ખુશ છું, ડિયર લિઝી, કે તમને આ દુઃ ખી દ્રશ્યોમાંથી કંઇક બચાવવામાં આવ્યું છે; પરંતુ હવે જ્યારે પ્રથમ આંચકો સમાપ્ત થઈ ગયો છે, ત્યારે શું હું તમારી પાસે પાછો વળવા ઇચ્છું છું? જો કે, અસુવિધાજનક, હું તેના માટે દબાવવા માટે એટલો સ્વાર્થી નથી. એડીયુ. હું ફરીથી મારા પેન લઈશ, મેં તમને હમણાં જ કહ્યું છે કે હું નહીં કરું, પરંતુ સંજોગો આવા છે કે, હું શક્ય તેટલી વહેલી તકે તમે બધાને અહીં ભીખ માગવામાં મદદ કરી શકતા નથી. હું મારા પ્રિય કાકા અને કાકીને એટલી સારી રીતે ઓળખું છું કે, હું તેની વિનંતી કરવાથી ડરતો નથી, તેમ છતાં મને

ભૂતપૂર્વને પૂછવાની વધુ કંઈક છે. મારા પિતા તેને શોધવાની કોશિશ કરવા માટે તરત જ કર્નલ ફોસ્ટર સાથે લંડન કરવા જઈ રહ્યાં છે. તેનો અર્થ શું છે, મને ખાતરી છે કે મને ખબર નથી; પરંતુ તેની ભારે તકલીફો તેને શ્રેષ્ઠ અને સલામત રીતે કોઈપણ પગલાને અનુસરવાની છૂટ આપશે નહીં, અને કર્નલ ફોસ્ટર ફરીથી સાંજથી તેજસ્વી બનશે. આવા કાર્યોમાં મારા કાકાની સલાહ અને સહાય દુનિયામાં દરેક વસ્તુ રહેશે; તે તરત જ સમજી લેશે કે મારે શું અનુભવવું જોઈએ, અને હું તેની ભલાઈ પર આધાર રાખું છું. "

"ઓહ! ક્યાં છે, મારા કાકા ક્યાં છે?" એલિઝાબેથને બૂમ પાડીને, તેણીએ તેણીની બેઠક પરથી ડાર્ટિંગ કરીને પત્ર લખીને, તેને અનુસરવાની ઉત્સુકતાપૂર્વક, સમયનો એક ક્ષણ ગુમાવ્યો હતો; પરંતુ તે દરવાજા પાસે પહોંચી, તે એક નોકર દ્વારા ખોલવામાં આવી હતી, અને મિસ્ટર. દેખાયા. તેણીનો નિસ્તેજ ચહેરો અને ઉત્સાહી રીતે તેને પ્રારંભ કરવામાં આવ્યો, અને તે પોતાને બોલવા માટે પૂરતા પ્રમાણમાં પુનઃપ્રાપ્ત કરી શકે તે પહેલા, તેણીના મનમાં લીડિયાના સ્થિતી દ્વારા દરેક વિચારને ઉથલાવી દેવામાં આવ્યો, તરત જ તેણે કહ્યું, "હું માફી માંગું છું, પણ તમારે તને છોડી જવું જોઈએ." આ ક્ષણે મિ. ગાર્ડિનરને શોધો, તે વ્યવસાય પર કે જે વિલંબિત થઈ શકતો નથી; મારી પાસે હારી જવાની ત્વરિતતા નથી. "

"સારા દેવ! આ બાબત શું છે?" તેમણે રડ્યા, વધુ નેતૃત્વ કરતાં લાગણી સાથે; પછી પોતાને યાદ કરાવવું, "હું તમને એક મિનિટ અટકી નહીં શકું, પણ મને દો, અથવા નોકરને જવા દો, મિસ્ટર અને મિસ્ટર ગાર્ડનર પછી જાઓ. તમે સારી રીતે પૂરતી નથી; - તમે જાતે જ જઇ શકતા નથી."

એલિઝાબેથ , પરંતુ તેના ઘૂંટણની તેના હેઠળ , અને તે લાગ્યું કે તેમને અનુસરવા પ્રયાસ દ્વારા કેટલી ઓછી પ્રાપ્ત થશે. સેવકને

પાછા બોલાવતા, તેથી, તેણીએ તેમને શરુ કર્યું, તેમ છતાં, આટલી શ્વાસમાં લીધા વગર, તેણીએ તેના માસ્ટર અને રખાતને ઘરે લાવવા માટે, લગભગ અસ્પષ્ટ બનાવી દીધી.

રૂમમાંથી બહાર નીકળ્યા પછી, તેણી બેઠેલી, પોતાને ટેકો આપવા માટે અસમર્થ, અને ખૂબ જ ખરાબ રીતે બીમાર લાગતી, કે ડરસીને છોડવા માટે તે અશક્ય હતું, અથવા નમ્રતા અને કમનસીબના અવાજમાં કહીને ટાળવું અશક્ય હતું, "મને તમારો કૉલ કરવા દો દાસી. શું તમને ત્યાં રાહત આપવા માટે કોઈ લેવાતું નથી? - એક ગ્લાસ વાઇન; - શું હું તમને એક લાવીશ? -તમે ખૂબ બીમાર છો. "

"ના, હું તમારો આભાર માનું છું;" તેણીએ જવાબ આપ્યો, પોતાને પુનઃપ્રાપ્ત કરવાનો પ્રયત્ન કરે છે. "મારી સાથે કોઈ વાંધો નથી. હું ખૂબ જ સારી છું. હું ફક્ત ભયંકર સમાચાર દ્વારા જ દુ:ખી છું જે મને લાંબા સમયથી મળ્યું છે."

તેણીએ આંસુમાં ફટકાર્યાં, જેમ તેણીએ તેને સૂચવ્યું હતું, અને થોડીવાર માટે બીજા શબ્દ બોલી શક્યા નહીં. દ્વેષપૂર્ણ, રહસ્યમય રહસ્યમય માં, ફક્ત તેના ચિંતનથી કંઇક કંઇક કહી શકે છે, અને તેના પર દયાળુ મૌન સાબિત કરે છે. લંબાઈમાં, તે ફરી બોલી. "મારી પાસે આ ભયંકર સમાચાર સાથે જેનનું એક પત્ર છે, તે કોઈ પણ વ્યક્તિથી છુપાવી શકાતું નથી. મારી સૌથી નાની બહેનએ તેના બધા મિત્રોને છોડી દીધા છે-તે ભરાઇ ગયો છે; -તેણે મિસ્ટર વિકમની શક્તિમાં ફેંકી દીધી. બ્રાયનનથી એકબીજા સાથે ભાગી ગયા છે, તમે તેને બાકીના પર શંકા કરવા માટે ખૂબ જ સારી રીતે જાણો છો. તેની પાસે પૈસા નથી, જોડાણો નથી, જે કંઈ પણ તેને લલચાવી શકે છે તે હંમેશ માટે ગુમાવે છે. "

ડરસી આશ્ચર્યમાં સ્થિર થઇ હતી. "જ્યારે હું વિચારું છું, ત્યારે તેણે ઉમેર્યું હતું કે," હું તેને અટકાવી શક્યો હોત! "- હું જાણતો હતો કે

તે શું છે. - હું જાણતો હતો કે તે શું છે. મારું પોતાનું કુટુંબ! તેના પાત્રને જાણ્યું હતું, આ થઈ શક્યું ન હોત. પણ તે બધું જ મોડું થઈ ગયું છે. "

"હું દુ:ખી છું, ખરેખર," ડરસી રડે છે; "દુ: ખી આઘાતજનક છે, પરંતુ તે ચોક્કસ છે, ચોક્કસપણે?"

"ઓહ હા! -તેઓ રવિવારના રોજ એક સાથે તેજસ્વી બન્યા અને લગભગ લંડનની શોધ કરી, પરંતુ બહાર નહીં; તેઓ ચોક્કસપણે સ્કોટલેન્ડમાં જતા નથી."

"અને શું થઈ ગયું છે, તેના પ્રયાસ કરવા માટે શું કરવાનો પ્રયાસ કરવામાં આવ્યો છે?"

"મારા પિતા લંડન ગયા છે, અને જેણે મારા કાકાના તાત્કાલિક સહાયની વિનંતી કરવા માટે લખ્યું છે, અને અમે બંધ થઈ જઈશું, હું આશા રાખું છું કે, અડધા કલાકમાં, પણ કંઈ કરી શકાશે નહીં; હું સારી રીતે જાણું છું કે કંઇપણ કરી શકાયું નથી. શું આવા માણસ પર કામ કરવું છે? તેઓ કેવી રીતે શોધી શકાય છે? મારી પાસે નાની આશા નથી. તે દરેક રીતે ભયાનક છે! "

ડરસીએ તેના માથાને મૌન કબજામાં પછાડ્યો.

"જ્યારે મારી આંખો તેના વાસ્તવિક પાત્રમાં ખુલી ગઈ હતી. - ઓહ! હું જાણતો હતો કે મારે શું કરવું જોઈએ, જે હું કરું છું, તે કરવા માટે, પણ હું જાણતો ન હતો - હું ખૂબ વધારે કરવાથી ડરતો હતો. દુષ્ટ, દુ: ખી, ભૂલ!"

ડેર્સીએ કોઇ જવાબ આપ્યો નહીં. તે ભાગ્યે જ તેણીને સાંભળવા લાગ્યો, અને ઉમદા ધ્યાનમાં ઓરડામાં નીચે જતો હતો; તેના વાહિયાત કરાર, તેની હવા અંધકારમય. એલિઝાબેથે ટૂંક સમયમાં જ અવલોકન કર્યું, અને તેને તરત સમજી. તેની શક્તિ

ડૂબતી હતી; કુટુંબની નબળાઇના આ પ્રકારના પુરાવા હેઠળ, દરેક વસ્તુને ડૂબવું જ જોઈએ, જે ઊંડા ગૌરવની ખાતરી છે. તેણી કાંઈ આશ્ચર્ય કે નિંદા કરી શકતી નહોતી, પરંતુ પોતાની આત્મવિશ્વાસની માન્યતાએ તેણીના બોસમ માટે કન્સોલેટરી લાવી ન હતી, જેણે તેણીને તકલીફોનો કોઈ ઉપાય આપ્યો ન હતો. તે તેના વિરુદ્ધ, તેણીની પોતાની ઇચ્છાઓને સમજવા માટે બરાબર ગણવામાં આવી હતી; અને તેણીએ ક્યારેય પ્રમાણિકપણે એવું અનુભવ્યું ન હતું કે તે તેને પ્રેમ કરી શકે છે, હવે, જ્યારે બધા પ્રેમ નિરર્થક હોવું જોઈએ.

પરંતુ સ્વ, જોકે તે ઘૂસણખોરી કરશે, તેના ગ્રહણ કરી શક્યા નથી. - અપમાન, દુઃખ, તે બધા પર લાવવામાં આવી હતી, ટૂંક સમયમાં દરેક ખાનગી સંભાળ ગળી ગઈ; અને તેના રૂમાલથી તેના ચહેરાને આવરી લે છે, એલિઝાબેથ તરત જ દરેક વસ્તુ માટે હારી ગયો હતો; અને, થોડી મિનિટોના વિરામ પછી, તેણીને તેના સાથીની વાણી દ્વારા તેની પરિસ્થિતિના અર્થમાં યાદ કરવામાં આવી, જે, એક રીતે,જેણે દયાભાવ કર્યો હોવા છતાં, તે જ રીતે સંયમ બોલ્યો, કહ્યું, "મને ડર છે કે તમે મારી ગેરહાજરીમાં લાંબા સમયથી ઇચ્છતા હોવ છો, અથવા મારા રોકાણની બહાનુંમાં માફી માગવાની મારી પાસે કોઈ વસ્તુ નથી, પરંતુ વાસ્તવિક, છતાં, અસ્પષ્ટ, ચિંતા. વસ્તુ મારા કહેવાથી અથવા કરવામાં આવી શકે છે, જે આવી તકલીફોને દિલાસો આપી શકે છે. -પરંતુ હું તમને નિરર્થક ઇચ્છાઓથી પીડા આપીશ નહીં, જે તમારા આભાર માટે પૂછવા માટે જાણી જોઈ શકે છે. આ દુર્ભાગ્યપૂર્ણ બાબત, મને ડર છે, મારાથી બચવું બહેનને તમને પેમબલે ટુ-ડે પર જોવામાં આનંદ છે. "

"ઓહ, હા, દયાળુપણું ચૂકી જવા માટે માફી માંગવા માટે માફી માગીએ છીએ." કહો કે તાત્કાલિક વ્યવસાય અમને તરત જ ઘરે બોલાવે છે. જ્યાં સુધી શક્ય હોય ત્યાં સુધી નાખુશ સત્ય છુપાવો.-હું જાણું છું કે તે લાંબું ન હોઈ શકે. "

તેણે તરત જ તેની ગુપ્તતાને ખાતરી આપી કે તેણીએ તેના દુઃ ખ માટે તેના દુઃખ વ્યક્ત કર્યા છે, આશા રાખવાની વર્તમાન કારકિર્દીની તુલનામાં તેને વધુ સુખી નિષ્કર્ષની ઇચ્છા હતી અને તેના સંબંધો માટે તેણીની પ્રશંસા છોડી દીધી હતી, માત્ર એક જ ગંભીર, ભાગલા, દેખાવ સાથે ગયો.

જેમ તેણીએ ઓરડામાં છૂટાછવાયા, એલિઝાબેથને લાગ્યું કે તેઓ કેવી રીતે અસંભવિત હતા કે તેઓ ક્યારેય એકબીજાને સૌમ્યોક્તિના આ શબ્દો પર જોવું જોઈએ જેમણે ડર્બીશાયરમાં તેમની કેટલીક મીટિંગ્સને ચિહ્નિત કર્યા હતા; અને જેમણે તેમના સંપૂર્ણ પરિચય પર ભૂતકાળની નજર નાખ્યો, એટલા માટે વિરોધાભાસ અને જાતોથી ભરેલા, તે લાગણીઓની બદનામીને કારણે ડૂબી ગયા, જે હવે તેના સતત વિકાસને પ્રોત્સાહન આપશે, અને તેના સમાપ્તિમાં પહેલા આનંદ કરશે.

જો કૃતજ્ઞતા અને સન્માન એ સ્નેહની સારી પાયો છે, તો એલિઝાબેથની ભાવનામાં ફેરફાર થવાની શક્યતા ન પણ હોય અને ન તો ખામીયુક્ત પરંતુ જો અન્યથા, જો આવા સ્ત્રોતોમાંથી ઉદ્ભવતા સંબંધ ગેરવાજબી અથવા અકુદરતી હોય, તો તેના ઓબ્જેક્ટ સાથેના પ્રથમ ઇન્ટરવ્યુમાં ઉદભવતા વર્ણનની સરખામણીમાં અને બે શબ્દોની વહેંચણી થાય તે પહેલાં, તેના બચાવમાં કશું પણ કહી શકાય નહીં. , સિવાય કે તેણે વિકીમ માટે તેમની આંશિકતામાં, પાછળની પદ્ધતિને અજમાયશી અંશે આપી હતી, અને તેની ખરાબ સફળતા કદાચ તેને જોડાણના ઓછા ઓછા રસપ્રદ મોડને શોધી શકે. જેમ કે તે હોઈ શકે છે, તેણીએ તેમને દિલગીરી સાથે જોયું; અને લીડિયાના અપમાનજનક કારણોને લીધે આ પ્રારંભિક ઉદાહરણમાં, તે અતિશય દુઃખ જોવા મળ્યું કારણ કે તેણીએ તે ખરાબ વેપાર પર પ્રતિબિંબિત કર્યો હતો. જેનનું બીજું પત્ર વાંચતા ક્યારેય, તેણીએ તેણી સાથે લગ્ન કરવાના વિકમામના અર્થની આશા વ્યક્ત કરી

હતી. જેન પણ કોઈ પણ, તે વિચાર્યું, આવી અપેક્ષા સાથે પોતાને ખુશ કરી શકે છે. આ વિકાસ પર તેની લાગણીઓમાં સૌથી ઓછો આશ્ચર્ય હતો. જ્યારે પ્રથમ અક્ષરનો વિષય તેના મગજમાં રહ્યો, ત્યારે તે આશ્ચર્યચકિત થઇ ગઇ હતી- આ બધા આશ્ચર્યજનક વાત છે કે વિકેમને એક છોકરી સાથે લગ્ન કરવું જોઈએ, જેને તે અશક્ય હતું કે તે પૈસા માટે લગ્ન કરી શકે છે; અને કેવી રીતે લીડિયા તેને ક્યારેય જોડી શકે છે, તે અસ્પષ્ટ દેખાઈ હતી. પરંતુ હવે તે ખૂબ જ કુદરતી હતું. જેમ કે આ જોડાણ માટે, તેણી પાસે પૂરતી આભૂષણ હોઈ શકે છે; અને લગ્નની ઇરાદા વિના ઇરાદાપૂર્વક લિયડિયાને ઇરાદાપૂર્વક સામેલ કરવામાં માનતા ન હોવા છતાં, તેણીને માનવામાં કોઈ મુશ્કેલી ન હતી કે તેના સદ્ગુણ કે તેણીની સમજણ તેને સરળ શિકારમાં મૂકવાથી બચશે નહીં. તે અશક્ય હતું કે તે પૈસા માટે લગ્ન કરી શકે છે; અને કેવી રીતે લીડિયા તેને ક્યારેય જોડી શકે છે, તે અસ્પષ્ટ દેખાઈ હતી. પરંતુ હવે તે ખૂબ જ કુદરતી હતું. જેમ કે આ જોડાણ માટે, તેણી પાસે પૂરતી આભૂષણ હોઈ શકે છે; અને લગ્નની ઇરાદા વિના ઇરાદાપૂર્વક લિયડિયાને ઇરાદાપૂર્વક સામેલ કરવામાં માનતા ન હોવા છતાં, તેણીને માનવામાં કોઈ મુશ્કેલી ન હતી કે તેના સદ્ગુણ કે તેણીની સમજણ તેને સરળ શિકારમાં મૂકવાથી બચશે નહીં. તે અશક્ય હતું કે તે પૈસા માટે લગ્ન કરી શકે છે; અને કેવી રીતે લીડિયા તેને ક્યારેય જોડી શકે છે, તે અસ્પષ્ટ દેખાઈ હતી. પરંતુ હવે તે ખૂબ જ કુદરતી હતું. જેમ કે આ જોડાણ માટે, તેણી પાસે પૂરતી આભૂષણ હોઈ શકે છે; અને લગ્નની ઇરાદા વિના ઇરાદાપૂર્વક લિયડિયાને ઇરાદાપૂર્વક સામેલ કરવામાં માનતા ન હોવા છતાં, તેણીને માનવામાં કોઈ મુશ્કેલી ન હતી કે તેના સદ્ગુણ કે તેણીની સમજણ તેને સરળ શિકારમાં મૂકવાથી બચશે નહીં.

તેણીએ ક્યારેય કદી જોયું ન હતું, જ્યારે રેજિમેન્ટ હર્ટફોર્ડશાયરમાં હતી, તે લીડિયાને તેના માટે કોઈ પાર્ટિકલ હતી, પરંતુ તેણીને વિશ્વાસ હતો કે લિડિયા ફક્ત કોઈ પણ

શરીરને પોતાને જોડવા માટે પ્રેરણા માંગે છે. ક્યારેક એક અધિકારી, કેટલીકવાર તેના પ્રિય ગણાતા હતા, કારણ કે તેમની વિચારધારાઓએ તેમની અભિપ્રાયમાં તેમને ઉભા કર્યા હતા. તેણીના પ્રેમ સતત વધતા જતા હતા, પરંતુ કોઈ વસ્તુ વિના. આવી છોકરી પ્રત્યે ઉપેક્ષા અને ખોટી ઇચ્છાઓનો દુરુપયોગ. - ઓહ! હવે તે કેવી રીતે તીવ્ર લાગે છે.

તે ઘરે રહેવા માટે, જોવા માટે, હાજર રહેવા, જંગલની સાથે શેર કરવા માટે જંગલી હતી, જે હવે તેના પર સંપૂર્ણ રીતે પડી શકે છે, પરિવારમાં એટલા ડરતા હતા; એક પિતા ગેરહાજર છે, એક મહેનત માટે અક્ષમ માતા, અને સતત હાજરી જરૂરી છે; અને છતાં લગભગ સમજાવ્યું કે લીડિયા માટે કંઈ પણ કરી શકાતું નથી, તેના કાકાના દખલ ખૂબ મહત્ત્વની લાગતી હતી, અને જ્યાં સુધી તે રૂમમાં પ્રવેશતી ન હતી ત્યાં સુધી તેણીની અધીનતાનો દુઃખ ગંભીર હતો. શ્રીમાન. અને મિસ્ટર. ગાર્ડિનર એ ઘેટાના પાછલા ભાગમાં પાછો ફર્યો હતો, ધારીને, નોકરના ખાતા દ્વારા, તેમની ભત્રીજીને અચાનક બીમાર લેવામાં આવ્યા હતા; -પરંતુ તે માથા પર તરત જ સંતોષી રહ્યા, તેમણે આતુરતાથી તેમના સમન્સનું કારણ સમજાવ્યું, મોટેથી બે અક્ષરો વાંચ્યા, અને તેના પર રહેવું છેલ્લી પોસ્ટસ્ક્રીપ્ટ, ધ્રુજારી ઊર્જા સાથે. -જો કે લિડીયા ક્યારેય તેમની સાથે પ્રિય ન હતો, મિ. અને મિસ્ટર. ગાર્ડિનર પણ ગભરાઈ શકે નહીં. ફક્ત લીડિયા જ નહીં, પરંતુ તેમાં બધા જ ચિંતિત હતા; અને આશ્ચર્ય અને ભયાનક પ્રથમ ઉદ્ગાર પછી, મિસ્ટર. ગાર્ડિનેરે તેની શક્તિમાં પ્રત્યેક સહાયને વચન આપ્યું હતું.-એલિઝાબેથ, તેમનો ઓછો અભાવ હોવા છતાં, તેમને કૃતજ્ઞતાના આંસુથી આભાર માન્યો; અને આ ત્રણેય એક આત્મા દ્વારા અભિનય કરવામાં આવે છે, તેમની મુસાફરીથી સંબંધિત દરેક વસ્તુ ઝડપથી સ્થાયી થઇ હતી. તેઓ શક્ય તેટલી વહેલી તકે દૂર હતા. "પરંતુ પેમ્બરલી વિશે શું કરવું જોઇએ?" રડ્યા મિસ્ટર. ગાર્ડિનર. "જોહન, અમને કહ્યું હતું કે જ્યારે તમે અમને મોકલ્યો ત્યારે મિર્. ડેર્સી અહીં હતા; - શું તે આવું છે?" અને આ

ત્રણેય એક આત્મા દ્વારા અભિનય કરવામાં આવે છે, તેમની મુસાફરીથી સંબંધિત દરેક વસ્તુ ઝડપથી સ્થાયી થઈ હતી. તેઓ શક્ય તેટલી વહેલી તકે દૂર હતા. "પરંતુ પેમ્બરલી વિશે શું કરવું જોઇએ?" રડ્યા મિસ્ટર. ગાર્ડિનર. "જોહન, અમને કહ્યું હતું કે જ્યારે તમે અમને મોકલ્યો ત્યારે મિર્. ડેર્સી અહીં હતા; - શું તે આવું છે?" અને આ ત્રણેય એક આત્મા દ્વારા અભિનય કરવામાં આવે છે, તેમની મુસાફરીથી સંબંધિત દરેક વસ્તુ ઝડપથી સ્થાયી થઈ હતી. તેઓ શક્ય તેટલી વહેલી તકે દૂર હતા. "પરંતુ પેમ્બરલી વિશે શું કરવું જોઇએ?" રડ્યા મિસ્ટર. ગાર્ડિનર. "જોહન, અમને કહ્યું હતું કે જ્યારે તમે અમને મોકલ્યો ત્યારે મિર્. ડેર્સી અહીં હતા; - શું તે આવું છે?"

"હા; અને મેં તેને કહ્યું કે આપણે અમારી સગાઈ રાખવામાં સમર્થ ન હોવું જોઈએ. તે બધું સ્થાયી છે."

"તે બધું સ્થાયી છે;" તેણીને તૈયાર કરવા માટે તેણીના રૂમમાં દોડતા બીજાને વારંવાર બોલાવી. "અને શું તેઓ એવા વાસ્તવિક શબ્દો પર છે કે જે તેમને વાસ્તવિક સત્ય જાહેર કરે છે! ઓહ, હું જાણતો હતો કે તે કેવી રીતે હતું!"

પરંતુ ઇચ્છાઓ નિરર્થક હતી; અથવા શ્રેષ્ઠ સમયે, તેના પછીના કલાકોની ઉતાવળ અને મૂંઝવણમાં તેને આનંદિત કરવા માટે માત્ર સેવા આપી શકે છે. એલિઝાબેથ નિષ્ક્રીય રહેવા માટે આરામ લેતી હતી, તો તે ચોક્કસ રહી હોત કે તે બધા માટે રોજગાર અશક્ય હતું; પરંતુ તેણીના વ્યવસાયના ભાગ તેમજ તેણીની કાકી હતી, અને બાકીના ભાગમાં તેમના બધા મિત્રોને લેમ્બટનમાં લખેલા નોંધો હતા, તેમના અચાનક પ્રસ્થાન માટે ખોટી બહાનું હતું. એક કલાક, જો કે, આખું પૂરું થયું; અને મિસ્ટર. ગાર્ડિનરે દરમિયાનમાં તેમના ખાતાને સ્થાને રાખ્યા હતા, કશું કરવાનું બાકી નહોતું પરંતુ જવાનું હતું; અને એલિઝાબેથ, સવારના તમામ દુઃખ પછી, પોતાની જાતને,

તેણીની ધારણા કરતાં ઓછી સમય, વાહનમાં બેઠેલી, અને લાંબી મુસાફરીના રસ્તા પર મળી.

પ્રકરણ વી.

"હું તેના પર ફરીથી વિચાર કરી રહ્યો છું, એલિઝાબેથ," તેણીના કાકાએ કહ્યું કે, તેઓ શહેરમાંથી નીકળી ગયા હતા; "અને ખરેખર, ગંભીર વિચારણા પર, હું તમારી મોટા બહેનને આ બાબતની જેમ જ ન્યાયાધીશ તરીકે નક્કી કરવા કરતાં વધારે રસ ધરાવતો છું. મને લાગે છે કે કોઈ પણ યુવાન વ્યક્તિએ એવી છોકરીની સામે આ પ્રકારની રચના કરવી જોઈએ જે તેનો અર્થ એ નથી કે અસુરક્ષિત અથવા મિત્રહિત, અને વાસ્તવમાં તેના વસાહતના પરિવારમાં કોણ રહી રહ્યો હતો, કે હું સખત આશા રાખું છું કે હું શ્રેષ્ઠ આશા રાખું છું. શું તેણી અપેક્ષા કરી શકે છે કે તેના મિત્રો આગળ વધશે નહીં? શું તે રેજિમેન્ટ દ્વારા ફરી નોંધવામાં આવશે તેવી અપેક્ષા છે કર્નલ ફોસ્ટરની તરફેણમાં? તેની લાલચ જોખમ માટે પૂરતી નથી. "

"તમે ખરેખર એવું વિચારો છો?" એક ક્ષણ માટે તેજસ્વી, એલિઝાબેથ રડે.

"મારા શબ્દ પર," મિસ્ટર જણાવ્યું હતું. ગાર્ડિનર, "હું તમારા કાકાના અભિપ્રાયથી બનવાનું શરૂ કરું છું. તે ખરેખર તેના માટે દોષિત ઠરાવવા માટે, શાસન, સન્માન અને રસનું ઉલ્લંઘન કરવું ખૂબ જ મહાન છે. હું વિકેમની ખૂબ જ બીમાર નથી લાગતો. શું તમે, પોતાને, ચપળ , તેથી તેને સંપૂર્ણ રીતે તેને આપી દો, એવું માને છે કે તે સક્ષમ છે? "

"કદાચ તે પોતાના હિતની અવગણના કરી શકશે નહીં, પરંતુ દરેક અન્ય અવગણનાથી હું તેને સક્ષમ કરી શકું છું. જો, ખરેખર, તે આવું હોવું જોઈએ! પણ મને આશા નથી કે તે સ્કોટલેન્ડ પર જશે કેમ કે જો તે થયું હોત તો કેસ?"

"પ્રથમ સ્થાને," એમ. ગાર્ડિનર, "ત્યાં કોઈ સંપૂર્ણ પુરાવા નથી કે તેઓ સ્કોટલેન્ડમાં ગયા નથી."

"ઓહ! પરંતુ ચેઇઝથી હેક્ની કોચમાં તેમને દૂર કરવામાં આવી એવી ધારણા છે! અને, ઉપરાંત, તેમાંના કોઈ પણ નિશાન બર્નેટ રોડ પર જોવા મળ્યા નથી."

"તો પછી, તેમને લંડનમાં રહેવાની કલ્પના કરવી. છતા, છૂપાવાના હેતુસર, કોઈ વધુ અપવાદરૂપ હેતુ માટે, તે કદાચ ત્યાં હોઈ શકે નહીં. તે સંભવિત નથી કે પૈસા બંને બાજુએ ખૂબ વિપુલ હોવા જોઈએ; અને તે તેમને હરાવી શકે છે તેઓ વધુ આર્થિક રીતે હોઈ શકે છે, જોકે ઓછા ઝડપથી, સ્કોટલેન્ડ કરતાં લંડનમાં લગ્ન કર્યા હતા. "

"પરંતુ આ બધી ગુપ્તતા શા માટે? શોધનો ડર કેમ છે? તેમના લગ્નને ખાનગી શા માટે આવશ્યક છે? ઓહ! ના, ના, આ સંભવિત નથી. તેના સૌથી વિશિષ્ટ મિત્ર, જેનનાં ખાતા દ્વારા તમે જોયેલા છો, તેના લગ્ન કરવા ઇચ્છતા નથી તેણી વિકિહમ ક્યારેય લગ્ન કરશે નહીં કોઈ પૈસા વગર સ્ત્રી. તે તે પરવડી શકે તેમ નથી. અને લીડિયામાં કયા દાવાઓ છે, તે યુવા, આરોગ્ય અને સારા રમૂજથી કઇ આકર્ષણો ધરાવે છે, જે તેને તેના માટે બનાવી શકે છે, સારી રીતે લગ્ન કરીને પોતાને લાભ મેળવવાની દરેક તકને દૂર કરે છે? કોર્પ્સમાં અપમાનની શંકાને લીધે તેની સાથે અપમાનજનક લાગણી થઈ શકે છે તે માટે, હું ન્યાયાધીશને સમર્થન આપું છું; કારણ કે હું એવા કોઈ પ્રભાવો જાણતો નથી જે આટલું પગલું ઉત્પન્ન કરશે. પરંતુ તમારા અન્ય વાંધા માટે, મને ભય છે કે તે ભાગ્યે જ સારી રહેશે. આગળ કોઈ પગલું ભાઇઓ છે; અને તે કલ્પના કરી શકે છે કે, મારા પિતાના વર્તનથી, તેમની ઉદાસીનતાથી અને તેમના કુટુંબમાં જે ચાલી રહ્યું હતું તે પ્રત્યેક થોડું ધ્યાન તેણે જોયું છે, તે થોડું કરશે અને તેના વિશે થોડું વિચારશે, જેમ કે કોઈ પણ પિતા આવા કિસ્સામાં કરો. "

"પરંતુ શું તમે વિચારી શકો છો કે લિયડિયા દરેક વસ્તુ માટે એટલું ગુમાવ્યું છે, પરંતુ તેના કરતાં પ્રેમ, લગ્ન કરતાં અન્ય કોઈપણ શરતો પર તેની સાથે સંમતિ આપવા માટે?"

એલિઝાબેથે તેની આંખોમાં આંસુ વડે કહ્યું, "તે લાગે છે, અને તે ખરેખર ખૂબ જ આઘાતજનક છે," એક બહેનની શાંતતાની ભાવના અને આવી સ્થિતિમાં સદ્ગુણને શંકા માનવી જોઈએ પરંતુ ખરેખર, મને ખબર નથી કે શું કહેવું કદાચ હું તેનો ન્યાય કરી રહ્યો નથી. પરંતુ તે ખૂબ જ નાની છે; તેણીને ગંભીર વિષયો પર વિચારવાનું ક્યારેય શીખવવામાં આવ્યું નથી; અને છેલ્લા અડધા વર્ષ માટે, બારમોમાં, તેણીને આનંદ અને વેનિટી સિવાય કંઇ પણ આપવામાં આવ્યું નથી. તેણીને તેના સમયનો સૌથી નિષ્ક્રિય અને નિરર્થક રીતે નિકાલ કરવાની અને તેના અભિપ્રાયમાં આવતી કોઈપણ અભિપ્રાય અપનાવવાની મંજૂરી આપવામાં આવી છે. કારણ કે --શાયર સૌ પ્રથમ મેરિટોનમાં ક્વાર્ટર્ડ થયો હતો, પ્રેમ સિવાય, ફ્લર્ટરેશન અને અધિકારીઓ સિવાય તેણીના માથામાં છે. તે વિષય પર વિચાર કરીને અને બોલીને તેની શક્તિમાં દરેક વસ્તુ કરી રહી છે, વધારે આપવા માટે- હું તેને શું કહીશ? તેણીની લાગણીઓ પ્રત્યે સંવેદનશીલતા;જે કુદરતી રીતે જીવંત છેપૂરતૂ. અને આપણે બધા જાણીએ છીએ કે વિકમામાં વ્યક્તિ અને સરનામાના દરેક આકર્ષણ છે જે સ્ત્રીને આકર્ષિત કરી શકે છે. "

"પરંતુ તમે જેનને જોશો," તેણીની કાકીએ કહ્યું, "તેને વિખેમની બીમાર લાગતી નથી, કારણ કે તેને આ પ્રયાસમાં સક્ષમ માનવામાં આવે છે."

"જેન ક્યારેય બીમાર લાગે છે અને કોણ છે, તેમનું ભૂતપૂર્વ વર્તન ગમે તે હોઈ શકે છે, કે તે આ પ્રકારના પ્રયત્નોમાં સક્ષમ હોવાનું માને છે, જ્યાં સુધી તે તેમની વિરુદ્ધ સાબિત ન થાય ત્યાં સુધી? પણ જેન જાણે છે, તેમજ હું શું કરું છું, શું વિકેમ ખરેખર આપણે

બંને જાણીએ છીએ કે તે શબ્દના દરેક અર્થમાં વ્યસ્ત છે. તેની પાસે કોઈ પ્રમાણિકતા નથી કે સન્માન નથી કે તે ખોટા અને કપટ જેવું છે, કેમ કે તે નિરાશાજનક છે. "

"અને શું તમે ખરેખર આ બધું જાણો છો?" રડ્યા મિસ્ટર. ગાર્ડિનર, જેની બુદ્ધિ તેની બુદ્ધિની સ્થિતિની જેમ જ જીવંત હતી.

"હું, ખરેખર," એલિઝાબેથ, રંગ, જવાબ આપ્યો. "મેં તમને બીજા દિવસે, મિ. ડેર્સીને તેના કુખ્યાત વર્તન વિષે કહ્યું અને તમે, તમે, જ્યારે લાંબા સમયથી લાંબા સમય સુધી ચાલ્યા ગયા, તે માણસની વાત કેવી રીતે સાંભળી તે સાંભળ્યું, જેમણે તેની સાથે આવા સહનશીલતા અને ઉદારતા સાથે વર્તન કર્યું હતું. અન્ય સંજોગો છે કે જે હું સ્વાતંત્ર્યમાં નથી-જે સંબંધિત હોવાનું મૂલ્યવાન નથી; પરંતુ સમગ્ર પેમબેરિ પરિવાર વિશેના તેના જૂઠાણાં અનંત છે. તેમણે ચૂકી ગયેલી ઝાંખી વિશે જે કહ્યું તેમાંથી, હું ગૌરવપૂર્ણ, અનામત, અસંમત જોવા માટે તૈયાર હતો છોકરી હોવા છતાં પણ તે વિપરીત પોતાને જાણતી હતી. તેને જાણવું જ જોઈએ કે તે તેણીને મળવા માટે લાયક અને અન્યાયી હતી. "

"પરંતુ શું લીડિયાને આનાથી કંઇ ખબર નથી? શું તમે અને જેન સમજી શકે તેટલી સારી રીતે તે અજાણ હોઈ શકે છે?"

"ઓહ, હા! - તે બધામાં સૌથી ખરાબ છે. જ્યાં સુધી હું કેન્ટમાં ન હતો ત્યાં સુધી મેં એમ બંને ડેરી અને તેના સંબંધો, કોલોનેલ ફિટ્ઝવિલિયમને જોયું, હું મારી જાતને સત્યથી અજાણ હતો. અને જ્યારે હું ઘરે પાછો ફર્યો , એશાયર એક અઠવાડિયા અથવા પખવાડિયામાં મેરિટોન છોડી જતો હતો. કારણ કે તે કેસ હતો, જેન પણ નહોતો, જેની સાથે હું સંપૂર્ણ સંબંધ ધરાવતો હતો, ન તો, અમે અમારા જ્ઞાનને જાહેર કરવા માટે જરૂરી માનતા હતા; તે કયા માટે ઉપયોગ કરી શકે છે દેખીતી રીતે કોઈ પણ હોઈ

શકે છે, કે જે બધા પડોશીઓની તેમની પાસે સારી અભિપ્રાય છે, તે પછી ઉથલાવી દેવા જોઇએ? અને જ્યારે તે સ્થાયી થઈ જાય ત્યારે પણ લિયડિયાને મિસ્ટર ફોસ્ટર સાથે જવું જોઈએ, તેની આંખોને તેના પાત્રમાં ખોલવાની આવશ્યકતા ક્યારેય આવી નથી મને લાગે છે કે તે ક્યારેય મારા માથામાં પ્રવેશ્યા વિનાના કોઈ પણ જોખમમાં આવી શકે છે. આનું પરિણામ આવી રહ્યું છે, તેથી તમે મારા વિચારોથી સરળતાથી માનતા હશો. "

"જ્યારે તેઓ બધાંને તેજસ્વી કરવા માટે દૂર કરવામાં આવ્યા, તેથી, તમારી પાસે કોઈ કારણ નથી, મને લાગે છે કે તેઓ એકબીજાને શોખીન માને છે."

"સહેજ નહીં. મને કોઈ બાજુ પર લાગણીનો કોઈ લક્ષણ યાદ નથી પડતો; અને તેની પાસે કોઈ વસ્તુની દ્રષ્ટિબિંદુ હતી, તમારે જાણવું જોઈએ કે આપણું કુટુંબ એક કુટુંબ નથી, જેના પર તેને ફેંકી દેવામાં આવે છે. કોર્પ્સ, તે તેની પ્રશંસા કરવા માટે પૂરતી તૈયાર હતી; પરંતુ અમે બધા જ હતા. દરેક છોકરી, અથવા મેરિટોન નજીક, તેના વિશે બે મહિના સુધી તેની ઇજાઓમાંથી બહાર આવી હતી, પરંતુ તેણે કોઈ ખાસ ધ્યાન દ્વારા તેને અલગ પાડ્યા નહીં, અને પરિણામે , ઉષ્ણકટિબંધીય અને જંગલી પ્રશંસાના મધ્યમ ગાળા પછી, તેના માટે તેમની ફેન્સીએ રસ્તો આપ્યો, અને રેજિમેન્ટના અન્ય લોકો, જેમણે તેણીને વધુ ભિન્નતા સાથે વ્યવહાર કર્યો, ફરીથી તેના ફેવરિટ બન્યા. "

તે સહેલાઇથી માનવામાં આવે છે, જોકે, આ રસપ્રદ વિષય પર, તેના ડર, આશા અને અનુમાનમાં નવીનતાને થોડું થોડું ઉમેરવામાં આવી શકે છે, તેના પુનરાવર્તિત ચર્ચા દ્વારા, કોઈ પણ અન્ય મુસાફરીની આખી મુસાફરી દરમિયાન લાંબા સમયથી તેને અટકાયત કરી શકતું નથી. એલિઝાબેથના વિચારોથી તે ગેરહાજર હતું. ત્યાં તમામ દુઃખ, આત્મસંયમ ના સૌથી ઉત્સાહી

દ્વારા ત્યાં નિશ્ચિત, તે સરળતા અથવા ભૂલતા કોઈ અંતરાલ શોધી શક્યા નથી.

તેઓ શક્ય તેટલી ઝડપે મુસાફરી કરતા; અને રસ્તા પર એક રાત ઊંઘી, બીજા દિવસે રાત્રિભોજન દ્વારા લાંબી મુસાફરી પર પહોંચી. એલિઝાબેથને ધ્યાનમાં રાખીને તે દિલાસો મળ્યો કે જેન લાંબા અપેક્ષાઓથી કંટાળી ગઇ હોત.

નાના ગાર્ડિનરો, ચાઇઝની દૃષ્ટિથી આકર્ષિત, ઘરના પગથિયા પર ઉભા હતા, જેમ તેઓ પેડૉકમાં પ્રવેશ્યા હતા; અને જ્યારે વાહન દરવાજા સુધી પહોચ્યું ત્યારે, આનંદી આશ્ચર્યજનક જે તેમના ચહેરાને પ્રકાશિત કરે છે, અને વિવિધ કેપર્સ અને ફ્રિક્સમાં પોતાને સંપૂર્ણ શરીર પર પ્રદર્શિત કરે છે, તે તેમના સ્વાગતના સૌ પ્રથમ આનંદદાયક હતા.

એલિઝાબેથ બહાર ગયો; અને, તેમને દરેકને ઉતાવળમાં ચુંબન આપ્યા પછી, વેસ્ટિબ્યુલેમાં ઉતાવળ કરી, જ્યાં જેન, જે તેની માતાની ઍપાર્ટમેન્ટથી સીડી નીચે આવીને તરત જ મળી.

એલિઝાબેથ, જેમણે તેણીને પ્રેમપૂર્વક ગ્રહણ કર્યો હતો, આંસુ બંનેની આંખો ભરાઈ ગઈ હતી ત્યારે, તે ક્ષણભંગમાં જતું ન હતું કે કેમ તે પૂછવામાં ક્ષણ ગુમાવ્યું હતું.

"હજુ સુધી નહીં," જેન જવાબ આપ્યો. "પરંતુ હવે મારા પ્રિય કાકા આવે છે, હું આશા રાખું છું કે દરેક વસ્તુ સારી રહેશે."

"મારા પિતા નગરમાં છે?"

"હા, મેં તને લખ્યું હતું તે પ્રમાણે તે મંગળવારે ગયો હતો."

"અને તમે વારંવાર તેના તરફથી સાંભળ્યું છે?"

"અમે ફક્ત એક જ વાર સાંભળ્યું છે. તેણે મને બુધવારે થોડા લીટીઓ લખી હતી, તે કહે છે કે તે સલામતીમાં આવ્યો છે, અને મને તેના દિશાઓ આપવા માટે, જેને હું ખાસ કરીને તેમને વિનંતી કરવા માંગતો હતો. તેણે ઉમેર્યું કે, તેણે ફરીથી લખવું નહીં , ત્યાં સુધી તેનો ઉલ્લેખ કરવાનું મહત્વ હતું. "

"અને મારી માતા-તે કેવી રીતે છે? તમે બધા કેવી રીતે છો?"

"મારી માતા સહિષ્ણુ રીતે સારી છે, હું વિશ્વાસ કરું છું; તેમ છતાં તેના આત્માઓ મોટા પ્રમાણમાં ખસી જાય છે. તેણી સીડી ઉપર છે અને તમે બધાને જોઈને ખૂબ સંતોષ પામશો. તેણી હજી પણ તેણીને ડ્રેસિંગ રૂમ છોડી નથી. મેરી અને કીટી, સ્વર્ગ આભાર! ખૂબ સારી."

"પણ તમે કેમ છો?" એલિઝાબેથ રડે. "તમે નિસ્તેજ જુઓ. તમે કેટલું પસાર કર્યું હશે!"

તેણીની બહેન, જોકે, તેણીએ ખાતરી આપી હતી કે તેણી સંપૂર્ણપણે સારી છે; અને તેમની વાતચીત, જે મિસ્ટર જ્યારે પસાર કરવામાં આવી હતી. અને મિસ્ટર. ગાર્ડિનર તેમના બાળકો સાથે સંકળાયેલા હતા, હવે આખી પાર્ટીના અભિગમ દ્વારા અંત લાવશે. જેન તેના કાકા અને કાકી પાસે દોડી ગઈ અને વૈકલ્પિક સ્મિત અને આંસુ સાથે બંનેનું સ્વાગત અને આભાર માન્યો.

જ્યારે તેઓ બધા ડ્રોઇંગ રૂમમાં હતા, ત્યારે એલિઝાબેથે જે પ્રશ્નો પૂછી લીધા હતા, તે જ અન્ય લોકો દ્વારા વારંવાર પુનરાવર્તન કરવામાં આવ્યાં હતાં, અને તેઓ તરત જ મળ્યા કે જેનને કોઈ ગુપ્ત માહિતી આપવામાં આવી નથી. સારાની સાચી આશા, જો કે, તેણીના હૃદયના ઉદારતા સૂચવે છે કે, હજી સુધી તેણીને છોડી દીધી નથી; તેણી હજી પણ અપેક્ષા રાખતી હતી કે તે બધું સારી રીતે સમાપ્ત થશે, અને દરરોજ સવારે, લીડિયા અથવા તેના પિતા

પાસેથી, તેમની કાર્યવાહી સમજાવવા માટે અને કદાચ લગ્નની જાહેરાત કરવા માટે કોઈ પત્ર લાવશે.

શ્રીમતી. બેનેટ, જેની એપાર્ટમેન્ટમાં તેઓ બધાએ સમારકામ કર્યું, થોડી મિનિટો પછી એકબીજા સાથે વાતચીત કરી, તેમને બરાબર પ્રાપ્ત થઈ શકે તેવી અપેક્ષા મળી; અફસોસ અને અફસોસના દુઃખ, વિખેમના વિલક્ષણ આચરણ સામે વ્યભિચાર, અને તેના પોતાના દુઃખ અને બીમાર ઉપયોગની ફરિયાદો; દરેક શરીરને દોષી ઠેરવતા પરંતુ તે વ્યક્તિ જેની બીમાર નિર્ણય લેવાથી તેની પુત્રીની ભૂલ મુખ્યત્વે જવાબદાર હોવી આવશ્યક છે.

"જો હું સક્ષમ થઈ શકું," તો તેણે કહ્યું, "મારા પરિવાર સાથે, તેજસ્વી જવાનું મારું પોઈન્ટ ચાલુ રાખવું, આ બન્યું હોત, પણ ગરીબ પ્રિય લિડિયા પાસે તેની કાળજી લેવા માટે કોઈ નહોતું. તેણી તેમના દૃષ્ટિકોણથી બહાર નીકળે છે? મને ખાતરી છે કે તેમની બાજુમાં કેટલીક મોટી ઉપેક્ષા અથવા બીજી બાબતો હતી, કારણ કે તે એવી વસ્તુ કરવા માટે એક પ્રકારની છોકરી નથી, જો તેણીની સારી સંભાળ રાખવામાં આવી હતી. હું હંમેશાં વિચાર્યું કે તેઓ ખૂબ અયોગ્ય હતા તેણીનો હવાલો લેવા માટે; પરંતુ હું હંમેશાં શાસન કરતો હતો, કારણ કે હું હંમેશાં છું. ગરીબ પ્રિય બાળક! અને હવે અહીં મિસ્ટર બેનેટ જાય છે, અને મને ખબર છે કે તે વિકેમ સાથે લડશે, જ્યાં પણ તે તેને મળશે, અને પછી તે માર્યા ગયા છે, અને આપણામાંના બધાને શું બનવું છે? તેમની કબરમાં ઠંડુ થતાં પહેલા કોલિન્સ અમને બહાર લાવશે, અને જો તમે અમારા પર દયાળુ ન હો, તો ભાઈ, મને ખબર નથી કે અમે શું કરીશું. "

તેઓ બધાએ આવા ભયંકર વિચારો સામે ઉદ્ભવ્યું; અને મિસ્ટર. ગાર્ડિનર, તેણી અને તેના પરિવાર માટેના તેના પ્રત્યેના પ્રેમની સામાન્ય ખાતરી પછી, તેણીએ તેમને કહ્યું કે તે બીજા

દિવસે લંડનમાં રહેવાનો છે, અને એમ.આર. પુનઃપ્રાપ્ત કરવા માટે દરેક પ્રયાસમાં બેનેટ.

"નકામી અલાર્મનો માર્ગ ન આપો," તેમણે ઉમેર્યું હતું કે, "જો કે તે સૌથી ખરાબ માટે તૈયાર રહેવાનો અધિકાર છે, તે ચોક્કસ તરીકે જોવા માટે કોઈ પ્રસંગ નથી. તે તેજસ્વી છોડ્યા પછી એક અઠવાડિયા નથી. દિવસો વધુ, આપણે તેમના વિશે કેટલીક સમાચાર મેળવી શકીએ છીએ, અને જ્યાં સુધી આપણે જાણીએ કે તેઓ લગ્ન નથી, અને લગ્ન કરવાની કોઈ ડિઝાઇન નથી, આપણે હારી ગયેલી બાબતોને આપીશું નહીં. જ્યારે હું નગરમાં જતો હોઉં ત્યારે જ હું જઈશ મારા ભાઈને, અને તેને ગ્રેસચેચ શેરીમાં મારી સાથે ઘરે આવવા દો, અને પછી આપણે શું કરી શકીએ તે સાથે મળીને સલાહ લઈ શકીએ. "

"ઓહ! મારા પ્રિય ભાઈ," મિસ્ટર જવાબ આપ્યો. બેનેટ, "તે બરાબર છે જે હું ઇચ્છું છું. અને હવે જ્યારે તમે નગરમાં જાઓ ત્યારે તેઓને શોધી કાઢો, જ્યાં પણ તેઓ હોઈ શકે છે; અને જો તેઓ પહેલાથી જ લગ્ન ન કરે, તો તેમને લગ્ન કરો અને લગ્નનાં કપડાં માટે, તેમને તેની રાહ જોવી નહી, પરંતુ લિયડિયાને જણાવો કે તેણી લગ્ન કર્યા પછી, તેમને ખરીદવા માટે, તેમને ખરીદવા માટે ખૂબ પૈસા આપશે અને, બધી વસ્તુઓ ઉપર, મિસ્ટર બેનેટને લડતા રાખશે. તેને કહો કે શું ભયંકર રાજ્ય છે. હું અંદર છું, -તેથી હું ડૂબી ગયો છું, અને મારી આજુબાજુના આ પ્રકારના ધ્રુજારી, આટલા બધા ફટકો, મારામાં આ પ્રકારના સ્પામ, મારા માથામાં દુખાવો, અને હૃદયમાં આ પ્રકારના મારવાથી હું આરામ કરી શકું છું. રાત કે દિન સુધી નહીં. અને મારા પ્રિય લાઇડીયાને કહો કે, તેના કપડા વિશે કોઈ દિશા ન આપશો, ત્યાં સુધી તે મને જોઈ શકશે નહીં, કારણ કે તે જાણતી નથી કે શ્રેષ્ઠ વેરહાઉસ કયા છે. ઓહ, ભાઈ, તમે કેટલો દયાળુ છો! હું જાણું છું કે તમે તે બધાને સંઘર્ષ કરશો. "

પરંતુ મિસ્ટર. ગાર્ડિનર, જો કે, તેણે ફરીથી તેના ઉત્સાહપૂર્વક પ્રયત્નોને ખાતરી આપી હતી, તેણીને તેના નિયંત્રણની ભલામણ કરવાનું ટાળી શક્યા ન હતા, તેમ જ તેણીના ડર તરીકેની અપેક્ષાઓ પણ ટકી શક્યા નહોતા; અને, આ રીતે તેમની સાથે વાત કર્યા પછી, રાત્રિભોજન ન થાય ત્યાં સુધી, તેણીએ તેણીને તેમની બધી લાગણીઓ ઘરની સંભાળ રાખનાર પર મૂકવા માટે છોડી દીધી, જેણે તેમની પુત્રીઓની ગેરહાજરીમાં ભાગ લીધો હતો.

તેમ છતાં તેમના ભાઈ અને બહેનને સમજાવવામાં આવ્યું હતું કે પરિવારથી આવા એકાંત માટે કોઈ વાસ્તવિક પ્રસંગ નહોતો, તેઓએ તેનો વિરોધ કરવાનો પ્રયાસ કર્યો ન હતો, કારણ કે તેઓ જાણતા હતા કે, તેઓ સેવકો સમક્ષ તેની જીભ પકડવા માટે પૂરતી સમજશક્તિ ધરાવતી નહોતી, જ્યારે તેઓ રાહ જોતા હતા કોષ્ટક, અને તેને વધુ સારી રીતે નક્કી કર્યું કે ફક્ત એક જ ઘરનું, અને જેના પર તેઓ સૌથી વધુ વિશ્વાસ કરી શકે છે, તેણે આ વિષય પરના તેના બધા ભય અને ઉગ્રતાને સમજી લેવું જોઈએ.

ડાઇનિંગ રૂમમાં તેઓ ટૂંક સમયમાં જ મેરી અને કિટ્ટી જોડાયા હતા, જે તેમના દેખાવ પહેલા તેમના અલગ અલગ એપાર્ટમેન્ટ્સમાં વ્યસ્ત હતા. એક તેના પુસ્તકોમાંથી, અને બીજા તેના ટોયલેટમાંથી આવ્યો. જોકે, બંનેના ચહેરા સહનશીલ હતા; અને તેમાં કોઈ ફેરફાર દેખાતો નહોતો, સિવાય કે તેણીની પ્રિય બહેનની હાર અથવા તેણીએ ધંધામાં જે ગુસ્સો કર્યો તે સિવાય, તેણે કિટ્ટીના ઉચ્ચારણોથી સામાન્ય કરતાં વધુ કંટાળાજનકતા આપી હતી. મેરીની જેમ, તેણી પોતાની જાતને ખૂબ મહેનત કરતી હતી કે તેણીએ એલિઝાબેથને કબરની પ્રતિબિંબના ચહેરા સાથે પકડવાની, પછી ટેબલ પર બેસીને,

"આ એક ખૂબ કમનસીબ પ્રિય છે અને સંભવતઃ ઘણી વાત કરવામાં આવશે. પરંતુ આપણે દુષ્ટતાની ભરતી કરવી જ જોઈએ, અને એકબીજાના ઘાયલ બોસમ્સ, બહેનની દિલાસોની ગાંડપણમાં રેડવું પડશે."

પછી, એલિઝાબેથને જવાબ આપવાની કોઈ ઝંખના નથી, તેણીએ ઉમેર્યું, "લાઇડિયા માટે ઇવેન્ટ જ હોવી જોઈએ તે માટે નાખુશ, અમે તેનાથી આ ઉપયોગી પાઠ મેળવી શકીએ છીએ; માદામાં સદ્ગુણનું નુકશાન થતું નથી-તે એક ખોટા પગલામાં તેને અનંતમાં શામેલ કરવામાં આવે છે. વિનાશ-તેણીની પ્રતિષ્ઠા તે સુંદર કરતાં ઓછી ભીંતચિહ્ન નથી, અને તે અન્ય સેક્સની અનિચ્છનીય તરફ તેણીના વર્તનમાં ખૂબ કાળજી રાખી શકતી નથી. "

એલિઝાબેથે આશ્ચર્યથી તેની આંખો ઉઠાવી, પરંતુ કોઈ જવાબ આપવા માટે ખૂબ જ દગાબાજી કરવામાં આવી હતી. મેરી, જો કે, તેમની સામે દુષ્ટતાથી આવા નૈતિક નિષ્કર્ષો સાથે પોતાને કન્સોલ કરવાનું ચાલુ રાખ્યું.

બપોરે, બે મોટા મિસ બેનેટ તેમના દ્વારા અડધા કલાક સુધી રહી શક્યા હતા; અને એલિઝાબેથે તરત જ ઘણી પૂછપરછ કરવાની તકથી પોતાને લાભ લીધો, જેન પણ સંતોષવા માટે આતુર હતા. આ ઇવેન્ટના ભયાનક સિકવલ પર સામાન્ય વિલાપમાં જોડાયા પછી, જે એલિઝાબેથે બધાને ચોક્કસ માન્યું હતું, અને ચૂકી ગયેલી બેનેટ સંપૂર્ણ અશક્ય હોવાનો દાવો કરી શક્યો નહીં; ભૂતપૂર્વએ આ વિષય ચાલુ રાખ્યું, "પરંતુ મને તે વિશેની બધી વસ્તુ અને તે વિશે કહો, જે મેં પહેલાથી સાંભળ્યું નથી. મને વધુ વિગતો આપો. કર્નલ ફોસ્ટર શું કહે છે? શું તેઓ ઇલપોમેન્ટ પહેલા કોઈ પણ બાબતની કોઈ શંકા ધરાવતા નહોતા તેઓએ હંમેશ માટે તેમને જોવું જોઈએ. "

"કર્નલ ફોસ્ટર પોતાની માલિકી ધરાવે છે કે તેણે ઘણી વાર પક્ષપાતી હોવા અંગે શંકા વ્યક્ત કરી હતી, ખાસ કરીને લીડિયાના પક્ષ પર, પરંતુ તેમને કોઈ પણ અલાર્મ આપવા માટે કશું જ નહોતું. હું તેના માટે ખૂબ જ દુઃ ખી છું.તેનું વર્તન સાવચેતીભર્યું અને અત્યંત પ્રેમાળ હતું. સ્કોટલેન્ડમાં ન જાય તે અંગે તેમને કોઈ ખ્યાલ આવ્યો તે પહેલાં, તેમની ચિંતા અંગે ખાતરી આપવા માટેઃ જ્યારે તે શંકા પ્રથમ વિદેશમાં આવી, ત્યારે તેણે તેની મુસાફરી ઝડપી કરી. "

"અને ડેનીને ખાતરી હતી કે વિકેમ લગ્ન કરશે નહીં? શું તેઓ તેમના જવાનો ઇરાદો જાણતા હતા? શું કર્નલ ફોસ્ટર પોતે ડેનીને જોતો હતો?"

"હા; પરંતુ જ્યારે તેની પૂછપરછ કરવામાં આવી ત્યારે ડેનીએ તેમની યોજનાની કોઈ વસ્તુને જાણવાની ના પાડી, અને તેના વિશે તેમનો સાચો અભિપ્રાય આપ્યો નહીં. તેમણે લગ્ન કરવાની તેમની સમજાવટને પુનરાવર્તન કર્યું નહીં - અને તેમાંથી, હું આશા રાખું છું કે તે કદાચ પહેલાં ગેરસમજ કરવામાં આવી છે. "

"અને ત્યાં સુધી કર્નલ ફોસ્ટર પોતાની પાસે આવ્યો ન હતો, તમારામાંના કોઈએ પણ શંકા વ્યક્ત કરી નહોતી, મને લાગે છે કે તેમની સાથે ખરેખર લગ્ન થયાં હતાં?"

"તે કેવી રીતે શક્ય છે કે આ વિચાર આપણા મગજમાં દાખલ થવો જોઈએ! મને થોડો અસ્વસ્થ લાગ્યો - લગ્નમાં મારી બહેનની ખુશીથી ડર લાગ્યો, કારણ કે મને ખબર હતી કે તેમનો વર્તન હંમેશાં બરાબર ન હતો. મારા પિતા અને માતા જાણતા હતા તેમાંથી કંઈ જ નહીં, તેઓએ માત્ર એટલું જ અનુભવ્યું કે મેચ કેવી રીતે હોવી આવશ્યક છે. કિટ્ટી પછી માલિકીની હતી, જે અમને બાકીના કરતાં વધુ જાણીને ખૂબ જ કુદરતી જીત સાથે મળી હતી, તે લીડિયાના છેલ્લા પત્રમાં તેણે તેણીને આવા પગલા

માટે તૈયાર કરી હતી. જાણે છે, એવું લાગે છે કે તેઓ એકબીજા સાથે, ઘણા અઠવાડિયામાં પ્રેમ કરે છે. "

"પરંતુ તેઓ તેજસ્વી ગયા પહેલાં?"

"ના, હું નથી માનતો."

"અને કર્નલ ફોસ્ટર પોતાની જાતને વિકમામની બીમાર લાગે છે? શું તે તેના વાસ્તવિક પાત્રને જાણે છે?"

"મને કબૂલ કરવું આવશ્યક છે કે તેણે અગાઉ વિક્મમની જેમ સારી રીતે વાત કરી ન હતી. તે માનતો હતો કે તે અવિચારી અને અતિશયોક્તિયુક્ત હોવાનું માનવામાં આવે છે. અને આ દુઃખદાયક સંબંધ હોવાના કારણે, તે કહે છે કે તેણે મેર્ટનને દેવામાં મોટા ભાગે છોડી દીધું છે, પરંતુ હું આશા છે કે આ ખોટી હોઈ શકે છે. "

"ઓહ, જેન, આપણે ઓછું રહસ્યમય હતું, આપણે તેને જે કહ્યું તે આપણે કહ્યું હતું, આ બન્યું ન હોત!"

"કદાચ તે વધુ સારું હોત;" તેના બહેન જવાબ આપ્યો. "પરંતુ કોઈપણ વ્યક્તિના ભૂતપૂર્વ દોષો જાહેર કરવા માટે, તેમની હાલની લાગણીઓને જાણ્યા વિના, તે અન્યાયી લાગતું હતું. અમે શ્રેષ્ઠ ઉદ્દેશ્યો સાથે કાર્ય કર્યું."

"કોલનલ ફોસ્ટર તેની પત્નીને લીડિયાના નોંધની વિગતોનું પુનરાવર્તન કરી શકે?"

"તે જોવા માટે તે તેની સાથે લાવ્યા."

જેન પછી તેને પોકેટ બુકમાંથી લઈ ગયો અને તેને એલિઝાબેથને આપ્યો. આ સમાવિષ્ટો હતા:

"મારા પ્રિય હેરિએટ,

"જ્યારે તમે જાણો છો કે હું ક્યાં ગયો છું ત્યારે તમે હસશો, અને હું તમારા આશ્ચર્ય પર મારી સવારે હસતાં મદદ કરી શકતો નથી, જેમ જલદી હું ચૂકી જઉં છું. હું ગ્રેને ગ્રેટ જઇ રહ્યો છું, અને જો તમે કોણ સાથે અનુમાન કરી શકતા નથી, તો હું તમને એક સરળ લાગે છે, કારણ કે દુનિયામાં એક માણસ છે જે હું પ્રેમ કરું છું, અને તે એક દેવદૂત છે, હું તેના વિના ખુશ ક્યારેય ન હોવું જોઈએ, તેથી તેને બંધ થવાની કોઈ સમસ્યા નથી. તમારે મારા લાંબા સમય સુધી તેમને શબ્દ મોકલવાની જરૂર નથી. જો તમને તે ગમશે નહીં, કારણ કે તે વધુ આશ્ચર્યકારક બનશે, જ્યારે હું તેમને લખીશ અને મારા નામ પર લખીશ, લિયાડિયા વિકેમ. તે કેટલું સારું મજાક હશે! હું હસવા માટે ભાગ્યે જ લખી શકું છું. મારા સગાઈ ન રાખતા, અને તેની સાથે રાત્રી નૃત્ય કરવા માટે, મને જણાવો કે મને આશા છે કે જ્યારે તે બધા જાણે છે ત્યારે તે મને માફ કરશે, અને તેને જણાવો કે હું તેની સાથે આગામી નૃત્યમાં નૃત્ય કરશે, આનંદ સાથે.જ્યારે હું પહોંચું ત્યારે મારા કપડાં માટે હું મોકલીશલોંગબોર્ન; પરંતુ મારી ઇચ્છા છે કે તમે સેલીને મારા કામ કરેલા મસ્કિન ગાઉનમાં પેક અપ કરો તે પહેલાં, તે એક મહાન સ્લિટને બદલશે. સારા બાય કર્નલ ફોસ્ટરને મારો પ્રેમ આપો, હું આશા રાખું છું કે તમે અમારી સારી મુસાફરી માટે પીશો.

"તમારા પ્રેમાળ મિત્ર,

"લીડિયા બેનેટ."

"ઓહ! વિવેચક, વિવેચક લીડિયા!" જ્યારે તેણીએ તેને સમાપ્ત કરી ત્યારે એલિઝાબેથ રડે. "આ ક્ષણે શું લખવું તે એક પત્ર છે, પરંતુ ઓછામાં ઓછું તે શીખવે છે કે તેણી તેની મુસાફરીના હેતુમાં ગંભીર હતી. જે પછીથી તેણી તેને સમજાવશે, તે તેની

તરફ નફરતની યોજના નહોતી. મારા ગરીબ પિતા! તેને કેવું લાગ્યું હશે! "

"મેં કોઈને પણ આઘાત લાગ્યો ન હતો. તે દસ મિનિટ સુધી કોઇ શબ્દ બોલી શક્યો ન હતો. મારી માતા તરત જ બીમાર થઈ ગઈ, અને આખા ઘરમાં આવા મૂંઝવણમાં!"

"ઓહ! જેન," એલિઝાબેથ રડે, "તે ત્યાંનો નોકર હતો, જે દિવસે સમાપ્ત થાય તે પહેલા આખી વાર્તા જાણતો નહોતો?"

"મને ખબર નથી. - મને આશા છે કે ત્યાં હતું. -પરંતુ આવા સમયે સાવચેત રહેવા માટે, ખૂબ જ મુશ્કેલ છે. મારી માતા હાયસ્ટરિક્સમાં હતી, અને તેમ છતાં હું મારી શક્તિમાં તેણીને દરેક સહાય આપવા માટે પ્રયત્ન કરતો હતો, મને ડર છે કે મેં કર્યું હું જેટલું કરી શકું એટલું વધારે ન કરું! પરંતુ શક્ય બન્યું તે ભયાનક, લગભગ મારા શિક્ષકોને લીધે. "

"તેના પર તમારી હાજરી, તમારા માટે ખૂબ જ વધારે છે. તમે સારી રીતે જોતા નથી. ઓહ! હું તમારી સાથે રહ્યો હતો, તમારી પાસે એકલા તમારી બધી સંભાળ અને ચિંતા હતી."

"મેરી અને કિટ્ટી ખૂબ જ દયાળુ છે, અને દરેક થાકમાં વહેંચાઇ હોત, મને ખાતરી છે, પણ મને તેમાંથી કોઈ એક માટે યોગ્ય લાગતું નથી. કિટ્ટી સહેજ અને નાજુક છે, અને મેરી અભ્યાસ કરે છે જેથી તેના રિપોઝના કલાકો મારા પિતાની વિદાય થઈ ગઈ હતી, અને મારા ગુરુવાર ગયા ત્યાં સુધી રહેવાનું એટલું સારું હતું. તે અમારી સાથે ખૂબ જ ઉપયોગી અને આરામદાયક હતી, અને લેડુ લુકાસ રહી છે. ખૂબ જ પ્રેમાળ; તે અમારી સાથે મૈત્રીપૂર્ણ રહેવા માટે બુધવાર સવારે અહીં ચાલ્યો, અને તેણીની સેવાઓ, અથવા તેણીની કોઈપણ પુત્રીઓને, જો તેઓ અમને ઉપયોગ કરી શકે, ઓફર કરે છે. "

એલિઝાબેથને બૂમ પાડીને "તેણી ઘરે જ રહી હતી." "સંભવતઃ તેણીનો અર્થ સારી હતો, પરંતુ, આ પ્રકારની દુર્ઘટના હેઠળ, કોઈ એકના પડોશીઓમાં બહુ ઓછું જોઈ શકતું નથી. સહાય અશક્ય છે; શ્વાસ, અસ્વસ્થતા, તેમને અંતર પર જીતવા દો અને સંતુષ્ટ થાઓ."

ત્યારબાદ તેણીએ તેના પુત્રીની વસૂલાત માટે, નગરમાં જ્યારે તેમના પિતાએ જે પગલાં લેવાનો ઇરાદો રાખ્યો હતો તે અંગે પૂછપરછ કરવા આગળ વધ્યા.

"જેનો અર્થ તે હતો, મને વિશ્વાસ છે," જેન જવાબ આપ્યો, "ઍપ્સમ પર જવા માટે, તે સ્થાન જ્યાં તેઓ છેલ્લા ઘોડાઓ બદલતા હતા, પોસ્ટિલિઓન જોતા હતા, અને જો કોઈ વસ્તુ તેમની પાસેથી બનાવવામાં આવી હોય તો પ્રયાસ કરો. તેમનો મુખ્ય પદાર્થ હોવો જોઈએ હેકની કોચની સંખ્યા જે તેમને ક્લૅપહામથી લઈ ગઈ હતી. તે લંડનથી ભાડેથી આવી હતી અને જેમણે માન્યું હતું કે એક સજ્જન અને સ્ત્રીની એક કેરેજમાંથી બીજાને દૂર કરવામાં આવી રહી છે, તે કદાચ નોંધવામાં આવી શકે છે,તે ક્લૅપહામમાં પૂછપરછ કરવા માટેનો હતો. જો કોચમેને ભાડે મૂકતા પહેલા કયા ઘરને શોધી કાઢ્યું હોય તો તે કેવી રીતે શોધી શકે છે, તેણે ત્યાં પૂછપરછ કરવાનું નક્કી કર્યું અને આશા રાખી કે કોચની સંખ્યા અને સંખ્યા શોધવાનું અશક્ય નથી. તેમણે બનાવેલા કોઈપણ અન્ય ડિઝાઇનો વિશે મને ખબર નથીઃ પરંતુ તે ગયો તેટલી ઉતાવળમાં હતો અને તેના આત્માઓ ખૂબ જ વિખરાયેલા હતા, મને આટલું બધું શોધવામાં મુશ્કેલી આવી હતી. "

પ્રકરણ વી.

આખી પાર્ટી મિ. ના પત્રની આશામાં હતી. બીનેટને આગલી સવારે, પરંતુ પોસ્ટ તેની પાસેથી એક લીટી લાવ્યા વિના આવી. તેમના કુટુંબ તેમને બધા સામાન્ય પ્રસંગોએ, સૌથી વધુ બેદરકાર

અને વિવાદાસ્પદ પત્રકાર હોવાનું જાણતા હતા, પરંતુ આવા સમયે, તેઓ મહેનતની આશા રાખતા હતા. તેમને સમાપ્ત કરવા માટે ફરજ પડી હતી કે, તેમની પાસે મોકલવા માટે કોઈ આનંદદાયક બુદ્ધિ નથી, પરંતુ તેમાંથી પણ તેઓ ચોક્કસ હોવાને કારણે ખુશ થયા હોત. શ્રીમાન. ગાર્ડિનર સેટ બંધ કરતા પહેલા જ અક્ષરોની રાહ જોતો હતો.

જ્યારે તે ગયો હતો, ત્યારે તેઓ ઓછામાં ઓછું શું ચાલી રહ્યું હતું તેની સતત માહિતી પ્રાપ્ત કરવા માટે ચોક્કસ હતા, અને તેમના કાકાએ ભાગ લીધો હતો, એમ ભાગ્યે જ એમ.આર. લાંબી વહાણમાં પાછા ફરવા માટે બેનેટ, તેની બહેનને ખૂબ દિલાસો આપવા જેટલું જલદી શક્ય હતું, જેમણે તેને તેના પતિના દ્વંદ્વયુધ્દમાં માર્યા જવાની એકમાત્ર સલામતી માનતા ન હતા.

શ્રીમતી. ગાર્ડિનર અને બાળકો હર્ટફોર્ડશાયરમાં થોડા દિવસો સુધી લાંબુ રહેવું પડ્યું હતું, કારણ કે ભૂતપૂર્વ માનવું હતું કે તેણીની ઉપસ્થિતિ તેની ભત્રીજી માટે યોગ્ય હોઈ શકે છે. તેણીએ મિસ્ટર પર તેમની હાજરીમાં વહેંચી. બેનેટ, અને તેમની સ્વતંત્રતાના કલાકોમાં, તેમને ખૂબ જ દિલાસો મળ્યો. તેમની અન્ય કાકી પણ તેમને વારંવાર મુલાકાત લેતી હતી અને હંમેશાં, જેમણે કહ્યું હતું કે, તેમને આનંદદાયક અને આનંદદાયક બનાવવાની ડિઝાઇન સાથે, તેમ છતાં તે વિકમામની અસાધારણતા અથવા અનિયમિતતાના કેટલાક નવા ઉદાહરણની જાણ કર્યા વિના આવી ન હતી, તેમ છતાં તેણી ભાગ્યે જ તેમને વધુ નિરાશ કર્યા વિના જ ગઈ. તે તેમને મળી કરતાં.

બધા મેરિટોન માણસને કાળા બનાવવાનો પ્રયત્ન કરતા હતા, જેમણે ત્રણ મહિના પહેલાં, પ્રકાશના એક દેવદૂત હતા. તે સ્થળેના દરેક વેપારીઓને દેવું હોવાનું જાહેર કરવામાં આવ્યું હતું, અને તેમની ષડયંત્ર, બધાને આકર્ષણના શીર્ષકથી

સન્માનિત કરવામાં આવ્યું હતું, તે દરેક વેપારીઓના પરિવારમાં વિસ્તૃત કરવામાં આવી હતી. દરેક શરીરએ જાહેર કર્યું કે તે વિશ્વમાં સૌથી દુષ્ટ યુવાન વ્યક્તિ છે; અને દરેક શરીરને શોધવાનું શરૂ થયું, કે તેઓ હંમેશાં તેમની ભલાઈના દેખાવ પર વિશ્વાસ કરતા હતા. એલિઝાબેથ, જોકે, તેણીએ જે કહ્યું હતું તેમાંથી અડધાથી વધુ રકમ આપી નહોતી, તેના બહેનના વિનાશ અંગેના તેના ભૂતપૂર્વ ખાતરીને હજી વધુ ચોક્કસ બનાવવા માટે પૂરતા માનતા હતા; અને જેન, જે હજુ પણ તેનાથી ઓછું માનતા હતા, લગભગ નિરાશાજનક બની ગયા હતા, ખાસ કરીને સમય હવે આવી ગયો હતો, જ્યારે તેઓ સ્કોટલેન્ડ ગયા હતા, જે તેણીએ ક્યારેય સંપૂર્ણપણે નિરાશ થઈ ન હતી,

શ્રીમાન. ગાર્ડિનર રવિવારના રોજ લોન્બોબોર્ન છોડી ગયો; મંગળવારે, તેમની પત્નીએ તેમને એક પત્ર મળ્યો; તેણે તેમને કહ્યું કે, તેમના આગમન સમયે, તેમણે તરત જ તેમના ભાઇને શોધી કાઢયા હતા, અને તેમને ગ્રેસચર્ચ શેરીમાં આવવા માટે દબાણ કર્યું. તે મિ. બેનેટ તેના આગમન પહેલાં, એપ્સમ અને ક્લેપહામમાં હતા, પરંતુ કોઈપણ સંતોષકારક માહિતી પ્રાપ્ત કર્યા વિના; અને તે હવે એમ.આર. તરીકે શહેરના તમામ મુખ્ય હોટેલો પર પૂછપરછ કરવા માટે નક્કી કરવામાં આવ્યું હતું. બેનેટ માનતા હતા કે તેઓ લોન્ડન ખરીદવા પહેલા, લંડન આવતા પહેલા, તેઓમાંના એકમાં ગયા હોઈ શકે છે. શ્રીમાન. ગાર્ડિનેર પોતે આ માપદંડમાંથી કોઈ સફળતાની અપેક્ષા કરતા નહોતા, પરંતુ તેના ભાઈ તેનામાં આતુર હતા, તેથી તે તેમને મદદ કરવા માટેનો હતોતેને અનુસરે છે. તેમણે ઉમેર્યું, તે મિસ્ટર. બેનેટ આજે લંડન છોડવા માટે સંપૂર્ણપણે નબળા પડ્યા હતા, અને ટૂંક સમયમાં જ લખવાનું વચન આપ્યું હતું. આ અસર માટે એક પોસ્ટસ્ક્રીપ્ટ પણ હતી.

"જો હું શક્ય હોય તો, રેજિમેન્ટમાંના કેટલાક યુવાન માણસની માહિતીથી, જો કે, વિકમ પાસે કોઈ સંબંધો અથવા કનેક્શન્સ છે કે નહીં તે જાણવા માટે હું કોલોનલ ફોસ્ટરને લખ્યું છે, જે જાણશે કે તેના શહેરના કયા ભાગમાં છે હવે પોતાને છુપાવી દીધા હતા, જો કોઈ હોય તો, તે એક એવો સંકેત મેળવી શકે છે કે આવા સંકેત મેળવવાની સંભાવના સાથે, તે આવશ્યક પરિણામ હોઈ શકે છે. હાલમાં આપણી પાસે માર્ગદર્શન આપવા માટે કંઈ નથી. કર્નલ ફોસ્ટર, હું કહું છું કે , આ માથા પર અમને સંતોષવા માટે દરેક વસ્તુને કરો, પરંતુ, બીજા વિચારો પર, કદાચ મૂર્ખાઇ અમને કહી શકે છે કે, તે હવે જે સંબંધો ધરાવે છે તે અન્ય કોઈપણ વ્યક્તિ કરતાં વધુ સારી છે. "

એલિઝાબેથ તેના સત્તા માટેના આ નિર્ણયને આગળ વધવાથી ક્યાંથી સમજી શક્યા ન હતા; પરંતુ પ્રશંસા પાત્ર હોવાને કારણે, સંતોષકારક પ્રકૃતિની કોઈ માહિતી આપવા તેમની શક્તિમાં તે નહોતું.

તેણીએ ક્યારેય તેના સંબંધો વિશે સાંભળ્યું ન હતું, એક પિતા અને માતા સિવાય, બંને જે ઘણા વર્ષોથી મૃત્યુ પામ્યા હતા. જો કે, શક્ય હતું કે, તેના કેટલાક સાથીદારો --શાયર, વધુ માહિતી આપી શકે છે; અને, જો કે તે અપેક્ષા રાખવામાં ખૂબ જ નજીવી ન હતી, તે માટેની એપ્લિકેશન થોડી આશા હતી.

દરરોજ લાંબા સમય સુધી ચિંતાજનક દિવસ હતો; પરંતુ જ્યારે પોસ્ટ અપેક્ષિત હતું ત્યારે દરેકમાં સૌથી વધુ ચિંતાજનક ભાગ હતો. પત્રોની આગમન દરરોજ સવારના અધીનતાની પ્રથમ ભવ્ય વસ્તુ હતી. પત્રો દ્વારા, જે કંઈ સારું અથવા ખરાબ કહેવાનું કહેવામાં આવ્યું હતું, તે વાતચીત કરવામાં આવશે, અને દરેક સફળ દિવસે મહત્ત્વની કેટલીક સમાચાર લાવવાની અપેક્ષા રાખવામાં આવતી હતી.

પરંતુ તેઓ ફરીથી મિસ્ટર સાંભળ્યું તે પહેલાં. ગાર્ડિનર, એક પત્ર અલગ અલગ ક્વાર્ટરથી, તેમના પિતા માટે, મિ. કોલિન્સ; જેણે, જેણે તેમની ગેરહાજરીમાં તેમના માટે આવતી બધી વસ્તુઓ ખોલવાની દિશાઓ પ્રાપ્ત કરી હતી, તે મુજબ તેમણે વાંચ્યું; અને એલિઝાબેથ, જે જાણતા હતા કે તેમના અક્ષરો હંમેશા કઇ જાસૂસી હતા, તેના પર ધ્યાન આપતા હતા, અને તે જ રીતે વાંચતા હતા. તે નીચે પ્રમાણે હતું:

"મારા પ્રિય સાહેબ,

કે તમારી દીકરીમાં વર્તનની આ લાઇસેંસીસિયસ, તમારી ભૂલ અને ક્ષમા માટે, એક જ સમયે, ભોગવિલાસની ખામીયુક્ત ડિગ્રીમાંથી આગળ વધી છે. બેનેટ, હું વિચારી રહ્યો છું કે તેની પોતાની સ્વભાવ કુદરતી રીતે ખરાબ હોવી જોઈએ, અથવા તે પ્રારંભિક ઉંમરે, આવા અસામાન્યતાના દોષી બની શકશે નહીં. ગમે તે હોઈ શકે, તમે દુ: ખી થવા માટે દુ: ખી છો, જેમાં અભિપ્રાય હું માત્ર નથીમિસ્ટર દ્વારા જોડાયા. કોલિન્સ, પણ તેવી જ રીતે લેડી કેથરિન અને તેની પુત્રી દ્વારા, જેમને મેં આ સંબંધ સાથે સંબંધિત કર્યું છે. તેઓ મારી સાથે સંમત થાય છે કે એક પુત્રીમાં આ ખોટો પગલું બીજા બધાના નસીબને નુકસાન પહોંચાડશે, કેમ કે, જેમ કે લેડી કેથરિન પોતે કડક રીતે કહે છે, તે પોતાને આવા પરિવાર સાથે જોડશે. અને આ વિચારણા મને છેલ્લા નવેમ્બરની ચોક્કસ ઘટનામાં સંતોષ સંતોષ સાથે પ્રતિબિંબિત કરવા તરફ દોરી જાય છે, કારણ કે તે અન્યથા હોવાને લીધે, હું તમારા બધા દુઃખ અને અપમાનમાં સંકળાયેલું હોવું જ જોઈએ. હું તમને સલાહ આપીશ, મારા વહાલા સાહેબ, શક્ય એટલું કન્સોલ કરવા માટે, તમારા લાયક બાળકને તમારા પ્રેમથી દૂર ફેંકી દો અને તેને તેના પોતાના ગુનાહિત ફળના ફળનો પાક લેવા દો.

"હું છું, પ્રિય સર, અને સી. અને સી."

શ્રીમાન. ગાર્ડિનેર ફરીથી લખ્યું ન હતું, ત્યાં સુધી તેને કોલોન ફોસ્ટરની જવાબ મળી નહોતી; અને પછી તે મોકલવા માટે એક સુખદ પ્રકૃતિ કંઇ ન હતી. તે જાણતું ન હતું કે વિકમામનો એક જ સંબંધ હતો, જેની સાથે તેણે કોઈ જોડાણ રાખ્યું હતું, અને તે ચોક્કસ હતું કે તેની પાસે એક જીવંત નજીક નથી. તેમના ભૂતપૂર્વ પરિચય અસંખ્ય હતા; પરંતુ તે લશ્કરી લશ્કરમાં હોવાથી, તે એવું લાગતું નહોતું કે તે તેમની સાથે કોઈ ખાસ મિત્રતા ધરાવે છે. તેથી કોઈ પણ તેના વિશે કોઈ સમાચાર આપવાની શક્યતા ન હોવાને કારણે કોઈ પણ વ્યક્તિની તરફેણ કરવામાં આવી ન હતી. અને તેના પોતાના નાણાંના દુ: ખી સ્થિતિમાં, ગુપ્તતા માટેનો એક ખૂબ જ શક્તિશાળી હેતુ હતો, લિડિયાના સંબંધો દ્વારા શોધના ડર ઉપરાંત, તે માત્ર એટલું જ પરિવર્તન આવ્યું હતું કે તેણે પાછળ પાછળ ગેમિંગ દેવાં છોડી દીધી હતી, તે ખૂબ જ નોંધપાત્ર રકમ છે. કર્નલ ફોસ્ટરનું માનવું છે કે બ્રાયનટોન ખાતેના તેમના ખર્ચને સાફ કરવા માટે એક હજાર પાઉન્ડથી વધુની જરૂર પડશે. તેણે નગરમાં સારો સોદો કર્યો, પરંતુ સન્માનના દેવાનું હજુ વધારે ભયંકર હતું. શ્રીમાન. ગાર્ડિનેર લાંબા સમયથી આ વિગતો છુપાવવા માટે પ્રયાસ કર્યો ન હતોકુટુંબ જેન ભયાનક સાથે તેમને સાંભળ્યું. "ગેમેસ્ટર!" તેણીએ રડ્યા. "આ એકદમ અણધારી છે. મને તેનો ખ્યાલ નહોતો."

શ્રીમાન. ગાર્ડિનરે તેના પત્રમાં ઉમેર્યું હતું કે, તેઓ આગામી દિવસે તેમના પિતાને ઘરે જોવાની અપેક્ષા રાખી શકે છે, જે શનિવાર હતું. તેમના બધા પ્રયત્નોની અયોગ્ય સફળતાથી નિર્ભય થઈને, તેમણે તેમના સાસુની આજ્ઞાભંગની જવાબદારી ઉપાડી કે તે પોતાના પરિવારમાં પાછો ફર્યો, અને તેને કરવા માટે તેને છોડી દે, ગમે તે પ્રસંગે તેમની શોધ ચાલુ રાખવા સલાહ આપી શકે. . જ્યારે મિસ્ટર. બેનેટને આના વિશે કહેવામાં આવ્યું હતું, તેણીએ તેમના બાળકોની અપેક્ષા મુજબ તેમની સંભાવનાને ધ્યાનમાં લીધા હોવાથી, તેણીએ બાળકોની અપેક્ષા મુજબ ઘણી સંતોષ વ્યક્ત કરી ન હતી.

"શું, તે ઘરે આવે છે, અને ગરીબ લીડિયા વગર!" તેણીએ રડ્યા. "ખાતરી કરો કે તે લંડન છોડશે નહીં તે પહેલાં તેમને છોડી દેશે નહીં. જો તે દૂર આવે તો વિકેમ સાથે લડવા કોણ કરશે અને તેને લગ્ન કરશે?"

મિસ્ટર તરીકે. ગાર્ડિનેર ઘરે રહેવાની ઇચ્છા કરી, તે સ્થાયી થઈ ગયું કે તે અને તેના બાળકોને લંડન જવું જોઈએ, તે જ સમયે મિ. બેનેટ તેમાંથી આવ્યો. કોચ, તેથી, તેમણે તેમની મુસાફરીનો પ્રથમ તબક્કો લીધો, અને તેના માસ્ટરને લાંબા સમય સુધી પાછા લાવ્યો.

શ્રીમતી. એલિઝાબેથ અને તેના ડર્બીશાયર મિત્ર વિશેની બધી જ અસ્પષ્ટતાથી ગાર્ડીનર નીકળી ગયો, જેણે તેણીને વિશ્વના ભાગમાંથી ભાગ લીધો હતો. તેમના નામની તેમની ભત્રીજીએ તેમની સ્વેચ્છાએ અગાઉ ક્યારેય ઉલ્લેખ કર્યો ન હતો; અને જે પ્રકારની અડધી અપેક્ષા છે. ગાર્ડિનરનું નિર્માણ થયું હતું, તેના પરથી તેમના પત્ર દ્વારા અનુસરવામાં આવ્યું હતું, તે કશું જ સમાપ્ત થયું નહોતું. એલિઝાબેથને તેણીની પરત ફર્યા બાદ કંઈ મળ્યું ન હતું, તે પેમબેરથી આવી શકે છે.

પરિવારની હાલની નાખુશ સ્થિતિ, અનિચ્છનીય તેમના આત્માઓના વહાલ માટે અન્ય બહાનું પ્રદાન કર્યું; તેથી, તેનાથી કંઇપણ કંઇપણ અનુમાન કરી શકાતું નથી, જો કે એલિઝાબેથ, જે આ સમયે તેમની પોતાની લાગણીઓથી સારી રીતે પરિચિત હતો, તે સંપૂર્ણ રીતે જાણતા હતા કે, તેણીને દ્વેષની કશું જ ખબર ન હતી, તે કદાચ લીડિયાના બદમાશના ભયને લીધે થઈ શકે. સારું તેણીએ તેને બચાવી દીધી હોત, તેણે વિચાર્યું, બેમાંથી એક રાત્રી રાત્રી.

જ્યારે શ્રી. બેનેટ પહોંચ્યું, તે તેની સામાન્ય દાર્શનિક સંમિશ્રણની તમામ રજૂઆત હતી. તેમણે કહ્યું હતું કે તેટલું ઓછું કહે છે કે તે

ક્યારેય કહેવાની આદતમાં છે. તેણે તેને દૂર કરેલા વ્યવસાયનો કોઈ ઉલ્લેખ કર્યો નથી, અને તેની પુત્રીઓને તેના વિશે બોલવાની હિંમત પહેલા થોડો સમય લાગ્યો હતો.

તે બપોરે સુધી ન હતો, જ્યારે તે ચામાં તેમની સાથે જોડાયો, તે એલિઝાબેથે આ વિષય રજૂ કરવાની શરૂઆત કરી; અને પછી, તેણીએ જે સહન કર્યું હશે તેના માટે તેણીના દુઃખ વ્યક્ત કરતા, તેણે જવાબ આપ્યો, "તેમાંથી કંઇક કહો નહીં. મને કોણ દુઃખ સહન કરવું જોઈએ? તે મારી જાતે કરી રહ્યું છે અને મને તે અનુભવું જોઈએ."

એલિઝાબેથે જવાબ આપ્યો, "તમારે તમારી જાત ઉપર ગંભીર ન હોવું જોઈએ."

"તમે મને આવા દુષ્ટ સામે સારી ચેતવણી આપી શકો છો. મનુષ્યની પ્રકૃતિ તેનામાં ઘટે તેટલી પ્રભાવી છે! ના, ઝાંખું, મને મારા જીવનમાં એક વાર દોષિત ઠેરવવા દો કે મને કેટલું દોષિત ઠેરવવામાં આવે છે. હું છાપ દ્વારા પ્રભાવિત થવાથી ડરતો નથી. તે જલદી જ પર્યાપ્ત થઈ જશે. "

"શું તમે તેમને લંડનમાં રહેવાનું માનો છો?"

"હા; તેઓ ક્યાંથી છુપાવી શકે છે?"

"અને લીડિયા લંડન જવા માંગતો હતો," કિટ્ટી ઉમેરે છે.

"તેણી ખુશ છે," તે પછી, તેના પિતા, ડ્રિલીએ કહ્યું; "અને તેનું નિવાસ કદાચ થોડો સમય રહેશે."

પછી, એક ટૂંકી મૌન પછી, તેણે ચાલુ રાખ્યું, "ઝાંખું, હું તમને છેલ્લી કદાચ તમારી સલાહમાં ન્યાયી ઠરાવવા માટે કોઈ દુઃખ

સહન કરતો નથી, જે ઘટનાને ધ્યાનમાં રાખીને મનની મહાનતા બતાવે છે."

તેઓ મિસ બેનેટ દ્વારા અવરોધિત થયા હતા, જેઓ તેમની માતાની ચા લાવવા આવ્યા હતા.

"આ એક પરેડ છે," તેમણે રડ્યું, "જે એક સારું કરે છે; તે દુઃખ માટે આવા લાવણ્ય આપે છે! બીજા દિવસે હું તે જ કરીશ; હું મારી લાઇબ્રેરીમાં, મારી નાઇટ કેપ અને પાઉડરિંગ ગાઉનમાં બેસીશ અને આપીશ હું જે કરી શકું તેટલી મુશ્કેલી, -અથવા, હું તેને સ્થગિત કરી શકું છું, ત્યાં સુધી કિટ્ટી ચાલે નહીં. "

"હું ભાગી જતો નથી, પપ્પા," કીટીએ કહ્યું, ; "જો મને ક્યારેય તેજસ્વી જવું જોઈએ, તો હું લીડિયાથી વધુ સારી રીતે વર્તે."

"તમે તેજસ્વી જશો! - હું તમને એટલા માટે વિશ્વાસ કરું છું કે પૂર્વ બૌર્નની જેમ તે પચાસ પાઉન્ડ્સ માટે નહિ! ના, કિટ્ટી, મેં છેલ્લે સાવધ રહેવાનું શીખ્યા છે અને તમે તેના પ્રભાવો અનુભવો છો. મારું ઘર ફરીથી, કે ગામમાંથી પસાર થવું નહીં. જ્યાં સુધી તમે તમારી કોઈ બહેન સાથે ઊભા ન થાવ ત્યાં સુધી દડાને સંપૂર્ણપણે પ્રતિબંધિત કરવામાં આવશે. અને તમે સાબિત ન થાવ ત્યાં સુધી દરવાજામાંથી બહાર નીકળી જશો નહીં, તમે દસ મિનિટ દરરોજ એક તર્કસંગત રીતે. "

કિટ્ટી, જેણે આ તમામ ધમકીઓને ગંભીર પ્રકાશમાં લીધા, તેણે રડવું શરૂ કર્યું.

"સારું, સારું," તેમણે જણાવ્યું હતું કે, "પોતાને નાખુશ ન કરો. જો તમે આગામી દસ વર્ષ માટે સારી છોકરી હોવ, તો હું તમને તેના અંતે સમીક્ષા પર લઈ જઈશ."

પ્રકરણ .

મિસ્ટર પછી બે દિવસ. બેનેટની રીટર્ન, જેમ કે જેન અને એલિઝાબેથ ઘરની પાછળના ઝાડમાં એક સાથે વૉકિંગ કરી રહ્યા હતા, તેઓએ જોયું કે ઘરની સંભાળ રાખનાર તેમની તરફ આવી રહ્યો છે, અને તે નિષ્કર્ષ પર આવ્યો કે તેણી તેમને તેમની માતા પાસે બોલાવવા આવ્યા, તેણીને મળવા આગળ આગળ વધી; પરંતુ, અપેક્ષિત સમન્સની જગ્યાએ, જ્યારે તેણીએ તેમની સાથે વાત કરી, ત્યારે તેમણે બેનેટને ચૂકી જવાનું કહ્યું, "હું તમને માફી આપવા બદલ માફી માંગું છું, પણ મને આશા છે કે તમને શહેરમાંથી કેટલીક સારી સમાચાર મળી હશે, તેથી મેં પૂછવા આવવાની સ્વતંત્રતા. "

"તમારો અર્થ શું છે, ટેકરી? અમે નગરથી કશું સાંભળ્યું નથી."

"પ્રિય મદમ," મિસ્ટર રડ્યા. પર્વત, આશ્ચર્યજનક રીતે, "શું તમે જાણો છો કે શ્રીમાન ગાર્ડિનર પાસેથી માસ્ટર માટે સ્પષ્ટ અભિવ્યક્તિ થઈ છે? તે આ અડધા કલાક અહીં છે, અને માસ્ટર પાસે પત્ર છે."

દૂર છોકરીઓને, વાણી માટે સમય મેળવવા માટે ખૂબ આતુર હતી. તેઓ વેસ્ટિબ્યુલે નાસ્તા ના રૂમમાં દોડી ગયા; ત્યાંથી લઈને પુસ્તકાલય સુધી; - તેમનો પિતા ન હતો; અને તેઓ તેમની માતા સાથે સીડી ઉપર શોધવાની બિંદુએ હતા, જ્યારે તેઓ બટલર દ્વારા મળ્યા હતા, જેમણે કહ્યું હતું કે,

"જો તમે મારા ગુરુની શોધમાં છો, ', તે થોડી કોપ્સ તરફ ચાલે છે."

આ માહિતી પર, તેઓ તરત જ હૉલમાંથી પસાર થઇ ગયા, અને તેમના પિતા પછી લૉન તરફ દોડ્યા, જે ઇરાદાપૂર્વક પેડૉકની એક બાજુ પર નાની લાકડા તરફ માર્ગ તરફ આગળ વધી રહ્યા હતા.

જેન, જે એટલી હળવી ન હતી, એલિઝાબેથની જેમ ચાલવાની ટેવમાં એટલી બધી જ ન હતી, જ્યારે તેની બહેન, શ્વાસ લેવાનું શરૂ કરતી હતી, ત્યારે તેની સાથે આવીને ઉત્સાહપૂર્વક બૂમો પાડી,

"ઓહ, પપ્પા, શું સમાચાર? તમે મારા કાકા પાસેથી શું સમાચાર સાંભળ્યું છે?"

"હા, મારી પાસે એક્સપ્રેસ દ્વારા તેના તરફથી એક પત્ર મળ્યો છે."

"સારું, અને તે શું સમાચાર લાવે છે? સારું કે ખરાબ?"

"અપેક્ષા રાખવાની સારી શું છે?" તેણે કહ્યું, પત્રને તેની ખિસ્સામાંથી લઈ જવું; "પરંતુ કદાચ તમે તેને વાંચી શકો છો."

એલિઝાબેથે અસ્પષ્ટતાથી તેના હાથમાંથી પકડ્યો. જેન હવે આવ્યા.

"તે મોટેથી વાંચો," તેમના પિતાએ કહ્યું, "હું ભાગ્યે જ જાણું છું કે તે શું છે."

"ગ્રેસચર્ચ-સ્ટ્રીટ, સોમવાર,
ઓગસ્ટ 2.

"મારા પ્રિય ભાઈ,

"છેલ્લે હું તમને મારી ભત્રીજીની કેટલીક વાતો મોકલી શકું છું, અને જેમ કે, સંપૂર્ણ રીતે, હું આશા રાખું છું કે તમને સંતોષ થશે. ટૂંક સમયમાં તમે મને છોડી દો તે પછી, હું લંડનના કયા ભાગમાં શોધવા માટે પૂરતી નસીબદાર હતો તેઓ હતા. આ વિગતો,

અમે મળ્યા ત્યાં સુધી હું અનામત છું. તે જાણવા માટે પૂરતી છે કે તેઓ શોધાયા છે, મેં તેમને બંને જોયા છે - "

"તે પછી, હું હંમેશા આશા રાખું છું," જેન રડે છે; "તેઓ પરણેલા છે!"

એલિઝાબેથ પર વાંચો; "મેં તેમને બન્ને જોયા છે. તેઓ લગ્ન નથી થયા, અને મને એવું લાગે છે કે આવી કોઈ ઇરાદો નથી; પરંતુ જો તમે તમારી બાજુ પર આગળ વધવા માટે મેં જે પ્રયાસો કર્યા છે તે કરવા માટે તૈયાર છો, તો હું આશા રાખું છું કે તે લાંબા સમય સુધી રહેશે નહીં. તે પહેલાં તમારી પાસે જરૂરી છે. તમારી પુત્રીને આશ્વાસન આપવા માટે, પતાવટ દ્વારા, પાંચ હજાર પાઉન્ડની તેના સમાન હિસ્સા, તમારા અને તમારા બહેનના મૃત્યુ પછી તમારા બાળકોમાં સુરક્ષિત છે; અને તે ઉપરાંત, તેના જીવન દરમિયાન, તમારા જીવન દરમિયાન, એક સો પાઉન્ડ પ્રતિ વર્ષ, તેની પરવાનગી આપવા માટેની સંલગ્નતા, આ બધી શરતો ધ્યાનમાં રાખીને, મને ધ્યાનમાં રાખીને, મને તમારા માટે વિશેષાધિકૃત માનવામાં આવે ત્યાં સુધી મને કોઈ ખચકાટ ન હતી. અભિવ્યક્ત કરો કે, મને તમારો જવાબ લાવવામાં કોઈ સમય ગુમાવવો નહીં. તમે આ વિગતોમાંથી સહેલાઈથી સમજી શકો છો, કે મિસ્ટર વિકમ ' તેઓના સંજોગો એટલા નિરાશાજનક નથી કારણ કે તેઓ સામાન્ય રીતે માનવામાં આવે છે. આ સન્માનમાં જગતને ભ્રમિત કરવામાં આવ્યું છે; અને મને કહેતા આનંદ થાય છે કે, તેના નાના ભાડાની સાથે, મારા ભત્રીજાને પતાવટ કરવા માટે, તેના બધા દેવા દેવામાં આવે છે ત્યારે પણ, તે થોડા પૈસા હશે. જો, હું કહું છું કે આ કેસ હશે, તમે મને તમારા નામ પર કાર્ય કરવા માટે સંપૂર્ણ શક્તિ મોકલો, સમગ્ર આખા વ્યવસાયમાં, હું તરત જ યોગ્ય સમાધાનની તૈયારી માટે હેગરટનને દિશા નિર્દેશો આપીશ. તમારા શહેરમાં આવવા માટેનો સૌથી નાનો પ્રસંગ હશે નહીં; તેથી, લાંબા સમય સુધી શાંતિથી રહો, અને મારી મહેનત અને કાળજી પર આધાર રાખે

છે. તમારા જવાબોને જેટલી જલદી તમે પાછા મોકલી શકો છો, અને લખવા માટે સાવચેત રહો તેમ છતાં, જ્યારે તેના બધા દેવું છોડવામાં આવે છે, ત્યારે મારી ભત્રીજી ઉપરાંત, મારી ભત્રીજીને પતાવટ પણ થાય છે. જો, હું કહું છું કે આ કેસ હશે, તમે મને તમારા નામ પર કાર્ય કરવા માટે સંપૂર્ણ શક્તિ મોકલો, સમગ્ર આખા વ્યવસાયમાં, હું તરત જ યોગ્ય સમાધાનની તૈયારી માટે હેગરટનને દિશા નિર્દેશો આપીશ. તમારા શહેરમાં આવવા માટેનો સૌથી નાનો પ્રસંગ હશે નહીં; તેથી, લાંબા સમય સુધી શાંતિથી રહો, અને મારી મહેનત અને કાળજી પર આધાર રાખે છે. તમારા જવાબોને જેટલી જલદી તમે પાછા મોકલી શકો છો, અને લખવા માટે સાવચેત રહો તેમ છતાં, જ્યારે તેના બધા દેવું છોડવામાં આવે છે, ત્યારે મારી ભત્રીજી ઉપરાંત, મારી ભત્રીજીને પતાવટ પણ થાય છે. જો, હું કહું છું કે આ કેસ હશે, તમે મને તમારા નામ પર કાર્ય કરવા માટે સંપૂર્ણ શક્તિ મોકલો, સમગ્ર આખા વ્યવસાયમાં, હું તરત જ યોગ્ય સમાધાનની તૈયારી માટે હેગરટનને દિશા નિર્દેશો આપીશ. તમારા શહેરમાં આવવા માટેનો સૌથી નાનો પ્રસંગ હશે નહીં; તેથી, લાંબા સમય સુધી શાંતિથી રહો, અને મારી મહેનત અને કાળજી પર આધાર રાખે છે. તમારા જવાબોને જેટલી જલદી તમે પાછા મોકલી શકો છો, અને લખવા માટે સાવચેત રહો તમારા શહેરમાં આવવા માટેનો સૌથી નાનો પ્રસંગ હશે નહીં; તેથી, લાંબા સમય સુધી શાંતિથી રહો, અને મારી મહેનત અને કાળજી પર આધાર રાખે છે. તમારા જવાબોને જેટલી જલદી તમે પાછા મોકલી શકો છો, અને લખવા માટે સાવચેત રહો તમારા શહેરમાં આવવા માટેનો સૌથી નાનો પ્રસંગ હશે નહીં; તેથી, લાંબા સમય સુધી શાંતિથી રહો, અને મારી મહેનત અને કાળજી પર આધાર રાખે છે. તમારા જવાબોને જેટલી જલદી તમે પાછા મોકલી શકો છો, અને લખવા માટે સાવચેત રહોસ્પષ્ટપણે. અમે તેને શ્રેષ્ઠ રીતે નક્કી કર્યું છે, કે મારી ભત્રીજીને આ ઘરથી લગ્ન કરવું જોઈએ, જેમાંથી હું આશા રાખું છું કે તમે મંજૂર કરશો. તે આજે આપણી પાસે આવે છે. હું ફરીથી લખીશ જલદી કોઈ વસ્તુ વધુ નક્કી થાય છે. તમારા, અને સી.

"એડવાર્ડ ગાર્ડિનર."

"તે શક્ય છે!" જ્યારે તેણી સમાપ્ત થઈ ત્યારે એલિઝાબેથ રડે. "શું તે શક્ય છે કે તે તેની સાથે લગ્ન કરશે?"

"વિક્હમ એટલું અયોગ્ય નથી, તેથી આપણે તેને વિચાર્યું છે;" તેણીની બહેનએ કહ્યું. "મારા પ્રિય પિતા, હું તમને અભિનંદન આપું છું."

"અને તમે પત્રનો જવાબ આપ્યો છે?" એલિઝાબેથ જણાવ્યું હતું.

"ના, પણ તે જલદી જ કરવું જ પડશે."

તેણીએ પછી લખ્યું તે પહેલાં તેણે વધુ સમય ગુમાવ્યો નહીં.

"ઓહ! મારા પ્રિય પિતા," તેણીએ બૂમ પાડી, "પાછા આવો, અને તાત્કાલિક લખો. આવા કિસ્સામાં દરેક ક્ષણ કેટલું મહત્વપૂર્ણ છે તે ધ્યાનમાં લો."

જેન કહે છે, "મને તમારા માટે લખો," જો તમે તમારી જાતને મુશ્કેલીમાં નાપસંદ કરો છો. "

"હું તેને ખૂબ નાપસંદ કરું છું," તેમણે જવાબ આપ્યો; "પરંતુ તે કરવું જ જોઇએ."

અને એમ કહીને, તે તેમની સાથે પાછો ફર્યો, અને ઘર તરફ ચાલ્યો ગયો.

"અને હું પૂછી શકું?" એલિઝાબેથએ કહ્યું, "પરંતુ, હું ધારું છું કે, શરતોની સાથે પાલન કરવું આવશ્યક છે."

"તેની સાથે પાલન! હું ખૂબ જ ઓછા પૂછવા માટે શરમ અનુભવું છું."

"અને તેઓ લગ્ન જ જોઈએ! હજુ સુધી તે એક માણસ છે!"

"હા, હા, તેઓએ લગ્ન કરવું જ પડશે. ત્યાં બીજું કંઇ કરવાનું બાકી નથી. પરંતુ બે વસ્તુઓ છે જે મને ખૂબ જાણવા માંગે છે: - એક છે, તમારા કાકાએ કેટલું કમા્યું છે, તેને લાવવા માટે; અને અન્ય, હું તેને કેવી રીતે ચૂકવીશ. "

"પૈસા! મારા કાકા!" રડે જેન, "તમે શું માનો છો, સાહેબ?"

"મારો મતલબ એ છે કે, કોઈ પણ વ્યક્તિ તેની ઇન્દ્રિયોમાં, લાઇડિયા સાથે મારા જીવન દરમિયાન એક સો-એક વર્ષ જેટલી લાલચ પર લગ્ન કરશે, અને હું ગયો તે પછી પચાસ."

"તે ખૂબ જ સાચું છે," એલિઝાબેથ જણાવ્યું હતું કે; "તેમ છતાં તે પહેલાં મને થયું ન હતું. તેના દેવાને છૂટા કરવામાં આવશે અને કંઈક હજી પણ રહેશે! ઓહ! તે મારા કાકાના કાર્યો હોવા જ જોઈએ! ઉદાર, સારા માણસ, મને ડર છે કે તેણે પોતાને દુઃખ પહોંચાડ્યું છે. આ બધું."

"ના," તેણીના પિતાએ કહ્યું, "વિકમામ એક મૂર્ખ છે, જો તેને દસ હજાર પાઉન્ડથી ઓછા પૈસા મળે છે. મને તેના સંબંધની શરૂઆતમાં, તેનાથી ખૂબ બીમાર લાગે છે."

"દસ હજાર પાઉન્ડ! સ્વર્ગ મનાઈ! આટલું કેટલું રકમ ચૂકવવાનું છે?"

શ્રીમાન. બેનેટે કોઈ જવાબ આપ્યો ન હતો, અને તેમાંથી દરેક, ઊંડા વિચારોમાં, તેઓ ઘરે પહોંચ્યા ત્યાં સુધી મૌન ચાલુ રાખ્યું.

ત્યારબાદ તેમના પિતા પુસ્તક લખવા માટે ગયા અને છોકરીઓ નાસ્તો-ઓરડામાં ગયા.

"અને તેઓ ખરેખર લગ્ન કરવા માટે છે!" એલિઝાબેથ બૂમો પાડીને તરત જ તેઓ એકલા હતા. "આ કેટલું અજાયબી છે! અને આ માટે આપણે આભારી છીએ. તેઓ લગ્ન કરવા જોઈએ, તેમની ખુશીની તક જેટલી નાની, અને તેમના પાત્રની જેમ દુ: ખી થવું, આપણે આનંદ કરવા માટે દબાણ કરી રહ્યા છીએ! ઓહ, !"

જાને જવાબ આપ્યો હતો કે, "હું મારી જાતને વિચારથી દિલાસો આપું છું," તે ચોક્કસપણે લીડિયા સાથે લગ્ન કરશે નહીં, જો તેણીને તેના પ્રત્યે માન ન હોત. જો કે અમારા કાકા કાકાએ તેને સાફ કરવા માટે કંઈક કર્યું છે, તો હું તે દસ હજાર પાઉન્ડનો વિશ્વાસ કરી શકતો નથી અથવા તેની જેમ કોઈ પણ વસ્તુ અદ્યતન થઈ ગઈ છે, તેના પોતાના બાળકો છે, અને વધુ હોઈ શકે છે. તે અડધા દસ હજાર પાઉન્ડ કેવી રીતે આપી શકે? "

એલિઝાબેથ કહે છે કે, "જો આપણે હંમેશા વિકિહમના દેવાનું શું છે તે જાણવા માટે સક્ષમ છીએ," અને અમારી બહેન પર તેની બાજુ કેટલી નિકાલ થઈ છે, આપણે બરાબર જાણીશું કે મિસ્ટર ગાર્ડિનેર તેમના માટે શું કર્યું છે, કેમ કે વિકેમની છ માસ નથી મારા કાકા અને કાકીના દયાની ક્યારેય જરૂર પડતી નથી. તેઓ તેમના ઘર લઈ રહ્યા છે, અને તેમના અંગત રક્ષણ અને ચહેરાને કબૂલ કરે છે, તેમના ફાયદા માટે આવા બલિદાન છે, કારણ કે કૃતજ્ઞતાના વર્ષો પુરવાર થઈ શકતા નથી. વાસ્તવમાં તેમની સાથે! જો આવી ભલાઈ આજે તેને દુ: ખી બનાવશે નહીં, તો તે સુખી રહેવા માટે ક્યારેય લાયક રહેશે નહીં! તેણી માટે મારી મુલાકાત શું છે, જ્યારે તેણી મારી માસીને જુએ છે! "

જેન જણાવે છે: "અમે બંને બાજુએ જે કંઈ પસાર કર્યું છે તે ભૂલી જવાનો પ્રયત્ન કરવો જ જોઈએ," હું આશા રાખું છું અને

વિશ્વાસ કરું છું કે તેઓ હજી પણ ખુશ રહેશે. તેણી સાથે લગ્ન કરવાની સંમતિ એ એક પુરાવો છે, હું માનું છું કે તે યોગ્ય રીતે આવે છે તેમના પરસ્પર સ્નેહ તેમને સ્થિર કરશે; અને હું મારી જાતને ચાહું છું જેથી તેઓ શાંતિથી સ્થાયી થઈ શકે છે, અને આ રીતે વ્યાજબી રીતે જીવે છે, જેમ કે સમય જતાં ભૂતકાળમાં તેમની ભૂતકાળની અસ્વસ્થતા ભૂલી જાય છે. "

એલિઝાબેથે જવાબ આપ્યો, "તેમનો આચાર આ પ્રકારનો રહ્યો છે," તમે કે ન તો, અને કોઈ પણ શરીર ક્યારેય ભૂલી શકતા નથી. તે વિશે વાત કરવી અયોગ્ય છે. "

હવે તે છોકરીઓ માટે આવી હતી કે જે તેમની માતાને જે બન્યું તે સંપૂર્ણ રીતે અજાણ હતા. તેથી તેઓ પુસ્તકાલય ગયા, અને તેમના પિતાને પૂછ્યું, શું તેઓ તેમને તેણીને જાણ કરવા ઇચ્છતા નથી. તે લખતો હતો, અને, તેના માથા ઉપર ઉછેર કર્યા વિના, ઠંડકથી જવાબ આપ્યો,

"જેમ તમે કરો તેમ કરો."

"શું હું તેના કાકાને વાંચવા માટે પત્ર લઈ શકું?"

"તમને ગમે તે ગમે તે લઈ જાઓ અને દૂર રહો."

એલિઝાબેથે પત્ર લખીને તેમની લેખન કોષ્ટકમાંથી, અને તેઓ એકસાથે સીડી ઉપર ગયા. મેરી અને કિટ્ટી એમ બંને સાથે હતા. બેનેટ: તેથી એક વાતચીત, બધા માટે કરશે. સારા સમાચારની થોડી તૈયારી પછી, પત્ર મોટેથી વાંચવામાં આવ્યો. શ્રીમતી. બેનનેટ ભાગ્યે જ પોતાને સમાવી શકે છે. જેને જનરલ મિ. ગાર્ડિનેરની આશા છે કે લીડિયાના લગ્નનું ટૂંક સમયમાં લગ્ન થઈ રહ્યું છે, તેણીનો આનંદ ફાટી નીકળ્યો છે, અને દરેક પછીની સજા તેના ઉત્સાહમાં ઉમેરાઈ છે. તેણી હવે આનંદથી હિંસક હતી, કારણ કે તે ક્યારેય અલાર્મ અને વેદનાથી ભીડમાં પડી હતી. તે

જાણવા માટે કે તેની પુત્રી લગ્ન કરશે. તેણી તેણીના દુર્વ્યવહાર માટે કોઈ ડર ન હતી, અને તેના દુર્વ્યવહારના કોઈ પણ સ્મરણ દ્વારા નમ્ર થઈ હતી.

"મારા પ્રિય, પ્રિય !" તેણીએ રડતાં કહ્યું: "આ ખરેખર આનંદદાયક છે! -તેનો લગ્ન થશે! -તે ફરીથી જોશે! -તેની સોળમા લગ્ન થશે! -મારા સારા, પ્રિય ભાઈ! -મને ખબર હતી કે તે કેવી રીતે હશે-મને ખબર છે કે તે મેનેજ કરશે દરેક વસ્તુ હું તેને કેવી રીતે જોવાનું પસંદ કરું છું! અને પ્રિય વિકમામને પણ જોવા માટે! પરંતુ કપડાં, લગ્નનાં કપડાં! હું મારા બહેન ગાર્ડનરને સીધી તેમની સાથે લખીશ. હું તેને કેટલું આપીશ, રોકાઇ જઇશ, હું જઇશ, પર્વત માટે ઘંટડી, કિટ્ટી, રિંગ કરીશ. હું એક ક્ષણે મારી વસ્તુઓ મૂકીશ. મારા પ્રિય, પ્રિય લાઇડીયા! -આ રીતે આનંદ થશે કે આપણે એક સાથે રહીશું મળો! "

તેમની મોટી દીકરીએ આ પરિવહનની હિંસાને થોડી રાહત આપવાનો પ્રયત્ન કર્યો હતો, જેણે તેના વિચારોને અગ્રણી કરનારા જવાબદારીઓ તરફ દોરી હતી. ગાર્ડિનરની વર્તણૂંક તેમને બધા હેઠળ નાખ્યો.

"આપણે આ ખુશ નિષ્કર્ષને આભારી હોવા જોઈએ," તેણીએ ઉમેર્યું, "એક મહાન પગલાથી, તેની દયા માટે. અમે સમજીએ છીએ કે તેણે પૈસા સાથે મિસ્ટર વિકેમને સહાય કરવા માટે પોતાને વચન આપ્યું છે."

"સારું," તેણીએ માતાને રડતાં કહ્યું, "તે બધું જ બરાબર છે; તે કોણ કરવું જોઈએ પરંતુ તેના પોતાના કાકા? જો તેની પાસે તેનું કુટુંબ ન હોત, તો હું અને મારા બાળકો પાસે તમારા બધા પૈસા હોવા જોઈએ, અને તે પ્રથમ વખત અમારી પાસેથી કેટલીક વસ્તુઓ મળી છે, સિવાય કે તે થોડા ભેટો સિવાય, સારું! હું ખુબ ખુશ છું. ટૂંક સમયમાં, મારી પુત્રી સાથે લગ્ન થશે. મિસ્ટર વિકમ! તે કેટલું સારું લાગે છે અને તે માત્ર સોળ છેલ્લા જુન. મારા પ્રિય

જેન, હું આટલી હલફાળીમાં છું, મને ખાતરી છે કે હું લખી શકતો નથી; તેથી હું નિર્દેશ કરીશ, અને તમે મારા માટે લખો. અમે તમારા પિતા સાથે પછી પૈસા વિશે પતાવટ કરીશું; પરંતુ વસ્તુઓ તાત્કાલિક આદેશ આપ્યો હોવો જોઈએ. "

તેણી ત્યારબાદ કેલિકો, મસ્લિન અને કેમ્બ્રીકના તમામ વિગતો તરફ આગળ વધતી હતી, અને ટૂંક સમયમાં જ તે ખૂબ જ મહત્ત્વપૂર્ણ ઓર્ડર નક્કી કરશે, જેન નહોતી, જોકે કેટલીક મુશ્કેલીમાં, તેણીએ રાહ જોવાની રાહ જોવી, જ્યાં સુધી તેના પિતા આરામ લેતા ન હતા. એક દિવસની વિલંબ તેણે જોયું, તે નાનું મહત્વ હશે; અને તેની માતા ખૂબ જ ખુશ હતી, હંમેશની જેમ ખૂબ જ હઠીલી હતી. અન્ય યોજનાઓ પણ તેના માથામાં આવી.

તેણીએ કહ્યું, "હું મેરિટોન પર જઇશ," જેમણે મને પહેર્યો છે, અને મારી બહેન ફિલીપ્સને સારી અને સારા સમાચાર જણાવો. અને જ્યારે હું પાછો આવીશ, ત્યારે હું સ્ત્રી લુકાસ અને મિસ્ટર પર લાવી શકું છું. કિટ્ટી, ચાલો અને વાહન ચલાવો. એક હવાઇમથક મને સારી કામગીરી કરશે, મને ખાતરી છે. છોકરીઓ, હું મેરીટોનમાં તમારા માટે કંઈ કરી શકું? ઓહ! અહીં ટેકરી આવે છે. મારા પ્રિય હિલ, શું તમે સુવાર્તા સાંભળી છે? ? મિસ લીડિયા લગ્ન થઈ રહી છે અને તેના લગ્નમાં આનંદ મેળવવા માટે તમારી પાસે એક પંચનો વાટકો હશે. "

શ્રીમતી. હિલ તેના આનંદ વ્યક્ત કરવા માટે તરત જ શરૂ કર્યું. એલિઝાબેથે બાકીની વચ્ચે અભિનંદન પ્રાપ્ત કરી, અને પછી, આ મૂર્ખાઇના માંદા, પોતાના ઓરડામાં આશ્રય લીધો, જેથી તે સ્વતંત્રતાની સાથે વિચારી શકે.

ગરીબ લાયડીયાની સ્થિતિએ, શ્રેષ્ઠ રીતે, ખરાબ હોવું જોઈએ; પરંતુ તે વધુ ખરાબ ન હતું, તેણીને આભારી થવાની જરૂર હતી. તેણીએ એવું અનુભવ્યું; અને તેમ છતાં, આગળ જોઈને,

તર્કસંગત અને નૈતિક સમૃદ્ધિ, તેની બહેન માટે ન્યાયપૂર્વક અપેક્ષા રાખી શકાય છે; ફક્ત બે કલાક પહેલા, તેઓ જેનો ડર રાખતા હતા તેના તરફ ધ્યાન આપતાં, તેમને જે લાભ મળ્યો તે તમામ લાભો તેણે અનુભવ્યા.

પ્રકરણ .

શ્રીમાન. બેનેટ ઘણી વખત તેમની જીંદગીની આ પહેલા, તેમની સંપૂર્ણ આવક ખર્ચવાને બદલે, તેણીએ તેમના જીવનની સારી જોગવાઈ માટે, તેમના બાળકોની અને તેણીની પત્નીની જોગવાઈ માટે, જો તેઓ બચી ગયા હોત, તો તેમની વાર્ષિક ઇચ્છા રાખવામાં આવી હતી. તે હવે તેની કરતાં વધુ ઇચ્છે છે. તેણે તે આદરમાં તેમની ફરજ બજાવી હતી, લીડિયાને તેના કાકાને દેવાની જરૂર ન હતી, કારણ કે તેના માટે હવે જે સન્માન અથવા ક્રેડિટ ખરીદી શકાય છે. મહાન બ્રિટીનમાં તેમના પતિ હોવાના સૌથી મૂલ્યવાન યુવાનોમાંના એક પર પ્રવર્તમાન સંતોષ, પછી તેના યોગ્ય સ્થાને આરામ કરી શકે છે.

તે ગંભીરતાથી ચિંતિત હતા કે, કોઈપણને આનો બહુ ઓછો ફાયદો થયો હોવાને કારણે તેમના ભાઇના એકમાત્ર મુકાબલામાં આગળ વધવું જોઈએ, અને જો શક્ય હોય તો, તેમની સહાયની મર્યાદા શોધવા માટે, અને શક્ય તેટલી વહેલી તકે તેણે જવાબદારી મુકત કરી.

જ્યારે પ્રથમ મિસ્ટર. બેનેટ લગ્ન કર્યા હતા, અર્થતંત્ર સંપૂર્ણપણે નકામું હોવાનું માનવામાં આવતું હતું; માટે, અલબત્ત, તેઓ એક પુત્ર હોત. આ દીકરો આયુષ્યને કાપી નાખવા માંટે જોડાયો હતો, તે જલ્દીથી તે જ હોવો જોઇએ, અને વિધવા અને નાના બાળકો તે માટે પ્રદાન કરશે. પાંચ દીકરીઓએ સતત જગતમાં પ્રવેશ કર્યો, પરંતુ હજુ સુધી પુત્ર આવ્યો; અને મિસ્ટર. લિડેઆના જન્મ પછી ઘણા વર્ષો સુધી બેનેટ, તે ચોક્કસપણે ખાતરી કરશે કે તે કરશે. આ ઇવેન્ટને અંતે નિરાશ થઇ ગઇ હતી, પરંતુ તે બચાવવા

માટે મોડું થયું હતું. શ્રીમતી. બેનેટ પાસે અર્થતંત્રનો કોઈ વળાંક નહોતો, અને તેના પતિના સ્વાતંત્ર્ય પ્રત્યેના પ્રેમને કારણે તેમની આવકમાં વધારો થયો હતો.

પાંચ હજાર પાઉન્ડ એમ.આર.એસ. પર લગ્નના લેખો દ્વારા સ્થાયી થયા હતા. બેનેટ અને બાળકો. પરંતુ પછીના ભાગમાં તે કયા પ્રમાણમાં વિભાજીત થવું જોઈએ તે માતાપિતાની ઇચ્છા પર આધારિત છે. આ એક મુદ્દો હતો, ઓછામાં ઓછા સંદર્ભે, જે હવે હતોસ્થાયી થવું, અને મિસ્ટર. બેનેટને તેમની આગળ પ્રસ્તાવનામાં પ્રવેશવાની કોઈ હિંમત ન હતી. પોતાના ભાઈની દયા માટે આભારી સ્વીકૃતિના સંદર્ભમાં, જો કે, તે ખૂબ સંક્ષિપ્ત રીતે વ્યક્ત કરે છે, ત્યારબાદ તેણે જે કર્યું તે સંપૂર્ણ કાગળ પર પહોંચાડ્યું હતું, અને તેના માટે કરવામાં આવેલી સંલગ્નતાને પૂર્ણ કરવાની તેની ઇચ્છા. તે પહેલાં ક્યારેય એવું માનતો ન હતો કે, તેની પુત્રી સાથે લગ્ન કરવા વિક્હમ જીતશે, તે વર્તમાન ગોઠવણ મુજબ, તે એટલી ઓછી અસુવિધા સાથે કરવામાં આવશે. તે ભાગ્યે જ દસ પાઉન્ડ્સ ગુમાવશે, જે સો ગુમાવે તે સો ચૂકવશે; તેના બોર્ડ અને પોકેટ ભથ્થાં સાથે, અને નાણાંમાં સતત રજૂઆત, જે તેણીને તેના માતાના હાથ દ્વારા પસાર કરવામાં આવી હતી, લીડિયાના ખર્ચની રકમ તે રકમની અંદર ખૂબ ઓછી હતી.

તે તેની બાજુ પર આવા કઠોર મહેનત સાથે કરવામાં આવશે, પણ, એક અન્ય ખૂબ જ આશ્ચર્યજનક આશ્ચર્ય હતી; હાલમાં તેમની મુખ્ય ઇચ્છા માટે, શક્ય તેટલું ઓછું વ્યવસાયમાં મુશ્કેલી હતી. જ્યારે તેની શોધમાં તેની પ્રવૃત્તિને ઉત્પન્ન કરનાર ગુસ્સાના પ્રથમ સ્થાનાંતરણ પૂર્ણ થયા, ત્યારે તે સ્વાભાવિક રીતે તેની તમામ ભૂતકાળની ઉદાસીનતામાં પાછો ફર્યો. તેના પત્ર ટૂંક સમયમાં મોકલવામાં આવી હતી; વ્યવસાયના ઉપાર્જનમાં ભિન્ન હોવા છતાં, તે તેના અમલમાં ઝડપી હતો. તેણે તેના ભાઇને જે દેવાનું ઋણ આપ્યું તેના વિશે વધુ વિગતવાર જાણ કરવા વિનંતી

કરી; પરંતુ લિયડિયા સાથે તેના પર કોઈ સંદેશ મોકલવા માટે ખૂબ ગુસ્સો હતો.

સુવાર્તા ઝડપથી ઘરમાંથી ફેલાય છે; અને પડોશી દ્વારા પ્રમાણસર ગતિ સાથે. તે ઉત્કૃષ્ટ ફિલસૂફી સાથે પાછળથી જન્મેલા હતા. ખાતરી કરો કે વાતચીતના ફાયદા માટે તે વધુ રહ્યું હોત, લીડિયા બેનેટ નગર પર આવી ચૂકી હતી; અથવા, સૌથી સુખી વિકલ્પ તરીકે, કેટલાક દૂરના ફાર્મ હાઉસમાં, વિશ્વમાંથી એકલા થઈ ગયા. પરંતુ તેની સાથે લગ્ન કરવા માટે ઘણી વાત કરવામાં આવી હતી; અને મેરીટનમાંની બધી ત્રાસદાયક વૃધ્ધ સ્ત્રીઓમાંથી તેની સારી કામગીરી માટે સારી ઇચ્છાઓ, જે ગુમાવી દીધી હતી, પરંતુ તેના બદલામાં સંજોગોમાં આ ઓછી ભાવના, કારણ કે આવા પતિ સાથે, તેના દુઃખને ચોક્કસ માનવામાં આવતું હતું.

તે મહિનાથી પખવાડિયા હતી. બેનેટ સીડી નીચે હતો, પરંતુ આ સુખી દિવસે, તેણીએ ફરીથી તેણીની કોષ્ટકના માથા પર બેઠેલી, અને આત્માઓ અત્યાચારી રીતે ઊંચી હતી. શરમની કોઇ લાગણી તેના વિજય માટે ભીની ન હતી. એક પુત્રીનો લગ્ન, જે તેની ઇચ્છાઓનો પ્રથમ ભાગ હતો, જેન સોળ વર્ષનો હતો ત્યારથી તે સિધ્ધિના બિંદુ પર હતો, અને તેના વિચારો અને તેના શબ્દો સંપૂર્ણ નપ્ટીઅલ, સુંદર મસ્તિષ્ક, નવા ગાડીઓ, અને સેવકો. તેણી તેના પુત્રી માટે યોગ્ય પરિસ્થિતિ માટે પડોશી દ્વારા શોધ કરી રહી હતી, અને તેમની આવક શું હોઈ શકે છે તે ધ્યાનમાં લીધા વગર, ઘણા લોકોએ કદ અને મહત્વમાં નબળા હોવાને નકારી કાઢ્યા હતા.

તેણીએ કહ્યું, "હેય પાર્ક કદાચ કરી શકે છે," જો ગુંડાઓ તેને છોડી દેશે, અથવા સ્ટોક પરના મહાન ઘર, જો ચિત્રકામનું ઓરડું વધારે હશે; પણ એશવર્થ ખૂબ દૂર છે! હું તેના દસ માઇલ દૂર કરી

શકતો નથી મારી પાસેથી અને પર્સવિસ લોજ માટે, એટિક ભયાનક છે. "

તેના પતિએ તેને વિક્ષેપ વિના વાત કરવાની મંજૂરી આપી, જ્યારે નોકરો ત્યાં રહ્યા. પરંતુ જ્યારે તેણીએ પાછો ખેંચી લીધો હતો, ત્યારે તેણે તેને કહ્યું, "મિસ્ટર બેનેટ, તમે તમારા પુત્ર અને પુત્રી માટે કોઈ પણ, અથવા આ બધા મકાનો લેવા પહેલાં, અમને યોગ્ય સમજણમાં આવવા દો. આ પડોશમાં એક ઘરમાં, તેઓ ક્યારેય પ્રવેશ મેળવશો નહીં. હું લાંબા સમય સુધી તેમને પ્રાપ્ત કરીને, તેમની નબળાઇને પ્રોત્સાહિત નહીં કરું. "

આ ઘોષણા પછી લાંબા વિવાદનો સામનો કરવો પડ્યો; પરંતુ મિસ્ટર. બેનેટ ફર્મ હતું: તે ટૂંક સમયમાં બીજા તરફ દોરી ગયું; અને મિસ્ટર. બેનેટને આશ્ચર્યચકિત અને ભયાનક લાગ્યું કે, તેના પતિ ગિનીને તેની પુત્રી માટે કપડાં ખરીદવા માટે આગળ નહીં જાય. તેણે વિરોધ કર્યો હતો કે પ્રસંગે, તેણીએ તેના તરફથી સ્નેહનો કોઈ ચિહ્ન પ્રાપ્ત કરવો જોઈએ નહીં. શ્રીમતી. બેનેટ તે સમજી શક્યા નહીં. તેના ગુસ્સાને અસ્વસ્થ અસંતોષના આવા મુદ્દા પર લઈ શકાય છે, જેથી તેની દીકરીને વિશેષાધિકાર નકારવામાં આવે, જેના વિના તેનો લગ્ન ભાગ્યે જ માન્ય લાગશે, તે શક્ય તેટલું બધું કરી શકે છે. તે અપમાન માટે વધુ જીવંત હતી, જે નવા કપડાંની ઇચ્છા તેના પુત્રીના અપરિપક્વતા પર જ હોવી જોઈએ, તેના લુપ્ત થતાં અને વિકખમ સાથે રહેતા, શરમ કરતાં પહેલાં એક પખવાડિયા પહેલાં.

એલિઝાબેથ હવે ખૂબ દિલગીર હતા કે તેણીએ આ ક્ષણે તકલીફથી, મિ. ડરસી તેની બહેન માટેના ભયથી પરિચિત છે; કારણ કે તેના લગ્નથી જલ્દીથી એલોપમેન્ટને યોગ્ય સમાપ્તિ આપવામાં આવશે, તેથી તેઓ તેની પ્રતિકૂળ શરૂઆત છુપાવવાની આશા રાખી શકે છે, જે તે સ્થળે તરત જ ન હતા.

તેને તેના માધ્યમથી, દૂર ફેલાયેલા તેના ડરનો ડર નહોતો. ત્યાં થોડા લોકો હતા જેમના ગુપ્તતા પર તેઓ વધુ આત્મવિશ્વાસથી આધાર રાખતા હતા; પરંતુ તે જ સમયે, બહેનની નબળાઇ અંગેના કોઈનું જ્ઞાન તેનાથી એટલું બગડ્યું ન હતું. તેમ છતાં, તેમાંથી કોઈ ગેરલાભના ડરથી, વ્યક્તિગત રૂપે પોતાને માટે; કોઈ પણ દરે, તેમની વચ્ચે એક ખીલ અસ્પષ્ટ લાગતું હતું. લીડિયાના લગ્ન સૌથી માનનીય શરતો પર સમાપ્ત થયા હતા, તેવું માનવામાં આવતું ન હતું કે મિ. કુટુંબ સાથે પોતાને જોડાશે, જ્યાં હવે દરેક અન્ય વાંધા ઉમેરવામાં આવશે, જોડાણ અને એ વ્યક્તિ સાથે નજીકના પ્રકારનો સંબંધ જેની સાથે તે ન્યાયી રીતે ધિક્કારે છે.

આવા જોડાણથી તેણી આશ્ચર્ય કરી શકતી નથી કે તેણે સંકોચવું જોઈએ. તેણીના સંદર્ભને પ્રાપ્ત કરવાની ઇચ્છા, જેણે તેણીને ડર્બીશાયરમાં પોતાની લાગણીની ખાતરી આપી હતી, તે તર્કસંગત અપેક્ષામાં આટલી આંચકામાં ટકી શક્યો ન હતો. તેણી નમ્ર હતી, તે દુ: ખી હતી; તેણીએ પસ્તાવો કર્યો હતો, છતાં તે ભાગ્યે જ જાણતી હતી. તેણી તેના માનના ઉત્સાહથી ઉશ્કેરવામાં આવી હતી, જ્યારે તેણી તેનાથી ફાયદો થવાની આશા રાખી શકતી ન હતી. જ્યારે તે બુદ્ધિ મેળવવાની ઓછામાં ઓછી તક લાગતી ત્યારે, તે તેના વિશે સાંભળવા માંગતી હતી. તેણીને ખાતરી હતી કે તે તેની સાથે ખુશ થઈ શકે છે; જ્યારે તે લાંબા સમય સુધી સંભવિત નહોતું મળ્યું.

તેણીએ કેટલી વાર વિચાર્યું, તે માટે તે કેવી જીત હતી, શું તે જાણતી હતી કે જે ચાર મહિના પહેલાં તેણે ગર્વથી છૂટાછેડા આપ્યા હતા, તે હવે આનંદથી અને આભારી થઈ ગઇ હશે! તે ઉદાર હતો, તેણીએ તેના સેક્સના સૌથી ઉદાર તરીકે, શંકા નહોતી કરી. પરંતુ જ્યારે તે નૃવંશ હતો, ત્યાં વિજય હોવો આવશ્યક છે.

તેણીએ હવે સમજવું શરૂ કર્યું કે તે બરાબર તે માણસ હતો, જે, સ્વભાવ અને પ્રતિભામાં, તેનાથી સૌથી વધુ અનુકૂળ હતો. તેની સમજ અને ગુસ્સો, તેના પોતાના વિપરીત, તેના તમામ ઇચ્છાઓનો જવાબ આપ્યો હોત. તે એક સંઘ હતું જે બંનેના ફાયદા માટે જ હોવું જોઈએ; તેની સરળતા અને આજીવિકા દ્વારા, તેનું મન નરમ થઈ ગયું હોત, તેના શિષ્ટાચાર સુધરેલા, અને તેના ચુકાદા, માહિતી અને જ્ઞાનના જ્ઞાનથી, તેણીને વધુ મહત્વનો લાભ પ્રાપ્ત થયો હોવો જોઈએ.

પરંતુ આટલું સુખી લગ્ન હવે પ્રશંસનીય ટોળુંને શીખવતું ન હતું કે ખરેખર કર્બ્યૂબિયલ ફેલિસિટી શું હતી. જુદી જુદી વલણનું જોડાણ , અને અન્યની શક્યતાને અટકાવી દેવું, ટૂંક સમયમાં જ તેમના પરિવારમાં રચાયું હતું.

સહનશીલ સ્વતંત્રતામાં કેવી રીતે વિકેમ અને લીડિયાને ટેકો આપવો તે તેણી કલ્પના કરી શક્યા નહીં. પરંતુ એક યુગલ સાથે કાયમી સુખ કેટલું ઓછું હોઈ શકે કે જે ફક્ત એક સાથે લાવ્યા હતા કારણ કે તેમના જુસ્સા તેમના સદ્ગુણ કરતા વધુ મજબૂત હતા, તેણી સરળતાથી અનુમાન કરી શકે છે.

શ્રીમાન. ગાર્ડીનર ટૂંક સમયમાં જ તેના ભાઈને લખ્યું. મિ. બેનેટની સ્વીકૃતિઓ તેણે તેમના પરિવારના કલ્યાણને પ્રોત્સાહન આપવાના ઉત્સાહથી, ટૂંકમાં જવાબ આપ્યો; અને આત્મવિશ્વાસ સાથે તારણ કાઢ્યું કે આ વિષયનો ફરીથી ઉલ્લેખ તેનાથી થતો નથી. તેમના પત્રનું મુખ્ય પાસપોર્ટ તેમને જાણ કરવાનું હતું કે, શ્રી. વિકિમેમે મિલિટિઆ છોડવાનો નિર્ણય લીધો હતો.

"તે મારી ઇચ્છા હતી કે તેણે આમ કરવું જોઈએ," તેણીએ ઉમેર્યું, "જલદી તેના લગ્નને સુધારવામાં આવ્યું. અને મને લાગે છે કે તમે તે કોર્પ્સને દૂરથી સલાહ આપી શકો છો, તેના એકાઉન્ટ પર બંને અને મારી ભત્રીજી છે. તે મિ. વિકમના નિયમિત નિયમોમાં

જવાનો ઇરાદો છે અને તેના ભૂતપૂર્વ મિત્રો વચ્ચે પણ કેટલાક લોકો છે જેઓ સૈન્યમાં તેમની મદદ કરવા સક્ષમ અને તૈયાર છે. તેમની પાસે સામાન્ય રીતે એક નિશાનીનો વચન છે - રેજિમેન્ટ, હવે ઉત્તરમાં ક્વાર્ટર થયેલ છે. તે રાજ્યના આ ભાગથી અત્યાર સુધીનો ફાયદો છે. તે એકદમ વચન આપે છે, અને હું આશા રાખું છું કે જુદા જુદા લોકોમાં, જ્યાં તેઓ દરેકને સાચવવા માટે એક અક્ષર ધરાવે, તેઓ બન્ને વધુ સમજદાર બનો. મેં હાલના ગોઠવણોની જાણ કરવા માટે, કોલન ફોસ્ટરને લખ્યું છે અને વિનંતી કરી છે કે તે મિ. ના વિવિધ લેણદારોને સંતોષશે.ઝડપી ચુકવણીની ખાતરી સાથે, તેજસ્વીમાં અને નજીક વિકીમ, જેના માટે મેં મારી જાતને વચન આપ્યું છે.અને તમે પોતાની માહિતી મુજબ, મેરિટોનમાં તેના લેણદારોને સમાન ખાતરી આપવાનું તક આપો છો, જેની હું સૂચિમાં જોડાઇશ. તેણે તેના બધા દેવામાં આપ્યું છે; હું આશા રાખું છું કે ઓછામાં ઓછું તેણે અમને નથી બનાવ્યું. હેગરગસ્ટન પાસે અમારા દિશાઓ છે, અને બધા એક અઠવાડિયામાં પૂર્ણ થશે. પછી તેઓ તેમના રેજિમેન્ટમાં જોડાશે, સિવાય કે તેઓ લાંબા સમય સુધી લાંબા સમય સુધી બોલાવવામાં આવે; અને હું મિસ્ટર થી સમજી. ગાર્ડિનર, કે દક્ષિણમાં છોડતા પહેલા, મારી ભત્રીજી તમને બધાને જોઈને ખૂબ જ ઇચ્છનીય છે. તે સારી છે, અને તમે અને તેણીની માતા પ્રત્યે કૃતજ્ઞતાપૂર્વક યાદ રાખવાની વિનંતી કરે છે. તમારું, અને સી.

"ઇ. ગાર્ડિનર."

શ્રીમાન. બેનેટ અને તેની પુત્રીઓએ વિકાયરની સફાઈના તમામ ફાયદા --શાયરથી સ્પષ્ટ રીતે જોયા હતા, જેમ કે મિ. ગાર્ડિનર કરી શકે છે. પરંતુ મિસ્ટર. બેનેટ, તે સાથે ખૂબ જ ખુશ ન હતી. ઉત્તરમાં લિડિઆનું સ્થાયી થવું, જ્યારે તેણીએ તેમની કંપનીમાં મોટાભાગના આનંદ અને ગૌરવની અપેક્ષા રાખી હતી, કારણ કે તેણીએ હર્ફફોર્ડશાયરમાં રહેતી તેમની યોજનાને છોડીને કોઈ

ગંભીર નિરાશા ન હતી; અને ઉપરાંત, તે એટલી દયા હતી કે લીડિયાને રેજિમેન્ટમાંથી લઈ જવું જોઇએ જ્યાં તેણી દરેક શરીર સાથે પરિચિત હતી, અને તેની પાસે ઘણી પસંદગીઓ હતી.

તેણીએ કહ્યું, "તેણી મિસ્ટર ફોસ્ટરની ખુશી છે," તેણીએ તેને મોકલવા માટે ખૂબ જ આઘાતજનક રહેશે! અને ત્યાં ઘણા જુવાન પુરુષો પણ છે કે તેમને ખૂબ પસંદ છે. અધિકારીઓ કદાચ એટલા આનંદદાયક ન હોય સામાન્ય - રેજિમેન્ટ. "

તેણીની પુત્રીની વિનંતી, જેમ કે, તે તેના કુટુંબમાં ફરીથી દાખલ થવા પર ફરીથી વિચારણા કરી શકાય તેવું માનવામાં આવે છે, તેણીએ ઉત્તર માટે બંધ થતાં પહેલા, પ્રથમ સંપૂર્ણ નકારાત્મક પ્રાપ્ત કર્યું હતું. પરંતુ જેન અને એલિઝાબેથ, જે તેમની બહેનની લાગણીઓ માટે અને તેમની ઇચ્છા માટે ઇચ્છા રાખતા હતાપરિણામે, તેણીએ તેના માતાપિતા દ્વારા તેના લગ્ન પર ધ્યાન આપવું જોઈએ, તેણે તેમને અને તેણીના પતિને લાંબા સમયથી લગ્ન કર્યા પછી તેમને ખૂબ જ ઉત્સાહી, હજી સુધી તાર્કિક અને નમ્રતાપૂર્વક વિનંતી કરી હતી, જેથી તેઓ જેમ વિચારે છે તેમ વિચારી શકાય. તેઓ વિચારે છે, અને તેઓ ઇચ્છતા તરીકે કાર્ય કરે છે. અને તેમની માતાને જાણવાની સંતોષ હતી કે, તેણીને ઉત્તરમાં હાંકી કાઢવામાં આવે તે પહેલાં, તેણીની પરિણીત પુત્રીને પડોશીમાં બતાવવા માટે સમર્થ હોવા જોઈએ. જ્યારે શ્રી. બેનેટ ફરીથી તેના ભાઈને લખ્યું, તેથી, તેમણે તેમની આવવાની તેમની પરવાનગી મોકલી; અને તે સ્થાયી થઈ ગયું, કે તરત જ સમારોહ સમાપ્ત થયો તેમ, તેઓ લાંબા સમય સુધી આગળ વધવું જોઈએ. એલિઝાબેથને આશ્ચર્ય થયું હતું કે, વિકેમને આવી યોજના માટે સંમતિ આપવી જોઈએ, અને તેણે માત્ર પોતાની જાતની ઝંખનાની સલાહ લીધી હોત, તેની સાથેની કોઈ પણ મીટિંગ તેમની ઇચ્છાઓનો છેલ્લો ઉદ્દેશ હતો.

પ્રકરણ .

તેમની બહેનનો લગ્નનો દિવસ આવ્યો; અને જેન અને એલિઝાબેથને તેના માટે લાગ્યું તેના કરતા વધુ સંભવતઃ લાગ્યું. આ ગાડી તેમને મળવા માટે મોકલવામાં આવી હતી - અને તેઓ રાત્રિભોજન દ્વારા, તેમાં પાછા આવવાનું હતું. તેમના આગમન મોટા ભૂલ બેનેટ દ્વારા ડરતા હતા; અને જેન વધુ ખાસ કરીને, જેણે લીડિયાને લાગણી આપી હતી, જે તેણીએ હાજરી આપી હોત, તે ગુનેગાર હતી, તેણીની બહેનને શું સહન કરવું જોઈએ તેની વિચારણામાં દુઃ ખી હતું.

તેઓ આવ્યા. પરિવાર તેમને મેળવવા માટે નાસ્તા રૂમમાં ભેગા થયા હતા. સ્મિત મિસ્ટરનો ચહેરો તોડ્યો. બેનેટ, કારણ કે વાહન દરવાજા સુધી પહોંચ્યું; તેણીના પતિ અદ્રશ્ય કબ્રસ્તાન જોતા હતા; તેની પુત્રીઓ, અસ્વસ્થ, ચિંતિત, અસ્વસ્થ.

લાઇડીઆનો અવાજ વાંસળીમાં સાંભળ્યો હતો; દરવાજો ખુલ્લો ફેંકાયો હતો, અને તે રૂમમાં દોડી ગઈ. તેણીની માતા આગળ વધ્યા, તેણીને ગ્રહણ કરી, અને તેણીને આનંદ સાથે સ્વાગત કર્યો; તેણે વિકીમને એક સ્નેહયુક્ત સ્મિત આપ્યો, જેણે તેની સ્ત્રીને અનુસર્યા, અને આનંદથી બંનેને આનંદ આપ્યો, એક સુખ સાથે જેણે તેમના સુખની કોઈ શંકા દર્શાવી.

મિસ્ટર માંથી તેમના સ્વાગત. બેનેટ, જે પછી તેઓ ચાલુ, ખૂબ નમ્ર ન હતી. તેના ચહેરાને બદલે તીવ્રતા પ્રાપ્ત; અને તેણે ભાગ્યે જ તેના હોઠ ખોલ્યા. યુવાન દંપતિનો સરળ ખાતરી, ખરેખર, તેને ઉશ્કેરવા માટે પૂરતી હતી. એલિઝાબેથ ગભરાઈ ગયો હતો, અને બેનેટને પણ ચૂકી ગયો હતો. હજુ પણ હતી; , , જંગલી, ઘોંઘાટીયા, અને નિર્ભય. તેણીએ બહેનથી બહેન તરફ વળ્યા, અભિનંદનની માગણી કરી, અને જ્યારે તે લંબાઈમાં બેઠી, ઓરડામાં રાજીખુશીથી જોવામાં લાગ્યો, તેમાં થોડો ફેરફાર થયો અને તેણે જોયું કે, તે એક મહાન સમય હતો ત્યારથી તેણી ત્યાં હતો.

વિકિમને પોતાને કરતાં વધુ દુ: ખી ન હતું, પરંતુ તેના શિષ્ટાચાર હંમેશાં ખુબ જ આનંદદાયક હતા, તેમના પાત્ર અને તેમના લગ્નને તેઓ જે જોઈએ તે જ હતા, તેમના સ્મિત અને તેમના સરળ સરનામા, જ્યારે તેઓ તેમના સંબંધનો દાવો કરતા હતા, તો તેમને બધાને આનંદ થયો હોત. એલિઝાબેથ અગાઉ એવું માનતા નહોતા કે તે આ પ્રકારના ખાતરીને સમાન છે; પરંતુ તે પોતાની જાતને ઠીક કરીને, ભવિષ્યમાં કોઈ શરમજનક માણસની નબળાઇ માટે કોઈ મર્યાદા ન મેળવવા માટે બેઠેલી હતી. તેણી , અને જેન ; પરંતુ જે લોકોએ તેમના મૂંઝવણને લીધે તેમને રંગની કોઈ ફરક પડતી નથી.

પ્રવચનની કોઈ ઇચ્છા ન હતી. કન્યા અને તેની માતા તેમાંથી કોઈ પણ તુરંત જ ઝડપી બોલી શકે નહીં; અને વિક્હામ, જે એલિઝાબેથની નજીક બેસીને, તે પડોશીમાં તેના પરિચય પછી પૂછપરછ કરવા લાગ્યો, એક સરસ રમૂજ સાથે, જે તેણીને તેના જવાબોમાં સમાન રીતે અસમર્થ લાગતી હતી. તેઓ દરેકને દુનિયામાં સુખી યાદો લાગતા હતા. ભૂતકાળની કશું પીડા સાથે યાદ કરાયું હતું; અને લીડિયાએ સ્વયંસંચાલિત રીતે વિષયો તરફ દોરી, જે તેના બહેનોએ વિશ્વ માટે સૂચવ્યું ન હોત.

"માત્ર ત્રણ મહિના હોવાનો વિચાર કરો," તેણીએ રડતાં કહ્યું, "કારણ કે હું દૂર ગયો હતો; એવું લાગે છે પરંતુ એક પખવાડિયામાં હું જાહેર કરું છું; અને તે સમયે ત્યાં ઘણી બધી વસ્તુઓ થઈ છે. સારા દયાળુ! જ્યારે હું ગયો ત્યારે મને ખાતરી છે હું ફરી પાછો આવ્યો ત્યાં સુધી લગ્ન કરવાનો વિચાર ન હતો! જો કે હું વિચારતો હોત કે જો હું હોત તો તે ખૂબ આનંદદાયક હશે. "

તેના પિતાએ તેની આંખો ઊંચી કરી. જેન હતાશ. એલિઝાબેથ સ્પષ્ટ રીતે અંતે જોવામાં; પરંતુ, જેણે ક્યારેય સાંભળ્યું ન હતું કે જેમાંથી તેણીએ જે કંઇપણ પસંદ કર્યું તે જોઈ શક્યું ન હતું, તેણે

કહ્યું, "ઓહ! મામા, શું લોકો અહીં અજાણ્યા છે કે હું આજે લગ્ન કરું છું? મને ડર હતો કે તેઓ કદાચ નહીં, અને અમે વિલિયમને હટાવી દીધી. તેના અભ્યાસક્રમમાં ચડતા, તેથી હું નક્કી કરું છું કે તેને જાણવું જોઈએ, અને તેથી હું તેની બાજુના બાજુના ગ્લાસને નીચે મૂકી દીધી, અને મારા હાથને બંધ કરી દીધું, અને મારા હાથને વિન્ડો ફ્રેમ પર ફક્ત આરામ કરવા દો, જેથી તે રિંગ જોઈ શકે. , અને પછી હું કંઇક વસ્તુની જેમ ધૂમ્રપાન કરતો અને હસ્યો. "

એલિઝાબેથ તે લાંબા સમય સુધી સહન કરી શકે છે. તેણી ઊભી થઈ અને રૂમમાંથી બહાર નીકળ્યો; અને તેઓએ હૉલમાંથી પસાર થતાં સુધી જમવાનું અને પાવડર સુધી સાંભળ્યું નહીં. તેણી તરત જ તેમની સાથે જોડાવા લાગી, ચિંતિત પરેડ સાથે, તેમની માતાના જમણા હાથ તરફ જતા, અને તેણીને તેમની મોટી બહેનને કહેતા, "અરે! જેન, હવે હું તમારી જગ્યા લઈશ, અને તમારે નીચે જવું પડશે, કારણ કે હું હું એક વિવાહિત સ્ત્રી છું. "

એવું માનવામાં આવતું ન હતું કે સમય લીડિયાને શરમ આપશે, જેનાથી તે પ્રથમ સંપૂર્ણપણે મુક્ત થઈ ગઈ હતી. તેની સરળતા અને સારી ભાવનાઓ વધી. તેણી મિસ્ટર જોવા આતુર હતી. ફિલીપ્સ, લ્યુકેસ અને તેમના અન્ય પાડોશીઓ, અને પોતાને દ્વારા "મિસ્ટર વિકેમ" કહેવાતા સાંભળવા માટે; અને તે સમયે, તેણી રાત્રિભોજન પછી તેણીની રીંગ અને લગ્ન હોવાનો બડાશ, એમ.એસ. પહાડી અને બે હૌસેમીડ્સ.

"સારું, મામા," તેણીએ કહ્યું, જ્યારે તેઓ બધા નાસ્તો ઓરડામાં પાછા ફર્યા હતા, અને "તમે મારા પતિ વિશે શું વિચારો છો? શું તે એક મોહક માણસ નથી? મને ખાતરી છે કે મારી બહેનોએ મને ઈર્ષ્યા કરવી જોઈએ." મારી અડધી શુભ નસીબ હોઈ શકે છે, તેઓ બધા તેજસ્વી બનશે. તે પપ્પાને મેળવવાની જગ્યા છે. તે કેટલી દયા છે, મામા, અમે બધા જ ગયા નથી. "

"ખૂબ જ સાચું છે; અને જો મારી ઇચ્છા હોત, તો આપણે જોઈએ." પણ મારા પ્રિય લાઇડીયા, મને એવું લાગે છે કે તમે આવી રીતે જઇ શકો છો. આવું જ હોવું જોઈએ? "

"ઓહ, સ્વામી! હા; - તેમાં કંઇક નથી. મને તે બધું જ ગમશે. તમે અને પપ્પા, અને મારી બહેનો, અમને નીચે આવવા જોઈએ અને અમને જોશે. ત્યાં કેટલાક દડા હશે, અને હું બધા માટે સારા ભાગીદારોની સંભાળ રાખું છું. "

"મને કોઈ પણ વસ્તુથી તે ગમશે!" તેણીની માતાએ કહ્યું.

"અને પછી જ્યારે તમે જાઓ છો, ત્યારે તમે મારી એક બહેનને તમારી પાછળ છોડી શકો છો અને હું હિંમત કરું છું કે શિયાળો પૂરો થાય તે પહેલા હું તેના માટે પતિ મેળવીશ."

એલિઝાબેથએ કહ્યું, "હું તમારી તરફેણમાં ભાગ લેવા બદલ આભાર માનું છું." "પરંતુ મને ખાસ કરીને પપ્પા બનવાની તમારી રીત પસંદ નથી."

તેમના મુલાકાતીઓ તેમની સાથે દસ દિવસથી ઉપર ન હતા. શ્રીમાન. લંડન છોડ્યા તે પહેલાં વિકેમને પોતાનો કમિશન મળ્યો હતો, અને તે એક પખવાડિયાના અંતે તેની રેજિમેન્ટમાં જોડાયો હતો.

મિસ્ટર સિવાય કોઈ નહીં. બેનેટ, દિલગીર હતા કે તેમનું રોકાણ એટલું ટૂંકું હશે; અને તેણીએ મોટાભાગના સમય તેણીની પુત્રી સાથે મુલાકાત લઈને અને ઘરે ઘણાં વારંવાર પાર્ટીઓ કર્યા. આ પક્ષો બધા માટે સ્વીકાર્ય હતા; કુટુંબ વર્તુળને ટાળવા માટે, જેમ કે, વિચારવું ન હતું તેના કરતાં પણ વધુ ઇચ્છનીય હતું.

લિકડિયા માટે વિકહમની લાગણી, એલીઝાબેથે જે શોધી કાઢ્યું તે જ તે જ હતું; તેના માટે લીડિયાના સમાન નથી. તેણીને તેના

વર્તમાન નિરીક્ષણને ભાગ્યે જ જરૂરીયાતથી સંતુષ્ટ રહેવાની આવશ્યકતા હતી, તેના કારણે તેના પ્રેમની મજબૂતાઈને કારણે તેમની ઇચ્છાઓ તેમના દ્વારા લાવવામાં આવી હતી; અને તેણીએ વિચાર્યું હોત કે શા માટે તેની હિંમતથી સંભાળ રાખ્યા વિના, તેણે તેની સાથે ભાગી જવાનું પસંદ કર્યું, તેણીને ચોક્કસ લાગ્યું ન હતું કે સંજોગોમાં તકલીફથી તેની ફ્લાઇટ જરૂરી છે; અને જો તે કેસ હોય, તો તે સાથી હોવાનો પ્રતિકાર કરવાનો યુવાન માણસ ન હતો.

તેના ખૂબ શોખીન હતો. તે દરેક પ્રસંગે તેણીના પ્રિય વિકમ હતા; તેની સાથે કોઈ સ્પર્ધામાં મૂકવા માટે કોઈ નહીં. તેણે દુનિયામાં દરેક વસ્તુ ઉત્તમ કરી. અને તેણીને ખાતરી હતી કે તે દેશના અન્ય કોઈ પણ ભાગ કરતાં સપ્ટેમ્બરના પહેલા દિવસે વધુ પક્ષીઓને મારી નાખશે.

એક સવારે, તેમના આગમન પછી તરત જ, તેણી બે મોટી બહેનો સાથે બેઠા હોવાથી, તેણીએ એલિઝાબેથને કહ્યું,

"લિઝી, મેં તમને ક્યારેય મારા લગ્નનું એક ખાતું આપ્યુ નથી, હું માનું છું. તમે જ્યારે મામા અને અન્યને કહ્યું ત્યારે તમે નહોતા થયા. શું તમે તે કેવી રીતે સંચાલિત કરવામાં આવ્યું તે સાંભળવા માટે આતુર નથી?"

"ના ખરેખર," એલિઝાબેથ જવાબ આપ્યો; "મને લાગે છે કે આ વિષય પર બહુ ઓછું કહેવાતું નથી."

"લા! તમે ખૂબ વિચિત્ર છો! પરંતુ હું તમને જણાવું છું કે તે કેવી રીતે બંધ રહ્યું છે. અમે લગ્ન કર્યાં હતાં, તમે જાણો છો, સેન્ટ ક્લિમેન્ટ્સ પર, કારણ કે વિકેમનું ઘર તે પેરિશમાં હતું. અને તે સ્થાયી થઇ ગયું કે આપણે બધા ત્યાં અગિયાર વાગ્યે, મારા કાકા અને કાકી અને હું સાથે મળીને જવું પડ્યું; અને બીજા લોકો અમને ચર્ચમાં મળવા આવ્યા હતા, શુભ સોમવાર સવાર આવી,

અને હું આવી ખોટી વાતોમાં હતો! હું ખૂબ ડર હતો કે તમે જાણો છો કે કંઈક બનશે તેને મૂકવા માટે, અને પછી હું ખૂબ વિચલિત થઈ ગયો હોત. અને મારી માસી હતી, હું ડ્રેસિંગ કરતી વખતે, પ્રચાર કરતી અને વાત કરતી હતી, જેમ કે તેણી ઉપદેશ વાંચતી હતી. જો કે, મેં એક શબ્દ ઉપર સાંભળ્યું ન હતું દશ, કારણ કે હું વિચારતો હતો, તમે મારા પ્રિય વિકહમની કલ્પના કરી શકો છો. હું જાણું છું કે તે તેના વાદળી કોટમાં લગ્ન કરશે કે કેમ.

"સારું, અને તેથી અમે હંમેશાં દસ જેટલા નાસ્તામાં વિતાવ્યા; મેં વિચાર્યું કે તે ક્યારેય પૂરું થશે નહીં; કારણ કે, બાય દ્વારા તમે સમજી શકો છો કે મારા કાકા અને કાકી હંમેશા તેમની સાથે હતા ત્યારે હું ખૂબ જ અપમાનજનક હતો. જો તમે ' હું મારા પર વિશ્વાસ કરું છું, મેં એક વખત મારા પગ દરવાજાથી બહાર પાડ્યા નહોતા, જો કે હું ત્યાં એક પખવાડિયા હતો. એક પાર્ટી, અથવા સ્કીમ અથવા કોઈ વસ્તુ નહીં. ખાતરી કરો કે લંડન પાતળા હતા, પરંતુ તેમ છતાં નાનું થિયેટર ખુલ્લું હતું. , અને તેથી જેમ કે ગાડી દરવાજા પાસે આવી, તેમ મારા કાકાને તે ધનિક માણસ શ્રી પથ્થર પર બોલાવ્યો હતો અને પછી, તમે જાણો છો કે, એકવાર તેઓ એક સાથે ભેગા થઈ જાય ત્યારે તેનો કોઈ અંત નથી. તેથી ડરી ગયો, મને ખબર ન હતી કે મારે શું કરવું જોઈએ, કેમ કે મારા કાકા મને આપવાનું હતું અને જોઅમે કલાકની બહાર હતા, અમે બધા દિવસ લગ્ન કરી શક્યા નથી. પરંતુ, સદભાગ્યે, તે ફરીથી દસ મિનિટમાં પાછો આવ્યો અને પછી અમે બધાએ બહાર નીકળી ગયા. જો કે, હું પછીથી યાદ કરું છું કે, જો તેને જવાનું રોકવામાં આવ્યું હોય તો, લગ્ન માટે લગ્ન બંધ કરવાની જરૂર નથી, એમ. પણ કરી શકે છે. "

"મિસ્ટર ડેર્સી!" સંપૂર્ણ આશ્ચર્ય માં, એલિઝાબેથ પુનરાવર્તન.

"ઓહ, હા! - તે વિખમ સાથે ત્યાં આવી હતી, તમે જાણો છો પણ મને દયા છે! હું તદ્દન ભૂલી ગયો છું! મારે આ વિશે એક શબ્દ ન

કહું હોવો જોઈએ. મેં તેમને એટલા પ્રમાણિકપણે વચન આપ્યું હતું! વિકમ શું કહેશે? આવા ગુપ્ત રહો! "

જેન કહે છે કે, "જો તે રહસ્ય હોત, તો આ વિષય પર બીજું કોઈ શબ્દ નહી કહે.

"ઓહ! ચોક્કસપણે," એલિઝાબેથએ કહ્યું, જોકે જિજ્ઞાસા સાથે બર્નિંગ; "અમે તમને કોઈ પ્રશ્નો પૂછીશું નહીં."

"આભાર," લીડિયાએ કહ્યું, "જો તમે કર્યું હોત, તો હું તમને ચોક્કસપણે કહીશ, અને પછી વિકમામ ગુસ્સે થશે."

પૂછવા માટે આવા પ્રોત્સાહન પર, એલિઝાબેથને ભાગી જવાથી, તેણીની શક્તિમાંથી બહાર કાઢવાની ફરજ પડી હતી.

પરંતુ આવા મુદ્દા પર અજ્ઞાનમાં જીવવાનું અશક્ય હતું; અથવા ઓછામાં ઓછું તે માહિતી માટે પ્રયત્ન કરવો અશક્ય હતું. શ્રીમાન. ડેરી તેની બહેનની લગ્નમાં હતી. તે બરાબર એક દ્રશ્ય હતું, અને બરાબર લોકો વચ્ચે, જ્યાં તેમણે દેખીતી રીતે ઓછામાં ઓછા કરવાનું અને ઓછામાં ઓછા લાલય કરવાનું હતું. તેના અર્થમાં, ઝડપી અને જંગલી, તેના મગજમાં ઉતાવળ થાય તેવો અંદાજ; પરંતુ તે કોઈની સાથે સંતુષ્ટ થઈ નહોતી. જે લોકોએ તેમને શ્રેષ્ઠ આનંદ આપ્યો હતો, તેમના શ્રેષ્ઠ વર્તનમાં તેમનું વર્તન મૂકતા , તે સૌથી અશક્ય લાગતું હતું. તે આવા રહસ્યને સહન કરી શકતી નથી; અને તરત જ કાગળની શીટને પકડવાથી, તેણીની કાકીને એક ટૂંકી પત્ર લખી હતી, જે લીડિયાના ડ્રોપટની સ્પષ્ટતા માટે વિનંતી કરે છે, જો તે હેતુપૂર્વક ગુપ્તતા સાથે સુસંગત હોય.

તેણીએ ઉમેર્યું હતું કે, "તમે સરળતાથી સમજી શકો છો," અમારી જિજ્ઞાસા એ જાણવી આવશ્યક છે કે કેવી રીતે વ્યક્તિ કોઈ પણ સાથે કેવી રીતે જોડાયેલો છે અને (અમારા કુટુંબની અજાણ્યા

વ્યક્તિ), તે સમયે તમારામાં એક હોવું જોઈએ. તરત જ, અને મને તે સમજવા દો - જ્યાં સુધી તે ખૂબ જ સખત કારણોસર ન હોય ત્યાં સુધી, લિયડિયા આવશ્યક લાગે તે ગુપ્તતામાં રહેવું અને પછી અજ્ઞાનતાથી સંતુષ્ટ થવું જોઈએ. "

તેણીએ પત્ર લખતા કહ્યું હતું કે, "હું નથી હોઉં," તેણીએ ઉમેર્યું હતું; "અને મારા પ્રિય કાકી, જો તમે માનનીય રીતે મને કહો નહીં, તો મને તે શોધવા માટે ચોક્કસપણે યુક્તિઓ અને સ્ટ્રેટેજ્સમાં ઘટાડવામાં આવશે."

જેનની સન્માનની નાજુક ભાવનાથી તેણીએ એલિઝાબેથ સાથે ખાનગી ભાષામાં શું બોલી પડ્યું તેની સાથે વાત કરવાની પરવાનગી નહીં આપી; એલિઝાબેથને ખુશી થઇ હતી; - જો કે તેણીની પૂછપરછથી કોઈ સંતોષ થશે કે નહીં, તે તેના બદલે વિશ્વાસ વગરની હતી.

પ્રકરણ એક્સ.

એલિઝાબેથને તેણીના પત્રનો જવાબ પ્રાપ્ત થવાની સંતોષ હતી, જેમ તે શક્ય તેટલી વહેલી તકે. તેણી થોડી કબૂલાતમાં ઉતાવળ કરવા કરતાં વહેલી તકે તેની પાસે ન હતી, જ્યાં તેણીમાં વિક્ષેપ થવાની સંભાવના હતી, તેણી બેન્ચમાં બેઠેલી હતી અને સુખી રહેવા માટે તૈયાર હતી; પત્રની લંબાઈ માટે તેણીને ખાતરી થઇ કે તેમાં ઇનકાર નથી.

"ગ્રેસચર્ચ-સ્ટ્રીટ, સેપ્ટ. 6.

"મારા પ્રિય ભત્રીજી,

તેથી તમારી જિજ્ઞાસા એટલી ભયંકર રીતે નબળી પડી ગઈ હતી કે તમારા જેવી લાગે છે. તે મિસ્ટર કહેવું આવ્યા. ગાર્ડિનર કે તેણીએ શોધી કાઢ્યું હતું કે તમારી બહેન અને મિસ્ટર. વિકમામ

હતા, અને તેણે તેમની સાથે જોયું અને વાત કરી હતી, વિકમામ વારંવાર, લીડિયા એક વાર. હું જે એકત્રિત કરી શકું તેમાંથી, તેમણે માત્ર એક દિવસ પછી ડર્બીશાયર છોડ્યું, અને તેમના માટે શિકારના રિઝોલ્યુશન સાથે નગર આવ્યા. હેતુનો ઉદ્દેશ્ય એ છે કે તે પોતે હોવાને કારણે તેની ખાતરી હતી કે વિકમામની નકામીતા એટલી સારી રીતે જાણીતી ન હતી, કેમ કે તે પાત્રની કોઈ પણ યુવાન સ્ત્રી માટે, તેને પ્રેમ કરવો અથવા વિશ્વાસ કરવો અશક્ય છે. તેણે ઉદારતાથી તેના ખોટા ગૌરવને આધીન કર્યું, અને કબૂલ કર્યું કે તેણે તેના નીચે તે પહેલાં વિચાર કર્યો હતો કે, તે પોતાની ખાનગી ક્રિયાઓને વિશ્વ માટે ખુલ્લી મૂકશે. તેમના પાત્ર માટે પોતે બોલે છે. તેથી તેણે તેની ફરજ બોલાવી એવું લાગે છે. તે મિસ્ટર કહેવું આવ્યા. ગાર્ડિનર કે તેણીએ શોધી કાઢ્યું હતું કે તમારી બહેન અને મિસ્ટર. વિકમામ હતા, અને તેણે તેમની સાથે જોયું અને વાત કરી હતી, વિકમામ વારંવાર, લીડિયા એક વાર. હું જે એકત્રિત કરી શકું તેમાંથી, તેમણે માત્ર એક દિવસ પછી ડર્બીશાયર છોડ્યું, અને તેમના માટે શિકારના રિઝોલ્યુશન સાથે નગર આવ્યા. હેતુનો ઉદ્દેશ્ય એ છે કે તે પોતે હોવાને કારણે તેની ખાતરી હતી કે વિકમામની નકામીતા એટલી સારી રીતે જાણીતી ન હતી, કેમ કે તે પાત્રની કોઈ પણ યુવાન સ્ત્રી માટે, તેને પ્રેમ કરવો અથવા વિશ્વાસ કરવો અશક્ય છે. તેણે ઉદારતાથી તેના ખોટા ગૌરવને આધીન કર્યું, અને કબૂલ કર્યું કે તેણે તેના નીચે તે પહેલાં વિચાર કર્યો હતો કે, તે પોતાની ખાનગી ક્રિયાઓને વિશ્વ માટે ખુલ્લી મૂકશે. તેમના પાત્ર માટે પોતે બોલે છે. તેથી તેણે તેની ફરજ બોલાવી એવું લાગે છે. તે મિસ્ટર કહેવું આવ્યા. ગાર્ડિનર કે તેણીએ શોધી કાઢ્યું હતું કે તમારી બહેન અને મિસ્ટર. વિકમામ હતા, અને તેણે તેમની સાથે જોયું અને વાત કરી હતી, વિકમામ વારંવાર, લીડિયા એક વાર. હું જે એકત્રિત કરી શકું તેમાંથી, તેમણે માત્ર એક દિવસ પછી ડર્બીશાયર છોડ્યું, અને તેમના માટે શિકારના રિઝોલ્યુશન સાથે નગર આવ્યા. હેતુનો ઉદ્દેશ્ય એ છે કે તે પોતે હોવાને કારણે તેની ખાતરી હતી કે વિકમામની નકામીતા એટલી સારી રીતે જાણીતી

ન હતી, કેમ કે તે પાત્રની કોઈ પણ યુવાન સ્ત્રી માટે, તેને પ્રેમ કરવો અથવા વિશ્વાસ કરવો અશક્ય છે. તેણે ઉદારતાથી તેના ખોટા ગૌરવને આધીન કર્યું, અને કબૂલ કર્યું કે તેણે તેના નીચે તે પહેલાં વિચાર કર્યો હતો કે, તે પોતાની ખાનગી ક્રિયાઓને વિશ્વ માટે ખુલ્લી મૂકશે. તેમના પાત્ર માટે પોતે બોલે છે. તેથી તેણે તેની ફરજ બોલાવી ગાર્ડિનર કે તેણીએ શોધી કાઢ્યું હતું કે તમારી બહેન અને મિસ્ટર. વિકમામ હતા, અને તેણે તેમની સાથે જોયું અને વાત કરી હતી, વિકમામ વારંવાર, લીડિયા એક વાર. હું જે એકત્રિત કરી શકું તેમાંથી, તેમણે માત્ર એક દિવસ પછી ડર્બીશાયર છોડ્યું, અને તેમના માટે શિકારના રિઝોલ્યુશન સાથે નગર આવ્યા. હેતુનો ઉદ્દેશ્ય એ છે કે તે પોતે હોવાને કારણે તેની ખાતરી હતી કે વિકમામની નકામીતા એટલી સારી રીતે જાણીતી ન હતી, કેમ કે તે પાત્રની કોઈ પણ યુવાન સ્ત્રી માટે, તેને પ્રેમ કરવો અથવા વિશ્વાસ કરવો અશક્ય છે. તેણે ઉદારતાથી તેના ખોટા ગૌરવને આધીન કર્યું, અને કબૂલ કર્યું કે તેણે તેના નીચે તે પહેલાં વિચાર કર્યો હતો કે, તે પોતાની ખાનગી ક્રિયાઓને વિશ્વ માટે ખુલ્લી મૂકશે. તેમના પાત્ર માટે પોતે બોલે છે. તેથી તેણે તેની ફરજ બોલાવી ગાર્ડિનર કે તેણીએ શોધી કાઢ્યું હતું કે તમારી બહેન અને મિસ્ટર. વિકમામ હતા, અને તેણે તેમની સાથે જોયું અને વાત કરી હતી, વિકમામ વારંવાર, લીડિયા એક વાર. હું જે એકત્રિત કરી શકું તેમાંથી, તેમણે માત્ર એક દિવસ પછી ડર્બીશાયર છોડ્યું, અને તેમના માટે શિકારના રિઝોલ્યુશન સાથે નગર આવ્યા. હેતુનો ઉદ્દેશ્ય એ છે કે તે પોતે હોવાને કારણે તેની ખાતરી હતી કે વિકમામની નકામીતા એટલી સારી રીતે જાણીતી ન હતી, કેમ કે તે પાત્રની કોઈ પણ યુવાન સ્ત્રી માટે, તેને પ્રેમ કરવો અથવા વિશ્વાસ કરવો અશક્ય છે. તેણે ઉદારતાથી તેના ખોટા ગૌરવને આધીન કર્યું, અને કબૂલ કર્યું કે તેણે તેના નીચે તે પહેલાં વિચાર કર્યો હતો કે, તે પોતાની ખાનગી ક્રિયાઓને વિશ્વ માટે ખુલ્લી મૂકશે. તેમના પાત્ર માટે પોતે બોલે છે. તેથી તેણે તેની ફરજ બોલાવી હું જે એકત્રિત કરી શકું તેમાંથી, તેમણે માત્ર એક દિવસ પછી ડર્બીશાયર છોડ્યું, અને તેમના માટે શિકારના

રિઝોલ્યુશન સાથે નગર આવ્યા. હેતુનો ઉદ્દેશ્ય એ છે કે તે પોતે હોવાને કારણે તેની ખાતરી હતી કે વિકમામની નકામીતા એટલી સારી રીતે જાણીતી ન હતી, કેમ કે તે પાત્રની કોઈ પણ યુવાન સ્ત્રી માટે, તેને પ્રેમ કરવો અથવા વિશ્વાસ કરવો અશક્ય છે. તેણે ઉદારતાથી તેના ખોટા ગૌરવને આધીન કર્યું, અને કબૂલ કર્યું કે તેણે તેના નીચે તે પહેલાં વિચાર કર્યો હતો કે, તે પોતાની ખાનગી ક્રિયાઓને વિશ્વ માટે ખુલ્લી મૂકશે. તેમના પાત્ર માટે પોતે બોલે છે. તેથી તેણે તેની ફરજ બોલાવી હું જે એકત્રિત કરી શકું તેમાંથી, તેમણે માત્ર એક દિવસ પછી ડર્બીશાયર છોડ્યું, અને તેમના માટે શિકારના રિઝોલ્યુશન સાથે નગર આવ્યા. હેતુનો ઉદ્દેશ્ય એ છે કે તે પોતે હોવાને કારણે તેની ખાતરી હતી કે વિકમામની નકામીતા એટલી સારી રીતે જાણીતી ન હતી, કેમ કે તે પાત્રની કોઈ પણ યુવાન સ્ત્રી માટે, તેને પ્રેમ કરવો અથવા વિશ્વાસ કરવો અશક્ય છે. તેણે ઉદારતાથી તેના ખોટા ગૌરવને આધીન કર્યું, અને કબૂલ કર્યું કે તેણે તેના નીચે તે પહેલાં વિચાર કર્યો હતો કે, તે પોતાની ખાનગી ક્રિયાઓને વિશ્વ માટે ખુલ્લી મૂકશે. તેમના પાત્ર માટે પોતે બોલે છે. તેથી તેણે તેની ફરજ બોલાવી કોઈ પણ યુવાન પાત્ર માટે, તેને પ્રેમ કરવો અથવા વિશ્વાસ કરવો તે અશક્ય બનાવે છે. તેણે ઉદારતાથી તેના ખોટા ગૌરવને આધીન કર્યું, અને કબૂલ કર્યું કે તેણે તેના નીચે તે પહેલાં વિચાર કર્યો હતો કે, તે પોતાની ખાનગી ક્રિયાઓને વિશ્વ માટે ખુલ્લી મૂકશે. તેમના પાત્ર માટે પોતે બોલે છે. તેથી તેણે તેની ફરજ બોલાવી કોઈ પણ યુવાન પાત્ર માટે, તેને પ્રેમ કરવો અથવા વિશ્વાસ કરવો તે અશક્ય બનાવે છે. તેણે ઉદારતાથી તેના ખોટા ગૌરવને આધીન કર્યું, અને કબૂલ કર્યું કે તેણે તેના નીચે તે પહેલાં વિચાર કર્યો હતો કે, તે પોતાની ખાનગી ક્રિયાઓને વિશ્વ માટે ખુલ્લી મૂકશે. તેમના પાત્ર માટે પોતે બોલે છે. તેથી તેણે તેની ફરજ બોલાવીઆગળ વધવું, અને દુષ્ટ ઉપાયનો પ્રયાસ કરવો, જે પોતે દ્વારા લાવવામાં આવ્યો હતો. જો તેનો બીજો હેતુ હોય, તો મને ખાતરી છે કે તે ક્યારેય તેને અપમાન કરશે નહીં. તે શહેરમાં થોડા દિવસો રહ્યા હતા, તેઓ તેમને શોધવામાં સક્ષમ થયા તે

પહેલાં; પરંતુ તેમની શોધને દિશામાન કરવા માટે તેમની પાસે કંઈક હતું, જે આપણા કરતા વધુ હતું; અને આની ચેતના, તે અમને અનુસરવા માટેનું એક બીજું કારણ હતું. એક સ્ત્રી છે, એવું લાગે છે, એક મિસ્ટર. યુનેજ, જે થોડા સમય પહેલા ડેર્સી ચૂકી જવાનું ગૌરવ હતું, અને તેના આરોપમાંથી નારાજગીના કેટલાક કારણોસર તેને બરતરફ કરવામાં આવ્યો હતો, જોકે તેણે શું કહ્યું ન હતું. ત્યારબાદ તેણીએ એડવર્ડ-શેરીમાં મોટો ઘર લીધો, અને ત્યારબાદ તેણે પોતાની જાતને લોજિંગ આપીને જાળવી રાખ્યું છે. આ મિસ્ટર. યુગ હતો, તે જાણતો હતો, વિખેમ સાથે ગાઢ રીતે પરિચિત હતો; અને જ્યારે તે શહેરમાં ગયો ત્યારે તે તેની પાસે તેની બુદ્ધિ માટે ગયો. પરંતુ તે જે ઇચ્છે તેમાંથી તે મેળવી શકે તેના બે અથવા ત્રણ દિવસ પહેલા. તેણી તેના ટ્રસ્ટનો વિશ્વાસઘાત કરશે નહીં, મને લાગે છે કે લાંચ અને ભ્રષ્ટાચાર વિના, કારણ કે તે ખરેખર જાણતી હતી કે તેના મિત્ર ક્યાં મળી શકે છે. લંડનની પહેલી આગમન પછી, વિકખમ ખરેખર તેની પાસે ગયો હતો, અને જો તે તેણીને તેમના ઘરે લાવવામાં સફળ રહી હોત, તો તેઓ તેમની સાથે તેમના નિવાસને લઈ જતા હતા. જોકે, અમારા પ્રેમાળ મિત્રે, ઇચ્છિત દિશામાં ખરીદી કરી. તેઓ શેરીમાં હતા. તેણે વિકમાને જોયું, અને પછી લીડિયા જોવામાં આગ્રહ કર્યો. તેણીની સાથે તેની પ્રથમ વસ્તુ, તેણે સ્વીકાર્યું હતું કે, તેણીને તેણીની હાલતની અપમાનજનક પરિસ્થિતિ છોડી દેવા માટે સમજાવવામાં આવી હતી, અને તેણીને મળવા માટે તેના પર પાછા ફર્યા બાદ જ તેના મિત્રોને પરત ફર્યા હતા, જ્યાં સુધી તે જશે ત્યાં સુધી તેમની સહાયની ઓફર કરી હતી. પરંતુ તેમણે લીડિયાને જ્યાં બાકી રહેલી હતી તેના પર સંપૂર્ણ ઉકેલ લાવ્યો. તેણીએ તેના કોઈ પણ મિત્રની કાળજી લીધી ન હતી, તેણીની કોઈ મદદ જોઈતી નહોતી, તેણી વિક્હામ છોડવાની ના પાડી હતી. તેણીને ખાતરી હતી કે તેઓ અમુક સમય અથવા અન્ય સાથે લગ્ન કરી લેશે, અને જ્યારે તે ખૂબ જ સંકેત આપતું નહોતું. કારણ કે તેણીની લાગણીઓ હતી, તે માત્ર વિચાર્યું હતું કે તેણે લગ્નને સલામત અને ઝડપી બનાવવાની વિચારણા કરી

હતી, જે, વિકમામ સાથેની તેની પ્રથમ વાતચીતમાં, તે સરળતાથીશીખ્યા, તેની ડિઝાઇન ક્યારેય ન હતી. તેણે પોતાને રેજિમેન્ટ છોડવા માટે બાંહેધરી આપી હતી, માનના કેટલાક ઋણના કારણે, જે ખૂબ દબાવી હતી; અને લીડિયાના ફ્લાઇટના તમામ ખરાબ પરિણામોને એકલા પોતાની મૂર્ખતા પર ન મૂકવા માટે બગડતા. તે તરત જ તેના કમિશનને રાજીનામું આપવાનો હતો; અને ભવિષ્યની પરિસ્થિતિમાં, તે તેના વિશે ખૂબ જ ઓછા અનુમાન કરી શકે છે. તેને ક્યાંક જવું જ પડશે, પરંતુ તેને ક્યાં ખબર ન હતી, અને તે જાણતો હતો કે તેના પર જીવવા માટે કશું જ હોવું જોઈએ નહીં. શ્રીમાન. ડેર્સીએ પૂછ્યું કે તેણે એક વખત તમારી બહેન સાથે કેમ લગ્ન કર્યું નથી. જોકે મિસ્ટર. બેનેટને ખૂબ સમૃધ્ધ હોવાનું કલ્પના કરવામાં આવી ન હતી, તે તેના માટે કંઇક કરી શક્યા હોત, અને તેની સ્થિતિએ લગ્ન દ્વારા લાભ મેળવ્યો હોત. પરંતુ તેમણે આ પ્રશ્નનો જવાબ આપ્યા, તે જાણવા મળ્યું કે, વિક્હમે હજુ પણ અન્ય દેશોમાં લગ્ન દ્વારા તેના સંપત્તિને વધુ અસરકારક બનાવવાની આશાને જાળવી રાખી છે. આવા સંજોગોમાં, તાત્કાલિક રાહતની લાલચ સામે તે સાબિતી હોવાનો સંભવ ન હતો. તેઓ ઘણી વાર મળ્યા, કારણ કે ત્યાં ચર્ચા કરવામાં આવી હતી. વિક્હામ અલબત્ત તેના કરતા વધુ ઇચ્છે છે; પરંતુ લંબાઈ પર વાજબી હોવાનું ઘટાડવામાં આવ્યું હતું. તેમની વચ્ચે દરેક વસ્તુ સ્થાયી થઈ ગઇ, મિ. ડેર્સીનું આગલું પગલું તમારા કાકાને તેની સાથે પરિચિત બનાવવાનું હતું, અને ઘરે ઘરે આવતાં પહેલા સાંજે તેમણે સૌ પ્રથમ ગ્રેસચાર્ચ-શેરીમાં બોલાવ્યું હતું. પરંતુ મિસ્ટર. ગાર્ડિનર જોઈ શકાતું નથી, અને મિસ્ટર. મળી, વધુ પૂછપરછ પર, કે તમારા પિતા હજી તેમની સાથે હતા, પરંતુ આગલી સવારે નગર છોડી દેશે. તેણે તમારા પિતાને એવા વ્યક્તિ તરીકે ન ઠેરવ્યો કે જેનાથી તે તમારા કાકા તરીકે યોગ્ય રીતે સલાહ આપી શકે, અને તેથી ભૂતકાળના પ્રસ્થાન પછી તેને તરત જ જોવામાં આવે છે. તેણે તેનું નામ છોડી દીધું નથી, અને બીજા દિવસે સુધી, તે માત્ર જાણતું હતું કે એક સજ્જનએ વ્યવસાય પર બોલાવ્યો હતો. શનિવારે તેઓ ફરીથી આવ્યા.

તમારા પિતા ગયા હતા, તમારા કાકા ઘરમાં હતા, અને જેમ મેં પહેલા કહ્યું હતું તેમ, તેઓ સાથે મળીને વાતચીત કરતા હતા. તેઓ ફરીથી રવિવારે મળ્યા, અને પછી મેં તેને પણ જોયો. તે સોમવાર પહેલાં બધા સ્થાયી ન હતી: તે જલદી જ,એક્સપ્રેસને લાંબા સમય સુધી મોકલવામાં આવી હતી. પરંતુ અમારા મુલાકાતી ખૂબ જ હઠીલા હતા. હું ફેન્સી, લિઝી, તે હાસ્ય એ તેના પાત્રની વાસ્તવિક ખામી છે. તેના પર જુદા જુદા સમયે ઘણા દોષોનો આરોપ મૂક્યો છે; પરંતુ આ સાચું છે. કંઇ કરવાનું ન હતું કે તેણે પોતાને ન કર્યું; જોકે મને ખાતરી છે (અને હું તેનો આભાર માનવા માટે બોલતો નથી, તેથી તેના વિશે કંઇક કહો નહીં), તમારા કાકા મોટાભાગે સરળતાથી આખા સ્થાયી થયા હશે. તેઓ લાંબા સમયથી એકબીજા સાથે લડ્યા, જે તે સંબંધિત સજ્જન અથવા મહિલા કરતાં વધારે હતું. પરંતુ છેલ્લે તમારા કાકાને ઉપજ માટે ફરજ પડી હતી, અને તેના ભત્રીજીને તેનો ઉપયોગ કરવાની મંજૂરી આપવાને બદલે, તેના સંભવિત ધિરાણની માત્રા રાખવાની ફરજ પાડવામાં આવી હતી, જે અનાજ સામે ગંભીરતાથી ચાલતી હતી; અને મને ખરેખર વિશ્વાસ છે કે આજે સવારે તમારું પત્ર તેમને ખૂબ જ આનંદ આપે છે, કારણ કે તેના માટે એક સમજૂતીની જરૂર હતી જેણે તેના ઉધાર લીધેલા પછાડાઓને લૂંટી લેશે અને જ્યાં તે યોગ્ય હતું ત્યાં વખાણ કરશે. પરંતુ, ઝાંખું, આ તમારી જાતને કરતાં વધુ આગળ જવાની જરૂર છે, અથવા જેન સૌથી વધુ. તમે સારી રીતે જાણો છો, મને લાગે છે, યુવા લોકો માટે શું કરવામાં આવ્યું છે. તેના દેવાનું ચૂકવણી કરવામાં આવશે, હું માનું છું કે, એક હજાર પાઉન્ડ કરતાં વધુમાં વધારે, તેના પર હજાર તેના પોતાના સ્થાયી થયા ઉપરાંત, અને તેના કમિશન દ્વારા ખરીદવામાં આવ્યું. આ બધું જ તેના દ્વારા થવું શા માટે હતું, જેમ મેં ઉપર આપ્યું છે. તે તેના માટે, તેના અનામત માટે અને યોગ્ય વિચારણા કરવા માગતા હતા, તે મુજબ વિકમામનું પાત્ર એટલું ગેરસમજ કરાયું હતું અને તેના પરિણામ રૂપે તે પ્રાપ્ત થયા હતા અને તેટલું જ નોંધ્યું હતું. કદાચ આમાં કંઈક સત્ય હતું; જોકે હું તેની શંકા છે કે

તેના અનામત, અથવા કોઈનું અનામત, ઇવેન્ટ માટે જવાબદાર હોઈ શકે છે. પણ આ બધી સરસ વાતો હોવા છતાં પણ, તમે પૂરેપૂરી ખાતરી આપી શકો છો કે, તમારા કાકાએ ક્યારેય પ્રદાન કર્યું ન હોત, જો આપણે આ સંબંધમાં અન્ય રસ માટે ક્રેડિટ આપી ન હોત. જ્યારે આ બધું ઉકેલાઇ ગયું, તે ફરીથી તેના મિત્રો પાસે પાછો ફર્યો, જેઓ પેમરેલીમાં રહ્યા હતા; પરંતુ તે સ્વીકારવામાં આવ્યું હતું કે તે અંદર હોવું જોઈએજ્યારે લંડન લગ્ન થયું ત્યારે એક વખત વધુ, અને તમામ નાણાંકીય બાબતો તે પછી અંતિમ સમાપ્તિ પ્રાપ્ત કરવા માટે હતી. હું માનું છું કે મેં તમને હવે બધું કહ્યું છે. તે એક સંબંધ છે જે તમે મને કહો છો તે તમને આશ્ચર્યજનક છે; મને આશા છે કે ઓછામાં ઓછું તે તમને કોઇ નાખુશ નહીં કરે. અમને આવ્યા; અને વિકમામને સતત ઘરમાં પ્રવેશ મળ્યો હતો. હું હર્ટફોર્ડશાયરમાં તેને જાણતો હતો ત્યારે તે બરાબર હતો. પરંતુ હું તમને જણાવીશ કે તેણી સાથે વર્તન કરતી વખતે હું તેના વર્તનથી કેટલી સંતુષ્ટ હતી, જો મને ખબર ન હતી કે, જેનનું પત્ર છેલ્લા દિવસે બુધવારે લખ્યું હતું કે, ઘરે આવતા તેના વર્તન બરાબર તેની સાથે હતું, અને તેથી હું હવે તમને કહીશ, તમને કોઇ તાજુ પીડા આપી શકશે નહીં. મેં વારંવાર ગંભીરતાથી વાત કરી હતી, તેણીએ જે કર્યું હતું તેના બધાં દુષ્ટતા અને તેના પરિવાર પર જે બધી દુ: ખ સહન કરી હતી તે રજૂઆત કરી હતી. જો તેણીએ મને સાંભળ્યું હોય, તો તે સારા નસીબથી હતું, મને ખાતરી છે કે તેણીએ સાંભળ્યું નથી. હું ક્યારેક ખૂબ ઉશ્કેરવામાં આવ્યો હતો, પરંતુ પછી મેં મારા પ્રિય એલિઝાબેથ અને જેનને યાદ કર્યું, અને તેમની સાથે તેમના માટે ધીરજ હતી. શ્રીમાન. તેમના વળતર માં સમયાંતરે હતો, અને લીડિયાએ તમને જણાવ્યા પ્રમાણે, લગ્નમાં હાજરી આપી હતી. તેમણે બીજા દિવસે અમારી સાથે ભોજન કર્યું, અને બુધવારે અથવા ગુરુવારે ફરીથી નગર છોડવાનું હતું. મારા પ્રિય ઉત્સાહથી, જો તમે મને એમ કહેવાની તક લેશો (હું પહેલાં કદી બોલવા માટે પૂરતી હિંમત ન હતી) તો તમે તેને કેટલો ગમે છે. અમારા પ્રત્યેની વર્તણૂંક, દરેક સંદર્ભમાં, જ્યારે અમે

ડર્બીશાયરમાં હતા ત્યારે આનંદદાયક હતા. તેની સમજ અને મંતવ્યો બધા મને કૃપા કરીને; તે થોડું વધારે જીવંતપણું ઇચ્છે છે, અને જો તે બુદ્ધિપૂર્વક લગ્ન કરે, તો તેની પત્ની તેને શીખવી શકે છે. મેં તેને ખૂબ જ માનતા હતા; -તેણે ક્યારેય તમારા નામનો ઉલ્લેખ કર્યો નથી. પરંતુ વલણ ફેશન લાગે છે. કૃપા કરીને મને માફ કરો, જો હું ખૂબ ધારણા કરું છું, અથવા ઓછામાં ઓછું મને સજા ન કરું, તો મને પીથી બાકાત રાખવા માટે. જ્યાં સુધી હું પાર્કની આસપાસ ન રહ્યો ત્યાં સુધી હું ક્યારેય ખુશ થતો નથી. ઓછી ફેટન, એક સરસ થોડું જોડી સાથે, હશેખૂબ જ વસ્તુ. પરંતુ મને વધુ લખવું જ પડશે. બાળકો મને આ અડધા કલાક માગે છે. તમારું, ખૂબ જ પ્રામાણિકપણે,

"એમ. ગાર્ડિનર."

આ પત્રના સમાવિષ્ટોએ એલિઝાબેથને સ્પિરિટ્સની ઝૂંપડપટ્ટીમાં ફેંકી દીધી હતી, જેમાં આનંદ અથવા દુખાવો સૌથી મોટો ભાગ હતો કે કેમ તે નક્કી કરવું મુશ્કેલ હતું. અસ્પષ્ટ અને અનિશ્ચિત શંકા, જે અનિશ્ચિતતાએ મિ. ડાર્સી કદાચ તેની બહેનની મેચ આગળ ધપાવવા માટે કરી રહી હતી, જે તેને પ્રોત્સાહન આપવા માટે ડરતી હતી, જે સંભવિત બનવા માટે ખૂબ જ મહાનતાના પ્રયત્નો તરીકે, અને તે જ સમયે જવાબદારીના દુઃખમાંથી, ફક્ત તેમના મહાનતમ સાબિત થયા. સાચી હોવી જોઈએ! તેમણે તેમને શહેરમાં હેતુપૂર્વક અનુસર્યા હતા, તેમણે આવા સંશોધન પર પોતાની જાતને તમામ મુશ્કેલીઓ અને આત્મનિર્ભર કર્મચારીને લીધો હતો; જેમાં એવી સ્ત્રીને વિનંતી કરવી આવશ્યક હતી જેને તેણે નફરત અને તુચ્છતા હોવી જોઈએ, અને જ્યાં તેને મળવા માટે ઘટાડવામાં આવી હતી, વારંવાર મળવા, તેનું કારણ સમજાવવા, સમજાવવા અને છેલ્લે લાંચ આપવા માટે, તે માણસ જેને તે હંમેશાં ટાળવા ઇચ્છતો હતો, અને જેની ખૂબ જ નામ તેને ઉચ્ચારવા માટે સજા હતી. તેણે આ બધું તે છોકરી માટે કર્યું હતું જેને તે ન માનતા અને

ન માનતા. તેણીનું હૃદય કડકાઈ ગયું હતું, તેણે તે માટે કર્યું હતું. પરંતુ તે ટૂંક સમયમાં અન્ય વિચારણા દ્વારા તપાસવામાં આવી હતી, અને ટૂંક સમયમાં જ એવું લાગ્યું કે તેણીની નિષ્ઠા પણ અપૂરતી હતી, જ્યારે તેણીએ તેના પ્રત્યેની લાગણી પર આધાર રાખવાની જરૂર હતી, તે સ્ત્રી માટે, જેણે તેને પહેલેથી જ ઇનકાર કર્યો હતો, વિકમ સાથેના સંબંધ સામે ધિક્કાર. વિખમના ભાઇ! દરેક પ્રકારના ગૌરવને જોડાણથી બળવો જોઈએ. તેમણે ખાતરી કરો કે ખૂબ કર્યું છે. તે વિચારવા માટે શરમજનક હતી. પરંતુ તેણે તેમની દખલગીરીનું એક કારણ આપ્યું હતું, જેણે માન્યતાના અસાધારણ વલણને પૂછ્યું નહોતું. તે વાજબી હતું કે તેને લાગે છે કે તે ખોટું છે; તે અને તેનું નામ ખૂબ જ ઉચ્ચારણ હતું, તેને ઉચ્ચારવા માટે સજા કરવામાં આવી હતી. તેણે આ બધું તે છોકરી માટે કર્યું હતું જેને તે ન માનતા અને ન માનતા. તેણીનું હૃદય કડકાઈ ગયું હતું, તેણે તે માટે કર્યું હતું. પરંતુ તે ટૂંક સમયમાં અન્ય વિચારણા દ્વારા તપાસવામાં આવી હતી, અને ટૂંક સમયમાં જ એવું લાગ્યું કે તેણીની નિષ્ઠા પણ અપૂરતી હતી, જ્યારે તેણીએ તેના પ્રત્યેની લાગણી પર આધાર રાખવાની જરૂર હતી, તે સ્ત્રી માટે, જેણે તેને પહેલેથી જ ઇનકાર કર્યો હતો, વિકમ સાથેના સંબંધ સામે ધિક્કાર. વિખમના ભાઇ! દરેક પ્રકારના ગૌરવને જોડાણથી બળવો જોઈએ. તેમણે ખાતરી કરો કે ખૂબ કર્યું છે. તે વિચારવા માટે શરમજનક હતી. પરંતુ તેણે તેમની દખલગીરીનું એક કારણ આપ્યું હતું, જેણે માન્યતાના અસાધારણ વલણને પૂછ્યું નહોતું. તે વાજબી હતું કે તેને લાગે છે કે તે ખોટું છે; તે અને તેનું નામ ખૂબ જ ઉચ્ચારણ હતું, તેને ઉચ્ચારવા માટે સજા કરવામાં આવી હતી. તેણે આ બધું તે છોકરી માટે કર્યું હતું જેને તે ન માનતા અને ન માનતા. તેણીનું હૃદય કડકાઈ ગયું હતું, તેણે તે માટે કર્યું હતું. પરંતુ તે ટૂંક સમયમાં અન્ય વિચારણા દ્વારા તપાસવામાં આવી હતી, અને ટૂંક સમયમાં જ એવું લાગ્યું કે તેણીની નિષ્ઠા પણ અપૂરતી હતી, જ્યારે તેણીએ તેના પ્રત્યેની લાગણી પર આધાર રાખવાની જરૂર હતી, તે સ્ત્રી માટે, જેણે તેને પહેલેથી જ ઇનકાર કર્યો હતો, વિકમ સાથેના સંબંધ સામે

ઘિક્કાર. વિખમના ભાઇ! દરેક પ્રકારના ગૌરવને જોડાણથી બળવો જોઇએ. તેમણે ખાતરી કરો કે ખૂબ કર્યું છે. તે વિચારવા માટે શરમજનક હતી. પરંતુ તેણે તેમની દખલગીરીનું એક કારણ આપ્યું હતું, જેણે માન્યતાના અસાધારણ વલણને પૂછ્યું નહોતું. તે વાજબી હતું કે તેને લાગે છે કે તે ખોટું છે; તે તેણે આ બધું તે છોકરી માટે કર્યું હતું જેને તે ન માનતા અને ન માનતા. તેણીનું હૃદય કડકાઇ ગયું હતું, તેણે તે માટે કર્યું હતું. પરંતુ તે ટૂંક સમયમાં અન્ય વિચારણા દ્વારા તપાસવામાં આવી હતી, અને ટૂંક સમયમાં જ એવું લાગ્યું કે તેણીની નિષ્ઠા પણ અપૂરતી હતી, જ્યારે તેણીએ તેના પ્રત્યેની લાગણી પર આધાર રાખવાની જરૂર હતી, તે સ્ત્રી માટે, જેણે તેને પહેલેથી જ ઇનકાર કર્યો હતો, વિકમ સાથેના સંબંધ સામે ઘિક્કાર. વિખમના ભાઇ! દરેક પ્રકારના ગૌરવને જોડાણથી બળવો જોઇએ. તેમણે ખાતરી કરો કે ખૂબ કર્યું છે. તે વિચારવા માટે શરમજનક હતી. પરંતુ તેણે તેમની દખલગીરીનું એક કારણ આપ્યું હતું, જેણે માન્યતાના અસાધારણ વલણને પૂછ્યું નહોતું. તે વાજબી હતું કે તેને લાગે છે કે તે ખોટું છે; તે તેણે આ બધું તે છોકરી માટે કર્યું હતું જેને તે ન માનતા અને ન માનતા. તેણીનું હૃદય કડકાઇ ગયું હતું, તેણે તે માટે કર્યું હતું. પરંતુ તે ટૂંક સમયમાં અન્ય વિચારણા દ્વારા તપાસવામાં આવી હતી, અને ટૂંક સમયમાં જ એવું લાગ્યું કે તેણીની નિષ્ઠા પણ અપૂરતી હતી, જ્યારે તેણીએ તેના પ્રત્યેની લાગણી પર આધાર રાખવાની જરૂર હતી, તે સ્ત્રી માટે, જેણે તેને પહેલેથી જ ઇનકાર કર્યો હતો, વિકમ સાથેના સંબંધ સામે ઘિક્કાર. વિખમના ભાઇ! દરેક પ્રકારના ગૌરવને જોડાણથી બળવો જોઇએ. તેમણે ખાતરી કરો કે ખૂબ કર્યું છે. તે વિચારવા માટે શરમજનક હતી. પરંતુ તેણે તેમની દખલગીરીનું એક કારણ આપ્યું હતું, જેણે માન્યતાના અસાધારણ વલણને પૂછ્યું નહોતું. તે વાજબી હતું કે તેને લાગે છે કે તે ખોટું છે; તે પરંતુ તે ટૂંક સમયમાં અન્ય વિચારણા દ્વારા તપાસવામાં આવી હતી, અને ટૂંક સમયમાં જ એવું લાગ્યું કે તેણીની નિષ્ઠા પણ અપૂરતી હતી, જ્યારે તેણીએ તેના પ્રત્યેની લાગણી પર આધાર રાખવાની જરૂર હતી, તે સ્ત્રી માટે, જેણે તેને

પહેલેથી જ ઇનકાર કર્યો હતો, વિકમ સાથેના સંબંધ સામે ધિક્કાર. વિખમના ભાઇ! દરેક પ્રકારના ગૌરવને જોડાણથી બળવો જોઈએ. તેમણે ખાતરી કરો કે ખૂબ કર્યું છે. તે વિચારવા માટે શરમજનક હતી. પરંતુ તેણે તેમની દખલગીરીનું એક કારણ આપ્યું હતું, જેણે માન્યતાના અસાધારણ વલણને પૂછ્યું નહોતું. તે વાજબી હતું કે તેને લાગે છે કે તે ખોટું છે; તે પરંતુ તે ટૂંક સમયમાં અન્ય વિચારણા દ્વારા તપાસવામાં આવી હતી, અને ટૂંક સમયમાં જ એવું લાગ્યું કે તેણીની નિષ્ઠા પણ અપૂરતી હતી, જ્યારે તેણીએ તેના પ્રત્યેની લાગણી પર આધાર રાખવાની જરૂર હતી, તે સ્ત્રી માટે, જેણે તેને પહેલેથી જ ઇનકાર કર્યો હતો, વિકમ સાથેના સંબંધ સામે ધિક્કાર. વિખમના ભાઇ! દરેક પ્રકારના ગૌરવને જોડાણથી બળવો જોઈએ. તેમણે ખાતરી કરો કે ખૂબ કર્યું છે. તે વિચારવા માટે શરમજનક હતી. પરંતુ તેણે તેમની દખલગીરીનું એક કારણ આપ્યું હતું, જેણે માન્યતાના અસાધારણ વલણને પૂછ્યું નહોતું. તે વાજબી હતું કે તેને લાગે છે કે તે ખોટું છે; તે વિખમના ભાઇ! દરેક પ્રકારના ગૌરવને જોડાણથી બળવો જોઈએ. તેમણે ખાતરી કરો કે ખૂબ કર્યું છે. તે વિચારવા માટે શરમજનક હતી. પરંતુ તેણે તેમની દખલગીરીનું એક કારણ આપ્યું હતું, જેણે માન્યતાના અસાધારણ વલણને પૂછ્યું નહોતું. તે વાજબી હતું કે તેને લાગે છે કે તે ખોટું છે; તે વિખમના ભાઇ! દરેક પ્રકારના ગૌરવને જોડાણથી બળવો જોઈએ. તેમણે ખાતરી કરો કે ખૂબ કર્યું છે. તે વિચારવા માટે શરમજનક હતી. પરંતુ તેણે તેમની દખલગીરીનું એક કારણ આપ્યું હતું, જેણે માન્યતાના અસાધારણ વલણને પૂછ્યું નહોતું. તે વાજબી હતું કે તેને લાગે છે કે તે ખોટું છે; તેઉદારતા હતી, અને તેને કસરત કરવાનો અર્થ હતો; અને તેમ છતાં તે પોતાની જાતને મુખ્ય પ્રેરણા તરીકે નહીં મૂકતી હોવા છતાં, તેણી કદાચ માને છે કે તેના માટે બાકી રહેલ પક્ષપાત, તેના પ્રયાસોને મદદ કરશે કારણ કે તેણીની મનની શાંતિ ભૌતિક રીતે સંબંધિત હોવી જોઈએ. તે પીડાદાયક, ખૂબ પીડાદાયક હતું, તે જાણવું કે તે એવા વ્યક્તિને ફરજિયાત છે જે ક્યારેય વળતર પ્રાપ્ત કરી શકશે

નહીં. તેઓએ લીડિયા, તેના પાત્ર, તેમને દરેક વસ્તુની પુનઃસ્થાપના બાકી હતી. ઓહ! તેણીએ જે પ્રત્યેક પ્રોત્સાહન આપ્યું હતું તે પ્રત્યેક અપમાનજનક સંવેદના પ્રત્યે તેણે કેવી રીતે હૃદયપૂર્વક દુઃખ સહન કર્યું હતું, તેણીએ જે પ્રત્યેક દિશામાં તેના પ્રત્યે નિર્દેશ કર્યો હતો. પોતાને માટે તે નમ્ર હતી; પરંતુ તેણીને ગર્વ હતો. ગૌરવ કે કરુણા અને સન્માનના કારણથી, તે પોતાને વધુ સારી રીતે પ્રાપ્ત કરી શક્યો હતો. તેણીએ તેણીની કાકીની પ્રશંસા વારંવાર વાંચી. તે ભાગ્યે જ પૂરતું હતું; પરંતુ તે તેના ખુશ. તેણીને કેટલાક આનંદની પણ સમજણ હતી, જો કે તેણીને દિલથી દુઃખ થયું હતું, તે જાણવા માટે કે તેણી અને તેના કાકા બંને કેવી રીતે દૃઢ થઈ ગયા છે કે સ્નેહ અને વિશ્વાસ એમ.આર. ડરસી અને પોતાને.

તેણીને તેણીની સીટમાંથી, અને તેના પ્રતિબિંબને, કોઈના અભિગમ દ્વારા; અને તે અન્ય પાથમાં હડતા પહેલા, તેણી વિકમામ દ્વારા આગળ નીકળી ગઈ હતી.

"હું ભયભીત છું કે હું તમારા એકલા રેમ્બલને રોકું છું, મારા પ્રિય બહેન?" તેણે જણાવ્યું હતું કે, તેણી તેના જોડાયા છે.

"તમે ચોક્કસ કરો છો," તેણીએ સ્મિત સાથે જવાબ આપ્યો; "પરંતુ તે અનુસરતું નથી કે અવરોધ અનિચ્છનીય હોવો જોઈએ."

"હું ખરેખર માફ કરું છું, જો તે હોત. અમે હંમેશાં સારા મિત્રો હતા અને હવે અમે વધુ સારા છીએ."

"સાચું. બીજાઓ બહાર આવે છે?"

"હું નથી જાણતો. મિસ્ટર બેનેટ અને લાઇડિયા મેરીટનને વાહનમાં જતા રહ્યા છે. અને તેથી, મારા પ્રિય બહેન, હું અમારા

કાકા અને કાકી પાસેથી શોધી કાઢું છું કે તમે ખરેખર પેમરેલીને જોયા છે."

તેણીએ હકારાત્મક જવાબ આપ્યો.

"હું તમને ખુશીથી ઈર્ષ્યા કરું છું, અને હજુ સુધી માનું છું કે તે મારા માટે ઘણું વધારે હશે, અથવા તો હું તેને નવી કાસ્ટિકલમાં લઈ જઈ શકું છું. અને તમે જૂના ઘરના કક્ષાની સંભાળ લીધી, મને લાગે છે? ગરીબ રેનોલ્ડ્સ, તેણી હંમેશા ખૂબ જ શોખીન હતી મારા વિશે. પરંતુ, તેણે મારા નામનો ઉલ્લેખ કર્યો નથી. "

"હા તેણીએ કર્યું."

"અને તે શું કહે છે?"

"કે તમે લશ્કરમાં ગયા હતા, અને તે ડરતી હતી - સારી રીતે બહાર આવી ન હતી. એટલા અંતરે, તમે જાણો છો કે વસ્તુઓ અજાણ્યા રીતે ખોટી રીતે રજૂ કરવામાં આવી છે."

"ચોક્કસપણે," તેમણે જવાબ આપ્યો, તેના હોઠ કરડવાથી. એલિઝાબેથને આશા હતી કે તેણીએ તેને ચૂપ કરી દીધી છે; પરંતુ ટૂંક સમયમાં જ તેણે કહ્યું,

"ગયા મહિને શહેરમાં ડરસી જોવાથી મને આશ્ચર્ય થયું હતું. અમે એકબીજાને ઘણી વખત પસાર કર્યા. મને આશ્ચર્ય છે કે તે ત્યાં શું કરી શકે છે."

એલિઝાબેથએ કહ્યું, "કદાચ તેમના લગ્ન માટે મિસ ડી બૌર્ઘ સાથે તૈયારી કરી રહ્યા છે." "આ વર્ષના સમયે તેને ત્યાં લઈ જવા માટે, તે કંઈક ખાસ હોવું આવશ્યક છે."

"નિઃશંકપણે. શું તમે તેને લેમ્બટનમાં હતા ત્યારે તમે તેને જોયો? મેં વિચાર્યું કે હું તમારા ગાર્ડિનરો પાસેથી સમજી ગયો છું."

"હા; તેણે અમને તેની બહેન સાથે પરિચય આપ્યો."

"અને તમે તેને પસંદ કરો છો?"

"ખૂબ ખૂબ."

"મેં સાંભળ્યું છે, ખરેખર, તે આ વર્ષે કે બે વર્ષમાં અસાધારણ રીતે સુધારેલી છે. જ્યારે મેં તેને છેલ્લે જોયું ત્યારે તેણી ખૂબ આશાસ્પદ નહોતી. મને ખુશી થાય છે કે તમે તેને ગમ્યું. મને આશા છે કે તે સારી રીતે ચાલુ રહેશે."

"હું હિંમત કરું છું કે તેણી કરશે; તેણીએ સૌથી વધુ પ્રયત્નશીલ યુગમાં પ્રવેશ મેળવ્યો છે."

"તમે કિમ્પ્ટોન ગામ ગયા છો?"

"હું યાદ કરતો નથી કે અમે કર્યું."

"હું તેનો ઉલ્લેખ કરું છું, કારણ કે તે જીવંત જીવન છે જે મને હોવું જોઈએ. એક ખૂબ જ આનંદદાયક સ્થળ! - ઉત્તમ પાર્સનજ હાઉસ! તે મને પ્રત્યેક સન્માનમાં અનુકૂળ હોત."

"તમારે ઉપદેશો કેવી રીતે ગમશે?"

"ખૂબ જ સારી રીતે. મને તે મારા ફરજનો ભાગ માનવામાં આવવો જોઈએ, અને સહનશક્તિ ટૂંક સમયમાં જ કશું જ ન હોત. એકને સુધારવું જોઈએ નહીં; -પરંતુ, ખાતરી કરો કે, તે મારા માટે આવી વસ્તુ હોત! શાંત, આવા જીવનનો નિવૃત્તિ, સુખના મારા બધા વિચારોનો જવાબ આપ્યો હોત! પરંતુ તે ન

હોવું. શું તમે ક્યારેય કર્ન્ટમાં હતા ત્યારે પરિસ્થિતિનો ઉલ્લેખ કરતા ડરસી સાંભળી? "

"મેં સત્તાથી સાંભળ્યું છે, જે મેં સારી રીતે વિચાર્યું હતું, કે તે તમને શરતી માત્ર અને જ હાલના આશ્રયદાતાની ઇચ્છાથી છોડી દીધી હતી."

"તમારી પાસે છે. હા, તેમાં કંઇક હતું; મેં તમને પહેલાથી કહ્યું હતું, તમને યાદ છે."

"મેં પણ સાંભળ્યું હતું કે ત્યાં એક સમય હતો, જ્યારે પ્રવચન બનાવવું એ તમારા માટે એટલું હાનિકારક ન હતું કે હાલમાં તે લાગે છે; તમે ખરેખર તમારા ઓર્ડર ક્યારેય લેવાનું રિઝોલ્યુશન જાહેર કર્યું નથી અને તે મુજબ વ્યવસાયને સમાધાન કરવામાં આવ્યું છે . "

"તમે કર્યું! અને તે ફાઉન્ડેશન વિના સંપૂર્ણ ન હતું. તમે તે મુદ્દે મેં જે કહ્યું તે યાદ કરી શકો છો, જ્યારે આપણે સૌપ્રથમ તેની સાથે વાત કરી હતી."

તેઓ હવે ઘરના દરવાજાની નજીક હતા, કારણ કે તે તેનાથી છુટકારો મેળવવા માટે ઝડપથી ચાલતી હતી; અને તેણીની બહેનની ખામી માટે તેને તૈયાર કરવા માટે, તેણીને ઉશ્કેરવા માટે, તેણીએ માત્ર જવાબમાં કહ્યું કે, સારી રમૂજવાળી સ્મિત સાથે,

"આવો, મિસ્ટર વિકહમ, અમે ભાઈ અને બહેન છીએ, તમે જાણો છો. અમને ભૂતકાળ વિશે ઝઘડા ન દો. ભવિષ્યમાં, હું આશા રાખું છું કે આપણે હંમેશાં એક મનમાં હોઈશું."

તેણીએ હાથ પકડી રાખ્યો; તેણે તેને પ્રેમપૂર્વકના બહાદુરીથી ચુંબન કર્યું હતું, જો કે તે ભાગ્યે જ જાણતો હતો અને તેઓ ઘરમાં પ્રવેશ્યા.

પ્રકરણ .

શ્રીમાન. આ વાતચીતથી વિકમામ એટલી સંતુષ્ટ થઇ ગઈ હતી કે, તેણે ક્યારેય તેનાથી દુઃખી થવું નથી, અથવા તેની પ્રિય બહેન એલિઝાબેથને વિષય રજૂ કરીને ઉશ્કેર્યા નથી; અને તે શોધવામાં ખુશી થઈ હતી કે તેણીએ તેને શાંત રાખવા માટે પૂરતું કહ્યું હતું.

તેના અને લિયડિયાના પ્રસ્થાનનો દિવસ ટૂંક સમયમાં આવ્યો અને મિસ્ટર. બેનેટને જુદાં જુદાં જુદાં જુદાં જુદાં જુદાં જુદાં જુદાં દંડની ફરજ પડી હતી, જેમ કે તેના પતિ નવો કિસ્સલ જવાની તેમની યોજનામાં પ્રવેશી શક્યા ન હતા, તે ઓછામાં ઓછા બારમોમું ચાલુ રાખવાની શકયતા હતી.

"ઓહ! મારા પ્રિય લાઇડીયા," તેણીએ રડ્યા, "ફરી ક્યારે મળીએ?"

"ઓહ, સ્વામી! મને ખબર નથી. આ બે કે ત્રણ વર્ષ કદાચ નથી."

"ઘણી વાર મને લખો, મારા પ્રિય."

"જેટલું વાર હું કરી શકું છું, પણ તમે જાણો છો કે વિવાહિત સ્ત્રીઓ પાસે લેખન માટે વધુ સમય નથી. મારી બહેનો મને લખી શકે છે. તેઓ પાસે બીજું કંઈ નથી."

શ્રીમાન. વિકિમની એડિઅસ તેની પત્નીની સરખામણીમાં વધુ પ્રેમાળ હતી. તેમણે સ્મિત, સુંદર દેખાવું, અને ઘણી સુંદર વસ્તુઓ કહ્યું.

"તે એક સાથી બહેન છે," મિસ્ટર જણાવ્યું હતું. બેનેટ, જલદી તેઓ ઘરમાંથી બહાર આવ્યા હતા, "જેમ મેં જોયું તેમ, તેઓ સિમ્પર્સ, અને સ્મિર, અને અમને બધાને પ્રેમ કરે છે. હું તેના પર ગૌરવપૂર્ણ ગૌરવ અનુભવું છું. હું પણ શ્રી વિલિયમ લુકાસને મારી નાખું છું મૂલ્યવાન સાસુ. "

તેના પુત્રીના નુકશાનથી મિ. ઘણા દિવસો માટે બેનેટ ખૂબ જ નરમ.

"હું વારંવાર વિચારું છું," તેણીએ કહ્યું, "કોઈના મિત્રો સાથે ભાગ લેવો એટલો બધો ખરાબ નથી. કોઈ પણ તેના વગર ધૃણાસ્પદ લાગે છે."

એલિઝાબેથએ કહ્યું, "આ પરિણામ એ છે કે તમે જુઓ પુત્રી સાથે લગ્ન કરવા માદામ." "તે તમને વધુ સંતુષ્ટ કરે છે કે તમારા અન્ય ચાર એકલ છે."

"તે કોઈ વસ્તુ નથી. લીડિયા મને છોડી દેતી નથી કારણ કે તેણી લગ્ન કરે છે, પરંતુ માત્ર એટલા માટે કે તેના પતિની રેજિમેન્ટ એટલી દૂર હોય છે. જો તે નજીક હોત, તો તે ખૂબ ઝડપથી જતી હોત."

પરંતુ આ અવિશ્વાસવાળી સ્થિતિ જેણે આ ઘટનામાં તેને ફેંકી દીધી, ટૂંક સમયમાં રાહત મળી, અને તેના મગજમાં ફરી એક આશાના ચળવળ પર ખુલ્લો મુકાયો, સમાચારના એક લેખ દ્વારા, જે પછી પરિભ્રમણમાં પરિણમી. નેધરફિલ્ડના ઘરના માલિકે તેના માસ્ટરના આગમનની તૈયારી માટે ઓર્ડર પ્રાપ્ત કર્યા હતા, જે એક અથવા બે દિવસમાં નીચે આવી રહ્યો હતો, જેથી કેટલાક અઠવાડિયા સુધી ત્યાં શૂટ કરી શકાય. શ્રીમતી. બેનેટ ખૂબ અસ્વસ્થપણે હરવું ફરવું માં હતી. તેણીએ જેન તરફ જોયું, અને સ્મિત, અને વળાંક દ્વારા તેના માથા પદને હલાવી દીધી.

"સારું, સારું, અને તેથી મિસ્ટર બિંગલી નીચે આવી રહ્યું છે, બહેન," (મિ. ફિલિપ્સે પ્રથમ તેને સમાચાર લાવ્યો.) "સારું, એટલું સારું." અમને, તમે જાણો છો, અને મને ખાતરી છે કે હું તેને ફરી જોવા નહીં માંગું છું, પરંતુ, જો તે તેને ગમશે તો તેને નેટરફિલ્ડ આવવા માટે ખૂબ જ આવકાર છે અને કોણ જાણે છે કે તે શું થઈ શકે છે? પરંતુ તે આપણા માટે કંઈ નથી. ખબર, બહેન, અમે લાંબા સમય પહેલા તેના વિશે કોઈ શબ્દનો ઉલ્લેખ કરવા માટે સંમત થયા નથી અને તેથી, શું તે ચોક્કસ છે કે તે આવી રહ્યો છે?"

"તમે તેના પર આધાર રાખી શકો છો," બીજાને જવાબ આપ્યો, "મિસ્ટર નિકોલસ ગઈ કાલે મેરિટોનમાં હતા; મેં તેણીને પસાર કરીને જોયું, અને સત્યની જાણ કરવા માટે હું જાતે જ બહાર ગયો; અને તેણે મને કહ્યું કે તે ચોક્કસ છે સાચું છે. તે બુધવારના રોજ તુરંત જ નીચે આવે છે, બુધવારે ખૂબ જ સંભવતઃ તે કથ્થઈની પાસે જઈ રહી હતી, તેણીએ મને કહ્યું હતું કે, બુધવારના રોજ કેટલાક માંસમાં ઓર્ડર આપવાનો હેતુ છે, અને તેને ત્રણ ડૂબકા મળ્યા છે, તે યોગ્ય છે માર્યા ગયા."

મિસ બેનેટ રંગ બદલ્યાં વિના, તેના આવતા સાંભળવા માટે સક્ષમ ન હતી. તેણીએ તેના નામનો ઉલ્લેખ એલિઝાબેથને કર્યો ત્યારથી ઘણા મહિના થયા હતા; પરંતુ હવે, જ્યારે તેઓ એકલા હતા ત્યારે, તેણીએ કહ્યું,

"મેં જોયું કે આજે તમે મને જુઓ છો, જ્યારે મારી માસીએ અમને વર્તમાન અહેવાલ વિશે કહ્યું હતું અને મને ખબર છે કે હું નિરાશ થઈ ગયો છું, પણ કલ્પના કરજો કે તે કોઈ મૂર્ખ કારણોથી છે. હું આ ક્ષણે માત્ર મૂંઝવણમાં હતો, કારણ કે મને લાગ્યું કે મને જોવું જોઈએ. હું તમને ખાતરી આપું છું કે સમાચાર મને આનંદ અથવા દુઃખ સાથે અસર કરતું નથી. હું એક વસ્તુથી ખુશ છું કે તે એકલા આવે છે, કારણ કે આપણે તેનાથી ઓછા જોશું. કે હું મારાથી ડરતો છું, પરંતુ હું અન્ય લોકોની ટિપ્પણીથી ડરતો છું."

એલિઝાબેથને ખબર ન હતી કે તે શું બનાવશે. તેણીએ તેને ડર્બીશાયરમાં જોયો ન હોત, તેણીએ કદાચ તેને ત્યાં આવવા માટે સમર્થ માન્યું હોત, સ્વીકાર્ય કરતાં અન્ય કોઈ દૃશ્ય વિના; પરંતુ તેણીએ હજુ પણ તેને જેનનું આંશિક માન્યું હતું, અને તેણીએ તેના મિત્રની પરવાનગી સાથે તેના આવવાના વધુ સંભાવના, અથવા તેના વિના આવવા માટે પૂરતી હિંમત હોવાનું વેગ આપ્યો હતો.

"હજુ સુધી તે મુશ્કેલ છે," તેણીએ ક્યારેક વિચાર્યું, "આ ગરીબ માણસ ઘરની અંદર આવી શકતો નથી, જે તેણે આ તમામ અટકળો ઉઠાવ્યા વિના કાયદેસર રીતે ભાડે રાખ્યો છે! હું તેને પોતાને છોડી દઈશ."

તેણીની બહેનએ જે જાહેર કર્યું હતું તે છતાં, અને તેની લાગણીઓ ખરેખર માનવામાં આવી હતી, તેના આગમનની અપેક્ષામાં, એલિઝાબેથ સરળતાથી સમજી શકે છે કે તેના આત્માઓ તેનાથી પ્રભાવિત થયા છે. તેઓ ઘણી વાર તેમને જોતા હતા તેના કરતા વધુ અસંતુલિત હતા.

આ વિષય જે 12 મહિના પહેલા લગભગ તેના માતાપિતા વચ્ચે ખૂબ જ ઉત્સાહિત કરવામાં આવ્યું હતું, હવે ફરીથી આગળ લાવવામાં આવ્યું હતું.

"જલદી જ મિ. બિંગલી આવે છે, મારા પ્રિય," મિસ્ટર જણાવ્યું હતું. બેનેટ, "તમે અલબત્ત તેની રાહ જોશો."

"ના, ના, તમે મને ગયા વર્ષે મુલાકાત લેવાની ફરજ પડી હતી, અને વચન આપ્યું હતું કે જો હું તેને જોવા ગયો હોત, તો તેણે મારી એક પુત્રી સાથે લગ્ન કરવું જોઈએ, પરંતુ તે કશું જ સમાપ્ત થયું નથી, અને મને ફરીથી મૂર્ખની ભૂલ પર મોકલવામાં આવશે નહીં."

તેમની પત્નીએ તેમને દર્શાવ્યું કે નેટરફિલ્ડની પરત ફર્યા પછી, તેમના પડોશી લોકોમાંથી આવા ધ્યાન કેટલું જરૂરી છે.

"તે એક શિષ્ટાચાર હું તિરસ્કાર," તેમણે જણાવ્યું હતું. "જો તે આપણા સમાજને ચાહે છે, તો તેને શોધી કાઢો. તે જાણે છે કે આપણે ક્યાં જીવીએ છીએ. હું મારા પડોશીઓ પછી દરરોજ જતા રહે તે દરમ્યાન મારા કલાકો પસાર કરતો નથી અને ફરી પાછો આવું છું."

"ઠીક છે, મને ખબર છે કે, જો તમે તેના પર રાહ ન જુઓ તો તે ઘૃણાસ્પદ રૂબરૂ હશે. જો કે, તે અહીં મને ભોજન કરવા માટે પૂછશે નહીં , હું નિર્ધારિત છું. અમારી પાસે લાંબા સમય સુધી જલ્દીથી ગોળીઓ. તે આપણી સાથે તેર કરશે, તેથી તેના માટે ટેબલ પર ફક્ત રૂમ જ હશે. "

આ ઠરાવ દ્વારા સહમત, તેણી તેના પતિની અસહિષ્ણુતાને સહન કરવા માટે સક્ષમ હતી; જો કે તે જાણવું ખૂબ જ મોટું હતું કે તેના પાડોશીઓ બધાને મિ. તે પહેલાં, તેના પરિણામ માં . કારણ કે તેના આગમનનો દિવસ નજીક આવ્યો હતો,

"હું દિલગીર થવાનું શરૂ કરું છું કે તે બિલકુલ આવે છે," જેણે તેની બહેનને કહ્યું. "તે કંઇ હશે નહીં; હું તેને સંપૂર્ણ ઉદાસીનતાથી જોઈ શકું છું, પણ હું આટલું સાંભળવા માટે ભાગ્યે જ સહન કરી શકું છું. મારી માતાનો અર્થ સારી છે, પણ તે જાણતી નથી, તે જાણતી નથી કે તેણી જે કહે છે તેનાથી મને કેટલો દુઃખ થાય છે હું ખુશ થઈશ, જ્યારે નેટહરફિલ્ડ પર તેનો સમય સમાપ્ત થશે! "

એલિઝાબેથે જવાબ આપ્યો, "હું ઈચ્છું છું કે હું તમને દિલાસો આપવા માટે કંઈક કહી શકું." "પરંતુ તે મારી શક્તિથી સંપૂર્ણ છે. તમારે તેને અનુભવું જોઈએ અને પીડિતને ધીરજ પ્રગટ કરવાની

સામાન્ય સંતોષ મને નકારે છે, કારણ કે તમારી પાસે હંમેશાં ખૂબ જ છે."

શ્રીમાન. બિંગલી પહોંચ્યા. શ્રીમતી. બેનેટ, નોકરોની સહાય દ્વારા, તેની શરૂઆતની વાર્તાઓને ધ્યાનમાં રાખીને, તેની બાજુ પર ચિંતા અને ત્રાસદાયકતાનો સમયગાળો, તેટલા લાંબા સમય સુધી હોઈ શકે છે. તેણીએ તે દિવસોની ગણતરી કરી હતી કે તેમના આમંત્રણ મોકલ્યા પહેલા દખલ કરવી જોઈએ; તેને પહેલાં જોવામાં નિરાશ. પરંતુ હર્ટફોર્ડશાયરના આગમન પછી ત્રીજી સવારે, તેણીએ તેણીને તેના ડ્રેસિંગ રૂમની વિંડોમાંથી જોયું, પેડૉક દાખલ કરીને ઘર તરફ સવારી કરી.

તેણીની પુત્રીઓ આતુરતાથી તેમના આનંદમાં ભાગ લેવા માટે બોલાવવામાં આવી હતી. જેન દ્રઢપણે તેની જગ્યાએ ટેબલ પર રાખ્યો; પરંતુ એલિઝાબેથ, તેની માતાને સંતોષવા માટે, વિંડોમાં ગયો - તેણીએ જોયું, - તે મિ. તેની સાથે ડરસી, અને તેની બહેન દ્વારા ફરીથી બેઠા.

"તેની સાથે એક સજ્જન છે, મામા," કીટીએ કહ્યું; "તે કોણ હોઈ શકે છે?"

"કેટલાક પરિચિત અથવા અન્ય, મારા પ્રિય, મને લાગે છે; મને ખાતરી છે કે મને ખબર નથી."

"લા!" કિટ્ટીએ જવાબ આપ્યો, "તે તે માણસ જેવો જ દેખાય છે જે તેની સાથે પહેલા ઉપયોગમાં લેવાતો હતો, મિસ્ટર, તેનું નામ શું છે. તે ઊંચા, ગૌરવશાળી માણસ."

"સારા કૃપાળુ! શ્રી ડેર્સી! -અને તેથી હું પ્રતિજ્ઞા કરું છું, ઠીક છે, મિ. બિન્ગલીના કોઈ મિત્ર હંમેશા ખાતરી કરવા અહીં સ્વાગત કરશે; પરંતુ બીજું હું કહું છું કે હું તેની દ્રષ્ટિથી નફરત કરું છું."

જેન એલિઝાબેથને આશ્ચર્ય અને ચિંતા સાથે જોતો હતો. તેણી ડર્બીશાયરમાં તેમની મીટિંગમાં થોડી ઓછી હતી, અને તેથી તેણીની સમજણજનક પત્ર પ્રાપ્ત કર્યા પછી પ્રથમ વખત તેને જોઈને, તેણીની બહેનને આવશ્યક અજાણતાતા માટે લાગ્યું. બંને બહેનો પૂરતી અસ્વસ્થતા હતી. દરેકને બીજા માટે અને અલબત્ત પોતાને માટે લાગ્યું; અને તેમની માતાએ એમ.આર. ના નાપસંદગીની વાત કરી. ડેર્સી, અને તેના ઠરાવને ફક્ત એમ.વી. બિંગલીના મિત્ર, તેમને કોઈપણ દ્વારા સાંભળ્યા વિના. પરંતુ એલિઝાબેથમાં અસ્વસ્થતાના સ્રોત હતા જેને જાન દ્વારા શંકા નહોતી મળી શકતી, જેના માટે તેણીએ ક્યારેય શ્રીમંતો બતાવવાની હિંમત ન હતી. ગાર્ડિનરનો પત્ર, અથવા તેના પ્રત્યેની લાગણીના પોતાના પરિવર્તનને સંબંધિત કરવા. જેન માટે, તે માત્ર એક માણસ હોઈ શકે છે જેની દરખાસ્તો તેણે નકારી દીધી હતી, અને જેની ગુણવત્તા તેણીની ઓછી હતી;વ્યાજ, જો ખૂબ નમ્ર ન હોય, ઓછામાં ઓછા વાજબી અને ફક્ત, જેનને બિંગલી માટે શું લાગ્યું. તેના આવતા સમયે તેના આશ્ચર્ય - નેથરફિલ્ડ આવતા, લાંબા સમય સુધી, અને સ્વૈચ્છિક રીતે ફરીથી તેની શોધ કરવા, તે ડર્બીશાયરમાં તેના બદલાયેલ વર્તણૂકને જોતા પહેલા જાણતા લગભગ સમાન હતું.

તેના ચહેરા પરથી જે રંગ પકડાયો હતો તે અડધા મિનિટ સુધી એક વધારાનો ધ્રુવ સાથે પાછો ફર્યો, અને આનંદની સ્મિત તેની આંખોમાં ચમકતો ઉમેર્યો, કારણ કે તેણીએ તે સમય માટે વિચાર્યું હતું કે, તેના સ્નેહ અને ઇચ્છાઓ હજુ પણ છૂટી જવી જોઈએ. પરંતુ તે સુરક્ષિત રહેશે નહીં.

"તેણે મને પહેલું જોવું જોઈએ કે તે કેવી રીતે વર્તે છે," તેણીએ કહ્યું; "તે પછી અપેક્ષા માટે પૂરતી વહેલી તકે આવશે."

તે કંટાળાજનક રીતે કામ કરતી હતી, કંપોઝ કરવા માટે પ્રયત્ન કરતી હતી અને તેની આંખો ઉઠાવી શકતી ન હતી, ત્યાં સુધી

ઉત્સાહપૂર્વક જિજ્ઞાસા તેમને તેમની બહેનના ચહેરા પર લઈ જતો હતો, કેમ કે નોકર દરવાજા પાસે આવી રહ્યો હતો. જેન સામાન્ય કરતાં થોડો મહેનત જોતો હતો, પરંતુ એલિઝાબેથ કરતા વધુ સેડરેટની અપેક્ષા હતી. મહેમાનોની હાજરી પર, તેના રંગમાં વધારો થયો; તેમ છતાં તેણીએ તેમને સહનશીલતા સાથે સરળતા પ્રાપ્ત કરી, અને વર્તનની સંભાવના સાથે, નિંદાના કોઈપણ લક્ષણ, અથવા કોઈપણ બિનજરૂરી ફરિયાદથી સમાન મુક્ત.

એલિઝાબેથે કહ્યું હતું કે સિવિલિટીને મંજૂરી આપવા માટે તેટલું ઓછું છે, અને તેના કામ પર ફરી બેઠા છે, જે ઉત્સાહ સાથે તે વારંવાર આદેશ ન કરતું હતું. તેણીએ ડેર્સીમાં એક જ નજર નાખ્યો હતો. તે હંમેશની જેમ ગંભીર લાગતો હતો; અને તેણીએ વિચાર્યું હતું કે, તેણી પેર્મેલી ખાતે તેને જોતા હર્ટફોર્ડશાયરમાં જોવા માટે ઉપયોગમાં લેવાતી હતી. પરંતુ, કદાચ તે તેના મામાની હાજરીમાં ન હોઈ શકે કે તે તેના કાકા અને કાકી પહેલા શું હતું. તે એક પીડાદાયક હતું, પરંતુ એક અસંભવિત, અનુમાન નથી.

બિન્ગલી, તેણીએ તુરંત જ ત્વરિત માટે જોયું હતું, અને તે ટૂંકા સમયગાળામાં તેને બંને ખુશ અને શરમજનક લાગતા હતા. તેઓ મિસ્ટર દ્વારા પ્રાપ્ત કરવામાં આવી હતી. બેનેટમાં સિવિલિટી હતી, જેના કારણે તેણીની બે દીકરીઓ શરમાઈ ગઈ હતી, ખાસ કરીને જ્યારે તેણીના કર્ટ્સીની ઠંડી અને ઔપચારિક વિનમ્રતા અને તેના મિત્રને સંબોધવામાં આવે છે.

ખાસ કરીને એલિઝાબેથ, જે જાણતી હતી કે તેની માતાએ પછીથી તેની પ્રિય પુત્રીને અનિશ્ચિત કુશળતાથી બચાવવાની બાકી હતી, તે ખૂબ જ પીડાદાયક ડિગ્રીથી ખૂબ પીડાદાયક ડિગ્રીથી દુઃખી અને દુઃ ખી હતી.

કેવી રીતે મિસ્ટર પૂછપરછ પછી ,. અને મિસ્ટર. ગાર્ડિનેર કર્યું, એક પ્રશ્ન જે તેણી મૂંઝવણ વિના જવાબ આપી શક્યો ન હતો, ભાગ્યે જ કોઈ વસ્તુ જણાવી હતી. તેણી તેના દ્વારા બેઠેલી ન હતી; કદાચ તે તેની મૌનનું કારણ હતું; પરંતુ તે ડર્બીશાયરમાં ન હતું. ત્યાં તે પોતાના મિત્રો સાથે વાત કરી શક્યો હતો, જ્યારે તે પોતાને ન કરી શક્યો. પરંતુ હવે તેના અવાજની ધ્વનિ લાવ્યા વગર, ઘણા મિનિટો પસાર થયા; અને જ્યારે પ્રાસંગિક રીતે, જિજ્ઞાસાની લાગણીનો વિરોધ કરવામાં અસમર્થ, તેણીએ પોતાની આંખો તેના ચહેરા પર ઉભી કરી, તેણી ઘણી વાર તેને પોતાની જાતની જેમ જેન તરફ જુએ છે અને વારંવાર કોઈ વસ્તુ પર નહીં પરંતુ જમીન પર જુએ છે. વધુ વિચારશીલતા, અને છેલ્લે મળ્યા કરતા કૃપા કરીને ઓછી ચિંતા, સ્પષ્ટ રૂપે વ્યક્ત કરવામાં આવી હતી. તેણી નિરાશ થઈ ગઈ હતી, અને પોતાને માટે ગુસ્સે થઈ હતી.

"હું તેને બીજી રીતે અપેક્ષા રાખી શકું છું!" તેણીએ કહ્યું. "હજુ સુધી તે કેમ આવ્યો?"

તે કોઈ પણ સાથે વાતચીત કરવા માટે હાસ્યમાં નહોતી પરંતુ પોતે જ; અને તેના માટે તેણીને બોલવાની હિંમત નહોતી.

તેણીએ તેની બહેન પછી પૂછપરછ કરી, પણ તે વધુ કરી શક્યો નહીં.

"તે લાંબા સમયથી છે, મિસ્ટર બિન્ગલી, કારણ કે તમે ગયા છો," એમ મિસ્ટરે કહ્યું. બેનેટ.

તે તરત જ સહમત થઈ ગયો.

"હું ડરવાની શરૂઆત કરતો હતો કે તમે ફરી ક્યારેય પાછા આવશો નહીં. લોકોએ કહ્યું હતું કે, તમે માઇલમાલામાં સંપૂર્ણપણે સ્થળ છોડવાનું હતું; પરંતુ, હું આશા રાખું છું કે તે

સાચું નથી. પડોશીમાં ઘણા બધા ફેરફારો થયા છે, કારણ કે તમે મિસ લુકાસ લગ્ન કર્યા છે અને સ્થાયી થયા છે અને મારી પોતાની દીકરીઓમાંથી એક છે. મને લાગે છે કે તમે તેના વિશે સાંભળ્યું છે; ખરેખર, તમે તેને પેપરોમાં જોઇ શકો છો. તે સમય અને કુરિયરમાં હતું, હું જાણું છું; તેમછતાં પણ તેવું જ હોવું જોઈએ નહીં. તેવું કહેવામાં આવ્યું હતું કે 'હમણાં જ, જ્યોર્જ વિકમ, એસીસી, લિડિયા બેનેટને ચૂકી જવા', ત્યાં તેના પિતા, અથવા તેણી ક્યાં રહેતા હતા તે સ્થાન, અથવા કોઈ વસ્તુ વિશે કોઈ શબ્દ નથી. તે મારા ભાઇ ગાર્ડિનરનું ચિત્રકામ પણ હતું, અને મને આશ્ચર્ય થયું કે તે કેવી રીતે તે એક અજાણ્યો વ્યવસાય કરવા આવ્યો. તમે તેને જોયું? "

બિંગલીએ જવાબ આપ્યો કે તેણે કર્યું, અને તેણીને અભિનંદન આપી. એલિઝાબેથે તેની આંખો ઉઠાવવાની હિંમત કરી. કેવી રીતે મિસ્ટર. ડરસી જોવામાં આવી, તેથી, તે કહી શક્યા નહીં.

તેની માતા ચાલુ રાખતી, "તે એક સુખદ વસ્તુ છે, ખાતરી કરો કે, પુત્રી સારી રીતે લગ્ન કરે છે," તે જ સમયે, મિ. બિન્ગલી, તે મારા તરફથી આ પ્રકારનો માર્ગ લેતી ખૂબ જ મુશ્કેલ છે. ન્યૂકેસલ તરફ જાય છે, એક સ્થળ ઉત્તર તરફ છે, એવું લાગે છે, અને ત્યાં રહેવાનું છે, મને ખબર નથી કે તે કેટલો સમય છે. તેની રેજિમેન્ટ ત્યાં છે; મને લાગે છે કે તમે તેણીને --શાયર છોડીને અને તેના હોવા વિશે સાંભળ્યું છે. નિયમિતમાં જતા. સ્વર્ગનો આભાર ! તેના કેટલાક મિત્રો છે, તેમ છતાં તે લાયક હોવા છતાં ઘણા નથી. "

એલિઝાબેથ, જેણે એમ.આર. ડરસી, શરમજનક દુઃખમાં હતી, તેણી ભાગ્યે જ તેણીની બેઠક રાખી શકે છે. તે તેના પરથી ઉભો થયો, તેમ છતાં, બોલવાની મહેનત, જે બીજું બીજું એટલું અસરકારક રીતે કરવામાં આવ્યું ન હતું; અને તેણીએ બિન્ગલીને પૂછ્યું, શું તે હાલમાં દેશમાં કોઈ રોકાણ કરવા માંગે છે. થોડા અઠવાડિયા, તે માનતો હતો.

"જ્યારે તમે તમારા બધા પક્ષીઓને મારી નાખ્યા છો, મિસ્ટર બિન્ગલી," તેણીની માતાએ કહ્યું, "હું વિનંતી કરું છું કે તમે અહીં આવશો અને તમે જેટલા લોકોને ચાહશો તે શૂટ કરો. મિ. બેનેટના મેનોર પર. મને ખાતરી છે કે તે ખૂબ ખુશ થશે. તમને આશીર્વાદ આપો, અને તમારા માટે તમામ શ્રેષ્ઠ કાવ્યોને બચાવશે. "

એલિઝાબેથનું દુઃખ વધી ગયું, આવા બિનજરૂરી, આવા મહેનતુ ધ્યાન પર! તે જ સમયે ઉદ્ભવતા સમાન ઉદ્ભવ હતા, જેમણે એક વર્ષ પહેલાં તેમને સપાટ કરી દીધા હતા, દરેક વસ્તુ, તેણીને સમજાવવામાં આવી હતી, તે જ ત્રાસદાયક નિષ્કર્ષ પર ઉતાવળ કરશે. તે ત્વરિત સમયે તેણીએ અનુભવ્યું હતું કે, આવા દુઃખદાયક મૂંઝવણના ક્ષણો માટે, વર્ષોથી સુખ જાને અથવા પોતે સુધારી શકતો નથી.

"તે મારા હૃદયની પ્રથમ ઇચ્છા છે," તેણીએ પોતાને કહ્યું, "તેમની સાથે કોઈ પણ કંપનીમાં જોડાવાની ક્યારેય જરૂર નથી. તેમનો સમાજ કોઈ આનંદ નહી લઈ શકે, આટલું આટલું દુઃખદાયક બનશે! મને ક્યારેય એક અથવા કોઈ પણ જોવાનું નથી અન્ય ફરીથી! "

હજુ સુધી દુઃ ખ, જેના માટે વર્ષોથી સુખ કોઈ વળતરની ઓફર ન કરતું હતું, તેની બહેનની સુંદરતાએ તેના ભૂતપૂર્વ પ્રેમીની પ્રશંસાને ફરીથી કેવી રીતે બિરદાવ્યું તેના અવલોકનથી તરત જ સામગ્રી રાહત પ્રાપ્ત થઈ હતી. જ્યારે તે પહેલો આવ્યો ત્યારે તેણે તેની સાથે થોડી વાત કરી હતી; પરંતુ દર પાંચ મિનિટે તેને વધુ ધ્યાન આપતા હતા. તેણીએ તેણીને સુંદર વર્ષ તરીકે જોયું હતું કેમ કે તેણી ગયા વર્ષે હતી; સારી રીતે પ્રકૃતિયુક્ત, અને અસરગ્રસ્ત હોવા છતાં, તે ખૂબ જ ચુસ્ત નથી. જેન ચિંતા કરે છે કે તેનામાં કોઈ તફાવત હોવો જોઈએ નહીં, અને ખરેખર તે સમજાવ્યું હતું કે તેણીએ હંમેશાં જેટલી વાત કરી હતી. પરંતુ

તેમનો મન એટલો વ્યસ્ત હતો કે તેણી ક્યારે મૌન હતી તે હંમેશા જાણતી નહોતી.

જ્યારે સજ્જન લોકો જવા ગયા, મિસ્ટર. બેનેટ તેમની ઇરાદાપૂર્વકની સગવડતાને ધ્યાનમાં રાખતા હતા, અને તેમને આમંત્રણ આપવામાં આવતું હતું અને થોડા દિવસો સુધી લાંબી મુસાફરીમાં જમવાનું ચાલતું હતું.

"તમે મારા દેવું, મિસ્ટર બિન્ગલીની મુલાકાત લીધી છે," તેણીએ ઉમેર્યું, "જ્યારે તમે ગયા શિયાળાની ગામમાં ગયા હતા, ત્યારે તમે પાછા ફર્યા પછી, તમે પાછા ફરવાનું વચન આપ્યું હતું. હું ભૂલી ગયો નથી, તમે જુઓ; અને હું તમને ખાતરી આપું છું, હું ખૂબ જ નિરાશ થયો હતો કે તમે પાછા આવ્યાં નથી અને તમારી સગાઈ રાખી શકો છો. "

બિંગલીએ આ પ્રતિબિંબ પર થોડી મૂર્ખતા જોવી, અને તેમની ચિંતા અંગે કંઇક કહ્યું, વ્યવસાય દ્વારા અટકાવવામાં આવી હતી. પછી તેઓ ગયા.

શ્રીમતી. બેનેટ તેમને ત્યાં રહેવા અને ત્યાં જમવા માટે કહેવા માગતા હતા; પરંતુ, તેણીએ હંમેશાં એક સારી ટેબલ રાખવી હોવા છતાં, તેણીએ બે કરતાં ઓછા અભ્યાસક્રમોમાં કોઈ વસ્તુ વિચારતી ન હતી, તે માણસ માટે પૂરતી સારી હોઇ શકે છે, જેના પર તેણીએ આવા ચિંતિત ડિઝાઇન કર્યા હતા, અથવા જેની પાસે દસ હજારની ભૂખ અને ગૌરવને સંતોષ હતો એક વર્ષ.

પ્રકરણ .

જલદી જ તેઓ ગયા હતા, એલિઝાબેથ તેના આત્માઓ પુનઃપ્રાપ્ત કરવા માટે બહાર ગયા; અથવા બીજા શબ્દોમાં, તે વિષયો પર વિક્ષેપ વિના નિવાસ કરવો જે તેમને વધુ મૃત્યુ પામે

છે. શ્રીમાન. ડેર્સીના વર્તનથી આશ્ચર્યચકિત થઈ ગયું અને તેને વેગ મળ્યો.

"શા માટે, જો તે માત્ર મૌન, કબર અને ઉદાસીન રહેવા આવે," તેણીએ કહ્યું, "શું તે બિલકુલ આવે છે?"

તેણી તેને કોઈ પણ રીતે સ્થાયી કરી શકે છે જેણે તેણીને આનંદ આપ્યો.

"તે મારા કાકા અને કાકીને હજી પણ આનંદદાયક હોઈ શકે છે, જ્યારે તે નગરમાં હતો અને મને કેમ નહિ? જો તે મને ડરતો હોય તો અહીં શા માટે આવો? જો તે હવે મારી સંભાળ લેતો નથી, શા માટે શાંત? આશ્ચર્યજનક, માણસ! હું તેના વિશે વધુ વિચારીશ નહિ. "

તેણીનો રિઝોલ્યુશન અનિચ્છાએ તેની બહેનની અભિગમ દ્વારા થોડા સમય માટે રાખ્યો હતો, જે તેણીને ખુશખુશાલ દેખાવ સાથે જોડાયો હતો, જેણે તેણીને તેમના મુલાકાતીઓ સાથે એલિઝાબેથ કરતા વધુ સંતુષ્ટ બતાવ્યું હતું.

"હવે," તેણીએ કહ્યું, "આ પહેલી મીટિંગ પૂરી થઈ ગઈ છે, હું સંપૂર્ણપણે સરળ અનુભવું છું. હું મારી પોતાની તાકાતને જાણું છું, અને હું તેના આવવાથી ફરી ક્યારેય શરમિંદગી અનુભવું નહીં. મને ખુશી છે કે તે અહીં મંગળવારે ભોજન કરે છે. સાર્વજનિક રૂપે જોયું છે કે, બંને બાજુએ, આપણે ફક્ત સામાન્ય અને ઉદાસીન પરિચયને જ મળીએ છીએ. "

"હા, ખરેખર ખૂબ ઉદાસીન," એલિઝાબેથ, જણાવ્યું હતું. "ઓહ, જેન, કાળજી લે."

"માય ડિયર લિઝી, હવે તમે જોખમમાં હોવાને કારણે મને એટલા નબળા માનતા નથી."

"મને લાગે છે કે તમે તેને હંમેશાં તમારા જેવા પ્રેમમાં મૂકવાની ખૂબ જ મોટી તક છે."

તેઓ મંગળવારે ફરીથી મંગળવારને જોતા ન હતા; અને મિસ્ટર. આ દરમિયાન, બેનેટ, બધી સુખી યોજનાઓનો માર્ગ આપી રહ્યો હતો, જે અડધા કલાકની મુલાકાતમાં, સારા રમૂજ અને બિન્ગલીની સામાન્ય વિનમ્રતાએ પુનર્જીવન કર્યું હતું.

ગુરુવારે લાંબી મુસાફરીમાં એક મોટી પાર્ટી હતી. અને બે, જે સૌથી વધુ ઉત્સુકતાપૂર્વક અપેક્ષિત હતા, તેમની સમયસીમાની રમતના ખેલાડીઓ તરીકે, ખૂબ સારા સમયમાં હતા. જ્યારે તેઓએ ડાઇનિંગ રૂમમાં સમારકામ કર્યું ત્યારે એલિઝાબેથે આતુરતાથી જોયું કે શું બિન્ગલી તે સ્થાન લેશે કે નહીં, તેના ભૂતપૂર્વ પક્ષો તેમની બહેન દ્વારા તેમની સાથે હતા. તેમની વિચારસરણી માતા, એ જ વિચારો દ્વારા કબજામાં છે, તેમને પોતાને બેસવાની આમંત્રણ આપે છે. ઓરડામાં પ્રવેશતા, તે અચકાવું લાગતું હતું; પરંતુ જેન રાઉન્ડ જોવાનું થયું, અને હસવું થયું: તે નક્કી કરવામાં આવ્યું. તેમણે પોતાની જાતને દ્વારા પોતાની જાતને મૂકવામાં આવે છે.

એલિઝાબેથ, એક વિજયી સંવેદના સાથે, તેના મિત્ર તરફ જોવામાં. તેણે તેને ઉમદા ઉદાસીનતા સાથે જન્મ આપ્યો હતો, અને તેણીએ કલ્પના કરી હોત કે બિંગલીને ખુશ રહેવાની મંજૂરી મળી હતી, જો કે તેણે તેની આંખો પણ એમઆર તરફ ન જોવી જોઈતી હતી. અર્ધ-હસતાં એલાર્મની અભિવ્યક્તિ સાથે, ડાર્સી.

તેણીની બહેનને તેમનો વર્તણૂક એ હતો કે, રાત્રિભોજન સમયે, જેમણે તેની પ્રશંસા દર્શાવી હતી, જે પહેલા તેના કરતાં વધુ સાવચેત હોવા છતાં, એલિઝાબેથને સમજાવવામાં આવી હતી કે, જો પોતે સંપૂર્ણ રીતે જ છોડી દેવામાં આવે તો, જેનની ખુશી અને તેના પોતાના, ઝડપથી સુરક્ષિત થઇ જશે. જોકે તેણીએ

પરિણામ પર નિર્ભર રહેવાની હિંમત નહી હોવા છતાં, તેણીએ તેમનો વર્તન નિરીક્ષણ કરવામાં આનંદ મેળવ્યો હતો. તેણીએ તેને બધી એનિમેશન આપી હતી કે તેના આત્માઓ બડાઈ મારશે; કારણ કે તે કોઈ ખુશખુશાલ રમૂજમાં નહોતી. શ્રીમાન. ડેર્સી લગભગ તેનાથી દૂર હતી, કારણ કે કોષ્ટક તેમને વિભાજિત કરી શકે છે. તે તેની માતાના એક બાજુ પર હતો. તેણીજાણતા હતા કે આ પ્રકારની પરિસ્થિતિ ક્યાં તો આનંદ કરશે, અથવા ક્યાં તો ફાયદો થશે. તેણીની કોઈ પણ વાર્તાલાપ સાંભળવા માટે તેણી પૂરતી નજીક નહોતી, પરંતુ તેઓ જોઈ શકતા હતા કે તેઓ કઇ રીતે ભાગ્યે જ એકબીજા સાથે વાત કરતા હતા, અને જ્યારે પણ તેઓ કરે ત્યારે તેઓ કેવી રીતે ઔપચારિક અને ઠંડી હતી. તેણીની માતાની અવિચારીતાએ, એલિઝાબેથના મનમાં તેને વધુ દુઃખદાયક બનવા માટે જે કંઇક દુઃખ આપ્યું હતું તે સમજ્યા. અને ઘણી વખત, તેણીએ તેમને કહેવા માટે વિશેષાધિકારી આપવામાં આવી હતી, કે તેમની દયા ન તો અજ્ઞાત હતી અને સમગ્ર પરિવાર દ્વારા નકામી હતી.

તેણી આશા રાખતી હતી કે સાંજ તેમને એકસાથે લાવવાની કેટલીક તક પૂરી પાડશે; કે આ મુલાકાતની સંપૂર્ણ મુલાકાત તેના પ્રવેશમાં હાજરી આપવા માટેના ઔપચારીક શુભકામનાઓ કરતાં, વધુ વાતચીતમાં પ્રવેશવા સક્ષમ કર્યા વિના પસાર થતી નથી. ચિંતિત અને અસ્વસ્થ, જે સમય ચિત્રકામમાં પસાર થતો હતો, જે લોકો પહેલા આવ્યા હતા, તે કંટાળાજનક અને ડિગ્રી સુધી નબળા હતા, જેણે લગભગ તેણીને અસહ્ય બનાવી હતી. તેણીએ તેમના પ્રવેશદ્વારની રાહ જોઈ, કારણ કે સાંજે તેના આનંદની બધી તક પર આધાર રાખવો જોઈએ.

"જો તે મારી પાસે ન આવે તો," તેણીએ કહ્યું, "હું તેને હંમેશ માટે આપીશ."

સજ્જન લોકો આવ્યા; અને તેણીએ વિચાર્યું કે તે જોશે કે તેણે તેની આશાઓનો જવાબ આપ્યો હશે; પરંતુ, અરે! મહિલાઓએ ટેબલની આસપાસ ભીડ કરી હતી, જ્યાં મિસ બેનેટ ચા બનાવતા હતા, અને એલિઝાબેથે એક કોન્ફરરેસીટીમાં કોફી ફેંકી દીધી હતી, કે તેની નજીક એક ખાલી જગ્યા ન હતી, જે ખુરશીને સ્વીકારી લેશે. અને મહેમાનોની નજીક આવીને, છોકરીઓમાંના એકે તેના કરતા પહેલા ખસેડ્યા, અને કહ્યું, એક કિશોર વચ્ચે,

"માણસો આવશે નહીં અને ભાગ લેશે, હું નિર્ધારિત છું. અમે તેમનેમાંથી કોઈ પણ નથી ઇચ્છતા; અમે કરીએ છીએ?"

ડાર્સી રૂમના બીજા ભાગમાં જતા હતા. તેણીએ તેની આંખોથી તેનો પીછો કર્યો, જેનો તે બોલ્યો તે દરેકને ઇર્ષ્યા કરતો હતો, કોફીમાં કોઈને પણ મદદ કરવા માટે પૂરતી જ ધીરજ હતી; અને પછી તે મૂર્ખ હોવા માટે પોતાને સામે ગુસ્સે થયા હતા!

"એક માણસ જેણે એક વાર ઇનકાર કર્યો છે! હું તેના પ્રેમના નવીકરણની અપેક્ષા રાખવા માટે પૂરતી મૂર્ખ કેવી રીતે હોઈ શકું? શું સેક્સમાં કોઈ એક છે, જે સમાન મહિલાને બીજા દરખાસ્ત તરીકે નબળાઈ સામે વિરોધ કરશે નહીં? તેમની લાગણીઓને લીધે કોઈ અપમાન નહી! "

તેણી થોડી પુનર્જીવિત હતી, તેમ છતાં, તેણે પોતાની કોફી કપ પાછો લાવીને; અને તેણીએ કહેવાની તક ઝડપી લીધી,

"શું તમારી બહેન હજુ પણ પેમબ્રેલી છે?"

"હા, તે નાતાલ સુધી ત્યાં જ રહેશે."

"અને તદ્દન એકલા? તેના બધા મિત્રોએ તેને છોડી દીધા છે?"

"મિસ્ટર એનસ્લે તેની સાથે છે. બીજા ત્રણ અઠવાડિયા, સ્કારબોરો ગયા છે."

તેણી કશું કહેવા માટે વધુ કંઇક વિચારી શકે છે; પરંતુ જો તે તેની સાથે વાત કરવા ઇચ્છે છે, તો તેને વધુ સારી સફળતા મળી શકે છે. તેણી તેના દ્વારા ઊભા રહી, જોકે, થોડી મિનિટો માટે, મૌન માં; અને, છેલ્લે, યુવાન સ્ત્રીની એલિઝાબેથને ફરી કસાઈ મારતી વખતે, તે દૂર ચાલ્યો ગયો.

જ્યારે ચા-ચીજોને દૂર કરવામાં આવી હતી અને કાર્ડ કોષ્ટકો મૂકવામાં આવી હતી, ત્યારે બધી સ્ત્રીઓ ઉછરેલી હતી અને એલિઝાબેથ ટૂંક સમયમાં જ તેમની સાથે જોડાઈ જવાની આશા રાખતી હતી, જ્યારે તેના તમામ વિચારો ઉથલાવી દેવામાં આવ્યા હતા, તેને જોઈને તેણીની માતાની રૅપસીટીમાં વ્યસ્ત ખેલાડીઓ, અને બાકીના પક્ષ સાથે બેઠેલા થોડા ક્ષણો પછી. તેણીએ આનંદની દરેક અપેક્ષા ગુમાવી દીધી. તેઓ વિવિધ કોષ્ટકોમાં સાંજ સુધી મર્યાદિત હતા, અને તેમની પાસે આશા રાખવાની કશું જ નહોતી, પરંતુ તેમની આંખો તેમના રૂમની બાજુ તરફ ફેરવાઈ ગઈ હતી, જેથી તેમને પોતાને અસફળ રીતે રમવાની તક મળી.

શ્રીમતી. બેનનેટ બે નેધરફિલ્ડના સજ્જનોને રાત્રિભોજન આપવા માટે તૈયાર કરાઈ હતી; પરંતુ તેમના વાહનને અન્યોની સામે અનિવાર્યપણે આદેશ આપ્યો હતો, અને તેમને તેમની અટકાયત કરવાની કોઈ તક ન હતી.

"સારી છોકરીઓ," તેણીએ કહ્યું, તે જલ્દીથી પોતાને માટે જતા રહ્યા, "તમે આ દિવસે શું કહો છો? મને લાગે છે કે દરેક વસ્તુ અસાધારણ રીતે સારી રીતે પસાર થઈ ગઈ છે, હું તમને ખાતરી આપું છું. ઝેરને વળાંકમાં ભાંગી નાખવામાં આવી હતી અને દરેકને કહ્યું હતું કે, તેઓએ ક્યારેય એટલી ચરબી નથી જોવી. લુકાસના છેલ્લા અઠવાડિયામાં સૂપ કરતાં પચાસ ગણું વધારે

સારું હતું અને મિસ્ટર ડેર્સીએ સ્વીકાર્યું હતું કે ભાગદંડ નોંધપાત્ર રીતે સારી હતી કર્યું; અને મને લાગે છે કે તે ઓછામાં ઓછા બે અથવા ત્રણ ફ્રેન્ચ રસોઈયા ધરાવે છે. અને, મારા પ્રિય જેન, મેં ક્યારેય જોયું કે તમે વધુ સુંદર દેખાવમાં જોશો નહીં. મિસ્ટર લાંબા સમયથી એમ પણ કહ્યું હતું કે, મેં તેને પૂછ્યું છે કે તમે નથી કર્યું અને તમે શું કરો છો લાગે છે કે તેણીએ વધુમાં કહ્યું હતું કે, 'અરે! મિસ્ટર બેનેટ, અમે તેને અંતે નેટફિલ્ડમાં રાખશું.' તેણે ખરેખર કર્યું. મને લાગે છે કે મિ.

શ્રીમતી. ટૂંકમાં, બેનેટ, ખૂબ જ મહાન આત્માઓ હતી; તેણીએ જેનને બિંગલીના વર્તન માટે પૂરતું જોયું હતું, તે ખાતરી કરવા માટે કે તેણી તેને છેલ્લે પ્રાપ્ત કરશે; અને તેણીના પરિવારને લાભની અપેક્ષાઓ, જ્યારે આનંદિત રમૂજમાં, કારણથી ઘણા દૂર હતા, તે તેમની દરખાસ્તો કરવા માટે ફરીથી બીજા દિવસે ફરીથી ત્યાં ન જોતા તેમને ખૂબ જ નિરાશ થઈ હતી.

"તે ખૂબ જ સ્વીકાર્ય દિવસ રહ્યો છે," એલિઝાબેથને મિસ બેનેટ કહ્યું. "પાર્ટી ખૂબ સારી રીતે પસંદ કરાઇ, તેથી એકબીજા સાથે યોગ્ય. મને આશા છે કે અમે વારંવાર ફરીથી મળીએ છીએ."

એલિઝાબેથ .

"મૂર્ખ, તમારે એવું ન કરવું જોઇએ, તમારે મને શંકા ન કરવી જોઇએ. તે મને માફ કરે છે. હું તમને ખાતરી આપું છું કે હવે હું તેના વાર્તાલાપનો આનંદ માણવાની શીખી શકું છું. હવે તેમની રીતભાતથી, તેમની સ્નેહને સંલગ્ન કરવાની કોઈ ડિઝાઇન ક્યારેય નહોતી. તે માત્ર એટલા માટે કે તેઓ સરનામાની વધુ મીઠાશ, અને અન્ય કોઈ માણસની તુલનામાં સામાન્ય રીતે વધુ આનંદદાયક બનવાની ઇચ્છા ધરાવે છે. "

"તમે ખૂબ ક્રૂર છો," તેણીએ બહેનને કહ્યું, "તમે મને હસવા દેશો નહીં, અને મને દરેક ક્ષણે ઉશ્કેરશો."

"કેટલાંક કિસ્સાઓમાં તે માનવું કેટલું મુશ્કેલ છે!"

"અને અન્યોમાં કેટલું અશક્ય છે!"

"પરંતુ તમે મને શા માટે સમજાવવા માંગો છો કે હું સ્વીકારવા કરતાં વધુ અનુભવું છું?"

"તે એક પ્રશ્ન છે જેનો મને ભાગ્યે જ ખબર છે કે આપણે કેવી રીતે જવાબ આપવો જોઈએ. આપણે બધાને સૂચના આપવાનું પસંદ છે, જો કે આપણે ફક્ત તે જ શીખવી શકીએ જે જાણવું યોગ્ય નથી. મને માફ કરો, અને જો તમે ઉદાસીનતામાં ચાલુ રહે, તો મને તમારો વિશ્વાસ બતાવશો નહીં."

પ્રકરણ .

આ મુલાકાત પછી થોડા દિવસો, મિસ્ટર. બિંગલી ફરીથી, અને એકલા બોલાવ્યો. તેના મિત્રએ તેને સવારે લંડન માટે છોડી દીધો, પરંતુ દસ દિવસમાં ઘરે પરત ફરવાનું હતું. તે તેમની સાથે એક કલાકથી વધુ બેઠો હતો, અને નોંધપાત્ર રીતે સારી આત્માઓમાં હતો. શ્રીમતી. બેનેટે તેમને તેમની સાથે ભોજન કરવા આમંત્રણ આપ્યું; પરંતુ, ચિંતાના ઘણા અભિવ્યક્તિઓ સાથે, તેણે પોતાને અન્યત્ર જોડાયેલા હોવાનું સ્વીકાર્યું.

"આગલી વખતે તમે કૉલ કરો છો," તેણીએ કહ્યું, "મને આશા છે કે આપણે વધુ નસીબદાર બનશું."

તે કોઈપણ સમયે ખાસ કરીને ખુશ હોવું જોઈએ, અને સી. અને સી .; અને જો તેણી તેને છોડી દે, તો તેના પર રાહ જોવાની પ્રારંભિક તક લેશે.

"તમે આવતીકાલે આવો છો?"

હા, તે માટે આવતી કાલે કોઈ સગાઈ નહોતી; અને તેના આમંત્રણને અલાસ્કા સાથે સ્વીકારવામાં આવ્યું હતું.

તે આવ્યા, અને આવા સારા સમયમાં, સ્ત્રીઓ તેમાંથી કોઈ પણ પોશાક ન હતી. રન માં મિસ્ટર. તેણીના પુત્રીના રૂમમાં બેનેટ, તેના ડ્રેસિંગ ગાઉનમાં, અને તેના વાળ અડધા સમાપ્ત થઈને, રડતા,

"મારા પ્રેમાળ જેન, ઉતાવળ કરો અને ઉતાવળ કરો, તે આવે છે - મિસ્ટર બિન્ગલી આવે છે. - તે ખરેખર છે, ઉતાવળ કરો, ઉતાવળ કરો. અહીં, સારા , આ ક્ષણે બેનેટ ચૂકી જાઓ, અને તેણીને તેની સાથે મદદ કરો. ઝભ્ભો. કદી ચૂકી જશો નહીં. "

"અમે જેટલું જલદી જ નીચે જઈશું," જેન જણાવે છે; "પરંતુ હું કહું છું કે કિટ્ટી આપણામાંથી કોઈપણ કરતા આગળ છે, કારણ કે તે અડધા કલાક પહેલા સીડી ઉપર ચઢી ગઈ હતી."

"ઓહ! હેટી કિટ્ટી! તેણીએ તેની સાથે શું કરવાનું છે? ઝડપી બનો, ઝડપી બનો! તમારો સાહેબ ક્યાં છે?"

પરંતુ જ્યારે તેની માતા જતી હતી, ત્યારે તેના એક બહેન વગર જન જવાનું ચાલુ રાખ્યું નહીં.

પોતાની જાતને દ્વારા મેળવવામાં તે જ ચિંતા, સાંજે ફરી દેખાય છે. ચા પછી, મિ. બેનટે લાઇબ્રેરીમાં નિવૃત્ત થઈ, જેમ તેમનો રિવાજ હતો, અને મેરી તેના સાધન તરફ સીડી ઉપર ગયો. આમ પાંચમાંથી બે અવરોધો દૂર કરવામાં આવે છે, મિસ્ટર. બેનેટ બેસીને એલિઝાબેથ અને કેથરિન ખાતે જોઈને બેઠા હતા અને તેમના પર કોઈ છાપ વિના, નોંધપાત્ર સમય માટે બેઠો હતો. એલિઝાબેથ તેની અવલોકન કરશે નહીં; અને જ્યારે છેલ્લે

કિટ્ટીએ કર્યું ત્યારે, તેણીએ ખૂબ નિર્દોષતાથી કહ્યું, "મમ્મી શું છે? તમે મારા માટે શું જોતા રહો છો? મારે શું કરવું છે?"

"કશું બાળક નથી, કશું જ નથી." તે પછી પાંચ મિનિટ લાંબા સમય સુધી બેઠો; પરંતુ આવા કિંમતી પ્રસંગને બગાડવામાં અસમર્થ, તે અચાનક ઊભી થઈ અને કિટ્ટી કહીને,

"અહીં આવો, મારો પ્રેમ, હું તમારી સાથે વાત કરવા માંગુ છું," તેણી ઓરડામાં બહાર આવી. જેણે તરત જ એલિઝાબેથને એક નજર આપી, જેણે આવા પૂર્વદર્શનમાં તેણીને તકલીફ આપી અને તેણીની આજ્ઞા તે તેણીને આપી ન હતી. થોડી મિનિટોમાં, મિસ્ટર. બેનેટ અડધા દરવાજા ખોલી અને બહાર બોલાવ્યા,

"લિઝી, મારા પ્રિય, હું તમારી સાથે વાત કરવા માંગું છું."

એલિઝાબેથને જવાની ફરજ પડી હતી.

"અમે તેમ જ તેમને છોડી શકીએ છીએ તમે જાણો છો;" તેણીની માતાએ તરત જ હોલમાં હોવાનું કહ્યું. "કિટ્ટી અને હું મારા ડ્રેસિંગ રૂમમાં બેસીને ઉપર જઈ રહ્યો છું."

એલિઝાબેથે તેની માતા સાથે કારણોસર કોઈ કારણનો પ્રયાસ કર્યો ન હતો, પરંતુ તે અને કિટ્ટી દૃષ્ટિથી બહાર ન હતી ત્યાં સુધી શાંતિથી હોલમાં રહી હતી, પછી તે ડ્રોઇંગ રૂમમાં પાછો ફર્યો.

શ્રીમતી. આ દિવસ માટે બેનેટની યોજનાઓ બિનઅસરકારક હતી. બિંગલી તેની પુત્રીના પ્રખ્યાત પ્રેમીને સિવાય, મોહક હતા તે દરેક વસ્તુ હતી. તેમની સરળતા અને ખુશખુશાલતાએ તેમને તેમની સાંજે પાર્ટીમાં સૌથી વધુ સ્વીકાર્ય ઉમેરણ આપ્યું; અને તેણીએ માતાની અયોગ્ય કાર્યકારીતા સાથે સહન કર્યું, અને તેણીની બધી નિંદાત્મક વાતોને સહનશીલતા અને ચહેરાના આદેશ સાથે સાંભળ્યું, ખાસ કરીને પુત્રીને આભારી.

તેને સપર રહેવા માટે આમંત્રણની જરૂર પડતી નહોતી; અને તે જતાં પહેલાં, તેની પોતાની અને મિસ્ટર દ્વારા મુખ્યત્વે એક જોડાણ રચાયું હતું. બેનેટનો અર્થ, આગામી સવારે તેના પતિ સાથે મારવા માટે.

આ દિવસે પછી, જેણે તેના વધુ ઉદાસીનતા વિશે વધુ કહ્યું નહીં. બિંગલી સંબંધિત બહેનો વચ્ચે એક શબ્દ પસાર થયો નથી; પરંતુ એલિઝાબેથ સુખી માન્યતામાં પથારીમાં ગયો કે બધા ઝડપથી જલ્દીથી સમાપ્ત થવું જોઈએ, સિવાય કે મિ. ડેર્સીએ જણાવ્યું હતું કે સમયની અંદર પાછો ફર્યો. ગંભીરતાપૂર્વક, તેમ છતાં, તેણીએ સહનશીલતાપૂર્વક સમજાવ્યું કે આ બધું તે સજ્જનના સંમતિ સાથે થવું આવશ્યક છે.

બિંગલી તેમની નિમણૂક માટે સમયાંતરે હતો; અને તે અને શ્રી. સવારે એક સાથે સવારે પસાર થયા, જેમ કે સંમત થયા હતા. બાદમાં તેના સાથીની અપેક્ષા કરતાં વધુ સંમત હતું. ત્યાં બિન્ગલીમાં ધારણા અથવા મૂર્ખાઇ ન હતી, જે તેના ઉપહાસને ઉશ્કેરી શકે છે, અથવા તેને મૌનમાં ગભરાવી શકે છે; અને તે વધુ સંચારશીલ હતો, અને બીજા કરતા તેને ઓછું તરંગી હતું. બિંગલી અલબત્ત તેની સાથે રાત્રિભોજન પાછો ફર્યો; અને સાંજે મિસ્ટર. બેનેટની શોધ ફરીથી કામ પર આવી હતી જેથી દરેક શરીર તેને અને તેની પુત્રીથી દૂર લઈ જાય. એલિઝાબેથ, જેને લખવા માટેનો પત્ર હતો, તે ચા માટે તરત જ તે હેતુ માટે નાસ્તો ઓરડામાં ગયો; કારણ કે બીજાઓ બધા કાર્ડ પર બેસવા જતા હતા, તેણી તેની માતાની યોજનાઓનો સામનો કરવા માંગતી ન હતી.

પરંતુ ડ્રોઇંગ રૂમમાં પાછા ફર્યા પછી, જ્યારે તેણીનું પત્ર સમાપ્ત થયું ત્યારે, તેણીએ તેના અનંત આશ્ચર્યને જોયું, ત્યાં ભય હતો કે તેની માતા તેના માટે ખૂબ જ બુદ્ધિશાળી હતી. દરવાજા ખોલીને, તેણીએ તેની બહેન અને બિંગલીને ગર્ભાશયની સાથે

એકબીજા સાથે ઉભા રહેવાની અનુભૂતિ કરી, જેમ કે ઉત્સાહપૂર્ણ વાતચીતમાં રોકાયેલા; અને આને કોઈ શંકા ન હતી, બંનેના ચહેરા ઝડપથી ઉતાવળમાં ફેરવાઇ ગયા અને એકબીજાથી દૂર ચાલ્યા ગયા, તે બધું જ કહેવામાં આવ્યું હોત. તેમની પરિસ્થિતિ પૂરતી અજાણ હતી; પરંતુ તેણીનો વિચાર તે હજુ પણ ખરાબ હતો. કોઈ પણ શબ્દનો ઉપયોગ કોઈ દ્વારા કરવામાં આવ્યો ન હતો; અને એલિઝાબેથ ફરી જતા બિંદુ પર હતો, જ્યારે બિન્ગલી, જે અન્ય સાથે બેઠા હતા, અચાનક ઉછળીને, તેની બહેનને થોડા શબ્દો કસીને રૂમમાંથી બહાર નીકળ્યો.

જેનને એલિઝાબેથથી કોઈ અનામત નથી, જ્યાં આત્મવિશ્વાસ આનંદ આપશે; અને તરત જ તેણીને અપનાવી, સ્વીકાર્યું, આજીવિકા સાથે, તે વિશ્વમાં સૌથી સુખી પ્રાણી હતી.

""ખૂબ ખૂબ છે!" તેણીએ ઉમેર્યું, "અત્યાર સુધી ખૂબ જ. હું તેના માટે લાયક નથી. ઓહ! કેમ દરેક શરીર ખુશ નથી?"

એલિઝાબેથની અભિનંદન એક ગંભીરતા, ઉમદાતા, આનંદ સાથે આપવામાં આવી હતી, જે શબ્દો પણ ખરાબ રીતે વ્યક્ત કરી શકે છે. દયાના પ્રત્યેક વાક્ય જેનને ખુશીના તાજા સ્રોત હતા. પરંતુ તેણી પોતાની જાતને પોતાની બહેન સાથે રહેવાની પરવાનગી આપતી નહોતી, અથવા આજ સુધી જે કહે છે તે અડધી હતી.

"મારે તરત જ મારી માતાને જવું પડશે;" તેણીએ રડ્યા. "હું તેના સ્નેહયુક્ત ઉમદા વલણથી કોઈ પણ ખાતામાં કચડી શકતો નથી; અથવા તેને કોઈ પણ મારી પાસેથી સાંભળવા માટે પરવાનગી આપે છે. તે મારા પિતા પાસે જઇ ગયો છે. ઓહ! લિઝી, એ જાણવું કે મારે જે સંબંધ રાખવું છે તે આનંદ કરશે મારા બધા પ્રિય પરિવાર! હું ખુબ ખુશી કેવી રીતે સહન કરીશ!
"

તે પછી તેણીએ તેની માતા તરફ ઝડપથી ઉતાવળ કરી, જેણે હેતુપૂર્વક કાર્ડ પાર્ટી તોડ્યો હતો અને કિટ્ટી સાથે સીડી ઉપર બેઠો હતો.

એલિઝાબેથ, જે પોતાની જાતને છોડીને જતી હતી, હવે તે જાડાપણું પર હસતી હતી અને તેનાથી સહેલાઇથી એક પ્રણય સમાપ્ત થઈ ગયો હતો, જેણે તેમને છેલ્લા ઘણા મહિનામાં રહસ્યમય અને વેદના આપી હતી.

"અને આ," તેણીએ કહ્યું, "તેના બધા મિત્રની ચિંતિત પરિપ્રેક્ષ્યનો અંત છે! તેણીની બહેનની ખોટી માન્યતા અને સખત મહેનત! સુખી, બુદ્ધિમાન, સૌથી વાજબી અંત!"

થોડી મિનિટોમાં તેણી બિંગલીએ જોડાઇ હતી, તેના પિતા સાથેના કોન્ફરન્સ ટૂંકા હતા અને હેતુ માટે.

"તારી બેન ક્યા છે?" તેણે તુરંત કહ્યું, તેણે દરવાજો ખોલ્યો.

"મારી માતા ઉપર સીડી સાથે. તે એક ક્ષણમાં નીચે પડી જશે અને હું હિંમત કરીશ."

પછી તેણે દરવાજો બંધ કર્યો, અને તેના પર આવીને, બહેનની શુભકામનાઓ અને લાગણીનો દાવો કર્યો. એલિઝાબેથ પ્રમાણિકતાપૂર્વક અને હ્દયપૂર્વક તેમના સંબંધની સંભાવનામાં આનંદ અનુભવે છે. તેઓ મહાન સૌમ્યતા સાથે હાથ પદને હલાવી દીધા; અને પછી તેની બહેન નીચે આવી ત્યાં સુધી, તેણીએ જે કહેવું હતું તે બધું સાંભળવું પડ્યું, તેની પોતાની ખુશી અને જેનની ચેપીતાઓને; અને તેના પ્રેમી હોવા છતાં, એલિઝાબેથ ખરેખર માનતા હતા કે તેણીની બધી અપેક્ષાઓ યોગ્ય રીતે સ્થાપના કરવામાં આવી છે, કારણ કે તેમની પાસે

ઉત્કૃષ્ટ સમજ, અને જેનની સુપર-ઉત્તમ રચના, અને તેમની વચ્ચે લાગણી અને સ્વાદની સમાન સમાનતા હતી. અને પોતે.

તે બધા માટે કોઈ સામાન્ય આનંદની સાંજ હતી; મિસ બેનેટના મનની સંતુષ્ટતાએ તેના ચહેરા પર આવા મીઠી એનિમેશનનો પ્રકાશ આપ્યો, કારણ કે તેણીએ તેના કરતાં વધુ સુંદર દેખાવ કર્યો હતો. કિટ્ટી ઉત્સાહિત અને હસતાં, અને આશા હતી કે તેના વળાંક ટૂંક સમયમાં આવી રહ્યા છે. શ્રીમતી. બેનેટ તેણીની સંમતિ આપી શકતી ન હતી, અથવા તેણીની લાગણીઓને સંતોષવા માટે પૂરતી સંમિશ્રિત રીતે તેણીની માન્યતા બોલી શકતી હતી, જોકે તેણે અડધા કલાક સુધી બીંગલી સાથે કંઇક વાત કરી હતી; અને જ્યારે શ્રી. બેનેટ તેમને સપરમાં જોડાયા, તેમની અવાજ અને રીત સાદી રીતે બતાવ્યું કે તે ખરેખર ખુશ હતો.

તેમ છતાં, એક શબ્દ ન હતો, તેમ છતાં, તેના મુલાકાતીએ રાત સુધી રજા લીધી ત્યાં સુધી, તેના મોઢામાં તેના હોઠ પસાર થયા; પરંતુ જલદી જ તે ગયો, તે તેની પુત્રી તરફ વળ્યો અને કહ્યું,

"જેન, હું તમને અભિનંદન આપું છું. તમે ખૂબ ખુશ મહિલા બનશો."

જેન તરત જ તેની પાસે ગયો, તેમને ચુંબન કર્યું, અને તેમની ભલાઈ માટે આભાર માન્યો.

"તમે એક સારી છોકરી છો;" તેમણે જવાબ આપ્યો, "અને મને લાગે છે કે તમને ખુશીથી સ્થાયી થવામાં મને ખૂબ આનંદ થશે. મને તમારી સાથે ખૂબ જ સારી રીતે વર્તવાની કોઈ શંકા નથી. તમારા સ્વભાવ કોઈ પણ રીતે વિપરીત નથી. તમે તમારામાંના દરેકને આધીન છો, કે કશું પણ નહીં પર ઉકેલો; એટલું સરળ, કે દરેક નોકર તમને ઠપકો આપશે; અને તેથી ઉદાર, કે તમે હંમેશાં તમારી આવકને ઓળંગો. "

"હું આશા રાખું છું કે પૈસાની બાબતોમાં અયોગ્યતા અથવા વિચારવિહીનતા, મારામાં અયોગ્ય હશે."

"તેમની આવક વધી જાય છે! મારા પ્રિય મિ. બેનેટ," તેની પત્નીએ રડતાં કહ્યું, "તમે કેમ વાત કરો છો? શા માટે, તેની પાસે દર વર્ષે ચાર કે પાંચ હજાર, અને વધુ સંભવિત છે." પછી તેણીએ પુત્રીને સંબોધન કર્યું, "ઓહ! મારા પ્રિય, પ્રિય જાન, હું ખુબ ખુશ છું! મને ખાતરી છે કે મને રાતના ઊંઘની ઝાંખી મળશે નહીં. હું જાણતો હતો કે તે કેવી રીતે હશે. હું હંમેશાં કહું છું કે તે આવું જ હોવું જોઈએ. છેલ્લું. મને ખાતરી છે કે તમે કશું માટે એટલું સુંદર ન હોવું જોઈએ! મને યાદ છે કે, જેમ મેં તેને પહેલા જોયું તેમ, જ્યારે તે પહેલા ગયા વર્ષે હર્ટફોર્ડશાયરમાં આવ્યો હતો, ત્યારે મેં વિચાર્યું કે તમારે એક સાથે આવવું જોઈએ કે કેમ તે સંભવ છે. અત્યાર સુધી જોયેલો સૌથી સુંદર યુવાનો! "

વિકમ, લીડિયા, બધા ભૂલી ગયા હતા. જેન તેના પ્રિય બાળકને હરીફાઈ કરતા આગળ હતી. તે ક્ષણે, તેણીએ કોઈ અન્યની સંભાળ રાખી. તેમની નાની બહેનોએ તેમની સાથે ખુશીની વસ્તુઓ માટે રસ દાખવ્યો જે ભવિષ્યમાં ભવિષ્યમાં આપી શકે.

મેરીએ નેથરફિલ્ડ ખાતે લાઇબ્રેરીના ઉપયોગ માટે અરજી કરી હતી; અને કિટ્ટીએ દરેક શિયાળામાં ત્યાં થોડા દડા માટે ખૂબ મહેનત કરી.

આ સમયથી, બિન્ગલી, અલબત્ત લાંબા સમયથી દૈનિક મુલાકાતી હતી; સવારના નાસ્તા પહેલાં વારંવાર આવવું, અને સપર પછી હંમેશાં બાકી રહેવું; જ્યાં સુધી કેટલાક નકામી પાડોશી, જે પૂરતી નિષ્ઠાવાળા ન હોઈ શકે, ત્યાં સુધી તેણે રાત્રિભોજન માટે આમંત્રણ આપ્યું હતું, જે તેણે વિચાર્યું કે પોતે સ્વીકારવા માટે જવાબદાર છે.

એલિઝાબેથ હવે તેની બહેન સાથે વાતચીત કરવા માટે થોડો સમય ધરાવે છે; જ્યારે તે હાજર હતો ત્યારે, જેનને કોઈ બીજાને આપવાનું ધ્યાન નહોતું; પરંતુ તે જુદી જુદી જુદી જુદી જુદી જુદી ઘટનાઓમાં તે બંનેને પોતાને માટે ખૂબ જ ઉપયોગી લાગે છે. જેનની ગેરહાજરીમાં, તેણી હંમેશાં પોતાને એલિઝાબેથ સાથે જોડે છે; અને જ્યારે બિંગલી ગઈ ત્યારે, જેન સતત રાહતના સમાન માધ્યમો માંગતો હતો.

એક સાંજે, તેણીએ મને કહ્યું કે, "તેણે મને ખુબ ખુશી આપી છે, તે મને છેલ્લાં વસંત નગરમાં હોવા વિશે સંપૂર્ણપણે અજાણ હતો! મને તે શક્ય નહોતું માનતું."

એલિઝાબેથે જવાબ આપ્યો, "મને ખૂબ શંકા છે." "પરંતુ તે તેના માટે કેવી રીતે ખાતું હતું?"

"તે તેની બહેનની કરી હોવી આવશ્યક છે. તે મારા સાથેના તેના પરિચય માટે ચોક્કસપણે મિત્ર નહોતી, જેને હું આશ્ચર્ય કરી શકતો નથી, કારણ કે તે ઘણી બાબતોમાં વધુ ફાયદાકારક રીતે પસંદ કરી શકે છે. પરંતુ જ્યારે તેઓ જુએ છે, હું વિશ્વાસ કરું છું તેમ તેઓ કરશે, કે તેઓનો ભાઈ મને ખુશ કરે છે, તેઓ સંતોષી રહેવાનું શીખી શકે છે, અને આપણે ફરીથી સારા શબ્દોમાં હોઈશું; જો કે આપણે ક્યારેય એકબીજા સાથે રહી શકીશું નહીં. "

એલિઝાબેથએ કહ્યું, "તે સૌથી અયોગ્ય ભાષણ છે," મેં તમને ક્યારેય સાંભળ્યું છે. સારી છોકરી! તે તમને ફરીથી દુઃખી કરશે, મિસ બિન્ગલીના નારાજગીના ડ્યુપને ફરીથી દેખાશે. "

"શું તમે એવું માનશો કે, તે છેલ્લા નવેમ્બરમાં નગરમાં ગયો ત્યારે, તે ખરેખર મને પ્રેમ કરે છે, અને મારા ઉદાસીનતાની સમજણ સિવાય બીજું કાંઈ જ નહીં, તે ફરી આવતા આવતા અટકાવશે!"

"તેણે ખાતરી કરવા માટે થોડી ભૂલ કરી હતી, પણ તે તેની નમ્રતાને આભારી છે."

આ કુદરતી રીતે જેનથી તેમના ખ્યાલ પર પેનેગીક રજૂ કરાયો હતો, અને તેના પોતાના સારા ગુણો પર થોડો મૂલ્ય મૂક્યો હતો.

એલિઝાબેથને શોધવામાં આનંદ થયો કે, તેણે તેના મિત્રની દખલ સાથે વિશ્વાસઘાત કર્યો ન હતો, જો કે, જેન વિશ્વમાં સૌથી ઉદાર અને ક્ષમાશીલ હૃદય ધરાવતો હતો, તેણી જાણતી હતી કે તે એક એવી સ્થિતિ હતી જે તેના વિરુદ્ધ પૂર્વગ્રહ કરે.

"હું ચોક્કસપણે સૌથી નસીબદાર પ્રાણી છું જે ક્યારેય અસ્તિત્વમાં છે!" રડે જેન. "ઓહ! લિઝી, હું આ રીતે મારા પરિવારમાંથી એકલો જ ઉપાસના કરું છું, અને બધાં ઉપર આશીર્વાદ આપું છું! જો હું તમને ખુશ કરી શકું પરંતુ જો તમે ખુશ હોત તો! જો તમારા માટે આવા બીજા માણસ હતા!"

"જો તમે મને ચાળીસ આવા માણસો આપવા માંગતા હો, તો હું ક્યારેય તમારી જેમ ખુશ થઈ શકતો નથી. જ્યાં સુધી તમારી પાસે તમારી તંદુરસ્તી નથી, તમારી ભલાઈ, હું તમારી ખુશી ક્યારેય મેળવી શકું નહીં. ના, ના, મને મારી માટે શિફ્ટ કરો; અને, કદાચ, જો મારી પાસે ખૂબ સારા નસીબ હોય, તો હું સમય માં અન્ય મિ. કોલિન્સ સાથે મળી શકું છું. "

લાંબાગાળાના પરિવારમાં બાબતોની સ્થિતિ લાંબા સમય સુધી ગુપ્ત રહી શકતી નથી. શ્રીમતી. બેનેટને એમ.આર.એસ.ને પકડવાની વિશેષતા હતી. ફિલીપ્સ, અને તેણીએ મેરિટોનના તેના પડોશીઓ દ્વારા તે જ કરવાની પરવાનગી વિના, સાહસ કર્યું.

બેનેટ્સને ઝડપથી વિશ્વમાં સૌથી નસીબદાર કુટુંબ તરીકે જાહેર કરવામાં આવ્યાં હતાં, જોકે થોડા જ અઠવાડિયા પહેલા, જ્યારે લિડિયા પ્રથમ ભાગી ગયા હતા, ત્યારે તેમને સામાન્ય રીતે દુર્ઘટના માટે ચિહ્નિત કરવામાં આવ્યા હતા.

પ્રકરણ .

એક સવારે, બિંગલીની જેન સાથેની સગાઈના એક અઠવાડિયા પછી એક અઠવાડિયા બનાવવામાં આવી હતી, કેમ કે તે અને પરિવારની સ્ત્રીઓ ડાઇનિંગ રૂમમાં એક સાથે બેઠા હતા, તેમનું ધ્યાન અચાનક એક વાહનની વાહન દ્વારા વિન્ડો પર ખેંચાયું હતું; અને તેઓ એક ચાયસ અને ચાર લોન અપ ડ્રાઇવિંગ માનવામાં. મુલાકાતીઓ માટે વહેલી સવારે તે ખૂબ જ વહેલી સવારે હતી, અને આ ઉપરાંત, સાધનોએ તેમના પડોશીઓને જવાબ આપ્યો ન હતો. ઘોડા પોસ્ટ હતા; અને ન તો કેરેજ, અથવા તે પહેલાં નોકર ની લિવર, તેમને પરિચિત હતા. જોકે, તે ચોક્કસ હતું કે, કોઈક આવી રહ્યું છે, આ પ્રકારના ઘૂસણખોરીને અટકાવવા બિંગલીએ તરત જ મિસ બેનેટ પર વિજય મેળવ્યો હતો, અને ઝૂંપડપટ્ટીમાં તેની સાથે ચાલ્યો ગયો હતો. તેઓ બંને બંધ થઇ ગયા, અને બાકીના ત્રણની કલ્પના ચાલુ રહી, જોકે થોડી સંતોષ સાથે, ત્યાં સુધી દરવાજો ખુલ્લો પાડવામાં આવ્યો ન હતો, અને તેમના મુલાકાતીએ પ્રવેશ કર્યો. તે લેડી કેથરિન ડી બોર્ઘ હતી.

તેઓ બધા અચાનક આશ્ચર્ય પાડવા માંગતા હતા; પરંતુ તેમના આશ્ચર્ય તેમની અપેક્ષા બહાર હતો; અને મિસ્ટર ભાગ પર. બેનેટ અને કિટ્ટી, જોકે તે તેમને સંપૂર્ણપણે અજાણ હતી, એલિઝાબેથને જે લાગ્યું તે કરતાં પણ ઓછું હતું.

તેણી સામાન્ય રીતે અપમાનજનક કરતાં વધુ હવામાં ઓરડામાં પ્રવેશી, માથાની સહેજ ઝાંખી કરતાં એલિઝાબેથના અભિવાદન માટે કોઈ અન્ય જવાબ આપ્યો ન હતો, અને શબ્દ બોલ્યા વિના

બેઠો. એલિઝાબેથે તેણીના નામ તેમના માતાપિતાના પ્રવેશદ્વાર પર લખ્યું હતું, જોકે પરિચયની કોઈ વિનંતી કરવામાં આવી નહોતી.

શ્રીમતી. બૅનટેટને આશ્ચર્ય થયું હતું, જો કે, આવા ઉચ્ચ મહત્વના મહેમાન હોવાને કારણે ફ્લેટર્ડ થયા, તેને અત્યંત વિનમ્રતા પ્રાપ્ત થઈ. એક ક્ષણ માટે મૌન માં બેસીને, તેણે એલિઝાબેથને ખૂબ જ કડક કહ્યું,

"હું આશા રાખું છું કે તમે સારા છો, મિસ બેનેટ. તે સ્ત્રી હું માનું છું કે તમારી માતા છે."

એલિઝાબેથે ખૂબ સંક્ષિપ્તમાં જવાબ આપ્યો કે તે હતી.

"અને મને લાગે છે કે તમારી બહેનોમાંની એક છે."

"હા, મદમ," મિસ્ટર જણાવ્યું હતું. બેનેટ, એક મહિલા કેથરિન સાથે વાત કરવા માટે ખુશી. "તે મારી સૌથી નાની છોકરી છે પરંતુ એક છે. મારા સૌથી નાનો, તાજેતરમાં લગ્ન કરેલો છે, અને મારો સૌથી મોટો ભાગ યુવાન લોકો સાથે ચાલીને જમીન પર છે, જે મને લાગે છે કે ટૂંક સમયમાં જ તે પરિવારનો ભાગ બનશે."

"તમારી પાસે અહીં એક ખૂબ જ નાનો પાર્ક છે," ટૂંકા મૌન પછી સ્ત્રી કેથરિન પાછો ફર્યો.

"રોઝિંગની સરખામણીમાં તે કંઇ નથી, મારી સ્ત્રી, હું હિંમત આપું છું; પણ હું તમને ખાતરી આપું છું કે તે સર વિલિયમ લુકાસ કરતા ઘણી મોટી છે."

"આ ઉનાળામાં, સાંજે માટે સૌથી વધુ અસુવિધાજનક બેઠક ખંડ હોવું જ જોઈએ; વિન્ડોઝ સંપૂર્ણ પશ્ચિમમાં છે."

શ્રીમતી. બેનેટે તેમને ખાતરી આપી કે તેઓ રાત્રિભોજન પછી ત્યાં બેઠા ન હતા; અને પછી ઉમેર્યું,

"શું હું તમારી સ્ત્રીશ્રીને પૂછવાની સ્વતંત્રતા લઈ શકું કે કેમ તમે મિસ્ટર અને મિસ્ટર કોલિન્સને છોડી દીધી છે."

"હા, ખુબ સરસ. મેં તેમને પહેલાંની રાત જોયું."

એલિઝાબેથ હવે એવી અપેક્ષા રાખતો હતો કે તેણી ચાર્લોટથી તેના માટે એક પત્ર તૈયાર કરશે, કારણ કે તે તેના કૉલિંગનો સંભવિત હેતુ હતો. પરંતુ કોઈ પત્ર દેખાયો ન હતો, અને તે સંપૂર્ણપણે કોયડારૂપ હતી.

શ્રીમતી. બેનેટ, મહાન સિવિલિટી સાથે, તેણીએ લેડીશિપને થોડો તાજગી આપવા વિનંતી કરી; પરંતુ લેડી કેથરિન ખૂબ જ નિશ્ચિતપણે, અને ખૂબ નમ્રતાપૂર્વક, કોઈ વસ્તુ ખાવાથી નકામી હતી; અને પછી ઊગે છે, એલિઝાબેથને કહ્યું,

"મિસ બેનેટ, તમારા લૉનની એક બાજુ પર એક સુંદર રણ જેવું સુંદર લાગતું હતું. જો તમે તમારી કંપની સાથે મને અનુકૂળ થશો તો મને તે બદલવામાં ખુશી થશે."

"જાઓ, મારા પ્રિય," તેણીએ માતાને રડતાં કહ્યું, "અને જુદાં જુદાં વાહનો વિશે તેણીની વડીલ બતાવો. મને લાગે છે કે તેણી આશ્રમ સાથે ખુશ થશે."

એલિઝાબેથે તેનું પાલન કર્યું અને તેના પરસોલ માટે પોતાના રૂમમાં જતા, તેણીના ઉમદા મહેમાનની સીડી નીચે હાજરી આપી. હોલ દ્વારા પસાર થતાં, લેડી કેથરિનએ ડાઇનિંગ-પાર્લર અને ડ્રોઇંગ રૂમમાં દરવાજા ખોલ્યા , અને ટૂંકા સર્વેક્ષણ પછી, તેમને યોગ્ય દેખાતા રૂમ બનાવવા માટે, તેમને આગળ ધપાવ્યા.

તેણીનો વાહન દરવાજા પર રહ્યો, અને એલિઝાબેથે જોયું કે તેની રાહ જોતી મહિલા તેની અંદર હતી. તેઓ કાંકરા ચાલવા સાથે મૌન માં આગળ વધ્યા કે જે કોપ તરફ દોરી ગયા; એલિઝાબેથ એક સ્ત્રી સાથે વાતચીત કરવા માટે કોઈ પ્રયાસ કરવા માટે નિર્ધારિત હતી, જે હવે સામાન્ય રીતે અપમાનજનક અને અસંમતિ કરતા વધારે હતી.

"હું તેને ક્યારેય તેના ભત્રીજાની જેમ કેવી રીતે વિચારી શકું?" તેણીએ તેણીને ચહેરામાં જોતા કહ્યું હતું.

જેમ જેમ તેઓ કોપ્સમાં પ્રવેશ્યા તેમ, લેડી કેથરિન નીચેની રીતે શરૂ થઈ: -

"તમે મારી મુસાફરીના કારણોને સમજવા માટે કોઈ ખોટ, ખોટ બેસાડશો નહીં, તમારા પોતાના હૃદય, તમારી પોતાની અંતઃકરણ, તમારે આવવું જ પડશે, કેમ કે હું આવું છું."

એલિઝાબેથ અસુરક્ષિત આશ્ચર્ય સાથે જોવામાં.

"ખરેખર, તમે ભૂલથી માનો છો, હું અહીં તમને જોઈને સન્માન માટે જવાબદાર નથી."

"મિસ બેનેટ," તેણીએ મહિલાઓને જવાબ આપ્યો, એક ગુસ્સાવાળા ટોનમાં, "તમારે જાણવું જોઈએ કે હું ત્રાસીશ નહિ, પણ જો તમે નિર્દોષ હોવ તો તમે મને શોધી શકશો નહીં. મારું પાત્ર ક્યારેય રહ્યું નથી." તેની ઇમાનદારી અને પ્રમાણિકતા માટે ઉજવવામાં આવે છે, અને આવી ક્ષણના કારણસર, હું ચોક્કસપણે તેનાથી છૂટે નહીં. સૌથી ભયાનક પ્રકૃતિનો અહેવાલ, બે દિવસ પહેલા મને મળ્યો હતો. મને કહેવામાં આવ્યું હતું કે, ફક્ત તમારી બહેન જ નહીં સૌથી લાભદાયી રીતે લગ્ન કર્યા હોવાનો મુદ્દો, પરંતુ કે, તમે, એલિઝાબેથ બેનેટને ચૂકી જશો, બધી શક્યતાઓમાં, ટૂંક સમયમાં જ મારા ભત્રીજા, મારા

પોતાના ભત્રીજા, મિ. ડરસી જોકે હું જાણું છું કે તે એક કપટી જૂઠાણું હોવું જ જોઈએ; તેમ છતાં હું શક્ય તેટલું સત્ય સમજવા માટે તેને ઇજા પહોંચાડતો નહોતો, હું તરત જ આ સ્થળ માટે સેટ કરવાનું નક્કી કરું છું, જેથી હું તમારી લાગણીઓ તમને જાણી શકું. "

એલિઝાબેથે આશ્ચર્યચકિત અને અસ્વસ્થતા સાથે રંગીન કહ્યું, "જો તમે માનતા હોવ કે તે સાચું હોવું અશક્ય છે," મને આશ્ચર્ય છે કે તમે અત્યાર સુધી આવવાની તકલીફ લીધી છે. તમારી મહિલાશ્રી તેના દ્વારા શું રજૂ કરી શકે છે? "

"એક વખત આવી અહેવાલ હોવા પર ભાર મૂકવા માટે સર્વવ્યાપી વિરોધાભાસી."

એલિઝાબેથ કહે છે, "લાંબા સમય સુધી તમારી પાસે આવવું, મને અને મારા પરિવારને જોવું," તેના બદલે તેની પુષ્ટિ થશે; જો, ખરેખર, આવી કોઈ રિપોર્ટ અસ્તિત્વમાં છે. "

"જો! તો પછી તમે તેનાથી અજાણ હોવાનો ઢોંગ કરો છો? શું તે તમારા દ્વારા મહેનતથી ફેલાયેલું નથી? શું તમે નથી જાણતા કે આ પ્રકારની રિપોર્ટ વિદેશમાં ફેલાયેલી છે?"

"મેં ક્યારેય સાંભળ્યું ન હતું કે તે હતું."

"અને તમે પણ એવી રીતે જાહેર કરી શકો છો કે તેના માટે કોઈ પાયો નથી?"

"હું તમારી મહિલાશ્રી સાથે સમાન પ્રમાણિકતા હોવાનો ઢોંગ કરતો નથી. તમે પ્રશ્નો પૂછી શકો છો, જેને હું જવાબ આપવાનું પસંદ કરતો નથી."

"આનો જન્મ થવાનો નથી, મિસ બેનેટ, હું સંતુષ્ટ થવા પર ભાર મૂકે છે, શું તેણે મારા ભત્રીજાને લગ્ન કરવાની તક આપી છે?"

"તમારી મહિલાશ્રીએ તેને અશક્ય જાહેર કર્યું છે."

"તે આવું હોવું જોઈએ; તે આવું જ હોવું જોઈએ, જ્યારે તે તેના કારણોનો ઉપયોગ જાળવી રાખે છે. પરંતુ તમારી આર્ટ્સ અને લલચાવ્યો, ભ્રષ્ટાચારના એક ક્ષણમાં, તેને પોતાને અને તેના પરિવાર માટે જે બાકી છે તે ભૂલી શકે છે. કદાચ તેને દોરે. "

"જો મારી પાસે હોય, તો હું કબૂલાત કરનાર છેલ્લો વ્યક્તિ બનીશ."

"મિસ બેનેટ, તમે જાણો છો કે હું કોણ છું? મને આ પ્રકારની ભાષામાં ટેવાયેલા નથી. હું આ દુનિયામાં તેના સૌથી નજીકના સંબંધો ધરાવતો છું, અને તેની બધી દુન્યવી ચિંતાઓને જાણવાનો હકદાર છું."

"પરંતુ તમે મારી જાણવાની હકદાર નથી; અને આ પ્રકારનો વર્તન ક્યારેય મને સ્પષ્ટ થવા માટે પ્રેરિત કરશે નહીં."

"મને યોગ્ય રીતે સમજવા દો. આ મેચ, જે તમારી પાસે અપેક્ષા કરવાની ધારણા છે, તે ક્યારેય થઈ શકે નહીં, ના, ક્યારેય નહીં. મિ. ડર્સી મારી પુત્રી સાથે સંકળાયેલી છે. હવે તમે શું કહેવા માંગો છો?"

"માત્ર આ; જો તે આમ છે, તો તમે એમ માની શકો કે તે મને ઓફર કરશે."

લેડી કેથરિન એક ક્ષણ માટે , અને પછી જવાબ આપ્યો,

"તેમની વચ્ચેની સગવડ એક વિચિત્ર પ્રકારની છે. તેમના બાળપણથી, તેઓ એકબીજા માટે બનાવાયેલ છે. તે તેની માતા તેમજ તેમની માતાની પ્રિય ઇચ્છા હતી. જ્યારે તેમના ક્રેડલ્સમાં અમે યુનિયનની યોજના બનાવી હતી અને હવે , આ ક્ષણે જ્યારે બંને બહેનોની ઇચ્છાઓ પૂર્ણ કરવામાં આવશે, ત્યારે તેમના લગ્નમાં, એક કિશોરવયના યુવાન સ્ત્રી દ્વારા અટકાવવામાં આવશે, આ દુનિયામાં કોઈ મહત્વ નથી, અને પરિવાર માટે સંપૂર્ણ રૂપે અસંતુષ્ટ છે! તેના મિત્રોની શુભેચ્છાઓ? મિસ ડી બૌર્ગ સાથેની તેમની જોડે જોડાયેલી વાત? શું તમે માલિકી અને સ્વાદિષ્ટતાની દરેક લાગણી ગુમાવ્યા છો? શું તમે મને કહ્યું નથી કે, તેના પ્રારંભિક કલાકોથી તે તેના પિતરાઇ માટે નિયુક્ત કરવામાં આવ્યો હતો?

"હા, અને મેં તે પહેલાં સાંભળ્યું હતું. પરંતુ તે મારા માટે શું છે? જો તમારા ભત્રીજા સાથે લગ્ન કરવા માટે મને કોઈ વાંધો નથી, તો હું તેની પાસેથી છૂટી ન જઇશ, તેની માતા અને માસી તેને ચૂકી જવાની ઇચ્છાથી જાણતા હતા. ડી બૌરગ.તમે જેટલું કરી શકો તેટલું તમે કરી શકો છો, લગ્નની યોજનામાં, તેની પૂર્ણતા બીજાઓ પર આધારિત છે. જો શ્રી ડર્સી માનમાં નથી અને તેમના પિતરાઈને મર્યાદિત નથી, તો તે બીજી પસંદગી કેમ નથી કરતો? હું તે પસંદગી છું, શા માટે હું તેને સ્વીકારી શકું? "

"કારણ કે સન્માન, શણગાર, સમજશક્તિ, ના, રસ, તેને પ્રતિબંધિત કરો, હા, બેનેટ, રુચિ ગુમાવો; તેના કુટુંબ અથવા મિત્રો દ્વારા જોવામાં આવે તેવી અપેક્ષા રાખશો નહીં, જો તમે ઇચ્છાપૂર્વક બધાની ઝંખના સામે કાર્ય કરો છો, તો તમને સંવેદનશીલ કરવામાં આવશે, અપમાનિત અને તિરસ્કારિત, તેનાથી જોડાયેલા દરેક દ્વારા. તમારું જોડાણ બદનામ થશે; તમારા નામનો ક્યારેય ઉલ્લેખ કરવામાં આવશે નહીં. "

"આ ભારે દુર્ઘટના છે," એલિઝાબેથ જવાબ આપ્યો. "પરંતુ મિસ્ટર ડેર્સીની પત્નીએ ખુશીના આવા અસાધારણ સ્ત્રોત હોવા જોઈએ જે જરૂરી છે કે તેણીની પરિસ્થિતિ સાથે જોડાયેલું હોય, જેથી તે સંપૂર્ણ રીતે ફરીથી નિર્માણ કરી શકે."

"આઘાતજનક, માથું મારવી છોકરી! હું તમારાથી શરમિંદ છું! શું તમે આ વસંતમાં મારા ધ્યાન માટે આ કૃતજ્ઞતા છે? તે સ્કોર પર મારા માટે કંઈ નથી?

"ચાલો આપણે બેસીએ, તમે સમજી શકો છો, મિસ બેનેટ, કે હું અહીં મારા હેતુને લેવાના નિર્ધારિત ઠરાવ સાથે આવ્યો છું, અને હું તેનાથી નિરાશ થઈ જઇશ નહીં. મને કોઈ વ્યક્તિની ચાહકોને રજૂ કરવા માટે ઉપયોગમાં લેવાય નથી. નિરાશાજનક નિરાશા ની આદત કરવામાં આવી છે. "

"તે તમારી મહિલાશ્રીની હાલતને વધુ દુ: ખી બનાવશે, પરંતુ તે મારા પર કોઈ અસર કરશે નહીં."

"મને ખલેલ પહોંચાડવામાં આવશે નહીં. મને મૌન માં સાંભળો. મારી પુત્રી અને મારા ભત્રીજા એકબીજા માટે રચાય છે. તેઓ માતૃભૂમિ પર સમાન ઉમદા લીટીથી ઉતરી આવ્યા છે; અને પિતાના, માનનીય, માનનીય અને પ્રાચીન તેમ છતાં, અનામાંકિત પરિવારો. તેમ છતાં બંને બાજુએ તેમનો નસીબ અદ્ભુત છે. તેઓ એકબીજા માટે તેમના સંબંધિત ઘરોના દરેક સભ્યની વાણી દ્વારા નિયત થાય છે અને તેમને વિભાજિત કરવાનું શું છે? યુવા સ્ત્રીનું કુટુંબ, જોડાણો, અથવા નસીબ. આ સહન કરવું છે! પરંતુ તે ન હોવું જોઈએ, નહીં. જો તમે તમારા પોતાના સારા વિશે સમજદાર હોવ, તો તમે તે ક્ષેત્રને છોડી દેવા માંગતા નથી, જેમાં તમને લાવવામાં આવ્યા છે. "

"તમારા ભત્રીજા સાથે લગ્ન કર્યા પછી, મને તે ક્ષેત્રને છોડી દેવાનો વિચાર કરવો જોઈએ નહીં. તે એક સજ્જન છે; હું એક સજ્જનનો પુત્રી છું; અત્યાર સુધી આપણે સમાન છીએ."

"સાચું. તમે એક સજ્જનની પુત્રી છો પણ તમારી માતા કોણ હતી? તમારા કાકાઓ અને કાકી કોણ છે? મને તેમની સ્થિતિની અજાણતા કલ્પના કરશો નહીં."

એલિઝાબેથએ કહ્યું, "જે પણ મારા જોડાણો હોઈ શકે છે," જો તમારા ભત્રીજા તેમને વાંધો નહીં, તો તેઓ તમારા માટે કશું જ નથી. "

"એક વખત મને કહો, શું તમે તેની સાથે સંકળાયેલા છો?"

જોકે એલિઝાબેથ, લેડી કેથરિનને જવાબદાર હોવાના હેતુ માટે, આ પ્રશ્નનો જવાબ આપ્યો નથી; તેણી એક ક્ષણની વિચારણા પછી, કહી શકી ન હતી,

"હું નથી."

લેડી કેથરિન ખુશ લાગ્યું.

"અને શું તમે મને વચન આપશો, આવા સગાઈમાં પ્રવેશશો નહીં?"

"હું આ પ્રકારની કોઈ વચન આપીશ નહીં."

"મિસ બેનેટ હું આઘાત અનુભવું છું અને આશ્ચર્ય પામ્યો છું. મને વધુ વાજબી યુવા સ્ત્રીને શોધવાની અપેક્ષા છે, પરંતુ હું ક્યારેય એવી માન્યતામાં પોતાને ભમાવો નહીં કે હું ક્યારેય પાછો આવીશ. જ્યાં સુધી તમે મને ખાતરીની જરૂર નથી ત્યાં સુધી હું દૂર નહીં જાઉં."

"અને હું ચોક્કસપણે તેને ક્યારેય આપીશ નહીં. હું કોઈ પણ વસ્તુમાં ડરવાની ના હોઉં તેથી સંપૂર્ણ રીતે ગેરવાજબી. તમારી મહિલાશ્રી તમારી દીકરી સાથે લગ્ન કરવા માટે મિ. ડેર્સીને ઇચ્છે છે; પણ હું તમને તમારા લગ્નની ઇચ્છા આપીશ, તેના લગ્નને વધુ સંભવિત બનાવશે મને લાગે છે કે તે મને જોડે છે, શું હું તેના હાથને સ્વીકારવાનો ઇનકાર કરું છું, તેને તેના પિતરાઇ પર આપવાનું ઇચ્છું છું? મને કહેવા દો કે, લેડી કેથરિન, કે જે દલીલો તમે આ અસાધારણ એપ્લિકેશનને ટેકો આપ્યો છે, ભ્રષ્ટાચારની જેમ એપ્લિકેશનને અયોગ્ય ગણવામાં આવી હતી. તમે મારા પાત્રને વ્યાપક ભૂલથી માની લીધા છે, જો તમને લાગે કે હું આ પ્રકારની સમજાવટ દ્વારા કામ કરી શકું છું. તમારા ભત્રીજા તેના કામમાં તમારી દખલને કેટલું દૂર કરી શકે છે, હું કહી શકતો નથી; પરંતુ મારી પાસે તમારામાં કોઈ ચિંતા કરવાનો અધિકાર નથી. તેથી, મારે આ વિષય પર આગળ વધવા માટે વિનંતી કરવી જોઈએ. "

"જો તમે ખુશ હોવ તો, હું ખૂબ જ ઉતાવળમાં છું. મેં કોઈ પણ રીતે કર્યું નથી. તમામ વાંધાઓ માટે મેં પહેલેથી જ વિનંતી કરી છે, મારી પાસે હજુ પણ બીજું ઉમેરવાનું છે. હું તમારી સૌથી નાની બહેનની કુખ્યાત ઇલોપમેન્ટની વિગતો માટે અજાણ્યો નથી. ; તે યુવાન માણસ તેની સાથે લગ્ન કરે છે, તે તમારા પિતા અને કાકાઓના ઉછેર સમયે એક વ્યવસ્થિત વ્યવસાય હતો. અને તે મારા ભત્રીજાની બહેન બનવા જેવી છોકરી છે? શું તેના પતિ, તેમના પિતરાઈ પિતાના કારભારીના પુત્ર છે તેના ભાઈ? સ્વર્ગ અને પૃથ્વી! - તમે શું વિચારી રહ્યા છો? આ રીતે પ્રદુષિત થવા માટે પેમ્બરલીના છાંયડો છે? "

"હવે તમારી પાસે કશું કહેવાતું નથી," તેણીએ રાજીખુશીથી જવાબ આપ્યો. "તમે દરેક સંભવિત પદ્ધતિમાં અપમાન કર્યું છે, મારે ઘરે પાછા જવું છે."

અને તેણીએ બોલ્યા તેમ તે વધતી ગઈ. લેડી કેથરિન પણ ગુલાબ, અને તેઓ પાછા ફર્યા. તેણીની મહિલાશ્રી અત્યંત ગુસ્સે થઇ હતી.

"તમે મારા ભત્રીજાના સન્માન અને ધિરાણ માટે કોઈ પ્રતિષ્ઠા નથી, અકુદરતી, સ્વાર્થી છોકરી! શું તમે નથી માનતા કે તમારી સાથે એક જોડાણ, તેને દરેકની નજરમાં અપમાન કરવો જોઈએ?"

"લેડી કેથરિન, મારી પાસે કશું કહેવાતું નથી. તમે મારી લાગણીઓ જાણો છો."

"પછી તમે તેને લેવા માટે ઉકેલાઈ ગયા છો?"

"મેં એવું કંઇ કહ્યું નથી. હું ફક્ત તે રીતે કાર્ય કરવા માટે ઉકેલાઇ ગયો છું, જે મારા પોતાના અભિપ્રાયમાં, તમારા સંદર્ભમાં, અથવા તમારા સંદર્ભમાં, અથવા કોઈપણ વ્યક્તિ સાથે સંપૂર્ણ જોડાણ વિના, મારી ખુશીનું નિર્માણ કરશે."

"તે સારું છે. તેથી, તમે મને સ્વીકારવા માટે ઇનકાર કરો છો. તમે ફરજ, સન્માન અને કૃતજ્ઞતાના દાવાઓનું પાલન કરવાનો ઇન્કાર કરો છો. તમે તેના બધા મિત્રોની મંતવ્યને નષ્ટ કરવા અને તેને વિશ્વની અવગણના કરવાના નિર્ધારિત છો. . "

એલિઝાબેથે જવાબ આપ્યો કે, "ફરજ, ન માન, અને કૃતજ્ઞતા," હાલના કિસ્સામાં, મારા પર કોઈ સંભવિત દાવો છે. કોઈપણ સિધ્ધાંતનો, મિ. ડેર્સી સાથે મારા લગ્ન દ્વારા ઉલ્લંઘન કરવામાં આવશે નહીં. તેના પરિવાર, અથવા વિશ્વના ગુસ્સા, જો ભૂતપૂર્વ મારી સાથે લગ્ન કરીને ઉત્સાહિત હતા, તો તે મને એક ક્ષણની ચિંતા આપશે નહીં - અને સામાન્ય રીતે જગતમાં આક્રંદમાં જોડાવા માટે ખૂબ જ અર્થ હોત. "

"અને આ તમારો સાચો અભિપ્રાય છે! આ તમારો અંતિમ ઉકેલ છે! હું સારી રીતે જાણું છું કે કેવી રીતે કાર્ય કરવું તે છે. કલ્પના કરશો નહીં, મિસ બેનેટ, તમારી મહત્ત્વાકાંક્ષા ક્યારેય કૃતજ્ઞ થશે નહીં. તમે વાજબી છો; પરંતુ તેના પર આધાર રાખીને હું મારો મુદ્દો લઈશ. "

આ રીતે લેડી કેથરિન બોલતા હતા, જ્યાં સુધી તેઓ વાહનના દરવાજા પર ન હતા ત્યાં સુધી તુરંત જ ફેરબદલ કરતી વખતે, તેણીએ ઉમેર્યું,

"હું તમારી રજા છોડતો નથી, ચૂકી ચૂકી છું. હું તમારી માતાને કોઈ પ્રશંસા નથી મોકલીતો. તમે આવા ધ્યાન પર લાયક નથી. હું ખૂબ જ ગંભીરતાથી નારાજ છું."

એલિઝાબેથે કોઈ જવાબ આપ્યો નહીં; અને તેણીની વસાહતને ઘરમાં પાછા ફરવાનો પ્રયત્ન કર્યા વિના, તે સ્વયં અંદર જ ચાલ્યો. તેણીએ સીડી ઉપર આગળ વધતાં વાહન ચલાવ્યું હતું. તેણીની માતા નસીબથી તેણીને ડ્રેસિંગ રૂમના દરવાજા પાસે મળ્યા, કેમ કે લેડી કેથરિન શા માટે ફરીથી આવતી નથી અને પોતાને આરામ કરશે.

"તેણીએ તે પસંદ ન કરી," તેણીએ પુત્રીને કહ્યું, "તેણી જશે."

"તે ખૂબ સુંદર દેખાતી સ્ત્રી છે! અને અહીં તેણીને બોલાવવું ખૂબ જ નાગરિક હતું! કારણ કે તે માત્ર આવી હતી, મને લાગે છે કે અમને કહેવું છે કે કોલિન્સ સારી હતી. તેણી ક્યાંક તેના રસ્તા પર છે, હું હિંમતથી કહું છું, અને તેથી મેરિટોન , વિચાર્યું કે તે કદાચ તમને પણ ફોન કરશે. મને લાગે છે કે તેણીએ તમને કશું કહેવાનું કશું જ નથી, ઝાંખું? "

એલિઝાબેથને અહીં થોડી ખોટી જુબાની આપી દેવામાં આવી હતી; તેમના વાતચીતના પદાર્થને સ્વીકારો માટે અશક્ય હતું.

પ્રકરણ .

આત્માઓની અસંગતતા, જે આ અસાધારણ મુલાકાતે એલિઝાબેથને ફેંકી દીધી હતી, તેને સહેલાઇથી દૂર કરી શકાય નહીં; અને તે ઘણાં કલાકો સુધી પણ કરી શકતી નથી, તેના વિશે સતત વિચાર કરતાં શીખો. સ્ત્રી કેથરિન દેખાઈ હતી, તેણે આ મુસાફરીની મુશ્કેલીઓને રોઝિંગથી મુશ્કેલીમાં લીધી હતી, કારણ કે મિ. ડરસી તે એક બુદ્ધિગમ્ય યોજના હતીખાતરી કરો કે! પરંતુ તેમની સગાઈની રીપોર્ટ શું થઇ શકે તેના પરથી એલિઝાબેથ કલ્પનામાં નિષ્ફળ ગયા હતા; જ્યાં સુધી તેણીએ યાદ કર્યું કે તે બિન્ગલીનો ગાઢ મિત્ર હોવાથી, અને જેનની બહેન હોવાથી, તે એક સમયે હતો જ્યારે એક લગ્નની અપેક્ષાએ દરેક શરીરને બીજા માટે આતુર બનાવ્યું, આ વિચારને પૂરો પાડવા માટે. તેણી પોતાને એમ લાગતી ન હતી કે તેની બહેનનું લગ્ન તેમને એક સાથે વારંવાર લાવશે. અને તેના પડોશીઓ લુકાસ લોજ પર, તેથી, (કોલિન્સ સાથેની તેમની વાતચીત દ્વારા, તેણીએ જે નિષ્કર્ષ કાઢ્યો હતો તે લેડી કેથરિન સુધી પહોંચ્યો હતો) તેણે માત્ર તે જ સેટ કર્યું હતું, જે લગભગ ચોક્કસ અને તાત્કાલિક હતું, જેને તેણે શક્ય તેટલું આગળ જોવું હતું, કેટલાક ભાવિ સમય

મહિલા કેથરિનના અભિવ્યક્તિમાં ફેરબદલ કરવામાં, જોકે, તેણી આ દખલગીરીમાં ચાલુ રહેલા સંભવિત પરિણામને લીધે કેટલાક અસ્વસ્થતા અનુભવવામાં મદદ કરી શકતી નથી. તેણીના લગ્નને રોકવા માટેના તેમના ઠરાવ વિશે જે કહ્યું હતું તેમાંથી એલિઝાબેથને થયું કે તેણીએ તેના ભત્રીજાને અરજી કરવી જ જોઇએ; અને કેવી રીતે તે તેના સાથે જોડાણ સાથે જોડાયેલી દુષ્ટતાઓનું સમાન પ્રતિનિધિત્વ લઇ શકે છે, તેણીએ ઉચ્ચારવાની હિંમત કરી નથી. તેણીને તેના કાકી અથવા તેના ચુકાદા પર તેમની નિર્ભરતાની ચોક્કસ ડિગ્રી ખબર નહોતી, પરંતુ તે માનવું સ્વાભાવિક હતું કે તેણી તેના કરતા તેણીની

મહિલાશ્રીની સરખામણીમાં ઘણી મોટી હતી; અને તે ચોક્કસ હતું કે, એક સાથે લગ્નના દુઃખની ગણતરી કરવામાં, જેની તાત્કાલિક જોડાણો તેના પોતાના માટે અસમાન હતી, તેની માસી તેને તેમની નબળી બાજુ પર સંબોધિત કરશે. તેમની પ્રતિષ્ઠા સાથે,

જો તે પહેલાં શું વિચારી રહ્યો હતો, તેણે શું કરવું જોઈએ તે માટે, જે ઘણીવાર સંભવિત લાગતું હતું, તેથી સંબંધની સલાહ અને આજ્ઞા એ દરેક શંકાને સ્થાયી કરી શકે છે, અને તેને એકવાર સુખી થવા માટે નિર્ધારિત કરી શકે છે, કારણ કે ગૌરવ નકામી થઈ શકે છે . તે કિસ્સામાં તે ફરીથી પાછો આવશે નહીં. લેડી કેથરિન તેમને શહેરમાં તેના માર્ગે જોઈ શકે છે; અને નેધરફિલ્ડમાં ફરીથી આવવા માટે બિન્ગલી સાથેની તેની જોડે રસ્તો આપવા જોઈએ.

તેણીએ ઉમેર્યું હતું કે, "જો તેમનું વચન પાળવાનું બહાનું ન હોય તો, થોડા દિવસોની અંદર તેના મિત્ર પાસે આવવું જોઈએ." તેણીએ ઉમેર્યું, "હું તેને કેવી રીતે સમજી શકું તે જાણું છું." પછી હું દરેક અપેક્ષાને, તેમની નિશ્ચયની દરેક ઇચ્છાને આપીશ. જો તે માત્ર મને પસ્તાવોથી સંતોષિત હોય, જ્યારે તેણે મારા પ્રેમ અને હાથ મેળવી લીધા હોત, તો હું તરત જ તેના પર દિલગીરી કરવાનું બંધ કરીશ. "

પરિવારના બાકીના લોકોના આશ્ચર્ય, તેમના મુલાકાતી કોણ હતા તે સાંભળીને ખૂબ જ મહાન હતું; પરંતુ તેઓ સમાન સંભાવના સાથે, એમ.આર.એસ.ને સંમતિ આપીને તે સંતુષ્ટપણે સંતુષ્ટ થયા. બેનેટની જિજ્ઞાસા; અને એલિઝાબેથને આ વિષય પર ઘણી ચીજવસ્તુઓથી બચાવવામાં આવી હતી.

પછીની સવારે, તેણી સીડી નીચે જતા હતા ત્યારે, તેણી તેના પિતા દ્વારા મળ્યા હતા, જેઓ તેમના પુસ્તકમાંથી બહાર આવ્યા હતા અને તેમના હાથમાં એક પત્ર લખ્યો હતો.

"લિઝી," તેણે કહ્યું, "હું તને શોધી રહ્યો હતો; મારા રૂમમાં આવ."

તેણી ત્યાં તેને અનુસર્યા; અને તેણીની જિજ્ઞાસા એ જાણવાની હતી કે તેને તેણીને શું કહેવાનું હતું, તે તેના પત્ર સાથે જોડાયેલા કેટલાક રીતે જોડાયેલા હોવાના અનુમાનથી વધારે છે. તે અચાનક તેને ત્રાટક્યું કે તે સ્ત્રી કેથરિનથી હોઈ શકે છે; અને તેણીએ તમામ પરિણામસ્વરૂપ સમજૂતીઓને નિરાશ થવાની ધારણા કરી.

તેણીએ તેના પિતાને અગ્નિની જગ્યાએ રાખ્યા, અને તેઓ બન્ને બેઠા. પછી તેણે કહ્યું,

"મને આજે સવારે એક પત્ર મળ્યો છે જેણે મને ખૂબ જ આશ્ચર્યકારક ગણાવ્યું છે. કારણ કે તે મુખ્યત્વે તમારી જાતને ચિંતા કરે છે, તમારે તેના સમાવિષ્ટો જાણવાની જરૂર છે. મને પહેલાં ખબર ન હતી કે મારી લગ્નજીવનના કાંઠે બે પુત્રીઓ હતી. હું તમને અભિનંદન આપું છું એક ખૂબ જ મહત્વપૂર્ણ જીત. "

આ રંગ હવે એલિઝાબેથના ગાલમાં ભરાઇ ગયું હતું, તે તેના કાકીના બદલે ભત્રીજાના પત્ર હોવાના તાત્કાલિક ખાતરીમાં હતો; અને તે નિશ્ચિત હતી કે મોટાભાગે ખુશ થવું જોઈએ કે તેણે પોતાની જાતને સમજાવી હતી અથવા નારાજ કર્યો હતો કે તેનો પત્ર તેના બદલે સંબોધવામાં આવ્યો ન હતો; જ્યારે તેમના પિતા ચાલુ રાખ્યું,

"તમે સભાન છો. યુવા મહિલાઓને આવા બાબતોમાં ભારે પ્રવેશ છે; પરંતુ મને લાગે છે કે હું તમારા પ્રશંસકનું નામ શોધવા માટે, તમારી સદ્ગુણ પણ નકારી શકું છું. આ પત્ર શ્રી કોલિન્સથી છે."

"મિ. કોલિન્સથી! અને તે શું કહેશે?"

"અલબત્ત, કંઈક હેતુ માટે તે ખૂબ જ મહત્વનું છે. તે મારા મોટા પુત્રીના નપ્ટીઅલ્સ પર અભિનંદન સાથે પ્રારંભ કરે છે, જેમાંથી તે લાગે છે કે તેને કહેવામાં આવ્યું છે કે, તે કેટલાક સ્વભાવિક, ગપસપકારક લ્યુકેસ દ્વારા છે. , તે મુદ્દે તે જે કહે છે તે વાંચીને. નીચે આપેલું શું છે, તે આ પ્રમાણે છે. "આ રીતે તમને એમ.આર.એસ. ની નિષ્ઠાવાન અભિનંદન આપવામાં આવી. આ ખુશ ઇવેન્ટ પર કોલિન્સ અને હું, મને હવે બીજા વિષય પર ટૂંકા સંકેત ઉમેરવું જોઇએ: જેમાંથી અમને એજ સત્તા દ્વારા જાહેરાત કરવામાં આવી છે. તમારી પુત્રી એલિઝાબેથ, એવું માનવામાં આવે છે કે, તેની મોટી બહેનએ રાજીનામું આપી દીધું છે અને તેના ભાવિના પસંદ કરેલા ભાગીદારને આ જમીનના સૌથી પ્રસિદ્ધ વ્યકિતઓમાંની એક તરીકે જોવામાં આવે છે, તે બેનેટના નામને લાંબા સમય સુધી સહન કરશે નહીં. . "

"શું તમે સંભવતઃ અનુમાન કરી શકો છો, ઝાંખું, જે આનો અર્થ છે?" "આ યુવાન સજ્જનને એક અનોખા માર્ગમાં આશીર્વાદ આપવામાં આવે છે, જેમાં દરેક વસ્તુ મનુષ્યનું હૃદય સૌથી વધુ ઇચ્છા રાખી શકે છે, - પ્રત્યક્ષ સંપત્તિ, ઉમદા સંપ્રદાય અને વ્યાપક રક્ષણ. આ બધી લાલચ છતાં પણ, હું મારા પિતરાઇ એલિઝાબેથને અને તમારા પોતાનાને ચેતવણી આપું છું. , આ સજ્જનના દરખાસ્તો સાથે બંધ થતાં, તમે જે દુષ્ટતાઓનો સામનો કરી શકો છો, તેમાંથી, તમે તાત્કાલિક લાભ લેવાની ઇચ્છા રાખશો. "

"તમને કોઈ ખ્યાલ છે, લિઝી, આ સજ્જન કોણ છે? પરંતુ હવે તે બહાર આવે છે."

"તમને સાવચેતી આપવાનો મારો હેતુ, નીચે પ્રમાણે છે. અમારી કલ્પના છે કે તેની કાકી, લેડી કેથરિન ડી બૌર્ઘ, મૈત્રીપૂર્ણ આંખ સાથે મેળ ખાતી નથી."

"મિસ્ટર ડેર્સી, તમે જોશો, તે માણસ છે! હવે, ઝાંખું, મને લાગે છે કે મેં તમને આશ્ચર્ય પહોંચાડ્યું છે. શું તે, અથવા લ્યુકેસે, કોઈ પણ માણસને અમારા પરિચિત વર્તુળમાં, કોઈના નામથી જૂઠું બોલ્યું હોત, તેઓ જે રીતે સંબંધિત છે તેનાથી વધુ અસરકારક રીતે? મિ. ડેર્સી, જે કોઇ પણ સ્ત્રીને ક્યારેય જુએ નહીં પરંતુ એક અસ્પષ્ટતા જોવા માટે અને જેણે કદાચ ક્યારેય તમારા જીવનમાં ન જોયું! તે પ્રશંસનીય છે! "

એલિઝાબેથે તેના પિતાના સુખદમાં જોડાવાનો પ્રયત્ન કર્યો હતો, પરંતુ તે માત્ર એક સૌથી વધુ અનિચ્છાયુક્ત સ્માઇલને જ દબાણ કરી શકે છે. તેની સમજણ તેના માટે એટલી ઓછી સંમત ન હતી.

"શું તમે બદલાયા નથી?"

"ઓહ! હા, વાંચી પ્રાર્થના કરો."

"ગઈ કાલે તેણીના લગ્નશૈલીને આ લગ્નની સંભાવનાનો ઉલ્લેખ કર્યા પછી, તેણી તરત જ, તેણીના સામાન્ય સહનશીલતા સાથે, પ્રસંગે તેણીએ જે અનુભવ્યું તે વ્યક્ત કર્યું; જ્યારે તે સ્પષ્ટ થયું કે, મારા પિતરાઇના ભાગ પર કેટલાક કૌટુંબિક વાંધાઓના આધારે, તેણીએ તેણીને એટલી અપમાનકારક મેચ કહીને તેણીની સંમતિ ક્યારેય આપી ન હતી. મેં મારા કઝીનને આની સૌથી ઝડપી બુદ્ધિ આપવાનું મારું ફરજ માન્યું હતું કે, તેણી અને તેના ઉમદા પ્રશંસકને તેઓ જે છે તે વિશે જાગૃત થઈ શકે છે અને ઝડપથી જતા નથી લગ્નમાં યોગ્ય રીતે મંજૂરી આપવામાં આવી નથી. " "મિ. કોલિન્સ વધુ ઉમેરે છે," "હું ખરેખર ખુશ છું કે મારા પિતરાઈ લીડિયાના દુ:ખદ વ્યવસાયને એટલી સારી રીતે શાંત કરવામાં આવી છે, અને માત્ર એટલું જ ચિંતિત છે કે લગ્ન પહેલાં તેમની સાથે રહેવું એ જ સામાન્ય છે, તેથી સામાન્ય રીતે જાણવું જોઈએ. જો કે, મારા સ્ટેશનની ફરજોને અવગણશો

અથવા મારી આશ્ચર્યચકિત જાહેર કરવાથી બચશો, જ્યારે તમે યુવા યુગલને તમારા લગ્નમાં જલદી જ તમારા ઘરે લઈ ગયા હતા તે સાંભળીને. તે વાઇસ પ્રોત્સાહન હતું; અને હું લાંબા ગાળાના રેક્ટર હતા, હું ખૂબ જ નિશ્ચિતપણે તેનો વિરોધ કરવો જોઈએ. તમારે ચોક્કસપણે તેમને ખ્રિસ્તી તરીકે માફ કરવું જોઈએ, પરંતુ તેમને તમારી દૃષ્ટિએ સ્વીકારો નહીં, અથવા તમારા નામોમાં તેમના નામનો ઉલ્લેખ કરવાની મંજૂરી આપો. "" તે ખ્રિસ્તી માફીની તેમની કલ્પના છે! " તેમનો બાકીનો પત્ર માત્ર તેના પ્રિય ચાર્લોટની પરિસ્થિતિ અને તેની એક યુવાન ઓલિવ-શાખાની અપેક્ષા છે. પરંતુ, ઝાંખું, તમે જુઓ કે તમે તેનો આનંદ માણ્યો નથી. તમે મિશિશ થશો નહીં, હું આશા રાખું છું, અને નિષ્ક્રિય રિપોર્ટ પર ઢોંગ કરવાનો ડોળ કરું છું. આપણે શા માટે જીવીએ છીએ, પરંતુ આપણા પાડોશીઓ માટે રમત બનાવવા, અને તેમના વળાંકમાં હસવું? " અથવા યુવા દંપતીને તમારા લગ્નમાં વહેલી તકે જલદી પહોંચાડ્યા છે તે સાંભળીને, મારી આશ્ચર્યજનક જાહેરાત જાહેર કરવાથી દૂર રહો. તે વાઇસ પ્રોત્સાહન હતું; અને હું લાંબા ગાળાના રેક્ટર હતા, હું ખૂબ જ નિશ્ચિતપણે તેનો વિરોધ કરવો જોઈએ. તમારે ચોક્કસપણે તેમને ખ્રિસ્તી તરીકે માફ કરવું જોઈએ, પરંતુ તેમને તમારી દૃષ્ટિએ સ્વીકારો નહીં, અથવા તમારા નામોમાં તેમના નામનો ઉલ્લેખ કરવાની મંજૂરી આપો. "" તે ખ્રિસ્તી માફીની તેમની કલ્પના છે! " તેમનો બાકીનો પત્ર માત્ર તેના પ્રિય ચાર્લોટની પરિસ્થિતિ અને તેની એક યુવાન ઓલિવ-શાખાની અપેક્ષા છે. પરંતુ, ઝાંખું, તમે જુઓ કે તમે તેનો આનંદ માણ્યો નથી. તમે મિશિશ થશો નહીં, હું આશા રાખું છું, અને નિષ્ક્રિય રિપોર્ટ પર ઢોંગ કરવાનો ડોળ કરું છું. આપણે શા માટે જીવીએ છીએ, પરંતુ આપણા પાડોશીઓ માટે રમત બનાવવા, અને તેમના વળાંકમાં હસવું? " અથવા યુવા દંપતીને તમારા લગ્નમાં વહેલી તકે જલદી પહોંચાડ્યા છે તે સાંભળીને, મારી આશ્ચર્યજનક જાહેરાત જાહેર કરવાથી દૂર રહો. તે વાઇસ પ્રોત્સાહન હતું; અને હું લાંબા ગાળાના રેક્ટર હતા, હું ખૂબ જ નિશ્ચિતપણે તેનો વિરોધ કરવો

જોઈએ. તમારે ચોક્કસપણે તેમને ખ્રિસ્તી તરીકે માફ કરવું જોઈએ, પરંતુ તેમને તમારી દૃષ્ટિએ સ્વીકારો નહીં, અથવા તમારા નામોમાં તેમના નામનો ઉલ્લેખ કરવાની મંજૂરી આપો. "" તે ખ્રિસ્તી માફીની તેમની કલ્પના છે! " તેમનો બાકીનો પત્ર માત્ર તેના પ્રિય ચાર્લોટની પરિસ્થિતિ અને તેની એક યુવાન ઓલિવ-શાખાની અપેક્ષા છે. પરંતુ, ઝાંખું, તમે જુઓ કે તમે તેનો આનંદ માણ્યો નથી. તમે મિશિશ થશો નહીં, હું આશા રાખું છું, અને નિષ્ક્રિય રિપોર્ટ પર ઢોંગ કરવાનો ડોળ કરું છું. આપણે શા માટે જીવીએ છીએ, પરંતુ આપણા પાડોશીઓ માટે રમત બનાવવા, અને તેમના વળાંકમાં હસવું? " સુનાવણીમાં તમે યુવાન યુગલને તેમના લગ્નમાં જલદી જ તમારા ઘરમાં દાખલ કર્યા હતા. તે વાઇસ પ્રોત્સાહન હતું; અને હું લાંબા ગાળાના રેક્ટર હતા, હું ખૂબ જ નિશ્ચિતપણે તેનો વિરોધ કરવો જોઈએ. તમારે ચોક્કસપણે તેમને ખ્રિસ્તી તરીકે માફ કરવું જોઈએ, પરંતુ તેમને તમારી દૃષ્ટિએ સ્વીકારો નહીં, અથવા તમારા નામોમાં તેમના નામનો ઉલ્લેખ કરવાની મંજૂરી આપો. "" તે ખ્રિસ્તી માફીની તેમની કલ્પના છે! " તેમનો બાકીનો પત્ર માત્ર તેના પ્રિય ચાર્લોટની પરિસ્થિતિ અને તેની એક યુવાન ઓલિવ-શાખાની અપેક્ષા છે. પરંતુ, ઝાંખું, તમે જુઓ કે તમે તેનો આનંદ માણ્યો નથી. તમે મિશિશ થશો નહીં, હું આશા રાખું છું, અને નિષ્ક્રિય રિપોર્ટ પર ઢોંગ કરવાનો ડોળ કરું છું. આપણે શા માટે જીવીએ છીએ, પરંતુ આપણા પાડોશીઓ માટે રમત બનાવવા, અને તેમના વળાંકમાં હસવું? " સુનાવણીમાં તમે યુવાન યુગલને તેમના લગ્નમાં જલદી જ તમારા ઘરમાં દાખલ કર્યા હતા. તે વાઇસ પ્રોત્સાહન હતું; અને હું લાંબા ગાળાના રેક્ટર હતા, હું ખૂબ જ નિશ્ચિતપણે તેનો વિરોધ કરવો જોઈએ. તમારે ચોક્કસપણે તેમને ખ્રિસ્તી તરીકે માફ કરવું જોઈએ, પરંતુ તેમને તમારી દૃષ્ટિએ સ્વીકારો નહીં, અથવા તમારા નામોમાં તેમના નામનો ઉલ્લેખ કરવાની મંજૂરી આપો. "" તે ખ્રિસ્તી માફીની તેમની કલ્પના છે! " તેમનો બાકીનો પત્ર માત્ર તેના પ્રિય ચાર્લોટની પરિસ્થિતિ અને તેની એક યુવાન ઓલિવ-શાખાની

અપેક્ષા છે. પરંતુ, ઝાંખું, તમે જુઓ કે તમે તેનો આનંદ માણ્યો નથી. તમે મિશિશ થશો નહીં, હું આશા રાખું છું, અને નિષ્ક્રિય રિપોર્ટ પર ઢોંગ કરવાનો ડોળ કરું છું. આપણે શા માટે જીવીએ છીએ, પરંતુ આપણા પાડોશીઓ માટે રમત બનાવવા, અને તેમના વળાંકમાં હસવું? " અને હું લાંબા ગાળાના રેકટર હતા, હું ખૂબ જ નિશ્ચિતપણે તેનો વિરોધ કરવો જોઈએ. તમારે ચોક્કસપણે તેમને ખ્રિસ્તી તરીકે માફ કરવું જોઈએ, પરંતુ તેમને તમારી દૃષ્ટિએ સ્વીકારો નહીં, અથવા તમારા નામોમાં તેમના નામનો ઉલ્લેખ કરવાની મંજૂરી આપો. "" તે ખ્રિસ્તી માફીની તેમની કલ્પના છે! " તેમનો બાકીનો પત્ર માત્ર તેના પ્રિય ચાર્લોટની પરિસ્થિતિ અને તેની એક યુવાન ઓલિવ-શાખાની અપેક્ષા છે. પરંતુ, ઝાંખું, તમે જુઓ કે તમે તેનો આનંદ માણ્યો નથી. તમે મિશિશ થશો નહીં, હું આશા રાખું છું, અને નિષ્ક્રિય રિપોર્ટ પર ઢોંગ કરવાનો ડોળ કરું છું. આપણે શા માટે જીવીએ છીએ, પરંતુ આપણા પાડોશીઓ માટે રમત બનાવવા, અને તેમના વળાંકમાં હસવું? " અને હું લાંબા ગાળાના રેકટર હતા, હું ખૂબ જ નિશ્ચિતપણે તેનો વિરોધ કરવો જોઈએ. તમારે ચોક્કસપણે તેમને ખ્રિસ્તી તરીકે માફ કરવું જોઈએ, પરંતુ તેમને તમારી દૃષ્ટિએ સ્વીકારો નહીં, અથવા તમારા નામોમાં તેમના નામનો ઉલ્લેખ કરવાની મંજૂરી આપો. "" તે ખ્રિસ્તી માફીની તેમની કલ્પના છે! " તેમનો બાકીનો પત્ર માત્ર તેના પ્રિય ચાર્લોટની પરિસ્થિતિ અને તેની એક યુવાન ઓલિવ-શાખાની અપેક્ષા છે. પરંતુ, ઝાંખું, તમે જુઓ કે તમે તેનો આનંદ માણ્યો નથી. તમે મિશિશ થશો નહીં, હું આશા રાખું છું, અને નિષ્ક્રિય રિપોર્ટ પર ઢોંગ કરવાનો ડોળ કરું છું. આપણે શા માટે જીવીએ છીએ, પરંતુ આપણા પાડોશીઓ માટે રમત બનાવવા, અને તેમના વળાંકમાં હસવું? "

"ઓહ!" એલિઝાબેથને બૂમ પાડીને, "હું વધારે પડતું વળેલું છું પરંતુ તે ખૂબ જ વિચિત્ર છે!"

"હા - તે જ તે મનોરંજક બનાવે છે. તેઓએ કોઈ અન્ય માણસ પર નિશ્ચિત કર્યું હોત કે તે કશું જ ન હોત; પરંતુ તેમનો સંપૂર્ણ ઉદાસીનતા અને તમારા નિર્દિષ્ટ નાપસંદગી, તેને ખૂબ જ આનંદદાયક બનાવે છે! જેમ હું લેખનને ધિક્કારું છું, તેમ હું ત્યજીશ નહીં મિ. કોલિન્સની પત્રવ્યવહાર કોઈપણ વિચારણા માટે. ના, જ્યારે હું તેનો પત્ર વાંચું છું, ત્યારે હું તેમને વિકમામ ઉપર પણ પ્રાધાન્ય આપવામાં મદદ કરી શકતો નથી, કેમ કે હું મારા સાસુના નમ્રતા અને ઢોંગને મૂલ્યવાન ગણું છું અને પ્રાર્થના કરું છું, લેડી કેથરિનએ આ રિપોર્ટ વિશે શું કહ્યું? શું તેણીએ તેણીની સંમતિને નકારી કાઢવા કહ્યું? "

આ પ્રશ્નનો તેમની પુત્રી માત્ર હસવા સાથે જવાબ આપ્યો; અને તે ઓછામાં ઓછા શંકા વિના પૂછવામાં આવ્યું હતું, તે તેના પુનરાવર્તન દ્વારા દુઃ ખી ન હતી. એલિઝાબેથ તેમની લાગણીઓને તેઓ જે ન હતા તે દેખાડવા માટે ક્યારેય વધુ નુકસાન ન કરતા હતા. તે હસવું જરૂરી હતું, જ્યારે તેણી બદલે રડે છે. તેણીના પિતાએ મોટાભાગે નમ્રતાપૂર્વક તેને માતૃત્વ આપ્યું હતું, તેમણે એમ.આર. દ્વેષી ઉદાસીનતા, અને તેણી કંઇપણ કરી શક્યા નહીં, પરંતુ ઘૂસણખોરીની ઇચ્છાથી આશ્ચર્ય પામતી હતી, અથવા કદાચ ભય હતો કે, તેના ખૂબ ઓછા જોવાને બદલે, તેણીએ ખૂબ વધારે પ્રશંસક બન્યું હોત.

પ્રકરણ .

એલિઝાબેથની અડધી અપેક્ષા મુજબ, તેના મિત્ર પાસેથી આવા બહાનું કાઢવાને બદલે. બિંગલીએ કરવું, તે લેધર કેથરિનની મુલાકાતે ઘણા દિવસો પસાર થયા પહેલાં તે તેની સાથે લાર્બીબર્નમાં ડરસી લાવી શક્યો. મહેમાનો પ્રારંભિક પહોંચ્યા; અને, મિસ્ટર પહેલાં. બેનેટ પાસે તેમની કાકીને જોઈને તેમને કહેવાનો સમય હતો, જેમાંથી તેમની પુત્રી ક્ષણિક ભયમાં બેસી હતી, બિન્ગલી, જેણે જેન સાથે એકલા રહેવા માંગે છે, તેણે

તેમના બધા વૉકિંગ આઉટ કરવાનો પ્રસ્તાવ મૂક્યો હતો. તેમાટે સંમત થયા હતા. શ્રીમતી. બેનેટ વૉકિંગની આદતમાં ન હતી, મેરી ક્યારેય સમય ન આપી શક્યો, પરંતુ બાકીના પાંચ એકસાથે બંધ થઇ ગયા. બિંગલી અને જેન, જોકે, ટૂંક સમયમાં જ અન્ય લોકોએ તેમને બહાર કાઢવાની મંજૂરી આપી. જ્યારે તેઓ એલિઝાબેથ, કિટ્ટી, અને ડેર્સી એકબીજાને મનોરંજન આપતા હતા. કાં તો બહુ ઓછું કહેવાતું હતું; કિટ્ટી તેમને વાત કરવા માટે ખૂબ ડર હતી; એલિઝાબેથ ગુપ્ત રીતે નિરાશાજનક ઠરાવ બનાવતા હતા; અને કદાચ તે તે જ કરી શકે છે.

તેઓ તરફ ચાલ્યા ગયા, કારણ કે કિટ્ટી મારિયા પર કૉલ કરવા માંગો છો; અને જ્યારે એલિઝાબેથે તેને સામાન્ય ચિંતા કરવા માટે કોઈ પ્રસંગ જોયો ન હતો, ત્યારે કિટ્ટીએ તેમને છોડી દીધી, ત્યારે તે હિંમતથી તેની સાથે જ ગઇ. હવે તેનું રિઝોલ્યુશન અમલમાં મૂકવાની ક્ષણ હતી, અને જ્યારે તેણીની હિંમત ઊંચી હતી, ત્યારે તેણે તરત જ કહ્યું,

"મિ. ડેર્સી, હું ખૂબ જ સ્વાર્થી પ્રાણી છું; અને, મારી લાગણીઓને રાહત આપવા બદલ, હું તમારા ઘાને ઘણું નુકસાન પહોંચાડી શકું છું તેની કાળજી રાખું છું. મારી ગરીબ બહેનને તમારી અપરિચિત દયા બદલ આભાર માનવામાં હું હવે મદદ કરી શકતો નથી. હું તેને જાણું છું ત્યારથી, હું તમને કેટલું ગૌરવથી અનુભવું છું તે સ્વીકારવા માટે હું ખૂબ જ ચિંતિત છું. તે મારા પરિવારના બાકીના લોકો માટે જાણીતું હતું, મારી પાસે ફક્ત અભિવ્યક્ત થવાની મારી કૃતજ્ઞતા હોવી જોઈએ નહીં. "

"હું દિલગીર છું, ખૂબજ દિલગીર છું," ડર્સીએ આશ્ચર્ય અને લાગણીના સ્વરમાં જવાબ આપ્યો, "ભૂલથી તમે જે કાંઈ કર્યું છે તેના વિશે તમને જાણ કરવામાં આવી છે, તેણે તમને અસ્વસ્થતા આપી છે. મને એમ લાગતું નથી કે મિસ્ટર ગાર્ડિનર આમ હતું વિશ્વાસપાત્ર થોડું. "

"તમે મારા કાકી દોષ જોઈએ લીડિયાના વિચારશૂન્યતા પ્રથમ મને દગો કે તમે આ બાબતમાં ચિંતા કરવામાં આવી હતી;., અને અલબત્ત, સુધી મને વિગતો જાણતા હું આરામ કરી શક્યા નથી મને દો. , ફરીથી અને ફરીથી આભાર નામે તે મારા ઉમદા દયા માટે, જેણે તમને ખૂબ જ મુશ્કેલીમાં લાવવા પ્રેરણા આપી, અને તેમને શોધવાની ખામી માટે ઘણા બધા પરિવર્તનો સહન કર્યા. "

તેણે કહ્યું, "જો તમે મને આભાર માનશો, તો તે તમારા માટે એકલા રહેવા દો. તમને ખુશી આપવાની ઇચ્છા, જે અન્ય પ્રેરણાઓ તરફ બળ વધારશે, તે મને દોરી જશે, હું નકારવાનો પ્રયત્ન નહીં કરું. પણ તમારું કુટુંબ મારે કશું જ ન આપવું, હું તેમનો આદર કરું છું, હું માનું છું, મેં ફક્ત તમારા વિષે જ વિચાર્યું. "

એક શબ્દ બોલવા એલિઝાબેથ ખૂબ શરમજનક હતી. ટૂંકા વિરામ પછી, તેણીના સાથીએ ઉમેર્યું, "તમે મારી સાથે હલાવવા માટે ખૂબ ઉદાર છો. જો તમારી લાગણીઓ હજી પણ તેઓની છેલ્લી સફર છે, તો મને એકવાર જણાવો. મારા પ્રેમ અને ઇચ્છાઓ બદલાતી નથી, પણ તમારામાંથી એક શબ્દ મૌન કરશે હું હંમેશ માટે આ વિષય પર છું. "

એલિઝાબેથને સામાન્ય અજાણતા અને તેની પરિસ્થિતિની ચિંતા કરતાં વધુ લાગણી હતી, હવે તેણે પોતાને બોલવાની ફરજ પડી હતી; અને તાત્કાલિક ખૂબ જ નરમ હોવા છતાં, તેને સમજી શક્યા કે, તેણીની ભાવનાઓએ આટલું બધું પરિવર્તન કર્યું છે, જે તે સમયગાળાથી તેણે કૃતજ્ઞતા અને આનંદ સાથે પ્રાપ્ત કરી, તેના વર્તમાન ખાતરી. આ ઉત્પન્ન જે સુખ ઉત્પન્ન થયું તેવું હતું, જેમ કે તે સંભવતઃ પહેલાં ક્યારેય અનુભવાયું ન હતું; અને તેમણે આ પ્રસંગે પોતાને સંવેદનાત્મક અને ઉત્સાહથી વ્યક્ત કર્યો હતો કારણ કે પ્રેમમાં હિંસક રીતે માણસને કરવું તેવું માનવામાં આવે છે. એલિઝાબેથ તેની આંખનો સામનો કરી શક્યો હતો, તેણીએ જોયું હોત કે હૃદયની અનુભૂતિની અભિવ્યક્તિ કેટલી સારી રીતે

તેના ચહેરા પર ફેલાયેલો, તે બન્યા; પરંતુ, તેણી ન જોઈ શકતી હોવા છતાં, તેણી સાંભળી શકે છે, અને તેણે તેણીને લાગણીઓ કહી હતી, જે, તેણીને તેના માટે શું મહત્વ હતું તે સાબિત કરવા માટે,

તેઓ કયા દિશામાં જાણ્યા વગર ચાલ્યા ગયા. વિચારવા માટે ઘણું બધું હતું; અને લાગ્યું, અને અન્ય કોઈપણ પદાર્થો પર ધ્યાન માટે. તેણીએ તરત જ જાણ્યું કે તેઓ તેમની કાકીની કસોટી માટે તેમની વર્તમાન સમજણ માટે ઋણ લેતા હતા, જેમણે તેમને લંડન દ્વારા પરત ફર્યા હતા, અને ત્યાં તેમના પ્રવાસ લાંબા સમય સુધી, તેના હેતુ અને એલિઝાબેથ સાથેની તેમની વાતચીતના પદાર્થ સાથે સંબંધિત છે; પછીના દરેક અભિવ્યક્તિ પર સખત મહેનત કરીને, જે તેના મહિલાશ્રીની શંકામાં, તેના બદનક્ષી અને ખાતરીને સ્પષ્ટપણે દર્શાવે છે કે આવા સંબંધને તેના ભત્રીજા પાસેથી જે વચન આપવાનો ઇનકાર કર્યો હતો તે પ્રાપ્ત કરવા માટે તેણીના પ્રયત્નોમાં મદદ કરવી જોઈએ. પરંતુ, તેણીની સ્ત્રીશક્તિ માટે અનિચ્છાએ, તેની અસર બરાબર વિરોધાભાસી હતી.

"તે મને આશા રાખવાનું શીખવ્યું," મેં કહ્યું હતું કે, "મેં પહેલા ક્યારેય આશા રાખવાની મને મંજૂરી આપી નહોતી. હું તમારી નિશ્ચિત નિશ્ચિતતા વિશે જાણું છું કે, તમે સંપૂર્ણ રીતે મારા વિરુદ્ધ નિર્ણય લીધો હોત, તો તમે તેને સ્વીકાર્યું હોત સ્ત્રી કેથરિન, પ્રમાણિક અને ખુલ્લી રીતે. "

એલિઝાબેથ રંગીન અને હાંસી ઉડાવે છે, જેમણે જવાબ આપ્યો છે, "હા, તમે મને સક્ષમ હોવાનો વિશ્વાસ કરવા માટે મારા પ્રમાણિકતાને જાણો છો. તમારા ચહેરા પર આટલું જ અયોગ્ય રીતે દુર્વ્યવહાર કર્યા પછી, તમારા બધા સંબંધોનો દુરુપયોગ કરવામાં મને કોઈ અસ્પષ્ટતા નથી."

"તમે મારા વિશે શું કહ્યું હતું કે, હું લાયક નથી? કેમકે, તમારા આરોપોને ખોટી રીતે સ્થાપિત કરવામાં આવી હતી, ખોટી જગ્યાઓ પર બાંધવામાં આવી હતી, તે સમયે તમારા વર્તનથી, મને ગંભીર પ્રતિષ્ઠા મળી હતી. તે અયોગ્ય હતું. તે વિના નફરત. "

એલિઝાબેથે કહ્યું હતું કે, "તે સાંજે જોડાયેલા દોષના મોટા હિસ્સા માટે અમે ઝઘડો નહીં કરીએ." "ના વર્તન, જો સખત તપાસ કરવામાં આવે છે, નિરર્થક હશે; પરંતુ ત્યારથી, અમે બંને છે, હું આશા છે, સિવિલિટી માં સુધારેલ છે."

"હું મારી સાથે એટલું સહેલું રીતે સમાધાન કરી શકતો નથી. મેં જે કહ્યું ત્યારબાદ મારા આચરણ, મારા શિષ્ટાચાર, મારા અભિવ્યક્તિઓ, તે દરમ્યાન મારા અભિવ્યક્તિઓનું સ્મૃતિ, હવે છે, અને ઘણા મહિનાઓ સુધી, મને અસ્પષ્ટપણે પીડાદાયક છે. તમારા ઠપકો, ખૂબ જ સારી રીતે લાગુ પડે છે, હું કદી ભૂલીશ નહીં: 'તમે વધુ સજ્જન જેવી રીતે વર્તે છે.' તે તમારા શબ્દો હતા. તમે જાણતા નથી, તમે ભાગ્યે જ કલ્પના કરી શકો છો કે, તેઓએ મને કેવી રીતે ત્રાસ આપ્યો છે; -જો કે તે થોડો સમય હતો, હું કબૂલ કરું છું, તે પહેલાં હું તેમના ન્યાયને મંજૂરી આપવા માટે પૂરતો હતો. "

"હું તેમને એટલી મજબૂત છાપ બનાવવાની અપેક્ષાથી ખૂબ જ દૂર હતો. મને આ રીતે ક્યારેય અનુભવાયેલી નાનો વિચાર નહોતો."

"હું સરળતાથી તેને માનું છું. તમે વિચાર્યું કે પછી હું દરેક યોગ્ય લાગણીથી છૂટી ગયો છું, મને ખાતરી છે કે તમે કર્યું છે. તમારા ચહેરાના વળાંકને હું કદી ભૂલીશ નહીં, કારણ કે તમે કહ્યું હતું કે હું તમને શક્ય તે રીતે સંબોધિત કરી શક્યો હોત મને સ્વીકારવા માટે તમે પ્રેરણા આપો. "

"ઓહ! મેં પછી જે કહ્યું તે પુનરાવર્તન કરશો નહીં. આ સ્મૃતિઓ બિલકુલ કરશે નહીં. હું તમને ખાતરી આપું છું કે, મને લાંબા સમયથી શરમજનક લાગ્યું છે."

ડેર્સીએ તેના પત્રનો ઉલ્લેખ કર્યો. "તેણે કર્યું," તેણે કહ્યું, "શું તે તમને જલ્દીથી વધુ સારી રીતે વિચારે છે? શું તમે વાંચ્યું છે, તેના સમાવિષ્ટોને કોઈ ક્રેડિટ આપી છે?"

તેણીએ સમજાવ્યું કે તેના પર તેની અસર શું થઈ છે અને ધીમે ધીમે તેના અગાઉના પૂર્વગ્રહને કેવી રીતે દૂર કરવામાં આવ્યા હતા.

"હું જાણતો હતો," મેં કહ્યું, "જે મેં લખ્યું છે તે તમારે દુઃખ આપે છે, પરંતુ તે આવશ્યક હતું. મને આશા છે કે તમે પત્રને નષ્ટ કરી દીધી છે. એક ભાગ હતો, ખાસ કરીને, તે ઉદઘાટન, જે તમને શક્તિ હોવાનું ડરવું જોઇએ ફરીથી વાંચવાનું. હું કેટલાક અભિવ્યક્તિઓ યાદ રાખી શકું છું જે તમને મને ધિક્કારવા બરાબર બનાવે છે. "

"જો તમે મારા સંદર્ભના રક્ષણ માટે આવશ્યક માનતા હોવ તો આ પત્ર ચોક્કસપણે બાળી નાખવામાં આવશે; પરંતુ, મારા મંતવ્યોને ધ્યાનમાં રાખવાની મારી પાસે બંને કારણ છે કે તે સંપૂર્ણપણે અસ્પષ્ટ નથી, તે નથી, હું આશા રાખું છું કે તે સૂચવે છે તેટલું સરળતાથી બદલાઈ ગયું છે. "

"જ્યારે મેં તે પત્ર લખ્યો ત્યારે," ડેર્સીએ જવાબ આપ્યો, "હું મારી જાતને સંપૂર્ણ શાંત અને ઠંડી માનતો હતો, પરંતુ મને વિશ્વાસ છે કે તે ભાવનાની એક ભયંકર કડવાશમાં લખાયેલું છે."

"આ પત્ર કદાચ કડવાશમાં શરૂ થયો હતો, પરંતુ તે સમાપ્ત થતું નહોતું. એડીયુ પોતે દાન છે, પરંતુ અક્ષરનો વધુ વિચાર કરશો નહીં. જે વ્યક્તિએ લખ્યું હતું તે વ્યક્તિની લાગણીઓ અને તે

વ્યક્તિ જેને હવે પ્રાપ્ત થઈ છે તે હવે વ્યાપકપણે છે તે પછી જે જુદાં જુદાં હતા તે કરતાં જુદું, તે પ્રત્યેક અપ્રિય સંજોગોમાં તે ભૂલી જવું જોઈએ, તમારે મારા ફિલસૂફીની કેટલીક બાબતો શીખવી જોઈએ. ભૂતકાળની જ વિચાર કરો કારણ કે તેના સ્મરણ તમને આનંદ આપે છે. "

"હું આ પ્રકારનાં કોઈપણ ફિલસૂફી માટે તમને ક્રેડિટ આપી શકતો નથી. તમારા પાછલા નિરીક્ષણોએ નિંદાત્મક રીતે નિંદા કરવી જ જોઈએ, તેમાંથી ઉદ્ભવતા સંતોષ ફિલસૂફીનો નથી, પરંતુ અજ્ઞાનતાના વધુ સારા છે, પણ મારી સાથે તે છે નહી. પીડાદાયક સ્મૃતિઓ ઘૂસણખોરી કરશે, જે કરી શકાતી નથી, જેનું પુનરાવર્તન થવું જોઈએ નહીં. હું મારા જીવનમાં સ્વાર્થી છું, વ્યવહારમાં, જોકે સૈધ્ધાંતિક નથી. બાળક તરીકે મને શીખવવામાં આવ્યું હતું કે સાચું શું હતું, પરંતુ મને મારા ગુસ્સાને સુધારવાનો શિખવવામાં આવ્યો ન હતો. મને સારા સિધ્ધાંતો આપવામાં આવ્યા, પરંતુ ગૌરવ અને ગૌરવમાં તેમને અનુસરવા માટે બાકી રહ્યા. કમનસીબે એક માત્ર પુત્ર, (ઘણા વર્ષોથી એક માત્ર બાળક), મારા માતાપિતા દ્વારા મને બગાડવામાં આવ્યો હતો, જે પોતાને સારા હોવા છતાં, (મારા પિતા, ખાસ કરીને, જે સર્વશ્રેષ્ઠ અને અનુકૂળ હતા) મંજૂર, પ્રોત્સાહિત થયા, મને સ્વાર્થી અને પજવણી કરવા લગભગ શીખવ્યું , મારા પોતાના પારિવારિક વર્તુળની બહાર કોઈની કાળજી લેવા માટે, બાકીના વિશ્વનો અર્થ વિચારવા માટે, ઓછામાં ઓછું તેમની લાગણીના અર્થમાં વિચારવું અને મારી તુલનામાં મૂલ્યવાન છે. જેમ કે હું આઠથી આઠ અને વીસ હતું; અને હું હજી પણ તમારા માટે હોઇશ, પ્રિયતમ, લવલીસ્ટ એલિઝાબેથ! મારે તને શું બાકી નથી! તમે મને એક પાઠ શીખવ્યો, ખરેખર પહેલીવાર હાર્ડ, પરંતુ સૌથી ફાયદાકારક. તમારા દ્વારા, હું યોગ્ય રીતે નમ્ર હતો. હું મારા સ્વાગતના શંકા વિના તમારી પાસે આવ્યો. તમે મને બતાવ્યું કે ખુશ થવા લાયક સ્ત્રીને ખુશ કરવા માટે મારા બધા પ્રસ્તાવને કેટલું અપર્યાપ્ત હતું. "

"તમે પછી પોતાને સમજાવ્યું કે મારે શું કરવું જોઈએ?"

"ખરેખર હું હતો. તમે મારા વ્યર્થતા વિશે શું વિચારો છો? હું માનતો હતો કે તમે મારા પદની અપેક્ષા રાખતા હોવ."

"મારા રીતભાતમાં ભૂલ હોવી જોઈએ, પણ ઇરાદાપૂર્વક હું તમને ખાતરી આપું છું. હું તમને ક્યારેય ભ્રમિત કરવાનો નથી હોતો, પરંતુ મારા આત્માઓ ઘણીવાર મને ખોટું દોરી શકે છે. તે સાંજે પછી તમે મને કેવી રીતે નફરત કરવી જોઈએ?"

"તમને ધિક્કારવું! હું કદાચ પહેલા ગુસ્સે થયો હતો, પરંતુ મારો ક્રોધ તરત જ યોગ્ય દિશામાં લેવા લાગ્યો."

"તમે મારા વિશે શું વિચારી રહ્યા છો તે વિશે મને ડર લાગ્યો છે; જ્યારે અમે પેમરેલી ખાતે મળ્યા હતા. તમે મને આવવા માટે દોષિત ઠર્યા છો?"

"ના, ખરેખર હું કંઇક આશ્ચર્ય પામ્યો નથી."

"તમારા આશ્ચર્યથી તમે આશ્ચર્ય પામ્યા તે કરતાં મારા કરતા વધારે આશ્ચર્ય ન હોઈ શકે. મારા અંતરાત્માએ મને કહ્યું કે હું કોઈ અસાધારણ નમ્રતાને પાત્ર નથી, અને હું કબૂલ કરું છું કે મારા કારણે મને વધુ પ્રાપ્ત થવાની અપેક્ષા નથી."

"મારી વસ્તુ પછી," ડેર્સીએ જવાબ આપ્યો, "તમને બતાવવાનું હતું કે, મારી શક્તિમાં દરેક સિવિલિટી દ્વારા, હું ભૂતકાળને નારાજ કરવા માટે એટલો અર્થ નથી, અને મને આશા છે કે તમે તમારી ક્ષમા પ્રાપ્ત કરશો, તમારી બીમાર અભિપ્રાય ઘટાડશે, તમે જુઓ છો કે તમારી ઠપકોમાં ભાગ લીધો હતો. અન્ય કોઈ ઇચ્છાઓએ કેટલી વાર પોતાને પરિચય આપ્યો તે હું ભાગ્યે જ

કહી શકું છું, પરંતુ હું તમને જોયા પછી લગભગ અડધા કલાકમાં માનું છું. "

ત્યારબાદ તેણીએ તેણીની પરિચિતતામાં જર્સીના આનંદની અને તેના અચાનક અવરોધમાં તેણીની નિરાશા વિશે કહ્યું; જે કુદરતી રીતે તે અવરોધના કારણ તરફ દોરી જાય છે, તેણે તરત જ જાણ્યું કે તેણીની બહેનની શોધમાં ડર્બીશાયરથી તેણીનું અનુસરવાનું તેનું રિઝોલ્યુશન બનાવ્યું હતું, તે પહેલાં તે ધર્મગ્રંથ છોડતા પહેલા રચાયો હતો, અને ત્યાં તેની ગુરુત્વાકર્ષણ અને વિચારશીલતા અન્ય કોઈ સંઘર્ષથી ઊભી થઈ હતી. આવા હેતુને શું સમજવું જોઈએ તે કરતાં.

તેણીએ ફરી કૃતજ્ઞતા વ્યક્ત કરી હતી, પરંતુ તે આગળના ભાગમાં રહેવા માટે દરેકને ખૂબ પીડાદાયક હતો.

આરામદાયક રીતે અનેક માઇલ ચાલ્યા પછી અને તેના વિશે કોઈ વસ્તુ જાણવામાં વ્યસ્ત, તેઓ છેલ્લે, તેમના ઘડિયાળની તપાસ કરવા પર, તે સમયે ઘરે હોવાનું જોવા મળ્યું.

"મિ. બિંગલી અને જેન બન્યા!" એક અજાયબી હતું જેણે તેમના બાબતોની ચર્ચા રજૂ કરી. તેમની સંલગ્નતાથી ડરસી ખુશ થઈ ગઈ હતી; તેના મિત્રે તેને તેની સૌથી પ્રારંભિક માહિતી આપી હતી.

"હું પૂછું છું કે તમે આશ્ચર્ય પામ્યા હતા કે કેમ?" એલિઝાબેથ જણાવ્યું હતું.

"બિલકુલ નહીં. જ્યારે હું દૂર ગયો ત્યારે મને લાગ્યું કે તે ટૂંક સમયમાં થશે."

"તે કહેવું છે, તમે તમારી પરવાનગી આપી હતી." અને જો કે તે શબ્દ પર ઉદ્ભવ્યો હતો, તેણીએ જોયું કે તે ખૂબ જ કેસ હતો.

"લંડન જવાના પહેલા સાંજે," તેમણે કહ્યું, "મેં તેમને કબૂલાત કરી હતી, જે હું માનું છું કે મારે લાંબા સમય પહેલા બનાવવું જોઈએ. મેં તેમને તેના તમામ બાબતોમાં ભૂતકાળમાં દખલ કરવા માટે જે બન્યું હતું તે બધું કહ્યું. અને અવિશ્વસનીય.તેનો આશ્ચર્ય ઘણો મહાન હતો. તેને ક્યારેય સહેજ શંકા ન હતી. મેં તેને કહ્યું, તે ઉપરાંત, હું એવું માનતો હતો કે હું જાતે જ વિચારીને ભૂલ કરું છું, મેં કર્યું હતું, તમારી બહેન તેના પ્રત્યે ઉદાસીન હતી અને હું તેને સરળતાથી સમજી શક્યો તેની સાથે તેના જોડાણનો અભાવ ન હતો, મને તેમની ખુશીની કોઈ શંકા ન હતી. "

એલિઝાબેથ તેના મિત્રને દિગ્દર્શનની સરળ રીતથી હસતાં મદદ કરી શક્યો નહીં.

"તમે તમારા પોતાના નિરીક્ષણથી બોલ્યા છો," ત્યારે તેણે કહ્યું, "જ્યારે તમે તેને કહ્યું કે મારી બહેન તેને પ્રેમ કરે છે, અથવા માત્ર છેલ્લા વસંતની મારી માહિતીમાંથી?"

"ભૂતપૂર્વ તરફથી. મેં બે મુલાકાતો દરમિયાન તેણીને ખૂબ જ ઓછું જોયું હતું, જેને મેં હમણાં જ તેણીને અહીં બનાવ્યું હતું અને હું તેની સ્નેહથી સંમત છું."

"અને તેનો તમારો વિશ્વાસ, હું ધારું છું, તેને તાત્કાલિક ખાતરી અપાવી."

"તેણે કર્યું હતું. બિન્ગલી સૌથી અસુરક્ષિત રીતે વિનમ્ર છે. તેની ફરિયાદ તેના કેસના આધારે તેના ચુકાદાને કારણે ખૂબ જ ચિંતિત હતા, પરંતુ મારા પર વિશ્વાસ હતો, તેણે દરેક વસ્તુને સરળ બનાવ્યું. મને એક વસ્તુ સ્વીકારવાની ફરજ પડી, જે એક સમય માટે, અને અન્યાયી રીતે, તેને નફરત કરી ન હતી. હું મારી જાતને છુપાવી શકતો ન હતો કે તમારી બહેન છેલ્લા શિયાળાના ત્રણ મહિનામાં નગરમાં રહી હતી, હું તેને જાણતો હતો, અને તે

હેતુપૂર્વક તેને તેનાથી દૂર રાખતો હતો.તે ગુસ્સે થઈ ગયો હતો, પરંતુ તેનો ગુસ્સો, હું સમજાવું છું , તે તમારી બહેનની ભાવનાઓના કોઈ શંકામાં રહે તે કરતાં લાંબા સમય સુધી ચાલ્યો ન હતો. તેણે મને હૃદયપૂર્વક માફ કરી દીધી છે. "

એલિઝાબેથ તે જોવાનું ઇચ્છતો હતો કે મિ. બિંગલી સૌથી વધુ આનંદદાયક મિત્ર રહ્યો હતો; તેથી સરળતાથી માર્ગદર્શન આપ્યું કે તેની કિંમત અમૂલ્ય હતી; પરંતુ તેણે પોતાની તપાસ કરી. તેણીએ યાદ રાખ્યું કે તેણે હજુ સુધી શાપિત થવું શીખ્યા નથી, અને તે પ્રારંભ કરવા માટે ખૂબ જ પ્રારંભિક હતું. બિન્ગલીની ખુશીની અપેક્ષા રાખતા, જે અલબત્ત તેના પોતાના કરતા ઓછા હતા, તેમણે ઘરે પહોંચ્યા ત્યાં સુધી વાતચીત કરવાનું ચાલુ રાખ્યું. હોલમાં તેઓ ભાગ લીધો.

પ્રકરણ .

"માય ડિયર લિઝી, તમે ક્યાં જઈ રહ્યા છો?" એલિઝાબેથ જેનમાંથી રૂમમાં જતા જતા હતા અને જ્યારે તેઓ ટેબલ પર બેઠા ત્યારે બધા જ લોકો તરફથી એક પ્રશ્ન હતો. તેણીએ જવાબમાં ફક્ત એટલું જ કહેવાનું હતું કે, તેઓ પોતાના જ્ઞાનથી બહાર આવ્યા ત્યાં સુધી તેઓ ભટકતા હતા . તેમણે રંગીન તરીકે તેમણે બોલ્યો; પરંતુ, તે કે બીજું કંઈ પણ સત્યના શંકાને જાગૃત કરતું નથી.

સાંજે શાંતિથી પસાર થઈ, અસાધારણ વસ્તુ દ્વારા અનમાર્ક કરાઈ. સ્વીકૃત પ્રેમીઓ વાત કરતા હતા અને હાંસી ઉડાવતા હતા, અજાણ્યા લોકો મૌન હતા. દ્વેષ એક સ્વભાવની ન હતી જેમાં આનંદમાં સુખ ઉભરાઇ ગયું; અને એલિઝાબેથ, ઉશ્કેરાયેલા અને ગુંચવણભર્યા, જાણતા હતા કે તેણી ખુશ હોવાને કારણે, તેણી ખુશ હતી; તેના માટે તાત્કાલિક શરમિંદા ઉપરાંત, તેની સામે અન્ય દુષ્ટતા પણ હતી. જ્યારે તેણીની સ્થિતિ જાણીતી થઇ ત્યારે તેણીએ કુટુંબમાં શું લાગશે તેની ધારણા કરી

હતી; તેણીને ખબર હતી કે તેને કોઈ પણ ગમ્યું ન હતું પરંતુ જેન; અને તે પણ ભય હતો કે બીજાઓ સાથે તે એક નાપસંદ હતું કે તેના બધા નસીબ અને પરિણામ દૂર થઈ શકશે નહીં.

રાત્રે તેણીએ તેના હૃદયને જેન તરફ ખોલ્યું. જોકે શંકા એ બેનેટની સામાન્ય આદતોથી ઘણી દૂર હતી, તે અહીં અવિશ્વસનીય હતી.

"તમે મજાક કરી રહ્યા છો, ઝાંખું. આ થઈ શકતું નથી! - શ્રી ડેર્સીને ટેકો આપ્યો! ના, ના, તમે મને નથી બનાવશો. મને ખબર છે કે તે અશક્ય છે."

"આ એક દુષ્ટ શરૂઆત ખરેખર છે! મારી એકમાત્ર અવલંબન તમારી ઉપર હતું; અને મને ખાતરી છે કે કોઈ પણ મને વિશ્વાસ કરશે નહીં, જો તમે ન કરો તો પણ હું ખરેખર આતુર છું. હું સત્ય સિવાય બીજું બોલતો નથી. તે હજી પણ મને પ્રેમ કરે છે અને અમે જોડાયેલા છીએ. "

જેન તેના શંકાસ્પદ રીતે જોતી હતી. "ઓહ, લિઝી! તે હોઈ શકે નહીં. હું જાણું છું કે તમે તેને કેટલો બગાડો છો."

"તમે આ બાબતે કંઇક જાણતા નથી. તે ભૂલી જવાનું છે. કદાચ હું હંમેશાં તેના પર એટલો પ્રેમ કરતો ન હતો કે હું હવે કરું છું. પણ આવા કિસ્સાઓમાં, સારી યાદશક્તિ અયોગ્ય છે. આ છેલ્લી વખત હું હંમેશાં મને યાદ કરજો. "

મિસ બેનેટ હજુ પણ બધા આશ્ચર્ય જોયું. એલિઝાબેથ ફરીથી, અને વધુ ગંભીરતાથી તેના સત્ય વિશે ખાતરી આપી.

"સારા સ્વર્ગ! ખરેખર તે હોઈ શકે છે! હજુ સુધી હું તને વિશ્વાસ કરું છું," જેન રડે. "મારા પ્રિય, પ્રિય ઉત્સાહ, હું તમને અભિનંદન

આપું છું-પરંતુ શું તમે ચોક્કસ છો? પ્રશ્નને માફ કરો-શું તમે ખૂબ ચોક્કસ છો કે તમે તેનાથી ખુશ થઈ શકો છો?"

"તેમાં કોઈ શંકા ન હોઈ શકે. તે આપણામાં સ્થાયી થઈ ગઈ છે, કે આપણે દુનિયામાં સૌથી સુખી દંપતી છીએ, પણ તમે ખુશ છો, જેન? શું તમે આવા ભાઈ હોવ છો?"

"ખૂબ જ, ખૂબ જ કાંઈ કાંઇ બિંગલી અથવા મારી જાતને વધુ આનંદ આપી શકે છે, પરંતુ અમે તેને ધ્યાનમાં લીધા, અમે તેના વિશે અશક્ય વાત કરી હતી અને શું તમે ખરેખર તેને ખૂબ સારી રીતે પ્રેમ કરો છો? ઓહ, લિઝી! શું તમે ખરેખર ખાતરી કરો છો કે તમારે શું કરવું જોઈએ? "

"ઓહ, હા! તમે માત્ર ત્યારે જ વિચારો છો કે મારે તમારે શું કરવું જોઈએ તે કરતાં મને વધુ લાગે છે, જ્યારે હું તમને કહું છું."

"તમે શું કહેવા માગો છો?"

"શા માટે, મારે કબૂલ કરવું જ જોઈએ કે હું તેને બેંગલી કરતાં વધુ સારી રીતે પ્રેમ કરું છું. મને ભય છે કે તમે ગુસ્સે થશો."

"મારી પ્રિય બહેન, હવે ગંભીર બનો, હું ખૂબ જ ગંભીરતાથી વાત કરવા માંગું છું. મને દરેક વસ્તુ જે હું જાણું છું તે વિલંબ વગર જાણું છું, તમે મને કેટલો સમય પ્રેમ કર્યો છે તે તમે મને કહો છો?"

"તે ધીમે ધીમે આવી રહ્યું છે, કે જ્યારે તે પ્રારંભ થયું ત્યારે મને ખબર હોતી નથી. પરંતુ મને વિશ્વાસ છે કે મેં પેમલેલી ખાતેના તેના સુંદર ગ્રાઉન્ડ્સને જોયા પહેલા તેને તારીખથી જ લેવું જોઈએ."

અન્ય ગંભીરતા કે તેણી ગંભીર હશે, તેમ છતાં, ઇચ્છિત અસર પેદા કરી હતી; અને તેણીએ જોડાણની ગંભીર ખાતરીથી જણેને

સંતોષ આપ્યો. જ્યારે તે લેખ પર વિશ્વાસ મૂક્યો ત્યારે મિસ બેનેટ પાસે ઇચ્છા કરતાં વધુ કંઈ નહોતું.

"હવે હું ખૂબ ખુશ છું," તેણીએ કહ્યું, "કારણ કે તમે મારી જેમ સુખી થશો. હું હંમેશા તેના માટે મૂલ્ય ધરાવતો હતો. તે તમારા માટેનો પ્રેમ સિવાય બીજું કંઈ જ નહોતું, પરંતુ હંમેશાં તેમનું માનવું જોઈએ. બિન્ગલીના મિત્ર અને તમારા પતિ, મારા માટે ફક્ત બિન્ગલી અને તમારા માટે વધુ પ્રિય હોઈ શકે છે. પરંતુ મૂર્ખાઇ, તમે ખૂબ જ માયાળુ છો, તમે મારી સાથે ખૂબ જ અનામત છો. તમે પેમેરી અને લેમ્બટન ખાતે જે પસાર કર્યું તેના વિશે તમે મને કેટલું ઓછું કહ્યું? હું તે વિશે જાણું છું, બીજાને નથી, પણ તમને નથી. "

એલિઝાબેથે તેના ગુપ્તતાના હેતુઓને કહ્યું. તેણી બિંગલીનો ઉલ્લેખ કરવા માટે તૈયાર નહોતી; અને પોતાની લાગણીઓની અનિશ્ચિત સ્થિતિએ તેણીને તેના મિત્રના નામથી બચાવી હતી. પરંતુ હવે તે લિયડિયાના લગ્નમાં ભાગ લેશે નહીં. બધા સ્વીકાર્યું હતું, અને અડધા રાત્રે વાતચીતમાં ગાળ્યા હતા.

"સારા દયાળુ!" રડ્યા મિસ્ટર. બેનેટ, કારણ કે તે આગલી સવારે એક વિન્ડો પર ઊભી રહી હતી, "જો તે અસહ્ય મિસ્ટર ડેર્સી અમારી પ્રિય બિન્ગલી સાથે ફરીથી અહીં આવી રહી નથી! તો તે હંમેશાં અહીં આવી રહે તેટલું કંટાળાજનક બનવાથી તેનો અર્થ શું હોઈ શકે? શૂટિંગ, અથવા કંઇક અથવા અન્ય, અને તેમની કંપની સાથે અમને વિક્ષેપિત કરશે નહીં. આપણે તેની સાથે શું કરીશું? મૂર્ખાઇ, તમારે ફરીથી તેની સાથે જવામાં આવવું જોઈએ, જેથી તે બિંગલીના માર્ગમાં ન આવે. "

એલિઝાબેથ ભાગ્યે જ એક અનુકૂળ દરખાસ્ત પર હસવામાં મદદ કરી શકે છે; હજુ સુધી ખરેખર ત્રાસદાયક હતો કે તેની માતા હંમેશા તેને આવા ઉપદેશ આપવી જોઈએ.

જલદી જ તેઓ દાખલ થયા, બિંગલીએ તેણીને સ્પષ્ટ રીતે જોયા, અને આવા ઉષ્ણતા સાથે હાથ પકડાયા, કેમ કે તેમની સારી માહિતીની કોઈ શંકા ન હતી; અને તરત જ પછીથી તેણે મોટેથી કહ્યું, "મિ. બેનેટ, શું તમારી પાસે અહીં કોઈ વધુ માર્ગ નથી, જેના લીધે ઝઝૂમી ફરીથી તેમનો માર્ગ ગુમાવશે?"

"હું મિસ્ટર ડેર્સી, અને લિઝી અને કિટ્ટી સલાહ આપું છું," મિસ્ટર જણાવ્યું હતું. બેનેટ, "આ સવારે માઉન્ટ ઓકહામમાં જવું. તે એક સરસ લાંબી ચાલ છે, અને મિ. ડેર્સીએ ક્યારેય દૃશ્ય જોયું નથી."

"તે અન્ય લોકો માટે ખૂબ જ સારી રીતે કરી શકે છે," મિસ્ટર જવાબ આપ્યો. બિંગલી; "પરંતુ મને ખાતરી છે કે તે કિટ્ટી માટે ખૂબ જ વધારે હશે. તે નહીં, કિટ્ટી?"

કિટ્ટી માલિકી ધરાવે છે કે તે ઘરે રહેવાની હતી. ડાર્સીએ પર્વત પરથી દૃશ્ય જોવા માટે એક મહાન જિજ્ઞાસા વ્યક્ત કરી હતી, અને એલિઝાબેથે ચૂપચાપથી સંમતિ આપી હતી. કેમ કે તે તૈયાર થવા માટે સીડી ઉપર ગઈ, મિસ્ટર. બેનેટ તેના અનુસરે છે, કહે છે,

"હું ખૂબ જ દિલગીર છું, મૂર્ખામીભર્યું, કે તમારે તે અસંમત માણસને તમારી પાસે બધાને ફરજ પાડવું જોઇએ. પણ મને આશા છે કે તમે તેને ધ્યાનમાં નહીં લેશો: તે જેનની ખાતર છે, તમે જાણો છો; અને તેની સાથે વાત કરવા માટે કોઈ પ્રસંગ નથી. , હવે પછી અને પછી. તેથી, તમારી જાતને અસુવિધામાં મૂકશો નહીં. "

તેમના ચાલ દરમિયાન, તે નક્કી કરવામાં આવ્યું હતું કે મિસ્ટર. સાંજે દરમિયાન બેનેટની સંમતિ પૂછવી જોઈએ. એલિઝાબેથે પોતાની માતા માટે અરજી આરક્ષિત રાખી. તેણી નક્કી કરી શકતી નથી કે તેની માતા તેને કેવી રીતે લેશે; ક્યારેક તેના શબ

અને ભવ્યતા માણસના તેના ધિક્કારને દૂર કરવા માટે પૂરતી હશે કે નહીં તે અંગે શંકા છે. પરંતુ તે મેચ સામે હિંસક રીતે સેટ કરવામાં આવી હતી અથવા તેનાથી હિંમતભેર આનંદ થયો હતો, તે ચોક્કસ હતું કે તેણીની રીતને તેના અર્થમાં ક્રેડિટ કરવા માટે સમાન રૂપે અપ્રમાણિત કરવામાં આવશે; અને તે હવે એમ.આર. તેની નારાજગીના પ્રથમ વાહિયાત કરતાં, ડર્સીએ તેના આનંદની પ્રથમ અત્યાનંદ સાંભળવી જોઈએ.

સાંજે, મિસ્ટર પછી તરત જ. બેનેટ લાઇબ્રેરીમાં પાછો ફર્યો, તેણીએ મિ. ડરસી પણ ઉછરે છે અને તેને અનુસરે છે, અને તેને જોઈને તેના આંદોલન અત્યંત હતા. તેણીએ તેના પિતાના વિરોધથી ડરતા નહોતા, પરંતુ તે નાખુશ બનશે, અને તે તેના માધ્યમથી હોવી જોઈએ, કે તેણી, તેના પ્રિય બાળકને, તેણીની પસંદ દ્વારા તેને દુઃ ખી થવી જોઈએ, તેને ભય અને દિલથી ભરીને ભરી દેવું જોઈએ તેણીનો નિકાલ, એક ખરાબ પ્રતિબિંબ હતો, અને તે મિસ્ટર સુધી દુઃખ માં બેઠા. ફરીથી દેખાયા, જ્યારે, તેને જોઈ, તેણી તેના સ્મિત દ્વારા થોડી રાહત હતી. થોડી મિનિટોમાં તેણે કોષ્ટક સાથે સંપર્ક કર્યો જ્યાં તેણી કિટ્ટી સાથે બેઠેલી હતી; અને, તેણીના કામની પ્રશંસા કરતા હોવાનો ઢોંગ કરતી વખતે, એક વ્હીસ્પરમાં કહ્યું, "તમારા પિતા પાસે જાઓ, તે તમને પુસ્તકાલયમાં જોઈએ છે." તેણી સીધા ગયો હતો.

તેના પિતા રૂમની આસપાસ ચાલતા હતા, ગંભીર અને ચિંતિત હતા. "લિઝી," તેણે કહ્યું, "તમે શું કરી રહ્યા છો? શું તમે આ ઇન્દ્રિયોને સ્વીકારી શકો છો? શું તમે હંમેશા તેને ધિક્કારતા નથી?"

તેણીએ પછીથી કેવી રીતે ઇચ્છા વ્યક્ત કરી કે તેણીની ભૂતપૂર્વ અભિપ્રાય વધુ વાજબી છે, તેના અભિવ્યક્તિઓ વધુ મધ્યમ છે! તે તેણીને સમજૂતીઓ અને વ્યવસાયોથી બચાવી શક્યા હોત જે તે આપવા માટે ખૂબ અજાણ હતા; પરંતુ હવે તેઓ આવશ્યક

હતા, અને તેણીએ તેમને એમ.આર. સાથે જોડાયેલા કેટલાક મૂંઝવણથી ખાતરી આપી. ડરસી

"અથવા બીજા શબ્દોમાં કહીએ તો, તમે તેને લેવાનું નક્કી કર્યું છે. તે સમૃધ્ધ છે, ખાતરી કરવા માટે, અને તમારી પાસે વધુ સારા કપડાં અને સારી કારીગરો હોઇ શકે છે પરંતુ તેઓ તમને ખુશ કરશે?"

એલિઝાબેથએ કહ્યું, "શું તમે કોઈ અન્ય વાંધો છો," મારા ઉદાસીનતાની તમારી માન્યતા કરતાં? "

"કોઈ નહીં. આપણે બધા તેને ગૌરવવાન, અપ્રિય માણસ હોવાનું જાણીએ છીએ; પરંતુ જો તમે તેને ખરેખર ગમ્યું હોત તો તે કંઈ જ નહીં."

તેણીએ આંખોમાં આંસુ વડે કહ્યું, "હું કરું છું, હું તેને પ્રેમ કરું છું," હું તેને પ્રેમ કરું છું. ખરેખર તેનામાં કોઈ અયોગ્ય ગૌરવ નથી. તે સંપૂર્ણ રીતે મૈત્રીપૂર્ણ છે. તમને ખબર નથી કે તે ખરેખર શું છે; પછી પ્રાર્થના ન કરો મને આવા શબ્દોમાં બોલીને. "

તેના પિતાએ કહ્યું, "લિઝી," મેં તેને મારી સંમતિ આપી છે. તે એક પ્રકારનો માણસ છે, ખરેખર, જેને હું કોઈ પણ વસ્તુનો ઇન્કાર કરવાનો હિંમત આપતો નથી, જે તેણે પૂછવાની સંમિશ્રિત કરી છે. હવે હું તમને તે આપીશ, જો તમે તેને પકડવા પર ઉકેલાય છે, પણ મને તેનાથી વધુ સારી રીતે વિચારવાની સલાહ આપો. હું તમારી સ્વભાવને જાણું છું, ઝાંખું. હું જાણું છું કે તમે ન તો સુખી અને ન હોત, સિવાય કે તમે ખરેખર તમારા પતિને માનતા હોત; સિવાય કે તમે તેને બહેતર. તમારી જીવંત પ્રતિભા તમને અસમાન લગ્નમાં સૌથી મોટા જોખમમાં મુકશે. તમે કમનસીબે બદનામ અને દુઃખમાંથી છટકી શકશો. મારા બાળક, મને જીવનમાં તમારા જીવનસાથીનો આદર કરવા

અસમર્થ દેખાતા મને દુઃખ ન આવે. તમે નથી જાણતા કે તમે શું કરો છો વિશે છે. "

એલિઝાબેથ, હજુ પણ વધુ અસરગ્રસ્ત, તેના જવાબમાં ઉમદા અને ગંભીર હતા; અને લંબાઈથી, વારંવાર ખાતરી દ્વારા કે મિ. ડેર્સી ખરેખર તેના પસંદગીનો હેતુ હતો, તેના કદના ફેરફારને ધીમે ધીમે સમજાવીને, તેણીના નિશ્ચિત નિશ્ચિતતા સાથે, તેણીની નિશ્ચિત નિશ્ચિતતાને લગતી હતી કે તેમનો પ્રેમ એક દિવસનો કામ ન હતો, પરંતુ તેણે ઘણા મહિનાના રહસ્યમય પરીક્ષણની ચકાસણી કરી હતી, તેના બધા સારા ગુણો ઊર્જા, તેણીએ તેના પિતાના અવિશ્વસનીયતા પર વિજય મેળવ્યો અને તેને મેચમાં સમાધાન કર્યું.

"સારું, મારા પ્રિય," તેણીએ બોલતા કહ્યું, "મારી પાસે બોલવા માટે વધુ કંઈ નથી. જો આ કેસ હોય, તો તે તમને લાયક છે. "

અનુકૂળ છાપને પૂર્ણ કરવા માટે, તેણીએ પછી તેને કહ્યું કે મિ. ડેર્સીએ સ્વેચ્છાએ લીડિયા માટે કર્યું હતું. તેણે તેને આશ્ચર્ય સાથે સાંભળ્યું.

"આ અજાયબીઓની સાંજ છે, ખરેખર! અને તેથી, દ્વેષીએ દરેક વસ્તુ કરી; મેચ બનાવવી, પૈસા આપ્યા, સાથીના દેવું ચૂકવ્યું, અને તેને તેનું કમિશન મળ્યું! તેથી વધુ સારું. તે મને વિશ્વનો બચાવ કરશે. તકલીફ અને અર્થતંત્ર.તે તમારા કાકાનાં કામકાજ કરે છે, હું જ હોત અને તેને ચૂકવીશ; પરંતુ આ હિંસક યુવાન પ્રેમીઓ દરેક વસ્તુને પોતાની રીતે લઇ જાય છે. હું તેને કાલે ચૂકવવાનું પ્રદાન કરીશ; તે તેના પ્રેમ વિશે કંટાળો અને તોફાન કરશે તમે, અને આ બાબતનો અંત આવશે. "

તે પછી થોડા દિવસો પહેલાં, તેના વાંચન મિસ્ટર પર, તેણીને શરમિંદગી યાદ. કોલિન્સનો પત્ર; અને તેણીએ થોડો સમય હસ્યા પછી, તેણીએ રૂમ છોડી દીધી, જેમણે રૂમ છોડી દીધી, "જો

કોઈ યુવાન માણસો મેરી અથવા કિટ્ટી માટે આવે, તો તેમને મોકલો, કારણ કે હું આરામમાં ઘણો સમય છું."

એલિઝાબેથનું મન હવે ભારે વજનથી મુક્ત થયું હતું; અને, પોતાના રૂમમાં અડધા કલાકના શાંત પ્રતિબિંબ પછી, તે સહનશીલ સંમિશ્રણ સાથે અન્યોમાં જોડાવા સક્ષમ હતી. દરેક બાબત ખૂબ જ આનંદદાયક હતી, પરંતુ સાંજે પસાર થઈ ગઈ હતી; ત્યાં ડરવા માટે કોઈ વસ્તુની સામગ્રી ન હતી, અને સરળતા અને પરિચિતતાના આરામ સમયે સમય આવશે.

જ્યારે તેની માતા રાત્રીના ડ્રેસિંગ રૂમમાં ગઇ, ત્યારે તેણીએ તેનું અનુકરણ કર્યું, અને મહત્વપૂર્ણ વાતચીત કરી. તેની અસર સૌથી અસાધારણ હતી; પ્રથમ સાંભળવા માટે, મિસ્ટર. બેનેટ હજુ પણ બેઠો છે, અને એક શબ્દકોષ બોલવામાં અક્ષમ છે. તે ઘણાં મિનિટથી પણ ઓછી હતી, જે તેણીએ જે સાંભળ્યું તે સમજી શક્યા; જોકે સામાન્ય રીતે તેણીના પરિવારના ફાયદા માટે કે જે તેના પરિવાર માટે ફાયદો થયો હતો, કે જે તેમાંથી કોઈની પ્રેમીના આકારમાં આવી ન હતી. તેણીએ લાંબી શરૂઆત કરવા માટે, તેની ખુરશીમાં અસ્વસ્થ થવાની શરૂઆત કરી, ઊઠવું, ફરીથી બેસો, આશ્ચર્યચકિત કરવું અને પોતાને આશીર્વાદ આપવો.

"સારા કૃપાળુ! ભગવાન મને આશીર્વાદ આપો! માત્ર મને લાગે છે! પ્રિય મને! મિ. ડર્સી! તે કોણે વિચાર્યું હશે! અને શું તે ખરેખર સાચું છે? ઓહ! મારી મીઠી ચામડી! તમે કેટલો સમૃધ્ધ અને કેટલો મહાન છો! શું પિન-પૈસા, જે ઝવેરાત, તમારી પાસે શું છે તે ગાવાનું છે! જેનની આ કશું જ નથી - બિલકુલ કશું જ નથી. મને ખુબ ખુશી છે - ખુબ ખુશી છે.આ એક મોહક માણસ! -હું સુંદર! ખૂબ લાંબું! -હું, મારા પ્રિય ઝંખના! મારે માટે માફી માગી હું આશા રાખું છું કે તે તેને ખૂબ જ નાપસંદ કરશે. હું આશા રાખું છું કે તે તેને અવગણશે. પ્રિય, પ્રિય લિઝી. નગરમાં એક ઘર! દરેક

વસ્તુ જે મોહક છે! ત્રણ પુત્રીઓએ લગ્ન કર્યા! દસ હજાર વર્ષ! ઓહ, સ્વામી! મારું શું થશે. વિચલિત થઈ જશે. "

આ પુરવાર કરવા માટે પૂરતું હતું કે તેણીની માન્યતાને શંકા કરવાની જરૂર નથી: અને એલિઝાબેથ, આનંદપૂર્વક એમ કહેતા હતા કે આ પ્રકારની મૂર્તિ ફક્ત પોતાની દ્વારા જ સાંભળવામાં આવી હતી, ટૂંક સમયમાં જ તે નીકળી ગઈ. પરંતુ તે પોતાના રૂમમાં ત્રણ મિનિટ પહેલા હતી, તેની માતા તેણીની પાછળ આવી હતી.

તેણે કહ્યું, "મારા બીજા દીકરા, હું બીજું કંઇ પણ વિચારી શકતો નથી! એક વર્ષમાં દસ હજાર અને સંભવતઃ વધુ!" જે ભગવાન જેવા સારા છે અને ખાસ લાયસન્સ છે. તમારે વિશિષ્ટ લાઇસન્સ દ્વારા લગ્ન કરવું આવશ્યક છે. પરંતુ મારા પ્રિય પ્રેમ, મને કહો કે ડીશ મિસ્ટર. ડેર્સી ખાસ કરીને શોખીન છે, કે હું તેને આવતીકાલે લઈ શકું છું. "

આ માતૃભાષા માણસની વર્તણૂક જે હોઈ શકે તેનાથી તે શું દુઃખી હતો. અને એલિઝાબેથને ખબર પડી કે, તેમ છતાં, તેના ઉત્સુક પ્રેમના ચોક્કસ કબજામાં અને તેના સંબંધોની સંમતિ સુરક્ષિત હોવા છતાં, હજુ પણ કંઈક કરવાની ઇચ્છા હતી. પરંતુ આવતી કાલે તેણી અપેક્ષા કરતાં વધુ સારી રીતે પસાર થઈ હતી; મિસ્ટર માટે બેનેટ નસીબદાર રીતે તેના સાચા સાસુના આવા ભયમાં ઊભા હતા, કે તેણીએ તેમની સાથે વાત ન કરવાની શરતે કહ્યું, સિવાય કે તેઓ તેમની કોઈ ધ્યાન આપવાની શક્તિમાં હતા, અથવા તેમની અભિપ્રાય માટે તેમની પ્રતિષ્ઠાને ચિહ્નિત કરતા હતા.

એલિઝાબેથને તેના પિતાને પરિચિત થવા માટે દુઃખ સહન કરવામાં સંતોષ હતો; અને મિસ્ટર. બેનેટે ટૂંક સમયમાં તેને ખાતરી આપી કે તે દર મહિને તેના સન્માનમાં વધી રહ્યો છે.

"હું મારા બધા ત્રણ પુત્રોને ખૂબ પ્રશંસા આપું છું," તેમણે જણાવ્યું હતું. "વિકમ, કદાચ, મારા પ્રિય છે; પરંતુ મને લાગે છે કે હું તમારા પતિને પણ જેનની જેમ જ ગમશે."

પ્રકરણ .

એલિઝાબેથની સ્પિરિટ્સ ફરી જલ્દીથી રમતા બનવા લાગ્યો, તેણી ઇચ્છતી હતી. તેણી સાથે પ્રેમમાં પડી ગયેલા માટે ડરસી ખાવાનું. "તમે કેવી રીતે શરૂ કરી શકો છો?" તેણીએ કહ્યું. "જ્યારે તમે એકવાર શરૂઆત કરી હતી ત્યારે હું તમારી મોહક વસ્તુને સમજી શકું છું, પરંતુ પ્રથમ સ્થાને તમને શું બંધ કરી શકે છે?"

"હું કલાક, અથવા હાજર, અથવા દેખાવ, અથવા પાયો નાખ્યો છે, જે શબ્દો પર ઠીક કરી શકતા નથી. તે ખૂબ લાંબો સમય છે. હું જાણતો હતો તે પહેલાં હું મધ્યમાં હતો."

"મારી સૌંદર્ય તમે વહેલી તૂટી ગઈ હતી, અને મારા શિષ્ટાચાર માટે - મારી વર્તણૂંક ઓછામાં ઓછી હંમેશાં દુષ્કૃત્યો પર સીધી હતી, અને મેં તમને ક્યારેય દુઃખ આપવા સિવાય તમારી સાથે ક્યારેય વાત કરી નથી. હવે પ્રામાણિક રહો, તમે પ્રશંસક છો મારા અવિશ્વાસ માટે?

"તમારા મનની આજીવિકા માટે, મેં કર્યું."

"તમે તેને એક સમયે અપૂર્ણતા પણ કહી શકો છો. તે ખૂબ ઓછું ઓછું હતું. હકીકત એ છે કે, તમે સખત મહેનત, નિષ્ઠા, વિનયિક ધ્યાનથી બીમાર હતા. તમે જે સ્ત્રીઓ હંમેશા બોલતા અને જુએ છે અને તેમની સાથે હતાશ હતા એકલા તમારી મંજૂરી માટે, હું તમને રસ ધરાવતો હતો, અને તમને રસ હતો, કારણ કે હું તેનાથી વિપરીત હતો. જો તમે ખરેખર મૈત્રીપૂર્ણ ન હોત તો તમે મને તેનાથી ધિક્કારતા હોત; પરંતુ દુઃખ હોવા છતાં તમે તમારી

જાતને છૂપાવી લીધો, તમારી લાગણીઓ હંમેશાં ઉમદા અને માત્ર અને તમારા હૃદયમાં, તમે જે લોકોએ ઘોંઘાટથી ભરપૂર વ્યક્તિઓને સંપૂર્ણપણે તિરસ્કાર કર્યો છે ત્યાં મેં તમને તેના માટે એકાઉન્ટિંગની મુશ્કેલી બચાવી છે અને ખરેખર, બધી બાબતોને ધ્યાનમાં રાખીને, હું તેને સંપૂર્ણપણે વાજબી માનવાનો પ્રારંભ કરું છું. , તમે મને ખરેખર સારા નથી જાણતા-પરંતુ પ્રેમમાં પડે ત્યારે કોઈ પણ તેના વિશે વિચારે છે. "

"તમારી સ્નેહભર્યા વર્તણૂકમાં જેનને કોઈ સારું નહોતું, જ્યારે તે નેથરફિલ્ડમાં બીમાર હતી?"

"ડિયરસ્ટેન જેન! જેણે તેના માટે ઓછું કરી શક્યું હોત? પરંતુ દરેક રીતે તેનો સદ્ગુણો કરો. મારા સારા ગુણો તમારા રક્ષણ હેઠળ છે, અને તમે તેમને શક્ય તેટલું વધારે અતિશયોક્તિયુક્ત કરવા માંગો છો; અને બદલામાં, તે મારાથી સંબંધિત છે ઘણીવાર તમારી સાથે પ્રચંડ અને ઝઘડવા માટેના પ્રસંગોને શોધવા માટે; અને હું તમને પૂછીને સીધા જ શરૂ કરીશ કે તમે છેલ્લે પોઈન્ટ પર આવવા માટે કઇ અનિચ્છા કરી. તમે મને પ્રથમ શરમાવ્યું ત્યારે, તમે મને શરમાળ કર્યા અને પછી અહીં ભોજન કર્યું હતું? શા માટે, ખાસ કરીને, જ્યારે તમે બોલાવ્યા હતા, ત્યારે તમે જોયું કે તમે મારી કાળજી લેતા નથી? "

"કારણ કે તમે કબર અને મૌન હતા, અને મને કોઈ પ્રોત્સાહન આપ્યું નથી."

"પરંતુ હું શરમ અનુભવી હતી."

"અને તેથી હું હતો."

"જ્યારે તમે રાત્રિભોજનમાં આવ્યા ત્યારે તમે મારી સાથે વધુ વાત કરી હોત."

"એક માણસ જે ઓછો લાગ્યો હતો, કદાચ."

"તમને કેટલું વાજબી જવાબ આપવું જોઈએ, તે આપવાનું તમારી પાસે કેટલું દુર્ભાગ્યપૂર્ણ છે અને તે સ્વીકારવું તેટલું વાજબી હોવું જોઈએ! પરંતુ મને આશ્ચર્ય થાય છે કે જો તમે તમારી પાસે જતા હોત તો તમે કેટલો સમય ચાલ્યો હોત. મને આશ્ચર્ય થાય છે કે તમારી પાસે ક્યારે હશે બોલાયેલું, જો મેં તમને પૂછ્યું ન હોત તો! લીડિયા પ્રત્યેના તમારા દયા બદલ આભાર માનવાનો મારો રિઝોલ્યુશન ચોક્કસપણે ખૂબ જ પ્રભાવિત હતો. ખૂબ જ, મને ડર છે; નૈતિકતામાંથી શું બને છે, જો આપણો દિલાસો વચનના ઉલ્લંઘનથી ઉદ્ભવ્યો હોય તો વિષયનો ઉલ્લેખ ન કરવો જોઈએ? આ ક્યારેય કરશે નહીં."

"તમારે પોતાને દુઃખની જરૂર નથી. નૈતિક સંપૂર્ણ રીતે ન્યાયી હશે. સ્ત્રી કેથરિનના અન્યાયી પ્રયત્નો અમને અલગ કરવા માટે, મારા બધા શંકાઓ દૂર કરવાનો ઉપાય છે. હું તમારી વર્તમાન શુભેચ્છા બદલ તમારી કૃતજ્ઞતા વ્યક્ત કરવાની આતુર ઇચ્છાથી ઋણ નથી. તમારી ખુશીની રાહ જોતા હાસ્યમાં નહિ. મારી માસીની બુદ્ધિએ મને આશા આપી હતી, અને હું દરેક વસ્તુને જાણવા માટે એકવાર નક્કી કરાયો હતો."

"લેડી કેથરિન અનંત ઉપયોગ કરવામાં આવી છે, જે તેણીને ખુશ થવી જોઈએ, કારણ કે તેણીનો ઉપયોગ થવાનું પસંદ છે, પરંતુ મને કહો, તમે નેધરફિલ્ડમાં નીચે કેમ આવ્યાં હતાં? શું તે માત્ર લાંબા સમય સુધી સવારી કરવા અને શરમિંદગી મેળવવાની હતી? અથવા તમે વધુ ગંભીર પરિણામ ઇચ્છે છે?"

"મારો સાચો હેતુ તમને જોવો અને ન્યાયાધીશ બનાવવવાનો હતો, જો હું કરી શકું, તો હું કદાચ તમને મારા પર પ્રેમ કરાવવાની આશા રાખું છું. મારો ઉદ્દેશ્ય, અથવા મેં જે કાંઈ આપ્યું તે જોવાનું હતું કે તમારી બહેન હજી પણ બિન્ગલીની આંશિક હતી

કે નહીં , અને જો તે હતી, તો મેં જે કર્યું ત્યારથી તેને કબૂલાત કરવી. "

"શું તમને ક્યારેય લેડી કેથરિનની જાહેરાત કરવાની હિંમત હશે, તેના પર શું થાય છે?"

"મને હિંમત, એલિઝાબેથ કરતાં સમય જોઈએ છે, પણ તે કરવું જોઈએ, અને જો તમે મને કાગળની શીટ આપો, તો તે સીધું કરવામાં આવશે."

"અને જો મારી પાસે લખવા માટે મારી પાસે કોઈ પત્ર ન હોય, તો હું તમારી સાથે બેસી શકું છું, અને તમારી લેખનની શાશ્વતતાની પ્રશંસા કરી શકું છું, કારણ કે એક અન્ય યુવાન મહિલાએ એકવાર કર્યું હતું. પણ મારી પાસે પણ એક કાકી છે, જેને લાંબા સમય સુધી ઉપેક્ષિત ન હોવી જોઈએ."

અનિચ્છાથી સ્વીકારવું કે મિ. ડેર્સીને વધારે રેટિંગ આપવામાં આવ્યું હતું, એલિઝાબેથે ક્યારેય એમઆરએસનો જવાબ આપ્યો ન હતો. ગાર્ડિનરનો લાંબો પત્ર, પરંતુ હવે, તે વાતચીત કરવા માટે, જે તેણી જાણતા હતા તે સૌથી વધુ સ્વાગત હશે, તે શોધવા માટે લગભગ શરમજનક હતી, કે તેના કાકા અને કાકી પહેલેથી ત્રણ દિવસ સુખ ગુમાવી ચૂક્યા હતા, અને તરત જ નીચે પ્રમાણે લખ્યું હતું:

તેણી માત્ર હસે છે, હું હસે છે. શ્રીમાન. ડેર્સી તમને બધા પ્રેમને દુનિયામાં મોકલે છે, જેથી તે મારાથી બચાવી શકે. તમે બધા ક્રિસમસ પર પેમ્બરલી આવે છે.

તમારું, અને સી. "

શ્રીમાન. લેડી કેથરિનને ડેર્સીનું પત્ર, એક અલગ શૈલીમાં હતું; અને ક્યાં તો અલગ અલગ છે, એમ.આર. શું હતું. બેનેટ મિસ્ટર મોકલવામાં. કોલિન્સ, તેના છેલ્લા જવાબમાં.

"પ્રિય સાહેબ,

"અભિનંદન માટે મારે તમને એક વાર વધુ મુશ્કેલીમાં મુકવા પડશે. એલિઝાબેથ ટૂંક સમયમાં જ મિ. ડેર્સીની પત્ની હશે. કન્સોલ લેડી કેથરિન તેમજ તમે પણ કરી શકો છો. પણ, જો હું તમારો હોત, તો ભત્રીજા દ્વારા ઊભા રહીશ.

"તમારી ઇમાનદારીથી, અને સી."

તેમના ભાઇના લગ્ન પર, મિસ બિંગલીની અભિનંદન, તે બધા જ પ્રેમાળ અને નિષ્ઠુર હતા. તેણીએ પ્રસંગે જેનને પણ તેના આનંદને વ્યક્ત કરવા માટે લખ્યું હતું, અને તેના અગાઉના વ્યવસાયોને પુનરાવર્તન કર્યું હતું. જેનને ઠપકો આપ્યો ન હતો, પરંતુ તે અસરગ્રસ્ત થઈ હતી; અને તેમ છતાં તેના પર નિર્ભરતા ન હોવા છતાં, તે જાણતી હતી તેના કરતાં તેને ખૂબ જ કઠોર જવાબ લખવા માટે મદદ કરી શક્યા નહીં.

આનંદ જે સમાન માહિતી પ્રાપ્ત કરવા માટે ડેરીને અભિવ્યક્ત કરે છે, તે તેના ભાઈની જેમ તેને મોકલવા જેટલું પ્રમાણિક હતું. કાગળની ચાર બાજુઓ તેની બધી ખુશી, અને તેણીની બહેન દ્વારા પ્રિય બનવાની તેની બધી ઇચ્છાઓને સમાપ્ત કરવા માટે અપૂરતી હતી.

કોઈપણ જવાબ મિસ્ટર માંથી આવી શકે તે પહેલાં. કોલિન્સ, અથવા એલિઝાબેથને કોઈ અભિનંદન, તેમની પત્ની પાસેથી, લાંબા સમયથી પરિવારોએ સાંભળ્યું કે કોલિન્સ પોતાને લુકાસ લોજમાં લાવ્યા હતા. આ અચાનક દૂર થવાનું કારણ ટૂંક સમયમાં જ સ્પષ્ટ થયું હતું. લેડી કેથરિન તેના ભત્રીજાના પત્રના સમાવિષ્ટો

દ્વારા ખૂબ જ ગુસ્સે થયા હતા, કે ચાર્લોટ ખરેખર મેચમાં આનંદ માણતો હતો, ત્યાં સુધી તોફાન ફૂંકાય ત્યાં સુધી તેને દૂર જવાની ચિંતા હતી. આવી ક્ષણમાં, તેમના મિત્રની આગમન એલિઝાબેથ પ્રત્યે એક નિષ્ઠાવાન આનંદ હતી, તેમ છતાં તેમની મીટિંગ્સ દરમિયાનતેણીએ જ્યારે એમ.આર. જોયું ત્યારે મોટેભાગે આનંદથી ખરીદેલું વિચારવું જ જોઇએ. તેણીના પતિની તમામ પરાકાષ્ઠા અને અપ્રમાણિક ક્ષમતાની ખુબ જ ખુબ જ ખુબ જ ખુબ જ ખુબ જ પ્રિય છે. જોકે તે પ્રશંસનીય શાંતતા સાથે તે ઉભા કરે છે. તેમણે શ્રી વિલિયમ લુકાસ પણ સાંભળ્યા હતા, જ્યારે તેમણે દેશના સૌથી તેજસ્વી રત્નને વહન કરવા માટે તેમને વખાણ કર્યા હતા, અને તેઓ તેમની બધી મીટિંગની આશા વારંવાર રજૂ કરી હતી. ખૂબ જ યોગ્ય સંયોજન સાથે, જેમ્સ. જો તેણે તેના ખભાને કાપી નાખ્યો હોય, તો તે ત્યાં સુધી ન હતો ત્યાં સુધી શ્રી વિલિયમ દેખાયા ન હતા.

શ્રીમતી. ફિલીપ્સની અસ્વસ્થતા બીજી હતી, અને કદાચ તેના સહનશીલતા પર વધુ કર; અને છતાં મિસ્ટર. ફિલીપ્સ અને તેની બહેન, બિંગલીના સારા રમૂજને ઉત્તેજન આપતા પરિચિતતા સાથે વાત કરવા માટે ખૂબ જ ડરતા હતા, તેમ છતાં, જ્યારે પણ તેણી બોલતી હતી ત્યારે તેણી અશ્લીલ હોવા જ જોઈએ. તેના માટે તેમનો આદર પણ નહોતો, તેમ છતાં તેણીએ તેણીને વધુ શાંત બનાવવા માટે વધુ શાંત બનાવ્યું હતું. એલિઝાબેથે તેની બધી જ વારંવારની સૂચનાથી તેને બચાવવા માટે કરી હતી, અને તેને પોતાને અને પોતાને પરિવારને રાખવાની ચિંતા કરતી હતી, જેની સાથે તે મૃત્યુ વગર વાત કરી શકે છે; અને આ બધી બાબતોમાંથી ઉદભવતી અસ્વસ્થ લાગણીઓ, તેના આનંદની મોસમના મોસમથી લેવામાં આવી હતી, તે ભવિષ્યની આશામાં ઉમેરાઇ હતી; અને તે સમયથી આનંદની રાહ જોતી હતી જ્યારે તેમને સમાજમાંથી કાઢી નાખવું જોઈએ જેથી તે કાંઇ આનંદદાયક હોય,

પ્રકરણ .

તેના માતાની લાગણીઓ માટે ખુશી એ દિવસે જે મિસ્ટર. બેનેટ તેના બે સૌથી લાયક પાત્રની છુટકારો મેળવ્યો. ત્યારબાદ તેણે શું ગૌરવ અનુભવ્યું તે પછી તેણે મિસ્ટરની મુલાકાત લીધી. બિંગલી અને મિસ્ટરની વાત કરી. ડેર્સી અનુમાન કરી શકાય છે. હું ઇચ્છું છું કે, તેના પરિવારની ખાતર, તેના ઘણા બાળકોની સ્થાપનામાં તેણીની ઇચ્છાની સિદ્ધિની પરિપૂર્ણતા, તેણીએ તેના માટે એક સમજદાર, અનુકૂળ, સારી રીતે જાણતી સ્ત્રી બનાવવા માટે ખૂબ જ ખુશ પરિણામ ઉત્પન્ન કર્યું. તેણીના બાકીના જીવન; જોકે કદાચ તે તેના પતિ માટે નસીબદાર હતી, જે કદાચ અસામાન્ય સ્વરૂપમાં ઘરેલું ફેલિસિટીને અનુભવી ન શકે, તે હજી પણ ક્યારેક ક્યારેક નર્વસ અને અવિચારી રીતે મૂર્ખ હતી.

શ્રીમાન. બેનેટ તેના બીજા પુત્રીને વધુ પડતી ચૂકી ગઇ; તેના માટે તેના પ્રત્યેના પ્રેમથી બીજું કંઈ કરી શકે તેના કરતાં તેને ઘરેથી પીડાય છે. તેમણે પેમબેરિમાં જવા માટે ખુશી વ્યક્ત કરી હતી, ખાસ કરીને જ્યારે તેની અપેક્ષા ઓછી હતી.

શ્રીમાન. બિંગલી અને જેન નેથરફિલ્ડમાં ફક્ત બારમોમી સ્થાને રહ્યા હતા. તેથી તેની માતા અને મેરિટોન સંબંધો નજીકમાં તેના સરળ ગુસ્સા, અથવા તેના પ્રેમાળ હૃદય માટે પણ ઇચ્છનીય નથી. તેમની બહેનોની પ્રિયતમની ઇચ્છા પછીથી પ્રસન્ન થઈ; તેણે પાડોશી કાઉન્ટીમાં ડર્બીશાયરમાં એક એસ્ટેટ ખરીદી, અને જેન અને એલિઝાબેથ, સુખના દરેક અન્ય સ્ત્રોત ઉપરાંત, એકબીજાના ત્રીસ માઇલની અંદર હતા.

કિટ્ટી, તેના ખૂબ જ ભૌતિક ફાયદા માટે, તેણીના સમયના વડાને તેમની બે મોટી બહેનો સાથે વિતાવ્યો. સમાજમાં તે જે સામાન્ય રીતે ઓળખાય છે તેનાથી વધુ ચડિયાતી હતી, તેણીનું સુધારણા સારું હતું. તે લિયડિયા જેવા ગુસ્સે ન હતા, અને લીડિયાના ઉદાહરણથી દૂર થઇ, તે યોગ્ય ધ્યાન અને સંચાલન દ્વારા, ઓછા

ખંજવાળવાળા, ઓછી અજાણ્યા અને ઓછા અવ્યવસ્થા દ્વારા બની હતી. લીડિયાના સમાજના આગળના ગેરલાભથી તેણીને કાળજીપૂર્વક રાખવામાં આવી હતી, અને તેમ છતાં મિસ્ટર. વિકમામ વારંવાર તેને આવવા અને દાવમાં રહેવાની આમંત્રણ આપે છે, દડા અને યુવા માણસોના વચનથી, તેના પિતા ક્યારેય તેના જવા માટે સંમત થતા નથી.

મેરી એકમાત્ર પુત્રી હતી જે ઘરે રહી હતી; અને તે જરૂરી છે કે મિ. બેનેટ એકલા બેસવા માટે અસમર્થ છે. મેરીને વિશ્વ સાથે વધુ મિશ્રણ કરવા માટે ફરજ પાડવામાં આવી હતી, પરંતુ તે હજી પણ દરરોજ સવારે મુલાકાત પર નૈતિકતા લાવી શકે છે; અને તેણીની બહેનોની સુંદરતા અને તેના પોતાના વચ્ચે તુલના દ્વારા લાંબા સમય સુધી નબળી પડી ન હતી, તેથી તેના પિતાએ શંકા વ્યક્ત કરી હતી કે તેણીએ ખૂબ જ અનિચ્છા વિના બદલામાં સબમિટ કર્યું હતું.

વિકેમ અને લીડિયા માટે, તેમના પાત્રોને તેમની બહેનોના લગ્નમાંથી કોઈ ક્રાંતિ થતી નથી. તે ફિલોસોફી સાથે દિલથી દૃઢ થયો કે એલિઝાબેથ હવે તેના અભિનય અને જૂઠાણું જે તેના પહેલાં અજ્ઞાત હતા તેનાથી પરિચિત થવું જોઈએ; અને દરેક વસ્તુ હોવા છતાં, સંપૂર્ણપણે આશા વિના સંપૂર્ણ ન હતી કે તેની સંપત્તિ બનાવવા માટે હજુ પણ દ્વેષ પ્રભાવી થઈ શકે છે. તેણીના લગ્ન પર એલિઝાબેથને લીડિયાથી મળેલા અભિનંદન પત્રમાં, તેણીએ તેમને સમજાવ્યું કે, પોતાની પત્ની દ્વારા, જો તે પોતાની જાતને નહીં, તો આવા આશાને સંતોષી હતી. પત્ર આ અસર માટે હતો:

"માય ડિયર લિઝી,

"હું તમને ખુશીની ઇચ્છા કરું છું. જો તમે મિસ્ટર ડેર્સીને અડધા પ્રેમ કરો છો અને સાથે સાથે હું મારા પ્રિય વિકમામને પણ કરું છું, તો તમારે ખુબ જ ખુશ થવું જોઈએ. તમને આટલું સમૃદ્ધ

હોવાનું ખૂબ જ આનંદદાયક છે, અને જ્યારે તમારી પાસે બીજું કંઈ નથી, તો હું આશા રાખું છું કે તમે અમારા વિશે વિચારો છો. મને ખાતરી છે કે વિકિમને કોર્ટમાં એક સ્થળ ગમે તેવું ગમશે અને મને નથી લાગતું કે અમારી પાસે કોઈ મદદ વગર જીવવા માટે પૂરતા પ્રમાણમાં પૈસા હશે. કોઈપણ સ્થળે આશરે ત્રણ કે ચારસો વર્ષે ; જો કે, તમે તેના બદલે ન હોવ તો, મિસ્ટર ડેર્સી સાથે વાત કરશો નહીં.

"તમારું, અને સી."

એવું થયું કે એલિઝાબેથને બદલે ઘણી બધી બાબતો નહોતી, તેણીએ તેના પ્રત્યેના પ્રત્યેક આક્રમણ અને પ્રકારની અપેક્ષાને દૂર કરવાના તેના જવાબમાં પ્રયાસ કર્યો હતો. આવી રાહત, તેમ છતાં, પોતાનું પોતાનું સમર્થન કરવાની સત્તામાં હતી, તેના પોતાના ખાનગી ખર્ચમાં અર્થતંત્ર તરીકે ઓળખાતી પ્રથા દ્વારા, તે વારંવાર તેમને મોકલતી હતી. તે હંમેશાં તેના માટે સ્પષ્ટ થઈ ગયો હતો કે તેમની આ પ્રકારની આવક, તેમની માંગમાં બે વ્યક્તિઓની દિશામાં અતિશય ભાવના અને ભવિષ્યની નિર્ભરતા, તેમના સમર્થનમાં ખૂબ જ અપૂરતી હોવી જોઈએ; અને જ્યારે પણ તેઓ તેમના ક્વાર્ટરમાં ફેરફાર કરે છે ત્યારે, જેન અથવા પોતે તેમના બિલને વિખેરી નાખવાની થોડી સહાયતા માટે લાગુ કરવામાં આવે છે તેની ખાતરી કરે છે. શાંતિનો પુનસ્થાપન જ્યારે તેમને ઘરે લઈ જવામાં આવ્યો ત્યારે પણ તેમના જીવનશૈલી, આત્યંતિક રીતે અનિશ્ચિત હતા. તેઓ હંમેશાં સસ્તા પરિસ્થિતિની શોધમાં સ્થળે સ્થળાંતર કરતા હતા, અને હંમેશા તેઓ કરતાં વધુ ખર્ચ કરવો જોઈએ. તેના માટે તેની લાગણી ટૂંક સમયમાં ઉદાસીનતામાં ડૂબી ગઈ; તેણી થોડો સમય ચાલ્યો ગયો; અને તેના યુવાની અને તેણીની રીતભાત હોવા છતાં, તેણીએ તેના લગ્નને જે પ્રતિષ્ઠા આપી હતી તે તમામ દાવાઓ જાળવી રાખી.

જોકે ડેર્સી તેને પેમેમ્બરમાં ક્યારેય પ્રાપ્ત કરી શક્યો ન હતો, તેમ છતાં, એલિઝાબેથની ખામી માટે, તેણે તેમના વ્યવસાયમાં તેને વધુ મદદ કરી. લિયડિયા ક્યારેક પ્રિય મુલાકાતી હતી, જ્યારે તેનો પતિ લંડન અથવા સ્નાનમાં આનંદ લેવા ગયો હતો; અને બિંગલીઓ સાથે તેઓ બન્ને વારંવાર લાંબુ વળતર લેતા હતા, કે બિન્ગલીના સારા હાસ્યને પણ કાબૂમાં રાખવામાં આવ્યો હતો, અને તેઓ દૂર જવાની સંકેત આપવા વિશે વાત કરતા હતા.

ડેસીના લગ્ન દ્વારા મિસ બિન્ગલીને ખૂબ જ ગંભીરતાપૂર્વક માનવામાં આવી હતી; પરંતુ જેમણે વિચાર્યું કે તે પેમબેરિની મુલાકાતે જવાનો અધિકાર જાળવી રાખવાની સલાહ આપે છે, તેણીએ તેના બધા ગુસ્સાને છોડી દીધી છે; અત્યાર સુધીમાં જ્યોર્જાની તુલનામાં અદ્ભુત હતું , લગભગ આજની જેમ જ ડરસી તરીકે ધ્યાન આપવું, અને એલિઝાબેથને ક્ષમતાની દરેક બાકી રકમ ચૂકવી હતી.

પેમરેલી હવે જ્યોર્ડીયાનું ઘર હતું; અને બહેનોની લાગણી બરાબર હતી કે શા માટે ડેરી જોવાની આશા રાખતી હતી. તેઓ એકબીજાને પ્રેમ કરવા સક્ષમ હતા, તેમ જ તેઓ ઇચ્છે છે. એલિઝાબેથની દુનિયામાં જ્યોર્જીયા સૌથી વધુ અભિપ્રાય ધરાવે છે; જોકે, પ્રથમ તેણીએ તેના ભાઈ સાથે વાતચીત કરવાની રીતભાત, રમતવીર, રીતભાત પર, અલાર્મ પર સરહદની આઘાત સાંભળી. તે, જેણે હંમેશાં પોતાના પ્રેમમાં પ્રેરણા આપી હતી, જેણે તેના પ્રેમને હરાવ્યો હતો, તેણે હવે ખુલ્લી સુખદ વસ્તુનો વિષય જોયો હતો. તેના મનને જ્ઞાન પ્રાપ્ત થયું જે તેના માર્ગમાં પહેલાં ક્યારેય ન પડી. એલિઝાબેથના સૂચનો દ્વારા તેણીએ સમજાવવાનું શરૂ કર્યું કે સ્ત્રી તેના પતિ સાથે સ્વતંત્રતા લઈ શકે છે, જે એક ભાઇ હંમેશા પોતાના કરતા દસ વર્ષથી નાની ઉંમરની બહેનને મંજૂરી આપતો નથી.

લેડી કેથરિન તેના ભત્રીજાના લગ્ન પર અત્યંત ગુસ્સે હતા; અને તેણીએ તેના પાત્રની સાચી ખરાપણાનો માર્ગ આપ્યો હતો, તેના પત્રમાં જવાબ આપતા પત્રના જવાબમાં, તેણીએ તેમને ખૂબ જ અપમાનજનક, ખાસ કરીને એલિઝાબેથની ભાષા મોકલી હતી, કેમકે કેટલાક સમય માટે બધા સંભોગ સમાપ્ત થયા હતા. પરંતુ લંબાઈએ, એલિઝાબેથની સમજાવટ દ્વારા, તે ગુનાને અવગણવા માટે અને સમાધાનની શોધ કરવા માટે જીત્યો હતો; અને, તેના કાકીના ભાગ પર થોડો દૂર પ્રતિકાર કર્યા પછી, તેણીના ગુસ્સાને કારણે, તેના માટે તેણી પ્રત્યેનો પ્રેમ, અથવા તેણીની પત્નીએ પોતાની જાતને કેવી રીતે ચલાવ્યું તે જોવાની તેમની જિજ્ઞાસા; અને તેણીએ પેમ્બરલી ખાતે તેમના પર રાહ જોવી પડ્યું હતું, તેના વૂડ્સને જે પ્રદૂષણ પ્રાપ્ત થયું હતું તે છતાં, આવા રખાતની હાજરીથી નહીં, પરંતુ શહેરના કાકા અને કાકીની મુલાકાતો હોવા છતાં.

ગાર્ડિનરો સાથે, તેઓ હંમેશાં સૌથી નજીકના શબ્દો પર હતા. , તેમજ એલિઝાબેથ, ખરેખર તેમને પ્રેમભર્યા; અને તેઓ બંને વ્યક્તિઓ પ્રત્યે ઉત્સાહપૂર્ણ કૃતજ્ઞતાની સંવેદનશીલતા ધરાવતા હતા, જેમણે તેમને ડર્બીશાયરમાં લાવીને, તેમને એકીકૃત કરવાના સાધન બનાવ્યા હતા.

CPSIA information can be obtained
at www.ICGtesting.com
Printed in the USA
LVHW082354280619
622739LV00019B/388/P

9 789756 035740